ಸಪ್ತಧಾರೆ

ಸಾಯಿಸುತೆ

ಸುಧಾ ಎಂಟರ್‌ಪ್ರೈಸಸ್
ನಂ. 761, 8ನೇ ಮುಖ್ಯರಸ್ತೆ, 3ನೇ ಬ್ಲಾಕ್
ಕೋರಮಂಗಲ, ಬೆಂಗಳೂರು–560 034.

Sapthadhare (Kannada): a social novel written by Smt. Saisuthe; published by Sudha Enterprises, # 761, 8th Main, 3rd Block, Koramangala, Bangalore - 560 034.

ಮೊದಲನೆಯ ಮುದ್ರಣ	:	2007
ಎರಡನೆಯ ಮುದ್ರಣ	:	2017
ಮೂರನೆಯ ಮುದ್ರಣ	:	2022
ಪುಟಗಳು	:	236
ಬೆಲೆ	:	ರೂ. 210
ಉಪಯೋಗಿಸಿದ ಕಾಗದ	:	70 ಜಿ.ಎಸ್.ಎಂ. ಮ್ಯಾಪ್‌ಲಿಥೋ
ಮುಖಪುಟ ವಿನ್ಯಾಸ	:	ಚಂದ್ರನಾಥ ಆಚಾರ್ಯ
ಹಕ್ಕುಗಳು	:	ಲೇಖಕಿಯವರದು

ಸಗಟು ಮಾರಾಟಗಾರರು
ವಸಂತ ಪ್ರಕಾಶನ
360, 10ನೇ 'ಬಿ' ಮುಖ್ಯರಸ್ತೆ, 3ನೇ ಬ್ಲಾಕ್,
ಜಯನಗರ, ಬೆಂಗಳೂರು – 560 011
ದೂರವಾಣಿ : 080–22443996/40917099
ಮೊ: 7892106719
email : vasantha_prakashana@yahoo.com
website: www.vasanthaprakashana.com

ಅಕ್ಷರ ಜೋಡಣೆ :
ಸುಧಾ ಎಂಟರ್‌ಪ್ರೈಸಸ್

ಮುದ್ರಣ :
ರೀಗಲ್ ಪ್ರಿಂಟ್ ಸರ್ವೀಸ್

ಮುನ್ನುಡಿ

ಆತ್ಮೀಯ ಓದುಗರಲ್ಲಿ,

ಮತ್ತೆ ಈ ಕಾದಂಬರಿ ಅಚ್ಚಾಗಿ ನಿಮ್ಮ ಕೈ ಸೇರುತ್ತಿದೆ. ನನ್ನ ಬಹಳಷ್ಟು ಕಾದಂಬರಿಗಳನ್ನು ಪುನರ್ ಮುದ್ರಣ ಮಾಡಿರುವ ಸುಧಾ ಎಂಟರ್‌ಪ್ರೈಸಸ್‌ಗೆ ಧನ್ಯವಾದಗಳು.

ಈ ಸಂದರ್ಭದಲ್ಲಿ ವೊದಲ ಮುದ್ರಣ ಮಾಡಿದ ಕರ್ನಾಟಕ ಸಾಹಿತ್ಯ ಪ್ರಕಾಶನದ ಶ್ರೀ.ವಿ. ಸಾಯಿಪ್ರಸಾದ್‌ನ ಅಕ್ಕರೆಯಿಂದ ನೆನೆಯಬೇಕಾಗಿದೆ.

– ಸಾಯಿಸುತೆ
"ಸಾಯಿಸದನ"
12, 2ನೇ ಮುಖ್ಯರಸ್ತೆ, 2ನೇ ಅಡ್ಡರಸ್ತೆ,
ಮಾರುತಿನಗರ, ಕೋಗಿಲೆ ಕ್ರಾಸ್, ಯಲಹಂಕ
ಓಲ್ಡ್ ಟೌನ್, ಬೆಂಗಳೂರು – 560064.
ದೂ: 080–28571361
Email: saisuthe1942@gmail.com

ನಮ್ಮಲ್ಲಿ ದೊರೆಯುವ ಸಾಯಿಸುತೆಯವರ
ಇತರ ಕಾದಂಬರಿಗಳು

ಮೇಘವರ್ಷಿಣಿ
ನವಚೈತ್ರ
ಪೂರ್ಣೋದಯ
ಅಪೂರ್ವ ಮೈತ್ರಿ
ನಿಶೆಯಿಂದ ಉಷೆಗೆ
ಸಪ್ತರಂಜನಿ
ವಸುಧೈವ ಕುಟುಂಬ
ಪ್ರೇಮಸಾಫಲ್ಯ
ಸದ್ಗೃಹಸ್ಥೆ
ಕಾರ್ತೀಕದ ಸಂಜೆ
ನಾ ನಿನ್ನ ಧ್ಯಾನದೊಳಿರಲು
ಸುಪ್ರಭಾತದ ಹೊಂಗನಸು
ಕರಗಿದ ಕಾರ್ಮೋಡ
ಹೃದಯ ರಾಗ
ಅಮೃತಸಿಂಧು
ಬಣ್ಣದ ಚುಂಬಕ
ಸ್ವರ್ಣ ಮಂದಿರ
ಶ್ರೀರಸ್ತು ಶುಭಮಸ್ತು
ಗಂಧರ್ವಗಿರಿ
ಶುಭಮಿಲನ
ಸಪ್ತಪದಿ
ಚೈತ್ರದ ಕೋಗಿಲೆ
ಬೆಳ್ಳಿದೋಣಿ
ವಿವಾಹ ಬಂಧನ
ಮಂಗಳ ದೀಪ
ಡಾ॥ ವಸುಧಾ
ಮುಂಜಾನೆಯ ಮುಂಬೆಳಕು
ಸೊಬಗಿನ ಪ್ರಿಯದರ್ಶಿನಿ
ರಾಗಬೃಂದಾವನ
ಬಿಳಿ ಮೋಡಗಳು
ಅನುಬಂಧದ ಕಾರಂಜಿ
ಮಿಂಚು
ನಾಟ್ಯಸುಧಾ
ಪಸರಿಸಿದ ಶ್ರೀಗಂಧ
ಬೆಳದಿಂಗಳ ಚೆಲುವೆ
ವರ್ಷಬಿಂದು
ಸಪ್ನ ಸಂಭ್ರಮ
ನನ್ನ ಭಾವ ನಿನ್ನ ರಾಗ
ಸುಮಧುರ ಭಾರತಿ
ಮೌನ ಆಲಾಪನ
ಮತ್ತೊಂದು ಬಾಡದ ಹೂ
ಶಿಶಿರದ ಇಂಚರ
ಮುಂಗಾರಿನ ಹುಡುಗಿ
ಸಾಮಗಾನ
ಕಡಲ ಮುತ್ತು
ಆಡಿಸಿದಳು ಜಗದೋದ್ಧಾರನಾ
ಪಂಚವಟಿ
ಶ್ಯಾನುಭೋಗರ ಮಗಳು
ಮೂಡಿ ಬಂದ ಶಶಿ
ಜನನೀ ಜನ್ಮಭೂಮಿ
ಬಿರಿದ ನೈದಿಲೆ
ಶರದೃತುವಿನ ಚಂದ್ರ
ಮೋಹನ ಮುರಳಿ ಕರೆಯಿತು
ಮುಗಿಲ ತಾರೆ
ಅಗ್ನಿದಿವ್ಯ
ಧವಳ ನಕ್ಷತ್ರ
ಕಲ್ಯಾಣಮಸ್ತು
ದಂತದ ಗೊಂಬೆ
ಸುಭಾಷಿಣಿ
ಮಮತೆಯ ಸಂಕೋಲೆ
ಮಂತ್ರಾಕ್ಷತೆ
ಸಪ್ತಧಾರೆ
ಹೇಮಂತದ ಸೊಗಸು
ಬೆಳಕಿನ ಹಣತೆ
ಗ್ರೀಷ್ಮದ ಸೊಬಗು
ಗ್ರೀಷ್ಮ ಋತು
ಪ್ರಿಯ ಸಖೀ
ಚಿರಬಾಂಧವ್ಯ
ಆಶಾಸೌರಭ
ಗಿರಿಧರ

ಜನವರಿ ಎರಡನೇ ತಾರೀಖು

31ನೇ ರಾತ್ರಿ ಮತ್ತು ಬೆಳಗು ನಡೆದ ಹೊಸ ವರ್ಷಾಚರಣೆ ಕುರುಹಿನ ಜೊತೆ ಚಳಿಯ ಸೇರ್ಪಡೆಯಿಂದ ವಾತಾವರಣದಲ್ಲಿ ಒಂದು ರೀತಿಯ ಚುಮು ಚುಮು.... ಮಬ್ಬು ವಾತಾವರಣ. ಉತ್ತರ ಭಾರತದ ಶೀತ ಗಾಳಿಯ ಹೊಡೆತದಿಂದ ಇಲ್ಲಿಯ ಚಳಿಯ ಪ್ರಮಾಣ ಹೆಚ್ಚಿತ್ತು.

ಅಮ್ಮ ಮಗಳು ಅಪರೂಪವಾಗಿ ಷಾಪಿಂಗ್ ಹೊರಟಿದ್ದರು. ಕೈ ಹಿಡಿದಿದ್ದ ನೈರುತ್ಯ "ಅಮ್ಮ, ಮಾವ...." ಎಂದು ಒಂದು ಬೈಕ್‌ನತ್ತ ಕೈಮಾಡಿದ್ದು. ವೆಹಿಕಲ್ ಓಡಾಟದಲ್ಲಿ, ಹೆಲ್ಮೆಟ್ ಸವಾರರಲ್ಲಿ ತಮ್ಮನನ್ನು ಗುರುತಿಸಲಾಗಲಿಲ್ಲ ವಸುಧಾಗೆ. "ಆರ್ ಯು ಷ್ಯೂರ್? ಅವನು ಬ್ಯಾಡ್ಮಿಂಟನ್ ಕೋರ್ಟ್‌ನಲ್ಲಿ ಇರ್ತಾನೆ" ಎಂದಳು. ಅದನ್ನು ಒಪ್ಪಲು ಅವಳು ಸಿದ್ಧಳಿಲ್ಲ. "ಅದು ವಾಸು ಮಾವನೆ, ಹಂಡ್ರೆಡ್ ಪರ್ಸೆಂಟ್" ಸಮರ್ಥಿಸಿಕೊಂಡಾಗ ನಸು ನಕ್ಕು ಸುಮ್ಮನಾದಳು. ಮಗಳು ಯಾವಾಗಲೂ ಹಂಡ್ರೆಡ್ ಪರ್ಸೆಂಟ್ ಕರೆಕ್ಟ್ ಎಂದು ಗೊತ್ತು.

ಷಾಪಿಂಗ್ ಮುಗಿಸಿಕೊಂಡು ಹೊರಬರುತ್ತಿದ್ದಾಗ ಮತ್ತೆ ನೈರುತ್ಯ "ವಾಸು ಮಾವ" ಅಮ್ಮನನ್ನು ಹಿಡಿದು ನಿಲ್ಲಿಸಿದಾಗ ಅತ್ತ ಹರಿದ ವಸುಧಾ ನೋಟ ಅಲ್ಲಿ ನಿಂತಿತು. ಇದೇನು ಅಪರೂಪದ ದೃಶ್ಯ! ಯುವಕ, ಯುವತಿಯರು ಎಗ್ಗಿಲ್ಲದೆ ಓಡಾಡುವುದು ಫ್ಯಾಷನ್ ಎನ್ನುವ ಈಗಿನ ಜನರೇಷನ್. ಅದೊಂದು ಪ್ರಗತಿಪರ ಧೋರಣೆಯೆಂದು ತಿಳಿದಿದ್ದರು. ಅದನ್ನು ಇಲ್ಲವೆಂದು ಹಿರಿಯರು ಬದುಕಿಯಾರೇ? ಆದರೆ ತಮ್ಮನ ಬಗ್ಗೆ ಅಂಥ ಕಲ್ಪನೆ ಸಾಧ್ಯವಿರಲಿಲ್ಲ.

ಮಗಳೊಂದಿಗೆ ವಸುಧಾ ಮನೆಗೆ ಬಂದಳು. ಅದೇ ದೃಶ್ಯ, ಸಹಪಾಠಿಗಳು, ಸ್ನೇಹಿತರು ಎನ್ನುವುದಕ್ಕಿಂತ ಒಂದು ಹೆಜ್ಜೆ ಮುಂದೆ ಹೋದಂಗೆ ಕಂಡರು. ಈ ವಯಸ್ಸು ಆವೇಗಕ್ಕಿಂತ, ಆತುರದ್ದು. ಪ್ರೇಮ, ಪ್ರೀತಿಗೆ ಮುಗಿಬೀಳುವಂಥ ಆಕರ್ಷಣೆಯತ್ತ ದಾಪುಗಾಲು ಹಾಕುವ ಮನಸ್ಸು. ಲಂಡನ್‌ನಲ್ಲಿದ್ದು ತಿಂಗಳ ಹಿಂದೆ ತವರಿಗೆ ಬಂದಿದ್ದು ಒಂದು ಆರು ತಿಂಗಳು ತಂದೆಯ ಜೊತೆಯಲ್ಲಿ ಇರಲು. ತಮ್ಮನೆಂದರೆ ತುಂಬ ಅಚ್ಚುಮೆಚ್ಚು. ತಂದೆಯನ್ನು ಕಂಡರೆ ಗೌರವ, ಭಯ ಭಕ್ತಿ. ಹರಟುವುದೆಂದರೆ ತಮ್ಮನೊಂದಿಗೆ ಮಾತ್ರ.

ಎಂಟು ವರ್ಷದಿಂದ ಲಂಡನ್‌ನಲ್ಲಿದ್ದವಳಿಗೆ ಇದು ಅಪರೂಪದ ದೃಶ್ಯವೇನಲ್ಲ. ಈಚೆಗೆ ಇದೆಲ್ಲ ಅಪರೂಪವಲ್ಲವೆನ್ನುವ ರೀತಿಯಲ್ಲಿ ಬದಲಾವಣೆಯ ಗಾಳಿ ಬೀಸಿತ್ತು. ಆದರೂ ಅವಳ ಮನದಲ್ಲಿ ಮುನ್ಸೂಚನೆಯೆನ್ನುವಂಥ ವಿತಂಡ ವಾದ ಶುರುವಾಗಿತ್ತು. ಬೈಕ್‌ನಲ್ಲಿ ಅವನ ಹಿಂದಿನ ಸೀಟು ಅಲಂಕರಿಸಿದ್ದ ಯುವತಿ ಜೀನ್ಸ್ ಧರಿಸಿ, ಟಾಪ್ ತೊಟ್ಟಿದ್ದು ಅವಳ ಬಿಚ್ಚುಗೂದಲು ಸ್ವತಂತ್ರವಾಗಿತ್ತು. ಹಣೆ, ಕೈಗಳೆಲ್ಲ ಖಾಲಿ. ತೀರಾ ಸನಿಹದಲ್ಲಿ ನಿಂತು ಮಾತಾಡುತ್ತಿರುವ ಭಂಗಿ ಇಷ್ಟವಾಗಿರಲಿಲ್ಲ! ಅತಿರೇಕವೆನಿಸಿತ್ತು.

"ಅಮ್ಮ, ನಾನ್ಹೋಗಿ ಗಾರ್ಡನ್‌ನಲ್ಲಿ ಆಟ ಆಡ್ತೀನಿ. ಈ ಸಮಯದಲ್ಲಿ ಫ್ರೆಂಡ್ಸ್ ಸಿಕ್ತಾರೆ" ನೈರುತ್ಯ ಹೊರಗೆ ಹೋಗುವ ಎನ್ನುವ ಸಮಯಕ್ಕೆ ಪ್ರೊಫೆಸರ್ ಅನಂತರಂಗ ಮೂರ್ತಿಗಳು ಒಳಗೆ ಬಂದವರು ಮೊಮ್ಮಗಳ ಗಲ್ಲ ಸವರಿ ಒಳಗೆ ಬಂದರು.

"ಷಾಪಿಂಗ್ ಮುಗಿಸಿಕೊಂಡು ಬಂದ್ಯಾ? ನಂಗೂ ನಿನ್ಜೊತೆ ಬರೋ ಇಷ್ಟವಿದ್ದರೂ ನಿಂಗೆ ಪ್ರಯೋಜನವಾಗಲಿಲ್ಲಾಂತ ಸುಮ್ಮನಾದೆ" ನಸು ನಗುತ್ತ ವಿರಾಮಾಸನದಲ್ಲಿ ಮಂಡಿಸಿದರು. "ಅಂಥದೇನೂ ಇರ್ಲಿಲ್ಲ! ಇವ್ಳು ಇಲ್ಲಿನ ಡ್ರೆಸ್‌ಗಳನ್ನ ಇಷ್ಟಪಡ್ತಾಳೆ. ಅದಕ್ಕೆ ಅವಳ ಅಪ್ಪನ ಸಪೋರ್ಟ್ ಕೂಡ. ಕಾಫಿ ಬೆರ್‍ಸಿ ಕೊಡ್ಲಾ? ನಿಮ್ಮ ಫ್ರೆಂಡ್ ಸಿಕ್ಕಲಿಲ್ಲವಾ?" ಅವರು ಇವರ ಸ್ನೇಹಿತರಲ್ಲಿ ಒಬ್ಬರು. ಪರ್ಮನೆಂಟ್ ವಾಕಿಂಗ್ ಫ್ರೆಂಡ್ ಅನ್ನಬಹುದು. ಎಲ್ಲಕ್ಕಿಂತ ಹೆಚ್ಚಿನ ಆತ್ಮೀಯ ವ್ಯಕ್ತಿ.

ಮೊಮ್ಮಗಳಿಗೆ ತಂದಿದ್ದ ಡ್ರೆಸ್‌ಗಳನ್ನೆಲ್ಲ ನೋಡಿದರು. ಮಗಳ ಆಯ್ಕೆಯನ್ನು ಮೆಚ್ಚಿಕೊಂಡರು. "ಇದು ಕಿರಣ್‌ಗೂ ಇಷ್ಟವಾಗಬೇಕಲ್ಲ" ಇಂಥದೊಂದು ಮಾತು ಸೇರಿಸಿದಾಗ "ಖಂಡಿತ ಇಷ್ಟವಾಗುತ್ತೆ, ಅಣ್ಣ ಅಂತೂ ನಾನು ಹೇಳಬಹುದು. ಆದರೆ ಅವರಿಗೆ ಇಷ್ಟಕ್ಕೆಲ್ಲ ಎಲ್ಲಿ ಪುರುಸೊತ್ತು? ಪಾಠ, ಪ್ರವಚನ ಸೆಮಿನಾರು.... ಇಂಥದ್ದರಲ್ಲಿ ಬಿಡುವು ಸಿಕ್ಕೋಲ್ಲ" ನಗೆಯಲ್ಲಿ ತೇಲಿಸಿದಳು. ಗಂಡನ ಬಗ್ಗೆ ಅಭಿಮಾನವೇ.

ವಾಸು ಬರುವವರೆಗೂ ಒಂದು ರೀತಿಯ ತವಕ ತೀರಾ ಸಾಧಾರಣ ವಿಷಯ ಎಂದು ತಳ್ಳಿಹಾಕಲು ಸಾಧ್ಯವಿರಲಿಲ್ಲ. ಈ ವಂಶದ ಉತ್ತರಾಧಿಕಾರಿ. ತಂದೆಯ ನೂರು ಕನಸುಗಳಿಗೆ ವಾರಸುದಾರ. ಒಂದು ರೀತಿಯ ಜಿಜ್ಞಾಸೆ ಅವಳಲ್ಲಿ. ಅವನು ಬಂದ ಮೇಲೆ ಎಷ್ಟೇ ಪ್ರಯತ್ನಪಟ್ಟರು ಪ್ರಸ್ತಾಪಿಸದೇ ಇರಲಾಗಲಿಲ್ಲ.

"ನಿನ್ನ ಮಹೀನ ಷಾಪಿಂಗ್ ಕಾಂಪ್ಲೆಕ್ಸ್ ಹತ್ರ ನೋಡಿದೆ" ತಟ್ಟನೆ ತಲೆಯೆತ್ತಿದವನ ಕಣ್ಣುಗಳಲ್ಲಿ ಮೊದಲು ಕಂಡಿದ್ದು ಗಾಬರಿ, ನಂತರ ಉಲ್ಲಾಸಭರಿತ ಉತ್ಸಾಹ. ಮುಖದಲ್ಲಿ ಹೊಸತನ ಚಿಮ್ಮಿತು.

"ನನ್ನ ಮಾತಾಡಿಸಬಹುದಿತ್ತಲ್ಲ, ಸೋ ಸಾರಿ ಅಕ್ಕ. ನೀನು ಕರೆದಾಗ ನಾನು ಟೆನಿಸ್ ಕೋರ್ಟ್ ಇತ್ತೂಂತ ಸುಳ್ಳು ಹೇಳ್ದೇ. ಅಂಜಲಿ ಮೀಟ್ ಮಾಡಲೇಬೇಕೂಂತ ಪ್ರಾಮಿಸ್ ಮಾಡಿಸಿಕೊಂಡಿದ್ಲು. ನಂಗೆ ಜೂನಿಯರ್, ನಂದು ಮೆರಿಟ್ ಸೀಟು, ಅವಳದು ಡೊನೇಷನ್ ಸೀಟು ಇಷ್ಟೇ ವ್ಯತ್ಯಾಸ" ನಕ್ಕ. ಆ ನಗೆಯಲ್ಲು ಕೂಡ ಅವಳ ಮೇಲೆ ಅಭಿಮಾನದ ಮಿಂಚು ಇದ್ದಂಗೆ ಕಂಡಿತು.

"ಇದೆಂಗೇ ಸಾಧ್ಯವಾಯ್ತು? ನೀನು ಮೆರಿಟ್ ಸ್ಟೂಡೆಂಟ್, ಅವಳು ಡಲ್. ನಿನ್ನ ಕ್ಲಾಸ್‌ಮೇಟ್ ಅಲ್ಲ. ಹಾಗಿದ್ರೂ ಇಷ್ಟೊಂದು ಫ್ರೆಂಡ್‌ಷಿಪ್?" ಅಚ್ಚರಿ ವ್ಯಕ್ತಪಡಿಸಿದಳು.

ಉತ್ಸಾಹಿತನಾದ ವಾಸು ತಮ್ಮ ಫ್ರೆಂಡ್‌ಷಿಪ್‌ನ ಆಕರ್ಷಕ ಸಂದರ್ಭದಿಂದ ಹಿಡಿದು ಇಂದಿನವರೆಗಿನ ಗೆಳೆತನದವರೆಗೂ ಪಟಾಕಿ ಸಿಡಿದಂತೆ ಉಸುರಿ ಹಗುರಾದ. ವಸುಧಾ ಚಿಂತಿತಳಾದಳು. ಅವಳಿಗೆ ಸರಿಯೆನಿಸಲಿಲ್ಲ.

"ನೀನು ವಿದ್ಯಾರ್ಥಿ, ನಿಂಗೆ ವಿದ್ಯಾಭ್ಯಾಸ ಮುಖ್ಯವಾಗಿತ್ತು. ಅಣ್ಣ ನಿಂಗೆ ಕೊಟ್ಟ ಪೂರ್ತಿ ಸ್ವಾತಂತ್ರ್ಯಾನ ದುರುಪಯೋಗಪಡಿಸಿಕೊಳ್ತಾ ಇದ್ದೀ. ಖಂಡಿತ ಇದನ್ನು ಮುಂದುವರಿಸೋದು ಬೇಡ, ವಾಸು" ರಿಕ್ವೆಸ್ಟ್ ಮಾಡಿಕೊಂಡಳು. ಅವನು ಮೊದಲು ಗಾಬರಿಯಾದ "ಮಹಾತಾಯಿ, ನೀನು ಲಂಡನ್‌ನಲ್ಲಿ ಇದ್ದು ಬಂದಿದ್ದೀಯ? ಕಲಿತವಳು ಎಂ.ಎಸ್‌ಸಿ. ಹೋಲ್ಡರ್ ಆಗಿ ನೀನು ಇದ್ನ ಹೇಳ್ತಾ ಇದ್ದೀಯ? ಐ ಕಾಂಟ್ ಬಿಲೀವ್" ಮುಖ ಒಂದು ತರಹ ಮಾಡಿದ. ಪ್ರೇಮ, ಪ್ರೀತಿಗಳ ಬಗ್ಗೆ ಒಂದು ಭ್ರಮಾಲೋಕವನ್ನೇ ಸೃಷ್ಟಿಸಿಕೊಂಡಿದ್ದ. ಪ್ರೇಮಕ್ಕೆ ಇರುವ ಶಕ್ತಿ ಬಗ್ಗೆ ಅನನ್ಯಭಾವ ಬೆಳೆಸಿಕೊಂಡಿದ್ದ.

ಪ್ರೇಮ, ಪ್ರೀತಿಗೆ ಸಂಬಂಧಪಟ್ಟ ಎಲ್ಲಾ ಮೂವೀಗಳನ್ನು ಅವನು ಅಂಜಲಿ ಒಟ್ಟೊಟ್ಟಿಗೆ ನಾಲ್ಕಾರು ಸಲ ನೋಡಿದ್ದೇ.... ನೋಡಿದ್ದು. ಅದರಲ್ಲಿ ಹೀರೋ, ಹೀರೋಯಿನ್ ಪಡುವ ಕಷ್ಟಗಳನ್ನು, ತ್ಯಾಗಗಳಿಂದ ಪ್ರೇರಿತರಾಗಿದ್ದೇ ಹೆಚ್ಚು. ವಾಸು ಅಂಥ ಹುಡುಗನಿಗೂ ಇದು ವಿಲಕ್ಷಣವೆನಿಸಿದ್ದು ಮಾತ್ರ ಅಚ್ಚರಿ.

"ಆ ವಿಷ್ಯ ಬಿಡು. ನಾನು ಲಂಡನ್‌ನಲ್ಲಿ ಎಂಟು ವರ್ಷ ಇದ್ದ ಮಾತ್ರಕ್ಕೆ ಯೂರೋಪಿಯನ್ ಆಗಿಬಿಡೋಕೆ ಸಾಧ್ಯನಾ? ನಮ್ಮ ಕಲ್ಚರ್ ಬೇರೆ. ಇಲ್ಲಿ ಭಾವನೆ, ಸ್ನೇಹ ಸಂಬಂಧಗಳಿಗೆ ಹೆಚ್ಚು ಒತ್ತು. ಅಮ್ಮ ಇದ್ದಿದ್ದರೇ ಆ ವಿಷ್ಯ ಬೇರೆ. ಅಣ್ಣ ಪ್ರಶ್ನಿಸೋದು ನಿಧಾನವಾಗಬಹುದು. ಆಗ ಇಬ್ಬದಿಯ ಸಂಕಟ. ಈಗ್ಹೇಳು, ಆ ಹುಡ್ಗೀ...." ಅಂದ ಕೂಡಲೇ ಬಾಯ್ಬಿಟ್ಟ. "ಅಂಜಲಿ.... ಫೆಂಟಾಸ್ಟಿಕ್ ನೇಮ್..... ಐ ಲವ್ ಹರ್... ಐ ಅಡೋರ್ ಹರ್" ಉದ್ಗರಿಸಿ ಬಿಟ್ಟ ಪರ್‌ಫೆಕ್ಟಾಗಿ. ಮುಂದೆ ಪ್ರಶ್ನಿಸುವುದೇ ಅವಳಿಗೆ ಬೇಡವಾಯಿತು.

ಸುಮ್ಮನೆ ಕೂತಳು. ನಿಶ್ಯಬ್ದವಾಗಿತ್ತು. ವಾತಾವರಣ. ವಿಶಾಲವಾದ ಅಂಗಳದಲ್ಲಿ ಬೆಳೆದ ತೆಂಗಿನ ಮರಗಳು, ಜೊತೆಗೆ ಸಂಪಿಗೆ ಮರ ಇತ್ತು. ಸೀಬೆ, ದಾಳಿಂಬೆ, ಪೇರಲ ಗಿಡಗಳು ಮನೆಯ ಸುತ್ತಲೂ ಇದ್ದವು. ವಿವಿಧ ಬಣ್ಣದ ದಾಸವಾಳ ಗಿಡಗಳು ಪೈಪೋಟಿಗೆ ನಿಲ್ಲುವಂತೆ ಹೂಗಳನ್ನು ಅರಳಿಸಿದ್ದವು. ನೋಡಲು ಅರಳಿ ನಿಂತಾಗ ಬಹು ಚೆಂದ. ಇಲ್ಲಿನ ಕಡ್ಡಿಗಳನ್ನು ಒಯ್ದು ನೆಟ್ಟವರೆಷ್ಟು ಮಂದಿಯೋ! ಮರುಗ, ಪನ್ನೀರು ಪತ್ರೆಯಿಂದ ಹಿಡಿದು ಮಲ್ಲಿಗೆ, ಜಾಜಿ, ಸೇವಂತಿ ವಿವಿಧ ದೇಸಿ ಮಾದರಿಯ ಗಿಡಗಳು ಇಡೀ ಮನೆಯ ಸುತ್ತಲೂ ಆವರಿಸಿಕೊಂಡಿದ್ದು, ಅನಂತರಂಗ ಮೂರ್ತಿಗಳಿಗೂ ವಿಶೇಷವಾದ ಆಸಕ್ತಿ, ಆಸ್ಥೆ ಇದ್ದುದ್ದರಿಂದ ಆ ಬಗ್ಗೆ

ಎಚ್ಚರವಹಿಸಿದ್ದರು. ಈ ಮನೆಯ ಸಂಸ್ಕೃತಿಯ ಸೌರಭದ ದಾಖಲೆಯೆನಿಸಿತ್ತು. ಅದೆಲ್ಲ ಕುಸಿದ ಅನುಭವವಾಯಿತು ವಸುಧಾಗೆ.

ಹಿಂದಕ್ಕೆ ತಿರುಗಿ ತಮ್ಮನತ್ತ ನೋಟ ಹರಿಸಿದಳು.

"ಯಾಕೋ, ಸ್ನೇಹ ಸ್ವಲ್ಪ ದೂರದವರೆಗೂ ಹೋಗಿದೆಯೆನಿಸುತ್ತೆ. ಮೊದ್ಲು ನಿನ್ನ ಎಜುಕೇಷನ್ ಮುಗೀಲಿ. ಅಣ್ಣ, ನೀನು ಸಂಶೋಧನೆ ಕಡೆ ಹೋಗ್ಲೀ ಅನ್ನೋ ಆಸೆ ಇಟ್ಕೊಂಡಿದ್ರು. ನೀನು ಸಾಫ್ಟ್‌ವೇರ್ ಆರಿಸಿಕೊಂಡೇ, ಅವರೇನೂ ಅಡ್ಡಿ ಬರ್‍ಲಿಲ್ಲ. ನೀನು ಇಷ್ಟಪಟ್ಟಂಗೆ ಬಿ.ಇ. ಸೀಟು ಸಿಕ್ತು. ಎಲ್ಲಾ ಸರೀ, ಈಗ ಎಜುಕೇಷನ್ ಉದಾಸೀನ ಮಾಡಿ ಪ್ರೇಮ, ಪ್ರೀತಿ ಅಂತ ಓಡಾಡೋದು ಇಷ್ಟವಾಗ್ಲಿಲ್ಲ. ಅಣ್ಣ ಯಾವಾಗ಼್ೂ ತಿಳಿವಳಿಕೆ ಬಗ್ಗೆ ಒಂದ್ಮಾತು ಹೇಳ್ತಾ ಇರೋರು. Awareness is the only solution to any problem. ತಿಳಿವಳಿಕೆಯಿಂದ ಎಷ್ಟೋ ಪ್ರಾಬ್ಲಮ್‌ಗಳಿಂದ ಪಾರಾಗಬಹುದು. ಸದ್ಯಕ್ಕೆ ಇದೆಲ್ಲ ಬಂದ್ ಮಾಡು. ಆ ಹುಡ್ಗೀಗೂ ಮೆಚ್ಯೂರಿಟಿ ಇಲ್ಲ. ಅವ್ಳ ಮನೆಯವ್ರೂ ಕೂಡ ಲಕ್ಷಾಂತರ ಡೊನೇಷನ್ ರೂಪದಲ್ಲಿ ಕೊಟ್ಟು ಕಾಲೇಜಿಗೆ ಸೇರಿಸಿದ್ದಾರೆ" ಅತ್ಯಂತ ಸೂಕ್ಷ್ಮವಾಗಿ ವಿವರಿಸುವ ವೇಳೆಗೆ ಮೊಬೈಲ್ ಸದ್ದು ಮಾಡಿತು. ತಕ್ಷಣ ಅವನ ಮುಖದಲ್ಲಿ ಉತ್ಸಾಹ ಗರಿ ಗೆದರಿತು. 'ಸೋ ಸಾರಿ, ನಿನ್ಮಾತು ಆಮೇಲೆ ಕೇಳ್ತೀನಿ" ಅಂದವನು ಮಾತು ನಗುವಿನಲ್ಲಿ ತೊಡಗಿದಾಗ ವಸುಧಾ ಕೆಳಗಿಳಿದು ಬಂದಳು.

ಹಿಂದೆ ಹಜಾರದ ತರಹ ಕಟ್ಟಿದ್ದ ರೂಮನ್ನು ಸ್ವಂತಕ್ಕೆ ಉಪಯೋಗಿಸಿಕೊಳ್ಳುತ್ತಿದ್ದ. ಹಿಂದೆ ನಾಡಿನ ಹಿರಿಯ ವಿದ್ವಾಂಸರು, ಸಾಹಿತಿಗಳು ಸೇರಿ ನಾಡಿನ ಸಂಸ್ಕೃತಿ, ಸಾಹಿತ್ಯದ ಬಗ್ಗೆ ಚರ್ಚಾಗೋಷ್ಠಿಗಳನ್ನು ನಡೆಸುತ್ತಿದ್ದರು. ಇಲ್ಲಿ ಆಸಕ್ತ ವಿದ್ಯಾರ್ಥಿಗಳು ಕೂಡ ಅದರಲ್ಲಿ ಪಾಲ್ಗೊಳ್ಳುತ್ತಿದ್ದರು. ಇತ್ತೀಚೆಗೂ ಅಂಥ ಏರ್ಪಾಟು ಇತ್ತು. ಸಾಹಿತಿಗಳು, ವಿದ್ವಾಂಸರು ಅಂಥವರು ಬಂದರೆ ಅನಂತರಂಗಮೂರ್ತಿಗಳ ಮನೆಯಲ್ಲಿ ವಾಸ್ತವ್ಯ. ಊಟ, ತಿಂಡಿ ಅಂಥದಕ್ಕೆ ಚಿಂತೆ ಮಾಡಬೇಕಾಗಿರಲಿಲ್ಲ. ಈ ಬಗ್ಗೆ ಬೇರೆಯವರ, ನೆಂಟರ ಬುದ್ಧಿವಾದ, ಖರ್ಚು–ವೆಚ್ಚದ ಬಗ್ಗೆ ತಲೆಕೆಡಿಸಿಕೊಂಡವರೇ ಅಲ್ಲ. ಇಂಥ ಅದ್ಭುತ ವಾತಾವರಣದ ಸಾತ್ವಿಕ ಛಾಯೆಯಿಂದ ವಿದ್ಯಾಕ್ಷೇತ್ರಕ್ಕೆ ಕೊಡುಗೆಯಾದರು ಎಷ್ಟೋ ವಿದ್ಯಾರ್ಥಿಗಳು.

ತೀರಾ ಚಿಂತಿತಳಾದಳು ತಮ್ಮನ ಭವಿಷ್ಯದ ಬಗ್ಗೆ.

ತಂದೆಯ ರೂಮಿನಲ್ಲಿ ಇನ್ನೂ ಲೈಟು ಉರಿಯುತ್ತಿದ್ದುದ್ದನ್ನು ನೋಡಿ ಅತ್ತ ಬಂದಳು. ಫಿಲಾಸಫಿ ಅವರ ಮೆಚ್ಚಿನ ವಿಷಯವಾದರೂ ಕನ್ನಡ ಸಾಹಿತ್ಯ ಇತಿಹಾಸ, ಪರಂಪರೆಯನ್ನು ಹೆಚ್ಚು ಓದಿಕೊಂಡಿದ್ದರು. ಆದರೆ ಅವರು ವಿದ್ಯಾರ್ಥಿಗಳಿಗೆ ಬೋಧಿಸುತ್ತಿದ್ದುದು ಇಂಗ್ಲಿಷ್ ಸಾಹಿತ್ಯ.

'ಅಣ್ಣ, ಇನ್ನೂ ಮಲಗಲಿಲ್ವಾ?" ಕೇಳಿದಳು.

ಓದುತ್ತಿದ್ದ ಪುಸ್ತಕ ತೆಗೆದಿಟ್ಟು ಕನ್ನಡಕ ತೆಗೆದು ಕಣ್ಣೊತ್ತಿಕೊಂಡು "ಕಿರಣ ಈಗ

ಫೋನ್ ಮಾಡಿದ್ದ. ನಿನ್ನೊತೆಯಲ್ಲಿ ಈ ಸಲ ಲಂಡನ್‌ಗೆ ಬರಲೇಬೇಕೆನ್ನೋದು ಅವನ ಪಟ್ಟು. ಇಲ್ಲಿ ಒಂದ್ವರ್ಷವಾದ್ರೂ ಉಳಿದುಕೊಳ್ಳೋ ಹಂಗೆ ಬನ್ನಿ ಅನ್ನೋದು ಅವನ ಅಹವಾಲು. ಆ ಬಗ್ಗೆನೇ ಯೋಚಿಸ್ತಾ ಇದ್ದೆ. ಈಚೆಗೆ ನಮ್ಮ ವಾಸು ಓದಿನಲ್ಲಿ ಅಷ್ಟೊಂದು ಆಸಕ್ತಿ ವಹಿಸ್ತಾ ಇದ್ದಂಗೆ ಕಾಣ್ತಿಲ್ಲ. ಆ ಬಗ್ಗೆ ಅವನೊಂದಿಗೆ ಹೇಗೆ ಮಾತು ಶುರು ಮಾಡೋದು? ಮೆರಿಟ್ ಹುಡ್ಗ. ಯಾವ ಸೆಮಿಸ್ಟರ್‌ನಲ್ಲೂ ಒಳ್ಳೆ ಮಾರ್ಕ್ಸ್ ಬಂದಿಲ್ಲ. ಸಾಫ್ಟ್‌ವೇರ್ ಅನ್ನೋದು ಬಲವಂತವಾಗಿ ಹೇರಿದ್ದಲ್ಲ. ಅವನದೇ ಆಯ್ಕೆ. ಉಪೇಕ್ಷಿಸಿದರೇ ಹೇಗೆ? ವಾಸು ಮೊದ್ಲಿನ ಹಾಗೆ ಪುಸ್ತಕದ ಹುಳು ಅಲ್ಲ. ಬಹಳ ಬದಲಾಗಿದ್ದಾನೆ. ನಿಂಗೆ ಏನು ಅನ್ನಿಸುತ್ತೆ?" ಕೇಳಿದರು. ಅವರ ದನಿಯಲ್ಲಿ ಚಿಂತೆ ಇತ್ತು. ಮಗಳು ಮನಸ್ಸಿಗೆ ಮಾತ್ರವಲ್ಲ, ಹೃದಯಕ್ಕೂ ಹತ್ತಿರ.

ಅಲ್ಲೇ ಕೂತ ವಸುಧಾ ಬಹಳ ನಿಧಾನವಾಗಿ ತಲೆಯನ್ನು ಮೇಲೆತ್ತಿದಳು. ತಂದೆಯ ವ್ಯಕ್ತಿತ್ವದ ಬಗ್ಗೆ ಅಪಾರವಾದ ಗೌರವವಿತ್ತು. ಜೊತೆಗೆ ಅವರು ಮನುಷ್ಯರಾಗಿಯೂ ಕೂಡ ಆದರ್ಶನೀಯರೇ. ಎತ್ತರದ ವ್ಯಕ್ತಿತ್ವದ ಮನುಷ್ಯ.

"ನಂಗೂ ಹಾಗೆನಿಸಿದೆ. ಹುರುಪಿನ ವಯಸ್ಸು. ಜಾಗತೀಕರಣ ತ್ವರಿತವಾಗಿ ಆದ ಮೇಲೆ ವಿದೇಶಿ ಕಂಪನಿಗಳು ದಾಳಿ ಇಟ್ಟ ಮೇಲೆ ಏಕಾಏಕಿ ಬದಲಾವಣೆಯ ಗಾಳಿ ಬೀಸಿದೆ. ಜಗತ್ತು ದಿನದಿಂದ ದಿನಕ್ಕೆ ಸಂಕುಚಿತವಾಗುತ್ತಿದೆ. ವಿಶ್ವದ ಯಾವ ಮೂಲೆಗಳಿಗಾದರೂ ಗಂಟೆಗಳ ಪ್ರಯಾಣ" ಎಂದು ನಿಲ್ಲಿಸಿದಳು. ತಂದೆಯ ಪ್ರಶ್ನೆಗೆ ಇಷ್ಟೆಲ್ಲ ವಿವರ ಹೇಳುವ ಅಗತ್ಯವಿತ್ತೇ ಅಂತ ಅನಿಸಿತು. "ಸಾರಿ...." ತಲೆ ತಗ್ಗಿಸಿದಳು. ಸುಲಭವಾಗಿ ಅರ್ಥ ಮಾಡಿಕೊಂಡರು. ಮಗಳ ಸ್ವಭಾವ ಅವರಿಗೆ ಗೊತ್ತು. ಪೀಠಿಕೆಯ ಹಿಂದೆ ಏನೋ ಇದೆ ಎನಿಸಿತು.

ನಿಧಾನವಾಗಿ ಅನಂತರಂಗಮೂರ್ತಿ ಅವಳ ತೋಳಿನ ಮೇಲೆ ಕೈಯಿಟ್ಟು "ಪರ್ವಾಗಿಲ್ಲ, ಆದರೂ ಅವನಲ್ಲಿನ ಬದಲಾವಣೆ ನೀನು ಗಮನಿಸಿದ್ದೀಯಾಂತ ಆಯ್ತು. ಒಮ್ಮೆ ಮಾತಾಡು. ಈಗ ಅವನು ವಿದ್ಯೆನ ಅಲಕ್ಷಿಸಿದರೆ, ತಪ್ಪು ಮಾಡಿದರೆ ಅವನ ಭವಿಷ್ಯದ ಮೇಲೆ ಕೆಟ್ಟ ಪರಿಣಾಮ ಬೀರುತ್ತೆ. ಹೋಗು, ಮಲಕ್ಕೋ. ಕಿರಣ್ ನಿನ್ಹತ್ರ ಬೆಳಿಗ್ಗೆ ಮಾತಾಡ್ತೀನಿ ಅಂದ. ಒಳ್ಳೆ ವ್ಯಕ್ತಿ, ನಿನ್ನ ಅರ್ಥ ಮಾಡಿಕೊಂಡು ಚೆನ್ನಾಗಿ ಇಟ್ಕೊಂಡಿದ್ದಾನೆ. ಇದೊಂದು ದೊಡ್ಡ ಸಂತೋಷ. ಹೋಗಿ ಮಲಕ್ಕೋ" ಎಂದರು. ಅವರಿಗೆ ಅಳಿಯನ ಮೇಲೆ ತುಂಬ ಅಭಿಮಾನವೇ. ಅವನು ಅವರ ವಿದ್ಯಾರ್ಥಿಯೇ!

ರೂಮಿನಿಂದ ಹೊರಗೆ ಬಂದವಳು ಮೇಲಕ್ಕೆ ನೋಟ ಹಾಯಿಸಿ ಮೆಟ್ಟಿಲು ಗಳನ್ನೇರಿ ಹಜಾರ ದಾಟಿ ಹೊರಗೆ ನಡೆದಳು. ಮೈ ನಡುಗಿಸುವಂಥ ಚಳಿ. ವಾಸು ಇನ್ನೂ ಮೊಬೈಲ್‌ನಲ್ಲಿ ಮಾತನಾಡುತ್ತಲೇ ಇದ್ದ.

"ವಾಸು...." ಅಂದಳು ನಿಧಾನವಾಗಿ.

"ಸಾರಿ, ಬೆಳಿಗ್ಗೆ ಫೋನ್ ಮಾಡ್ತೀನಿ. ಗುಡ್ ನೈಟ್... ಸ್ವೀಟ್ ಡ್ರೀಮ್ಸ್.. ಅಂಜು ಸಾರಿ" ಎಂದು ಮೊಬೈಲ್‌ನ ಕಟ್ ಮಾಡಿ ವಸುಧಾ ಅತ್ತ ಬಂದು "ನನ್ನ ಫ್ರೆಂಡ್

ಫೋನ್. ಯಾವುದೋ ಸಬ್ಜೆಕ್ಟ್ ಬಗ್ಗೆ ಡಿಸ್ಕಷನ್" ಇಂಥದೊಂದು ಸುಳ್ಳು ಹೇಳಲು ಸಮರ್ಥನಾದ. ತೀಕ್ಷ್ಣವಾಯಿತು ಅವಳ ನೋಟ.

"ಯಾವುದೇ ವಿಜ್ಞಾನದ ಆವಿಷ್ಕಾರವನ್ನು ಅಗತ್ಯದ ಇತಿಮಿತಿಯಲ್ಲಿ ಬಳಸಿಕೊಂಡರೆ ಒಳ್ಳೆಯದು. ನಾನು ಇಲ್ಲಿದ್ದಾಗ ಬಂದ ಫೋನ್‌ನ ಮುಕ್ತಾಯ ನನ್ನ ನೋಡಿದ ನಂತರ. ನಾನು ಓದ್ತಾ ಇದ್ದಾಗ್ಲೂ ಮೊಬೈಲ್‌ನ ಬಳಕೆ ಇಷ್ಟಿರಲಿಲ್ಲ. ನಿನ್ನ ಮೂಲಕವೇ ಮೊಬೈಲ್ ಶುರುವಾಗಿದ್ದು. ನೀನು ಓದಿನತ್ತ ಕಾನ್ಸನ್‌ಟ್ರೇಟ್ ಮಾಡದಷ್ಟು ತೊಂದರೆ ಮಾಡುತ್ತಿದ್ದರೆ, ನಿನ್ನ ವ್ಯಾಸಂಗದ ಸಮಯದಲ್ಲಿ ಸ್ವಿಚ್ ಆಫ್ ಮಾಡಿ ಬಿಡು" ಎಂದಳು ತಮ್ಮನನ್ನು ನೇರವಾಗಿ ನೋಡುತ್ತ.

ಅವನು ಮೊಬೈಲ್ ತುಟಿಗೊತ್ತಿಕೊಂಡು "ಇಂಪಾಜಿಬಲ್...." ಎಂದು ಒಳಗೆ ಹೋದ. ವಸುಧಾಗೆ ಗಾಬರಿಯಾಯಿತು. ಇದು ಎಲ್ಲಿಗೆ ಹೋಗಿ ತಲುಪಬಹುದು? ವಸುಧಾ ನಿಟ್ಟುಸಿರು ದಬ್ಬಿ ಒಳಗೆ ಬಂದು ಬಾಗಿಲು ಹಾಕಿ ಕಿಟಕಿಯ ಬಳಿಯಲ್ಲಿ ತಮ್ಮನ ಪಕ್ಕ ಹೋಗಿ ನಿಂತಳು. ತೀರಾ ವಿಚಲಿತಳಾಗಿದ್ದಳು.

"ನಾನು ಏನಾದ್ರೂ ಹೇಳಿದ್ರೆ ತಪ್ಪು ತಿಳ್ಕೋತೀಯಾ?" ಹಿಂದಕ್ಕೆ ತಿರುಗಿ "ಖಂಡಿತ ಇಲ್ಲ. ನಂಗೆ ಅಂಜುನ ನೋಡದೇ, ಮಾತಾಡದೇ ಇರೋಕೆ ಸಾಧ್ಯವಿಲ್ಲ" ಚಡಪಡಿಸುವಂತೆ ಒದರಿದ. ಗಾಬರಿಯೆನಿಸಿತು ವಸುಧಾಗೆ.

"ಒಮ್ಮೆ ಸೈಕಿಯಾಟ್ರಿಸ್ಟ್ ಭೇಟಿ ಮಾಡಿದರೆ ಹೇಗೆ?" ತಣ್ಣಗೆ ಕೇಳಿದಳು.

"ಅಕ್ಕ, ನಂಗೆ ಕೋಪ ಬರುತ್ತೆ. ಅಣ್ಣ ಹೇಳಿದವರನ್ನ ಮದ್ವೆಯಾದೆ. ಅದರಿಂದ ನಿಂಗೆ ಪ್ರೇಮ, ಪ್ರೀತಿಯ ಬಗ್ಗೆ ಗೊತ್ತಿಲ್ಲ. ನಾವಿಬ್ರೂ ಪ್ರಾಣಕ್ಕಿಂತ ಹೆಚ್ಚಾಗಿ ಒಬ್ಬರನ್ನೊಬ್ಬರು ಪ್ರೀತಿಸ್ತಾ ಇದ್ದೀವಿ. ಅದು ಮಾತ್ರ ನಿಜ!" ಒಂದಿಷ್ಟು ಸ್ವರವೇರಿಸಿದ. ವಸುಧಾ ಬೆಪ್ಪಾದಳು. ಹಿಂದೆ ಅವನೆಂದೂ ಈ ರೀತಿ ವರ್ತಿಸಿದ್ದು ನೆನಪಿರಲಿಲ್ಲ. ಒಂದಿಷ್ಟು ತುಂಟತನವಿತ್ತು. ಓದಿನಷ್ಟೇ ಕ್ರೀಡೆಗಳ ಬಗ್ಗೆ ಆಸಕ್ತಿ ಇದ್ದವ. ಆದರೆ... ಇದು ಪ್ರೇಮದ ಜ್ವರ. ವಯಸ್ಸಿಗೆ ಅನುಗುಣವಾದ ಆಕರ್ಷಣೆಯನ್ನು ಪ್ರೇಮವೆನ್ನುವ ಭ್ರಮೆ!

"ಇದು ಅಣ್ಣನಿಗೆ ಗೊತ್ತಾದ್ರೆ?" ಪ್ರಶ್ನಿಸಿದಳು.

ಕೆಲವು ಕ್ಷಣಗಳು ಅವನ ಮುಖ ಬಿಳಿಚಿಕೊಂಡಿತು. ಬೆವತ, ನಂತರ ಸಾವರಿಸಿ ಕೊಂಡ. ಎದ್ದು ಅತ್ತಿತ್ತ ಓಡಾಡಿದ. ಚಡಪಡಿಸಿದ. ಕೂದಲನ್ನು ಬೆರಳುಗಳು ಹಾಕಿ ಕಿತ್ತ.

"ಇಂದಲ್ಲದಿದ್ದರೂ ನಾಳೆ ಅವರಿಗೆ ಗೊತ್ತಾಗುತ್ತೆ. ಇನ್ನೂ ನಿನ್ನ ಎಜುಕೇಷನ್ ಮುಗಿದಿಲ್ಲ, ಅಂಥದರಲ್ಲಿ ಕಾಲೇಜು ಬಿಟ್ಟು ಆ ಹುಡ್ಗೀನ ಬೈಕ್ ಮೇಲೆ ಕೂಡಿಸಿಕೊಂಡು ಸುತ್ತಾಡೋದು ಇಷ್ಟಪಡೋಲ್ಲ. 'Love is blind' ಅಂತಾರೆ. ಪ್ಲೀಸ್, ನನ್ಮಾತು ಕೇಳು. ಹರೆಯದಲ್ಲಿ ಇದೆಲ್ಲ ಸಹಜ. ಬರೀ ಸ್ನೇಹವಾಗಿದ್ದರೆ ತಕರಾರಿಲ್ಲ. ಅದು ಇತಿಮಿತಿಯಲ್ಲಿ ಇರ್ಬೇಕು. ಸ್ವಲ್ಪ ಅರ್ಥಮಾಡ್ಕೋ. ವಾಸು, ಪ್ರತಿಭೆ ಈ ಮನೆತನದ ಜೀನ್ಸ್‌ನಲ್ಲಿದೆ ಅನ್ನೋದ್ನ. ನಿನ್ನಲ್ಲೂ ಅದೇ ರಕ್ತ ಹರೀತಾ ಇರೋದು. ಮನಸ್ಸನ್ನು ಹತೋಟಿಯಲ್ಲಿ ಇಟ್ಕೊಂಡು ಓದು" ಅತ್ಯಂತ ಸೂಕ್ಷ್ಮವಾಗಿ ಪದರ ಪದರವಾಗಿ

ಬಿಡಿಸಿ ಬುದ್ಧಿ ಹೇಳಿದಳು. ಆ ಕ್ಷಣದಲ್ಲಿ ಅದು ಸರಿಯೆನಿಸಿತು. "ಆಯ್ತು ಅಕ್ಕ" ಅನ್ನೋ ಭರವಸೆಯನ್ನು ಅರೆ ಮನಸ್ಸಿನಲ್ಲೇ ಕೊಟ್ಟ. ಯಾಕೋ ವಸುಧಾಳಲ್ಲಿ ಅನುಮಾನ ಮೂಡಿತು. ಒಂದು ನಾಲ್ಕು ಪುಸ್ತಕ ತಿರುವಿ ಹಾಕಿದಳು. ಪ್ರತಿಯೊಂದು ನೋಟ್ ಬುಕ್‌ನಲ್ಲೂ ಅವಳ ಹೆಸರಿತ್ತು. ಇದನ್ನೆಲ್ಲ ಅಳಿಸಿ ಬಿಡುವುದು ಸಾಧ್ಯವೇ?

ಮರುದಿನ ಪದೇ ಪದೇ ಮೊಬೈಲ್ ರಿಂಗ್ ಆಗುತ್ತಿದ್ದರೂ 'ಕಟ್' ಮಾಡುತ್ತಿದ್ದ ಇರಸು ಮುರುಸಿನಿಂದ. ಇದನ್ನು ಬಹಳ ಸೂಕ್ಷ್ಮವಾಗಿ ಗಮನಿಸಿದ ವಸುಧಾಗೆ ವಿಷ್ಯ ಬಹಳ ಗಂಭೀರವಾಗಿ ಕಂಡಿತು.

"ಅಕ್ಕ, ಬರ್ತೀನಿ" ಅಂದು ಬೈಕ್ ಹತ್ತಿದವನು ಮೊಬೈಲ್ ಕೆಳಗೆ ಬಿದ್ದಿದ್ದನ್ನು ಗಮನಿಸದೆ ರಭಸದಿಂದ ಹೋದ. ಈ ಸ್ಥಿತಿ ಒಳ್ಳೆಯದಲ್ಲವೆನಿಸಿತು. ನಾಲ್ಕು ದಿನದಲ್ಲಿ ಸರಿ ಹೋಗಬಹುದೆಂಬ ನಿರ್ಣಯಕ್ಕೆ ಬಂದವಳು ಮೊಬೈಲ್ ಎತ್ತಿಕೊಂಡು ಒಳಗೆ ಬರುವ ವೇಳೆಗೆ ರೆಡಿಯಾಗಿ ಬಂದಿದ್ದ ಅನಂತರಂಗಮೂರ್ತಿ "ಕನ್ನಡಕ್ಕೆ ಶಾಸ್ತ್ರೀಯ ಸ್ಥಾನಮಾನಗಳು ಆ ಬಗ್ಗೆ ಒಂದು ಸಭೆ ಕರೆದಿದ್ದಾರೆ. ಮುಖ್ಯ ಭಾಷಣಕಾರ ನಾನೇ. ಹಾಗೇ ಊಟದ ಏರ್ಪಾಟು ಕೂಡ ಇದೆ. ನೀನು ಊಟ ಮುಗಿಸ್ಕೋ" ಅಂತ ಹೇಳಿ ಹೊರ ನಡೆದ ತಂದೆಯತ್ತಲೇ ನೋಡಿದಳು.

ಅವರು ಯಾವುದೇ ಟೂ ವೀಲರ್ ಬಳಸಿದವರಲ್ಲ. ಕಾರು ಅಂಥದ್ದು ಇಟ್ಟು ಕೊಳ್ಳುವುದು ಕಷ್ಟವಿಲ್ಲದಿದ್ದರೂ ಆ ಬಗ್ಗೆ ಯೋಚಿಸಿರಲಿಲ್ಲ. ಕಂಜೂಸ್ ಅನ್ನಲು ಕಾರಣ ವಿಲ್ಲ. ದುಡ್ಡನ್ನು ದುಂದು ಮಾಡಿ ಖರ್ಚು ಮಾಡಿದ್ದಾರೆ ಅನ್ನುವುದು ನಾಗರಿಕ ಲಕ್ಷಣವಲ್ಲ. ಎಷ್ಟೋ ಜನ ವಿದ್ಯಾರ್ಥಿಗಳಿಗೆ ಈ ಮನೆ ಅನ್ನ ಹಾಕಿದೆ, ವಸತಿ ಕಲ್ಪಿಸಿದೆ. ತಮ್ಮ ಸಂಬಳದಲ್ಲಿ ವಿದ್ಯಾರ್ಥಿಗಳ ಫೀಜು ಕಟ್ಟಿದ್ದಾರೆ. ಒಂದು ರೀತಿಯಲ್ಲಿ ದಾಸೋಹ ನಡೆಸಿದ ಜನ. ಲೆಕ್ಕಕ್ಕೆ ಮನೆಯಲ್ಲಿ ಅಪ್ಪ, ಮಗ ಆದರೆ ಒಂದು ನಾಲ್ಕು ಮಂದಿಯ ಊಟವಾಗುವುದು ತಪ್ಪಿರಲಿಲ್ಲ. ಮೂವತ್ತು ವರ್ಷದ ಹಿಂದೆ ಅಡುಗೆ ಕೆಲಸಕ್ಕಾಗಿ ಬಂದ ಸಾತು ಈ ಮನೆಯಲ್ಲಿ ಒಬ್ಬಳು. ಹೊರಗಿನ ಕೆಲಸಕ್ಕೆ ಒಬ್ಬ ಕೆಲಸದಾಳು. ಆದರೆ ಬಂದು ಹೋಗುವ ಮಂದಿ ಹೆಚ್ಚು.

ವಸುಧಾ ಮುಖದಲ್ಲಿ ಅಭಿಮಾನ ಮೂಡಿತು. ಅಷ್ಟರಲ್ಲಿ ಮೊಬೈಲ್ ಸದ್ದಾಯಿತು. ಒಮ್ಮೆ ಕಟ್ ಮಾಡಿದಳು. ಮತ್ತೊಮ್ಮೆ.... ಮಗದೊಮ್ಮೆ ರಿಂಗ್ ಆಗುವುದರ ಜೊತೆಗೆ, ಫೋನ್ ಮಾಡಿದ ವ್ಯಕ್ತಿ ತಾಳ್ಮೆ ಕಳೆದುಕೊಂಡಂತೆ ಕಂಡಿತು. ಬಟನ್ ಒತ್ತಿದಳು.

'ಅಂಜು... ಕಾಲಿಂಗ್'

"ಹಲೋ..... " ಅಂದಳು ಮೃದುವಾಗಿ.

"ಹಲೋ, ಎಲ್ಲಿ ಹಾಳಾಗಿ ಹೋಗಿದ್ದೆ? ನಿನ್ನ ಹತ್ರ ಮಾತಾಡದೇ ಹುಚ್ಚಿಯಾಗಿದ್ದೀನಿ..." ಹಿಂದೆಯೇ ಅಳುವಿನ ಸದ್ದು. ಅದು ನಿರಂತರವಾದಾಗ ಸಹಿಸಲಾರದೆ "ಸ್ಟಾಪ್ ಇಟ್, ನಾನು ವಾಸು ಅಕ್ಕ ವಸುಧಾ ಮಾತಾಡ್ತಾ ಇರೋದು. ಮೊದ್ಲು ಅಳು ನಿಲ್ಸು. ಅವ್ನು ಕಾಲೇಜಿಗೆ ಹೋಗಿದ್ದಾನೆ. ನೀನು ಎಲ್ಲಿ ಸಿಕ್ತೀಯಾ?

ನಿನ್ಹತ್ರ ಮಾತಾಡೋದಿದೆ" ಎಂದು ಸಾಂತ್ವನಿಸಿದ ನಂತರ ಕುಕ್ಕರಹಳ್ಳಿ ಕೆರೆಯ ಮುಂಭಾಗದ ಬಳಿ ಇರುವ ಮರದ ಬಳಿ ಕಾದಿರುವುದಾಗಿ ಹೇಳಿದ ನಂತರ ಫೋನಿಟ್ಟಳು.

ಸಾತಮ್ಮ ಬಂದು ಊಟಕ್ಕೆ ಕರೆಯುವವರೆಗೂ ಯೋಚಿಸಿದಳು. ಅವಳನ್ನು ಹೇಗೆ ಕನ್ವಿನ್ಸ್ ಮಾಡುವುದು. ಅವಳ ಬಗ್ಗೆ ವಸುಧಾಗೂ ಏನೂ ಗೊತ್ತಿಲ್ಲ. ಬಹುಶಃ ವಾಸುಗೂ ಕೂಡ ಏನು ಗೊತ್ತಿರಲಾರದೆನಿಸಿತು. ಅವನ ಮಾತುಗಳ ಮೂಲಕ ಗ್ರಹಿಸಿದ್ದಷ್ಟೇ. ಮಧ್ಯಾಹ್ನವಾದರೂ ಊಟ ಬೇಕೆನಿಸಲಿಲ್ಲ.

"ವಸುಧಾಮ್ಮ, ಬಾಮ್ಮ" ಬಲವಂತವಾಗಿ ಕರೆದೊಯ್ದು ತಟ್ಟೆಯ ಮುಂದೆ ಕೂಡಿಸಿ "ಈ ಕ್ಯಾರಿಯರ್ ವರಾಂಡದಲ್ಲಿ ಇಟ್ಟು ಬರ್ತೀನಿ. ಪ್ರೊಫೆಸರ್ ಗುರು ಸಿದ್ಧಪ್ಪನವರ ಹೆಂಡ್ತಿಗೆ ಮೈಯಲ್ಲಿ ಆರಾಮವಿಲ್ಲವಂತೆ. ಹುಡ್ಗ ಬರ್ತಾನೆ, ಅವನ ಕೈಯಲ್ಲಿ ಕ್ಯಾರಿಯರ್ ತುಂಬಿ ಕಳಿಸೂಂತ ಹೇಳಿ ಹೋಗಿದ್ದಾರೆ" ಎಂದು ವರಾಂಡದಲ್ಲಿ ಕ್ಯಾರಿಯರ್ ಇಟ್ಟು ಬಂದರು. ಈ ಮನೆಗೆ ಇದು ಹೊಸದಲ್ಲ. ಆಕೆ ಇಲ್ಲಿಗೆ ಬಂದು ಇಪ್ಪತ್ತೈದು ವರ್ಷಗಳು ಆಗಿ ಹೋಯಿತು. ಅಂದಿನಿಂದ ಇಂದಿನವರೆಗೂ ಮನೆಯವರಿಗಿಂತ ಹೊರಗಿನವರು ಊಟ ಮಾಡಿದ್ದೇ ಹೆಚ್ಚು.

ವಸುಧಾ, ನೈರುತ್ಯ ಜೊತೆ ಊಟ ಮುಗಿಸಿ ಹೊರಗೆ ಬಂದು ಚಿಂತನೆ ಶುರು ಮಾಡಿದಳು. ಹೇಗೆ ಅವಳೊಂದಿಗೆ ಮಾತಾಡುವುದು? ತಂದೆಗೆ ತಿಳಿಯದಂತೆ ಮುಂದುವರಿಯುವುದು ಸರಿಯಾ, ತಪ್ಪಾ? ಇಲ್ಲಿ ಸರಿ, ತಪ್ಪುನ ಲೆಕ್ಕಾಚಾರಕ್ಕಿಂತ ಹುಚ್ಚೆದ್ದು ಹರಿಯಲು ಹೊರಟಿರುವ ಒಡ್ಡುಗೆ ಒಂದು ಪುಟ್ಟ ತಡೆಯೊಡ್ಡಿ ನಿಲ್ಲಿಸಬೇಕು. ಸದ್ಯಕ್ಕೆ ಇಂಥದೊಂದು ನಿರ್ಧಾರಕ್ಕೆ ಬಂದ ಮೇಲೆ ಸಮಾಧಾನ.

ಒಂದು ಕ್ಷಣ ಪ್ರೊಫೆಸರ್ ಗುರುಸಿದ್ಧಪ್ಪನವರ ಬಳಿ ಮಾತಾಡಬಹುದಿತ್ತು ಅಂದು ಕೊಂಡು ಅವರ ಮನೆಗೆ ಫೋನ್ ಮಾಡಿದ್ದು. ಅವರು ಇರಲಿಲ್ಲ. 'ಎಲ್ಲಿ ಅನಂತರಂಗ ಇರ್ತಾನೋ, ಅಲ್ಲಿ ಗುರುಸಿದ್ಧಪ್ಪ ಹಾಜರ್. ಅದು ಯಾವ್ದೇ ಕಾರ್ಯಕ್ರಮವಾಗಲೀ' ಎಂದು ನಗಾಡುತ್ತಿದ್ದುದ್ದು ಉತ್ಪ್ರೇಕ್ಷೆಯಲ್ಲ, ಸತ್ಯ. ಗಳಸ್ಯ, ಕಂಠಸ್ಯ ಅನ್ನುವಂಥ ಸ್ನೇಹ ಅವರಿಬ್ಬರದು. ಹದಿನೈದು ವರ್ಷ ಒಂದೇ ಕಾಲೇಜಿನಲ್ಲಿ ಹುಡುಗರಿಗೆ ಪಾಠ ಹೇಳಿದ್ದರು. ಆದರೆ ಸಬ್ಜೆಕ್ಟ್‌ಗಳು ಬೇರೆ ಬೇರೆ.

ಕಾರ್ನರ್‌ಗೆ ಹೋಗಿ ಆಟೋ ಹತ್ತಿ ಕುಕ್ಕರಹಳ್ಳಿ ಕೆರೆಯ ಮುಂಭಾಗದ ಮರದ ಬಳಿ ಆಟೋ ನಿಲ್ಲಿಸಿ ಹಣ ತೆತ್ತು ನೋಟ ಹರಿಸಿದಳು. ಹತ್ತಿರದಲ್ಲಿ ಅಲ್ಲೊಂದು ಕೆಂಪು ಕಲರ್ ಮಾರುತಿ ನಿಂತಿತ್ತು. ಕರೀ ಗಾಗಲ್ಸ್ ತೊಟ್ಟ ಯುವತಿ–ಕಂ–ಹುಡುಗಿಯಂತೆ ಕಾಣುವ ಹೆಣ್ಣು. ಮೊಣಕಾಲುಗಳವರೆಗಿನ ಸ್ಕರ್ಟ್, ಮೇಲೊಂದು ಬಿಗಿಯಾದ ಟೀ–ಷರ್ಟ್, ಅದರ ಮೇಲೆ ತುಂಬು ತೋಳಿನ ಸಿಮೆಂಟ್ ಕಲರ್‌ನ ಷರಟು. ವಸುಧಾಗೆ ಸ್ವಲ್ಪ ವಿಚಿತ್ರವೆನಿಸಿದರೂ ಇವೆಲ್ಲ ಈಚೆಗೆ ಮಾಮೂಲು ಡ್ರೆಸ್‌ಗಳು ಅನಿಸಿತು. ನಿಧಾನವಾಗಿ ಹೆಜ್ಜೆ ಹಾಕಿದಳು.

ಕೈಯಲ್ಲಿನ ಐಸ್ ಕ್ರೀಮ್‌ಬಟ್ಟಲನ್ನು ಅತ್ತ ಎಸೆದು "ನೀವೇನಾ ವಾಸು ಅಕ್ಕ? ಸಿಂಪ್ಲೀ ಬ್ಯೂಟಿ.... ನೀವು ತುಂಬಾ ಚೆನ್ನಾಗಿ ಕಾಣ್ತೀರಾ. ವಾಸು ಕೂಡ ನಿಮ್ಮ ತರಹನೇ!" ಸ್ವಲ್ಪ ಕೂಡ ಸಂಕೋಚವಿಲ್ಲದೆ ಬಡಬಡಿಸಿದಳು.

"ಹೌದು, ನಿಮಗೇನಾದ್ರೂ ಕೆಲ್ಸವಿತ್ತೇನೋ?" ಕೇಳಿದಳು.

"ಅಂಥದೇನಿಲ್ಲ. ಇವತ್ತು ಬೆಳಗ್ನಿಂದ ವಾಸು ಸಿಕ್ಕಲಿಲ್ಲ. ನನ್ನ ಟೆಂಪರೇಚರ್ ಏರಿ ಹೋಗಿತ್ತು. ಅವನೆಲ್ಲಿ.... ಹೋದ? ಮೊಬೈಲ್ ಮನೆಯಲ್ಲೇ ಇತ್ತಾ?" ಅಧಿಕಾರಯುತವಾಗಿ ಕೇಳಿದ ವರಸೆಗೆ ವಸುಧಾ ದಂಗಾಗಿದ್ದು. "ತುಂಬ ಜೋಯ್ಸ್ ಹುಡ್ಗೀ ಅನಿಸುತ್ತೆ. ನಾನು ನಿನ್ನ ಹತ್ರ ಮಾತಾಡಬಹುದಾ?" ವಸುಧಾ ಮೃದುವಾದ ಪ್ರಶ್ನೆಗೆ ಅಸಹನೆಯಿಂದ "ಇಲ್ಲಿಯವರ್ಗೂ ಕರೆಸಿ ಮಾತಾಡಬಹುದಾಂತ ಕೇಳ್ತಾ ಇದ್ದೀರಲ್ಲ. ನಿಮ್ಮ ಬದ್ಲು ವಾಸುವಾದ್ರೂ ಸಿಕ್ಕಿದ್ದರೆ ಚೆನ್ನಾಗಿತ್ತು. ಈಗ ಎಲ್ಲಿ ಮಾತಾಡೋಣ? ಕಾರಿನಲ್ಲಿ ಕೂತಾ? ಅಲ್ಲೊಂದು ಐಸ್ ಕ್ರೀಮ್ ಪಾರ್ಲರ್ ಇದೆ. ಇಲ್ಹೋಗಿ ಕೂತು ಮಾತಾಡಿದರೆ ... ಹೇಗೆ?" ಮಾತಿನಲ್ಲಿ ಒಂದು ರೀತಿಯ ಬಿರುಸು.

ಅಂಥ ಎತ್ತರವಿಲ್ಲದ ಹುಡುಗಿಯದು ಸಾಧಾರಣ ರೂಪ, ಸಾಧಾರಣ ಬುದ್ಧಿಮತ್ತೆಯೆನಿಸಿತು. ಈ ವಯಸ್ಸಿನ ಲೆಕ್ಕಾಚಾರವೇ ಬೇರೆಯೆನಿಸಿತು.

"ಬೇಡ, ಈ ಕುಕ್ಕರಹಳ್ಳಿಕೆರೆಯ ಮೇಲೆ ಹೋಗುತ್ತ ಮಾತನಾಡೋಣ. ನಮ್ಮ ರಾಷ್ಟ್ರಕವಿ ಕುವೆಂಪು ವಾಕ್ ಹೋಗುತ್ತಿದ್ದರಂತೆ, ನಾನು ಕೂಡ ತೀರಾ ಪುಟ್ಟವಳಿದ್ದಾಗ ನೋಡಿದ್ದೀನಿ. ಅಣ್ಣನ ಜೊತೆ ನಾವುಗಳು ಕೂಡ ವಾಕ್ ಬರುತ್ತಿದ್ದೆವು" ನೆನಪಿಸಿ ಕೊಂಡಂತೆ ಮಾತಾಡಿದಳು ವಸುಧಾ. ಆ ನೆನಪುಗಳು ತುಂಬ ಇಷ್ಟ.

"ನಂಗೆ ಅದೆಲ್ಲ ಗೊತ್ತಿಲ್ಲ. ಯಾಕೆ ನನ್ನ ಬರ ಹೇಳಿದ್ದು. ನೀವು ವಾಸು ಅಕ್ಕ ಕರೆದಿದ್ದೀರೀಂತ...... ಬಂದಿದ್ದೀನಿ" ಎನುತ್ತ ಹೆಜ್ಜೆ ಹಾಕುತ್ತಿದ್ದವಳು ಬ್ಯಾಗ್‌ನಿಂದ ಒಂದು ಚಾಕಲೇಟ್ ಬಾರ್ ತೆಗೆದು "ನೀವು ತಗೊಳ್ಳಿ, ನಂಗಂತೂ ಏನಾದರೂ ತಿನ್ನುತ್ತಲೇ ಇರ್ಬೇಕು. ಚಾಕಲೇಟು ಕಂಡರಂತೂ ಪ್ರಾಣ. ಖಾಲಿಯಾದರೆ ಅವರ ಮನೆಯಲ್ಲಿ ದೊಡ್ಡ ಗಲಾಟೆಯಾಗಿ ಬಿಡುತ್ತೆ" ಹಮ್ಮಿನಿಂದ ಹೇಳಿಕೊಂಡಳು. ಅಹಂಕಾರ ಎದ್ದು ಕಾಣುತ್ತಿತ್ತು.

"ನಂಗೆ ಬೇಡ. ನಾನು ತಿನ್ನೋಲ್ಲ" ಚುಟುಕಾಗಿ ಅಂದು ನಿರಾಕರಿಸಿದಳು.

"ಅಯ್ಯೋ, ನೀವೊಬ್ರೇ ಬೇಡ ಅಂದಿದ್ದು. ನನ್ನ ಫ್ರೆಂಡ್‌ಷಿಪ್ ಮಾಡೋದು ಕೆಲವರು ಚಾಕಲೇಟ್‌ಗಾಗಿಯೇ. ವಾಸುಗೆ ಚಾಕಲೇಟ್ ಕೊಟ್ಟೇ ಫ್ರೆಂಡ್‌ಷಿಪ್ ಶುರು ಮಾಡಿದ್ದು" ಮುಕ್ತವಾಗಿ ಹೇಳಿಕೊಂಡಳು ಅಂಜಲಿ.

ತೀರಾ ಫ್ರಾಂಕ್ ಅನ್ನುವ ಅಂದಾಜಿಗೆ ಬರಬೇಕಾಯಿತು ವಸುಧಾ.

ನಡಿಗೆ, ಚಾಕಲೇಟ್ ತಿನ್ನುವಿಕೆಯ ಮಧ್ಯೆ ಮಾತಾಡುವಷ್ಟು ಹಗುರವಾದ ವಿಷಯವಲ್ಲವೆಂದುಕೊಂಡು "ಸ್ವಲ್ಪ ನಿಂತ್ಕೊ. ವಾಸು ಎಷ್ಟು ವರ್ಷದಿಂದ ನಿಂಗೆ

ಪರಿಚಯ? ಅವನ ಹಿನ್ನೆಲೆಯಾದ್ರೂ ಗೊತ್ತುಂಟಾ?" ಸ್ವಲ್ಪ ಸೀರಿಯಸ್ಸಾಗಿಯೇ ಕೇಳಿದ್ದು.

"ಸ್ವಲ್ಪ ನಗ್ತಾ ಹೇಳಿ, ಮೇಡಮ್. ಮೊದ್ಲು ವಾಸುನು ನಿಮ್ಮ ಹಾಗೆನೇ ಸೀರಿಯಸ್. ಮೊದಮೊದ್ಲು ಸ್ನೇಹ ಬೆಳಸೋಕೆ ತುಂಬ ಕಷ್ಟವಾಯ್ತು. ಆಮೇಲೆ ತುಂಬ ಈಜಿಯಾಗಿ ಮೂವ್ ಆದ. ಸಾವಿರದಲ್ಲಿ.... ಲಕ್ಷದಲ್ಲಿ.... ಒಬ್ಬ. ಮೊದ್ಲು ಗೂಸ್ಲೂ ಅನ್ನಿಸಿದ್ರೂ... ಆಮೇಲೆ ತುಂಬ ಇಷ್ಟವಾಗಿಬಿಟ್ಟ. ಮೈ ಓನ್ಲೀ ವನ್ ಗುಡ್ ಫ್ರೆಂಡ್" ಬಾಯಿ ಚಪ್ಪರಿಸುವಂತೆ ಹೇಳಿ ಮುಗಿಸಿದಾಗ, ಮನಸ್ಸಿನಲ್ಲಿ ಅವಳ ಕ್ಯಾರೆಕ್ಟರ್ ಬಗ್ಗೆ ಲೆಕ್ಕ ಹಾಕುತ್ತಿದ್ದಳು ವಸುಧಾ. "ಫ್ರೆಂಡ್, ಬರೀ ಸ್ನೇಹ ತಾನೇ? ವಿದ್ಯಾಭ್ಯಾಸದ ದೃಷ್ಟಿಯಿಂದ ಒಡನಾಟ ಒಂದಿಷ್ಟು ಕಡ್ಮೆ ಮಾಡಿಕೊಳ್ಳೋದು ಒಳ್ಳೆಯದು. ವಾಸು ಹಿನ್ನೆಲೆಯೇನೂ ಗೊತ್ತಿಲ್ವಾ?" ಕೇಳಿದ ಕೂಡಲೇ ಅಡ್ಡಡ್ಡ ತಲೆಯಾಡಿಸಿ "ಗೊತ್ತಿಲ್ಲ, ಆ ಬಗ್ಗೆ ಮಾತಾಡ ಬೇಕೂಂತ ಅನ್ನಿಸಲಿಲ್ಲ. ಇದನ್ನೆಲ್ಲ ಯಾಕೆ ಕೇಳ್ತಾ ಇದ್ದೀರಾ?" ಅವಳೇ ಪ್ರಶ್ನೆ ಮಾಡುವ ಧೈರ್ಯ ಮಾಡಿದಳು.

"ಅವ್ನ ಎಜುಕೇಷನ್ ದೃಷ್ಟಿಯಿಂದ! ದಿನ ಭೇಟಿ ಮಾಡ್ತೀರಾ? ಕಾಲೇಜು ಬಂಕ್ ಮಾಡ್ತೀರಾ? ಎಷ್ಟು ಸಮಯ ಜೊತೆಯಲ್ಲಿ ಕಳೀತೀರಾ?" ತೀಕ್ಷ್ಣವಾಗಿ ಕೇಳಿದಾಗ "ದಿನ ಭೇಟಿ ಮಾಡ್ತೀವಿ, ಸಂಜೆಗಳಲ್ಲಿ ಕೆಲವೊಮ್ಮೆ ಕಾಲೇಜು ಶುರು ಮಾಡುವ ಮುನ್ನ. ಕೆಲವು ಸಲ ಬಂಕ್ ಮಾಡೋದುಂಟು. ನಂಗೇನೂ ಎಜುಕೇಷನ್ ಬಗ್ಗೆ ಆಸಕ್ತಿ ಇಲ್ಲ. ನಮ್ಮ ಫ್ಯಾಮಿಲಿ ಪ್ರೆಸ್ಟೀಜ್‌ಗೋಸ್ಕರ ಕಾಲೇಜಿಗೆ ಜಾಯಿನ್ ಆಗಿದ್ದು. ನನ್ನ ಡ್ಯಾಡಿ ಲಕ್ಷಾಂತರ ಡೊನೇಷನ್ ಕೊಟ್ಟಿದ್ದಾರೆ. ನಾನೇನೋ ಸಾಫ್ಟ್‌ವೇರ್ ಎಂಜಿನಿಯರ್ ಆಗ್ತೀನಿ, ಅಮೆರಿಕಗೆ ಹೋಗ್ತೀನಿ ಅನ್ನೋ ಕನಸು" ನಕ್ಕಳು. ಅಂದರೆ ಓದಿನ ಬಗ್ಗೆ ಆಸಕ್ತಿ ಇಲ್ಲದ ಹುಡುಗಿ ಎನ್ನುವ ತೀರ್ಮಾನಕ್ಕೆ ಬಂದ ವಸುಧಾ ಮತ್ತಷ್ಟು ವಿಚಲಿತಳಾದಳು.

ಎಷ್ಟೋ ವಿಷಯಗಳನ್ನು ತಿಳಿದಳು. ಮುಖ್ಯವಾಗಿ ಗ್ರಾನೈಟ್ ಉದ್ದಿಮೆದಾರರು– ವ್ಯಾಪಾರಸ್ಥರು– ಅಂಥ ಕುಟುಂಬದ ಹುಡುಗಿ. ಅವಳಿಗೆ ಸಾಹಿತ್ಯ, ಸಂಸ್ಕೃತಿಯ ಬಗ್ಗೆ ಗಂಧ ಗಾಳಿ ಇರಲಿಲ್ಲ. ಮೂಲತಃ ಆಂಧ್ರಪ್ರದೇಶದ ವಿಶಾಖಪಟ್ಟಣದ ಜಿಲ್ಲೆಯಿಂದ ವಲಸೆ ಬಂದು ಬೆಂಗಳೂರು, ಮೈಸೂರಿನಲ್ಲಿ ಬೀಡುಬಿಟ್ಟ ಜನ. ಜೊತೆಗೆ ಬಳ್ಳಾರಿಯಲ್ಲೂ ಅವಳ ಹತ್ತಿರದ ಸಂಬಂಧಿಕರು ಇದ್ದರು. ಒಂದು ರೀತಿಯಲ್ಲಿ ಜಾಯಿಂಟ್ ವೆಂಚರ್. ಮೂಲತಃ ಅವರ ಮಾತೃಭಾಷೆ ತೆಲುಗು. ತೆಲುಗು ಭರಿತ ಕನ್ನಡವೇ ಅವರ ಈಗಿನ ಭಾಷೆ.

"ಅಂಜಲೀ, ನೀನು ಮುಕ್ತ ಮನಸ್ಸಿನ ಹುಡುಗಿ. ನಿಂಗೆ ವಿದ್ಯಾಭ್ಯಾಸದ ಅಗತ್ಯವಿಲ್ಲದಿರಬಹುದು ಆದರೆ ವಾಸುಗೆ ಅದರ ಅಗತ್ಯವಿದೆ. ನಮ್ದು ಸರಸ್ವತಿ ಆಧರಿತ ಕುಟುಂಬ. ವಿದ್ವಾಂಸರು, ಜ್ಞಾನಿಗಳು, ಪಂಡಿತರ ಮನೆತನ ನಮ್ದು. ಪುಸ್ತಕಗಳೇ ನಮಗೆ ಸಮಸ್ತವೂ. ಆದ್ದರಿಂದ ವಾಸುನ ಪುಸ್ತಕಗಳಿಂದ ದೂರ ಮಾಡುವ ಪ್ರಯತ್ನ ಮಾಡ್ಬೇಡ. ನಿನ್ನ ಫ್ರೆಂಡ್ ಬಗ್ಗೆ ಒಂದಿಷ್ಟು ಅನುಕಂಪವಿರಲಿ. ಪದೇ... ಪದೇ...

ಫೋನ್ ಮಾಡಿ ಅವನನ್ನು ಡಿಸ್ಟರ್ಬ್ ಮಾಡ್ಬೇಡ" ತಿಳಿಸಿ ಹೇಳುವ ಪ್ರಯತ್ನ ಮಾಡಿದಳು.

ಮೌನವಹಿಸಿದ ಅಂಜಲಿ "ನಂಗೆ ಸಾಧ್ಯವಾಗೋಲ್ಲಂತ ಅನ್ನಿಸುತ್ತೆ. ಬೆಳಗ್ಗಿಂದ ಅವ್ನ ವಾಯ್ಸ್ ಕೇಳದೆ ಹುಚ್ಚಿಡಿದಂತಾಗಿದೆ" ಚಡಪಡಿಕೆ ವ್ಯಕ್ತವಾಯಿತು ಅವಳ ದನಿಯಲ್ಲಿ. "ಸ್ವಲ್ಪ ಅರ್ಥಮಾಡ್ಕೊಳ್ಳಿ. ಅವ್ನ ಭವಿಷ್ಯ ಹಾಳಾಗುತ್ತೆ" ಏನೇನೋ ಮಾಡಿ ಅವಳ ಮನ ಒಲಿಸಿದಳು. ಅದು ಇವಳ ಭ್ರಾಂತು ಇರಬಹುದು ಕೂಡ.

"ನಾನು ಬರ್ತೀನಿ" ಎಂದು ಹೊರಟ ವಸುಧಾನ ಸಲಿಗೆಯಿಂದ ಹಿಡಿದು ನಿಲ್ಲಿಸಿ "ನೀವು ಹೇಗ್ಬಂದ್ರಿ?" ಕೇಳಿದಳು. ವಸುಧಾ ತುಟಿಗಳ ಮೇಲೆ ಪುಟ್ಟ ನಗುವೊಂದು ಅರಳಿತು. "ಆಟೋದಲ್ಲಿ, ಅಕಸ್ಮಾತ್ ಬಸ್ಸು ಸಿಗಬಹುದು. ಇಲ್ಲೇ ಹುಟ್ಟಿ, ಇಲ್ಲೇ ಬೆಳೆದದ್ದು. ಎಲ್ಲೆಡೆ ಓಡಾಡಿಕೊಂಡು... ಕಲಿತವರು" ಇದೆಲ್ಲ ಅವಳಿಗೆ ಅರ್ಥವಾಗಲಿಯೆಂದೇ ಒತ್ತಿ ಹೇಳಿದಳು. ಬಟ್ಟೆಯಿಂದ ಹಿಡಿದು ಮೊಬೈಲ್‌ವರೆಗೂ ಕಾಸ್ಟ್ಲೀ ವಸ್ತುಗಳನ್ನು ಬಳಸುವ ಅವರು ಗ್ರಾನೈಟ್ ಬಿಜಿನೆಸ್ ರಾಮಲಿಂಗಂ ಅವರ ಮಗಳು. "ನಾನು ಡ್ರಾಪ್ ಮಾಡ್ಲಾ?" ಕೇಳಿದಳು.

"ಬೇಡಾ, ವಾಸು ಕೂಡ ಸೈಕಲ್‌ನಲ್ಲಿ ಓಡಾಡಿಕೊಂಡೇ ಪಿ.ಯು.ಸಿ. ಮುಗಿಸಿದ್ದು. ಈಚೆಗೆ ಕೊಡಿಸಿದ್ದೆ ಬೈಕ್" ಅತ್ಯಂತ ಸರಳವಾಗಿ ಹೇಳಿದ ವಸುಧಾ ಹೊರಟಳು. ಆಡಂಬರವಿಲ್ಲದ ಸರಳವಾದ ಸೀರೆ, ಮುಖಾಲಂಕಾರ, ಮಾತು ಕೂಡ ತೀರಾ ಸರಳ. 'ಅಯ್ಯೋ, ಇವರಿಗೆ ಒಂದು ಕಾರು ಕೂಡ ಇಲ್ವಲ್ಲ' ಎಂದು ಹಣೆ ಗಟ್ಟಿಸಿಕೊಂಡಳು. ತಕ್ಷಣ ವಾಸು ಮೊಬೈಲ್‌ಗೆ ನಂಬರ್‌ಗಳನ್ನು ಒತ್ತಿದಳು. ಅದು ವಸುಧಾ ಹ್ಯಾಂಡ್‌ಪರ್ಸ್‌ನಲ್ಲೇ ಇತ್ತು. ಸದ್ದು ಮಾಡಿದಾಗ ಹೊರ ತೆಗೆದು ನಂಬರ್ ನೋಡಿ ದಿಗ್ಭ್ರಾಂತಳಾದಳು. ಇನ್ನೂ ಹದಿನೈದು ನಿಮಿಷ ಕೂಡ ಮಾತಾಡಿ ಆಗಿರಲಿಕ್ಕಿಲ್ಲ. ಮೊಬೈಲ್ ಅವನ ಬಳಿ ಇಲ್ಲವೆನ್ನುವುದನ್ನು ಕೂಡ ಮರೆತ ಅವಳ ಬಗ್ಗೆ ಕೋಪ ಬಂತು. ಆಫ್ ಬಟನ್ನೊತ್ತಿ ಆಟೋ ಏರಿದಳು. ಯಾಕೋ ಅವಳಿಂದ ವಾಸುವನ್ನು ಬಿಡಿಸುವುದು ಕಷ್ಟವೆನಿಸಿತು. ಅವನೊಬ್ಬನ ಪ್ರಯತ್ನದಿಂದ, ಮನೋಬಲದಿಂದ ಮಾತ್ರ ಸಾಧ್ಯವಾಗಬಹುದೆಂದುಕೊಂಡಳು ವಸುಧಾ.

ತನ್ನ ಪ್ರಯತ್ನ ಫಲಕಾರಿಯಾಗಿಲ್ಲವೆನಿಸಿದ್ದರಿಂದ ಸ್ವಲ್ಪ ನೀರಸದಿಂದಲೇ ಮನೆಯ ಮುಂದೆ ಆಟೋ ಇಳಿದಳು. 'ಪ್ರೊಫೆಸರ್ ವಾಸುದೇವಮೂರ್ತಿ' ಎನ್ನುವ ಕಾಂಪೌಂಡ್‌ನ ಫಲಕ ಅಣಕಿಸಿದಂತಾಯಿತು. ವಸುಧಾ ಹಿರಿಯ ತಾತ ಅಂದರೆ ಅನಂತರಂಗಮೂರ್ತಿಯವರ ದೊಡ್ಡಪ್ಪನ ಹೆಸರಿನ ಫಲಕ ಅದು. ಒಂದಿಷ್ಟು ಮಂಕಾಗಿರಬಹುದು. ಆದರೆ ಅದನ್ನು ಬದಲಾಯಿಸಬೇಕೆನ್ನುವ ವಿಚಾರ ಅವಳ ತಂದೆಗೆ ಹೊಳೆದಿರಲಿಲ್ಲ. ಆ ಮನೆಯ ಪೋಸ್ಟಲ್ ಅಡ್ರೆಸ್‌ನಲ್ಲಿ ಪ್ರೊಫೆಸರ್ ವಾಸುದೇವಮೂರ್ತಿ ಕೇರಾಫ್ ಎಂದೇ ನಮೂದಿತವಾಗುತ್ತಿದ್ದುದ್ದು. ಅವರು ಕೂಡ ಮಹಾರಾಜ ಕಾಲೇಜಿನಲ್ಲಿ ಪ್ರೊಫೆಸರ್ ಆಗಿದ್ದರು. ಆಗಿನ ರಾಜಮನೆತನದವರಿಗೆ

ಸಂಸ್ಕೃತ ಪಾಠ ಹೇಳುತ್ತಿದ್ದರೆನ್ನುವ ಹೆಗ್ಗಳಿಕೆ ಕೂಡ. 'ವಿದ್ವಾನ್ ಸರ್ವತ್ರ ಪೂಜ್ಯತೆ' ಎನ್ನುವಂತೆ. ಆ ಕುಟುಂಬಕ್ಕೆ ಸಮಾಜದಿಂದ ಗೌರವಾಭಿಮಾನಗಳು ಲಭ್ಯವಾಗಿದ್ದವು.

ಕಾಂಪೌಂಡ್ ಗಿಡಗಳಿಗೆ ಸಾತಮ್ಮ ಜೊತೆ ನೀರು ಹಾಕುತ್ತಿದ್ದ ನೈರುತ್ಯ ಅಮ್ಮನ ಬಳಿ ಓಡಿ ಬಂದು "ಅಣ್ಣ, ಫೋನ್ ಮಾಡಿದ್ರು" ಅವಳ ಕೂದಲು ಸರಿಪಡಿಸಿ "ಹೌದಾ! ಏನೇನು ಮಾತಾಡಿದರು?" ಎನ್ನುತ್ತ ಅವಳನ್ನು ಬಳಸಿಯೇ ಒಳಗೆ ಕರೆದೊಯ್ದವಳು ಸುಸ್ತಾಗಿ ಒಂದೆಡೆ ಕೂತು ಬಿಟ್ಟಳು.

ಒಳಗಿನ ಕೆಂಪನೆಯ ರೆಡ್ ಆಕ್ಸೈಡ್ ನೆಲ ಫಳಫಳ ಎನ್ನುತ್ತಿತ್ತು. ಐವತ್ತು ವರ್ಷದಲ್ಲಿ ಅಂಥ ದೊಡ್ಡದಾದ ಬದಲಾವಣೆಯೆನ್ನುವಂಥದೇನೂ ಈ ಮನೆಯಲ್ಲಿ ನಡೆದಿರಲಿಲ್ಲ. ಅನಂತರಂಗಮೂರ್ತಿಗಳ ಕೈ ಹಿಡಿದು ಬಂದ ಸರಸ್ವತಿ ಎಷ್ಟು ಅಚ್ಚುಕಟ್ಟಾಗಿ ಸಂಸಾರ ಮಾಡಿದರೆಂದರೆ ಅತ್ತೆ, ಮಾವ, ಗುರು ಹಿರಿಯರು ಎಂದರೆ ದೇವತಾ ಸ್ವರೂಪಿಗಳು. ಅವರ ಮುಂದೆ ನಿಂತು ಸ್ವರವೇರಿಸದ ಹೆಣ್ಣು. ಆಕೆಯೊಬ್ಬಳು ಇಲ್ಲವಾಗಿದ್ದಳು ಎನ್ನುವುದನ್ನು ಬಿಟ್ಟರೆ ಅದೇ ಹಳೆಯ ಆಚಾರ ವಿಚಾರಗಳೇ, ನಡಾವಳಿಗಳೇ. ಆಗಾಗ ವಿದ್ಯಾರ್ಥಿಗಳನ್ನು ಕರೆಸಿ ವಿಚಾರ ವಿಮರ್ಶೆಗಳನ್ನು ಮಾಡುವುದರ ಜೊತೆ ಊಟ ಕೂಡ ಹಾಕಿಸುತ್ತಿದ್ದರು ಪ್ರೊಫೆಸರ್ ಅನಂತರಂಗಮೂರ್ತಿಯವರು.

ಮಗಳ ಜೊತೆ ಮಾತಿನ ನಂತರ ಅವಳನ್ನು ಕಳುಹಿಸಿ ಸುಮ್ಮನೆ ಕೂತ ವಸುಧಾ ಪಕ್ಕದಲ್ಲಿದ್ದ ಮೊಬೈಲ್ ಕಿರುಗುಟ್ಟಿತು. ಅದೇ ನಂಬರ್ ಏನಾದರೂ ಹೇಳಬೇಕೆಂದು ಕೊಂಡರೂ ಪ್ರಯೋಜನವಿಲ್ಲವೆಂದು ಆಫ್ ಮಾಡಿ ಮುಂದಿನ ಕೋಣೆಗೆ ಬಂದಳು. ವಿಶಾಲವಾದ ರೂಮು. ದೊಡ್ಡ ದೊಡ್ಡ ಕಪಾಟುಗಳ ತುಂಬೆಲ್ಲ ತಾತ, ಮುತ್ತಾತನ ಕಾಲದಿಂದ ಸಂಗ್ರಹವಾದ ಗ್ರಂಥಗಳು, ಸರ್ವಶ್ರೇಷ್ಠವಾದ ಕೃತಿಗಳು ಇದ್ದವು. ಇದೊಂದು ಸರಸ್ವತಿಯ ವಾಸಸ್ಥಾನವಾದ ಮಂದಿರ. ಕನ್ನಡದ ಸರ್ವಶ್ರೇಷ್ಠ ಸಾಹಿತಿಗಳೆಲ್ಲ ಈ ರೂಮಿನಲ್ಲಿ ಬಂದು ಕೂತು ಹೋಗಿದ್ದಾರೆ! ಅದೆಷ್ಟು ಆರೋಗ್ಯಪೂರ್ಣವಾದ ಚರ್ಚೆಗಳು ನಡೆದಿದ್ದನ್ನ ಚಿಕ್ಕಂದಿನ ದಿನಗಳಲ್ಲಿ ಕಂಡಿದ್ದಳು. ಇಂದು ಕೂಡ ಅಷ್ಟೇ ಮುಂದೇನು?

ಆ ಬೋನಿನಿಂದ ವಾಸು ಹೊರಬೀಳಲು ಸಾಧ್ಯವೇ? ತೀವ್ರವಾಗಿ ಚಿಂತಿತಳಾದಳು.

ಸಂಜೆ ಐದರ ಸುಮಾರಿಗೆ ಪ್ರೊಫೆಸರ್ ಗುರುಸಿದ್ಧಪ್ಪನವರೊಂದಿಗೆ ಬಂದ ತಂದೆ ಉತ್ಸಾಹದಿಂದ ಅದೇ ಮಾತಿನ ಹುರುಪಿನಲ್ಲಿ ಇದ್ದಿದ್ದನ್ನು ನೋಡಿ ಇದು ಹಾಗೆಯೇ ಉಳಿಯಬೇಕೆಂದುಕೊಂಡಳು.

"ಗಡದ್ದು ಹೋಳಿಗೆ ಆಯ್ತು. ಫಸ್ಟ್ ಕ್ಲಾಸ್ ಕಾಫಿ ಬೇಕು, ಮಗಳೇ" ಎನ್ನುತ್ತಲೇ ಸೋಫಾ ಮೇಲೆ ಆಸೀನರಾಗುತ್ತ. "ಗುರು, ಆ ಮಹಾಬಲೇಶ್ವರ ಹೇಳಿದ್ದು ಏನಾದ್ರೂ ಅರ್ಥವಾಯ್ತಾ? ಮೂಡ್ ಕೆಡಿಸಿಕೊಂಡಂಗೆ ಕೂಗಾಡಿದ" ನಗೆಯಾಡಿದವರು ಬಾತ್ ರೂಂಗೆ ಹೋದರು. ಪ್ರೊಫೆಸರ್ ಡಾ. ಗುರುಸಿದ್ಧಪ್ಪ ಕಾಫಿ ತಂದ ಅವಳನ್ನು ನೋಡಿ "ವಸು, ಮಗಳೇ.... ಏನೋ ಒಂದು ತರಹ ಇದ್ದೀ. ಕಾರಣ

ಕೇಳಬಹುದಾ? ಇಲ್ಲಾಂತ ಹೇಳಿದರೆ ಮಾತ್ರ ನಾನು ನಂಬೋಲ್ಲ. ಕಿರಣ ಮಾತ್ರ ನಿನ್ನ ನೋಯಿಸಲ್ಲಾಂತ ನನ್ನ ನಂಬಿಕೆ" ಎನ್ನುತ್ತ ಕಾಲುಗಳನ್ನು ಎಳೆದುಕೊಂಡು ಪದ್ಮಾಸನ ಹಾಕಿಕೊಂಡು ಕೂತು "ಈಚೆಗೆ ಕಾಲುಗಳ ನೋವು ಶುರುವಾಗಿದೆ. ಇಲ್ಲಿಂದ ವೃದ್ಧಾಪ್ಯದ ಪ್ರಾರಂಭವೇನೋ" ಜೋರಾಗಿ ನಕ್ಕರು. ಅವರ ಮಾತು, ನಗು ಯಾವಾಗಲೂ ಇಷ್ಟ. ಹುಡುಗನ ಚಟುವಟಿಕೆ ಅವರದು. ವಿಶ್ರಾಂತ ಜೀವನ ನಡೆಸುತ್ತಿದ್ದರು. ತಾವಿನ್ನೂ ಯುವಕರು ಎನ್ನುವಂಥ ಭ್ರಮೆ.

"ಏನಿಲ್ಲ ದೊಡ್ಡಪ್ಪ" ಕಾಫಿ ಲೋಟಗಳನ್ನಿಟ್ಟು ಅಲ್ಲೇ ಕೂತಳು. ಅವು ಬೆಳ್ಳಿಯವು. ಕಂಚಿನ ಲೋಟಗಳಷ್ಟು ಮಂದವಿತ್ತು. ಅವಳ ತಾತನಿಗೆ ಶಾಲು ಹೊದಿಸಿ ಸನ್ಮಾನಿಸಿದಾಗ ಕೊಟ್ಟವು. ಅಂದೇ ಹೆಂಡತಿಗೆ "ಇವನ್ನು ಬೀರುವಿನಲ್ಲಿ ಇಟ್ಕೋಬೇಡ. ಆರಾಮಾಗಿ ಬಳಸು. ಇಲ್ಲ ಯಾರಿಗಾದರೂ ಕೊಡು. ಸುಮ್ನೆ ಬೀರುಗಳ್ನ ಭರ್ತಿ ಮಾಡ್ಬೇಡ" ಇಂಥದೊಂದು ಬುದ್ಧಿಮಾತು ಕೆಲಸ ಮಾಡಿತ್ತು. ಅವೆಲ್ಲ ದಿನ ಬಳಕೆ ವಸ್ತುಗಳಾಗಿ ಚಾಲ್ತಿಯಲ್ಲಿ ಇತ್ತು.

"ಎನೀ ಪ್ರಾಬ್ಲಮ್" ಕಾಫಿ ಲೋಟ ಕೈಗೆತ್ತಿಕೊಳ್ಳುತ್ತ ತುಸು ಬಗ್ಗಿ ಮೆಲ್ಲಗೆ ಕೇಳಿದರು. "ವಾಸು ವಿಷ್ಯ, ಅಣ್ಣನಿಗೆ ಹೇಳಲೋ ಬೇಡವೋಂತ ಯೋಚಿಸ್ತಾ ಇದ್ದೀನಿ" ಎಂದಳು ಗಾಬರಿಯಿಂದ. ಪೂರ್ತಿ ಸೋಫಾ ಬೆನ್ನಿಗೆ ಒರಗಿದವರು "ಸದ್ಯಕ್ಕೆ ಏನೂ ಹೇಳೋದು ಬೇಡ. ಇನ್ನು ಸ್ವಲ್ಪ ಹೊತ್ತಿಗೆ ಕೆಲವರು ವಿದ್ಯಾರ್ಥಿಗಳು ಬರ್ತೀನಿ ಅಂದಿದ್ದಾರೆ. ಸಬ್ಜೆಕ್ಟಿನ ಡಿಸ್‌ಕಷನ್ ಅವ್ನಿಗೂ ಇದು ಪ್ರಿಯವಾದ ವಿಷಯವೇ. ನನ್ನ ಬೈಠಕ್ ಅಲ್ಲಿರಬೇಕಿತ್ತು. ಏನಾದ್ರೂ ಹೇಳಿ ತಪ್ಪಿಸ್ಕೋತೀನಿ" ಇಂಥದೊಂದು ಸಲಹೆ ಕೊಟ್ಟು ಕಾಫಿ ಕುಡಿಯಲಾರಂಭಿಸಿದರು. ಈ ಕುಟುಂಬದ ಹಿತಚಿಂತಕರು ಅವರು. ವೈಯಕ್ತಿಕ ವಿಷಯಗಳನ್ನು ಅನಂತರಂಗಮೂರ್ತಿ ಅವರೊಂದಿಗೆ ಚರ್ಚಿಸುತ್ತಾರೆಂದು ಅವಳಿಗೆ ಗೊತ್ತು.

ಮುಖ ಕೈ ಕಾಲು ತೊಳೆದು ಬಂದವರು ಗೆಳೆಯನ ಎದುರು ಕೂತು "ಏಯ್ ಗುರು, ನೀನು ಒಂದು ವಿದೇಶದ ಟೂರ್ ಪ್ರೋಗ್ರಾಂ ಹಾಕ್ಕೋ. ಜೊತೆಯಲ್ಲಿ ಹೋಗ್ಬರೋಣ. ನಮ್ಮ ಕಿರಣ್‌ದು ತುಂಬ ಗಲಾಟೆಯಾಗಿದೆ" ಎನ್ನುತ್ತಲೆ ಕಾಫಿ ಲೋಟ ಕೈಗೆತ್ತಿಕೊಂಡರು. ಅದಕ್ಕೆ ಎರಡೂವರೆ ಅಲ್ಲ, ಐದು ಔನ್ಸ್‌ಗಿಂತ ಹೆಚ್ಚು ಕಾಫಿ ಹಿಡಿಸುತ್ತಿತ್ತು.

"ಇನ್ನು ಸಮಯ ಇದೆ, ಯೋಚ್ಸೋಣ. ಇನ್ನೊಂದ್ವಿಷ್ಯ ನಂಗೆ ಒಂದರ್ಧ ಗಂಟೆಯ ಕೆಲ್ಸ ಇದೆ. ಆ ವಿದ್ಯಾರ್ಥಿಗಳು ಬರೋ ವೇಳೆಗೆ ಹಾಜರ್" ಎಂದು ಅವರ ಪ್ರತಿಕ್ರಿಯೆಗೂ ಕಾಯದೆ ಎದ್ದು ಹೋದರು. "ಈಗ್ಲೂ ಇದೇ ತರಹ, ಬಹುಶಃ ಅವನು ಬದಲಾಗಲಿಕ್ಕಿಲ್ಲ" ಅಂದರು ನಸುನಗೆಯೊಂದಿಗೆ.

ತಂದೆಯೊಂದಿಗೆ ಹತ್ತು ನಿಮಿಷ ಮಾತಾಡುತ್ತ ಕೂತಿದ್ದವಳು ಹೊರಗೆ ಬಂದು ಕಡೆ ಮನೆಯ ಶಾಸ್ತ್ರಿಗಳ ಬಳಿಗೆ ಶಾಸ್ತ್ರೀಯ ಸಂಗೀತ ಕಲಿಯಲು ನೈರುತ್ಯನ ರೆಡಿ

ಮಾಡಿ ಕಳುಹಿಸಿದಳು. ಅದು ಅವಳ ಒಂದು ಉದ್ದೇಶವೂ ಹೌದು. ಕಛೇರಿ ಮಾಡುವಂಥ ಪಾಂಡಿತ್ಯವಿಲ್ಲದಿದ್ದರೂ ಅವಳು ಶುದ್ಧ ಶಾಸ್ತ್ರೀಯ ಸಂಗೀತ ಕಲಿತಿದ್ದಳು. ಈಗಲೂ ದೇವರ ಮುಂದೆ ಕೂತು ಹಾಡುತ್ತಿದ್ದಳು. ಮಗಳಿಗೆ ಇನ್ನಷ್ಟು ಸಂಗೀತ ಕಲಿಯುವ ಆಸೆ ದಂಪತಿಗಳದು.

ಬಂದ ವಿದ್ಯಾರ್ಥಿಗಳ ಸಂಖ್ಯೆ ಹೆಚ್ಚು ಇದ್ದುದರಿಂದ ಅನಂತರಂಗಮೂರ್ತಿ ಮೇಲಿನ ಹಜಾರಕ್ಕೆ ಹೋದಾಗ ಹೊರಗೆ ಬಂದು ನಿಂತಳು. ಮೊಬೈಲ್ ಒಯ್ದು ಅವನ ರೂಮಿನಲ್ಲಿಟ್ಟು ಬಂದಿದ್ದಳು. ಯಾಕೋ ಏನೋ, ಮತ್ತೆ ಆ ಹುಡುಗಿಯ ಧ್ವನಿ ಕೇಳಲಿಚ್ಛಿಸಲಿಲ್ಲ.

"ವಸು...." ಎಂದರು ಪ್ರೊಫೆಸರ್ ಗುರುಸಿದ್ಧಪ್ಪ.

"ನೀವು ಬಂದಿದ್ದೇ ಗೊತ್ತಾಗಲಿಲ್ಲ. ಅಣ್ಣನ ಕೋಣೆಯಲ್ಲಿ...."

"ಬೇಡ, ಇಲ್ಲೇ ಹೊರ್ಗಡೆ ಕೂತು ಮಾತಾಡೋಣ. ನಂಗೆ ರಂಗಣ್ಣನ್ನ ಕಂಡರೆ ತುಂಬ ಭಯನೇ. ಅಲ್ಲೆಲ್ಲ ಅವ್ನ ಸಾತ್ವಿಕ ಉಸಿರೇ ತುಂಬಿಕೊಂಡಿದೆ. ಪಂಪ, ರನ್ನ, ಕುವೆಂಪು, ಬೇಂದ್ರೆ ಅವರೆಲ್ಲ ಅಲ್ಲಿ ಪುಸ್ತಕಗಳ ರೂಪದಲ್ಲಿ ಕೂತು ಇಣುಕಿ ನೋಡ್ತಾ ಇರ್ತಾರೆ" ಎಂದು ಕಾಂಪೌಂಡ್ ಪಕ್ಕದಲ್ಲಿದ್ದ ಕಲ್ಲು ಬೆಂಚಿನತ್ತ ನಡೆದು ಒಂದು ಕೊನೆಗೆ ಕೂತು "ಈಗ್ಹೇಳು, ಏನು ವಿಚಾರ?" ಕೇಳಿದರು. ಮೌನವಹಿಸಿದಳು.

ಪ್ರೊಫೆಸರ್ ಗುರುಸಿದ್ಧಪ್ಪನವರೂ ಸೂಕ್ಷ್ಮವಾಗಿ ಅವಳನ್ನು ಗಮನಿಸಿದರು ಎಡವಟ್ಟಾಗಿದೆಯೆನಿಸಿತು. ಒಂದಿಷ್ಟು ವಿಷಯಾಂತರ ಮಾಡಿದ.

"ಯಾವುದೋ ಕೃತಿಯ ಸಂವಾದ ಕಾರ್ಯಕ್ರಮದಲ್ಲಿ ನಮ್ಮ ಜೀವಿಗಳದು ಎರಡು ಬಣಗಳಾಗಿ ವಾದ, ಪ್ರತಿವಾದ ಶುರು ಮಾಡಿದರು. ಮಹಾತ್ಮಗಾಂಧಿ, ಬುದ್ಧ, ಬಸವಣ್ಣ ಜೊತೆ ಲೋಹಿಯಾ, ಮಾರ್ಕ್ಸ್ ಎಲ್ಲಾ ಬಂದು ಹೋದರು. ಅದು ಯಾರು ಈ ಬುದ್ಧಿಜೀವಿಗಳ ಪಟ್ಟ ಕಟ್ಟಿದರೋ. ಯಾರು ವೈಜ್ಞಾನಿಕವಾಗಿ, ವೈಚಾರಿಕವಾಗಿ ಯೋಚಿಸುತ್ತಾರೋ, ಆ ನಿಟ್ಟಿನಲ್ಲಿ ಕಾರ್ಯಪ್ರವೃತ್ತರಾಗುತ್ತಾರೋ ಅವರು ಬುದ್ಧಿಜೀವಿಗಳು ಅನ್ನೋ ವಾದ ಸರಿಯಾದುದಾದರೂ ಈ ನಮ್ಮ ಬುದ್ಧಿಜೀವಿಗಳಿಂದ ಯಾರಿಗೆ ಒಳ್ಳೆಯದಾಗಿದೆ? ನಾನು ಮಾರ್ಕ್ಸ್‌ವಾದಿ, ಗಾಂಧಿವಾದಿ, ಲೋಹಿಯಾವಾದ ಅನ್ನೋ ಪಟ್ಟ ಬೇರೆ..." ಎನ್ನುತ್ತ ಹೇಳುತ್ತಲೇ ಹೋದರು. ಅವರು ಒಳ್ಳೆಯ ವಾಗ್ಮಿ ಅಂತ ಅವಳಿಗೆ ಗೊತ್ತು. ಆದರೆ ಇಂದು ಕೇಳುವ ಮೂಡ್ ಇರಲಿಲ್ಲ.

ವೇದವೆಂಬುದು ಓದಿನ ಮಾತು.

ಶಾಸ್ತ್ರವೆಂಬುದು ಸಂತೆಯ ಸುದ್ದಿ.

ತರ್ಕವೆಂಬುದು ತೋಗರ ಹೊರಟೆ... ಎಂಬ ಅಲ್ಲಮ್ಮನ ವಚನಕ್ಕೆ ಬಂದು ನಿಲ್ಲಿಸಿ "ಈಗ ಹೇಳು ಏನು ವಿಷ್ಯ. ವಾಸು ವಿಚಾರ ತಾನೇ."

"ಅಣ್ಣನ ಮುಂದೆ ಪ್ರಸ್ತಾಪಿಸೋಕೆ ಭಯ."

ಅವರು ತಲೆದೂಗಿದರು. ಅನಂತರಂಗಮೂರ್ತಿಗೆ ಮೈಲ್ಡ್ ಅಟ್ಯಾಕ್ ಆದಾಗಲೇ, ವಸುಧಾ ಬಂದು ನಿಂತಿದ್ದು. ಸ್ವಲ್ಪ ದಿನಗಳ ಆರೈಕೆಯ ನಂತರ ಅವರನ್ನ ಜೊತೆಯಲ್ಲಿ ಕರೆದೊಯ್ಯುವ ಸಲುವಾಗಿಯೇ ನಿಂತಿರೋದು.

"ಆಯ್ತು, ಏನದು ವಿಷಯ? ಈಚೆಗೆ ವಿದ್ಯಾಭ್ಯಾಸದ ಕಡೆ ವಾಸು ಗಮನ ಕೊಡ್ತಾ ಇಲ್ಲಾಂತ ಅನಂತು ಹೇಳ್ದ. ಇಂಥ ಬದಲಾವಣೆಗಳು ಸಹಜಾಂತ ಅವ್ನ ಬಾಯಿ ಮುಚ್ಚಿಸ್ದೇ" ಅಂದರು. ಅವರು ಒಂದೆರಡಲ್ಲ, ಒಂದು ನಾಲ್ಕು ಸಲವಾದರೂ ಒಂದು ಮಾಡರ್ನ್ ಹುಡುಗಿಯನ್ನು ಬೈಕ್‌ನಲ್ಲಿ ಕೂಡಿಸಿಕೊಂಡು ಸುತ್ತಾಡಿದ್ದನ್ನ ನೋಡಿದ್ದರು. ಅದನ್ನು ದೊಡ್ಡದಾಗಿ ಭಾವಿಸಬಾರದೆಂದು ಸಮಾಧಾನ ಮಾಡಿಕೊಂಡಿದ್ದುಂಟು. ಇಂಥ ಸಾವಿರಾರು ವಿದ್ಯಾರ್ಥಿಗಳನ್ನು ನೋಡುತ್ತಿರುವ ಗುರುಗಳು.

ಅತ್ಯಂತ ಸಂಕ್ಷಿಪ್ತವಾಗಿ ಅರ್ಥಪೂರ್ಣವಾಗಿ ಪುಟ್ಟ ಕತೆಯಂತೆ ಅವರ ಮುಂದಿಟ್ಟಳು. ಡಾ. ಗುರುಸಿದ್ಧಪ್ಪನವರ ಮುಖ ಒಂದು ತರಹ ಆಯಿತು.

'ಅಂತೂ, ಒಂದು ಕಮರ್ಷಿಯಲ್ ಸಿನಿಮಾ ತರಹ. ಬಹುಶಃ ಇನ್ಸ್‌ಪಿರೇಷನ್ ಕೂಡ ಅಂಥ ಸಿನಿಮಾಗಳದ್ದೇ ಇರಬಹುದು. ವಸು ಮಗಳೇ, ಇಂಥ ಕಥೆಗಳೇನು ಅಪರೂಪವಲ್ಲ, ಮದ್ವೆವರ್ಗ್ಗೂ ಹೋಗೋಲ್ಲ. ಒಂದ್ನಾಲ್ಕು ದಿನ ಓಡಾಡ್ತಾರೆ. ಆಮೇಲೆ ಅವರವ್ರೇ ಮುಖ ತಿರುಗಿಸಿಕೊಂಡು ಓಡಾಡೋದು ಸಾಮಾನ್ಯವಾಗಿದೆ! ಡೋಂಟ್ ವರೀ" ಅಂದರು ಹಗುರವಾಗಿ. ಇದು ಮೇಲ್ಮಾತು. ಆಂತರಿಕವಾಗಿ ಭಯ ಇದ್ದೇ ಇತ್ತು.

"ನಂಗೆ ಹಾಗೆ ಅಂದ್ಕೊಳ್ಳೋಕೆ ಆಗ್ತಾ ಇಲ್ಲ. ಅದಕ್ಕೆ ವಯಸ್ಸು ಕೂಡ ಕಾರಣ. ಈ ಸ್ಟೇಜ್ ಮೀರಿ ಒಂದೆರಡು ವರ್ಷ ಮುಂದಕ್ಕೆ ಹೋದರೆ ಅಪಾಯವಿಲ್ಲ. ಆ ಹುಡ್ಗೀ ಬಗ್ಗೆ ಯಾವ್ದೇ ತೀರ್ಮಾನಕ್ಕೆ ಬರೋದು ಕಷ್ಟವಾಗುತ್ತೆ. ಪಶ್ಚಿಮದಲ್ಲಿ ಹೇಳುವಂತೆ Achhilles-hell ಗ್ರೀಕ್ ವೀರರ ಹಿಮ್ಮಡಿ ದುರ್ಬಲವೆನ್ನುವಂತೆ ಬೇರೆಯವರ ಸಲುವಾಗಿ ಬೇಗ ಕರಗಿಬಿಡುವ ಸ್ವಭಾವ ವಾಸುವುದು. ಕೆಲವೊಮ್ಮೆ ಹಿಂದೂ... ಮುಂದೂ... ಯೋಚ್ಸೋಲ್ಲ. ಇದನ್ನೆಲ್ಲ ಮನಸ್ಸಿನಲ್ಲಿ ಇಟ್ಕೋಬೇಕಾಗುತ್ತೆ. ತಪ್ಪೇ, ಆದರೆ ಅಣ್ಣನ ಮುಂದೆ ವಿಷಯ ಇಡೋಕೆ ಭಯವಾಗುತ್ತೆ. ನಂಗೇನೂ ತೋಚ್ತಾ ಇಲ್ಲ. ವಾಸುಗೂ ಹೇಳಿದ್ದೀನಿ. ಓದೋದಕ್ಕಿಂತ ಮೊಬೈಲ್‌ನಲ್ಲಿ ಮಾತಾಡೋದೆ ಜಾಸ್ತಿಯಾಗಿದೆ. ಪರಂಪರೆಯಿಂದ ಓದು, ಅಧ್ಯಯನದ ಬದುಕು ಕುಟುಂಬದ್ದು. ಎಂದೂ ವ್ಯವಹಾರ ಅಂಥ ವಿಷ್ಯಗಳ ಬಗ್ಗೆ ಅಣ್ಣ, ತಾತನ ಬಾಯಿಂದ ಚರ್ಚೆಯಾಗಿದ್ದೆ ಗೊತ್ತಿಲ್ಲ."

ವಸುಧಾ ಮಾತಿಗೆ ಪ್ರೊಫೆಸರ್ ಗುರುಸಿದ್ಧಪ್ಪ ತಲೆದೂಗಿದರು.

"ನೀನು ಇಬ್ರಿಗೂ ಕಾಷನ್ ಕೊಟ್ಟಿದ್ದೀಯಲ್ಲ, ಒಂದ್ವಾರ ಕಾದು ನೋಡೋಣ. ಆಮೇಲೆ ನಾನು ಒಂದ್ಸಲ ಮಾತಾಡ್ತೀನಿ. ಆವರೆಗೂ ಅನಂತನ ಕಿವಿಗೆ ಇದು ಯಾವ್ದು

ಬೀಳೋದು ಬೇಡ" ಇಂಥದ್ದೊಂದು ಸಜೆಷನ್ ಕೊಟ್ಟು ಮಾತು ಮುಗಿಸಿದರು.

ಇಂದು ವಾಸು ಮನೆಗೆ ಬಂದಿದ್ದು ಲೇಟಾಗಿಯೇ. ಸ್ವಲ್ಪ ಅಸ್ತವ್ಯಸ್ತವಾಗಿ ಕಂಡ. ಪೇಪರ್ ನೋಡುತ್ತ ಕೂತಿದ್ದ ಪ್ರೊಫೆಸರ್ ಗುರುಸಿದ್ಧಪ್ಪ "ವಾಸು, ಯಾಕೆ ತುಂಬ ಡಿಸ್ಟರ್ಬ್ ಆದಂಗೆ ಕಾಣ್ತೀಯಾ? ಎನೀ .... ಪ್ರಾಬ್ಲಮ್? ಬಾ ಕೂತ್ಕೋ" ಪೇಪರನ್ನ ಪಕ್ಕಕ್ಕಿಟ್ಟರು. ಅತ್ತಿತ್ತ ನೋಟ ಹರಿಸಿ "ಅಣ್ಣ ಎಲ್ಲಿ? ನೀವೊಬ್ರೆ ಕೂತಿದ್ದೀರಲ್ಲ?" ಆವೇಗದಿಂದ ಕೇಳಿದವನ ಮುಖವನ್ನೇ ನೋಡಿ "ಕೆಲವು ವಿದ್ಯಾರ್ಥಿಗಳು ಅಂದರೆ ಸಾಹಿತ್ಯದ ವಿದ್ಯಾರ್ಥಿಗಳು ಅವನನ್ನು ಹುಡ್ಕಿಕೊಂಡು ಬಂದಿದ್ದಾರೆ. ವರ್ಡ್ಸ್‌ವರ್ತ್, ಶೆಲ್ಲಿ ಜೊತೆ ಕುವೆಂಪು, ಅಡಿಗರ ಬಗ್ಗೆ ಚರ್ಚೆಗೆ ಕೂತರೆ ಅವನಿಗೆ ಸಮಯ ಸರಿಯೋಲ್ಲ. ಸಾಹಿತ್ಯದ ವಿದ್ಯಾರ್ಥಿಗಳೆಂದರೆ ಅವನಿಗೆ ತುಂಬ ಇಷ್ಟ. ಯಾಕೋ, ಸ್ವಲ್ಪ ಲೇಟಾಗಿ ಬಂದಿದ್ದರಿಂದ ಪರ್ಮಿಷನ್ ಸಿಗೋಲ್ಲಾಂತ ಹೊರ್ಗಡೇನೇ ಉಳಿದಿದ್ದೀನಿ" ಬಾರದ ನಗೆಯನ್ನು ಮುಖದ ಮೇಲೆ ತಂದುಕೊಂಡರು.

"ಸ್ವಲ್ಪ ತಲೆ ನೋವು... ಬರ್ತೀನಿ" ತಕ್ಷಣ ಎದ್ದು ಹೋಗಿ ರೂಮಿನಲ್ಲಿ ಬಾಗಿಲು ಹಾಕಿಕೊಂಡು ಕೂತವನು ಬೇಸರ, ನೋವಿನಿಂದ ಕ್ರಾಪ್ ಕಿತ್ತ. "ಛೆ, ನಂಗೆ ಅಂಜುನ ನೋಡದೇ, ಮಾತಾಡದೇ ಇರೋಕ್ಕಾಗೋಲ್ಲ" ಎಂದು ಮೊಬೈಲ್ ಬಟನ್‌ಗಳನ್ನೊತ್ತಿ. ಕಾಲೇಜ್‌ಮೇಟ್ ಸುಲ್ತಾನ್ "ಏಯ್ ನೀನು ಎಲ್ಲಿ ಹೋಗಿದ್ದೆ? ಅಂಜು ನಿನ್ನ ಹುಡ್ಕಿ ಕೊಂಡು ತಿರುಗಾಡ್ತಾ ಇದ್ಲು. ಎಷ್ಟೊಂದು ಡಿಪ್ರೆಸ್ ಆಗಿದ್ಲೂ ಗೊತ್ತಾ? ಸಮ್‌ಥಿಂಗ್ ಡಿಫರೆಂಟ್ ಅನ್ನಿಸ್ತು" ಅಂದು ಒಂದು ತರಹ ನಕ್ಕು ಸರಿದು ಹೋಗಿದ್ದ. ಆಮೇಲೆ ಮನಸ್ಸು ಬದಲಾಯಿಸಿ ಅವಳಿಗಾಗಿ ಹುಡುಕಿ ಸೋತು ಮನೆಗೆ ಬಂದಿದ್ದ.

ಪ್ರೊಫೆಸರ್ ಗುರುಸಿದ್ಧಪ್ಪನವರೂಂದರೆ ತುಂಬ ಅಚ್ಚುಮೆಚ್ಚು. ಅವರೊಂದಿಗೆ ಹರಟೆಯೊಡೆಯುವುದು ತುಂಬ ಇಷ್ಟವಾದ ಕೆಲಸ. ಆದರೆ ಇಂದು ಇರುಸು ಮುರುಸಿನಿಂದ ತಪ್ಪಿಸಿಕೊಂಡು ರೂಮಿನಲ್ಲಿ ಕೂತ. ಇಷ್ಟೊಂದು ಪ್ರಭಾವ ಬೀರಿದ ವ್ಯಕ್ತಿ ಅವನ ಇಷ್ಟರವರೆಗಿನ ಬದುಕಿನಲ್ಲಿ ಯಾರೂ ಬಂದಿರಲಿಲ್ಲ. ಆದರೆ.... ಅಂಜು.... ಅವನಿಗೆ ಅಳು ಬಂದಂತಾಯಿತು. ಅವಳು ಇಲ್ಲದೆ ತಾನು ಬದುಕಲು ಸಾಧ್ಯವೇ? ಸಾಧ್ಯವೇ ಇಲ್ಲವೆನಿಸಿಬಿಟ್ಟಿತು. ನಾಲ್ಕಾರು ಸಲ ಅವಳ ಮೊಬೈಲ್ ನಂಬರ್‌ಗೆ ಫೋನ್ ಮಾಡಿ ದಣಿದ.

ಸಾತಮ್ಮ ಬದಲು ವಸುಧಾನೇ ಕಾಫಿ ಹಿಡಿದು ರೂಂನೊಳಕ್ಕೆ ಬಂದಳು. ತೀರಾ ಕಂಗೆಟ್ಟಂಗೆ ಬಟ್ಟೆ ಕೂಡ ಬದಲಾಯಿಸದೆ ಕೂತಿದ್ದ. ಮೇಲಿನ ಹಜಾರ ಅವನು ಉಪಯೋಗಿಸಿಕೊಳ್ಳುತ್ತಿದ್ದರು, ಇದೇ ಅವನ ವ್ಯಾಸಂಗದ ಕೋಣೆ.

"ಯಾಕೆ ಒಂದು ತರಹ ಇದ್ದೀ?" ಕೇಳಿದಳು ಸಮಾಧಾನದಿಂದಲೇ.

"ಏನಿಲ್ಲ...." ಮುಖ ಪಕ್ಕಕ್ಕೆ ತಿರುಗಿಸಿಕೊಂಡ.

ಇದು ಅವನ ಸಹಜ ವರ್ತನೆಯಲ್ಲ. ಅಕ್ಕ ಅಂದರೆ ಅವನಿಗೆ ಪ್ರೀತಿಯೆ. ಆದರೆ ಇಂದು ಮಾತ್ರ ಅವನು ಸೈರಿಸಿಕೊಳ್ಳಲಾಗಲಿಲ್ಲ. "ಕಾಫಿ.... ತಗೋ" ಅವನ ಮುಂದೆ

ಹಿಡಿದಳು. "ನಂಗೇನು ಬೇಡ" ಒದರಿದ.

ಕಾಫಿಯನ್ನು ಟೇಬಲ್ ಮೇಲಿರಿಸಿ ಬಂದು ಅವನ ಬಳಿ ಕೂತು "ಯಾಕೆ ಇಷ್ಟೊಂದು ಬೇಸರ? ಅಂಜಲಿ ನಿನ್ನ ಜೀವನದಲ್ಲಿ ಪ್ರವೇಶಿಸಿ ತಿಂಗಳುಗಳು ಆಗಿರಬೇಕು. ಈಗ್ಲೂ ಅವಳ ಅಗತ್ಯವಿಲ್ಲದೆ ಬದ್ಕಬಲ್ಲೆ. ಇವತ್ತು ಅವಳನ್ನು ಭೇಟಿಯಾಗಿದ್ದೆ. ಸೀರಿಯಸ್ ಮೆಂಟಾಲಿಟಿಯ ಹುಡ್ಗೀಯಲ್ಲ. ವ್ಯಾಸಂಗದ ಬಗ್ಗೇನೂ ಆಸಕ್ತಿ ಇಲ್ಲ. ಎಸ್.ಎಸ್.ಎಲ್.ಸಿ.ಯನ್ನು ಕೂಡ ಸೆಕೆಂಡ್ ಅಟೆಂಪ್ಟ್‌ನಲ್ಲಿ ಪಾಸಾದಳಂತೆ. ಪಿ.ಯು.ಸಿ.ಯಲ್ಲು ಒಮ್ಮೆ ದಂಡಯಾತ್ರೆ. ಈಗ್ಲೂ ಡೊನೇಷನ್ ಸೀಟಿನಲ್ಲಿ ಕಾಲೇಜಿಗೆ ಬಂದವಳು. ಪುಸ್ತಕಗಳು ಅವಳಿಗೆ ಅಂಥ ಇಷ್ಟವಾದ ಪದಾರ್ಥಗಳಲ್ಲ. ಜನರಲ್ ನಾಲೆಡ್ಜ್ ಕೂಡ ತೀರಾ ಕಮ್ಮಿ. ಸಂಗೀತ, ಸಾಹಿತ್ಯ, ಕಲೆ ಅಂಥದ್ದರ ಬಗ್ಗೆ ಅವಳಿಗೇನೂ ಗೊತ್ತಿಲ್ಲ. ಅಂಥದರಲ್ಲಿ ಪುಸ್ತಕಗಳ ನಡ್ವೆ ಬೆಳೆದ ನಿಂಗೂ, ಅವಳಿಗೂ ಸ್ನೇಹ ಕೂಡ ಕಷ್ಟ. ಅಂಥದ್ದರಲ್ಲಿ ಮುಂದುವರಿಯುವುದು ನಿನ್ನ ಭವಿಷ್ಯದ ದೃಷ್ಟಿಯಿಂದ ತಪ್ಪು. ಅದನ್ನೇ ಅವಳಿಗೂ ಹೇಳಿದ್ದೀನಿ" ಅತ್ಯಂತ ಸ್ಪಷ್ಟವಾಗಿ ಹೇಳಿದಳು.

ಖಂಡಿತ ಇದು ಅವನಿಗೆ ಇಷ್ಟವಾಗಲಿಲ್ಲ. ಮುಖ ಹಿಂಡಿದ.

"ಬರೀ ಸಮಯ ಕಳ್ಯೋಕ್ಕಾಗಿ ಕಾಲೇಜಿಗೆ ಬರೋ ಹುಡ್ಗೀಯರ ಪೈಕಿ ಅವಳೊಬ್ಬಳು. ಅವಳ ಸ್ನೇಹ ನಿಂಗೆ ಬೇಡ ವಾಸು" ಅವನ ತೋಳು ಮೇಲೆ ಕೈ ಇಟ್ಟ ಕೂಡಲೇ ಕೈಯನ್ನು ಹಿಡಿದುಕೊಂಡು "ನಂಗೆ ಇಷ್ಟೆಲ್ಲ ಯೋಚ್ನೆಗಳು ಬರಲಿಲ್ಲ. ಆದರೆ ಅಂಜು ತುಂಬ ಒಳ್ಳೇ ಹುಡ್ಗೀ. ಸ್ನೇಹಪರಳು.... ನಂಗೆ ಇಷ್ಟವಾಗಿಬಿಟ್ಟಳು."

ವಸುಧಾಗೆ ದಿಕ್ಕು ತೋಚದಂತಾಯಿತು.

"ಬರೀ ಸ್ನೇಹ ಇರಲಿ. ಅತಿಯಾಗುವುದು ಬೇಡ. ಆ ಹುಡ್ಗೀ ಭವಿಷ್ಯ ವಿದ್ಯಾಭ್ಯಾಸದಲ್ಲಿ ಅಡಗಿಲ್ಲ. ಆದರೆ ನಿನ್ನ ಬದ್ಕು, ಭವಿಷ್ಯವೆಲ್ಲ ಓದಿನಲ್ಲಿ ಅಡಗಿದೆ. ಬರೀ ಓದು, ಅಧ್ಯಯನದಿಂದಲೇ ನಾವು ನಾಡು, ಭಾಷೆ, ಸಮಾಜಕ್ಕೆ ಉಪಕೃತರಾದ ಜನ" ಅನ್ನುವ ವೇಳೆಗೆ "ಮಗು, ವಸುಧಾ..." ತಂದೆಯ ದನಿ. ಎದ್ದು ಹೊರಗೆ ನಡೆದಳು. ಅನಂತರಂಗಮೂರ್ತಿ ಮಗಳನ್ನು ಹತ್ತಿರಕ್ಕೆ ಕರೆದು "ಸಾತು ದೇವಸ್ಥಾನಕ್ಕೆ ಹೋಗಿದ್ದಾಳಂತೆ ಸಮಯ ಸರಿದಿದ್ದೇ ಗೊತ್ತಾಗಲಿಲ್ಲ. ಇನ್ನ ಅವರಲ್ಲಿ ಕೆಲವು ಪ್ರಶ್ನೆಗಳು ಉಳಿದಿದೆ. ಎಲ್ಲಾ ಹಾಸ್ಟೆಲ್‌ನಲ್ಲಿ ಉಳಿದುಕೊಂಡಿರೋ ಹುಡುಗರು. ಅವರ ಊಟಕ್ಕೆ ವ್ಯವಸ್ಥೆ ಮಾಡು" ಹೇಳಿದರು.

ಇನ್ನ ಪೇಪರ್ ಹಿಡಿದೆ ಕೂತಿದ್ದ ಪ್ರೊಫೆಸರ್ ಗುರುಸಿದ್ಧಪ್ಪನವರು ಮತ್ತಷ್ಟು ಮುಖ ಮರೆಯಾಗುವಂತೆ ಪೇಪರ್ ಎತ್ತಿ ಹಿಡಿದರು. ಇದು ಹೊಸದಲ್ಲ, ನಿವೃತ್ತಿಯಾದ ಮನುಷ್ಯ. ದೊಡ್ಡ ಉಳಿಕೆ ಅಂಥದೇನಿಲ್ಲ. ಆದರೂ ಇಂದಿಗೂ ಅನ್ನದಾನ ನಿಂತಿಲ್ಲ. ಅದೊಂದು ಬೇರೆ ಖರ್ಚು ಅಂದುಕೊಂಡ ಪುಣ್ಯಾತ್ಮರೇ ಅಲ್ಲ. ಎಷ್ಟೋ ಸಲ ಬುದ್ಧಿ ಹೇಳಲು ಪ್ರಯತ್ನಿಸಿ ಸೋತಿದ್ದರು. ಅಂದರೆ, ಈ ಜನ್ಮಕ್ಕೆ ಬದಲಾಗದು. ಜೊತೆಗೆ ಇತ್ತೀಚಿನ ವಿದ್ಯಮಾನಗಳನ್ನು ನೋಡಿದ ನಂತರ 'ಅನಂತನ ಕಾಲಕ್ಕೆ ಇಂಥ ಒಂದು

ಪರಂಪರೆ ಸಮಾಪ್ತವಾಗುತ್ತೆ' ಅನಿಸಿತ್ತು. ಈ ಬಗ್ಗೆ ವ್ಯಸನ ಕೂಡ ಇತ್ತು. ಆದರೆ ಏನು ಮಾಡಲು ಸಾಧ್ಯ? ನಮ್ಮಗಳ ನಂಬಿಕೆ, ಜೀವನಾದರ್ಶಗಳನ್ನು ಪಾಲಿಸಬೇಕೆಂದು ಮುಂದಿನ ಪೀಳಿಗೆಗೆ ಬರೆದಿಡಲು ಸಾಧ್ಯವೇ? ಬರೆದಿಟ್ಟರೂ ಒಪ್ಪುತ್ತಾರಾ?

ವಸುಧಾ ಅಡುಗೆ ಮನೆಯ ಕಡೆ ಹೋದಾಗ, ಇತ್ತ ಬಂದ ಅನಂತರಂಗ ಮೂರ್ತಿಗಳು, "ಇಲ್ಯಾಕೆ ಕೂತೆ? ತುಂಬ ಬುದ್ಧಿವಂತ ವಿದ್ಯಾರ್ಥಿಗಳು. ಸಂಶೋಧನ ಮನಸ್ಸುಗಳ ನಡುವೆ ಆರೋಗ್ಯಕರ ಪ್ರಶ್ನೆಗಳು ಮೂಡುತ್ವೆ. ನಿನ್ನ ಸೀಟು ಖಾಲಿನೇ ಇದೆ. ಮನೆಗೆ ಫೋನ್ ಮಾಡಿ ಊಟ ಇಲ್ಲೇಂತ ಹೇಳು. ಪರಮೇಶ್ವರಮ್ಮ ಮುನಿದಾಳ" ಇಂಥದೊಂದು ಸಲಹೆ.

"ಬೇಡ ಕಣೋ, ಅನಂತ... ನನ್ನ ಊಟ ಹೆಚ್ಚು ಕಡ್ಮೆ ಇಲ್ಲೇಂತ ಗೊತ್ತು. ಅಕಸ್ಮಾತ್ ಬರೀ ಹೊಟ್ಟೆಯಲ್ಲಿ ಹೋದ ದಿನ ಒಂದಿಷ್ಟು ಹಾಲು ಕುಡಿದು ಮಲ್ಗೀ. ನಿಮ್ಮಗಳದು ಜ್ಞಾನದ ಹಸಿವೆ ಹೊರತು ಹೊಟ್ಟೆಯ ಹಸಿವಿಲ್ಲಾಂತ ಹಾಗೆ ಮಲಗಿಸ್ತಾಳೆ. ಇವತ್ತಂತೂ ಅವ್ಳ ಕೈನ ಅಡ್ಗೇ ಊಟ ಮಾಡಿ ಬಿಡಬೇಕೆಂದು ತೀರ್ಮಾನ ಮಾಡಿದ್ದೀನಿ. ಹೋಗೋಕೆ ಅಪ್ಪಣೆ ಕೊಡು" ಅಂದರು ಮೇಲೆದ್ದು. ಆದರೆ ಅನಂತರಂಗ ಮೂರ್ತಿಗಳು ಕೈ ಹಿಡಿದು ಎಳೆದೊಯ್ದರು. ಇದು ಮಾಮೂಲಿ.

* * *

ರಾಮಲಿಂಗಂ ಊರಿನಲ್ಲಿ ಅಂದರೆ ಮೈಸೂರಿನಲ್ಲಿ ಇರುತ್ತಿದ್ದುದು ಅಪರೂಪ. ಇಲ್ಲೊಂದು ಆಫೀಸ್, ಜನ ಅಂತೆಲ್ಲ ಇದ್ದರು. ಮನೆಯಲ್ಲಿ ಕೂಡ ರಾಮಲಿಂಗಂ ವಯಸ್ಸಾದ ತಾಯಿ, ಹೆಂಡತಿಯ ಜೊತೆ ಅವರ ಮೂವರು ಮಕ್ಕಳು. ಕೆಲವೊಮ್ಮೆ ಹತ್ತು ವರ್ಷದ ಹಿಂದೆ ಕಟ್ಟಿಸಿದ ಮೂವತ್ತು ಚದರದ ಮನೆ. ಮುಂದೆ ಒಂದು ಆಫೀಸ್ ಅಂತ ಇತ್ತು. ರಾಮಲಿಂಗಂ ನೋಡೋಕೆ ಬರೋರೆಲ್ಲ ಅಲ್ಲಿಯವರೆಗೆ ಅಷ್ಟೇ. ಒಳಗೆ ಪ್ರವೇಶವಿರಲಿಲ್ಲ. ನೆಂಟರಿಷ್ಟರು ಅನ್ನಿಸಿಕೊಂಡವರು ಮಾತ್ರ ಒಳಗೆ ಬಂದು ಹೋಗುತ್ತಿದ್ದರು. ಮನೆಯೊಳಗಿದ್ದ ಹೆಂಗಸರಿಗೆ ವ್ಯಾಪಾರ, ವ್ಯವಹಾರಗಳೇನೂ ಗೊತ್ತಿಲ್ಲ. ಇವರು ತಿಳಿಸುತ್ತಿರಲಿಲ್ಲವೋ, ಅವರಿಗೆ ಆಸಕ್ತಿ ಇರಲಿಲ್ಲವೇನೋ. ಅಂತೂ ಅದೇ ತಮ್ಮ ಜಗತ್ತೆಂದು ಇದ್ದುಬಿಟ್ಟಿದ್ದರು. ಮನೆಯಲ್ಲಿ ಯಾವುದಕ್ಕೂ ಕೊರತೆ ಇರಲಿಲ್ಲ. ಓಡಾಡಲು ಮೂರು ಕಾರಿನ ಜೊತೆಗೆ ಇತ್ತೀಚೆಗೆ ಇನ್ನೊಂದು ದುಬಾರಿ ಕಾರು ಖರೀದಿಸಿದ್ದಾರೆಂದು ಅವರ ಮನೆಯ ಹೆಂಗಸರು ಒಳಗೊಳಗೆ ಸಂತೋಷಪಡುತ್ತ ಮಾತಾಡುತ್ತಿದ್ದರು.

ರಾಮಲಿಂಗಂ ಮೂರು ಹೆಣ್ಣು ಮಕ್ಕಳಲ್ಲಿ ಅಂಜಲಿ ಎರಡನೆಯವಳು. ಮೊದಲನೆಯವಳಿಗೆ ಈಗಾಗಲೇ ಮದುವೆ ಆಗಿತ್ತು. ಕೇದಿಗೆ ಬಣ್ಣ, ಹಾಗೇ ಹೀಗೇಂತ ವರ್ಣಿಸದಿದ್ದರೂ ಮಟ್ಟಸವಾಗಿ ಮೂರು ಹೆಣ್ಣು ಮಕ್ಕಳು ನೋಡುವಂತಿದ್ದರು! ಅಂತೂ ಒಬ್ಬ ಒಳ್ಳೆಯ ತಂದೆ. ಮಕ್ಕಳಿಗೆ ಕೇಳಿದ್ದು ಕೊಡಿಸುವಂಥ ಧಾರಾಳಿ.

ವರಾಂಡದಲ್ಲಿ ಕೂತು ನಾಯಿ ಕುತ್ತಿಗೆ ಸವರುತ್ತಿದ್ದ ರಾಮಲಿಂಗಂ ಸಪ್ಪಗೆ ಬಂದ ಮಗಳನ್ನು ನೋಡಿ ಚಕಿತರಾದರು. ಪಿ.ಯು.ಸಿ. ಮುಗಿಸಿ ಡಿಗ್ರಿ ಅನ್ನೋ ಕಾಲೇಜಿಗೆ ಅವರ ವಂಶದಲ್ಲಿ ಕಾಲಿಟ್ಟವಳು ಅಂದ್ಕೋಬೇಕು. ಲಕ್ಷಾಂತರ ಡೊನೇಷನ್ ಸುರಿದು ತನ್ನ ಮಗಳು ಸಾಫ್ಟ್‌ವೇರ್ ಎಂಜಿನಿಯರ್ ಆಗಿಯೇಬಿಟ್ಟಳು ಎನ್ನುವ ಹೆಮ್ಮೆ.

"ಅಂಜು, ಬಾ ಇಲ್ಲಿ" ನಾಯಿಯನ್ನು ಕಳುಹಿಸಿ ಮಗಳನ್ನು ಹತ್ತಿರಕ್ಕೆ ಕರೆದು "ಮೈಯಲ್ಲಿ ಹುಷಾರಿಲ್ವಾ? ಯಾಕೆ ಒಂದು ತರಹ ಇದ್ದೀ?" ಪ್ರಶ್ನಿಸಿದರು. ಆದರೆ ಸತ್ಯ ಹೇಳುವ ಧೈರ್ಯ ಅವಳಿಗಿರಲಿಲ್ಲ. ತಂದೆಯ ಬಗ್ಗೆ ಗೊತ್ತು. ಆದರೆ ಅದಕ್ಕಿಂತ ವಾಸುನ ಸೆಳೆತ ಹೆಚ್ಚು.

"ಏನಿಲ್ಲಪ್ಪ, ಸ್ವಲ್ಪ ತಲೆ ನೋವು" ಚುಟುಕಾಗಿ ಹೇಳಿದಳು.

"ಒಂದು ಮಾತ್ರೆ ನುಂಗಿ, ಕಾಫಿ ಕುಡಿದು ಮಲಕ್ಕೋ. ಇವತ್ತು ಊರಿನಲ್ಲೇ ಇದ್ದೀನಿ. ಪುರುಸೊತ್ತು ಇದೆ. ಷಾಪಿಂಗ್ ಕರ್ಕಂಡ್ ಹೋಗೋಣಾಂತ ಇದ್ದೆ. ನಿಮ್ಮಮ್ಮ ಈಗಾಗ್ಲೇ ಶೃಂಗಾರಕ್ಕಾಗಿ ಕೂತಿರಬೇಕು. ಮೊದ್ಲು ನಿಂಗೆ ತಲೆ ನೋವು ಕಮ್ಮಿ ಆಗ್ಲಿ" ಅಂದರು ಮಗಳ ಕೈ ಹಿಡಿದು. "ನಾನು ರೆಡಿ" ಎಂದು ಕೂಗಿಯೇ ಬಿಟ್ಟಳು. ತಂದೆಯ ಜೊತೆ ಹೊರಗೆ ಹೋಗುವುದೆಂದರೆ ಅವಳಿಗೆ ಖುಷಿ.

"ನಿನ್ನ ತಲೆ ನೋವು ಹಾರಿ ಹೋದಂಗೆ. ಶಹಬ್ಬಾಷ್ ಬೇಗ ರೆಡಿಯಾಗಿ ಬಿಡು. ನಿಮ್ಮಮ್ಮ ಏನೇನು ಒಡ್ವೇ ಬೇಕೂಂತ ಪಟ್ಟಿ ಹಾಕ್ಕೊಂಡ್ ಇಟ್ಟುಕೊಂಡಿದ್ದಾಳೆ" ನಕ್ಕರು. ವಿಪುಲವಾಗಿ ಹಣ ಹರಿದುಬರುತ್ತಿತ್ತು. ಕಂಜ್ಯೂಸ್‌ತನ ಅವರಲ್ಲಿಲ್ಲ. ಹೊರಗೆ ಕರೆದೊಯ್ದರೆ ಲಕ್ಷಗಟ್ಟಲೆ ಖರ್ಚು ಮಾಡುವ ಕೆಲಸಗಳಿಗೆ ತಪ್ಪೊಪ್ಪಿಗೆಯೆಂದು ಪೂಜೆ, ಯಾಗ ಅಂಥದ್ದನ್ನೆಲ್ಲ ಮಾಡಿಸುವಂಥ ಧರ್ಮಭೀರು. ಮೂರು ಹೆಣ್ಣು ಮಕ್ಕಳಲ್ಲಿ ಹೆಚ್ಚು ಎನಿಸುವಂಥ ಪ್ರೀತಿ ಅಂಜಲಿ ಮೇಲೆ. ಕಾರಣವೂ ಸ್ಪಷ್ಟ. ಇವಳೊಬ್ಬಳೇ ಪಿ.ಯು.ಸಿ. ದಾಟಿದ್ದು. ಇನ್ನು ಚಿಕ್ಕವಳ ಬಗ್ಗೆನೂ ಅಂಥ ನಂಬಿಕೆ ಇರಲಿಲ್ಲ. ಹೈಸ್ಕೂಲು ಮುಟ್ಟುವ ವೇಳೆಗೆ ಬಸವಳಿದು ಹೋಗಿದ್ದಳು.

"ಅಯ್ಯೋ, ಬೇಡ ಬಿಡು. ವಾಸುವಿನಿಂದ ನಂಗೇನು ಆಗಬೇಕಿದೆ. ಮನಸ್ಸು ಮಾಡಿದರೆ ಅಂಥವರು ಬೇಕಾದಷ್ಟು ಮಂದಿ ಸಿಕ್ತಾರೆ" ಅನ್ನೋ ಒಂದು ನಿಲುವಿಗೆ ಬಂದೇ ತಂದೆಯ ಜೊತೆ ಹೊರಗೆ ಹೋಗಲು ಉತ್ಸಾಹ ತೋರಿದ್ದು.

ರಾಮಲಿಂಗಂ ತಾಯಿ ಸೇರಿ ಇವರಿಬ್ಬರ ಹೆಣ್ಣು ಮಕ್ಕಳೊಂದಿಗೆ ರಾಮಲಿಂಗಂ ದಂಪತಿಗಳು ಹೊಸ 'ಹೊಂಡ ಸಿಟಿ' ಏರಿದರು. ಈ ಮನುಷ್ಯನೂ ಒಳ್ಳೆ ಡ್ರೈವರ್, ಆದರೂ ಇಬ್ಬರೂ ಡ್ರೈವರ್‌ಗಳನ್ನು ನೇಮಕ ಮಾಡಿಕೊಂಡಿದ್ದು ಲೆಕ್ಕಾಚಾರದಿಂದಲೇ ಇರಬೇಕು.

"ಡ್ಯಾಡಿ, ನಂಗೆ ಸ್ಯಾಂಡ್‌ವಿಚ್, ಬರ್ಗರ್, ಪಿಸ್ತಾ ಅಂಥದೆಲ್ಲ ತಿಂದು ಬೋರಾಗಿದೆ. ಇವತ್ತು ಉಡುಪಿ ಕೃಷ್ಣ ಭವನ್ ಮಸಾಲೆ ದೋಸೆ" ಕತ್ತು ಕುಣಿಸಿದಳು. "ಆಯ್ತು, ಎಲ್ಲಾ ಇವತ್ತು ಹೆಂಗಸರದೇ ದರ್ಬಾರ್. ಹಣ ಎಣಿಸೋದಷ್ಟೆ ನನ್ನ ಕೆಲಸ.

ಈಗ ಅದೂ ಇಲ್ಲ. ವೀಸಾ ಕಾರ್ಡ್ ಅವರ ಮುಂದಿಟ್ಟರಾಯ್ತು" ರಾಮಲಿಂಗಂ ನಗೆ ಬೀರುತ್ತ ಕಾರು ಸ್ಟಾರ್ಟ್ ಮಾಡಿದರು.

ಮೊದಲು ಕಾರು ಒಂದು ಕಂಚಿ ಸಿಲ್ಕ್ ಹತ್ತಿರ ಪಾರ್ಕ್ ಮಾಡಿ "ಏಯ್, ಮುತ್ತು ನೀನು ಅಮ್ಮನ ಕರ್ಕಂಡ್ ಹೋಗಿ ಏನೇನು ಬೇಕೋ ಆರಿಸ್ಕೋ. ನಾನು ಹೋಗಿ ಹುಡುಗರಿಗೆ ಡ್ರೆಸ್‌ಗಳನ್ನು ಕೊಡ್ಸಿಕೊಂಡು ಬರ್ತೀನಿ" ಎಂದು ಹಿಂದಿರುಗಿ ಹೇಳಿದಾಗ ಆಕೆ ಮುಖ ಒಂದು ತರಹ ಮಾಡಿದಳು. "ಅಂಜು ಎಷ್ಟು ತರಹ ಡ್ರೆಸ್‌ಗಳನ್ನು ತಂದು ತುಂಬಿಕೊಂಡಿದ್ದಾಳೆ. ಒಂದ್ಸಲ, ಎರಡು ಸಲ ಹಾಕಿ ಮೂಲೆಗೆ ಎಸೀತಾಳೆ. ಈಚೆಗೆ ಪ್ಯಾಂಟ್ ಹಾಕೋಕೆ ಶುರು ಮಾಡಿದ್ಮೇಲೆ, ಬೇರೆ ಡ್ರೆಸ್‌ಗಳು ಹಾಕೋದೇ ಅಪರೂಪ. ಅವ್ಳಿಗೂ ಎರಡು ಸೀರೆ ತಗೋತೀನಿ. ಸುಮ್ನೇ ಡ್ರೆಸ್‌ಗಳಿಗೇಂತ ಹಣ ಹಾಕಬೇಡಿ" ಆಕೆಯ ರಾಗ. ಅದಕ್ಕೆ ಅವರಮ್ಮನೂ ಎರಡು ಮಾತು ಸೇರಿಸಿದರು. "ಹೌದು ಕಣೋ ರಾಮ, ಮದ್ವೆ ಮಾಡ್ಕೊಂಡು ಆಚೆ ಹೋಗೋ ಹುಡ್ಗೀಗೆ ಇಂಥ ಡ್ರೆಸ್‌ಗಳು ಯಾಕೆ?"

"ನಿಮ್ಕೆಲ್ಸ ನೋಡ್ಕೋಗಿ" ಅಲಕ್ಷ್ಯದಿಂದ ಹೇಳಿ ಹೋದರು. ಮನೆಯ ಹೆಂಗಸರು ಒಂದು ಲಿಮಿಟ್‌ನಲ್ಲಿರಬೇಕು. ಇಟ್ಟ ಪರಿಧಿಯನ್ನು ದಾಟಿ ಅತ್ತಿತ್ತ ಚಲಿಸಬಾರದು. ಈ ಮಾತು ಅವರ ಸ್ವಂತ ಹೆಣ್ಣು ಮಕ್ಕಳಿಗೆ ಅನ್ವಯಿಸದು. "ಬಿಡೋ ರಾಮ, ಹೆಣ್ಣು ಮಗ್ಳು ಮುದ್ದು. ಆದರೆ ಇಷ್ಟೊಂದು ಸಲಿಗೆನಾ? ಅದೇನು ಡ್ರೆಸ್‌ಗಳು, ನಿನ್ನ ಹೆಣ್ಣು ಮಕ್ಳು ಲಕ್ಷಣವಾಗಿ ಹಣೆಗೆ ಕುಂಕುಮ ಇಟ್ಟಿದ್ದನ್ನ ಕಂಡಿದ್ದೀಯಾ? ಹಬ್ಬ, ಜಾತ್ರೆ ದಿನ ಒಂದು ಗಳಿಗೆ ಸೀರೆ ಉಡೋಕೆ ಇರುಸು ಮುರುಸು ಪಟ್ಕೋತಾರೆ. ನಂಗೆ ಇದು ಸರಿ ಕಾಣೋಲ್ಲ" ಆಗಾಗ ಅವರಮ್ಮ ಇಂಥ ಮಾತುಗಳನ್ನಾಡಿದರೂ ಪ್ರಯೋಜನವಾಗಿರಲಿಲ್ಲ, ಮಕ್ಕಳು ಅಪ್-ಟು-ಡೇಟ್ ಆಗಿರೋದು ಇಷ್ಟ. ಅದೊಂದು ದೊಡ್ಡಸ್ತಿಕೆಯ ಜೊತೆಗೆ ಅದು ವಿದ್ಯಾವಂತರ ಸಂಕೇತವೆನ್ನುವುದು ಅವರ ಅಭಿಪ್ರಾಯ.

ಅತ್ತೆ, ಸೊಸೆ ತಮಗೆ ಬೇಕಾದ ಸೀರೆಗಳನ್ನು ಆಯ್ಕೆ ಮಾಡಿಕೊಂಡರು. ಬಹುಶಃ ಎಲ್ಲಾ ಹೆಂಗಸರಿಗೆ ಅಂತಲ್ಲ, ಹೆಚ್ಚು ಜನ ಹೆಣ್ಣು ಮಕ್ಕಳು ಇಷ್ಟಪಡುವಂತೆ ಇವರಿಗೂ ಒಡ್ವೆ, ಸೀರೆಗಳು ಅಂದರೆ ಅಕ್ಕರೆಯೇ. ಎಲ್ಲಾ ಮುನಿಸುಗಳು ಈ ಆಸೆಯಡಿಯಲ್ಲಿ ಸತ್ತು ಹೋಗುತ್ತೆ.

ಒಂದೆರಡು ಗಂಟೆಗಳ ನಂತರವೇ ಅಪ್ಪ, ಮಕ್ಕಳು ಬಂದಿದ್ದು. ಕೊಂಡಿದ್ದೆಲ್ಲ ಕಾರು ಸೇರಿಸಿದ್ದರಿಂದ ಬೀಡು ಬೀಸಾಗಿ ಬಂದರು ಹರ್ಷದಿಂದ.

"ನಿಮ್ದು ಮುಗೀತಾ? ವೇಳೆಗೆ ಬೆಲೆ ಇಲ್ಲ" ಎಂದು ಗೊಣಗುತ್ತಲೇ ಬಿಲ್ ಪಾವತಿ ಮಾಡಿ ಮೊಬೈಲ್ ಆನ್ ಮಾಡಿಕೊಂಡು ಹೊರಟರು. ರಾಮಲಿಂಗಂ ಕೂಡ ಅಷ್ಟೇನೂ ಕಲಿತವರಲ್ಲ. ಹೈಸ್ಕೂಲಿಗೆ ಒಂದು ನಾಲ್ಕು ತಿಂಗಳ ಮಟ್ಟಿಗೆ ಹೋಗಿರಬೇಕು ಅಷ್ಟೇ. ವ್ಯವಹಾರದಲ್ಲಿ ಬುದ್ಧಿವಂತಿಕೆ ಇತ್ತು. ಅಷ್ಟು ಸಾಲದೆ ಬದುಕೋಕೆ?

ಅಲ್ಲಿದ್ದ ಒಡವೆಗಳ ಅಂಗಡಿಗೆ ಹೋಗಿದ್ದು. ಚಿನ್ನ ಅಂದರೆ ರಾಮಲಿಂಗಂ ತಾಯಿಗೂ ತುಂಬ ಅಕ್ಕರೆ. ಸೊಸೆ ಖರೀದಿಗೆ ಹೊರಟಾಗಲೆಲ್ಲ ತಾವೂ ಹಾಜರ್. ಬೇಕಾದ್ದು ಖರೀದಿಸೋರು. ಸೊಸೆ ಅವರೆದುರು ಒಂದು ಮಾತು ಆಡದಿದ್ದರೂ ಏಕಾಂತದಲ್ಲಿ ಗಂಡನ ಮುಂದೆ 'ನಿಮ್ಮಮ್ಮನಿಗೆ ಊರು ಹೋಗು ಅನ್ನುತ್ತೆ, ಕಾಡು ಬಾ ಅನ್ನುತ್ತೆ. ಆದರೂ ಅಷ್ಟೊಂದು ಒಡ್ವೆ ಖರೀದಿಸೋದು ಯಾಕೆ? ಮೈಮೇಲೆ ತುಂಬಿಕೊಂಡು ಓಡಾಡೋದು ಯಾಕೆ?' ಸುದ್ದಿ ಎತ್ತಿದಾಗಲೆಲ್ಲ ಗಂಡನ ಕೈಯಲ್ಲಿ ಏಟು ತಿನ್ನಲೇಬೇಕಿತ್ತು. ಇದು ಗೊತ್ತಿದ್ದು ಕೂಡ ಆಕೆ ಸುಮ್ಮನಿರುತ್ತಿರಲಿಲ್ಲ.

ಇತ್ತೀಚಿನ ಪ್ಯಾಟ್ರನ್ ಎಂದು ಅತ್ತೆ, ಸೊಸೆ ನಾಲ್ಕು ನಾಲ್ಕು ಬಳೆ ಖರೀದಿಸಿದರು. ಅಂಜಲಿ, ಅಮೃತಳಿಗೆ ವಜ್ರದ ಉಂಗುರ ಖರೀದಿಸಿದ ನಂತರವೇ ಹೊರಬಿದ್ದಿದ್ದು.

"ಈಗ ಉಡುಪಿ ಹೋಟಲ್" ಮಗಳ ಕೆನ್ನೆ ಮೃದುವಾಗಿ ಸವರಿದಾಗ "ಬೆಳಗ್ಗೆಯೆಲ್ಲ ದೋಸನೇ ಅಲ್ವಾ? ಫಿಶ್ ಲ್ಯಾಂಡ್‌ಗೆ ಹೋಗೋಣ" ಹೆಂಡತಿಯ ಅಹವಾಲು, ಅದಕ್ಕೆ ತಾಯಿಯ ಕುಮ್ಮಕ್ಕು ಸೇರಿದಾಗ ಅತ್ತಲೇ ಹೋಗಬೇಕಾಯಿತು.

ಕತ್ತಲಾದುದರಿಂದ ರಾತ್ರಿ ಡಿನ್ನರ್ ಅಲ್ಲಿಯೇ ಮುಗಿಸಿಕೊಂಡು ಮನೆಗೆ ಮರಳಿದ್ದು. ಆ ವೇಳೆಗೆ ಕೆಲವರು ಬಂದು ರಾಮಲಿಂಗಂಗಾಗಿ ಕಾಯುತ್ತಿದ್ದರು.

"ನೀವು ಇನ್ನ.... ಒಳ್ಗೇ ಹೋಗಿ" ಹೆಂಡತಿ, ಮಕ್ಕಳಿಗೆ ಆಜ್ಞಾಪಿಸಿದರು. ತುಂಬ ಬೆಲೆ ಬಾಳುವುದನ್ನು ಹೆಂಗಸರು, ಮಕ್ಕಳು ಒಯ್ದಾಗ ಕಾದಿದ್ದ ಡ್ರೈವರ್ ಮಿಕ್ಕಿದ್ದು ಒಯ್ದು ಒಳಗಿಟ್ಟು ಬಂದ.

ಅವನ್ನೆಲ್ಲ ಕೋಣೆಗೆ ಒಯ್ದು ಹರಡಿಕೊಂಡು ಕೂತರು. ಎಷ್ಟು ಮುಟ್ಟಿದರೂ ಎಷ್ಟು ನೋಡಿದರೂ ತೃಪ್ತಿ ಇಲ್ಲ. ಬಹುಶಃ ಅವರ ತೃಪ್ತಿಯೆ, ಮನರಂಜನೆಯ ಜಗತ್ತು ಇಲ್ಲಿ ಹರಡಿಕೊಂಡಿತ್ತು. ಬಹು ಕುಟುಂಬಗಳು ಇಂಥ ಸಂತೃಪ್ತಿಯಿಂದ ಬದುಕುವುದು ನೂರಕ್ಕೆ ನೂರರಷ್ಟು ಗ್ಯಾರಂಟಿ.

"ನಾನು ಹೇಳಿದ್ದೀನಿ, ಅಂಜು ಮದ್ವೆಗೆ ನನ್ನ ಚಿನ್ನ ಏನೂ ಕೊಡೋಲ್ಲಾಂತ ಹೇಳಿದ್ದೀನಿ. ಅಮೃತನ ಮದ್ವೆ ಸಮಯದಲ್ಲಿ ಹೇಳಿದಷ್ಟು ಚಿನ್ನ ಹಾಕಬೇಕೂಂತ, ನನ್ನ ಒಡ್ವೆಗಳನ್ನು ಕಿತ್ತುಕೊಂಡ್ರು. ಈ ಸಲ ಹಾಗೆ ಆಗೋಕೆ ಬಿಡೋಲ್ಲ" ಕೊಂಡು ತಂದ ನೆಕ್‌ಲೇಸ್‌ನ ಕುತ್ತಿಗೆಗೆ ಹಾಕಿಕೊಂಡು ಕನ್ನಡಿಯ ಮುಂದೆ ನಿಂತು ನೋಡಿಕೊಳ್ಳುತ್ತ ಹೇಳಿದಾಗ, ರಾಮಲಿಂಗಂ ಅಮ್ಮನಿಗೆ ಕೋಪ ಬಂತು. "ಸಾಕು ತೆಗೀ, ಅಂಥ ಹಣೆಬರಹ ಇದಕ್ಕೇನು ಬಂದಿದೆ? ಆಗ ಆ ಜನ ಒಡ್ವೆಗಳನ್ನ ಲೆಕ್ಕ ಹಾಕಿ ತಗೊಂಡರು. ಅಮೃತ ಕೂಡ ವಿವಾಹಕ್ಕೆ ಇಷ್ಟೇ ಚಿನ್ನ ಹಾಕಬೇಕೂಂತ ಹಾರಾಟ ಮಾಡಿದ್ಲು. ಈಗ್ಲೂ ನೀನು ಚಿನ್ನ ಕೊಟ್ಟರೂ ಹೋಗೋದು ನಿನ್ನ ತವರುಮನೆಗೆ ತಾನೇ? ಅಂಜುನ ನಿನ್ನ ತಮ್ಮ ಚಿನ್ನಯ್ಯನಿಗೆ ಕೊಡೋದೂಂತ ಎಂದೋ ಮಾತಾಗಿ ಹೋಗಿದೆಯಲ್ಲ" ಅಂತದೊಂದು ಪ್ರಸ್ತಾಪವೆತ್ತಿದರು. ಇದೇನೂ ಹೊಸದಲ್ಲ! ಇಂಥ ಮಾತುಗಳು ಆಗಾಗ ನಡೆಯುತ್ತಿತ್ತು. ಎಂದೂ ಅಂಜಲಿ ಸೀರಿಯಸ್ಸಾಗಿ ತಗೊಂಡಿರಲಿಲ್ಲ. ಇಂದು

ಮಾತ್ರ ಶಾಕಾಯ್ತು. ಕೈಗೆ ಏರಿಸಿಕೊಳ್ಳಲು ಹೊರಟ ಬಳೆಗಳು ನೆಲಕ್ಕೆ ಬಿದ್ದು ಸದ್ದು ಮಾಡಿತು.

"ನಿಂಗೆ ಮೈ ಮೇಲೆ ಜ್ಞಾನ ನೆಟ್ಟಗಿದ್ಯಾ? ಅದು ಚಿನ್ನ... ಲಕ್ಷ್ಮಿ ಕಣೇ" ಎಂದು ಬಗ್ಗಿ ಬಳೆಗಳನ್ನು ಹೆಕ್ಕಿಕೊಂಡಾಗ ಅಂಜಲಿ ಹೊರಗೆ ಬಂದಳು. ಅಯೋಮಯವೆನಿಸಿತು. ಆ ಮಾತುಗಳು ಅವಳಿಗೆ ಇಷ್ಟವಾಗಲಿಲ್ಲ. ಚಿನ್ನಯ್ಯನನ್ನು ವಾಸುಗೆ ಹೋಲಿಕೆ ಮಾಡಲಾಗಲಿಲ್ಲ. 'ಥೂ.....' ಎಂದು ಹೊರಗೆ ನಡೆದಳು. ಮುಂದಿನ ಆಫೀಸ್ ರೂಮ್‌ನಲ್ಲಿ ವ್ಯವಹಾರಕ್ಕೆ ಸಂಬಂಧಪಟ್ಟ ಮಾತುಕತೆಗಳು ನಡೆಯುತ್ತಿದ್ದವು. ಹಿಂದಕ್ಕೆ ಬಂದವಳು ದಢದಢ ಮೆಟ್ಟಿಲುಗಳನ್ನೇರಿ ಮೇಲಕ್ಕೆ ಹೋದಳು.

ತೊಂದರೆಗೆ ಸಿಕ್ಕಿ ತೀರಾ ನರಳಿದವಳಂತೆ ವಾಸು ನಂಬರ್‌ಗೆ ಮೊಬೈಲ್‌ನ ಬಟನ್‌ಗಳನ್ನೊತ್ತಿ ಸಾಕಾಗಿ ಮೊಬೈಲ್‌ನ ಉಯ್ಯಾಲೆ ಮೇಲಕ್ಕೆ ಎಸೆದಳು. ವಾಸು ಇಲ್ಲದ ಜೀವನ ಶೂನ್ಯವೆನಿಸಿತು. ಅಂಥ ಸಮಯ ಬಂದರೆ ತಾನು ಆತ್ಮಹತ್ಯೆ ಮಾಡಿಕೊಂಡು ಬಿಡಬಹುದೆಂಬ ತೀರ್ಮಾನಕ್ಕೆ ಬಂದಳು ಕೂಡ.

ಅಷ್ಟರಲ್ಲಿ ಅವಳ ಮೊಬೈಲ್ ರಿಂಗಾಯಿತು.

"ಹಲೋ...." ಉದ್ಗರಿಸಿದಳು ಸುಸ್ತಾದಂತೆ.

"ಹಲೋ..... ಅಂಜು" ಅಷ್ಟು ಅಂದಿದ್ದು ಅವಳಿಗೆ ಸಾಕಾಯಿತು. ಜೋರಾಗಿ ಬಿಕ್ಕಳಿಸತೊಡಗುವುದರ ಜೊತೆಗೆ "ಪ್ಲೀಸ್, ವಾಸು... ನಾನು ನಿನ್ನ ಭೇಟಿಯಾಗಲೇ ಬೇಕು" ಕಣ್ಣೊರೆಸಿಕೊಳ್ಳುವ ವೇಳೆಗೆ "ಈಗ.... ನೋಡು" ವಾಸು ಮೊಬೈಲ್‌ನಲ್ಲಿದ್ದ ಮಾಹಿತಿ ತಂತ್ರಜ್ಞಾನ ಪ್ರೇಮಿಗಳಿಗೆ ಒಂದು ವರ. ಖುಷಿಯಿಂದ ಕೂಗಾಡಬೇಕೆನಿಸಿತು ಅವಳಿಗೆ. "ಐ ಯಾಮ್ ವೆರಿ ಹ್ಯಾಪಿ, ಯಾವಾಗ ಸಿಕ್ತಿ?" ಅಂದು ಶುರುವಾದ ಅವರಿಬ್ಬರ ಮಾತುಕತೆ ನಿರಂತರವಾಗಿ ಸಾಗಿ ಮೂವತ್ತೆಂಟು ನಿಮಿಷಗಳವರೆಗೂ ಮುಂದುವರಿದೂ, ಅವಳ ತಂಗಿ ಅಂಚನಾ ಬಂದಾಗ ಆಫ್ ಆಯಿತು. "ಯಾಕೆ ಇಲ್ಲಿಗೆ ಬಂದೆ?" ಅವಳ ಮೇಲೆ ಕೆಂಡ ಕಾರಿದಳು.

"ಏನಾಯ್ತು ಬಂದರೆ? ಅಪ್ಪ, ನಾನು ನೀನು ಒಟ್ಟಿಗೆ ಇರಬೇಕು. ಓದ್ಕೋ ಬೇಕೂಂತ ತಾನೇ ಹೇಳಿರೋದು. ನೀನು ನನ್ನ ಹೊರ್ಗೆ ಹಾಕ್ತೀಯಾ? ಮೂರ್ಹೊತ್ತು ಮೊಬೈಲ್‌ನಲ್ಲಿ ಮಾತಾಡ್ತೀಯಾ, ಇಲ್ಲ ಎಸ್.ಎಂ.ಎಸ್. ಮಾಡ್ತಾ ಇರ್ತೀಯಾ" ಅವಳದು ಆಕ್ಷೇಪಣೆ "ಸಾಕು ಬಿದ್ಕೋ, ಏನೇನೋ ಮಾತಾಡ್ತಾಳೆ. ಮೊದ್ಲು ಎಸ್.ಎಸ್.ಎಲ್.ಸಿ. ಮಾಡೋದು ನೋಡು" ಗದರಿದ ಕೂಡಲೇ ಇವಳ ತೋಳಿಗೆ ಒರಗಿ "ಅಕ್ಕ, ನಂಗೆ ಓದೋಕೆ ಕೂತರೆ ನಿದ್ದೆ ಬರುತ್ತೆ ಬೇರೆಯವರೆಲ್ಲ ಹೇಗೆ ಓದ್ತಾರೋ? ಈಗ ಓದದಿದ್ದರೇನು? ಅಮ್ಮ, ಚಿಕ್ಕಮ್ಮ.... ನಮ್ಮಲ್ಲಿ ಯಾರೂ ಕಾಲೇಜಿಗೆ ಹೋಗಿಲ್ಲ. ಅಮೃತ ತಾನೇ ಏನು? ನೀನೊಬ್ಬು ಬಿ.ಇ. ಮಾಡೇ ಮಾಡ್ತೀಯಾಂತ ಅಪ್ಪನ ಭರವಸೆ. ನಂಗ್ಯಾಕೋ ಡೌಟು?" ಅಂದು ನಿಲ್ಲಿಸಿ ತುಟಿಗಳ ಮೇಲೆ ಬೆರಳಿನಿಂದ ತಾಳ ಹಾಕತೊಡಗಿದ ಅಂಚನಾನ ಆ ಕಡೆಗೆ ದೂಡಿ "ನಿನ್ನಿಂದ ನನ್ನ

ಓದು ಕೂಡ ಹಾಳಾಗುತ್ತೆ. ನೀನು ಪಕ್ಕದ ರೂಮಿಗೆ ಷಿಫ್ಟ್ ಆಗು. ಅಲ್ಲಿ ಅಮೃತ ಗಲಾಟೆಗೆ ಟಿ.ವಿ. ಕೂಡ ತರಿಸಿಟ್ಟಿದ್ದಾರೆ. ಡಿ.ವಿ.ಡಿ. ಇದೆ. ಆರಾಮಾಗಿ ನೋಡ್ಕೊಂಡು ಇರು" ಗದರಿದಳು.

ಅಂಚನ ಅವಳ ಮುಖವನ್ನೇ ನೋಡಿ "ಏಯ್, ಇದು ಅಕ್ಕ ಹೇಳೋ ಮಾತಾ? ಓದೋಕೆ ಸೋಮಾರಿತನ, ನೀನು ಸ್ವಲ್ಪ ಸಹಾಯ ಮಾಡಿ ಎಸ್.ಎಸ್.ಎಲ್.ಸಿ. ದಾಟೋ ಹಂಗೆ ಮಾಡಬಾರದಾ?" ಹಲ್ಲು ಗಿಂಜಿದಳು. ಮೂವರು ಹೆಣ್ಣು ಮಕ್ಕಳಲ್ಲಿ ಅವಳು ಸ್ವಲ್ಪ ದಪ್ಪ, ಅಜ್ಜಿಯ ಬಣ್ಣ.

"ನೀನು ಓದಬೇಕಷ್ಟೇ. ನಾನು ಹೇಗೆ ಸಹಾಯ ಮಾಡ್ಲೀ? ಪುಸ್ತಕ ಇಟ್ಕೊಂಡು.... ತೂಕಡಿಸ್ತೀಯಾ" ರೇಗಿದಳು. ಆರಾಮಾಗಿ ಅವಳು ಮಲಗಿ ಬ್ಲಾಂಕೆಟ್‌ನ ಎಳೆದುಕೊಂಡು "ಅಮ್ಮ, ಏನು ಮೇಲಕ್ಕೆ ಬಂದು ಕೇಳೋಲ್ಲ. ಇನ್ನ ಅಜ್ಜಿಗೆ ನಿದ್ದೆ ಕಡ್ಮೇ.... ನೋಡು. ಬಂದರೆ ತಲೆನೋವೂಂತ ಮಲಗಿದ್ದು ಅಂತ ಹೇಳು" ಕಣ್ಮುಚ್ಚಿಕೊಂಡು ಮುಖಕ್ಕೆ ದಿಂಬು ಅಡ್ಡ ಇಟ್ಕೊಂಡಾಗ ಮಂಚದಿಂದ ಇಳಿದು ಬಂದು ಸೋಫಾ ಮೇಲೆ ಕೂತು ಇದು ನಡೆದೇ ಇತ್ತು. 'ನಂಗೆ ನಿದ್ದೆ ಬರ್‍ತಾ ಇದೆ' ಎಂದು ಎಸ್.ಎಂ.ಎಸ್. ಕಳುಹಿಸಿಯೇ ಮಲಗಿದ್ದು.

ಕಣ್ಣು ಮುಚ್ಚಿದರೆ ಕನಸಿನ ತುಂಬೆಲ್ಲ ವಾಸುನೆ. ಹಿಂದೆಯೇ ವಸುಧಾಳ ಮಾತುಗಳು ನೆನಪಾಗುತ್ತಿತ್ತು. 'ನಿನ್ನ ಮತ್ತು ಅವನ ಭವಿಷ್ಯದ ದೃಷ್ಟಿಯಿಂದ ಇದು ಒಳ್ಳೆಯದಲ್ಲ. ನಿನ್ನ ಭವಿಷ್ಯಕ್ಕೆ ಓದು ಅಗತ್ಯವಿಲ್ದೇ ಇರಬಹುದು ಅವನ ಮಟ್ಟಿಗೆ ಓದೇ ಅವನ ಬದುಕು. ಭವಿಷ್ಯ ಎಲ್ಲಾ' ಆಗ ಏನು ಅನಿಸಿತೋ, ಈಗ 'ಭೋಡೋ ಪ್ರೇಮಕ್ಕಿಂತ ಅದು ಯಾವುದೂ ಮುಖ್ಯವಾಗಿ ಕಾಣ್ಲಿಲ್ಲ. ಪ್ಯಾರ್ ಕಿಯಾತೋ ಡರ್ ನಾ ಕ್ಯಾ ಹೆ?' ಹಳೆಯ ಮೊಗಲ್-ಎ-ಅಝಂ ಚಿತ್ರದ ಹಾಡು ನೆನಪಾಯಿತು. ಅಕಸ್ಮಾತ್ ತನಗೆ ವಾಸು ಸಿಗದಿದ್ದರೆ ಆತ್ಮಹತ್ಯೆ ಮಾಡಿಕೊಂಡುಬಿಡೋದು.

ಅದು ಕೂಡ ಚೇತೋಹಾರಿಯೆನಿಸಿತು. ಪ್ರೇಮಿಗಳು ಆತ್ಮಹತ್ಯೆ ಮಾಡಿಕೊಳ್ಳು ವುದರಲ್ಲೂ ಥ್ರಿಲ್ ಇದೆಯೆನಿಸಿತು. ಎದ್ದು ಕೂತಳು.

"ಆಗ್ಲೇ ಮಲ್ಗಿ ಬಿಟ್ರಾ?" ಮುನಿಲಕ್ಷ್ಮಮ್ಮ ವಾರ್ಯ್‌ಗೆ ಬೆಚ್ಚಿ ಮಲಗಿಕೊಂಡಳು. ಕಣ್ಮುಚ್ಚಿದ್ದು. ಈಗಿನ ಅವಳ ಕನಸಿನ ಪ್ರಪಂಚದೊಳಕ್ಕೆ ಯಾರೂ ಬೇಡವೆನಿಸಿತು. ತಾನು ವಾಸು ಮಾತ್ರ. ಬಾಗಿಲಲ್ಲಿ ಇಣುಕಿದ ಆಕೆ "ಏಯ್, ಬಳೆ ತೋರಿಸೋಣೋಂತ ಬಂದರೆ, ಆಗ್ಲೇ ಮಲ್ಗಿ ಕೊಂಡಿದ್ದೀರಲ್ಲ. ಏಳಿ ಮೇಲಕ್ಕೆ" ಬಂದು ತೋಳಿಡಿದು ಅಲುಗಾಡಿಸಿ ಎಬ್ಬಿಸಿ ಕೂಡಿಸಿ, "ನೋಡ್ರೇ, ಈ ಬಳೆಗಳು ನನ್ನ ಕೈಗೆ ಚೆನ್ನಾಗಿ ಕಾಣುತ್ತಾ?" ಮೊಮ್ಮಕ್ಕಳ ಮುಂದಿಡಿದರು. ಆಕೆಯ ಉತ್ಸಾಹ ಮೆಚ್ಚುವಂಥದ್ದೆ. ಆದರೆ ಒಡ್ವೆ, ಸೀರೆ ಸಂಪತ್ತು ಬಗ್ಗೆ ಮಾತ್ರ.

"ಬೆಳಿಗ್ಗೆ ತೋರಿಸಿದ್ದರಾಗಿತ್ತು!" ಅಂಚನಾ ಮಲಗಿಯೇಬಿಟ್ಟಳು. ಅಂಜಲಿ ತಪ್ಪಿಸಿಕೊಳ್ಳುವುದು ಸಾಧ್ಯವಿರಲಿಲ್ಲ. "ತುಂಬ ಚೆನ್ನಾಗಿ ಕಾಣುತ್ತಜ್ಜಿ. ಆದರೆ ಅಮ್ಮ

ಆರ್ಸಿಕೊಂಡಿದ್ದು ಇನ್ನೂ ಚೆನ್ನಾಗಿತ್ತಲ್ಲ" ಇಂಥದೊಂದು ರಾಗ ಸಾಕಿತ್ತು ಆಕೆಗೆ.

"ಹಾಗಂತೀಯ? ತೆಗ್ಸೀ ನೋಡೇ ಬಿಡ್ತೀನಿ. ನಾಳೆ ಒಯ್ದು ಬದಲಾಯಿಸಿಕೊಂಡು ಬರ್ತೀನಿ" ಎದ್ದು ಹೊರಟಾಗ "ಅಜ್ಜಿ, ಮತ್ತೆ ಬರ್ಬೇಡ. ಬಳೆಗಳನ್ನ ಬದಲಾಯಿಸೋಕೆ ಬೇಕಾದರೆ ನಾನು ನಿಮ್ಜೊತೆ ಬರ್ತೀನಿ. ಈಗ ನಿದ್ದೆ" ಕಳುಹಿಸಿ ಬಾಗಿಲು ಹಾಕಿಕೊಂಡಳು.

ಅಂಚನಾ ಗಡದ್ದಾಗಿ ನಿದ್ದೆ ಮಾಡುತ್ತಿದ್ದಳು. ಬಹುಶಃ ಅವಳ ಕನಸಿನಲ್ಲಿ ಹೀರೋ ಪ್ರವೇಶಿಸಿರಲಿಲ್ಲ. ಅದರಿಂದಲೇ ನಿಶ್ಚಿಂತೆ. ವಾಸು ತನ್ನ ಸ್ನೇಹ ತಪ್ಪು ಎನ್ನುವಂತೆ ಮಾತಾಡಿದ್ದ ವಸುಧಾ ಆ ಕ್ಷಣ ಶತ್ರು ಎನ್ನುವಂತೆ ಭಾವಿಸಿದಳು.

ಬೆಳಿಗ್ಗೆ ಬೇಗ ಎದ್ದು ರೆಡಿಯಾಗಿ ಕೆಳಗೆ ಬರುವ ವೇಳೆಗೆ ರಾಮಲಿಂಗಂ ಹೊರಗಡೆ ನಿಂತು ಪೇಪರ್ ನೋಡುತ್ತಿದ್ದರು. ಅವರು ಪ್ಯಾಂಟ್ ಧರಿಸಿದ್ದೇ ಅಪರೂಪ. ವಿದೇಶಗಳಿಗೆ ಹೋಗೋವಾಗ ಸೂಟು, ಸಫಾರಿ ಸೂಟು ಜೊತೆ ನಾಲ್ಕಾರು ಪ್ಯಾಂಟ್‌ಗಳನ್ನು ಖರೀದಿಸಿದ್ದುಂಟು. ಅವು ಅಷ್ಟಕ್ಕೆ ಉಳೀತು. ಮತ್ತೆ ಪಂಚೆಗಳಿಗೆ ಶರಣಾದರು.

"ಗುಡ್ ಮಾರ್ನಿಂಗ್ ಡ್ಯಾಡಿ", ಅನ್ನುತ್ತ ಬಂದು ತಂದೆಯ ಮುಂದೆ ನಿಂತು "ನನ್ನ ಡ್ರೆಸ್ ಹೇಗಿದೆ ನೋಡಿ. ಬ್ಯೂಟಿಫುಲ್ ಅನಿಸುತ್ತೆ. ಇದಕ್ಕೆಲ್ಲ ಯಾಕೆ ದುಡ್ಡು ಹಾಕ್ತೀಯಾಂತ ಅಮ್ಮ ಬಯ್ತಾಳೆ" ಅಂದಳು ಪುಸಲಾಯಿಸುವಂತೆ.

ಮಗಳ ಮುಂಗೂದಲನ್ನು ಸವರಿ "ಅವಳಿಗೇನು ಗೊತ್ತಾಗುತ್ತೆ, ಬಿಡು. ನೀನು ನನ್ನ ರಾಜ ಬೇಟಿ. ನೀನು ಸಾಫ್ಟ್‌ವೇರ್ ಎಂಜಿನಿಯರ್ ಆಗ್ಬಿಡು. ನಿನ್ನ ಹೇಗೆ ಮೆರಿಸ್ತೀನಿ ನೋಡು. ನಮ್ಮಲ್ಲೇ ಯಾರೂ ಹೆಚ್ಚು ಓದಿದವರಿಲ್ಲ. ನಿನ್ನ ಅಮೆರಿಕಗೆ ಕಳುಹಿಸ್ತೀನಿ. ಕೆಲ್ಸಕ್ಕೆ ಅಂತಲ್ಲ, ಬಿಡು. ಅಲ್ಲಿ ಕೂಡ ಯಾವ ಸೀಮೆ ಸಂಬಳ ಕೊಟ್ಟಾರು?" ಮೀಸೆಯಡಿಯಲ್ಲಿ ನಗು ಬೀರಿದರು.

"ಏಯ್, ನೋಡಿ ತಿಂಡಿ ಕೂಡ ತಿನ್ನದಂಗೆ ಹೊರಟಿದ್ದಾಳೆ. ನಿಮ್ಮಮ್ಮ ದೋಸೆ ಮಾಡಿ ನಾಟಿ ಕೋಳಿ ಪಲ್ಯ ಮಾಡಿದ್ದಾಳೆ" ಮುತ್ತಮ್ಮ ಬಂದು ನಿಂತರು. ಹೆಂಡತಿಯನ್ನು ಅಡಿಯಿಂದ ಮುಡಿಯವರೆಗೂ ನೋಡಿ "ಏಯ್ ಮುತ್ತು, ನೀನು ಹೀಗೆ ಊದುತ್ತ ಇದ್ದರೆ ಎಲ್ಲಾ ಬಾಗಿಲುಗಳನ್ನು ಬದಲಾಯಿಸಬೇಕಾಗುತ್ತೆ. ಸ್ವಲ್ಪ ವಾಕ್, ವ್ಯಾಯಾಮ ಅಂಥದ್ದೆಲ್ಲ ಮಾಡೋಕೆ ಆಗೋಲ್ವಾ? ಇಲ್ಲದಿದ್ದರೆ ಕಷ್ಟ ಆಗುತ್ತೆ, ಕಣೇ" ಜೋರಾಗಿ ನಕ್ಕರು. ಹೆಂಡತಿಯ ದಢೂತಿ ದೇಹ ನೋಡಿ. ಆಕೆ ನಖಶಿಖಾಂತ ಉರಿದು ಹೋದರೂ, ತಕ್ಷಣ ಹೊರಹಾಕುವಂಥ ಧೈರ್ಯವಿಲ್ಲ. ಗಂಡನ ಕೈ ಮುಂದೆ ಎಂದೂ ಆಕೆಗೆ ಗೊತ್ತುಂಟು.

"ಹೌದು, ತಿಂದು ತಿಂದು ಮೈ ಬೆಳೆಸಿಕೊಂಡಿದ್ದೀನಿ. ಅದಕ್ಕೆ ವಾರಕ್ಕೆ ಹದಿನೈದು ದಿನಕ್ಕೆ ಬಂದ್ ಮುಖ ನೋಡ್ತೀರಿ. ನನ್ನ ಯಾವುದಾದ್ರೂ ಒಂದ್ಕೆಲ್ಸಕ್ಕೆ ಹಾಕಿ. ಈಗಾಗಲೇ ಡಾಕ್ಟ್ರು ಬಿ.ಪಿ., ಷುಗರ್ ಅನ್ನೋ ಪಟ್ಟ ಕಟ್ಟಿದ್ದಾರೆ. ಇನ್ನು ಎಷ್ಟು ದಿನ ಬದ್ಕಿರ್ತೀನಿ?" ಕಣ್ಣೀರು ಶುರುವಾಯಿತು.

ರಾಮಲಿಂಗಂ ಜೋರಾಗಿ ನಕ್ಕು "ನೀನು ಬೇಗ ಸಾಯೋ ಪಾರ್ಟಿ ಅಲ್ಲ. ಅದಕ್ಕೆ ಅದೃಷ್ಟ ಬೇಕು. ನಂಗೇನೂ ಅಂಥ ಅದೃಷ್ಟ ಇಲ್ಲ ಬಿಡು. ಮೂರ್ಹೊತ್ತು ಚಿಕನ್, ಪಲಾವ್ ತಿಂದರೆ ಏನಾಗ್ತೀ? ಒಂದಿಷ್ಟು ನಾಜೂಕಾಗಿದ್ದರೆ ಚೆನ್ನಂತ. ಮಗು ಇದೆ, ಇಲ್ಲಿ... ಒಳ್ಗೆ ಹೋಗು" ಗದರಿಯೇ ಕಳುಹಿಸಿದ್ದು.

"ಅಮ್ಮ ಬೇಜಾರು ಮಾಡ್ಕೊಂಡ್ಲು. ನೀವು ಹಾಗೆಲ್ಲ ಅನ್ನಬೇಡಿ. ಒಳಗಿನ ಕೆಲ್ಸಕ್ಕೆ, ಹೊರಗಿನ ಕೆಲ್ಸಕ್ಕೆ ಆಳುಕಾಳು ಇದ್ದಾರೆ. ಅಡುಗೆಗೆ ನಿಂತರೆ ಅನುವು ಮಾಡಿಕೊಡೋರಿದ್ದಾರೆ. ನಾಳೆಯಿಂದ ವಾಕಿಂಗ್ ಸೂಟು ಹಾಕ್ಸಿ ಜಾಗಿಂಗ್ ಕರ್ಕಂಡ್ ಹೋಗಿ ಬಿಡ್ತೀನಿ" ಅನ್ನುತ್ತ ಜೋರಾಗಿ ನಕ್ಕಳು. ರಾಮಲಿಂಗಂ ಕೂಡ ಜೋರಾಗಿ ನಕ್ಕರು. "ಬರ್ತೀನಿ, ಡ್ಯಾಡ್" ತಂದೆಯ ಕೆನ್ನೆಗೆ ಮುತ್ತಿಟ್ಟು ಹೋದವಳತ್ತ ನೋಡಿ ನಿಡಿದಾಗಿ ನಿಟ್ಟುಸಿರು ದಬ್ಬಿದರು. 'ನಂಗೆ ನಿನ್ನ ದುಡಿಮೆ ಬೇಡ. ನೀನೊಬ್ಬ ಸಾಫ್ಟ್‌ವೇರ್ ಎಂಜಿನಿಯರ್ ಆಗಬೇಕು' ಮೀಸೆಯನ್ನು ಬೆರಳುಗಳಿಂದ ನೀವಿಕೊಂಡರು.

ಕನಿಷ್ಠವೆಂದರೆ ರಾಮಲಿಂಗಂ ಬೆರಳುಗಳಲ್ಲಿ ಹತ್ತು ಉಂಗುರಗಳಾದರೂ ಇದ್ದವು. ಅದೃಷ್ಟದ ಹವಳ, ಕಲ್ಲುಗಳ ಉಂಗುರಗಳು ಸೇರ್ಪಡೆಯಾಗಿದ್ದವು. ಕತ್ತಿನಲ್ಲಿ ಸಣ್ಣನೆಯ ಹುರಿಯಂಥ ಒಂದು ಚೈನ್ ಜೊತೆಗೆ ಮತ್ತೆರಡು ಸರ, ಡಾಲರ್ ಬಲಗೈಗೆ ಸಣ್ಣ ಸರಪಣಿಯಂಥ ಬ್ರೇಸ್‌ಲೆಟ್. ಅದಕ್ಕೆ ಅನುಗುಣವಾಗಿ ದೃಢಕಾಯ, ಎತ್ತರದ ವ್ಯಕ್ತಿ. ಒಂದು ಬಿಳಿ ಕೂದಲು ಕಾಣದ ದಟ್ಟವಾದ ಒತ್ತು ಕ್ರಾಪ್, ಒತ್ತಾದ ದಪ್ಪ ಮೀಸೆ, ಚುರುಕು ಕಣ್ಣುಗಳು, ಬಿಳಿಪಂಚೆ, ಬಿಳಿ ಷರಟು, ಹೆಗಲ ಮೇಲೊಂದು ವಸ್ತ್ರ–ಡ್ರೆಸ್ ಮಾತ್ರ ತೀರಾ ಸಿಂಪಲ್.

ಅಷ್ಟರಲ್ಲಿ ಬಂದ ಅವನಮ್ಮ "ರಾಮ, ಈ ಬಳೆಗಳನ್ನು ಬದಲಾಯಿಸ್ಕೋ ಬೇಕಲ್ಲೋ! ನಿನ್ನ ಹೆಂಡ್ತಿ ತಗೊಂಡ ಬಳೆನೇ ಚೆನ್ನಾಗಿದೆಯಂತೆ" ತಮ್ಮ ಅಹವಾಲು ಸಲ್ಲಿಸಲು ಬಂದರು. ರಾಮಲಿಂಗಂ ಜೋರಾಗಿ ನಕ್ಕರು. "ನಿಂಗ್ಯಾರು ಹೇಳಿದ್ದು? ಅಂಗ್ಡಿಯವನೆ ಇದು ಹೊಸ ಪ್ಯಾಟರ್ನ್ ಅಂತ ಹೇಳಲಿಲ್ವಾ? ಸುಮ್ನೆ ಬದಲಾಯಿಸೋದು ಯಾಕೆ? ಮುಂದಿನ ಸಲ ಬೇಕಾದ್ರೆ ಆ ಪ್ಯಾಟರ್ನ್ ಬಳೆ ತಗೊಳ್ಳುವಿಯಂತೆ. ಅಮ್ಮ, ಮುತ್ತು ಭಾರಿ ದಪ್ಪ ಆಗ್ತಾ ಇದ್ದಾಳೆ. ಈಗ್ಲೇ ಎಂಟು ದಿನಕ್ಕೊಮ್ಮೆ ಡಾಕ್ಟ್ರು ಷಾಪ್, ಜೊತೆಗೆ ದಿನ ಮಾತ್ರೆ ತಿಂತಾಳೆ. ಡಾಕ್ಟ್ರು ಡಯಟ್ ಮಾಡ್ಸಿ ಅಂತಾರೆ. ಹೇಗೆ? ಒಂದಿಷ್ಟು ನೀನಾದ್ರೂ ಹೇಳೋದು ಬೇಡ್ವಾ?" ಅಮ್ಮನನ್ನು ಕೇಳಿದರು. ಈಗಾಗಲೇ ಇರುಸು ಮುರುಸಿನಿಂದಿದ್ದ ಆಕೆಗೆ ಸೊಸೆಯನ್ನು ತೆಗಳೋಕೆ ಸಮಯ ಬೇಕಿತ್ತು.

"ಅವಳು ಕೇಳ್ತಾಳ? ಒಂದು ನಾಟಿ ಕೋಳಿ ಒಬ್ಬಳೇ ಮುಗಿಸ್ತಾಳೆ. ನೀನು ಇರಲೀ, ಬಿಡಲೀ ಮೂರು ನಾಲ್ಕು ಐಟಂ ಮಾಡ್ತಾಳೆ. ಪೊಗದಸ್ತಾಗಿ ತಿಂತಾಳೆ. ಒಂದು ದಿನ ಮಧ್ಯಾಹ್ನ ನಿದ್ದೆ ತಪ್ಪಿಸೋಲ್ಲ. ನೀನಂತೂ ಮನೆಯಲ್ಲಿ ಇರೋದು ಕಡ್ಮೆ. ಕೊಬ್ಬಿದ ಶರೀರಕ್ಕೆ ಒಂದಿಷ್ಟು ಕೆಲ್ಸ ಬೇಡ್ವಾ? ನಾನೇನಾದ್ರೂ ಹೇಳೋಕೆ ಸಾಧ್ಯನಾ?

ಹೀಗೆ ದೇಹ ಬೆಳಿಸ್ತಾ ಹೋದರೇ... ಇನ್ನೊಂದು ಮದ್ವೆ ಆಗ್ತೀನಿಂತ ಹೇಳ್ಬಿಡು" ಅಂದು ಮಗನನ್ನು ಉಬ್ಬಿಸಿದರು. ಇದೊಂದು ಜೋಕ್ ವಿನಃ ಸೊಸೆಯ ಮೇಲೆ ಅಂಥ ಮಸಲತ್ತು ನಡೆಸುವಂಥ ಹೆಣ್ಣಲ್ಲ.

ರಾಮಲಿಂಗಂ ಜೋರಾಗಿ ನಕ್ಕುಬಿಟ್ಟರು.

ಹೆಣ್ಣು ಶೋಕಿಯ ಮನುಷ್ಯನಲ್ಲ. ದುಡ್ಡಿನ ಹಿಂದೆ ಬಿದ್ದಿರಬಹುದು. ಆದರೆ ಹೆಣ್ಣು ಅಂದರೆ ಒಂದಿಷ್ಟು ದೂರವೇ.

"ಅವಳ ಮುಂದೆ ಏನಾದ್ರೂ ನನ್ಮೇಲೆ ಹೇಳ್ತೀಯಾ? ನನ್ನ ಜನ್ಮ ಜಾಲಾಡಿ ಬಿಡ್ತಾಳೆ" ಭಯ ನಟಿಸಿದಾಗ ಅಮ್ಮನ ಕೈ ಹಿಡಿದು "ನಿನ್ನ ಮನಸ್ಸು ನಂಗೆ ಗೊತ್ತಿಲ್ವಾ? ಆದ್ರೂ ಈ ಉಪಾಯ ಒಳ್ಳೆಯದೇ. ಸಿಕ್ಕಾಪಟ್ಟೆ ಭಾರಿಯಾದರೇ ಅವಳಿಗೆ ತೊಂದರೆ ನಂಗಂತೂ ಬಿಡುವಿರೋಲ್ಲ. ಅತ್ತೆ, ಸೊಸೆ ವಾಕ್ ಹೋಗಿ. ಬೆಳಿಗ್ಗೆ ಅಂಜು, ಅಂಚನಾನ ಎಬ್ಬಿಸಿ ಕರ್ಕಂಡ್ ಹೋಗಿ. ಅಂಜು ಪರ್ವಾಗಿಲ್ಲ, ಅಂಚನಾ ಅವಳಮ್ಮನಿಗೆ ಪೈಪೋಟಿಗೆ ನೀಡೋಂಗೆ ಕಾಣ್ತಾಳೆ" ಮತ್ತಷ್ಟು ನಕ್ಕರು. ಯಾರೋ ಬಂದಿದ್ದರಿಂದ ಮುನಿಲಕ್ಷ್ಮಮ್ಮ ಒಳಗೆ ಹೋದರು. ಮತ್ತೆ ಮತ್ತೆ ಬಳೆಗಳನ್ನು ನೋಡಿಕೊಂಡರು. ಯಾಕೋ ಬಳೆಗಳನ್ನು ಬದಲಾಯಿಸಿಬಿಡಬೇಕೆಂದು ಮನಸ್ಸಾಗಿತ್ತು. ಅದು ನಡೆದೇ ತೀರಬೇಕು.

ಅಡುಗೆ ಮನೆಯಿಂದ ಬೆವರೊರೆಸಿಕೊಳ್ಳುತ್ತ ಬಂದ ಮುತ್ತಮ್ಮನನ್ನು ಹತ್ತಿರಕ್ಕೆ ಸನ್ನೆಯಿಂದ ಕರೆದು "ರಾಮ ಬೇಸರ ಮಾಡಿಕೊಂಡಿದ್ದಾನೆ. ಅವ್ನ ಮನಸನ್ನ ಅರ್ಥ ಮಾಡ್ಕೋ" ಇಂಥದೊಂದು ಕಿವಿಮಾತು ಊದಿ ಸುಮ್ಮನಾಗಿಬಿಟ್ಟರು.

ಮುತ್ತಮ್ಮ ಪೆಚ್ಚಾಗಿ ನಿಂತುಬಿಟ್ಟರು.

"ನಾನೇನು ಮಾಡ್ಲೇ?" ಅತ್ತೆಯ ಸನಿಹಕ್ಕೆ ಬಂದಳು.

"ಏಕಾಂತದಲ್ಲಿ ಇದ್ದಾಗ ಅವನನ್ನೇ ಕೇಳು. ಇದು ನಾನು ಹೇಳೋ ಮಾತಲ್ಲ. ಏಯ್ ಮುತ್ತು, ಈ ಬಳೆಗಳು ನಿನ್ನ ಕೈಗೆ ಚೆನ್ನಾಗಿ ಕಾಣಿಸುತ್ತೆ. ಇದ್ನ ಅಂಜಲಿ ಹೇಳಿದ್ಲು. ರಾಮನೂ ಹೇಳಿದ" ಅಷ್ಟು ಸಾಕಾಗಿತ್ತು. ಆಕೆ ತಟ್ಟನೇ ತನ್ನ ಬಳೆಗಳನ್ನು ತಂದು ಬದಲಾಯಿಸಿಕೊಂಡುಬಿಟ್ಟರು.

"ಅತ್ತೆ, ನೀವು ನನ್ನ ಹೆತ್ತ ತಾಯಿಗಿಂತ ಹೆಚ್ಚು. ಅವ್ರ ಮನಸ್ಸಿನಲ್ಲಿ ಏನಿದೇಂತ ನಂಗೆ ಹೇಗೆ ಗೊತ್ತಾಗಬೇಕು? ಅದೇನು ಹೇಳಿದ್ರೂಂತ ಹೇಳಿ. ಕೈಯಲ್ಲಿ ಹಣವಿದೆ. ಮೈಯಲ್ಲಿ ಕಸುವಿದೆ. ಹೊರ್ಗಿನ ಓಡಾಟವೇ ಜಾಸ್ತಿ. ಬೇರೆ ಚಾಳಿಗೆ ಬಿದ್ದರೆ ಕಷ್ಟವಾಗುತ್ತೆ" ಕಣ್ಣೀರು ತುಂಬಿ ಕೂತಾಗ ಆಕೆಗೆ ಅಯ್ಯೋ ಅನ್ನಿಸ್ತು. "ಮೊದ್ಲು ನೀನು ಹೇಗಿದ್ದೆ? ಸ್ವಲ್ಪ ತಿನ್ನೋದು ಕಡ್ಮೆ ಮಾಡ್ಕೋಬಾರ್ದಾ? ಒಳ್ಳೆ ಬಲೂನ್ ತರಹ ಊದ್ತಾ ಇದ್ದೀ. ನಾಳೆ ಓಡಾಡೋದು ಕೂಡ ಕಷ್ಟವಾಗಿ ಬಿಡುತ್ತೆ" ಬುದ್ಧಿ ಹೇಳಿದರು.

ಅದು ಸದ್ಯಕ್ಕೆ ಆ ಕ್ಷಣಕ್ಕೆ ಮುತ್ತಮ್ಮನ ಮನಸ್ಸಿಗೆ ಹೋಯಿತು. ಆಮೇಲೆ

ಹೇಗೋ, ಎಂತೋ ಸದ್ಯಕ್ಕೆ ಆ ವಿಷಯ ಅಲ್ಲಿಗೇ ನಿಂತಿತು.

ರೂಮಿನಿಂದ ಹೊರಗೆ ಬಂದ ರಾಮಲಿಂಗಂ ಸ್ವಲ್ಪ ತಲೆಕೆಡಿಸಿಕೊಂಡಿದ್ದರು. 'ಮೊನ್ನೆ ಕೆ.ಆರ್.ಎಸ್.ಗೆ ಅಂದರೆ ಹೋದ ಭಾನುವಾರ ನಿಮ್ಮ ಮಗಳು ಬಂದಿದ್ಲು'. ಇಂಥದೊಂದು ಸುದ್ದಿ ಒಬ್ಬ ಕಸ್ಟಮರ್ ಮುಟ್ಟಿಸಿ ಹೋಗಿದ್ದ. ಬೇರೆಲ್ಲ ವಿಷಯಗಳಲ್ಲೂ ಧಾರಾಳ ಇರಬಹುದು. ಹೆಂಗಸರ ವಿಷಯದಲ್ಲಿ ತುಂಬಾನೇ ಕಟ್ಟುನಿಟ್ಟು. ಎಲ್ಲಾದರೂ ಹೊರಗೆ ಹೋಗಬೇಕಾದರೆ ಅವರ ಪರ್ಮಿಷನ್ ಪಡೆದು ಹೋಗಬೇಕು. ಆದಷ್ಟು ಅವರು ಊರಿನಲ್ಲಿದ್ದಾಗ ಮಾತ್ರ ಹೊರಗೆ ಕರೆದೊಯ್ಯುತ್ತಿದ್ದರು. ಬಂಧುಗಳು, ಸ್ನೇಹಿತರ ಮನೆಗಳ ಸಮಾರಂಭಕ್ಕೆ ಹೋಗಬೇಕಾದರೂ ಅವರಿಗೆ ಪರ್ಮಿಷನ್ ಬೇಕೇ ಬೇಕು. ಇದು ಕಟ್ಟುನಿಟ್ಟಿನ ಪಾಲನೆ.

"ನಾನು ಊರಿನಲ್ಲಿ ಇಲ್ಲದಾಗ ಎಲ್ಲಾದ್ರೂ ಹೋಗಿದ್ರಾ?" ನಡುಮನೆಯ ಉಯ್ಯಾಲೆ ಮೇಲೆ ಕೂತು ಕೇಳಿದರು. ಇನ್ನೂ ಬಳೆಗಳ ಹ್ಯಾಂಗೋವರ್‌ನಲ್ಲಿಯೇ ಇದ್ದ ಮುನಿಲಕ್ಷ್ಮಮ್ಮ "ಉಂಟಾ, ಎಲ್ಲಾದ್ರೂ ಹೋಗೋದುಂಟಾ? ಎಂದಾದ್ರೂ ನಿಂಗೆ ಹೇಳದೇ, ನಿನ್ನ ಪರ್ಮಿಷನ್ ತಗೋಳದೇ ಹೋಗಿದ್ದಿಲ್ಲ. ಇದೇನು ಹೊಸ ಸುದ್ದಿ?" ಆಕೆ ರಾಗ ಎಳೆದಳು.

ರಾಮಲಿಂಗಂ ಸ್ವಲ್ಪ ಸಮಾಧಾನಕ್ಕೆ ಬಂದರು. ರಾದ್ಧಾಂತ ಅವರಿಗೆ ಬೇಕಿರಲಿಲ್ಲ. ಈಗಾಗಲೇ ಅಂಜುಗೆ ಅವಳ ಸೋದರ ಮಾವ ಚಿನ್ನಯ್ಯ ಗೊತ್ತಾದ ಗಂಡು. ಆ ಬಗ್ಗೆ ಸರ್ವಸಮ್ಮತ ನಿರ್ಧಾರ. ಹೆಂಡತಿಗೆ ತವರಿನ ಮೇಲೆ ವಿಪರೀತ ಅಕ್ಕರೆಯೆಂದು ಗೊತ್ತಿತ್ತು. ಇದು ಅಲ್ಲಿಯವರೆಗೂ ಹೋಗಿ ಮುಟ್ಟುವುದು ಬೇಡವಾಗಿತ್ತು.

"ಹುಡುಗ್ರು ಸ್ಕೂಲು, ಕಾಲೇಜೂಂತ ಹೋಗೋದು ಬಿಟ್ಟು ಬೇರೆಲ್ಲೂ ಹೋಗೋಲ್ಲ. ಈಚೆಗೆ ನಮ್ಮ ಅಂಜು ಕಾಲೇಜಿನಿಂದ ಮನೆಗೆ ಲೇಟು, ಅವ್ಳ ಫ್ರೆಂಡ್ ಮನೆಗೆ ಓದೋಕೆ ಹೋಗ್ತೀನಿಂತ ಅಂದ್ಲು. ಇದೊಂದು ಮಗುನಾದ್ರೂ ಡಿಗ್ರಿ ಅನ್ನೋದು ತಗೊಳ್ಳಿ" ಇಂಥ ಮಾತುಗಳನ್ನು ಕೂಡ ಹೇಳಿದರು.

ಅಂದರೆ ಅಂಜಲಿ ಮನೆಗೆ ಲೇಟಾಗಿ ಬರುತ್ತಾ ಇದ್ದಾಳೆ! ಅದು ತನ್ನ ನೋಟಿಸಿಗೆ ಬರಬೇಕಿತ್ತು. ತಂದೆಯ ಸ್ಥಾನ ತೀರಾ ಜವಾಬ್ದಾರಿಯುತವಾದುದರಿಂದ ಅವರಿಗೆ ಗೊತ್ತು. ಎಷ್ಟೇ ದಣಿವಾಗಿದ್ದರೂ ಹೆಂಡತಿ, ಮಕ್ಕಳ ಬೇಡಿಕೆ ಪೂರೈಸಬೇಕಾದ್ದು ತಮ್ಮ ಕರ್ತವ್ಯ ಎಂದು ತಿಳಿದ ವ್ಯಕ್ತಿ. ಮಗಳ ಮೇಲೆ ಸ್ವಲ್ಪ ನಿಗಾ ಅಗತ್ಯವೆನಿಸಿತು.

ಇದನ್ನ ಮಧ್ಯಾಹ್ನ ಊಟದ ನಂತರ ಹೆಂಡತಿಯಲ್ಲಿ ವಿಚಾರಿಸಬೇಕೆಂದು ಕೊಂಡವರು ಚಿನ್ನಯ್ಯ ಬಂದದ್ದರಿಂದ ಆ ವಿಷಯ ನನೆಗುದಿಗೆ ಬಿದ್ದಿತ್ತು. ಒಂದು ಅರ್ಥದಲ್ಲಿ ಗ್ರಾನೈಟ್ ಬಿಜಿನೆಸ್‌ನಲ್ಲಿ ಪಾರ್ಟನರ್. ಸಂಬಂಧದಲ್ಲಿ ಹೆಂಡತಿಯ ತಮ್ಮ, ಭಾವಮೈದ. ಜೊತೆಗೆ ಭಾವಿ ಅಳಿಯ ಅನ್ನೋದರ ಜೊತೆಗೆ ಬಲಗೈ ಭಂಟ. ಕೆಲವು ವಿಷ್ಯಗಳಲ್ಲಿ ಅವನ ಮೇಲೆ ಪೂರ್ತಿ ಡಿಪೆಂಡ್ ಆಗಿಬಿಟ್ಟಿದ್ದರು.

"ಬಾರೋ ಚಿನ್ನಯ್ಯ" ಆತ್ಮೀಯತೆಯ ಆಹ್ವಾನವೇ. "ಭಾವ, ಅರ್ಜೆಂಟಾಗಿ

ನಿಮ್ಹತ್ರ ಮಾತಾಡೋದಿತ್ತು" ಅಂದು ರೂಮಿಗೆ ಕರೆದೊಯ್ದು ಅರ್ಧಗಂಟೆ ಮಾತಾಡಿದ ನಂತರ ಹೊರಗೆ ಬಂದಿದ್ದು. ಅಲ್ಲಿ ಹೆಂಡತಿಗೆ ಮಾತ್ರವೇನು ಅಮ್ಮನಿಗೂ ಪ್ರವೇಶವಿಲ್ಲ. 'ಹೆಂಗಸರಿಗೆ ಹೊರಗಿನ ಜಂಜಾಟ ಬೇಕಿಲ್ಲ' ಇದು ಇಬ್ಬರ ಅಭಿಪ್ರಾಯವೂ ಹೌದು.

ಮುತ್ತಮ್ಮ ತಮ್ಮನನ್ನು ನೋಡಿದ ಕೂಡಲೇ ಮುಖ ಅರಳಿಸಿ "ಬಂದ ಕೂಡಲೇ ಅಕ್ಕನ ಮುಖ ನೋಡೋದು ಬೇಡ್ವಾ? ಮೊದ್ಲು ವ್ಯಾಪಾರ, ವ್ಯವಹಾರ, ಆಮೇಲೆ ಮಿಕ್ಕಿದ್ದೆಲ್ಲ" ಹುಸಿ ಮುನಿಸು ತೋರಿಸಿದರು.

"ಹೌದು, ಸಂಪಾದ್ನೆ, ಹಣ ಇಲ್ಲದ ಗಂಡನ್ನ ಯಾವ್ಳೋಳಾದ್ರೂ ಗಂಡ ಅಂತ ಒಪ್ಕೋತಾಳ? ಅವ್ರುಗಳಿಗೆ ಬೇಕಾದ್ದು ಪೂರೈಸಿದಾಗ ಮಾತ್ರ ಸಂಬಂಧಗಳು ನಿಲ್ಲೋದು. ಇಲ್ಲ, ಯಾರ್ಗೇ.... ಯಾರೂ ಇಲ್ಲ. ಎಲ್ಲಕ್ಕೂ... ಹಣನೇ ಕಣೋ! ಗಂಡಸಿನ ನಿಗಾ ಯಾವಾಗ್ಲೂ ಆದಾಯದತ್ತಲೇ ಇರ್ಬೇಕು" ಆಣಿಮುತ್ತನ್ನು ಉದುರಿಸಿದರು ರಾಮಲಿಂಗಂ. ಇದು ಅವರ ಅನುಭವವೂ ಕೂಡ.

"ನೋಡಿದ್ಯಾ, ನಿನ್ನ ಭಾವನ್ನ" ತಮ್ಮನನ್ನು ಕೇಳಿದರು.

"ನೂರಕ್ಕೆ ನೂರು ಪಾಲು ಸತ್ಯ. ಎಷ್ಟೋ ಸಲ ತವರುಮನೆಯವರು ಕೊಟ್ಟಿದ್ದು ಸಾಲಲಿಲ್ಲಾಂತ ಜಗಳ ಕಾದಿದ್ದಿ. ಅದಕ್ಕೆ ಗಂಡಿನ ದೃಷ್ಟಿ ಯಾವಾಗ್ಲೂ ಸಂಪಾದನೆ ಕಡೆನೇ... ಇರ್ಬೇಕು" ತನ್ನದೊಂದು ಮಾತು ಸೇರಿಸಿದ್ದ. ರಾಮಲಿಂಗಂ, ಚಿನ್ನಯ್ಯ ಒಂದೇ ನಾಣ್ಯದ ಎರಡು ಮುಖಗಳು. ಹೆಣ್ಣುಗಳ ಬಗ್ಗೆ ಅವರ ತೀರ್ಮಾನವೇ ಕಟ್ಟ ಕಡೆಯದು ಎನ್ನುವ ಅಭಿಪ್ರಾಯ.

ಆಕೆ ಕೂಡ ಇದನ್ನೆಲ್ಲ ದೊಡ್ಡದಾಗಿ ಭಾವಿಸಲಾರಳು. ಸಂಭ್ರಮದಿಂದ ತಮ್ಮನಿಗೆ ಬಾದಾಮಿ ಹಾಲು ಬೆರೆಸಿಕೊಂಡು ಬಂದಳು. ಮಧ್ಯಾಹ್ನ ಒಟ್ಟಿಗೆ ಊಟ ಮಾಡಿದರು. ಮುತ್ತಮ್ಮ ಅಂತೂ ಬಿರಿಯಾನಿ ಸ್ಪೆಷಲಿಸ್ಟ್. ಇವತ್ತಂತೂ ನಾಲ್ಕಾರು ಐಟಂ ಮಾಡಿದಳು. ತಮ್ಮನಿಗೆ ಮೀನಿನ ಸಾರು ಇಷ್ಟವೆಂದು ತಾವೇ ನಿಂತು ಮಾಡಿದರು. ಆಕೆಗೂ ಒಂದಿಷ್ಟು ನಾಲಿಗೆ ಚಪಲ ಜಾಸ್ತಿ. ಅದಕ್ಕಾಗಿಯೇ ಬಹಳಷ್ಟು ಸಮಯ ಅಡುಗೆ ಮನೆಯಲ್ಲಿ ಕಳೆದು ಹೋಗುತ್ತಿತ್ತು.

"ಅಕ್ಕನ ಕೈ ಅಡ್ಗೇ ಅಂದರೆ.... ಎರಡೆರಡು ಹೊಟ್ಟೆ ಬೇಕಾಗುತ್ತೆ" ತಟ್ಟೆಯ ಮುಂದೆ ಕೂತ ಕೂಡಲೇ ಹೊಗಳೋಕೆ ಶುರು ಮಾಡಿದ ಚಿನ್ನಯ್ಯ "ಎಷ್ಟೋ ಹೋಟಲ್‌ಗಳಲ್ಲಿ ತಿಂದಿದ್ದೀನಿ. ನೀನು ಮಾಡೋ ಮೀನಿನ ಸಾರಿನ ರುಚಿಯೇ ಬೇರೆ" ಅನ್ನ ಕಲಸುತ್ತ ಅಂದ. ರಾಮಲಿಂಗಂ "ಈ ಊಟಕ್ಕಾಗಿಯೇ ಆಗಾಗ ಮನೆಗೆ ಬರೋದು" ಹೆಂಡತಿಯ ಕಡೆ ದೃಷ್ಟಿ ಹಾಯಿಸಿ ನಕ್ಕರು.

"ಬರೀ ಊಟಕ್ಕೋಸ್ಕರನಾದರೇ ಯಾಕೆ ಬರ್ತೀರಾ ? ನೀವು ಇರೋ ಕಡೆಗೆನೇ, ಅಡುಗೆ ಮಾಡಿ ಕಳ್ಸಿ ಕೊಡ್ತೀನಿ" ಕೋಪದಿಂದ ಕಸಿವಿಸಿ ತೋರಿದ ಹೆಂಡತಿಯ ಕೈ ಹಿಡಿದು ಹತ್ತಿರಕ್ಕೆಳೆದುಕೊಂಡು ತಮ್ಮ ಎಡಗೈಯನ್ನು ಆಕೆಯ ತಲೆಯ ಮೇಲಿಟ್ಟು "ಸುಮ್ನೆ ತಮಾಷೆಗೆ ಹಾಗೆಂದೆ, ಅಷ್ಟೇ. ಕೋಪ ಬೇಡ. ನಗ್ತಾ... ನಗ್ತಾ... ಬಡ್ಸು"

ತಮಾಷೆ ಮಾಡಿದರು.

ಹೆಂಡತಿಯ ಕೋಪ ಅಷ್ಟೇ ಎಂದು ಗೊತ್ತು. ಚಿಕ್ಕ ಜಗತ್ತಿನಲ್ಲಿ ಬದುಕುವ ಆಕೆಗೆ ಗಂಡನ ಒಂದು ಪ್ರೀತಿ ಮಾತು, ಕೊರತೆ ಇಲ್ಲದೆ ತಂದುಹಾಕುವಷ್ಟರಲ್ಲಿ ಸಂತೃಪ್ತೆ. ಮಹಿಳಾ ಹಕ್ಕು, ಸಮಾನತೆ, ಸ್ತ್ರೀಶಕ್ತಿ, ಸ್ತ್ರೀವಾದ ಅಂಥದೆಲ್ಲ ಗೊತ್ತಿಲ್ಲ.

"ಅಕ್ಕ, ನಾಲ್ಕು ದಿನವಾದ್ರೂ ಅಂಜು, ಅಂಚನಾನ ಕಳ್ಸಂತ ಅಮ್ಮ ಹೇಳಿದ್ಲು. ಯಾವಾಗ ಫೋನ್ ಮಾಡಿದ್ರು ಅಂಜು ಫೋನ್ ಎಂಗೇಜ್ ಆಗಿರುತ್ತೆ. ಇಲ್ಲ 'ಸ್ವಿಚ್ ಆಫ್' ಇಂಥದ್ದೆ ಕಾರಣಗಳು. ಅವಳಾಗಿ ಅವಳು ಫೋನ್ ಮಾಡೋದ್ನ ನಿಲ್ಲಿಬಿಟ್ಟಿದ್ದಾಳೆ. ಮೊದಲಂತೂ ದಿನಕ್ಕೆ ನಾಲ್ಕು ಸಲ ಫೋನ್ ಮಾಡೋಳು." ಇಂಥದೊಂದು ಆರೋಪವನ್ನು ಮೃದುವಾಗಿಯೇ ಮಾಡಿದ್ದು. ಗಂಡ, ಹೆಂಡತಿ ಮುಖ ಮುಖ ನೋಡಿಕೊಂಡರು. ಆದರೆ ಮಗಳಲ್ಲಿ ಆದ ಬದಲಾವಣೆಗೆ ರಾಮಲಿಂಗಂ ಒಂದು ಸಮರ್ಥನೆಯನ್ನು ನೀಡಬೇಕಿತ್ತು. "ಓದಿನಲ್ಲಿ ತುಂಬ ಇಂಟ್ರೆಸ್ಟ್ ಬಂದುಬಿಟ್ಟಿದೆ. ನಾನು ಕೂಡ ಅವಳ್ನ ಟಚ್ ಮಾಡೋಕೆ ಹೋಗೋಲ್ಲ."

ಗಂಡನ ಮಾತು ಮುತ್ತಮ್ಮನಿಗೆ ಸರಿಯೆನಿಸಲಿಲ್ಲ.

"ಮೂರೊತ್ತು ಮೊಬೈಲ್ ಹಿಡಿದು ಮಾತಾಡ್ತಾ ಇರ್ತಾಳೆ. ಅಂಥದರಲ್ಲಿ ಅಜ್ಜಿಗೆ, ಮಾವನಿಗೆ ಒಂದು ಫೋನ್ ಮಾಡೋಕೆ ಆಗಲಿಲ್ವಾ? ಇಷ್ಟೊಂದು ಧಿಮಾಕ್ ನೀವು ಕೊಟ್ಟ ಸಲಿಗೆಯಿಂದ್ಲೇ ಬಂದಿರೋದು. ಅವ್ಳು ಓದದಿದ್ದರೇ ಬೇಡ. ಆರಾಮಾಗಿ ಮದ್ವೆ ಮಾಡಿ. ಕಾಸು ದುಡಿಯೋಕೆ ಗೊತ್ತಿಲ್ಲದವರಿಗೆ ಓದು ಬರಹ! ನೀವು ಕಾಲೇಜು ಮುಖ ಕಂಡಿದ್ದುಂಟಾ? ಯಾವ ಪಾಟಿ ಸಂಪಾದ್ನೆ ಮಾಡ್ತಾ ಇದ್ದೀರಿ!" ಬಡಿಸುತ್ತಲೇ ಕೇಳಿದಾಗ ಕಣ್ಣಲ್ಲಿಯೇ ಹೆಂಡತಿಯನ್ನು ಗದರಿ ಸುಮ್ಮನಾಗಿಸಿದರು. ಈ ಬೆಳವಣಿಗೆ ರಾಮಲಿಂಗಂಗೂ ಇಷ್ಟವಾಗಲಿಲ್ಲ.

ಅಂದಿನ ರಾತ್ರಿ ಬಳ್ಳಾರಿಗೆ ಹೊರಡಬೇಕಾದವರು ನಿಂತರು. ಇಂಥ ವಿಷಯಗಳನ್ನು ಸುಧಾರಿಸುವಷ್ಟು ಹೆಂಡತಿ ಬುದ್ಧಿವಂತಳಲ್ಲವೆಂದು ಅವರಿಗೆ ಗೊತ್ತುಂಟು.

ಊಟ ಮುಗಿಸಿ ಹತ್ತರ ನಂತರ ಸದ್ದಾಗದಂತೆ ಮೇಲಕ್ಕೆ ಹೋದರು. ಅಂಚನಾ ನೋಟ್ಸ್ ಮಾಡುತ್ತಿದ್ದವಳು ತಲೆಯೆತ್ತಿ "ಓ, ಡ್ಯಾಡಿ... ಏನೇ ಹೇಳು ಓದು ಅನ್ನೋದು ತುಂಬಾ ಕಷ್ಟನೇ. ಹೆಣ್ಣು ಮಕ್ಕಳಿಗೆ ಓದು ಯಾಕಪ್ಪ? ಅಜ್ಜಿ ಓದಿಲ್ಲ, ಅಮ್ಮ ದೊಡ್ಡದಾಗಿ ಏನೂ ಓದಿಲ್ಲ. ನಂಗೆ ಪುಸ್ತಕ ಹಿಡಿದು ಕೂತರೇ ನಿದ್ದೆ ಬರೋದಿಕ್ಕೆ ಶುರುವಾಗುತ್ತೆ" ತಂದೆಯ ಬಳಿ ಮುದ್ದು ಮುದ್ದಾಗಿ ತೋಡಿಕೊಂಡಳು.

ಮೃದುವಾಗಿ ತಲೆಯ ಮೇಲೊಂದು ಮೊಟಕಿ ಅವಳ ಪಕ್ಕದಲ್ಲಿಯೇ ಕೂತರು. ಎಲ್ಲಾ ನೋಟ್ಸ್‌ಗಳನ್ನು ಹರಡಿಕೊಂಡು ಕೂತಿದ್ದಳು. ಒಂದೊಂದು ಪುಸ್ತಕದ ಮೇಲೂ ಕಣ್ಣಾಡಿಸಿಟ್ಟು ನಿಟ್ಟುಸಿರು ದಬ್ಬಿದರು.

"ಆಗ, ಅಲ್ಲ ಬಿಡು. ಆಗ್ಲೂ ವಿದ್ಯೆಯ ಅಗತ್ಯವಿತ್ತು. ಅವರುಗಳು ಓದಲಿಲ್ಲ. ಗಂಡಂದಿರು ಹೇಳ್ದಂಗೆ ಕೇಳ್ಕೊಂಡು ಸಂಸಾರ ಮಾಡಿಕೊಂಡು ಇದ್ದುಬಿಟ್ಟರು.

ಆದರೆ ನನ್ನ ಮಕ್ಳು ಓದಬೇಕೂಂತ ನಂಗೆ ಆಸೆ. ಅಮೃತಗೆ ವಿದ್ಯೆ ಹತ್ತಲಿಲ್ಲ. ಮದ್ವೆ ಮಾಡಿದರೆ ಒಂದೆರಡು ಮಕ್ಳನ್ನ ಹಡೆದು ದಿನಗಳ್ನ ಕಳೆದುಬಿಡ್ತಾಳೆ. ಇನ್ನ ಅಂಚು... ನೀನು ಚೆನ್ನಾಗಿ ಓದಬೇಕು. ಸಂಪಾದ್ನೆಗೇಂತ ಅಲ್ಲ ಕಣೋ, ವಿದ್ಯೆಗೆ ಅದರದೆ ಆದ ಮರ್ಯಾದೆ ಇದೆ. ಅದನ್ನೆಲ್ಲ ನೋಡ್ತಾ ಬಂದಿದ್ದೀನಿ. ಈ ನಿದ್ದೆ, ಸೋಮಾರಿತನ ಅಂಥದ್ನ ಕಡಿಮೆ ಮಾಡ್ಕೋ. ನಿನ್ನ ಒಬ್ಬ ಐ.ಎ.ಎಸ್. ಆಫೀಸರ್‌ಗೆ ಕೊಟ್ಟು ವಾಲಗ ಊದಿಸ್ತೀನಿ. ಆಮೇಲೆ ಜಬರದಸ್ತಾಗಿ ಬದ್ಕೋಬಹ್ದು" ಬುದ್ಧಿ ಹೇಳಿದರು. ಎಲ್ಲೋ ಅವರ ದನಿಯಾಳದಲ್ಲಿ ನೋವಿತ್ತು. ಬಹುಶಃ ಅಂಚುಗೆ ಗುರುತಿಸಲಾಗಲಿಲ್ಲ.

ಅವಳು ಮುಖ ಒಂದು ತರಹ ಮಾಡಿ "ನಂಗೂ ಓದೋ ಆಸೆ ಇದೆ. ಡಿಗ್ರಿಗಳು ಬೇಕೂಂತ ಅನ್ನಿಸುತ್ತೆ. ಪಾಠ ಸರ್‍ಯಾಗಿ ತಲೆಗೆ ಹೋಗೋಲ್ಲ. ಪುಸ್ತಕ ಹಿಡಿದುಕೊಂಡರೆ, ನಿದ್ದೆ ಬರುತ್ತೆ. ಕೆಲವೊಮ್ಮೆ ಅಮ್ಮ, ಅಮೃತಕ್ಕನ ತರಹ ಮದ್ವೆ ಮಾಡ್ಕೊಂಡು... ಇದ್ದು ಬಿಡೋದು ಸುಖ ಅನ್ನಿಸುತ್ತೆ" ದಯನೀಯ ಮುಖ ಮಾಡಿದಾಗ ಕೆನ್ನೆ ತಟ್ಟಿ ಮೇಲೆದ್ದು "ನೀನು ಡಿಗ್ರಿ ಅನ್ನೋದೊಂದು ತಗೊಳ್ಳದಿದ್ದರೇ ಮದ್ವೇನೇ.... ಮಾಡೋಲ್ಲ" ಎಚ್ಚರಿಕೆ ನೀಡುವಂತೆ ಹೇಳಿ ನಗುತ್ತ ಮೇಲೆದ್ದರು.

"ಹೋಗ್ಲೀ ಬಿಡು, ಆ ಉಸಾಬರಿ ತಪ್ಪಿದರೆ ಮತ್ತಷ್ಟು ಆರಾಮ" ಎಂದು ಆರಾಮ ನಗೆ ಬೀರಿದ ಮಗಳನ್ನು ನೋಡಿ ಸಹಾನುಭೂತಿಗೊಂಡರು. 'ಇಲ್ಲಿ ತಾವು ತಪ್ಪಿದ್ದೆಲ್ಲಿ? ಇಂಥ ಪ್ರಶ್ನೆ ಮೂಡಿದರೂ ಆಳವಾಗಿ ಚಿಂತಿಸಲು ಅವಕಾಶವಾಗದಂತೆ ಮೊಬೈಲ್ ಎಚ್ಚರಿಸಿತು. ಬಿಜಿನೆಸ್‌ಗೆ ಸಂಬಂಧಪಟ್ಟ ಮಾತುಕತೆ. ಅದರಲ್ಲಿ ಮುಳುಗಿ ಕೆಳಗೆ ಬಂದರು.

ಎಲೆಯಡಿಕೆ ಹಾಕಿಕೊಳ್ಳುತ್ತಿದ್ದ ಮುತ್ತಮ್ಮ "ಆಗ್ಲೇ ಮಲಗಿದ್ಲಾ, ಅಂಚಮ್ಮ? ಅದೇನು ನಿದ್ದೆ! ತಿನ್ನು... ಮಲ್ಗು... ಅಂದರೆ ಅಷ್ಟು ಸಾಕು" ಕಿರಿಯ ಮಗಳ ಬಗ್ಗೆ ಬೇಸರ ವ್ಯಕ್ತಪಡಿಸಿ ಎಲೆಯಡಿಕೆ ತಟ್ಟೆ ಹತ್ತಿರಕ್ಕೆಳೆದುಕೊಂಡರು. ಪಕ್ಕದಲ್ಲಿ ಕೂಡುತ್ತ ರಾಮಲಿಂಗಂ "ನೀನೂ ತಾನೇ, ಇನ್ನೇನು ಮಾಡ್ತಾ ಇದ್ದೀ? ನಿನ್ಮಗ್ಳೂ ಅಷ್ಟೇ ಬಿಡು. ಅಮ್ಮ ಹೇಗಿದ್ದಾಳೆ?" ವಿಚಾರಿಸಿದರು. ತಾಯಿಯ ಬಗ್ಗೆ ಅಪರಿಮಿತವಾದ ಪ್ರೇಮವೇ.

ಆ ಕಡೆ ಈ ಕಡೆ ನೋಟ ಹರಿಸಿ "ನಿಮ್ಮಮ್ಮನಿಗೆ ಈಗ ಪ್ರಾಯ ಬಂದಿದೆ. ದಿನಕ್ಕೆ ಎಷ್ಟು ಸಲ ಕನ್ನಡಿ ನೋಡ್ಕೋತಾರೆ ಗೊತ್ತಾ?" ಎಂದು ಪಿಸುಗುಟ್ಟಿದ್ದರು. ಹೆಂಡತಿ ಕಿವಿ ಹಿಂಡಿದ ರಾಮಲಿಂಗಂ "ಪೇಪರ್‌ನಲ್ಲಿ ಒಂದ್ವಿಷ್ಯ ಓದಿದೆ. ಎಪ್ಪತ್ತು ವರ್ಷದ ಮುದ್ಕಿ ಮೂರು ಸಲ ತನ್ನ ಮುಖ ಚರ್ಮದ ಸುಕ್ಕನ್ನು ಆಪರೇಷನ್‌ನಿಂದ ನಿವಾರಿಸಿಕೊಂಡರಂತೆ. ಮೊಮ್ಮಕ್ಳು ಅಜ್ಜಿ ಅಂತ ಕರೆಯೋಕೆ ಬಿಡ್ತಾ ಇರ್ಲಿಲ್ವಂತೆ. ವಯಸ್ಸಿನ ಬಗ್ಗೆ ಸುಳ್ಳು ಹೇಳ್ತಾ ಇದ್ದಾಳಂತೆ. ವಯಸ್ಸಾಗ್ತಾ ಇದ್ದಂಗೆ ಶರೀರದಲ್ಲಿ ಕೆಲವು ಮಾರ್ಪಾಟುಗಳು ಆಗುತ್ತೆ. ಅದು ಹಾಗೇ ಅಂದುಕೊಳ್ಳೋರು ಇರ್ತಾರೆ. ಕೆಲವರಿಗೆ ಆಗೋಲ್ಲ. ಹೇಗೋ, ಅಮ್ಮ ಸಂತೋಷವಾಗಿ ಇರಲೀ ಬಿಡು" ಎಂದು ತೇಲಿಸಿಬಿಟ್ಟರು.

ಹೆಂಡತಿ ಮಡಚಿಕೊಟ್ಟ ತಾಂಬೂಲವನ್ನು ಆರಾಮಾಗಿ, ತೃಪ್ತಿಯಾಗಿ ಮೆದ್ದರು. ಜೋಕ್ ಕಟ್ ಮಾಡುತ್ತ.

"ಅಂಜು, ಮಲ್ಗಿ ಬಿಟ್ಟಿದ್ದಾಳಾ? ಅವ್ಳು ಮೊಬೈಲ್‌ನಲ್ಲಿ ಪಾಠ ಕೇಳ್ತೀನಿ ಅಂತಾಳೆ. ಮೂರ್‍ಹೊತ್ತು ಮೊಬೈಲ್ ಹಿಡಿದೇ ಇರ್ತಾಳೆ" ಅಂದ ಕೂಡಲೇ ಮೇಲೆದ್ದರು. ಇಂದು ಉಳಿದುಕೊಂಡಿದ್ದೇ ಈ ಉದ್ದೇಶಕ್ಕಾಗಿ "ನೀನ್ಹೋಗಿ ಮಲ್ಗು. ನಾನು ನೋಡ್ಕೊಂಡು ಬರ್ತೀನಿ" ಮೆಟ್ಟಿಲೇರಿ ಮೇಲಿನ ಬಾಲ್ಕನಿಗೆ ಹೋದರು. ಉಯ್ಯಾಲೆಗೆ ಒರಗಿ ನಿಂತ ಅಂಜು ಮೊಬೈಲ್ ಬಟನ್‌ಗಳನ್ನೊತ್ತಿದ್ದವಳು ಹೆಜ್ಜೆಯ ಸಪ್ಪಳಕ್ಕೆ ತಲೆಯೆತ್ತಿದ್ದವಳ ಮುಖ ಬಿಳಿಚಿಕೊಂಡಿತು. "ಅದೇನು ಡ್ಯಾಡಿ.... ಇಷ್ಟು ಹೊತ್ತಿನಲ್ಲಿ?" ಅಂದಳು ಗಾಬರಿಗೊಂಡಂತೆ.

"ನಮ್ಗೆ ಮಕ್ಳು ಜೊತೆ ಮಾತಾಡೋಕೆ ಸಮಯ ಸಿಗೋಲ್ಲ. ನಿನ್ಹತ್ರ ಮಾತಾಡ ಬೇಕೂಂತ ಅನ್ನಿಸ್ತು. ಅದಕ್ಕೆ ಬಂದೆ. ಏನಾದ್ರೂ... ಡಿಸ್ಟರ್ಬ್ ಆಯ್ತಾ?" ನೇರವಾಗಿಯೇ ಕೇಳಿದರು.

"ಅಂಥದೇನಿಲ್ಲ" ಎಂದಳು ಮೊಬೈಲ್‌ನ ಹಿಂದಕ್ಕೆ ಸರಿಸುತ್ತ.

"ನಿನ್ನ ಮೊಬೈಲ್ ಹಳೆದಾಯ್ತು. ಹೊಸದು ಕೊಡಿಸ್ತೀನಿ. ಅಂಚು ಹೆಚ್ಚಿಗೇನೂ ಉಪಯೋಗಿಸೋಲ್ಲ, ಅವಳಿಗೆ ಕೊಟ್ಟು ಬಿಡು" ಇಂಥದೊಂದು ಸಲಹೆಗೆ ಬೆಚ್ಚಿ ಬಿದ್ದಳು. ವಾಸುವಿನಿಂದ ಬಂದ ಎಸ್.ಎಂ.ಎಸ್. ಸೇವ್ ಮಾಡಿ ಇಟ್ಟಿರುವುದರ ಜೊತೆಗೆ ಅವನ ಕೆಲವು ಭಂಗಿಗಳನ್ನು ಷೂಟ್ ಮಾಡಿ ಇಟ್ಟುಕೊಂಡಿದ್ದರಿಂದ ಗಾಬರಿಯಾದಳು. "ಬೇಡ ಡ್ಯಾಡಿ, ಈ ಮೊಬೈಲ್‌ನ ಬರ್ತ್‌ಡೇಗೆ ಪ್ರೆಸೆಂಟ್ ಮಾಡಿದ್ದೀರಿ. ಇದು ನನ್ನ ಹತ್ತಿರಾನೇ ಇರ್ಲಿ" ತುಟಿಗೊತ್ತಿಕೊಂಡಳು. ಆದರು ರಾಮಲಿಂಗಂ ಮೈ ಮರೆಯಲಿಲ್ಲ. 'ಅಯ್ಯೋ ಅವ್ಳು ಮೊಬೈಲ್‌ನಲ್ಲಿ ಓದ್ಕೋತಾಳೆ. ಬುಕ್ ಮುಟ್ಟಿದ್ದೇ ನೋಡಿಲ್ಲ' ಇಂಥದೊಂದು ಸುದ್ದಿಯನ್ನು ಹೆಂಡತಿ ಕಿವಿಗೆ ಹಾಕಿದ್ದರಿಂದ, ಎಚ್ಚರವಹಿಸುವ ಅಗತ್ಯವಿತ್ತು. 'ಹೋಗ್ಲಿ ಬಿಡು, ನಿಂಗೆ ಅಷ್ಟು ಇಷ್ಟವಾದರೆ ಇಟ್ಕೋ. ನಿಂಗೋಸ್ಕರ ಚಿನ್ನಯ್ಯ ಅದ್ಭುತವಾದ ಒಂದು ಮೊಬೈಲ್ ಸೆಟ್‌ನ ಕೊಂಡು ಇಟ್ಕೊಂಡಿದ್ದಾನೆ" ಇದು ಸುಳ್ಳೇ. ಆದರೆ ಮಗಳ ಪ್ರತಿಕ್ರಿಯೆಗಾಗಿ ಈ ಮಾತಷ್ಟೇ.

"ನಂಗೇನೂ ಬೇಡ, ಡ್ಯಾಡಿ. ನಂಗೆ ಬೇಕೂಂದರೇ ನೀನು ಕೊಂಡು ಕೊಡ್ತಿ" ಅಂದಳು. ಸ್ವರದಲ್ಲಿ ಜೀವವೇ ಇರಲಿಲ್ಲ. ರಾಮಲಿಂಗಂ ಎದೆ ಧಸಕ್ಕೆಂದಿತು. ಎರಡು ಕುಟುಂಬಗಳ ಸಂಬಂಧ ಗಟ್ಟಿಯಾಗಲು ಈ ಸಂಬಂಧವೇರ್ಪಡಲೇಬೇಕಿತ್ತು "ನನ್ನ ತವರಿಗೆ ಬೇರೊಂದು ಹೆಣ್ಣು ಬಂದು ಕೂತರೆ, ಚಿನ್ನಯ್ಯ ನಮ್ಮವನಾಗಿ ಉಳಿಯೋಲ್ಲ. ನಂಗೆ ಅಂಜು ಓದು ಮುಖ್ಯವಲ್ಲ. ಮೊದ್ಲು ಮದ್ವೆ ಮಾಡಿ ಮುಗ್ಸಿಬಿಡಿ. ಅಮ್ಮ ಕೂಡ ಇದೇ ಮಾತನ್ನು ಹೇಳ್ತಾಳೆ" ಹೆಂಡತಿ ಪದೇ ಪದೇ ಒತ್ತಾಯಿಸುತ್ತಿದ್ದರು.

"ನಾನು ಕೊಡಿಸೋಕೂ ಅವನು ಕೊಡಿಸೋಕೂ ವ್ಯತ್ಯಾಸವಿದೆ. ಅಮೃತ ಗಂಡ

ಒರಟ, ಆದರೆ ಚಿನ್ನಯ್ಯ ಮೃದು. ನಿನ್ನ ಹೂವಿನಂತೆ ನೋಡ್ಕೋತಾನೆ" ಎಂದರು. ಈ ಮಾತುಗಳು ಅವಳಿಗೆ ಇಷ್ಟವಾಗಲಿಲ್ಲವೆಂದು ಅವಳ ಮುಖವೇ ಹೇಳುತ್ತಿತ್ತು. ರಾಮಲಿಂಗಂ ಗಂಭೀರವಾದರು.

"ಆ ವಿಷ್ಯ ಬಿಡು! ಹೇಗೆ ನಡೀತಾ ಇದೆ ಓದು? ಮೊಬೈಲ್ ಮೂಲಕ ಓದ್ತಾಳೇಂತ ನಿಮ್ಮಮ್ಮ ಹೇಳಿದ್ರು. ಮೊಬೈಲ್ ಮೂಲಕ ಟ್ಯೂಷನ್ ಹೇಳಿಸ್ಕೋತಾ ಇದ್ದೀಯಾ?" ತೀಕ್ಷ್ಣವಾಯಿತು ಅವನ ಸ್ವರ.

ಅಂಜಲಿ ಮುಖ ಬಿಳಿಚಿಕೊಂಡಿತು. ಮಾತಿಗಾಗಿ ತಡವರಿಸಿದಳು. ಅಲ್ಪ ಸ್ವಲ್ಪ ಅರ್ಥವಾಯಿತು. "ಈಗ ಮೊಬೈಲ್ ಮತ್ತೆ ಆನ್ ಮಾಡ್ಕೋ. ಈಗ ಓದಿದರೂ ತಲೆಗೆ ಹತ್ತೋಲ್ಲ. ಆರಾಮಾಗಿ ಮಲಕ್ಕೋ" ಹೇಳಿ ಹೊರಗೆ ಬಂದರು. ಲೆಕ್ಕಾಚಾರ ತಪ್ಪಬಹುದೆಂಬ ಅನುಮಾನ ಶುರುವಾಯಿತು. ಗಂಡು ಮಕ್ಕಳಿಲ್ಲದಿದ್ದರೂ ಎಂದೂ ಬೇಸರಿಸದೇ ಹೆಣ್ಣು ಮಕ್ಕಳಲ್ಲೇ ಪ್ರೀತಿ ಕಂಡಿದ್ದರು. ಪಿ.ಯು.ಸಿ. ಅಟೆಂಪ್ಟ್‌ನಲ್ಲಾದರೂ ಪಾಸ್ ಮಾಡಿದ ಅಂಜು ಬಗ್ಗೆ ತುಸು ಅಕ್ಕರೆಯೇ. ಚಿನ್ನಯ್ಯ ಕೈ ತಪ್ಪಿ ಹೋಗುವುದು ಅವರಿಗೆ ಇಷ್ಟವಿರಲಿಲ್ಲ.

ರೂಮಿಗೆ ಹೋದಾಗ ಆಗಲೇ ಗೊರಕೆ ಹೊಡೆಯುತ್ತಿದ್ದ ಹೆಂಡತಿಯನ್ನು ನೋಡಿ ಒಂದು ಕ್ಷಣ ಇರುಸುಮುರುಸಾಯಿತು. ಇವಳು ಸ್ವಲ್ಪ ಬುದ್ಧಿವಂತಳಾಗಿರ ಬೇಕಿತ್ತು ಅಂದುಕೊಂಡರು. 'ಏಯ್....' ತೋಳು ಹಿಡಿದು ಅಲುಗಾಡಿಸಿದರು. ಆಕೆ ಪಕ್ಕಕ್ಕೆ ತಿರಗಿದರೇ ವಿನಃ 'ಹಾ, ಹ್ಞೂ' ಅನ್ನಲಿಲ್ಲ. ಕಪಾಳಕ್ಕೆ ಬಾರಿಸಿಬಿಡಬೇಕೆನಿಸಿತು.

"ಏಯ್.... ಮುತ್ತು" ಜೋರಾಗಿ ಅಲುಗಾಡಿಸಿದ ಅವರ ಮುಖ ಕೋಪದಿಂದ ಕೆಂಪಾಯಿತು. ಥಟ್ಟನೇ ಎದ್ದವಳ ಮುಖ ನಾಚಿಕೆಯಿಂದ ಕೆಂಪಗಾದಾಗ "ಏನು ಮಂಕು ದಿಣ್ಣೆನೇ, ಸ್ವಲ್ಪನಾದ್ರೂ ಚುರುಕು ಬೇಡ್ವಾ? ಬಿ.ಪಿ.ಗೆ ಟ್ಯಾಬ್ಲೆಟ್ ತಗೋತಿ. ಷುಗರ್‌ಗೆ ಟ್ಯಾಬ್ಲೆಟ್ ತಗೋತಿ. ಅಡುಗೆ ಮನೆಯಲ್ಲಿ ನಿಂತು ಬೇಯಿಸೋದು ಬಿಟ್ಟರೆ ಬೇರೆ ಕೆಲ್ಸ ಏನಿದೆ? ಅದೂ ಸುತ್ತು ಕೆಲಸನ ಕಲ್ಲೇಶಿ ಮಾಡಿಕೊಡ್ತಾನೆ. ನಿನ್ನ ನಾಲಿಗೆ ಚಪಲಕ್ಕೆ ಸರ್‍ಯಾಗಿ ಬೇಯಿಸಿಕೊಂಡು ತಿಂತೀ. ಪ್ರತಿಸಲ ಚೆಕ್ ಅಪ್‌ಗೆ ಹೋದಾಗ ಡಾಕ್ಟ್ರು ಹೇಳ್ತಾನೆ ಇರ್ತಾರೆ. ಷುಗರ್, ಸುಸ್ತು, ಹಸಿವೂಂತ ತಿಂತಾ ಹೋದರೆ ನಿನ್ನ ಶರೀರದ ಗತಿಯೇನು? ಬೇಯಿಸೋದು ತಿನ್ನೋದು... ಥೂ" ಹೆಂಡತಿಗೆ ಛೀಮಾರಿ ಹಾಕಿದರು. ಇದು ಸತ್ಯ ಸಂಗತಿಯೇ. ಆಕೆ ಮಾಡುತ್ತಿದ್ದುದ್ದು ಅಷ್ಟೇ. ಮುತ್ತಮ್ಮ ಮದುವೆಯಾದಾಗ ಏಳು ಮಲ್ಲಿಗೆ ತೂಕದ ಹೆಣ್ಣಾಗಿದ್ದಳು. ಬಣ್ಣ, ಚೆಂದದ ಮೈಕಟ್ಟು ನೋಡಿಯೇ ರಾಮಲಿಂಗಂ ವಿವಾಹವಾಗಿದ್ದು.

ಗಂಡನ ಛೀಮಾರಿಗೆ ಕಣ್ಣೀರು ಜೊತೆಗೆ ಬಿಕ್ಕುವುದು ಶುರುವಾದಾಗ "ತೆಪ್ಪಗಿರು, ಇಲ್ಲದಿದ್ದರೆ ಒದ್ದು ಹೊರ್ಗಡೆ ಹಾಕಿಬಿಡ್ತೀನಿ" ಎಂದರು ಕೋಪದಿಂದ. ಆಕೆ ಥಟ್ಟನೇ ತೆಪ್ಪಗಾದರು. ಗಂಡನ ದೇಹದ ಬಲದ ಅರಿವಿದ್ದ ಆಕೆಗೆ, ಏಟು ತಿಂದು ಕೂಡ ಅಭ್ಯಾಸವಿತ್ತು. ರಾದ್ಧಾಂತ, ರಂಪಾಟ ಮಾಡಲು ಹಿಂಜರಿಯುತ್ತಿದ್ದರು.

ಹೊರಗಡೆ ಹೋಗಿ ಸಿಗರೇಟು ಸೇದಿ ಎಸೆದು ಬಂದು ರಾಮಲಿಂಗಂ "ಹೆತ್ತಿದ್ದು ಮೂರು ಹೆಣ್ಣನ್ನ. ಬೆಳೆದ ಮಕ್ಳು ಮಡಿಲಲ್ಲಿ ಕಟ್ಟಿಕೊಂಡ ಕೆಂಡದ ಹಾಗೆ. ಹೆತ್ತು ಬಿಟ್ಟರಾಯ್ತಾ? ಸರ್‍ಯಾಗಿ ಜೋಪಾನ ಮಾಡೋದು ಬೇಡ್ವಾ? ಅಂಚು ಓದ್ತಾಳ? ಮೂರು ಹೊತ್ತು ನಿದ್ದೆ ಮಾಡ್ತಾಳೆ. ನಾನಂತೂ ಹೊರ್‍ಗೇ ದುಡಿಯೋ ಮನುಷ್ಯ" ಬಾಯಿಗೆ ಬಂದಂತೆ ಬೈಯ್ದರು.

ಆಕೆ ತಲೆಯೆತ್ತಲಿಲ್ಲ. ಎಷ್ಟು ತಿಂದರೂ ಆಯಾಸ, ಸುಸ್ತು ಅನ್ನಿಸೋದು. ಪುರುಸೊತ್ತು ಇದ್ದಾಗ ಸೀರೆ, ಒಡವೆನ ಹರಡಿಕೊಂಡು ಕೂತುಕೊಳ್ಳೋದು. ದೂರದ ನೆಂಟರಿಗೆ ಫೋನ್ ಮಾಡಿ ಹೇಳುವುದರಲ್ಲಿ ಸಮಯ ಸರಿದು ಹೋಗುತ್ತಿತ್ತು.

"ಓದಿನ ಪಾಡಿಗೆ ಓದು ನಡೀಲಿ, ಅಂಜುಗೆ ಮದ್ವೆ ಮಾಡಿ ಬಿಡೋಣಾಂತ" ಇಂಥದೊಂದು ವಿಚಾರ ಎತ್ತಿದರು.

"ಆಯ್ತು. ಹಾಗೇ ಮಾಡಿ" ಚುಟುಕು ಮಾತಾಡಿ ಉತ್ತರ ಹೇಳಿದರು.

"ಇನ್ನು ಹೋಗಿ ಮಲಕ್ಕೋ" ಗದರಿ ಎದ್ದು ಹೊರಗೆ ಬಂದರು.

ರಾಮಲಿಂಗಂ ಮನಸ್ಸು ನಿರಾಸೆಗೊಂಡಿತ್ತು. ತನಗಂತೂ ಓದು ಸರ್‍ಯಾಗಿ ತಲೆಗೆ ಹತ್ತಲಿಲ್ಲ. ಹೆಣ್ಣು ಮಕ್ಕಳು ಓದಲಿ ಅನ್ನೋದು ಅವರ ಮನಸ್ಸಿನಲ್ಲಿ ಇತ್ತು. ಏನೂ ಪ್ರಯೋಜನವಾಗಿರಲಿಲ್ಲ. ಹಣ ಇದ್ದುದರಿಂದ ಅಮೃತಾನ ಒಬ್ಬ ಎಂಜಿನಿಯರ್‌ಗೆ ಕೊಟ್ಟು ವಿವಾಹ ಮಾಡಿದ್ದರು. ಚಿನ್ನಯ್ಯನ ಓದು ಕೂಡ ಅಷ್ಟಕ್ಕಷ್ಟೇ. ಅಂಜಲಿಯಾದರೂ ಓದಿ ಒಂದು ಡಿಗ್ರಿ ತಗೋಳ್ಳಿ ಅನ್ನೋ ಮಹತ್ವಾಕಾಂಕ್ಷೆ ಅವರದು. ಇಲ್ಲೂ ಸೋತಿದ್ದರು.

ಅಮ್ಮನ ರೂಮಿಗೆ ಬಂದರು. ಮುನಿಲಕ್ಷ್ಮಮ್ಮ ಸಣ್ಣಗೆ ಸ್ಟೀರಿಯೋ ಹಚ್ಚಿಕೊಂಡು ಮಲಗಿದ್ದರು. ಇಂದಿಗೂ ಬದುಕಿನ ಬಗ್ಗೆ ತೀವ್ರವಾದ ಉತ್ಸಾಹ, ತಾನು ಸಾವಿರ ವರ್ಷ ಬದುಕಬಲ್ಲೆಯೆನ್ನುವ ನವೋಲ್ಲಾಸ, ಸೀರೆ ಒಡ್ವೆ ಖರೀದಿಸುವಾಗ ಹುಡುಗಿಯಾಗಿ ಬಿಡುತ್ತಿದ್ದರು.

"ಅಮ್ಮ, ನಿದ್ದೆ.... ಬಂತಾ?" ಕೇಳುತ್ತಲೇ ಲೈಟು ಹಾಕಿ ಆಕೆಯ ಪಕ್ಕ ಮಂಚದ ಮೇಲೆ ಕೂತರು. ಸ್ವಲ್ಪ ಪ್ರಯಾಸದಿಂದ ಮೇಲೆದ್ದ ಆಕೆ "ನಂದು ಇರಲೀ, ನಿಂಗ್ಯಾಕೆ ನಿದ್ದೆ ಬರ್‍ಲಿಲ್ಲ? ಮುತ್ತು ಹತ್ರ ಹೋಗಿ ಜಗಳ ಮಾಡಿಕೊಂಡ್ಯಾ? ಅದೊಂದು ಪಾಪದ ಹೆಂಗ್ಸು. ಏನೂ ಗೊತ್ತಾಗೋಲ್ಲ ಕಣೋ" ಸೊಸೆಯ ಬಗ್ಗೆ ಸಹಾನುಭೂತಿ ವ್ಯಕ್ತಪಡಿಸಿದರು.

"ಅವಳ್ಹತ್ರ ಎಂಥ ಜಗಳ! ಕಲ್ಲು ಒಂದೇ, ಅವಳೂ ಒಂದೇ.... ಬಿಡು. ಚುರುಕು ಕಮ್ಮಿನಮ್ಮ. ಮೆಟ್ಟಿಲು ಹತ್ತಿ ಮೇಲೆ ಹೋಗೋಲ್ಲ. ಅವೇನು ಮಲಗಿದ್ಯಾ? ಓದ್ತಾ.... ಇದ್ಯಾ ಇವೆಲ್ಲ ನೋಡಬೇಕಾದ್ದು ಹೆತ್ತ ತಾಯಿ ಕರ್ಮ ಅಲ್ವಾ? ನಂಗಂತೂ ವಿದ್ಯೆ ಹತ್ತಲಿಲ್ಲ. ಇವಾದ್ರೂ ಓದಲೀ ಅನ್ನೋ ಆಸೆ ಇತ್ತು. ಎಷ್ಟೇ ಹಣ ಇರಲೀ, ವಿದ್ಯೆಗೆ ಅದರದೇ ಆದ ಬೆಲೆ ಇದೆ. ನಮ್ಗೆ ಆ ಯೋಗ ಇಲ್ಲ ಬಿಡು. ಅಂಜುಗೆ ಗಂಡು

ರೆಡಿ ಇದ್ದಾನೆ. ಯಾಕೆ ಓಲಗ ಊದಿಸಬಾರ್ದು?" ಈ ಬಗ್ಗೆ ಅಮ್ಮನ ಒಪೀನಿಯನ್ ಕೇಳಿದರು.

"ಅದು ಸರಿನೇ, ಆಮೇಲೆ ಅಂಜು ಓದ್ತಾಳೆ ಅಂತೀಯಾ? ಕಾಲೇಜಿಗೆ ರಜ ಇದ್ದ ದಿನ ಕೂಡ ಮನೆಯಲ್ಲಿ ಇರೋಲ್ಲ. ಅದೇನು.... ಓಡಾಟ" ಇಂಥದೊಂದು ಸುಳಿವು ಕೊಟ್ಟರು. ಅಂದರೆ ಅಂಜಲಿ ಕೆ.ಆರ್.ಎಸ್.ಗೆ ಹೋಗಿರುವುದು ನಿಜವಿರಬಹುದು. ಅದನ್ನು ಹೇಳಬಹುದಿತ್ತಲ್ಲ. ಮುಚ್ಚಿಡಲು ಕಾರಣವೇನು? ಹೋದದ್ದು ಯಾರ ಜೊತೆ? ಅನುಮಾನ ಮೂಡಿತು. ಅಮ್ಮನಲ್ಲಿ ಆ ಭಾನುವಾರದ ಪೂರ್ತಿ ಮಾಹಿತಿ ಪಡೆದರು. ಅಂದು ಬೆಳಿಗ್ಗೆ ಹೋದವಳು ಹಿಂದಿರುಗಿದ್ದು ರಾತ್ರಿಯೇ. 'ಗೆಳತಿಯ ಮನೆಯಲ್ಲಿ ಸತ್ಯನಾರಾಯಣ ಪೂಜೆ' ಇಂಥದೊಂದು ಕಾರಣ ಕೊಟ್ಟಿದ್ದು ಅದನ್ನು ಇವರುಗಳು ಮರೆತಿದ್ದರು. ಆ ಬಗ್ಗೆ ಹೆಚ್ಚಿಗೆ ಭಾವಿಸಿರಲಿಲ್ಲ.

ಅಂದು ಮಗಳು ಕೆ.ಆರ್.ಎಸ್.ನಲ್ಲಿ ಕಳೆದಿರಬಹುದು 'ನಿಮ್ಮಗಳನ್ನು ಕೆ.ಆರ್.ಎಸ್.ನಲ್ಲಿ ನೋಡಿದ್ದೆ. ಕಾಲೇಜು ಫ್ರೆಂಡ್ಸ್ ಜೊತೆ ಬಂದಿರಬೇಕು' ಮಾಹಿತಿ ಕೊಟ್ಟವರು ತಿಳಿಸಿದ್ದರು. ಅದು ನಿಜವೆಂದು ಭಾವಿಸಿರಲಿಲ್ಲ. ಆದರೆ ಇಂದು ಮಕ್ಕಳ ಬಗ್ಗೆ ತಾವು ತಿಳಿದಷ್ಟು ಮಾತ್ರವಲ್ಲ, ಮತ್ತೂ ನಾಲ್ಕು ಹೆಜ್ಜೆ ಮುಂದೆ ಹೋಗಿದ್ದಾರೆಂದು ತಿಳಿದಿದ್ದರು.

ರೂಮಿಗೆ ಬಂದವರೇ ಹೆಂಡತಿಯನ್ನು ಎಬ್ಬಿಸಿದರು.

ಅದೂ ಇದೂ ಮಾತಾಡುತ್ತ ಕೂತಿದ್ದ ರಾಮಲಿಂಗಂ "ನಾವು ಸ್ವಲ್ಪ ಗಟ್ಟಿ ಮುಟ್ಟಾಗಿ ಇದ್ದಾಗಲೇ ಜವಾಬ್ದಾರಿಗಳನ್ನು ಕಳೆದುಕೊಳ್ಳಬೇಕು. ಅವಳ ಹಿಂದೆ ಅಂಚು ಇರೋದ್ರಿಂದ ಜವಾಬ್ದಾರಿಗಳನ್ನು ಬೇಗ ಕಳೆದುಕೊಳ್ಳೋದು ಒಳ್ಳೇದು. ನೀನು ಈಗ ಊದ್ತಾ ಇರೋದು ನೋಡಿದ್ರೆ, ನಿಂಗೆ ಮಣೆ ಮೇಲೆ ಕೂತುಕೊಳ್ಳೋಕೆ ಆಗೋವಾಗ್ಲೇ... ಈ ಕಾರ್ಯಗಳ್ನ ಮಾಡಿ ಮುಗಿಸ್ಕೋಬೇಕು" ತಮಾಷೆಯಿಂದ ಹೆಂಡತಿಯ ತಲೆಯ ಮೇಲೊಂದು ಮೊಟಕಿದರು.

"ಇನ್ಮೇಲೆ ಜಾಸ್ತಿ ತಿನ್ನೋಲ್ಲ ಬಿಡಿ" ಅಂದರು ಆಕೆ ಪ್ರಯಾಸದಿಂದ ಮಲಗಿ. ಆಕೆ "ನೋಡಿ, ಮಗಳ ಮದ್ವೇಂತ ನನ್ನ ಒಡ್ವೇ ಕೊಡ್ಸಿ ಬಿಡಬೇಡಿ. ಏನಿದ್ರೂ ಹೊಸ್ದಾಗಿ ಮಾಡ್ಸಿ ಕೊಡಬೇಕು" ಇಂಥದೊಂದು ಬೇಡಿಕೆ ಮುಂದಿಟ್ಟಾಗ ರಾಮಲಿಂಗಂಗೆ ಅಳ ಬೇಕೋ, ನಗಬೇಕೋ ಗೊತ್ತಾಗಲಿಲ್ಲ. ಅಮಾಯಕಳೋ, ಸ್ವಾರ್ಥಿಯೋ... ಅರ್ಥ ವಾಗಲಿಲ್ಲ. ಕೈ ಚಾಚಿ ಹೆಂಡತಿಯನ್ನು ಹತ್ತಿರಕ್ಕೆ ಎಳೆದುಕೊಳ್ಳುತ್ತ "ಮುತ್ತು, ಯೋಚ್ನೇ ಮಾಡ್ಬೇಡ. ನಿನ್ನಂಥ ಹೆಂಡ್ತೀನ ಹೆಂಗೆ ನೋಡ್ಕೋಬೇಕೂಂತ ಗೊತ್ತಿಲ್ವಾ, ಚಿನ್ನ? ಅಲ್ವೇ ನಿನ್ನ ಒಡ್ವೆ ತೆಗ್ದು ನನ್ನ ಮಗಳಿಗೆ ಹಾಕೋಂಥ ಕರ್ಮ ನಂಗೇನು ಬಂದಿದೆ? ಅದ್ನ ಹಚ್ಕೊಂಡು ಬಿ.ಪಿ. ಜಾಸ್ತಿ ಮಾಡ್ಕೋಬೇಡ" ಕೆನ್ನೆ ಸವರಿದರು. ಕೆಲವೊಮ್ಮೆ ಹೆಂಡತಿ, ಮಕ್ಕಳ ಬಗ್ಗೆ ಸೀರಿಯಸ್ಸಾಗಿ ಯೋಚಿಸಲೇ ಅವರಿಗೆ ಪುರುಸೊತ್ತು ಆಗುತ್ತಿರಲಿಲ್ಲ. ಹಣ ಸಂಪಾದನೆಯ ಕಾಯಕದಲ್ಲಿ ಎಲ್ಲಾ ಮರೆತುಬಿಡುವುದು ಸುಲಭವೇ.

ಅಂಗಾತ ಮಲಗಿದ್ದ ಮುತ್ತಮ್ಮ ಉಸಿರಾಡುವುದು ಕಷ್ಟವೆನಿಸಿ ಎದ್ದು ಕೂತು, ಮೊನ್ನೆ ಹೋದಾಗ ಡಾಕ್ಟ್ರು ಬರೆದುಕೊಟ್ಟಿದ್ದ ಮಾತ್ರೆ ನುಂಗಿ "ನಂಗೆಲ್ಲೋ ಹಾರ್ಟ್ ವೀಕಾಗಿದೇಂತ ಅನಿಸುತ್ತೆ" ದನಿಯಲ್ಲಿ ಭಯ ಸ್ಪಷ್ಟವಾಯಿತು.

"ಹಾರ್ಟ್ ಇರೋರಿಗೆ ವೀಕ್ ಆಗುತ್ತೆ. ನಿಂಗೇನು ಆ ತರಹ ಪ್ರಾಬ್ಲಮ್ ಇಲ್ಲ. ನಿಂಗಿರೋದು ಬಾಯಿ, ಹೊಟ್ಟೆ ಮಾತ್ರ" ಎಂದು ಗೊಣಗಿದರು.

"ಡಾಕ್ಟ್ರು ಸಾಕಷ್ಟು ನಿಂಗೂ ಹೇಳಿದ್ದಾರೆ. ನಂಗೂ ಕರೆಸಿ ಹೇಳಿದ್ದಾರೆ. ಶರೀರದಲ್ಲಿ ಕೊಬ್ಬು ಜಾಸ್ತಿಯಾದರೆ ಏನಾಗುತ್ತೆ? ಸ್ವಲ್ಪ ಡಯಟ್ ಮಾಡು. ಒಲೆ ಮುಂದೆ ಬೇಯಿಸೋಕೆ ಯಾರಾನ್ನಾದ್ರೂ ಇಡ್ತೀನಿ. ಬೆಳಿಗ್ಗೆ ಎದ್ದು ಅಮ್ಮನ್ನ ಕರ್ಕಂಡ್ ವಾಕ್ ಹೋಗು. ಮೆಟ್ಟಿಲುಗಳನ್ನ ಆಗಾಗ ಹತ್ತಿ ಇಳಿದು ಮಾಡು. ಈಗ ಸದ್ಯಕ್ಕೆ ನನ್ತಲೆ ತಿನ್ನದೆ ಮಲ್ಗು" ರೇಗಿಯೇ ಎದ್ದು ಬಂದು ಹೊರಗೆ ಕೂತರು.

ಮನೆ ಪೂರ್ತಿಯಾಗಿ ನಿಶ್ಶಬ್ದವಾಗಿತ್ತು. ಗ್ರಾನೈಟ್ಸ್ ಉದ್ದಿಮೆಯಿಂದ ದುಡಿದು ತಂದದ್ದನ್ನ ಬೇರೆ, ಬೇರೆ ಕಡೆ ಹಾಕಿ ಹಣ ಲೂಟಿ ಮಾಡಿದ್ದರು ಸಾಕಷ್ಟು ಇತ್ತು. ಹಾಗೆಂದು ಹಿಂದೆ ಸರಿಯಲು ಸಾಧ್ಯವೇ? ಹಣದ ಬಗೆಗಿನ ಮೋಹ ಕಳೆದುಕೊಳ್ಳಲು ತಾವೇನು ಸರ್ವಸಂಗ ಪರಿತ್ಯಾಗಿಗಳೇ? ಅಕಸ್ಮಾತ್ ಎಲ್ಲಾ ಬಿಟ್ಟು ಮನೆಯಲ್ಲಿ ಕೂತು ಮಾಡುವುದಾದರೂ ಏನನ್ನ? ಮೋಕ್ಷ ಅಂಥದೇನಾದ್ರೂ ತಮ್ಮ ತಲೆಗೆ ಹೋದಿತೇ? ಅಂಥದನ್ನೆಲ್ಲ ಜೀರ್ಣಿಸಿಕೊಳ್ಳುವ ಶಕ್ತಿ ತಮ್ಮ ಮನಸ್ಸಿಗೆ, ಮಿದುಳಿಗೆ ಇದೆಯೇ?

ಸ್ವಾಮಿಗಳು ಭಾಗವಹಿಸಿದ್ದ ಒಂದು ಸಮಾರಂಭಕ್ಕೆ ಹೋಗಿದ್ದರು. ಅವರು ದೊಡ್ಡ ರೀತಿಯಲ್ಲಿ ಮನುಷ್ಯ ಜನ್ಮದ ಬಗ್ಗೆ ಉಪದೇಶ ನೀಡದಿದ್ದರೂ 'ಜಂತೂನಾಂ ನರಜನ್ಮ ದುರ್ಲಭ' ಮನುಷ್ಯ ಜನ್ಮ ಬಹಳ ದುರ್ಲಭವಾದದ್ದು, 84 ಲಕ್ಷ ಜೀವರಾಶಿಗಳು ಇವೆ. ಅವು ಅಂಡಜ, ಪಿಂಡಜ, ಸ್ವೇದಜ. ಪ್ರತಿ ಗುಂಪಿನಲ್ಲೂ 21 ಲಕ್ಷ ಜೀವರಾಶಿಗಳು ಇವೆ. ಇವೆಲ್ಲದರಲ್ಲೂ 'ಮನುಷ್ಯ ಜನ್ಮ ದುರ್ಲಭ, ಇದನ್ನು ಹಾನಿ ಮಾಡಿಕೊಳ್ಳಬೇಡಿ' ಎಂದು ದಾಸರು ಹಾಡಿದ್ದಾರೆ. ಇಂಥ ಎಷ್ಟೋ ಮಾತುಗಳನ್ನು ಹೇಳಿದ್ದರು. ಅವುಗಳಲ್ಲಿ ಕೆಲವು ಜ್ಞಾಪಕವಿತ್ತು.

ಅವೆಲ್ಲ ಯೋಚನೆ ಮಾಡಿ ತಲೆಕೆಡಿಸಿಕೊಳ್ಳುವುದಕ್ಕಿಂತ ತಮ್ಮ ರೂಟ್‌ನಲ್ಲಿ ಹೋಗಿಬಿಡುವುದೇ ಒಳ್ಳೆಯದೆನಿಸಿದಾಗ ಎದ್ದು ಹೋಗಿ ಮಲಗಿದರು. ತುಂಬ ದಪ್ಪಗಿದ್ದ, ಜೊತೆಗೆ ಮೂಗಿನವರೆಗೂ ತಿಂದು ಬಿಡುವ ಮುತ್ತಮ್ಮ ಜೋರಾಗಿ ಗೊರಕೆ ಹಾಕುತ್ತಿದ್ದಳು.

ತೀರಾ ಬೇಸರದಿಂದ ಹೆಂಡತಿಯ ಕಡೆ ಬೆನ್ನು ಹಾಕಿ ಮಲಗಿದ್ದವರು, ನಿದ್ದೆ ಬಾರದೆ ಒದ್ದಾಡಿ ಮುಂದಿನ ಆಫೀಸ್ ರೂಂಗೆ ಬಂದು ಮಲಗಿದರು.

* * *

ಪ್ರೊಫೆಸರ್ ಗುರುಸಿದ್ದಯ್ಯ ಮನೆಯಿಂದ ಹೊರಗೆ ಬಂದರು. ಮನೆಯಲ್ಲಿ

ಇದ್ದಿದ್ದು ಗಂಡ, ಹೆಂಡತಿ ಮಾತ್ರ. ಇಬ್ಬರೂ ಮಕ್ಕಳು ವಿದೇಶದಲ್ಲಿ ನೆಲೆಸಿದ್ದರು. ವಿಶ್ರಾಂತ ಜೀವನ. ಸಭೆ, ಸಮಾರಂಭ, ಸಾಹಿತ್ಯಕ ಚರ್ಚೆಗಳಲ್ಲಿ ಅವರ ಸಮಯ ಕಳೆದು ಹೋಗುತ್ತಿತ್ತು. ತತ್ವಶಾಸ್ತ್ರದ ಪ್ರಾಧ್ಯಾಪಕರಾಗಿ ರಿಟೈರ್ಡ್ ಆದವರು. ಹೆಚ್ಚಿನ ಗೆಳೆತನ ಮಾತ್ರ ಅನಂತರಂಗಮೂರ್ತಿಯವರ ಜೊತೆ.

"ಪರಮೇಶ್ವರಿ... ಬರ್ತೀನಿ" ಕೂಗಿದರು.

"ಸ್ವಲ್ಪ ಇರೀ, ಮಧ್ಯಾಹ್ನ ಊಟಕ್ಕೆ ಬರ್ತೀರಾ? ಇಲ್ವಾ? ಅದು ತಿಳೀಬೇಕು. ಅಕಸ್ಮಾತ್ ಅಡ್ಗೇ ಮಾಡಿದರೇ, ನೀವು ಆರಾಮಾಗಿ ಊಟ ಮುಗ್ಸಿಕೊಂಡು ಬರ್ತೀರಿ ನಾನು ರಾತ್ರಿಗೆ ಅದೇ ಆರಿದ ಅನ್ನ ತಿನ್ನಬೇಕು" ಇದು ಮಾಮೂಲಿ ರಾಗ. ಪ್ರೊಫೆಸರ್ ಡಾ. ಗುರುಸಿದ್ಧಪ್ಪನವರು ನಿಂತು ಹೆಂಡತಿಯತ್ತ ನೋಟ ಹರಿಸಿ "ಅಕಸ್ಮಾತ್ ಊಟ ಮಾಡದೇ ಬಂದೇಂತ ಇಟ್ಕೋ, ಒಂದೆರಡು ಹಿಡಿ ಅಕ್ಕಿ ಹಾಕಿ ಅನ್ನ ಮಾಡ್ಕೋತೀನಿ. ಸಾರು, ಹುಳಿ ಒಂದಿಷ್ಟು ಜಾಸ್ತಿ ಮಾಡಿಟ್ಟುಕೊಂಡರಾಯ್ತು" ಇಂಥದೊಂದು ಸಲಹೆ ಆಗಾಗ ಕೊಡುವುದುಂಟು.

"ನೀವು ಬರೋಲ್ಲಾಂದ್ರೆ ನಾನು ಅಡುಗೇನೇ ಮಾಡೋಲ್ಲ. ವಸುಧಾ ಮಗಳು ಎಷ್ಟೊಂದು ಚೆನ್ನಾಗಿ ಹಾಡ್ತಾಳೆ ಗೊತ್ತಾ? ಆ ಪುಟ್ಟ ಹುಡ್ಗೀ ಬಾಲ ಸರಸ್ವತಿ ಕಣ್ರೀ. ಶಾಸ್ತ್ರೀಯ ಸಂಗೀತದ ಅಭ್ಯಾಸದ ಜೊತೆ ಸುಗಮ ಸಂಗೀತ ಕೂಡ ಕಲೀತಾ ಇದ್ದಾಳೆ. ಅದಕ್ಕೆ ನಿಮ್ಮ ಸ್ನೇಹಿತರ ಮನೆಗೆ ಹೋಗಿ ಬಿಡೋಣಾಂತ. ಆ ಮನೆ ಊಟ ನಂಗೇನೂ ಹೊಸ್ದಲ್ಲ, ಆ ಹುಡ್ಗೀನೂ ಬಿಡೋಲ್ಲ" ಇಂಥದೊಂದು ಪ್ಲಾನ್ ಗಂಡನ ಮುಂದಿಟ್ಟರು. "ಅಂತೂ ಇವತ್ತು ಅಡುಗೆ ಕೆಲ್ಸ ಇಲ್ಲ. ನಾನು ಫಂಕ್ಷನ್ ಮುಗ್ಸಿಕೊಂಡು ನೇರವಾಗಿ ಅಲ್ಲಿಗೆ ಬರ್ತೀನಿ" ಎಂದು ಮನೆ ಹೊಸಲು ದಾಟಿ ಹೊರಗೆ ಕಾಲಿಟ್ಟರು. ಇದು ಅನಂತರಂಗಮೂರ್ತಿಯವರ ಮನೆಯಷ್ಟೇ ಹಳೆಯದು. ಹೆಚ್ಚು ಕಡಿಮೆ ಅದೇ ಸ್ಟೈಲ್‌ನಲ್ಲಿ ಕಟ್ಟಿಸಿದ ಮನೆ. ಇವರದು 5ನೇ ಕ್ರಾಸ್, ಅವರದು ಏಳನೇ ಕ್ರಾಸ್, ಬಹುಶಃ ಐದಾರು ನಿಮಿಷ.... ಇಲ್ಲ ಹತ್ತು ನಿಮಿಷದ ನಡಿಗೆ ಅಷ್ಟೇ.

ಎಲ್ಲರೂ ಪರಿಚಯಸ್ಥರೇ, ಸಿಕ್ಕವರೊಂದಿಗೆಲ್ಲ ಮಾತಾಡುತ್ತಲೇ ಬಂದವರು ಕಾಂಪೌಂಡ್‌ನಲ್ಲಿ ಕೆಲವು ಕ್ಷಣ ನಿಂತರು. ಪುಟ್ಟ ಹುಡುಗಿ ನೈರುತ್ಯ ಅತ್ಯಂತ ಸುಶ್ರಾವ್ಯ ಕಂಠದಲ್ಲಿ ಪುರಂದರ ದಾಸರ ಭಕ್ತಿಗೀತೆಗಳನ್ನು ಹಾಡುತ್ತಿದ್ದಳು. ಕರ್ನಾಟಕ ಸಂಗೀತದಲ್ಲಿ ವಿದ್ವತ್ ಮಾಡಿದ ವಸುಧಾನೆ ಅವಳ ಮೊದಲ ಗುರು. ಅವಳ ಸಂಗೀತ ಕಲಿಕೆ ಮತ್ತು ಭಾಷೆಯ ಮೇಲಿನ ಹಿಡಿತಕ್ಕಾಗಿಯೇ ಆರು ತಿಂಗಳು ಭಾರತಕ್ಕೆ ಬಂದಿರೋದು.

ಕಿರಣ ಆಗಾಗ ಮಡದಿಗೆ ಎಚ್ಚರಿಸುತ್ತಿದ್ದ.

"ನಾವು ಎಂದಿದ್ದರೂ ಭಾರತಕ್ಕೆ ಹಿಂದಿರುಗೋರೇ. ನೈರುತ್ಯಗೆ ಅಲ್ಲಿನ ಬದುಕು, ಸಂಸ್ಕೃತಿ, ಪರಂಪರೆಯ ಪರಿಚಯ ಬೇಕು. ಮನೆಯಲ್ಲಿನ ಆಚಾರ–ವಿಚಾರಗಳು ಪೂರ್ತಿ ಭಾರತೀಯವಾಗಿಯೇ ಇರಬೇಕು. ಅವಳು ಅನಂತರಂಗಮೂರ್ತಿ

ಅಹೋಬಲವಾರ್ಯರ ಮೊಮ್ಮಗಳಾಗಿಯೇ ಉಳೀಬೇಕು" ಇಂಥ ಆದರ್ಶಗಳನ್ನು ಇಟ್ಟುಕೊಂಡ ಕಿರಣ ಆಕ್ಸ್‌ಫರ್ಡ್ ಯೂನಿವರ್ಸಿಟಿಯಲ್ಲಿ ಉಪನ್ಯಾಸಕ.

ಗಂಡ–ಹೆಂಡತಿಯ ಮನಸ್ಥಿತಿ ಒಂದೇ ಆಗಿರುವುದರಿಂದ ನೈರುತ್ಯಳ ಆರೋಗ್ಯಕರ ಬೆಳವಣಿಗೆ ಸಾಧ್ಯವಾಗಿತ್ತು.

"ನೈರುತ್ಯ" ಎನ್ನುತ್ತಲೇ ಒಳ ನುಗ್ಗಿದರು. "ಅಣ್ಣ, ಗುರು ಚಿಕ್ಕಪ್ಪ ಬಂದರು" ಮೇಲೆದ್ದ ವಸುಧಾ "ನಿಮಗೋಸ್ಕರನೇ ಕಾಯ್ತಾ ಇದ್ದರು. ಚಿಕ್ಕಮ್ಮ ಕೂಡ ಬರ್ತೀನಿ ಅಂದಿದ್ರು."

ಒಮ್ಮೆ ಮೇಲೆ ನೋಡಿ ಎದೆಯ ಮೇಲೆ ಕೈ ಇಟ್ಟುಕೊಂಡು "ನೂರಕ್ಕೆ ನೂರರಷ್ಟು ಸತ್ಯ. ಆದರೆ ಒಂದೆರಡು ಗಂಟೆಗಳ ನಂತರ ತಡ ಮಾಡಿ ಬರ್ತಾಳೆ. ಅದರ ಒಳಗುಟ್ಟು ಗೊತ್ತಿಲ್ಲ. ಮಧ್ಯಾಹ್ನದ ಊಟ ಇಲ್ಲೆ. ಸಂಜೆಯವರ್ರೂ ಇಲ್ಲೇ ಠಿಕಾಣಿ. ಕಾಫಿ ಅಂಥದೆಲ್ಲ ಇಲ್ಲೆ ಮುಗಿಯುತ್ತೆ. ಸಂಜೆ ಮುಂದು ಹೋಗೋವಾಗ ಸಾರು, ಹುಳಿ ಅಂಥದರ ಜೊತೆಗೆ ಕಾಯಿ ಚಟ್ನಿ, ಪಲ್ಯ ಒಯ್ದು ಬಿಟ್ಟರೆ ಒಂದು ದಿನ ಖರ್ಚಿಲ್ಲದೆ, ಶ್ರಮವಿಲ್ಲದೆ ಕಳೆದು ಹೋದಂತಾಗುತ್ತೆ" ಮಾತಿಗೆ ನಗು ಕೂಡ ಸೇರಿಸಿದರು ಗುರುಸಿದ್ಧಪ್ಪನವರು.

ವಸುಧಾ ಮುಗುಳ್ನಕ್ಕಳು. ಸ್ವಲ್ಪ ಅವರದು ಹಾಸ್ಯದ ಸ್ವಭಾವವೇ. ಈ ಗೆಳೆಯನ ಮನೆಗೆ ಹೆಚ್ಚು ಹೊಂದಿಕೊಂಡಿದ್ದರಿಂದ ಮನೆಯಲ್ಲಿ ಅವರು ಕೂಡ ಒಬ್ಬರು.

"ಕುಡಿಯೋಕೆ ಏನೂ ತರೋದು ಬೇಡ. ನಾನು ನೈರುತ್ಯ ಜೊತೆ ಒಂದಿಷ್ಟು ಮಾತಾಡ್ತೀನಿ" ಕೂತು ಅವಳನ್ನು ಕರೆದು ಪಕ್ಕ ಕೂಡಿಸಿಕೊಂಡು "ನಿಂಗೆ ಹಾಡೂಂದರೆ ತುಂಬ ಇಷ್ಟನಾ?" 'ಹ್ಞೂಂ' ಎಂದು ತಲೆದೂಗಿ "ನಿಮ್ಮನ್ನು ಒಂದು ಪ್ರಶ್ನೆ ಕೇಳಲಾ? ಸಂಗೀತನ ಬೆಳಿಗ್ಗೆ ಹೊತ್ತು ಪ್ರಾಕ್ಟೀಸ್ ಮಾಡಬೇಕೂಂತ ಅಮ್ಮ ಮತ್ತು ನನ್ನ ಶಾಸ್ತ್ರೀಯ ಸಂಗೀತದ ಗುರುಗಳು ಕನಕರತ್ನ ಅಮ್ಮಾಳ್ ಹೇಳ್ತಾರಲ್ಲ ಆ ವಿಷಯ ಬಿಡಿ. ಆದರೆ ಒಂದು ಡೌಟ್, ಕುಮಾರವ್ಯಾಸ ಗದುಗಿನ ಭಾರತ ರಚಿಸುವಾಗ ಕೆರೆಯಲ್ಲಿ ಮಿಂದು ಬಂದು ಒದ್ದೆ ಬಟ್ಟೆಯಲ್ಲಿ ರಚಿಸುತ್ತಿದ್ದರಂತೆ" ಯಾಕೆ ಇಂಥ ಮನದ ಗೊಂದಲವನ್ನು ಅವರ ಮುಂದಿಟ್ಟಳು. ಏಳರ ಹರೆಯದ ಪುಟ್ಟ ಮಗು ನೈರುತ್ಯ.

ಅವಳನ್ನು ನೋಡಿದರು. ಈಗಿನ ಕಾಲೇಜು ವಿದ್ಯಾಭ್ಯಾಸ ಪಡೆದ ಯುವಕರೇನು, ಹಿರಿಯರು, ಅತ್ಯಂತ ವಿದ್ಯಾವಂತರಿಗೆ ಕುಮಾರವ್ಯಾಸನ ಬಗ್ಗೆ ತಿಳಿಯದಿದೆಯೆ? ಬಹುಶಃ ತಿಳಿದಿದ್ದರೂ ಮರೆತುಬಿಟ್ಟಿರುತ್ತಾರೆ. ಗ್ರಹಿಸಿ ತಲೆಯಲ್ಲಿ ಇಟ್ಟುಕೊಳ್ಳುವ ವಯಸ್ಸಿನಲ್ಲಿ ಕುಮಾರವ್ಯಾಸ ಮುಂತಾದ ಮಹನೀಯರ ಜೊತೆಗೆ ಇಲ್ಲಿನ ಸಂಸ್ಕೃತಿ, ಸಂಗೀತ, ಕಲೆಗಳ ಬಗ್ಗೆ ಅವಳ ಜ್ಞಾನ ಹೆಚ್ಚಿಸಲು ಹೊರಟ ಕಿರಣ್‌ಕುಮಾರ್ ಬಗ್ಗೆ ಅಭಿಮಾನವೆನಿಸಿತು.

"ಅಂಥದೊಂದು ಕತೆ ಇದೆ. ಗದುಗಿನ ಭಾರತದಂಥ ಕೃತಿ ರಚಿಸಿದ ಕುಮಾರ ವ್ಯಾಸ ಪ್ರತಿದಿನ ವೀರನಾರಾಯಣ ದೇವಾಲಯದ ಮುಂದಿನ ಕೆರೆಯಲ್ಲಿ ಮಿಂದು

ಒದ್ದೆ ಬಟ್ಟೆಯಲ್ಲಿ ಬರೆಯಲು ಕೂಡುತ್ತಿದ್ದನಂತೆ. ಜೊತೆಗೆ ಬಟ್ಟೆ ಆರುವ ತನಕ ಮಾತ್ರ ಬರೆಯುತ್ತಿದ್ದನಂತೆ. ಇಂಥದೊಂದು ಕಥೆ ಇದೆ ಪುಟ್ಟ. ಗದುಗಿನ ಒಣ ಭೂಮಿಯಲ್ಲಿ ಪೂರ್ತಿಯಾಗಿ ಬಟ್ಟೆ ಒಣಗಲು ಒಂದೆರಡು ಗಂಟೆ ಸಾಕೂಂತ ಅನ್ನಿಸುತ್ತೆ. ಅಂದರೆ ದಿನವೂ ಒಂದೆರಡು ಗಂಟೆಗಳ ಕಾಲ ಬರೆದು ಗದುಕಿನ ಭಾರತದಂಥ ಬೃಹತ್ ಕೃತಿಯನ್ನು ರಚಿಸಿದನಾ? ಅವನು ತನ್ನ ಅಗ್ಗಳಿಕೆಯಲ್ಲಿ ಹೇಳುವಂತೆ..." ಅಂದ ಕೂಡಲೇ "ನಾನೊಂದು ಪದ್ಯ ಹೇಳಲಾ? ಅಮ್ಮ ನಂಗೆ ದಿನವೂ ಕಲಿಸಿಕೊಡುತ್ತೆ" ಎಂದಳು ನೈರುತ್ಯ.

ಆ ಪುಟ್ಟ ಶಾರದೆಯ ಹೊಳೆಯುವ ಕಣ್ಣುಗಳನ್ನು ನೋಡುತ್ತ "ಹೇಳು.... ನೋಡೋಣ" ಕೆನ್ನೆ ಸವರಿದರು.

ಹಲಗೆ ಬಳಪವ ಪಿಡಿಯದೊಂದಗ್ಗಳಿಕೆ
ಪದವಿಟ್ಟಳುಪದೊಂದಗ್ಗಳಿಕೆ
ಪರರೊಡ್ಡವದ ರೀತಿಯ ಕೊಳ್ಳದಗ್ಗಳಿಕೆ
ಬಳಸಿ ಬರೆಯಲು ಕಂಠಪತ್ರದ
ಪುಲುಹುಗೆಡದಗ್ಗಳಿಕೆ
ಯೆಂಖೀ ಬಲುದು ಗದುಗಿನ ವೀರನಾರಾಯಣ ಕಿಂಕಿರೆ.

ಈ ಕುಮಾರವ್ಯಾಸನ ಅಗ್ಗಳಿಕೆಯನ್ನು ಎಷ್ಟು ಸುಶ್ರಾವ್ಯವಾಗಿ ಹೇಳಿದಳೆಂದರೆ ಪ್ರೊಫೆಸರ್ ಡಾ. ಗುರುಸಿದ್ಧಪ್ಪ ಸುಸ್ತಾಗಿ ಬಿಟ್ಟರು. ಅವರಿಗೂ ಮೊಮ್ಮಕ್ಕಳು ಇದ್ದರು. ವಿದೇಶಿ ವಾಸಿಗಳು. ಎರಡ್ಮೂರು ವರ್ಷಕ್ಕೊಮ್ಮೆ ಬಂದರೂ, ಕನ್ನಡ ಗೊತ್ತಿಲ್ಲ. ಸಂಸ್ಕೃತಿ, ಪರಂಪರೆಯ ಅರಿವಿಲ್ಲ. ಹೆತ್ತವರು ದುಡಿಯಲು ಹೊರಗೆ ಹೋಗುತ್ತಿದ್ದರು. ಪ್ರೀತಿ ಇಲ್ಲಾಂತ ಅಲ್ಲ, ಪುರುಸೊತ್ತು ಇಲ್ಲ ಅಷ್ಟೇ. ಅಲ್ಲಿನ ವಾತಾವರಣಕ್ಕೆ ಹೊಂದಿಕೊಂಡಿದ್ದರು.

ನೈರುತ್ಯನ ಅಪ್ಪಿಕೊಂಡು ಕಣ್ಣೀರು ಸುರಿಸಿದರು.

"ನೀನು ಸಾಕ್ಷಾತ್ ಶಾರದೇನೇ. ಈ ಮನೆ, ಇಲ್ಲಿನ ಸಂಸ್ಕಾರದ ಪ್ರತಿರೂಪ" ಆ ವೇಳೆಗೆ ಅನಂತರಂಗಮೂರ್ತಿಗಳು ರೂಮಿನಿಂದ ಹೊರಗೆ ಬಂದರು. "ನೀನಾಗ್ಲೇ ಬಂದು ಆಗಿದೆ. ಈ ದಿನ ನನ್ನ ಮೊಮ್ಮಗ್ಳು ಕೂಡ ಬರ್ತಾಳೆ" ಹರ್ಷವಿತ್ತು ಅವರ ದನಿಯಲ್ಲಿ. ಒಂದು ಪುಸ್ತಕ ಬಿಡುಗಡೆಯ ಸಮಾರಂಭದ ಜೊತೆ ಗೀತ ಗಾಯನ, ಗೋಷ್ಠಿ, ಅದಕ್ಕೆ ಅನಂತರಂಗಮೂರ್ತಿ ಮುಖ್ಯ ಅತಿಥಿಗಳು.

ಇವರುಗಳು ಹೋದ ಅರ್ಧಗಂಟೆಯ ನಂತರ ವಾಸುದೇವಮೂರ್ತಿ ಮನೆಗೆ ಬಂದವ ಒಂದು ರೀತಿಯ ಟೆನ್ಷನ್‌ನಲ್ಲಿ ಇದ್ದಂತೆ ಕಂಡ. ಕಾಲೇಜಿಗೆ ಕೂಡ ಹೋಗದೆ ಹಿಂದಿರುಗಿದ್ದ.

"ಕಾಫಿ ತಂದುಕೊಡ್ಲಾ?" ವಸುಧಾ ಕೇಳಿದಳು.

"ಬೇಡ, ನಂಗೆ ಅಂಜುನ ಬಿಟ್ಟಿರೋಕ್ಕಾಗೋಲ್ಲ, ಅವ್ರ ಮನೆಯಲ್ಲಿ ಗಲಾಟೆ ಶುರುವಾಗಿದೆ" ಏದುಸಿರು ಬಿಡುತ್ತ ಹೇಳಿದ. ಒಂದು ಕ್ಷಣ ಅವನನ್ನೇ ನೋಡಿದಳು. ಇನ್ನು ಎಜುಕೇಷನ್ ಮುಗಿದಿಲ್ಲ, ಭವಿಷ್ಯದ ಬಗ್ಗೆ ನಿರ್ಣಯ, ನಿರ್ಧಾರ, ತೀರ್ಮಾನ ಒಂದೂ ಇಲ್ಲ. "ಮೇಲಿನ ಹಜಾರಕ್ಕೆ ನಡೀ. ಕಾಫಿ ತಗೊಂಡ್ ಬರ್ತೀನಿ" ಅವನನ್ನು ಕಳುಹಿಸಿದಳು.

ಸರಿಯೆನಿಸಲಿಲ್ಲ. ಅವನೊಬ್ಬ ಸಾಫ್ಟ್‌ವೇರ್ ಎಂಜಿನಿಯರ್ ಆಗಿ ಹೊರಹೊಮ್ಮ ಬೇಕಾದರೆ 2 ವರ್ಷ ಬೇಕು. ವ್ಯವಸಾಯ, ವ್ಯಾಪಾರ ಅಂಥದಲ್ಲ. ಓದಿನ ಮೂಲಕ ಸಮಾಜದ ಋಣ ತೀರಿಸುವುದು ಮಾತ್ರವಲ್ಲ, ಅನ್ನ ಕೂಡ ಸಂಪಾದಿಸಿಕೊಳ್ಳಬೇಕು.

ಕಾಫಿ ಒಯ್ದು ಅವನ ಮುಂದಿಟ್ಟು "ಅಷ್ಟೊಂದು ಎಕ್ಸೈಟ್ ಆಗೋಂಥದೇನಿಲ್ಲ. ಸಮಸ್ಯೆಗಳನ್ನು ತಗೊಳ್ಳೋ ರೀತಿಯಿಂದ ಪರಿಣಾಮ ನಿರ್ಧಾರವಾಗುತ್ತೆ. ಈಗ್ಹೇಳು, ಏನು ವಿಷ್ಯ? ಅದಕ್ಕೆ ಮೊದ್ಲು ನೀರು ಕುಡಿದು ನಂತರ ಕಾಫಿ ಕುಡಿದು ಸುಧಾರಿಸ್ಕೋ" ಎಂದು ಹೇಳಿ ಅವನ ಎದುರಿನಲ್ಲಿ ಕೂತಳು.

ನೀರು ಕುಡಿದ, ಅರ್ಧ ಕಾಫಿ ಕುಡಿದ.

"ಈಗ್ಹೇಳು ಏನು ವಿಷ್ಯ?" ಅತ್ಯಂತ ಮೃದುವಾಗಿ ಪ್ರಶ್ನಿಸಿದಳು.

"ನಾನು ಪ್ರಯತ್ನ ಮಾಡಿ ಸೋತೆ. ಅವಳನ್ನು ನೋಡದೆ ಮಾತಾಡದೆ ಬದುಕಿರೋಕೆ ಸಾಧ್ಯವಿಲ್ಲ. ಅವಳೂ ಅಷ್ಟೇ, ನಂಗೋಸ್ಕರ ಪ್ರಾಣ ಕೊಡೋಕೆ ಸಿದ್ಧವಾಗಿದ್ದಾಳೆ. ಈಗ ಅವಳ ಮನೆಯಲ್ಲಿ ಮದ್ವೆ ಮಾಡೋಕೆ ಸಿದ್ಧವಾಗಿದ್ದಾರಂತೆ" ಗೊಂದಲಕ್ಕೆ ಒಳಗಾದಂತೆ ಹೇಳಿದ.

"ಆದರೆ ನೀನೇನೂ ಸಿದ್ಧವಾಗಿಲ್ವಲ್ಲ. ಎಜುಕೇಷನ್.... ಕೆಲ್ಸ.... ನಿಮ್ಮಂದೆ ಹಲವಾರು ಸವಾಲ್‌ಗಳು ಇವೆ. ನೀನು ಇನ್ನೂ ಚಿಕ್ಕವನು. ಎರಡ್ವರ್ಷದ ನಂತರ ನಿಂಗೆ ಇದು ಸರಿಯಲ್ಲಾಂತ ಅನಿಸುತ್ತೆ. ಅಂಜಲಿ ಗಟ್ಟಿ ಅನಿಸುತ್ತೆ. ಅವ್ಳು ಫೇಸ್ ಮಾಡ್ತಾಳೆ ಬಿಡು. ನೀನು ತಲೆ ಕೆಡಿಸ್ಕೋಬೇಡ. ಮದ್ವೆ ವಿಷ್ಯ ನಿನ್ನದೊಬ್ಬನದೇ ಆದರೆ... ತೊಂದರೆಗೆ ಒಳಗಾಗುತ್ತೀಯ, ಅಣ್ಣನ ಬಗ್ಗೆ ಯೋಚ್ಸಿದ್ದೀಯ? ಅಂಜು ಈ ಮನೆಗೆ ಹೊಂದಿಕೊಳ್ಳೋಕೆ ಸಾಧ್ಯನಾ? ಅವಳ ಬಗ್ಗೆ ನಿಂಗೇನು ಗೊತ್ತು?" ಕೇಳುವ ವೇಳೆಗೆ ಮೊಬೈಲ್ ಸದ್ದು ಮಾಡಿತು. ಅದೇ ಅಂಜು... ಇಬ್ಬರ ನಡುವೆ ಸುಮಾರು ಮಾತುಕತೆ. ವಾಸು ಮಾತಾಡಿದ್ದಕ್ಕಿಂತ ಕೇಳಿದ್ದೇ ಹೆಚ್ಚು.

ಆಮೇಲೆ ಮೊಬೈಲ್ ಸದ್ದು ಅಡಗಿದ ನಂತರ "ನಾನು ಅಂಜುನ ಬಿಟ್ಟು ಕೊಡೋಕೆ ಸಾಧ್ಯವಿಲ್ಲ" ತೀರ್ಮಾನಕ್ಕೆ ಬಂದಂತೆ ತಿಳಿಸಿದ.

"ಊಹಾ ಪ್ರಪಂಚನೇ ಬೇರೆ, ವಾಸ್ತವ ಜಗತೇ ಬೇರೆ. ಅವಳನ್ನು ತಿದ್ದಿ ರೂಪ ಕೊಡೋಕೆ ಅಮ್ಮನೂ ಇಲ್ಲ. ಹಂಡ್ರೆಡ್ ಪರ್ಸೆಂಟ್ ಅಣ್ಣ ಈ ಮದ್ವೆಗೆ ಒಪ್ಗೆ ಕೊಡೋಲ್ಲ. ಅವಳಿಗೂ ಬುದ್ಧಿ ಹೇಳು, ಪಶ್ಚಾತ್ತಾಪಪಡುತ್ತಾಳೆ ಮುಂದೆ. ಇಬ್ಬರ ನಡ್ವೆ ಸಾಮರಸ್ಯವಿಲ್ಲದಾಗ ಬದ್ಕು ದುರ್ಭರವಾಗುತ್ತೆ. ಸದ್ಯಕ್ಕೆ ಒಂದೆರಡು ವರ್ಷ ಮದ್ವೆ

ಅನ್ನೋದು ಮುಂದೂಡಿ. ಆಮೇಲೂ ನಿಮ್ಗೆ ವಿವಾಹವಾಗಬೇಕೂಂತ ಅನ್ನಿಸಿದರೆ, ಆರಾಮಾಗಿ ಮದ್ವೆ ಮಾಡ್ಕೊಳ್ಳಿ. ಖಂಡಿತ ಅಣ್ಣ ಒಪ್ಪೋಲ್ಲ. ಮನೆಯಿಂದ ಹೊರ್ಗೆ ಹೋಗಬೇಕಾಗುತ್ತೆ" ಅತ್ಯಂತ ಸಂಯಮದಿಂದ ಬುದ್ಧಿ ಹೇಳಿದಳು.

ಮೊಬೈಲ್‌ನಲ್ಲಿ ಸೇವ್ ಮಾಡಿಕೊಂಡಿದ್ದ ಅವಳ ಭಾವಚಿತ್ರವನ್ನೇ ನೋಡುತ್ತಿದ್ದ. ಎಷ್ಟು ಹುಚ್ಚನಾಗಿದ್ದನೆಂದರೆ ಅವಳಿಗೋಸ್ಕರ ಅರಬ್ಬಿ ಸಮುದ್ರಕ್ಕೆ ಹಾರಲೂ ಸಿದ್ಧವಿದ್ದ!

"ಅಣ್ಣನ ಒಪ್ಗೆಗೆ ನಾನು ಕಾಯೋಲ್ಲ" ಅಷ್ಟು ಹೇಳಿದವನೇ ಹೊರಟುಬಿಟ್ಟ.

ವಸುಧಾ ಸುಮ್ಮನೆ ಕೂತಳು. ಮುಂದೇನು? ಹಣವನ್ನು ಕೂಡಿ ಹಾಕಿದ ಜನರಲ್ಲ. ಹಾಸ್ಟೆಲ್‌ನಲ್ಲಿ ಜಾಗವಿಲ್ಲವೆಂದು ಬಂದ ಬಡ ವಿದ್ಯಾರ್ಥಿಗಳಿಗೆ ಊಟ ಹಾಕಿ ಇರಲು ಜಾಗ ಕೊಟ್ಟ ಮನೆ. ಸರಸ್ವತಿಯ ಆರಾಧನೆಗೆ ತೊಡಗುವ ಜನಕ್ಕೆ ಇದೊಂದು ಛತ್ರವೇ. ಮುಂದೇನು?

ಅಂಜುನ ತಂದು ಕಣ್ಮುಂದೆ ನಿಲ್ಲಿಸಿಕೊಂಡಳು. ಬೆರಳಲ್ಲಿ ವಜ್ರದ ಉಂಗುರ, ಕಾಸ್ಲಿ ಡ್ರೆಸ್, ಬಳಸಿದ ಪರ್‌ಫ್ಯೂಮ್ ಕೂಡ ವಿದೇಶದ್ದು. ಕತ್ತರಿಸಿದ ಕೂದಲು, ಚಿನ್ನದ ಚೈನ್ ಹಾಕಿದ ಪುಟ್ಟ ಕೈ ಗಡಿಯಾರ, ಅಗತ್ಯಕ್ಕಿಂತ ಹೆಚ್ಚು ಮೇಕಪ್, ತೊಟ್ಟಿದ್ದು ಮಾಡ್ ಡ್ರೆಸ್. ಆದರೂ ಅಂಥ ಚೆಲುವೆಯಲ್ಲವೆನಿಸಿತು. ಈ ಪ್ರೀತಿಗೆ ಏನರ್ಥ? ಎಷ್ಟೋ ಜನರಿಗೆ ಇದರ ಅರ್ಥವೇ ಗೊತ್ತಿಲ್ಲವೆನಿಸಿತು. ಆಗಬಹುದಾದ ಅನಾಹುತ ತಡೆಯಲು ಸಾಧ್ಯವೇ?

ಪ್ರೊಫೆಸರ್ ಗುರುಸಿದ್ಧಪ್ಪನವರ ಮೊಬೈಲ್‌ಗೆ ಫೋನ್ ಮಾಡಿ "ಗುರು ಚಿಕ್ಕಪ್ಪ, ವಾಸು ಈಗ ಬಂದಿದ್ದ, ಬಹುಶಃ ಅನಿರೀಕ್ಷಿತ ಡೆವಲಪ್‌ಮೆಂಟ್ಸ್ ತಿಳಿದು ಹೇಳದೇ ಇರೋದು ತಪ್ಪಾಗುತ್ತೆ. ನಾನೇ ಸರಸ್ವತಿ ಹಾಲ್ ಬಳಿಗೆ ಬಂದಿರುತ್ತೀನಿ. ನೀವು ಹೊರಗಡೆ ಬನ್ನಿ" ವಿಷಯ ಮುಟ್ಟಿಸಿದಳು. ತಾವು ತಂದೆಯ ಮುಂದೆ ಅಪರಾಧಿಯಾಗುವುದು ಬೇಡ ಎನ್ನುವ ನಿರ್ಧಾರಕ್ಕಿಂತ ಹತ್ತಿಕ್ಕಲಾರದ ದುಗುಡ. 'ವಯಸ್ಸಿಗೆ ಬಂದ ಹುಡುಗರು ಹೆತ್ತವರಿಗೆ ಸಮಸ್ಯೆ!' ಎಲ್ಲೋ ಕೇಳಿದ ಮಾತು, ಇಲ್ಲ ಓದಿದ್ದು, ಅನುಭವಕ್ಕೆ ಬಂದಿದ್ದು, ಧುತ್ತೆಂದು ವಕ್ಕರಿಸಿತ್ತು.

ಇವಳಿಗಾಗಿಯೇ ಕಾದಿದ್ದವರು ನಾಲ್ಕು ಹೆಜ್ಜೆ ಮುಂದಕ್ಕೆ ಬಂದು "ಯಾಕೆ ವಸು ಇಷ್ಟೊಂದು ಗಾಬ್ರಿಯಾಗಿದ್ದೀ?" ಆತಂಕದಿಂದ ಪ್ರಶ್ನಿಸಿದರು. ಇಬ್ಬರೂ ಅಷ್ಟು ದೂರಕ್ಕೆ ಬಂದು ಒಂದು ಮರದ ಬಳಿ ನಿಂತರು. ವಾಸು ಹೇಳಿದ್ದನ್ನು ಚಾಚೂ ತಪ್ಪದೆ ವಿವರಿಸಿ 'ಮುಂದೇನು?' ಎನ್ನುವಂತೆ ನೋಡಿದಳು.

ಪ್ರೊಫೆಸರ್ ಡಾ. ಗುರುಸಿದ್ಧಪ್ಪನವರು ಜೋರಾಗಿಯೇ ನಕ್ಕರು.

"ಅವ್ನಿಗೇನಾದ್ರೂ ಹುಚ್ಚು ಹಿಡಿದಿದೆಯಂಥ? ಮೊದ್ಲು ಆ ಹುಡ್ಗೀಯ ಕುಟುಂಬದ ಹಿನ್ನೆಲೆ ಪತ್ತೆ ಮಾಡ್ಬೇಕು. ಅದೇನು ದೊಡ್ಡ ಕೆಲ್ಸವಲ್ಲ. ನನ್ನೊಬ್ಬ ಶಿಷ್ಯ 'ಡಿಟೆಕ್ಟಿವ್ ಕಂಪನಿ' ಪ್ರಾರಂಭಿಸಿದ್ದಾನೆ. ಅವ್ನ ಮೂಲಕ ಕೆಲವೇ ಗಂಟೆಗಳಲ್ಲಿ ವಿಷಯನ ತರಿಸ್ತೀನಿ. ನೀನೇನೂ ಗಾಬ್ರಿಯಾಗಬೇಡ. ಮಕ್ಕಳನ್ನು ಹೆತ್ತ ಮೇಲೆ ಇದನ್ನೆಲ್ಲ

ಎದುರಿಸೋಕೆ ಸಿದ್ಧವಾಗಿಯೇ ಇರಬೇಕು. ನನ್ನ ಇಬ್ರೂ ಮಕ್ಕಳು ನನ್ನ ಕೇಳದೇನೇ ಬೇಕಾದವರನ್ನ ವಿವಾಹ ಮಾಡಿಕೊಂಡು ಹಾರಿಹೋದ್ರು. ನೋಡಬೇಕೆನಿಸಿದಾಗ ನಾವೇ ಹೋಗಿ ಬರುವಷ್ಟರ ಮಟ್ಟಿಗೆ ಧಾರಾಳತನ ಬೆಳೆಸಿಕೊಂಡಿದ್ದೇವೆ" ಸಾಂತ್ವನ ಹೇಳಿ ಅವಳನ್ನು ಕಳಿಸಿದರು.

ವಾಸು ನೆನಸಿಕೊಂಡು ಅವರಿಗೆ ನಗು ಬಂತು. ಹೈಸ್ಕೂಲು ಬಿಡೋವರ್ಗ್ಗೂ ಅವನು ಧೈರ್ಯಸ್ಥನಾಗಿರಲಿಲ್ಲ. ವಿದ್ಯಾರ್ಥಿನಿಯರೆಂದರೆ ಮೂರು ಮಾರು ದೂರದಲ್ಲಿ ನಿಲ್ಲುತ್ತಿದ್ದವನು ಪಿ.ಯು.ಸಿ. ದಾಟಿದ ಕೂಡಲೇ ಅವನಲ್ಲಿ ಯೌವ್ವನದ ಅದ್ಭುತ ಸಂಚಾರ. ಈ ಮಟ್ಟಿಗೆ ತೀವ್ರತೆ ತಲುಪಿದ್ದು ಮಾತ್ರ ಅಪಾಯವೆನಿಸಿತು.

'ಡಿಟೆಕ್ಟಿವ್ ಕಂಪನಿ'ಯ ಪೀಟರ್‌ನ ಕರೆಸಿಕೊಂಡು ಕೊಟ್ಟಿದ್ದು ಪುಟ್ಟ ಮಾಹಿತಿ "ಡೋಂಟ್ ವರೀ ಸರ್, ಕೆಲವೇ ಗಂಟೆಗಳಲ್ಲಿ ನಿಮ್ಗೆ ಫುಲ್ ಇನ್‌ಫರ್ಮೇಷನ್ ತರಿಸಿಕೊಡ್ತೀನಿ" ಇಂಥ ಆಶ್ವಾಸನೆ ಸಿಕ್ಕ ನಂತರವೇ ಅವರು ಸಮಾರಂಭದ ಸಭಾಂಗಣಕ್ಕೆ ಹೋಗಿದ್ದು. ಅನಂತರಂಗಮೂರ್ತಿಯವರು ವೇದಿಕೆಯ ಮೇಲೆ ಕೂತಿದ್ದರೆ ನೈರುತ್ಯ ಸಭಾಂಗಣದ ಮುಂದಿನ ಸೀಟಿನಲ್ಲಿ ಕೂತಿದ್ದಳು. ಅದ್ಭುತವಾದ ಹುಡುಗಿ. ಯಾರಿಗಾದರೂ ಇಷ್ಟವೆನಿಸಿಬಿಡುವಂಥ ಚಟುವಟಿಕೆ.

ಯಾಕೋ ಬಹಳ ಹೊತ್ತು ಕೂಡುವ ಮನಸ್ಸಾಗದೆ ಹೊರಗೆ ಬಂದು ನಿಂತರು. ಒಂದು ಸಿಗರೇಟ್ ಹಚ್ಚಬೇಕೆನಿಸಿತು. ಅದು ಅನಂತರಂಗಮೂರ್ತಿಗೆ ಇಷ್ಟವಾಗುತ್ತಿರಲಿಲ್ಲ. "ಏಯ್ ಗುರು, ಹೇಗೋ ಅಭ್ಯಾಸ ಮಾಡಿಕೊಂಡುಬಿಟ್ಟಿದ್ದೀಯ. ಕಂಟ್ರೋಲ್‌ನಲ್ಲಿ ಇಟ್ಟುಕೊಂಡಿರೋದು ಸಂತೋಷ. ನೀನೊಬ್ನೇ ಇರೋವಾಗ ಇಟ್ಕೋ. ಆದರೆ ವಿದ್ಯಾರ್ಥಿಗಳ ಮುಂದೆ ಬೇಡ" ಎಚ್ಚರಿಸಿದ್ದರು. ಅದನ್ನ ಪಾಲಿಸಲೇಬೇಕಿತ್ತು. ಪಾಪ, ಪಾಲಿಸುತ್ತಿದ್ದರು ಕೂಡ. ಕೆಲವನ್ನ ಗಳಿಸಬೇಕಿದ್ದರೆ, ಕೆಲವನ್ನು ಕಳೆದುಕೊಳ್ಳಬೇಕಿತ್ತು.

ಆಮೇಲೆ ತಾತ, ಮೊಮ್ಮಗಳನ್ನು ಕಳುಹಿಸಿ ನೇರವಾಗಿ ಮನೆಗೆ ಬಂದವರು ಒಂದು ಕಡೆ ಕೂತರು. ತಲೆ ಕೆಟ್ಟಂತಾಯಿತು. ಅವರ ಇಬ್ಬರೂ ಗಂಡು ಮಕ್ಕಳು ಪ್ರೇಮಿಸಿ ಮದುವೆಯಾದದ್ದು. ಸರಿ ತಪ್ಪುಗಳ ಲೆಕ್ಕಾಚಾರ ಹಾಕದೆ ತೆಪ್ಪಗಿದ್ದು ಮರ್ಯಾದೆ ಉಳಿಸಿಕೊಂಡಿದ್ದರು. ಒಬ್ಬನ ವಿವಾಹಕ್ಕೆ ಅಕ್ಷತೆ ಹಾಕಿ ಬಂದಿದ್ದರೆ, ಇನ್ನೊಬ್ಬ ಹನಿಮೂನ್ ಮುಗಿಸಿಕೊಂಡು ಬಂದ ತಾಯಿ, ತಂದೆಯರನ್ನು ನೋಡಲು. ಇವರ ಕೋಪ, ಬೇಸರ, ಅಮ್ಮನ ಅಳುವಿಗಿಂತ ಅವರುಗಳ ಫ್ಯೂಚರ್, ಇನ್‌ಡಿವಿಜ್ಯುಲಿಟಿ ಮುಖ್ಯವಾಗಿತ್ತು. ಆಮೇಲೆ ಕರಗಿದರು. ಮೊಮ್ಮಕ್ಕಳನ್ನು ನೋಡುವ ಸಲುವಾಗಿ ನಾಲ್ಕು ಸಲ ಹೋಗಿದ್ದರು. ಪರಕೀಯತೆ ಅಲ್ಲಿ ಕಾಡಿದಾಗ ಇನ್ನು ಹೋಗಲೇಬಾರದೆಂದು ನಿರ್ಧಾರ ತಗೊಂಡಿದ್ದರು. ಇವರ ಒತ್ತಡಕ್ಕೇನೂ ಬರುತ್ತಿರಲಿಲ್ಲ. ಅವರಾಗಿ ಬಂದರೆ ಸಂತೋಷ ಅನ್ನುವ ತೀರ್ಮಾನಕ್ಕೆ ಬಂದುಬಿಟ್ಟಿದ್ದರು.

"ಇದೇನು, ಹೀಗೆ ಕೂತಿದ್ದೀರಾ?" ಹೆಂಡತಿಯ ಸ್ವರ ಕೇಳಿಯೇ ಎಚ್ಚೆತ್ತಿದ್ದು. "ಬಾಗಿಲೇ ಹಾಕಿಲ್ವಾ? ಕಳ್ಳರು ಬಂದರೆ ಪುಸ್ತಕಗಳನ್ನು ಒಯ್ಯಬೇಕು. ಇದೇನು ಇಷ್ಟು

ಬೇಗ ಬಂದಿದ್ದು?" ಕೇಳಿದಾಗ ತಂದಿದ್ದ ಡಬ್ಬಿಯನ್ನು ಅಲ್ಲೇ ಇಟ್ಟು ಕೂತರು.

"ನಿಮ್ಮ ಸ್ನೇಹಿತರ ಮನೆ ಛತ್ರವೇ. ಯಾರೋ ಹುಡ್ಗಿ ಬಂದ್ರು. ಅವ್ರಿಗೆ ಮಾತು, ಉಪಚಾರ ಆಗುವ ವೇಳೆಗೆ, ಅವರ ಮನೆಯಲ್ಲಿ ಊಟ ಮಾಡ್ಕೊಂಡು ಬೆಳೆದ ಆರ್ಮುಗಂ ಬಂದ. ಅವ್ನು ಈಗ ಸ್ಪೆಷಲ್ ಡಿ.ಸಿ.ನಂತೆ. ಮೇಷ್ಟ್ರನ ನೋಡಿಯೇ ಹೋಗ್ಬೇಕೂಂತ ಕೂತ. ಅವನ ಊಟವಾದ ಮೇಲೆ ನಾನು, ವಸುಧಾ ಊಟ ಮಾಡಿದ್ವಿ. ಈಗ ಯಾರೋ ಕಿರಣ್ ಕುಮಾರ್ ಕಡೆಯ ನೆಂಟರಂತೆ. ಆಮೇಲೆ ಅವ್ರ ಊಟ, ನಂಗೆ ಸರ್‍ಯಾಗಿ ವಸು ಹತ್ತಿರ ಮಾತಾಡೋಕಾಗಲಿಲ್ಲ. ಅದಕ್ಕೆ ನೀನೇ ಒಂದೆರಡು ಗಂಟೆ ಬಾ... ಅಂತ ಹೇಳಿ ಬಂದಿದ್ದೀನಿ" ಎಂದು ಭಾರವಾದ ಉಸಿರು ದಬ್ಬಿ ಕೂತರು.

ಇದು ಯಾವುದೂ ಹೊಸದಲ್ಲ. ತಾತನ ಕಾಲದಿಂದಲೂ ಇದೇ ವರಸೆ. ಅಪ್ಪಿತಪ್ಪಿ ಗೊಣಗಿದವರಲ್ಲ ಅನಂತರಂಗಮೂರ್ತಿ. ಅಡುಗೆ ಸಾತಮ್ಮ ಒಳಗೆ ಗೊಣಗಿದರು. ಹೊರಗೆ ಬಾಯಿಬಿಟ್ಟು ಹೇಳುವಷ್ಟು ಬೆಳೆದಿರಲಿಲ್ಲ.

"ಅದೇನು ಹೊಸದಲ್ಲ ಬಿಡು. ಇಂಥ ಪರಂಪರೆಯನ್ನು ಅನಂತರಂಗ ಉಳಿಸಿ ಕೊಂಡು ಬಂದಿದ್ದಾನೆ. ಈಗ ವಾಸು ಉಳಿಸಿಕೊಳ್ಳಬೇಕಲ್ಲ. ಬಂದ ಸಂಪಾದನೆಯೆಲ್ಲ ಈ ತರಹ ಖರ್ಚಾಗಿ ಹೋಗೋಕೆ ಈಗಿನ ಹುಡುಗರು ಒಪ್ಪೋಲ್ಲ. ವಾಸು ಇದ್ದಾ ಮನೆಯಲ್ಲಿ?" ಕೇಳಿದರು. ಅವನು ಹೋಗುತ್ತಿರುವ ದಾರಿ ಸರಿಯಲ್ಲವೆನಿಸಿತು. ಅನಂತರಂಗಮೂರ್ತಿಗೆ ತಿಳಿಯುವ ಮುನ್ನವೇ ವಾಸುದೇವಮೂರ್ತಿಗೆ ಒಂದಿಷ್ಟು ಬುದ್ಧಿ ಹೇಳಬೇಕೆನಿಸಿತು. "ಇಲ್ಲ, ಅರೇ! ನಿಮ್ಗೇ ಗೊತ್ತಾ? ಒಂಟಿಕೊಪ್ಪಲಿನಲ್ಲಿರೋ ಚಿಕ್ಕಮ್ಮನ ಮನೆಗೆ ಹೋದಾಗ, ವಾಸು ಯಾವ್ದೋ ಹುಡ್ಗೀನ ಬೈಕ್ ಮೇಲೆ ಕೂಡಿಸಿಕೊಂಡು ಹೋಗ್ತಾ ಇದ್ದ. ಇದೆಲ್ಲ ಮಾಮೂಲಿನೆ! ಆದರೂ ನಿಮ್ಮ ಫ್ರೆಂಡ್ ಅನಂತಯ್ಯನವರು ತುಂಬ ಸಂಸ್ಕಾರವಂತರು. ಯಡವಟ್ಟಾದರೆ ಸಹಿಸಿಕೊಳ್ಳಲಾರರು. ಈಗಾಗಲೇ ಅದನ್ನೆಲ್ಲ ನಾವು ಅನುಭವಿಸಿ ಆಗಿದೆ" ವ್ಯಸನದಿಂದ ಹೇಳಿದರು. ಅವರ ಕನಸುಗಳು ಒಂದಾದರೂ ನನಸಾಗಲಿಲ್ಲ. ಸಂಭ್ರಮ, ಸಡಗರವಿಲ್ಲದ ವಿವಾಹಗಳು – ಆಕೆಯ ಕಣ್ಣಂಚು ಒದ್ದೆಯಾಯಿತು.

ಡಾ. ಗುರುಸಿದ್ಧಯ್ಯನವರು ಮಾತಾಡಲಿಲ್ಲ.

"ಮಕ್ಕಳ ಬಗ್ಗೆ ಯಾವ್ದೇ ನಿರೀಕ್ಷೆಗಳನ್ನು ಇಟ್ಕೋಬಾರ್ದು. ಚಿಕ್ಕಂದಿನ ಅವ್ರ ಮುಗ್ಧತೆ, ನಗು ತೋರುವ ಪ್ರೀತಿಯಷ್ಟೇ ನಮ್ದು. ಆಮೇಲಿನದು ನಮ್ಮದಲ್ಲ. ಇಂಥ ಒಂದು ನಿರ್ಧಾರಕ್ಕೆ ಬಂದರೆ, ನೋವಾಗೋಲ್ಲ. ನಂಗೂ ವಾಸುದೇ ಚಿಂತೆ. ಓಡಾಡಿ ಕೊಂಡಿದ್ದರೆ ಸಾಕಿತ್ತು. ಅವನು ಇನ್ನಷ್ಟು ಮುಂದುವರಿದಿದ್ದಾನೆ. ನನ್ನ ಕೇಳೋದಾದರೆ ಈಗಿನ ಕಾಲಕ್ಕೆ ಇದು ಮದ್ವೆಯ ವಯಸ್ಸಲ್ಲ. ಈಡಿಯಟ್, ಸ್ವಲ್ಪ ಕೂಡ ಪರಿಜ್ಞಾನವಿಲ್ಲ." ಚೆನ್ನಾಗಿ ವಾಸುನ ಬೈಯುವುದರ ಜೊತೆಗೆ ಬೇಜವಾಬ್ದಾರಿಯ ಯುವಜನರನ್ನು ನಿಂದಿಸಿದರು.

ಸಂಜೆಯ ವೇಳೆಗೆ ಅನಂತರಂಗಮೂರ್ತಿಗಳು ಬಂದರು. ಹೆಂಡತಿಯ ನೆನಪು ಅವರನ್ನು ತೀವ್ರವಾಗಿ ಬಾಧಿಸುತ್ತಿತ್ತು. ಹೆಂಡತಿ ಅವರ ಪಾಲಿಗೆ ಮನದನ್ನೆ. ಹೆಚ್ಚು ಪ್ರಿಯಕರಳು. ಇಂದಿಗೂ ಅವರ ಕನಸಿನಲ್ಲಿ ಬೇರೊಬ್ಬ ಹೆಣ್ಣು ಬರದಂಥ ಅಚ್ಚುಕಟ್ಟಾದ ಸಂಸಾರಿ. ಅದೆಂಥ ಸುಂದರ ಬದುಕು.

"ಬಾರೋ, ಅನಂತ...." ಎಂದರು ಸ್ವಲ್ಪ ಅನ್ಯಮನಸ್ಕತೆಯಿಂದ.

"ಮೊನ್ನೆ ನಡೆದ ಗೀತ ಗಾಯನ ತುಂಬ ಕಾಡ್ತಾ ಇದೆ. ಅದನ್ನು ನಿನ್ನೊಂದಿಗೆ ಹಂಚಿಕೊಳ್ಳಬೇಕೆನಿಸಿತ್ತು." ಅಲ್ಲೇ ಕೂತರು. ಅವರ ಮನೆಯ ವಾಸ್ತುಗೂ, ಡಾ. ಗುರುಸಿದ್ಧಪ್ಪನವರ ಮನೆಗೂ ಅಂಥ ದೊಡ್ಡ ವ್ಯತ್ಯಾಸವೇನೂ ಇರಲಿಲ್ಲ. "ಅಂದಿನಿಂದ ಅವಳ ನೆನಪು ಹೆಚ್ಚಾಗಿದೆ. ಕೆ.ಎಸ್. ನರಸಿಂಹಸ್ವಾಮಿಯವರು ನನ್ನ ಅವಳ ದಾಂಪತ್ಯ ನೋಡಿಯೇ ಆ ಗೀತೆಗಳನ್ನು ರಚಿಸಿದರೇನೋ ಅನ್ನಿಸುತ್ತೆ. ಪ್ರೀತಿಗೆ ಯಾವಾಗಲೂ ವಯಸ್ಸಾಗೋಲ್ಲ" ಒಂದು ರೀತಿಯ ಭಾವೋದ್ವೇಗದಿಂದ ನುಡಿದರು.

"ಜಗತ್ತು ಎಲ್ಲಿಯವರೆಗೂ ಇರುತ್ತೋ, ಗಂಡು ಹೆಣ್ಣಿನ ಪ್ರೀತಿ, ಪ್ರೇಮ ಎಲ್ಲಿಯವರೆಗೂ ಇರುತ್ತೋ, ಅಲ್ಲಿಯವರೆಗೂ ಕೆ.ಎಸ್.ನ. ಕವನಗಳ ಮಲ್ಲಿಗೆಯ ಕಂಪು, ಒಲವಿನ ಮಾಧುರ್ಯ, ಪಿಸುಮಾತಿನ ಸಂವೇದನೆ, ಪ್ರೀತಿಯ ಮನಸ್ಸುಗಳ ಕಲರವ ಅಲ್ಲಿಯವರೆಗೂ ಇರುತ್ತೆ" ಎಂದರು ಪ್ರೊಫೆಸರ್ ಡಾ. ಗುರುಸಿದ್ಧಪ್ಪನವರು. ಇಬ್ಬರೂ ತಮ್ಮ ಯೌವ್ವನದ ದಿನಗಳನ್ನು ನೆನಪು ಮಾಡಿಕೊಂಡರು. ಆದರೂ ವಾಸು ಬಂದು ನಿಲ್ಲುತ್ತಿದ್ದ ಪ್ರೊಫೆಸರ್ ಮುಂದೆ.

* * *

ಪ್ರೊಫೆಸರ್ ಗುರುಸಿದ್ಧಪ್ಪನವರು ಮಾತಿನಲ್ಲಿ ಅಂಥ ಆಸಕ್ತಿ ವಹಿಸಲಿಲ್ಲ. ಮಹಾರಾಜ ಕಾಲೇಜು ಕಡೆ ವಾಕ್ ಹೋಗಿದ್ದವರು, ಹರಟಲು ವಿಶ್ರಾಂತ ಪ್ರೊಫೆಸರ್ ಡಾ. ರಂಗಣ್ಣನವರು ಸಿಕ್ಕಾಗ ತಾವು ಆರಾಮಾಗಿ ಕಳಚಿಕೊಳ್ಳಲು ನಿಶ್ಚಯಿಸಿದರು.

"ಏಯ್ ಅನಂತ, ಯಾರೋ ಅವಳ ಕಡೆ ನೆಂಟರು ಬಂದಿದ್ದಾರಂತೆ. ನಾನ್ಹೋಗಿ... ನೋಡ್ತೀನಿ. ನೀನು ಆರಾಮಾಗಿ ವಾಕ್ ಮುಗ್ಸಿಕೊಂಡ್ಬಾ" ಎಂದು ಮೊಬೈಲ್ ಹಿಡಿದು ಹೊರಟಾಗ "ನಿಂಗೆ ಈ ಮೊಬೈಲ್ ಸಾಂಗತ್ಯ ಬೇಡಾಂದೆ. ನೀನು ಕೇಳ್ಲಿಲ್ಲ. ಇಷ್ಟು ವರ್ಷ ಮೊಬೈಲ್ ಇರ್ಲಿಲ್ಲ. ಈಗ ಇದು ಯಾಕೆ ಬೇಕಿತ್ತು?" ಬೇಸರದಿಂದ ಅಂದರು ಅನಂತರಂಗಮೂರ್ತಿಗಳು.

ಪ್ರೊಫೆಸರ್ ಗರುಸಿದ್ಧಪ್ಪನವರು ಬೇಗ ಬೇಗ ಹೆಜ್ಜೆ ಹಾಕುತ್ತ ಮನೆ ಕಡೆ ಹೊರಟರು. ಪೀಟರ್ ಮನೆಯಲ್ಲಿ ಇವರಿಗಾಗಿ ಕಾದಿದ್ದವನು ತಕ್ಷಣ ಎದ್ದು ನಿಂತ.

"ಬಹಳ ಬೇಗನೆ ಕೆಲ್ಸ ಆಯ್ತು. ಆ ಹುಡ್ಗೀ ಜೊತೆ ತಿರುಗಾಡ್ತಾ ಇರೋನು ಮೇಷ್ಟ್ರ ಅನಂತರಂಗಮೂರ್ತಿಗಳ ಮಗ ವಾಸುನಂತೆ. ಕೈ ಮುಗ್ಸಿಕೊಳ್ಳೋ ಸ್ಥಾನದಲ್ಲಿ ಅವರಿದ್ದಾರೆ. ಈ ಹುಡ್ಗನಿಗೆ ಯಾಕೆ ಸಾರ್, ಆ ರಾಮಲಿಂಗಂ ಮಗಳ ಸ್ನೇಹ?"

ಒಂದು ತರಹ ಮುಖ ಮಾಡಿದ.

ಪ್ರೊಫೆಸರ್ ಗುರುಸಿದ್ಧಪ್ಪನವರು ಒಳ ಕೋಣೆಗೆ ಅವನನ್ನು ಕರೆದೊಯ್ದು ಬಾಗಿಲು ಹಾಕಿಕೊಂಡರು. ಇದು ಅವನಿಗೂ ಸರಿಯೆನಿಸಲಿಲ್ಲ.

"ಬೇರೆ ಕಡೆ ಆಗಿದ್ದರೆ, ಇಷ್ಟು ಬೇಗ ಕೆಲ್ಸ ಆಗ್ತಾ ಇರ್ಲಿಲ್ಲ" ಅಂತ ಡೀಟೈಲ್ಸ್ ಕೆಲವು ಫೋಟೋಗಳನ್ನು ಅವರ ಮುಂದಿಟ್ಟ, ಗಡ್ಡ ಕೆರೆದುಕೊಳ್ಳುತ್ತ. ರಾಮಲಿಂಗಂ ಮೊದಲ ಮಗಳು ಅಮೃತ ವಿವಾಹದಲ್ಲಿ ತೆಗೆಸಿದ ಫೋಟೋಗಳ ಜೊತೆ ಅಂಜಲಿ ಸ್ನೇಹಿತರ, ನೆಂಟರ ಜೊತೆ ತೆಗೆಸಿಕೊಂಡ ನಾನಾ ಭಂಗಿಯ ಫೋಟೋಗಳು. ಒಂದಕ್ಕಿಂತ ಒಂದು ಅದ್ಭುತ. ಕಾಸ್ಟ್‌ಲೀ ಡ್ರೆಸ್‌ಗಳು. ಕೆಲವು ಫೋಟೋಗಳಲ್ಲಿ ವಜ್ರಾಭರಣಗಳನ್ನು ಧರಿಸಿದ್ದಳು.

ಡೀಟೈಲ್ಸ್ ನೋಡಿ ಸುಸ್ತಾದರು. ಹಲವು ಕೋಟಿಗಳಿಗೆ ಒಡೆಯ, ಹೆಸರಿಗೆ ಗ್ರಾನೈಟ್ ಬಿಜಿನೆಸ್, ಮಿಕ್ಕದ್ದೆಲ್ಲ ಚಿಲ್ಲರೆ ಪಲ್ಲರೆ ಅಂಥದ್ದು. ದಷ್ಟಪುಷ್ಟ ಆಳು. ಬೆರಳುಗಳಲ್ಲಿ ಮಿನುಗುವ ವಿವಿಧ ರೀತಿಯ ಹರಳಿನ ಉಂಗುರಗಳು ಅವನ ಶ್ರೀಮಂತಿಕೆಯನ್ನು ಹೇಳುತ್ತಿದ್ದವು.

"ಇದು ನೋಡಿ ಸರ್, ರಾಮಲಿಂಗಂ ಮೂವರು ಹೆಣ್ಣು ಮಕ್ಕಳು. ರೂಪದಲ್ಲಿ ಈ ಹುಡ್ಗೀನೇ ಪರ್ವಾಗಿಲ್ಲ. ಪೂರ್ತಿ ನಾನ್ ವೆಜ್ ಜನ. ಮುತ್ತಾಲಮ್ಮ ಅವರ ಮನೆಯ ದೇವರು. ವರ್ಷಕ್ಕೊಮ್ಮೆ ನಡೆಯುವ ಜಾತ್ರೆಯಲ್ಲಿ ಪ್ರಾಣಿ ಬಲಿ ಇವರ ಕುಟುಂಬದವರಿಂದ ನಡೆಯುತ್ತೆ. ಲಕ್ಷಾಂತರ ಡೊನೇಷನ್ ಸುರಿದು ಮಗಳನ್ನು ಕಾಲೇಜಿಗೆ ಸೇರಿಸಿದ್ದಾರೆ. ಎಸ್.ಎಸ್.ಎಲ್.ಸಿ.ಯಲ್ಲಿ ಎರಡು ಸಲ ಪಿ.ಯು.ಸಿ.ಯಲ್ಲಿ ಒಂದು ಸಲ ಫೇಲ್" ಎಂದು ಹೇಳುವುದರ ಜೊತೆಗೆ ಜೀವನಶೈಲಿ, ಆಹಾರಾಭ್ಯಾಸ, ಚಟುವಟಿಕೆ ಪ್ರತಿಯೊಂದನ್ನೂ ವಿವರಿಸಿದ ಪೀಟರ್ ಮೇಲೆದ್ದ. "ನಮ್ಗೆ ಪಾಠ ಹೇಳಿದ ಮೇಷ್ಟ್ರು ಅಂತ ನಾನೇ ಬಂದೆ. ಇಲ್ಲದಿದ್ದರೆ ನಮ್ಮ ಹುಡುಗ್ರು ಬರ್‍ತಾ ಇದ್ರು, ನಿಮ್ಮಂಥವರ ಸೇವೆ ಮಾಡೋ ಅವಕಾಶ ಸಿಕ್ಕೋದು... ಕಡ್ಮೇ" ಎಂದವನು ಮೊಬೈಲ್‌ನಲ್ಲಿ ಷೂಟ್ ಮಾಡಿ ಇಟ್ಟುಕೊಂಡ ಮಧ್ಯಾಹ್ನದ ಮೇಲಿನ ಚಟುವಟಿಕೆಯ ದೃಶ್ಯಗಳ ಸಮೇತ ಪೂರ್ಣ ವಿವರಣೆ ನೀಡಿದ. "ವಾಸು ಸರ್‍ಯಾಗಿ ಕಾಲೇಜಿಗೆ ಹೋಗ್ತಾ ಇಲ್ಲ. ಬರೀ ಮೂರ್‍ಹೊತ್ತು ಸುತ್ತಾಡುತ್ತಾರೆ. ಏನಾದ್ರೂ ಮಾಡಿ ಬ್ರೇಕ್ ಹಾಕ್ಸಿ, ಇಲ್ಲದಿದ್ದರೆ ಹಾಳಾಗಿ ಹೋಗ್ತಾನೆ. ರಾಮಲಿಂಗಂ ದುಡ್ಡಿನ ಜನ. ಇವರು ಪುಸ್ತಕ ನಂಬಿಕೊಂಡು ಬದುಕೋರು" ಒಂದಿಷ್ಟು ಕಾಳಜಿವಹಿಸಿದಂತೆ ಕಂಡ.

ಬೇರೆ ಸಮಯದಲ್ಲಾದರೆ ಪ್ರೊಫೆಸರ್ ಗುರುಸಿದ್ಧಪ್ಪನವರು ಹೇಗೆ ವರ್ತಿಸುತ್ತಿದ್ದರೋ, ಈಗ ಅಧಿಕಪ್ರಸಂಗಿ ಅಂದುಕೊಳ್ಳಲಿಲ್ಲ. "ತುಂಬ ಥ್ಯಾಂಕ್ಸ್ ಪೀಟರ್. ಅಗತ್ಯವೆನಿಸಿದರೆ ನಿನ್ನ ಮೊಬೈಲ್‌ಗೆ ಫೋನ್ ಮಾಡ್ತೀನಿ. ನಿನ್ನ ಫೀಜ್..." ಕೇಳಿದರು.

"ಬೇಡ ಸರ್, ನನ್ನ ಗ್ಲೋಬಲ್ ಡಿಟೆಕ್ಟಿವ್ ಕಂಪನಿ ಜೋರಾಗಿ ನಡೀತಾ ಇದೆ.

ಮೂವತ್ತು ಜನ ಕೆಲ್ಸಾ ಮಾಡ್ತಾ ಇದ್ದಾರೆ. ನಾನು ನಿಮ್ಮ ಹತ್ರ ಫೀಜ್ ತಗೊಳ್ಳೋಲ್ಲ. ಮೇಡಮ್‌ನವರ ಹತ್ರ ಒಂದು ಕಪ್ ಕಾಫಿ ಕೊಡ್ಸಿ ಬಿಡಿ" ನಿರಾಕರಣೆಯ ಜೊತೆ ಇಂಥದೊಂದು ರಿಕ್ವೆಸ್ಟ್ ಕೂಡ ಮಾಡಿಕೊಂಡ.

ಇಬ್ಬರೂ ಒಳ ಕೋಣೆಯಿಂದ ಹೊರಗೆ ಬಂದರು.

"ಪೀಟರ್, ಕೂತ್ಕೋ" ಎಂದು ಹೇಳಿ ಒಳಗೆ ಹೋಗಿ "ಎರಡು ಕಪ್ ಕಾಫಿ ಮಾಡ್ಕೊಂಡ್ ಬಾ" ಹೇಳಿ ಹೊರಗೆ ಬಂದ ಕೂಡಲೇ "ಕೂತ್ಕೋ ಮಾರಾಯ! ಇದೇನು ಕಾಲೇಜು ಅಲ್ಲ. ಈಗ ಸ್ಟೂಡೆಂಟ್ ಅನ್ನಿಸಿಕೊಂಡವರು ಕೂಡ ಅಷ್ಟೊಂದು ಗೌರವ ಕೊಡೋಲ್ಲ" ಎಂದವರು ತಾವು ಅವನ ಎದುರೇ ಕೂತರು.

ಪೀಟರ್ ನಾಲ್ಕು ಮಾತಿನಲ್ಲಿ ತಾನು ಕೆಲಸಕ್ಕಾಗಿ ಪ್ರಯತ್ನಿಸಿ ನಂತರ ನಾಲ್ವರು ಗೆಳೆಯರು ಸೇರಿಕೊಂಡು 'ಗ್ಲೋಬಲ್ ಡಿಟೆಕ್ಟಿವ್' ಕಂಪನಿ ಪ್ರಾರಂಭಿಸಿದ ಸ್ವಾರಸ್ಯಕರ ವಿಷಯವನ್ನು ಹೇಳಿದ.

ಪರಮೇಶ್ವರಮ್ಮ ಬರೀ ಎರಡು ಕಪ್ ಕಾಫಿ ತಂದಿಟ್ಟರು. ತುಂಬ ಧಾರಾಳಿಯಲ್ಲ. ಹಣದ ಬಗ್ಗೆ ಎಚ್ಚರವುಳ್ಳವರು.

ಕಾಫಿ ಕುಡಿದು ಪೀಟರ್ ಹೊರಟ ನಂತರ "ಅದೂ ಇದೂಂತ ಕರಿದ ತಿಂಡಿ ಮಾಡಿ ಡಬ್ಬ ತುಂಬಿಕೊಂಡಿದ್ದೆಯಲ್ಲ. ಕಾಫಿ ಜೊತೆ ಅದನ್ನು ಒಂದಿಷ್ಟು ಕೊಡಬಹುದಿತ್ತು. ಆಸೆ ಅಷ್ಟೇ, ನಮ್ಗೂ ಅಷ್ಟೆಲ್ಲ ತಿನ್ನೋಕೆ ಆಗುತ್ತಾ?" ಎಂದು ಕೇಳಿದರು.

ಪರಮೇಶ್ವರಮ್ಮ ನಿಟ್ಟುಸಿರು ದಬ್ಬಿದರು.

"ಕರಿದ ತಿಂಡಿ ಕೆಡೋಲ್ಲ. ಕೊಡೋ ಸ್ವಭಾವನೂ ಇರ್ಬೇಕು. ನಂಗೆ ಅದು ಬಂದಿಲ್ಲ. ಅದು ಹೇಗೆ ನಿಮ್ಮ ಗೆಳೆಯ ಅನಂತರಂಗಮೂರ್ತಿಯವರಿಗೆ ಸಾಧ್ಯ? ನನ್ನಿಂದಂತೂ ಆಗೋಲ್ಲ ಬಿಡಿ. ಇಬ್ಬರಿಗೆ ಅನ್ನ ಹಾಕಬೇಕಾದರೆ ನಾಲ್ಕು ಸಲ ಯೋಚ್ನೇ ಮಾಡೋಂಗೆ ಆಗುತ್ತೆ. ನನ್ನ ನಕ್ಷತ್ರಕ್ಕೆ ಧಾನ, ಧರ್ಮ, ಧಾರಾಳತನ ಬಂದಿಲ್ಲ." ಪ್ರಾಮಾಣಿಕವಾಗಿ ಹೇಳಿದರು. ಅವರು ಹೇಳಿದ್ದೆಲ್ಲ ಸತ್ಯವೇ. ವಸುಧಾ ಧಾರಾಳತನ ಕಂಡ ಮೇಲಂತೂ ಅವರಿಗೆ ಸಂಕೋಚವೆನಿಸಿತ್ತು. ಆದರೆ ಅದನ್ನು ರೂಢಿ ಮಾಡಿಕೊಳ್ಳುವುದು ಮಾತ್ರ ಅವರಿಂದ ಸಾಧ್ಯವಿಲ್ಲ.

ಅಷ್ಟರಲ್ಲಿ ಹಿಂದಕ್ಕೆ ಬಂದ "ಇಲ್ಲೇ ಮೊಬೈಲ್ ಬಿಟ್ಟು ಹೋಗಿದ್ದೀನಿ ಮೇಷ್ಟ್ರೇ." ಅಂದು ಮೊಬೈಲ್ ಒಯ್ದ. ಆದರೆ ಪರಮೇಶ್ವರಿಯವರ ಮೂಗು ಕೋಪದಿಂದ ಕೆಂಪಾಯಿತು. "ಅದೇನು ಮೇಷ್ಟ್ರೇ ಅಂತಾನೆ? ನೀವು ಕೂಡ ತಿದ್ದೋ ಉಸಾಬರಿಗೆ ಹೋಗೋಲ್ಲ. ಆ ಡ್ರೈಕ್ಲೀನರ್ ಕೂಡ ಅಷ್ಟೇ ಆರಾಮಾಗಿ ಮೇಷ್ಟ್ರೆ ಅಂದು ಬಿಡ್ತಾನೆ ನೀವೇನು ಪ್ರೈಮರಿ ಸ್ಕೂಲಿಗೆ ಪಾಠ ಹೇಳ್ತೀರಾ?" ಹಾರಾಡಿದರು.

"ನೀನೊಬ್ಬ ಹುಚ್ಚಿ. ಪ್ರೈಮರಿ ಸ್ಕೂಲು, ಮೇಷ್ಟ್ರು ಮಾಡೋ ಕೆಲ್ಸನೇ ಅಲ್ವಾ? ನಾವು ಮಾಡೋದು. ಉಪನ್ಯಾಸಕ, ಪ್ರಾಧ್ಯಾಪಕ, ಪ್ರೊಫೆಸರ್ ಎಲ್ಲರ ಕೆಲಸ ಒಂದೇ

ಕಣೇ. ಕೊರೆತದಲ್ಲಿ ಹೆಚ್ಚು ಕಡ್ಮೆ ಆಗಬಹುದು. ಮೇಷ್ಟ್ರು ಅನ್ನೋದು ಸರಳವಾಗಿ ಮಾತ್ರವಲ್ಲ, ಸರ್‍ಯಾಗಿ ಇರುತ್ತೆ. ನಾನು ಸ್ವಲ್ಪ ಹೊರ್ಗಡೆ ಹೋಗಿದ್ದು ಬರ್ತೀನಿ" ಹೊರ ಬಂದರು. ಈಗೇನು ಮಾಡೋದು? ತಾವು ವಾಸು ಜೊತೆ ಡೈರೆಕ್ಟಾಗಿ ಮಾತಾಡಿದರೆ ಹೇಗೆ? ವಸುಧಾ ಈ ಸಮಯದಲ್ಲಿ ಇಲ್ಲಿದುದ್ದು ಸರಿ ಹೋಯಿತು ಅಂದುಕೊಂಡರು.

ಅವರು ಬಂದಿದ್ದೇ ಅನಂತರಂಗಮೂರ್ತಿಗಳ ಮನೆಗೆ. ಕಾಳುಗಳನ್ನು ಹೆಕ್ಕುತ್ತಿದ್ದ ಗುಬ್ಬಚ್ಚಿಗಳ ಬಗ್ಗೆ ವ್ಯಾಖ್ಯಾನಿಸುತ್ತಿದ್ದ ವಸುಧಾ "ಬನ್ನಿ, ಗುರು ಚಿಕ್ಕಪ್ಪ" ಎಂದು ಮಗಳನ್ನು ಅಲ್ಲಿಯೇ ಬಿಟ್ಟು ಒಳಗೆ ಕರೆದೊಯ್ದಳು.

ವಸುಧಾಗೆ ಮುಚ್ಚಿಡದೆ ಎಲ್ಲಾ ತಿಳಿಸಿ 'ಬೆಳಿಗ್ಗೆ ಬ್ರೇಕ್ ಫಾಸ್ಟ್‌ಗೆ ಅವಳು ತಿನ್ನೋದು ಮೊಟ್ಟೆ ಆಮ್ಲೆಟ್. ದಿನ ಅವ್ರ ಮನೆಯಲ್ಲಿ ಮಾಂಸದ ಅಡುಗೆ. ಕನಿಷ್ಠಪಕ್ಷ ಪೇಪರ್ ಓದೋ ಅಭ್ಯಾಸ ಆ ಮನೆಯ ಹೆಂಗಸರಿಗೆ ಇಲ್ಲ. ಜನರಲ್ ನಾಲೆಡ್ಜ್ ಅಷ್ಟಕ್ಕಷ್ಟೇ. ಕೋರ್ಸ್‌ಗೆ ಸಂಬಂಧಪಟ್ಟ ಪುಸ್ತಕಗಳನ್ನು ಓದೋದೇ ಅಂಜಲಿಗೆ ಕಷ್ಟ. ಇನ್ನು ಬೇರೆ ಪುಸ್ತಕಗಳನ್ನು ನೋಡೋದು ಕೂಡ ಇಲ್ಲ. ಅವಳಪ್ಪ ತರಿಸೋ ಪತ್ರಿಕೆಗಳು ಮುಂದಿನ ಆಫೀಸ್ ರೂಮಿನಲ್ಲಿ ಇರುತ್ತವೆಯೇ ವಿನಃ ಒಳಗೆ ಒಯ್ಯುವ ಅಭ್ಯಾಸವಿಲ್ಲ. ಹಣಕ್ಕೆ ಹಸಿದ ಜನರೇ ಹೊರತು ಜ್ಞಾನಕ್ಕೆ ಹಸಿದವರಲ್ಲ. ಇದಿಷ್ಟು ಆ ಹುಡ್ಗೀ ಮತ್ತು ಅವಳ ಮನೆಯವರ ವಿವರಗಳು.

ಪ್ರೊಫೆಸರ್ ಗುರುಸಿದ್ಧಪ್ಪನವರ ಮಾತುಗಳಿಗೆ ಸುಸ್ತಾದಳು. ಮುಂದೇನು? ಅವರತ್ತ ನೋಡಿದಳು. ಅವರು ಮೇಲೆ ತೋರಿಸಿ 'ದೇವರಿಗೆ ಗೊತ್ತು' ಎನ್ನುವಂತೆ ನೋಡಿದರು.

"ಬಹುಶಃ ಇದೆಲ್ಲ ವಾಸುಗೆ ಗೊತ್ತಿರಲಿಕ್ಕಿಲ್ಲ" ಎಂದಳು ವಸುಧಾ.

"ಹೇಳೋಣ, ಇದು ಆದಷ್ಟು ಬೇಗ ಆಗಬೇಕಾದ ಕೆಲ್ಸ" ಇಬ್ಬರೂ ಮಾತಾಡಿ ಒಂದು ನಿರ್ಧಾರಕ್ಕೆ ಬಂದರು. "ಬೆಳಿಗ್ಗೆ ವಾಕ್ ಸಲುವಾಗಿ ನಾನು ಹಿಂದಿನ ರೋಡಿನಿಂದ ಬರ್ತೀನಿ. ಅನಂತರಂಗಮೂರ್ತಿ ಮುಂಭಾಗದ ರೋಡಿನಿಂದ ನಮ್ಮ ಮನೆ ಕಡೆ ಹೋಗಿ ಮಹಾರಾಜ ಕಾಲೇಜ್ ಕಡೆಗೆ ಹೋಗ್ತಾನೆ. ನಾನು ಬಂದು ವಾಸು ಹತ್ತಿರ ಮಾತಾಡ್ತೀನಿ" ಇಂಥದೊಂದು ಆಶ್ವಾಸನೆ ಕೊಟ್ಟು ಹೋದರು.

* * *

ಒಂದು ನಾಲ್ಕು ಸಲ ವಿಚಾರಿಸಿದ ಮೇಲೆಯೇ ವಾಸು ಮನೆಗೆ ಬಂದಿದ್ದು. "ಯಾಕೆ ತಡ?" ಅನಂತರಂಗಮೂರ್ತಿ ತಾವೇ ವಿಚಾರಿಸಿದರು. ತಲೆ ಎತ್ತಲಿಲ್ಲ. ಎದೆಯ ಬಡಿತ ಏರಿತು. "ನನ್ನ ಫ್ರೆಂಡ್ ಜೊತೆ ಇದ್ದೆ" ಎಂದ. ಷರಟಿನ ಮುಂದಿನ ಕಾಲರ್ ಸರಿ ಮಾಡಿಕೊಂಡ.

"ಇವತ್ತು ಆಯ್ತು. ನಾಳೆಯಿಂದ ಲೇಟಾಗಿ ಬರ್ಬೇಡ. ಇಷ್ಟಪಟ್ಟು ಸೇರ್ಕೊಂಡ ಕೋರ್ಸ್. ಆಸ್ಥೆ, ಮುತುವರ್ಜಿಯಿಂದ ವ್ಯಾಸಂಗ ಮಾಡಬೇಕು. ಈ ಹೊತ್ತಿನ

ಅರೆಗಳಿಗೆ ನಾವು ಹಿಂದಕ್ಕೆ ಪಡೆಯೋಕ್ಕಾಗೋಲ್ಲ. ಅನಗತ್ಯವಾಗಿ ಸಮಯನ ವೇಸ್ಟ್ ಮಾಡ್ಕೋ ಬೇಡ" ಒಂದೆರಡು ಬುದ್ಧಿಮಾತುಗಳನ್ನು ಹೇಳಿದರು. ಅಧ್ಯಯನ ಕ್ರಮದಲ್ಲಿ ತೋರುತ್ತಿದ್ದ ಅಶ್ರದ್ಧೆ, ಮೊಬೈಲ್ ಸದಾ ಕಿವಿಗಿಟ್ಟುಕೊಂಡು ಮಾತಾಡುವುದು ಅವರಿಗೆ ಇಷ್ಟವಾಗಿರಲಿಲ್ಲ. ಒಂದೆರಡು ಸಲ ನೇರವಾಗಿಯೇ ಅದನ್ನು ಹೇಳಿದ್ದರು.

ರಾತ್ರಿ ಮಲಗಿದ ನಂತರ ಅವನಮ್ಮ ಬದುಕಿರಬೇಕಿತ್ತು ಅಂದುಕೊಂಡರು. ಅಂಥದೊಂದು ಸಾಧ್ಯವೇ? ಸೃಷ್ಟಿಗೆ ಜಗದೊಡೆಯ ರೂಪಿಸಿದ ಯೋಜನೆಗಳು ಇವೆ. ಅಲ್ಲಿನದೇ ಸಂವಿಧಾನ ಬೇಕೆನಿಸಿದಾಗಲೆಲ್ಲ ಮಾರ್ಪಾಡಿಸಿಕೊಳ್ಳುವ ಹಕ್ಕು ಯಾರ್ಗೂ ಅಲ್ಲ.

ಅನಂತರಂಗಮೂರ್ತಿ ವಾಕಿಂಗ್ ಹೊರಟದ್ದನ್ನ ನೋಡಿಕೊಂಡೇ ಪ್ರೊಫೆಸರ್ ಗುರುಸಿದ್ಧಪ್ಪನವರು ಗೇಟ್ ತೆಗೆದುಕೊಂಡು ಒಳಗೆ ಬಂದಾಗ ಅಮ್ಮ, ಮಗಳು ಸಂಗೀತಾಭ್ಯಾಸದಲ್ಲಿ ತೊಡಗಿದ್ದರು. ನೇರವಾಗಿ ವಾಸುದೇವಮೂರ್ತಿ ಕೋಣೆಗೆ ಹೋದಾಗ ಮೊಬೈಲ್ ಹಿಡಿದುಕೊಂಡು ಮಾತಾಡುತ್ತಿದ್ದ.

"ಏನಯ್ಯ, ಬೆಳಗಾಯ್ತಾ?" ಕೇಳಿಕೊಂಡೆ ನುಗ್ಗಿದ್ದು.

"ಅರೇ, ಗುರು ಚಿಕ್ಕಪ್ಪ ವಾಕಿಂಗ್ ಬಿಟ್ಟು ಏಕಾಏಕಿ ಇಲ್ಲಿಗೆ ಬಂದಿದ್ದು? ಈಗ್ಬಂದೆ" ರೂಮಿನಿಂದ ಹೊರಗೆ ಹೋಗಿ ಒಂದೆರಡು ನಿಮಿಷಗಳ ನಂತರ ಮೊಬೈಲ್ ಸ್ವಿಚ್ ಆಫ್ ಮಾಡಿಕೊಂಡು ಬಂದ. ಪುಸ್ತಕ ತಿರುವುದರಿಂದ ಕಸಿದುಕೊಳ್ಳಲಾರದೆ ಹೋದ. "ಅಧ್ಯಯನ ಜೋರಾಗಿದೆ. ಕಂಪ್ಯೂಟರ್ ಜಗತ್ತು ತಾನೇ, ಅಂಜಲಿ.... ಅಂಜು ಅನ್ನೋದು ಅದಕ್ಕೆ ಸಂಬಂಧಪಟ್ಟಿದ್ದೇ?" ಕೇಳಿದರು. ನೋಟ್ಸ್‌ಬುಕ್‌ಗಳ ಮೇಲೆಲ್ಲ ಅದೇ ಹೆಸರಿನ ಆವಿಷ್ಕರಣ. ಜೊತೆಗೆ ಅವನ ಕಂಪ್ಯೂಟರ್ ತೆರೆಯ ಮೇಲೆ ಇದ್ದಿದ್ದು ಅಂಜಲಿ ಭಾವಚಿತ್ರವೆಂದು ವಸುಧಾ ಹೇಳಿದ್ದು ನೆನಪಿತ್ತು.

"ಅದೆಲ್ಲ ಏನಿಲ್ಲ, ಗುರು ಚಿಕ್ಕಪ್ಪ" ಅಲ್ಲಲ್ಲಿ ಹರಡಿಕೊಂಡಿದ್ದ ಪುಸ್ತಕಗಳನ್ನು ಜೋಡಿಸಿಟ್ಟ "ಅಣ್ಣ, ವಾಕ್‌ಗೆ ಹೊರಟಿಲ್ವಾ?" ಗಡಿಬಿಡಿಯಲ್ಲಿ ಪ್ರಶ್ನಿಸಿದ.

ಗುರುಸಿದ್ಧಪ್ಪ ಆರಾಮಾಗಿ ಕೂತು "ಇವತ್ತು ವಾಕ್ ಕ್ಯಾನ್ಸಲ್ ಮಾಡ್ಕೊಂಡು ಬಂದೆ. ನಿನ್ಹತ್ರ ಒಂದಿಷ್ಟು ಮಾತಾಡೋದಿತ್ತು. ಸ್ವಲ್ಪ ಕೂತ್ಕೋ, ಯಾರು ಅಂಜಲಿ?" ಸ್ವಲ್ಪ ಸೀರಿಯಸ್ಸಾದರು.

ವಾಸುದೇವಮೂರ್ತಿ ಮೊದಲು ಬೆವೆತ. ಮಾನಸಿಕವಾಗಿ ಇಂಥ ಸಂದರ್ಭ ಬಂದರೆ ಹೇಗೆ ಎದುರಿಸುವುದೆನ್ನುವ ಸಿದ್ಧತೆಯಲ್ಲಿ ಇದ್ದ. ಆದರೆ ತಕ್ಷಣ ಏನು ಹೇಳಬೇಕೆಂದು ತೋಚದೆ ಗಲಿಬಿಲಿಗೊಂಡಂತೆ ಕಂಡ.

"ಮೊದ್ಲು ಕೂತ್ಕೊ, ವಾಸು" ಕೈ ಹಿಡಿದು ಜಗ್ಗಿ ಕೂಡಿಸಿ "ನೇರವಾಗಿ ವಿಷಯಕ್ಕೆ ಬಂದು ಬಿಡ್ತೀನಿ. ಕೇಳೋ ಪ್ರಶ್ನೆಗಳಿಗೆ ಆನ್ಸರ್ ಹೇಳಿದರೆ ಸಾಕು. ಅಂಜಲಿ ನಿಂಗೆ ಗೊತ್ತಾ? ಗೊತ್ತಿದ್ದರೆ ಎಷ್ಟು ಗೊತ್ತು? ನಿಮ್ಮಿಬ್ಬರ ಸ್ನೇಹ ಎಷ್ಟು ದಿನದ್ದು? ಅದನ್ನ ಬರೀ ಸ್ನೇಹ ಅಂದ್ಕೋಬಹುದಾ? ಈ ಎಲ್ಲಾ ಪ್ರಶ್ನೆಗಳಿಗೂ ಡೀಟೈಲ್ಲಾಗಿ ಉತ್ತರ

ಬೇಕು. ನಿಮ್ತಂದೆ ಆತ್ಮೀಯ ಸ್ನೇಹಿತ ಅಂದುಕೊಂಡು ಇಷ್ಟೆಲ್ಲ ಕೇಳಬಹುದೂಂತ ತಿಳ್ಕೊಂಡಿದ್ದೀನಿ. ಸರಿಯಾ?" ಕೇಳಿದರು.

ವಾಸು ಗಲಿಬಿಲಿಗೊಂಡ. ಅಂಜಲಿ ಹೇಳಿದ್ದು ನೆನಪಾಯಿತು.

"ವಾಸು, ನಮ್ತಂದೆ ಒಂದು ತರಹ. ನನ್ನ ಸೋದರ ಮಾವ ಚೆನ್ನಯ್ಯನಿಗೆ ಕೊಟ್ಟು ಮದ್ವೆ ಮಾಡಬೇಕೂಂತ ಮಾತುಕತೆ ನಡೀತಾ ಇತ್ತು. ಇದು ಹೊಸದಲ್ಲ. ಚಿಕ್ಕಂದಿನಿಂದಲೇ ಇಂಥದ್ದೊಂದು ಸಂಬಂಧ ಸೃಷ್ಟಿಸಿಕೊಂಡು ಮಾತಾಡ್ತಾ ಇದ್ರು. ಪಾಸಾಗಲೀ, ಫೇಲಾಗಲಿ ಅಲ್ಲಿನವರ್ಗೆ ವಿವಾಹದ ಮಾತು ಇಲ್ಲಾಂತ ಅಂದುಕೊಂಡಿದ್ದೆ, ಏನಾಗಿದ್ಯೋ ಏನೋ, ನಮ್ಮಪ್ಪ ಮದ್ವೆ ಮುಗಿಸೋಕೆ ತುದಿಗಾಲಲ್ಲಿ ನಿಂತಿದ್ದಾರೆ. ನಿನ್ನ ಬಿಟ್ಟು ಬದುಕೋಕಾಗೋಲ್ಲ. ನಾನು ಆತ್ಮಹತ್ಯೆ ಮಾಡ್ಕೊಂಡು ಬಿಡಬೇಕೂಂತ" ಅತ್ತು ಇವನೆದೆಯ ಭಾಗದ ಷರಟನ್ನು ಒದ್ದೆ ಮಾಡಿದಳು. ಆಗ ಕರಗಿ ನೀರಾಗಿ ಹರಿದಿದ್ದ. ಆಗ ಅವನೊಬ್ಬ ಪ್ರೇಮಿ ಮಾತ್ರ. ಭದ್ರವಾದ ಆಶ್ವಾಸನೆ ಕೊಟ್ಟಿದ್ದ. ಅದು ಅನಿವಾರ್ಯ ಕೂಡ.

"ಅಂಥ ಕ್ಲಿಷ್ಟವಾದ ಪ್ರಶ್ನೆಗಳಲ್ಲ. ನೀನು ತುಂಬ ಬುದ್ಧಿವಂತ ಹುಡ್ಗ. ನಿಮ್ದು ವಿದ್ವಾಂಸರ ವಂಶ. ವಿದ್ವತ್ ನಿನ್ನ ರಕ್ತದಲ್ಲೇ ಪ್ರವಹಿಸುತ್ತೆ. ನಿನ್ನ ತಂದೆ ವಾಕ್ ಮುಗಿಸಿಕೊಂಡು ಬರೋ ವೇಳೆಗೆ ನನ್ನ ಪ್ರಶ್ನೆಗಳಿಗೆ ಉತ್ತರ ಸಿಗಬೇಕು. ಪರೀಕ್ಷೆಯಲ್ಲೂ ಕೂಡ ಸಮಯ ನಿಗದಿಯಾಗಿರುತ್ತೆ. ಇಲ್ಲಿ ಸತ್ಯ ಬೇಕು, ಮುಚ್ಚಿಟ್ಟು ಪಶ್ಚಾತ್ತಾಪ ಪಡೋದು ಬೇಡ. ನಿನ್ನ ತಿದ್ದಬೇಕಾದ ಅನಿವಾರ್ಯತೆ ನಂಗಿದೆ. ದಯವಿಟ್ಟು ಹೇಳು" ಒತ್ತಾಯವೇರಿದರು.

"ಅಂಜಲಿ ಗೊತ್ತು. ಇನ್ನು ಮಿಕ್ಕಿದ್ದೇನೂ ಗೊತ್ತಿಲ್ಲ. ನಾವಿಬ್ರೂ ಸ್ನೇಹಿತರು. ಈಗ ಪ್ರೇಮಿಗಳು. ನಾವು ಒಬ್ಬರನ್ನೊಬ್ಬರು ಬಿಟ್ಟಿರಲಾರದಷ್ಟು ಪ್ರೇಮಿಸ್ತಾ ಇದ್ದೀವಿ" ಉದ್ವೇಗದಿಂದ ಹೇಳಿ ಮುಗಿಸಿದ ವಾಸು ತಲೆ ತಗ್ಗಿಸಿದ.

ಸುತ್ತಲೂ ನೋಟ ಹರಿಸಿದ ಪ್ರೊಫೆಸರ್ ಡಾ. ಗುರುಸಿದ್ಧಪ್ಪ "ನಂಗೆ ಅಂಜಲಿ ಬಗ್ಗೆ ತುಂಬಾನೆ ಗೊತ್ತು. ಕೆಲವು ಗಂಟೆಗಳಲ್ಲಿ ತರಿಸಿದ ಡೀಟೈಲ್ಸ್" ರಾಮಲಿಂಗಂ ಅವರ ಕುಟುಂಬದ ಫೋಟೋಗಳನ್ನು ಅವನ ಮುಂದೆ ಹಾಕಿದರು. "ಕನಿಷ್ಠಪಕ್ಷ ಒಂದಿಷ್ಟು ತಿಳ್ಕೋ ಬೇಕೂಂತ ಕೂಡ ಅನ್ನಿಸಲಿಲ್ವಾ? ಒಂದು ವಸ್ತು ಕೊಳ್ಳಬೇಕಾದರೆ, ಒಂದು ಕಡೆ ಹೋಗಬೇಕಾದರೆ, ಒಬ್ಬರನ್ನು ಸ್ನೇಹಿತರನ್ನಾಗಿ ಮಾಡಿಕೊಳ್ಳಬೇಕಾದರೆ ನೂರೆಂಟು ಸಲ ಯೋಚಿಸ್ತೀವಿ. ಅಂಥದರಲ್ಲಿ ಆ ಹುಡ್ಗಿಯ ಬಗ್ಗೆ ಒಂದಿಷ್ಟು ತಿಳಿಯಬೇಕೂಂತ ಅನ್ನಿಸಲಿಲ್ವೆ? ನೋಡು, ಎಲ್ಲಾ ನೋಡು" ಅಂದವರು ಅವನು ನೋಡುತ್ತಿದ್ದಂತೆ ರಾಮಲಿಂಗಂ ಆಚರಣೆ, ವಿಚಾರ, ಫೈನಾನ್ಶಿಯಲ್ ಪೊಜಿಷನ್, ಸೋಷಿಯಲ್ ಸ್ಟೇಟಸ್, ಈಗಿನ ಅವರ ವ್ಯಾಪಾರ, ವ್ಯವಹಾರ ಎಲ್ಲಾ ತಿಳಿಸಿ ಹೇಳಿದರು.

"ಇದು ಜ್ಞಾನ ದೇಗುಲ. ಹಿರಿಯರು ಹಚ್ಚಿಟ್ಟ ದೀಪವನ್ನು ನಿನ್ನ ತಂದೆ ಮತ್ತಷ್ಟು

ಪ್ರಜ್ವಲಮಾನವಾಗಿ ಉರಿಸುತ್ತಾ ಇದ್ದಾರೆ. ಅದು ಹಾಗೇ ಮುಂದುವರಿಯಬೇಕು. ರಾಮಲಿಂಗಂ ಕುಟುಂಬದ ವಿಷಯ ಬಿಡು. ಆ ಹುಡ್ಗೀ ಅಂಜಲಿ ಈ ಮನೆಗೆ ತಕ್ಕ ಸೊಸೆ ಆಗೋಕೆ ಸಾಧ್ಯನಾ? ಅವಳ ಜೀವನ ಶೈಲಿಯೇನು? ಆಹಾರ ಪದ್ಧತಿಗಳೇನು? ಸ್ವಲ್ಪ ಕೂಡ ಯೋಚ್ಸೋದು ಬೇಡ್ವಾ?" ದಬಾಯಿಸಿದರು. ನಡುವೆ ಬುದ್ಧಿ ಹೇಳಿದರು. ಆದಷ್ಟು ಕನ್ವಿನ್ಸ್ ಮಾಡಿದರು.

"ಗುರು ಚಿಕ್ಕಪ್ಪ, ನೀವು ಹೇಳಿದ್ದೆಲ್ಲ ಸರಿ ಇರಬಹುದು. ಅದೆಲ್ಲಕ್ಕಿಂತ ನಮ್ಮಿಬ್ಬರ ಪ್ರೀತಿ, ಪ್ರೇಮ ದೊಡ್ಡದು. ದಯವಿಟ್ಟು ಅರ್ಥಮಾಡಿಕೊಳ್ಳಿ" ಕಸಿವಿಸಿಯಿಂದಲೇ ಹೇಳಿದ.

ಪ್ರೊಫೆಸರ್ ಡಾ. ಗುರುಸಿದ್ಧಪ್ಪನವರು ಅಚೇತನರಾದರು– ಇದನ್ನು ಹೇಳಿದ್ದು ವಾಸುನಾ? ಎಂದು ಬಿಟ್ಟ ಕಣ್ಣುಗಳಿಂದ ನೋಡಿದರು. ಒಬ್ಬ ಉಪನ್ಯಾಸಕರಾಗಿ ಇಂಥ ದೊಂಬರಾಟವನ್ನು ವಿದ್ಯಾರ್ಥಿಗಳಲ್ಲಿ ನೋಡಿದವರೇ, ಡಿಫರೆಂಟ್ ಚಿತ್ರಗಳು ಅವರ ಕಣ್ಮುಂದೆ ಇದ್ದವು.

"ಇದಕ್ಕೆ ನನ್ನ ಒಪ್ಗೇನೇ ಇಲ್ಲ. ಬಹುಶಃ ನಿನ್ತಂದೆ ಒಪ್ಪೋಲ್ಲ. ಆಯ್ಕೆಯ ದೃಷ್ಟಿ ಬಂದಾಗ, ನಿನ್ನ ಆಯ್ಕೆ ಏನಾಗಿರುತ್ತೆ?" ನೇರವಾಗಿ ವಿಷಯಕ್ಕೆ ಬಂದರು. "ಅಂಜಲಿನೇ ಆಗಿರುತ್ತಾಳೆ. ಅವಳಿಗೋಸ್ಕರ ನಾನು ಯಾವ ತ್ಯಾಗಕ್ಕೂ ಸಿದ್ಧ" ಘೋಷಿಸಿಬಿಟ್ಟ.

ಮೊದಲು ಜೋರಾಗಿ ನಕ್ಕುಬಿಟ್ಟರು ಪ್ರೊಫೆಸರ್ ಡಾ. ಗುರುಸಿದ್ಧಪ್ಪ. "ಭಪ್ಪರೇ, ನೀನು ಗ್ರೇಟ್ ಪ್ರೇಮಿ. ಅಂತೂ ಹಿಂದಕ್ಕೆ ಬರಲಾರದಷ್ಟು ದೂರ ಹೋಗಿದ್ದಿ. ಇನ್ನೊಮ್ಮೆ ಯೋಚ್ಸು. ಒಬ್ಬ ಸ್ನೇಹಿತನಾಗಿ ನಾನು ನಿನ್ನ ತಂದೆಗೆ ತಿಳಿಸುವುದು ಅನಿವಾರ್ಯ. ಮೊದ್ಲು ನಿನ್ನ ಕೋರ್ಸ್ ಮುಗ್ಸು. ಒಂದು ಭದ್ರವಾದ ಕೆಲ್ಸ ಹಿಡಿ. ಅಲ್ಲಿಯವರೆಗೂ ವಿವಾಹದ ಬಗ್ಗೆ ಚಿಂತನೆ ಬೇಡ. ಈಗಿನ ಪ್ರೇಮದ ಪ್ರಪಂಚವೇ ಬೇರೆ. ವಿವಾಹದ ನಂತರ ಜವಾಬ್ದಾರಿಯೇ ಬೇರೆ" ಎಂದು ಆ ಫೋಟೋಗಳನ್ನು ಜೋಡಿಸಿ ಕವರ್‌ಗೆ ಹಾಕಿಟ್ಟುಕೊಂಡು ಹೊರ ಬಂದರು.

ನಡುಮನೆಗೆ ಬಂದು ಪಕ್ಕದ ಕೋಣೆಯತ್ತ ತಿರುಗಿದರು. ವಿಶಾಲವಾದ ದೇವರ ಕೋಣೆ. ಸರಸ್ವತಿಯ ವಿಗ್ರಹ. ಮುಂದೆ ಹಚ್ಚಿಟ್ಟ ಕಂಚಿನ ದೀಪದ ಕಂಬಗಳು. ಊದುಬತ್ತಿಯ ಪರಿಮಳ. ಗೋಡೆಯ ಮೇಲೆ ವಿರಾಜಮಾನವಾಗಿದ್ದ ಸ್ವಾಮಿಗಳು, ದಾಸ ಶ್ರೇಷ್ಠರ ಫೋಟೋಗಳು. ಕೆಳಗಡೆ ಪೂಜೆಯ ಪರಿಕರಗಳು. ಮೂಲೆಗೆ ತಂಬೂರಿ ಒರಗಿಸಿಡಲಾಗಿತ್ತು. ವ್ಯಾಸ ಪೀಠ, ಹಳೆಯ ಗ್ರಂಥಗಳು. ಪೂಜನೀಯ ಸಾತ್ವಿಕ ವಾತಾವರಣ. ಅಂಜಲಿಯ ಮುಖ ಇಣುಕಿ ಅಣಕಿಸಿದಂತಾಯಿತು. ಮುಂದೆ ಆಗಬಹುದಾದ ಅನಾಹುತಕ್ಕೆ ಹೆದರಿದರು.

ಸುಮ್ಮನೆ ಹೊರಗೆ ಬಂದು ಕೂತರು. ಬಂದ ವಸುಧಾ ಅವರ ಎದುರು ಕೂತಳು. ತಲೆ ಅಡ್ಡಡ್ಡ ಆಡಿಸಿದರು. "ಏನೂ ಪ್ರಯೋಜನವಿಲ್ಲ. ಪ್ರೇಮಕ್ಕೆ ಒಂದು

ನಿದರ್ಶನ ಅನ್ನುವಂತೆ ಮಾತಾಡ್ತಾನೆ. ಕೋರ್ಸ್ ಮುಗ್ಯೋವರ್ಗೂ ಪ್ರೇಮ, ಪ್ರೀತಿ ಮದುವೆಯವರ್ಗೂ ಮುಂದುವರಿಯದಿದ್ದರೆ, ಅವನು ಬಚಾವ್. ಆ ವೇಳೆಗೆ ಪ್ರೇಮದ ಮಬ್ಬು ಕರಗಿ ಬೆಳಕು ನೋಡುವಂತಾಗುತ್ತಾನೆ. ಈಗ ಅವನೊಬ್ಬ ಪ್ರೇಮಿ ಮಾತ್ರ. ಈ ಸ್ಟೇಜ್‌ಗೆ ಬಂದ ಮೇಲೂ ತಿಳಿಸದಿದ್ದರೆ ತಪ್ಪಾಗುತ್ತೆ. ಅನಂತನಿಗೆ ಹೇಳ್ತೀನಿ, ಸಮಯ, ಸಂದರ್ಭ ನೋಡಿ" ಎಂದು ಮೇಲೆದ್ದರು.

ವಸುಧಾ ಮಾತಾಡಲಿಲ್ಲ. ಚಲನಚಿತ್ರದ ಘಟನೆಯಂತೆ ಕಂಡಿತು. ಪ್ರೊಫೆಸರ್ ಡಾ. ಗುರುಸಿದ್ಧಪ್ಪನ ಹೆಂಡತಿಗೆ ಒಂದಿಷ್ಟು ಸಿನಿಮಾ ಹುಚ್ಚು. ಕೆಲವೊಮ್ಮೆ ಮಾತಿಗೆ ಸಿಕ್ಕಾಗ ಸಿನಿಮಾದ ಪ್ರೇಮಿಗಳ ಬಗ್ಗೆ ಹೇಳಿ ನಗೋರು. ಅಂಥದೊಂದು ಪ್ರೇಮಮಯ ಚಿತ್ರಕ್ಕೆ ನಾಯಕನಾಗಲು ಹೊರಟಿದ್ದ ವಾಸು. ತಡೆಯಲಾರದಂಥ ಅಸಹಾಯಕತೆ.

"ವಸು ಮಗಳೇ, ಪ್ರೇಮಿಸಿಕೊಂಡು ಓಡಾಡಿಕೊಂಡು ಇರ್ತಾನೆ. ವಿದ್ಯೆ ನಾಸ್ತಿ ಆಗುತ್ತೆ. ವಿವಾಹವಾಗದಿದ್ದರೆ ಈ ಮನೆಗೆ ಬರೋ ಗಂಡಾಂತರ ತಪ್ಪಿ ಹೋಗುತ್ತೆ" ಇಂಥದೊಂದು ಮಾತು ಹೇಳಿ ಹೋದರು ವ್ಯಥೆಯಿಂದ.

ವಾಕಿಂಗ್‌ನಿಂದ ಬರೋವಾಗ ಅನಂತರಂಗಮೂರ್ತಿಗಳು ಸಂಘ ಪರಿವಾರದ ಒಬ್ಬ ಹಿರಿಯರನ್ನು ಜೊತೆಯಲ್ಲಿ ಕರೆ ತಂದರು. ಇದೇನೂ ಅಪರೂಪವಲ್ಲ. ವಸುಧಾನ ಕರೆದು ಪರಿಚಯ ಮಾಡಿಕೊಟ್ಟು "ಗುರು, ಇವತ್ತು ಸಿಕ್ಕಲೇ ಇಲ್ಲ, ಅದು ಯಾವ ಕಡೆಗೆ ಮಾತಿಗೆ ನಿಂತನೋ? ನಂಗಂತೂ ಸಿಕ್ಕಲಿಲ್ಲ. ಇಲ್ಲಿಗೆ ಬಂದಿದ್ನಾ?" ವಿಚಾರಿಸಿದರು ಕೂಡುತ್ತ.

"ಬಂದಿದ್ರು, ಆಮೇಲೆ ಬಂದು ನೋಡ್ತಾರಂತೆ" ಚುಟುಕಾಗಿ ಹೇಳಿ ಕಾಫಿ ತರಲು ಕಿಚನ್‌ಗೆ ಹೋದಳು. ಸಾತಮ್ಮ ಆಗಲೇ ಲೋಟಕ್ಕೆ ಹಾಕಿ "ಸಕ್ಕರೆ ಹಾಕಿಲ್ಲ, ಯಾರೋ ಹೊಸಬರು. ಅವರ ಪ್ರಕೃತಿಯ ಬಗ್ಗೆ ನಮ್ಗೆ ಹೇಗೆ ಗೊತ್ತಾಗಬೇಕು?" ಮುಗುಳ್ನಕ್ಕು ಕಾಫಿ ಬಟ್ಟಲುಗಳ ಜೊತೆ ಸಕ್ಕರೆ ಬಟ್ಟಲನ್ನು ಒಯ್ದಳು.

ಆ ಮನುಷ್ಯ ಒಂದು ಕಪ್ ಕಾಫಿಗೆ ಎರಡೂವರೆ ಸ್ಪೂನ್ ಸಕ್ಕರೆ ಬೆರೆಸಿಕೊಂಡು "ಸಕ್ಕರೆ ಕಾಯಿಲೆ ಅಂಥದೇನೂ ಗೊತ್ತಿಲ್ಲ. ನನ್ಮಗ ಒಮ್ಮೆ ಟೆಸ್ಟ್ ಮಾಡಿಸಬೇಕೂಂತ ಹೇಳ್ತಾ ಇದ್ದಾನೆ. ವಿಶ್ರಾಂತ ಜೀವನಕ್ಕೆ ಬಂದು ಹದಿನಾರು ವರ್ಷವಾದರೂ ಟೆಸ್ಟ್ ಅಂಥದಕ್ಕೆಲ್ಲ ಪುರುಸೊತ್ತೇ ಇಲ್ಲ" ಆರಾಮಾಗಿ ನಕ್ಕರು. ಅವರು ತೊಟ್ಟಿದ್ದು ಒಂದು ನಿಕ್ಕರ್, ಮೇಲೊಂದು ಟೀ-ಷರಟು. ಹಸನ್ಮುಖರಾಗಿದ್ದುದ್ದರಿಂದ ಆರೋಗ್ಯವಾಗಿಯೇ ಕಂಡರು.

ಆಮೇಲೆ ತಮ್ಮ ವಿಷಯ ಹೇಳಿಕೊಂಡರು.

"ನಾನು ಸ್ವಾಮಿ ವಿವೇಕಾನಂದರ ಅನುಯಾಯಿ. ಅವರಿಂದ ಪ್ರಭಾವಿತ ನಾದವನು. ಅವರ ಬೋಧನೆ, ತತ್ವ, ಮಾರ್ಗದರ್ಶನ ಉಸಿರಾಗಿ ಮಾಡಿಕೊಂಡಿರುವ ನಾನು ನಾಲ್ಕು ಜನ ಹುಡುಗರು ಕಲೆತ ಕಡೆ, ನಾಲ್ಕು ಯುವಕರು ಸಂಭಾಷಣೆಗೆ ತೊಡಗಿದ ಕಡೆ, ನಾಲ್ಕು ಹಿರಿಯರು ಜೊತೆಗೂಡಿದರೆ, ಆ ಉಸಿರನ್ನು ಚೆಲ್ಲುತ್ತೇನೆ.

ಎಂದೆಂದಿಗೂ ಪ್ರಸ್ತುತರಾಗಿರೋ ವಿವೇಕಾನಂದರ ಬೋಧನೆಗಳು ಇಂದಿಗೆ ತೀರಾ ಅಗತ್ಯ. ಸ್ವಾಮಿ ವಿವೇಕಾನಂದ ನಿಮಗೆಷ್ಟು ಗೊತ್ತು?" ವಸುಧಾನ ಕೂಡಿಸಿಕೊಂಡರು. "ಅವರು ಜಗತ್ತನ್ನು ಬೆಳಗೋ ಸೂರ್ಯ. ಯಾವುದೇ ಪರಿಚಯ ಪತ್ರವಿಲ್ಲದೆ ಷಿಕಾಗೋದಿಂದ ಬೋಸ್ಟನ್ ರೈಲಿನಲ್ಲಿ ಪ್ರಯಾಣ ಬೆಳೆಸಿದ್ದರು. ಧರ್ಮ ಸಮ್ಮೇಳನಕ್ಕೆ ಅಲ್ಲೇ ಪರಿಚಯವಾದ ಕ್ಯಾಥರೀನ್ ತಮ್ಮ ಮನೆಯಲ್ಲಿಯೇ ಉಳಿಸಿಕೊಂಡಿದ್ದರು. ಪಕ್ಕದಲ್ಲಿಯೇ ವಾಸಿಸುತ್ತಿದ್ದ ಹಾರ್ವರ್ಡ್ ವಿಶ್ವವಿದ್ಯಾನಿಲಯದ ಪ್ರೊಫೆಸರ್ ಜಾನ್ ಹೆನ್ರಿಲೈಟ್ ಅತ್ಯಂತ ಗೌರವಪೂರ್ವಕವಾಗಿ ಪರಿಚಯ ಪತ್ರ ಬರೆದುಕೊಡುತ್ತಾರೆ. ಅದರಲ್ಲಿನ ಒಂದು ವಾಕ್ಯ ಹೇಳದಿದ್ದರೆ, ನಾನು ಶುರು ಮಾಡಿದ ಮಾತುಗಳು ಪರಿಪೂರ್ಣವಾಗುವುದಿಲ್ಲ. 'Here is a monk from India who is more learned than all American learned professors put together' ಅಮೆರಿಕ ಎಲ್ಲಾ ಪ್ರೊಫೆಸರ್‌ಗಳ ಒಟ್ಟು ಜ್ಞಾನಕ್ಕಿಂತ ಇವರ ಜ್ಞಾನ ಮಿಗಿಲು. This is Vivekananda ಎಂದು ಮೇಲೆದ್ದರು.

ಗೇಟಿನವರೆಗೂ ತಂದೆ, ಮಗಳು ಹೋಗಿ ಬೀಳ್ಕೊಟ್ಟರು.

"ಬಹಳ ದೊಡ್ಡ ಮನುಷ್ಯ. ಅಗ್ರಿಕಲ್ಚರ್ ಡಿಪಾರ್ಟ್‌ಮೆಂಟ್‌ನಲ್ಲಿ ಜಾಯಿಂಟ್ ಡೈರೆಕ್ಟರ್ ಆಗಿ ರಿಟೈರ್ಡ್ ಆದವರು. ಅಂದಿನಿಂದ ಇವರ ಪ್ರವಾಸ ಕಾರ್ಯಕ್ರಮ ಶುರುವಾಯಿತು. ಸ್ವಾಮಿ ವಿವೇಕಾನಂದರ ತತ್ವಗಳು, ಮಾರ್ಗದರ್ಶನ ಹಿಡಿದು ಜನರಲ್ಲಿ awareness ಉಂಟು ಮಾಡಲು ಹದಿನಾರು ವರ್ಷದಿಂದ ಶ್ರಮಿಸುತ್ತಿದ್ದಾರಂತೆ. ಒಂದು ಕಡೆ ನಿಲ್ಲೋ ಜಾಯಮಾನದ ಮನುಷ್ಯನಲ್ಲವಂತೆ. ಇನ್ನು ಓಡಾಟ ಬೇಡವೆಂದು ಅವರ ಮಗ ಇಲ್ಲಿಗೆ ಕರೆದು ತಂದು ಇಟ್ಟುಕೊಂಡಿದ್ದಾರಂತೆ. ಬಹಳ ಚಟುವಟಿಕೆಯ ಮನುಷ್ಯ ಸ್ವಚ್ಛತಾ ಆಂದೋಲನ ಆರಂಭಿಸಿ ಇಡೀ ಕಾಲೇಜು ಶುಚಿಗೊಳಿಸಿದ್ದಾರೆ. ವಿದ್ಯಾರ್ಥಿಗಳು ಕೂಡ ಕೈ ಜೋಡಿಸಿದರಂತೆ. ಹಿ ಈಸ್ ವೆರಿ ಗ್ರೇಟ್" ಮನದುಂಬಿ ಆಡಿದರು ಅನಂತರಂಗ ಮೂರ್ತಿಗಳು.

ಅಷ್ಟರಲ್ಲಿ ಮೊಬೈಲ್ ಹಿಡಿದು ಬಂದ ನೈರುತ್ಯ "ಅಮ್ಮ, ಅಣ್ಣ ಫೋನ್ ಮಾಡಿದ್ದಾರೆ" ತಾಯಿಯ ಕೈಗೆ ಕೊಟ್ಟು ಓಡಿದಳು. ಇದು ಅವಳ ಸಂಗೀತಾಭ್ಯಾಸದ ಸಮಯ. ಮಾತಾಡಿ ತಂದೆಯ ಕೈಗೆ ಕೊಟ್ಟು "ಅಣ್ಣ, ಒಂದ್ನಿಮ್ಷ... ಬರ್ತೀನಿ" ಒಳಗೆ ಹೋದಳು. ಹಿ ಈಸ್ ವೆರಿ ಗ್ರೇಟ್ ಮನದುಂಬಿ ಆಡಿದರು ಅನಂತರಂಗಮೂರ್ತಿಗಳು.

ಅಳಿಯ ಕಿರಣ್ ಕುಮಾರ್ ಎಂದರೆ ತುಂಬ ಪ್ರೇಮವೇ. ಅನಾಥನೆಂದು ಕೀಳರಿಮೆ ತೋರದೆ ಊಟ ಹಾಕಿ, ಆದಷ್ಟು ನೆರವಿತ್ತರು. ಬುದ್ಧಿವಂತ, ಒಳ್ಳೆಯವ ಎಂದು ತಿಳಿದಾಗ ಮಗಳನ್ನಿತ್ತು ವಿವಾಹ ಮಾಡಿದ ದೊಡ್ಡ ಮನಸ್ಸಿನ ಜನ ಅನಂತರಂಗಮೂರ್ತಿ. ಗುರುವಾಗಿ, ತಂದೆಯಾಗಿ ಮಾವನಾದ ಅವರನ್ನು ಕಂಡರೆ ಅನನ್ಯ ಭಯ ಭಕ್ತಿಯೇ ಅಳಿಯನಿಗೆ, ಮಾವನಿಗೂ ಅಷ್ಟೇ ಅಕ್ಕರೆ.

ಇಂದು ಕೂಡ ಪ್ರೀತಿಯಿಂದ ಮಾತಾಡಿದರು.

ಸ್ನಾನ, ಪೂಜೆ, ಬಳಿಕ ಊಟ ಮುಗಿದ ನಂತರವೇ ವಿರಾಮ ಸಿಕ್ಕಿದ್ದು.

"ಹೇಗಿದೆ, ನಿನ್ನ ಮಗಳ ಸಂಗೀತಾಭ್ಯಾಸ? ಕಿರಣ್ ಪದೇ ಪದೇ ಅದನ್ನೇ ವಿಚಾರಿಸಿದ. ವಸುವಿನಷ್ಟು ಚೆನ್ನಾಗಿ ಹಾಡಿದರೆ ಸಾಕೂಂದ. ನೀನು ಹಾಡಿದ್ದನ್ನ ಬೇಸರವಾದಾಗಲೆಲ್ಲ ಕೇಳ್ತಾನಂತೆ." ಅಭಿಮಾನದಿಂದ ಮಗಳಿಗೆ ಹೇಳಿದಾಗ ಅವಳ ಕೆನ್ನೆಗಳು ಕೆಂಪೇರಿದವು. ಬಹಳ ಗಂಭೀರವಾಗಿ ಕಂಡರೂ ಗಂಡ ಎಷ್ಟು ರಸಿಕನೆಂದು ವಸುಧಾಗೆ ಗೊತ್ತು. ಕವಿತೆ ಬರೆಯುತ್ತಿದ್ದ. ಕವಿತೆಗೆ ರಾಗ ಹಾಕಿ ಹಾಡುತ್ತಿದ್ದ. 'ನೀನು ಸ್ಫೂರ್ತಿ ದೇವತೆ' ಎಂದು ರೇಗಿಸುತ್ತಿದ್ದ.

"ಅಣ್ಣ, ಈ ಸಲ ಹೋಗೋವಾಗ ನಿನ್ನ ಜೊತೆಗೆ ಕರ್ಕಂಡ್ ಬರಲೇ ಬೇಕೂಂತ ಅವರ ಹಟ. ಬೇಕೂಂದರೆ ಗುರು ಚಿಕ್ಕಪ್ಪ, ಚಿಕ್ಕಮ್ಮನನ್ನೂ ಕರ್ಕಂಡ್ ಹೋಗೋಣ" ವಸುಧಾ ಬೇರೊಂದು ವಿಷಯ ಎತ್ತಿಕೊಂಡಳು. ಸ್ವಲ್ಪ ಮಂಕಾಯಿತು ಅವರ ಮುಖ. "ನಾಲ್ಕೈದು ಸಲ ಹೋಗಿ ಬಂದಿದ್ದಾರೆ. ಮಕ್ಕಳನ್ನು ನೋಡೋ ಸಲುವಾಗಿ. ಇವರಿಗೆ ಒಗ್ಗಿಲ್ಲ. ಹಿಂದಿರುಗಿದಾಗಲೆಲ್ಲ ಸಂತೋಷದಿಂದ ಕುಣಿದಾಡುತ್ತಾರೆ. ಸೆಮಿನಾರ್‌ಗಳಲ್ಲಿ ಭಾಗವಹಿಸೋಕೆ ಹೋಗಿದ್ದೆ. ಈಗ ಮಾತ್ರ ಮಗಳ ಮನೆಗೆ. ಖಂಡಿತ ವಾಸುನ ಒಂದ್ಮಾತು ಕೇಳಬೇಕು" ಅಂದರು. ಈ ಸಲ ಹೋಗುವ ಮನಸ್ಸಿತ್ತು.

ವಸುಧಾ ಮೌನವಾಗಿ "ಈಗ್ಬಂದೆ..." ಎಂದು ರೂಮಿಗೆ ಹೋದಳು.

"ನಾನು ಅನಂತನ ಹತ್ರ ಮಾತಾಡ್ತೀನಿ. ಸಂಜೆ ವಿ.ಆರ್. ಸೀತಾರಾಮ ಶಾಸ್ತ್ರಿಗಳು ನಮ್ಮ ಮನೆಗೆ ಬರ್ತೀನಿ ಅಂದಿದ್ದಾರೆ. ಕನ್ನಡ ಸಾಹಿತ್ಯದ ಸಮಗ್ರ ಅಧ್ಯಯನದ ಜೊತೆ ಸಂಸ್ಕೃತ, ಲ್ಯಾಟಿನ್, ಫ್ರೆಂಚ್ ಸಾಹಿತ್ಯವನ್ನೂ ಚೆನ್ನಾಗಿ ತಿಳಿದವರು. ಅದ್ಭುತವಾಗಿ ಮಾತಾಡಬಲ್ಲರು. ನಾಲ್ಕಾರು ಸ್ನೇಹಿತರು ಸೇರ್ಕೊಂಡು ಅವರ ಮಾತುಗಳನ್ನು ಕೇಳೋಣಾಂತ ತೀರ್ಮಾನ ಮಾಡಿಕೊಂಡಿದ್ದೀವಿ. ಅನಂತನದು ಇಂಗದ ಜ್ಞಾನದ ಹಸಿವು" ಅಂದಿದ್ದರು. ಆಮೇಲೆ ವಾಸು ಬಗ್ಗೆ ಅವರಲ್ಲಿ ಮಾತಾಡುತ್ತೀನಿ ಅನ್ನೋ ಭರವಸೆಯನ್ನು ಕೊಟ್ಟಿದ್ದರು ಪ್ರೊಫೆಸರ್ ಡಾ. ಗುರುಸಿದ್ಧಪ್ಪ.

ಆದ್ದರಿಂದ ಮೌನವಹಿಸಿದಳು.

ಸಂಜೆ ಬಂದ ವಾಸು ನೇರವಾಗಿ ಸಾತಮ್ಮನಲ್ಲಿ ಕಾಫಿ ಮಾಡಿಸಿಕೊಂಡು ಬಂದು ಕುಡಿದವನು "ಅಕ್ಕ, ಈ ವಿಷಯದಲ್ಲಿ ನಾನು ಯಾರ್ಮಾತೂ ಕೇಳೋಲ್ಲ. ನಿಮ್ಮ ಆಚರಣೆ, ಸಂಪ್ರದಾಯ ಮನೆಯಲ್ಲಿ ನೀವೇ ಇಟ್ಕೊಳ್ಳಿ, ನಾನು ಮನೆಗೆ ಬರೋಲ್ಲ. ನಾವಿಬ್ರೂ ಬದ್ಕೀ ತೋರಿಸ್ತೀವಿ." ಛಾಲೆಂಜ್ ಎಸೆದಂತೆ ಹೇಳಿ ಹೋದಾಗ ಬಾಯಿ ಮೇಲೆ ಕೈಯಿಟ್ಟುಕೊಂಡಳು. ಇಷ್ಟು ಧೈರ್ಯ ಇವನಿಗೆ ಹೇಗೆ ಬಂತು? ಈ ವಯಸ್ಸಿನ ಪ್ರೇಮ, ಪ್ರೀತಿಗೆ ಇರುವ ಶಕ್ತಿ ಅದ್ಭುತವೆನಿಸಿತು.

ನೈರುತ್ಯಗೆ ಸುಗಮ ಸಂಗೀತದ ಅಭ್ಯಾಸ ಮಾಡಿಸಿದವಳು 'ದೀಪವು ನಿನ್ನದೇ, ಗಾಳಿಯು ನಿನ್ನದೇ... ಆರದಿರಲಿ ಬೆಳಕು' ಎಂದು ಹೇಳಿಕೊಳ್ಳುತ್ತ ಬಾಗಿಲಿಗೆ ಬರುವ ವೇಳೆಗೆ ಅನಂತರಂಗಮೂರ್ತಿಗಳು ಎದುರಾದರು. ಅವರ ಮುಖದಲ್ಲಿ ನಿರ್ಲಿಪ್ತ

ಭಾವವಿತ್ತು.

"ವಸುಧಾ, ವಾಸು... ಬಂದಿದ್ನಾ?" ವಿಚಾರಿಸಿದರು.

"ಬಂದಿದ್ದ, ಈಗ ಎಲ್ಲೋ ಹೋದ" ಎಂದಳು ಚುಟುಕಾಗಿ.

ಮಗಳನ್ನು ಒಳ ಕೋಣೆಗೆ ಕರೆದೊಯ್ದು "ವಾಸು ತುಂಬ ತಪ್ಪು ಮಾಡ್ತಾ ಇದ್ದಾನೆ. ವಯಸ್ಸು, ವಿವಾಹ ಅನ್ನೋದು ಬಿಟ್ಟು ಭವಿಷ್ಯದ ದೃಷ್ಟಿಯಿಂದಲಾದರೂ ಕೋರ್ಸ್ ಮುಗಿಯೋವರ್ಗೂ ಕಾಯಬಹುದಿತ್ತು. ಆ ರಾಮಲಿಂಗಂ ಅಂಥ ಒಳ್ಳೆ ಮನುಷ್ಯನಲ್ಲ. ಪ್ರೊಫೆಸರ್ ರಂಗಣ್ಣ ಒಂದು ಸೈಟಿಗೆ ಅಡ್ವಾನ್ಸ್ ಕೊಟ್ಟಿದ್ರು. ಅದ್ನ ಭಾವೀ ಅಳಿಯನಿಗೂ ತೋರಿಸಿದ್ದರು. ಬೀಗರು ಪೂರ್ತಿ ಒಪ್ಪಿಕೊಂಡವರು ವಿವಾಹಕ್ಕೆ ಮುನ್ನ ಸೈಟು ವರನ ಹೆಸರಿಗೆ ರಿಜಿಸ್ಟ್ರೇಷನ್ ಆಗಬೇಕೂಂತ ಪಟ್ಟು ಹಿಡಿದರು. ಪಾಪದ ಮನುಷ್ಯ ಆಗಲೇ ಮೂರು ಹೆಣ್ಣು ಮಕ್ಕಳ ಜೊತೆಗೆ, ಇಬ್ಬರೂ ತಂಗಿಯರಿಗೆ ವಿವಾಹ ಮಾಡಿ ದಣಿದಿದ್ದ. ಒಂದಿಷ್ಟು ಸಾಲ ಮಾಡಿ ಹಣ ಹೊಂದಿಸಿಕೊಂಡು ಹೋದಾಗ ಆ ರಾಮಲಿಂಗಂ ಅಡ್ವಾನ್ಸ್ ಮುಖದ ಮೇಲೆಸೆದು, ಸೈಟು ಬೇರೆಯವರಿಗೆ ಮಾರಿದ್ದಾಗಿ ಹೇಳಿದ. ಅವನು ಗ್ರಾನೈಟ್ ಜೊತೆಗೆ ರಿಯಲ್ ಎಸ್ಟೇಟ್ ಬಿಜಿನಸ್ ಕೂಡ ಮಾಡ್ತಾನೆ. ಭಾವಿ ವರ, ಬೀಗರ ಮನೆಯವರು ಅದೇ ಸೈಟಿಗಾಗಿ ಪಟ್ಟುಹಿಡಿದರು. ಆಗ ನಾನಲ್ಲದೇ, ಇನ್ನೂ ಮೂರು ನಾಲ್ಕು ಜನ ಕೊಲೀಗ್ಸ್ ಕರೆದುಕೊಂಡು ಹೋದಾಗ, ಗುರುತು ಇಲ್ಲದವನಂತೆ "ಯಾಕ್ಬಂದ್ರಿ?" ಎಂದು ಕೇಳಿದ ದುರಹಂಕಾರದಿಂದ. ಎಷ್ಟೋ ರಿಕ್ವೆಸ್ಟ್ ಮಾಡಿಕೊಂಡ್ವಿ, ಎಲ್ಲಾ ಬುದ್ಧಿ ಹೇಳಿದ್ವಿ. ಅವನು ಜಗ್ಗದೆ ಬಾಯಿಗೆ ಬಂದಂತೆ ಬಯ್ದು ಕಳಿಸಿದ್ದು. ಮರೆಯೋಕ್ಕಾಗೋಲ್ಲ. ಆ ಮದ್ವೆ ತಪ್ಪಿಹೋಯ್ತು. ಪ್ರೊಫೆಸರ್ ರಂಗಣ್ಣನ ಮಗಳಿಗೆ ಮದ್ವೇನೇ ಆಗಲಿಲ್ಲ. ಆ ಮಧ್ಯೆ ಒಂಟಿಯಾಗಿ ನಾನೇ ಒಮ್ಮೆ ಭೇಟಿಯಾಗಿ ಪರಿಸ್ಥಿತಿ ವಿವರಿಸಿ 25 ಸಾವಿರ ರೂಪಾಯಿ ಹೆಚ್ಚಿಗೆ ಕೊಡ್ತೀನಿ ಅಂದೆ. ಅವಮಾನ ಮಾಡಿ ಕಳಿಸಿದ್ದ. ಅಂಥವನ ಮಗಳ ಜೊತೆ ಇವನ ಪ್ರೇಮ ಪ್ರಕರಣ. ಸಾಧ್ಯವೇ ಇಲ್ಲ. ಆಯ್ಕೆ ಅವನದೇ, ಈ ಮನೆ ಇಲ್ಲಿನ ಸಂಬಂಧಗಳನ್ನೆಲ್ಲ ಮರ್ತು ಬಿಡೋಕೆ ಹೇಳು" ಕಠಿಣವಾಗಿ ಹೇಳಿದರು. ಅದರಲ್ಲಿ ದೃಢತೆ ಇತ್ತು.

ಹಿಂದೆ ಒಮ್ಮೆ ರಾಮಲಿಂಗಂ ಅನಂತರಂಗಮೂರ್ತಿಗಳ ಬದುಕಿನ ದಿನಗಳಲ್ಲಿ ಒಮ್ಮೆ ಇಣುಕಿ ಕಹಿ ಉಳಿಸಿ ಹೋಗಿದ್ದ. ವಸುಧಾ ಏನೂ ಹೇಳುವ ಸ್ಥಿತಿಯಲ್ಲಿ ಇರಲಿಲ್ಲ.

"ಅಣ್ಣ, ವಾಸು ಚಿಕ್ಕೋನು. ನೀವೊಮ್ಮೆ ಕರೆಸಿ ಬುದ್ಧಿ ಹೇಳಿ" ಇಂಥದೊಂದು ಸಲಹೆಯನ್ನು ಎಚ್ಚರದಿಂದ ಅತ್ಯಂತ ಮೃದುವಾಗಿ ಅವರ ಮುಂದಿಟ್ಟಳು. ಮಗಳತ್ತ ನೋಟ ಹರಿಸಿದರು. ಅವರ ಕಣ್ಣಲ್ಲಿ ನೀರಿತ್ತು. ಈ ಷಾಕ್‌ನ ತಡೆದುಕೊಳ್ಳುವ ಸ್ಥಿತಿಯಲ್ಲಿ ಇರಲಿಲ್ಲ. "ಗುರು ಹೇಳ್ದ. ಅವ್ನು ಕೇಳೋ ಸ್ಥಿತಿಯಲ್ಲಿ ಇರ್ಲಿಲ್ಲಾಂತ. ಒಮ್ಮೆ ಪ್ರಯತ್ನವಂತೂ ಮಾಡಬೇಕು" ಎಂದು ಎದ್ದು ತಮ್ಮ ಓದುವ ರೂಮಿಗೆ ಹೋದರು. ಕೋಣೆಯ ಕಪಾಟುಗಳೆಲ್ಲ ಪುಸ್ತಕಗಳ ಸಂಗ್ರಹ. ತಾತ, ಮುತ್ತಾತನ ಕಾಲದಿಂದ

ಜ್ಞಾನದ ಆಸ್ತಿಯಾಗಿ ಸಂಗ್ರಹವಾದದ್ದು. ಅವನ್ನ ಜೋಪಾನವಾಗಿ ಬಳಸಿಕೊಂಡಿದ್ದು ಮಾತ್ರವಲ್ಲ, ಅದಕ್ಕೆ ತಮ್ಮ ಅಮೂಲ್ಯ ದೇಣಿಗೆಯನ್ನೂ ಸೇರಿಸಿದ್ದರು. ಇದೊಂದು ಜ್ಞಾನ ದೇಗುಲವೇ. ರಾಮಲಿಂಗಂ ನಕ್ಕಂತಾಯಿತು.

"ಮೇಷ್ಟ್ರೇ, ಸುಮ್ನೆ ಪುಸ್ತಕಗಳನ್ನು ಓದಿ ಗೊತ್ತೇ ವಿನಃ ವ್ಯವಹಾರ ಜ್ಞಾನವಿಲ್ಲ" ಅವರನ್ನು ಸೇರಿಸಿಕೊಂಡು ಪ್ರೊಫೆಸರ್ ರಂಗಣ್ಣನವರನ್ನು ಹಂಗಿಸಿದ್ದವನ ಮನೆಯ ಸಂಬಂಧ. ಇಡೀ ಮೈ ಹೊತ್ತಿಕೊಂಡು ಉರಿದಂತಾಯಿತು. 'ದೀಪವು ನಿನ್ನದೆ, ಗಾಳಿಯು ನಿನ್ನದೆ ಆರದಿರಲಿ ಬೆಳಕು' ಕೆ.ಎಸ್. ನರಸಿಂಹಸ್ವಾಮಿಯವರ ಕವನವನ್ನು ಅತ್ಯಂತ ಮಧುರವಾಗಿ ಹಾಡುತ್ತಿದ್ದುದು ಅವರಿಗೆ ಕೇಳಿಸಿತು.

ಕಣ್ಮುಚ್ಚಿ ಕೇಳತೊಡಗಿದರು.

ವಾಸುಗಾಗಿ ಸಂಜೆಯ ವಾಕ್ ಕ್ಯಾನ್ಸಲ್ ಮಾಡಿ ಗೆಳೆಯರಿಬ್ಬರೂ ಮನೆಯಲ್ಲೇ ಉಳಿದರು. ಪೀಟರ್ ಡಾ. ಗುರುಸಿದ್ಧಪ್ಪನವರನ್ನು ಹುಡುಕಿಕೊಂಡು ಮನೆಯವರೆಗೂ ಹೋದವನು ಮಹಾರಾಜ ಕಾಲೇಜನ್ನೂ ಒಂದು ರೌಂಡ್ ಹಾಕಿಕೊಂಡು ಬಂದು ಪ್ರೊಫೆಸರ್ ಅನಂತರಂಗಮೂರ್ತಿ ಎಂಬ ನಾಮಫಲಕದ ಮುಂದೆ ಬೈಕ್ ನಿಲ್ಲಿಸಿದ. ಅನಂತರಂಗಮೂರ್ತಿಯವರ ಔದಾರ್ಯ, ವಿದ್ಯಾರ್ಥಿಗಳ ಮೇಲಿನ ಪ್ರೇಮವನ್ನು ಮಾತ್ರವಲ್ಲ, ಒಮ್ಮೆ ಗೆಳೆಯನ ಜೊತೆಗೆ ಹೋದವನು ಅವರ ಮನೆಯಲ್ಲಿ ಊಟ ಮಾಡಿದ್ದ. ಅವರ ಬಗ್ಗೆ ಅಪಾರವಾದ ಗೌರವ, ಅಭಿಮಾನ, ಅಂದಿನ ನೆನಪು ಮೆಲುಕಾಡಿತು.

"ಫೀಜ್‌ಗೆ ತೊಂದರೆ ಅಂತ ಜಾನಕಿರಾಮ ಹೇಳ್ದ. ಇದ್ನ ಇಟ್ಕೋ. ಹಸಿದ ಹೊಟ್ಟೆಯಲ್ಲಿ ವಿದ್ಯೆ ತಲೆಗೆ ಹತ್ತೋಲ್ಲ. ಅಂಥ ದಿನ ಬಂದು ಇಲ್ಲಿ ಊಟ ಮಾಡ್ಕೋ. ಇದೇನೂ ದೊಡ್ಡ ಔದಾರ್ಯವಲ್ಲ" ಅಂದಿದ್ದನ್ನು ಅವನೆಂದೂ ಮರೆತಿರಲಿಲ್ಲ. ಸ್ವಲ್ಪ ಕಾಲೇಜಿನಲ್ಲಿ, ಹೊಡೆದಾಟದಲ್ಲಿ ಭಾಗವಹಿಸಿದ ನಂತರ ಮತ್ತೆಂದೂ ಅವರಿಗೆ ಮುಖ ತೋರಿಸದವನು, ಇಂದು ಸಂಕೋಚದಿಂದಲೇ ಬಂದಿದ್ದ. ಅವರಿಗಿಂತ ಎತ್ತರವಿರಬಹುದು, ಬಲಾಢ್ಯ... ಆದರೆ ಅವರ ಜ್ಞಾನದ ಮುಂದೆ ಕುಬ್ಜನೇ. ತಲೆ ತಗ್ಗಿಸಿಕೊಂಡು ಒಳಗೆ ಹೋದ.

ನಡುಮನೆಯಲ್ಲಿ ಕೂತಿದ್ದ ಪ್ರೊಫೆಸರ್ ಡಾ. ಗುರುಸಿದ್ಧಪ್ಪನವರು ಸ್ವಲ್ಪ ಗಾಬರಿಯಿಂದಲೇ "ಅರೇ, ಪೀಟರ್... ಬಾ" ಕರೆದರು. ಅಗತ್ಯವೆನಿಸಿದಾಗ ಸಂಯಮದಿಂದ ವರ್ತಿಸುವುದು ಅವರಿಗೆ ಗೊತ್ತುಂಟು.

ಸ್ವಲ್ಪ ಸಂಕೋಚಿಸುತ್ತಲೇ ನಾಲ್ಕು ಹೆಜ್ಜೆ ಮುಂದಕ್ಕೆ ಬಂದವ ಬಗ್ಗಿ ಅವರ ಕಾಲುಗಳಿಗೆ ನಮಸ್ಕರಿಸಿ "ನಾನು ಪೀಟರ್, ನಿಮ್ಮ ಸ್ಟೂಡೆಂಟ್ ಅಲ್ಲದಿದ್ದರೂ ಈ ಮನೆಯಲ್ಲಿ ಊಟ ಮಾಡಿದ್ದೀನಿ. ಜಾನಕಿರಾಮ್‌ನಿಂದ ವಿಷಯ ತಿಳಿದು ನಂಗೆ ಫೀಜು ಕಟ್ಟಲು ಹಣ ಕೊಟ್ರೆ" ಹೇಳಿದ ವಿನಯದಿಂದ.

"ಆಯ್ತು ಕೂತ್ಕೋ, ಈಗ ಜಾನಕಿರಾಮ್ ಎಲ್ಲಿದ್ದಾನೆ? ಒಮ್ಮೆ ಫೋನ್

ಮಾಡಿ ಸೈನ್ಯಕ್ಕೆ ಸೇರ್ಕೊಂಡಿದ್ದೀನೀಂತ ಹೇಳಿದ ನೆನಪು. ಕೂತ್ಕೋ, ನಿನ್ನ ನೋಡಿ ಸಂತೋಷವಾಯ್ತು" ಎಂದರು ಕನ್ನಡಕ ಸರಿಪಡಿಸಿಕೊಳ್ಳುತ್ತ. ಎಷ್ಟೋ ಜನ ವಿದ್ಯಾರ್ಥಿಗಳಿಗೆ ಪಾಠ ಹೇಳಿದವರು ಎಲ್ಲರ ನೆನಪು ಇರಲು ಹೇಗೆ ಸಾಧ್ಯ?

ಅವನ 'ಗ್ಲೋಬಲ್ ಡಿಟೆಕ್ಟಿವ್ ಏಜನ್ಸಿ' ಬಗ್ಗೆ ಹೇಳಿಕೊಂಡ. ಕಾಫಿ ಕುಡಿದ ನಂತರ ಅನುಮಾನಿಸುತ್ತ "ಸಾರ್ ಹತ್ರ ಸ್ವಲ್ಪ ಮಾತಾಡಬೇಕಿತ್ತು" ಅಂದಕೂಡಲೇ ಮೇಲೆದ್ದ ಅನಂತರಂಗಮೂರ್ತಿ "ಮಾತಾಡು, ಇವ್ನ ಹತ್ರ ನಂಗೂ ಮಾತಾಡಿ ಸಾಕಾಗಿತ್ತು" ರೂಮಿಗೆ ಹೋದರು.

ಸ್ವಲ್ಪ ಡಾ. ಗುರುಸಿದ್ಧಪ್ಪನವರತ್ತ ಬಗ್ಗಿ "ಸಾರ್, ಒಂದು ಇಂಪಾರ್ಟೆಂಟ್ ನ್ಯೂಸ್ ಸಿಕ್ಕಿದೆ. ಈ ಹುಡ್ಗೀ ಅಂಜಲಿನ ರಾಮಲಿಂಗಂ ಭಾವಮೈದುನ, ಹೆಂಡತಿಯ ತಮ್ಮ ಚಿನ್ನಯ್ಯನಿಗೆ ಕೊಟ್ಟು ವಿವಾಹ ಮಾಡಬೇಕೆಂದು ಹಿಂದೇನೇ ಒಂದು ತೀರ್ಮಾನಕ್ಕೆ ಬಂದಿದ್ದರಂತೆ. ತನ್ನ ಮಗ್ಳು ಒಂದು ಡಿಗ್ರಿ ಅನ್ನೋದು ಮಾಡ್ಲೀ ಅನ್ನೋ ಆಸೆ ಆ ಮನುಷ್ಯನಿಗೆ. 'ಸಾಫ್ಟ್‌ವೇರ್' ಅನ್ನೋ ಪದ ಆಕರ್ಷಕವಾಗಿ ಕಂಡಿತೇನೋ, ಆ ಹುಡ್ಗೀ ಅದರ ರಾಗ ಎತ್ತಿದ ಕೂಡಲೇ ಹಿಂದೂ ಮುಂದೂ ಯೋಚಿಸದೆ ಕೇಳಿದಷ್ಟು ಡೊನೇಷನ್ ಕೊಟ್ಟು ಸೇರ್ಸಿಬಿಟ್ಟ. ಮಗಳ ಲವ್ ಅಫೇರ್‌ನ ಸುದ್ದಿ ಆ ಮನುಷ್ಯನ ಕಿವಿಗೆ ಮುಟ್ಟಿರಬೇಕೆನ್ನೋ ಅನುಮಾನ. ಚಿನ್ನಯ್ಯ ಕೂಡ ತೀರಾ 'ಮನೀ ಮೈಂಡೆಡ್' ಇಬ್ಬರ ಮನೋಭಾವಗಳು ಒಂದೇ. ಒಟ್ಟಿಗಿರೋ ಅಭಿಲಾಷೆ. ಅದಕ್ಕಾಗಿ ಒಂದು ಶಾಶ್ವತ ಸಂಬಂಧದ ಬೆಸುಗೆಯ ಕನಸು ಕಂಡಿದ್ದರು. ಅದಕ್ಕೆ ತಡೆಯೊಡ್ಡಿದವರನ್ನು ಅವರುಗಳು ಕ್ಷಮಿಸೋಲ್ಲ. ವಾಸುದೇವಮೂರ್ತಿಗೆ ಬುದ್ಧಿ ಹೇಳಿ" ಇಂಥದೊಂದು ರಿಕ್ವೆಸ್ಟ್ ಅವರ ಮುಂದಿಟ್ಟ. ಮುಂದಿರುವ ಅಪಾಯ ನೆನೆದು ಡಾ. ಗುರುಸಿದ್ಧಪ್ಪ ನಡುಗಿದರು.

ಒಂದು ಹತ್ತು ನಿಮಿಷ ಮಾತಾಡಿ ಪೀಟರ್ ಮೇಲೆದ್ದ.

ಆಮೇಲೆ ವಸುಧಾ ಬಂದು ಎಚ್ಚರಿಸುವವರೆಗೂ ಪ್ರೊಫೆಸರ್ ಡಾ. ಗುರುಸಿದ್ಧಪ್ಪ ಮಾತಾಡದೆ ಕೂತರು. ವಾಸುದೇವಮೂರ್ತಿ ಬಗ್ಗೆ 'ಅಯ್ಯೋ' ಎನ್ನಿಸಿತು. ಹಸುಳೆಯಾಗಿದ್ದಾಗಲೇ ಅಮ್ಮನನ್ನು ಕಳೆದುಕೊಂಡು ಅಕ್ಕ, ತಂದೆಯ ಪಾಲನೆಯಲ್ಲಿ ಮುದ್ದಾಗಿ ಬೆಳೆದವ. ಹಿಂದೆ ಅವನನ್ನು ಗಮನಿಸಿದ್ದವರು, ಈ ಮಟ್ಟದಲ್ಲಿ ನಿಂತಿದ್ದಾನೆಂದರೆ ನಂಬುವುದೇ ಸಾಧ್ಯವಿರಲಿಲ್ಲ.

"ಗುರು ಚಿಕ್ಕಪ್ಪ, ಯಾಕೆ ಒಂದು ತರಹ ಇದ್ದೀರಿ?" ಕೇಳಿದಳು.

"ಅಂಥದೇನಿಲ್ಲ, ಇನ್ನೊಂದು ಕಪ್ ಅಲ್ಲ ಎರಡು ಕಪ್ ಕಾಫಿ ತಂದು ಬಿಡು. ಹಾಗೆ ಅನಂತನ್ನ ಕರೀ. ಈಗ ರಹಸ್ಯ, ಗೂಢ ಅಂಥದೇನಿಲ್ಲ ಪರ್ಸನಲ್ ಲೈಫ್‌ಗಳನ್ನು ತೆರೆಯ ಮೇಲೆ ನೋಡಿ ಆನಂದಿಸಬಹುದು" ಗೊಣಗಿದರು.

ಅನಂತರಂಗಮೂರ್ತಿ ಬಂದು ಕೂತರು. ಮಗನ ಬಳಿ ಹೇಗೆ ಮಾತು ಆರಂಭಿಸಬೇಕು? ಹೇಗೆ ಮುಗಿಸಬೇಕು? ಅವನ ಪ್ರತಿಕ್ರಿಯೆ ಹೇಗಿರುತ್ತದೆಯೆಂದು

ಮನದಲ್ಲಿ ಲೆಕ್ಕ ಹಾಕುತ್ತಿದ್ದರು. ಸಮಸ್ಯೆ ಬೇರೆಯವರದಾದಾಗ ಹೇಗೆ ಪರಿಹಾರ ಸೂಚಿಸುತ್ತಿದ್ದರು, ಸಾಂತ್ವನಿಸುತ್ತಿದ್ದರು. ಆದರೆ ತೀರಾ ವೈಯಕ್ತಿಕವಾದಾಗ ಹೇಗೆ ಗೊಂದಲ ಸೃಷ್ಟಿಯಾಗುತ್ತೆ!

"ಗುರು, ನಾವು ಎಷ್ಟು ಜನ ವಿದ್ಯಾರ್ಥಿ, ವಿದ್ಯಾರ್ಥಿನಿಯರಿಗೆ ಬುದ್ಧಿ ಹೇಳಿಲ್ಲ? ಕೇಳಿದವರುಂಟು, ಕೇಳದವರುಂಟು. ಮಾರ್ವಾಡಿ ಹುಡ್ಗಿಯ ಪಟ್ಟಿಗೆ ಸೋತು, ಅವಳೊಪ್ಪಿದ ಯುವಕನ ಜೊತೆ ಪ್ರೇಮ ವಿವಾಹ ಮಾಡಿಸಿದ್ದುಂಟು. ಇಷ್ಟೊಂದು ನೋವು, ಟೆನ್‌ಷನ್ ಯಾವಾಗ್ಲೂ ಅನುಭವಿಸಿಲ್ಲ" ಎಂದರು ಮುಖವನ್ನೊರೆಸಿಕೊಳ್ಳುತ್ತ.

ಡಾ. ಗುರುಸಿದ್ಧಪ್ಪನವರ ಮುಖದ ಮೇಲೆ ವಿಷಾದ ತೇಲಿತು.

"ನಾನು ಕೂಡ ಅಷ್ಟೇ. ನನ್ನ ಮಕ್ಕಳು ಕೂಡ ಲವ್ ಮ್ಯಾರೇಜ್ ಆದವರೇ. ಒಬ್ಬನಂತೂ ಹೆಂಡತಿಯನ್ನು ಜೊತೆಯಲ್ಲಿ ಕರೆ ತಂದು ತಿಳಿಸಿದ. ಕೋಪ, ಹಾರಾಟ, ಆರ್ಭಟ ಏನೂ ಕೆಲ್ಸಕ್ಕೆ ಬರ್ಲಿಲ್ಲ. ಈಗ ಹಾರಿ ಹೋದರು. ನಾವೇ ಮೊಮ್ಮಕ್ಕಳ ಆಸೆಗೆ ಆಗಾಗ ಹೋಗ್ತರ್ತೀವಿ. ಆ ವಿಷಯ ಬಿಡು. ವಾಸುದು ಪೂರ್ತಿ ಡಿಫರೆಂಟ್. ಎಜುಕೇಷನ್ ಮುಗಿದಿಲ್ಲ. ಭವಿಷ್ಯದ ಬಗ್ಗೆ ಚಿಂತೆ ಇಲ್ಲ. ತನ್ನ ಕಾಲ ಮೇಲೆ ತಾನು ನಿಂತಿಲ್ಲ. ಇನ್ನ ಆ ಹುಡ್ಗೀ ಪೂರ್ತಿ ವಿರೋಧದ ನೆಲೆಯಲ್ಲಿ ಬೆಳೆದಿರೋಳು. ಇಲ್ಲಿನ ಆಚಾರ ವಿಚಾರಗಳಿಗೆ ಒಗ್ಗಿಕೊಂಡಾಳಾ? ಏನೇನೋ... ಯೋಚ್ನೇ... ಭವಿಷ್ಯದ ಬಗ್ಗೆ ದಿಗಿಲು" ಅಂದರು ನಿಟ್ಟುಸಿರಿನೊಂದಿಗೆ.

"ಸಾಧ್ಯವಿಲ್ಲ ಗುರು. ರಾಮಲಿಂಗಂ ಆಜುಬಾಜಿನಲ್ಲಿ ಬೆಳೆದ ಮಗಳು. ಜೀವನ ಶೈಲಿ, ಆಹಾರ ಶೈಲಿ... ನಡೆನುಡಿ ಸಾಧ್ಯವೇ ಇಲ್ಲ. ಪಟ್ಟು ಹಿಡಿದವರೇ, ಆರಾಮಾಗಿ ಹೊರಗೆ ಹೋಗ್ಬಹುದು. ಅಮರಪ್ರೇಮ ಸಾಬೀತುಮಾಡಲು ಕುಕ್ಕರಹಳ್ಳಿ ಕೆರೆ ಪಾಲಾಗುವುದು ಬೇಡ" ಮುಖ ಹಿಂಡಿದರು. ದುರಂತ ಅವರಿಗೆ ಬೇಕಿರಲಿಲ್ಲ.

ಕತ್ತಲು ಮುಸುಕಲು ಶುರುವಾದ ನಂತರ ಇಬ್ಬರೂ ಬಂದು ಹೊರಗೆ ನಿಂತರು. 'ಉಳಿದ ಜಾಗದಲ್ಲಿ ಒಂದು ನಾಲ್ಕು ಮನೆ ಕಟ್ಟಿಸಿ ಬಾಡಿಗೆಗೆ ಕೊಡಬಹುದು.' ಯಾರೋ ಒಬ್ಬರು ಹೇಳಿದ ಮಾತನ್ನು ತಳ್ಳಿ ಹಾಕಿದ್ದರು.

ಏಳೂ ಮುಕ್ಕಾಲರ ಸುಮಾರಿಗೆ ಬೈಕ್ ಸದ್ದಾಯಿತು. ಇಳಿದ ವಾಸು ಗೇಟು ತೆರೆದಿಟ್ಟು ತಳ್ಳಿಕೊಂಡು ಬಂದು ಗೇಟು ಹಾಕಿದ. ಅವನು ಸಣ್ಣಗೆ ಶಿಳ್ಳೆ ಹಾಕುತ್ತಿದ್ದವನು ತಂದೆ ಮತ್ತು ಪ್ರೊಫೆಸರ್ ಗುರುಸಿದ್ಧಪ್ಪನವರ ಕರೆ ನಿಲ್ಲಿಸಿತು. ಅಲ್ಲಿಗೆ ಬಂದ. ಮೊದಲಿನಂತೆ ಮಾತಾಡಲು ಅವನಿಂದ ಸಾಧ್ಯವಿಲ್ಲ.

"ನಾವು ಕೂತಿದ್ದನ್ನ ನೋಡಲಿಲ್ವಾ?" ಕೇಳಿದ್ದು ಅವರೇ.

"ಸಾರಿ.... ಅಂಕಲ್" ಅಂದುಬಿಟ್ಟ.

"ಏಯ್ ಮಹರಾಯ, ನೀನು ಸಾಫ್ಟ್‌ವೇರ್ ಎಂಜಿನಿಯರ್ ಆಗೋಕೆ ಹೊರಟಿರೋದು ಸಂತೋಷವೇ. ಹಾಗಂತ ಮಾತು, ಆಚಾರ–ವಿಚಾರಗಳಲ್ಲಿ ಬದಲಾವಣೆ ಬೇಡ. ಮೊದಲಿನ ಹಾಗೆ ಗುರು ಚಿಕ್ಕಪ್ಪ ಅಂತ ಕರೆದರೆ ಸಾಕು" ಸ್ವಲ್ಪ

ಖಾರವಾಗಿಯೇ ಹೇಳಿದವರು "ಕೂತ್ಕೋ, ಒಂದಿಷ್ಟು ಮಾತಾಡೋದು ಇದೆ" ಸೂಚನೆ ಕೊಟ್ಟರು. ಅವನ ನಿಲುವು ಅಚಲವಾಗಿತ್ತು. ಯಾವುದೇ ಕಾರಣಕ್ಕೂ ಅವಳನ್ನು ಕಳೆದುಕೊಳ್ಳಲು ಸಿದ್ಧವಿಲ್ಲ. ಆದರೂ ತಲೆ ಕೆರೆದುಕೊಂಡ.

"ಈಗ ಬರ್ತಾ ಇದ್ದಾನೆ. ಏನಾದ್ರೂ ಒಂದಿಷ್ಟು ತಿಂದುಕೊಂಡು ಬರಲೀ" ಅಂದರು ಅನಂತರಂಗಮೂರ್ತಿ. ಟೆನ್‌ಷನ್‌ನಿಂದ ಮುಕ್ತವಾಗುವುದು ಬೇಕಿತ್ತು ವಾಸುಗೆ. "ಪರ್‍ವಾಗಿಲ್ಲ, ಏನೂಂತ ಹೇಳಿ" ಅಂದವನ ವಾಯ್ಸ್‌ನಲ್ಲಿ ಒರಟುತನವಿದೆಯೆನಿಸಿತು.

"ಏನೋ ಕೇಳಿದೆ. ನಿಜವಾ? ವಯಸ್ಸಿಗೆ ಸಹಜವಾದ ದೌರ್ಬಲ್ಯಗಳು ಇರುತ್ತೆ. ಅದರಿಂದ ಹೊರ್‍ಗೆ ಬರ್ತೀನಿ ಅನ್ನೋದಾದರೆ ಮಾತಾಡೋದೆ ಬೇಡ" ನಿಖರವಾಗಿತ್ತು ಅನಂತರಂಗಮೂರ್ತಿಯವರದು. ಅವನ ತಲೆ ತಗ್ಗಿತು. "ಹೌದು, ನಾನು ಅಂಜುನ ಪ್ರೀತಿಸ್ತಾ ಇದ್ದೀನಿ. ನಮ್ದು ಪ್ರೇಮ" ಸ್ಪಷ್ಟಪಡಿಸಿದ. ಧೈರ್ಯವನ್ನು ಒಗ್ಗೂಡಿಸಿಕೊಂಡು ಮಾತಾಡಿದ್ದ.

"ಅಂದರೆ..." ಕೇಳಿದರು ಹಕ್ಕುಳ್ಳ ಅಪ್ಪನೆಂಬ ಜವಾಬ್ದಾರಿಯಿಂದ.

ಅವನೇನೂ ಹೇಳುವುದು ಬೇಡವೆಂದು ತಡೆದು ಪ್ರೊಫೆಸರ್ ಡಾ. ಗುರುಸಿದ್ಧಪ್ಪನವರು ಎದ್ದು ಕೈ ಹಿಡಿದು ಕೂಡಿಸಿ ಅಂಜಲಿಯ ಹಿನ್ನೆಲೆಯ ಬಗ್ಗೆ ತಿಳಿದಿದ್ದನ್ನೆಲ್ಲ ಉಸುರಿ "ಈ ಸಂಬಂಧ ಆಗಿ ಬರೋಲ್ಲ ರಾಮಲಿಂಗಂ ಮಗಳು ಈ ವಾತಾವರಣಕ್ಕೆ ಹೊಂದಿಕೊಳ್ಳೋಲ್ಲ. ಈ ಮನೆಗೆ ಅದರದೇ ಆದ ಪರಂಪರೆ ಇದೆ. ಇನ್ನು ನೀನು ವಿದ್ಯಾರ್ಥಿ. ಸಾಮಾಜಿಕ, ಆರ್ಥಿಕವಾಗಿ ಸ್ವಾವಲಂಬನೆ ಅಗತ್ಯ. ಇದೆಲ್ಲ ಅರ್ಥಮಾಡ್ಕೋತೀಯಾಂತ ಹೇಳ್ತಾ ಇದ್ದೀನಿ" ಸ್ವಲ್ಪ ಉದ್ವಿಗ್ನರಾಗಿಯೇ ಹೇಳಿದರು.

ಎದ್ದು ಸುಮ್ಮನೆ ಹೊರಟ. "ನಿಲ್ಲೋ ವಾಸು, ಏನು ಹೇಳದೆ ಹೊರಟೆ?" ಕೇಳಿದರು. "ಅಂಥ ಸಂದರ್ಭ..." ಅಷ್ಟೇ ನುಡಿದಿದ್ದು.

ಪ್ರೊಫೆಸರ್ ಡಾ. ಗುರುಸಿದ್ಧಪ್ಪ ದಿಙ್ಮೂಢರಾದರು. ಇದೆಲ್ಲ ಅನುಭವಿಸಿದವರು. "ವಾಸು ಅಂಥವನಲ್ಲ, ಹೇಳಿದ್ದು ಅರ್ಥವಾಗಿರುತ್ತೆ" ಸಮಾಧಾನ ಹೇಳಿದರು.

ಅನಂತರಂಗಮೂರ್ತಿ ಮಾತಾಡಲಿಲ್ಲ. ಈ ಸಂದರ್ಭದಲ್ಲಿ ಹೆಂಡತಿ ಇರಬೇಕೆನಿಸಿತು. ನಂತರ ಅವರ ನಡುವೆ ವಿಷಾದ ಇಣುಕಿತು.

* * *

ರಾಮಲಿಂಗಂಗೆ ಹೆಚ್ಚು ಕಡಿಮೆ ಎಲ್ಲಾ ವಿಷಯ ತಿಳಿದ ಮೇಲೆ ಉರಿದುಬಿದ್ದರು. ಪ್ರೇಮ, ಪ್ರೀತಿ ಅಂಥದ್ದರ ಬಗ್ಗೆ ಅವರಿಗೆ ನಂಬಿಕೆ ಇಲ್ಲ. ಜನರನ್ನು ರಂಜಿಸೋಕೆ ಸಿನಿಮಾದವರು ಪ್ರೇಮ, ಪ್ರೀತಿ ಅಂತೆಲ್ಲ ನಂಬಿಸ್ತಾರೆ. ಇಂಥ ಒಂದು ಹುಳುವನ್ನು ತಲೆಯಲ್ಲಿ ಬಿಟ್ಟುಕೊಂಡ ಜನ. ತೀರಾ ತಲೆ ಕೆಟ್ಟಂತಾಗಿತ್ತು. ಹೊರಡಬೇಕೂಂತ ಇದ್ದವರು ನಿಂತರು. ಹೆಂಡತಿನ ಕರೆಸಿಕೊಂಡು ಕೂತರು.

"ಮುತ್ತು, ನಿನ್ನಮ್ಮನಿಗೆ ವಯಸ್ಸು ಆಯಿತಲ್ಲ. ಮನೆಯಲ್ಲಿ ಒಂಟಿ. ಸೊಸೇಂತ ಬಂದರೆ ಒಳ್ಳೇದು. ಅಂಜು ಮದ್ವೆ ಆದ್ಮೇಲೆ ಓದಿಕೊಳ್ಳಿ. ಅದಕ್ಕೆ ಚಿನ್ನಯ್ಯನೂ ಬೇಡಾಂತ ಅನ್ನೋಲ್ಲ. ಪಾಪ, ನನ್ನ ಮಾತು ಅವನೆಂದು ಮೀರಿದ್ದಾನೆ?" ಇಂಥ ಒಂದು ಪ್ರಸ್ತಾಪ ಹೆಂಡತಿಯ ಮುಂದೆ ಇಟ್ಟರು. ಆಕೆ ಖಂಡಿತ ಬೇಡಾಂತ ಹೇಳೋಲ್ಲಾಂತ ಗೊತ್ತಿತ್ತು. "ಹೌದೌದು, ಅಮ್ಮ ಕೂಡ ಹಾಗೇ ಅಂದ್ಲು. ಸದಾ ಮೊಬೈಲ್‌ನಲ್ಲಿ ಓದೋದೂಂದರೇನು?"

ಇಷ್ಟು ಸಾಕಾಯಿತು ರಾಮಲಿಂಗಂಗೆ. ಅಮ್ಮನ ಕಿವಿಗೆ ಬಂದು ಮಾತು ಹಾಕಿದವರು ಚಿನ್ನಯ್ಯನ ಅಮ್ಮನಿಗೆ ಬುಲಾವ್ ಕಳಿಸಿದರು. ಪುರೋಹಿತರನ್ನು ಕರೆದು ಲಗ್ನವಿಡಿಸುವ ತೀರ್ಮಾನಕ್ಕೆ ಬಂದಿದ್ದು ಮಾತ್ರವಲ್ಲ, ಮರುದಿನವೇ ಮುಹೂರ್ತ ಇಟ್ಟೇಬಿಟ್ಟರು.

ಕಾಲೇಜಿನಿಂದ ಅಂಜಲಿ ಮನೆಗೆ ಬಂದಾಗ ಸಂಭ್ರಮದ ವಾತಾವರಣ. ಮುಂದಿನ ಆಫೀಸ್‌ನಲ್ಲಿ ಜನರು ತುಂಬಿಕೊಂಡಿದ್ದರೆ ಮುಂದೆ, ಮೂರನೇ ಅಂತಸ್ತಿನಲ್ಲಿ ಶಾಮಿಯಾನ ಹಾಕುತ್ತಿರುವುದನ್ನು ನೋಡಿ ಕಣ್ಣರಳಿಸಿದಳು. ಜೊತೆಗೆ ಬಾಳೆಕಂಬ, ಮಾವಿನ ಸೊಪ್ಪು ಕಾಂಪೌಂಡಿನಲ್ಲಿ ಗುಡ್ಡೆಯಾಗಿತ್ತು.

ಅಲಕ್ಷವಾಗಿ ಹೈ ಹೀಲ್ಡ್ ಚಪ್ಪಲಿಗಳನ್ನು ವರಾಂಡದಲ್ಲಿ ಒಂದು ಮೂಲೆಗೆ ದೂಡಿ "ಮಮ್ಮಿ... ಮಮ್ಮಿ" ಎಂದು ಅಡಿಯಿಟ್ಟಾಗ ಎದುರಾದದ್ದು ಅಮೃತ. ಸ್ವಲ್ಪ ಅಮ್ಮನ ಹಾಗೆ ಕಲರ್ ಡಿಮ್, ಅಜ್ಜಿ ಹಾಗೇ ಸ್ವಲ್ಪ ಹಲ್ಲುಬ್ಬು ಬಿಟ್ಟರೆ ಲಕ್ಷಣವಾಗಿಯೇ ಇದ್ದಳು. ತೀರಾ ಸಾಮಾನ್ಯ ನಾಲೆಡ್ಜ್‌ನ ಹುಡುಗಿ.

"ಅರೇ, ಅಕ್ಕ.... ಯಾವಾಗ್ಬಂದೇ?" ಕಣ್ಣರಳಿಸಿದಳು.

"ಅಪ್ಪ ಫೋನ್ ಮಾಡಿ ಕರ್ಸಿಕೊಂಡ್ರು. ನಿಂಗೆ ಗೊತ್ತಿಲ್ವಾ? ನಾಳೆ ನಿನ್ಮದ್ವೆ ನಿಶ್ಚಿತಾರ್ಥ. ಎಲ್ಲಾ ಸೇರಿ ನಿಂಗೆ ಸರ್‌ಪ್ರೈಜ್ ಮಾಡ್ತಾ ಇದ್ದಾರಾ?" ಅಕ್ಕನ ಮಾತುಗಳಿಗೆ ಭೂಮಿಗಿಳಿದಂತಾಯಿತು. "ಯಾರು ಹೇಳಿದ್ದು ಇದ್ನ? ನನ್ನ ಕೋರ್ಸ್ ಮುಗ್ಯೋವರ್ಗೂ ಡ್ಯಾಡ್ ಮದ್ವೆ ಮಾಡೋಲ್ಲಾಂತ ಹೇಳಿದ್ರು. ನಂಗೆ ಈಗ ತಾಳಿ ಕಟ್ಟಿಸಿಕೊಳ್ಳೋಕೆ ಇಷ್ಟವಿಲ್ಲ" ಮುಖ ದಪ್ಪಗೆ ಮಾಡಿಕೊಂಡು ಧಡಧಡ ಮೆಟ್ಟಿಲು ಹತ್ತಿ ರೂಮಿಗೆ ಹೋದವಳು ಎಲ್ಲಾ ಒಂದೊಂದು ಕಡೆ ಎಸೆದು ಕೂತಳು. ತಬ್ಬಿಬ್ಬು, ದಿಕ್ಕು ತೋಚದಂತಾಯಿತು. ಎಸೆದಿದ್ದ ಮೊಬೈಲ್ ಎತ್ತಿಕೊಂಡು, ಈಗ ತನ್ನ ಪ್ರೇಮ ಸಾಮ್ರಾಜ್ಯದಲ್ಲಿ ನೆಲೆಯೂರಿದ ವಾಸುಗೆ ಫೋನ್ ಮಾಡಬೇಕೆಂದು ಬಟನ್‌ಗಳನ್ನೊತ್ತಿದ್ದಾಗ ಒಳಗೆ ಪ್ರವೇಶಿಸಿದ್ದು ರಾಮಲಿಂಗಂ ಅವಳ ಕೈಯಲ್ಲಿನ ಮೊಬೈಲ್ ಕೆಳ ಜಾರಿತು. ನಸುನಗುತ್ತ ಅದನ್ನೆತ್ತಿಕೊಂಡ ಅವರು "ನಿಂಗೊಂದು ಸರ್‌ಪ್ರೈಜ್ ಪುಟ್ಟ, ನಿನ್ನ ಜಾತ್ಕ ಚಿನ್ನಯ್ಯನ ಕುಂಡಲಿ ಕೊಟ್ಟಿದ್ದೆ ಪುರೋಹಿತರಿಗೆ. ಬ್ರಹ್ಮಾಂಡವಾಗಿದೆ ಅನ್ನೋದರ ಜೊತೆಗೆ ಸೋದರ ಮಾವನಲ್ವಾ, ಜಾತ್ಕಾನುಕೂಲ ಬೇಕಾಗೋಲ್ಲ ಅಂದ್ರು. ನಾಳೆ ತುಂಬ ಒಳ್ಳೆ ದಿನವಂತೆ. ಆತುರಕ್ಕೆ ಮದ್ವೆ

ಮಾಡೋಕ್ಕಾಗೋಲ್ಲ, ನಿಶ್ಚಿತಾರ್ಥ ಮುಗಿಸಬಹುದಲ್ವಾ? ಅದಕ್ಕೆ... ಇಟ್ಟುಕೊಂಡೇ" ಸರಳವಾಗಿ ಹೇಳಿದರು.

ಅವಳಿಗೆ ಆಘಾತವಾಯಿತು. ಹೇಗೆ ಪರಿಸ್ಥಿತಿಯನ್ನು ನಿಭಾಯಿಸುವುದೆಂದು ಒದ್ದಾಡಿದಳು. ಕಣ್ಣಿಂದ ಕಂಬನಿ ಜಾರಿತು. ತಂದೆಯ ಎದೆಗೆ ತಲೆಯಾನಿಸಿ ಬಿಕ್ಕಿ ಬಿಕ್ಕಿ ಅಳೋಕೆ ಶುರು ಮಾಡಿದಳು.

ರಾಮಲಿಂಗಂಗೆ ಗೊತ್ತು. ಎಲ್ಲಾ ಅರ್ಥಮಾಡಿಕೊಂಡಿದ್ದರು. ಕೋಪ ಮಾಡಿಕೊಳ್ಳದೆ ಅತ್ಯಂತ ತಾಳ್ಮೆಯಿಂದ ಎಲ್ಲಾ ನಿಭಾಯಿಸಬೇಕೆಂದುಕೊಂಡಿದ್ದರು.

"ಯಾಕೋ ಪುಟ್ಟ, ಡೋಂಟ್ ವರೀ. ನಿನ್ನನ್ನೇನು ಹೊರ್ಗೆ ಕೊಟ್ಟು ಮದ್ವೆ ಮಾಡ್ತಾ ಇಲ್ಲ. ಚಿನ್ನಯ್ಯನನ್ನು ನೋಡ್ತಾನೆ ಬೆಳೆದಿದ್ದೀ. ಅವ್ನಿಗೂ ನೀನೂಂದರೆ ಪ್ರಾಣ. ನನ್ಮಾತು ಅಂದರೆ ವೇದವಾಕ್ಯ. ನಿನ್ನ ಸುಖವಾಗಿ ಇಟ್ಕೋತಾನೆ. ಬೆಂಗಳೂರು, ಮೈಸೂರು ಮಧ್ಯೆ ಎಷ್ಟು ದೂರ? ಅಲ್ಲಿ ಕಾಫಿ ಮುಗಿಸಿಕೊಂಡು ಇಲ್ಲಿ ಊಟಕ್ಕೆ ಬಂದು ಸಂಜೆ ಅಲ್ಲಿಗೆ ಹಿಂದಿರುಗಬಹುದು. ನಿನ್ನ ಪಾಡಿಗೆ ನೀನು ಕಾಲೇಜಿಗೆ ಹೋಗು. ಅದಕ್ಕೇನೂ ಅವ್ನು ಅಡ್ಡಿ ಬರೋಲ್ಲ. ಸ್ವಲ್ಪ ಅಳು ನಿಲ್ಸು" ಕಣ್ಣೀರು ತೊಡೆದು ಸಮಾಧಾನಿಸಿದರು.

ಕಣ್ತುಂಬಿ ತಂದೆಯತ್ತ ನೋಡಿ "ಡ್ಯಾಡ್...." ಅಂದಳಷ್ಟೆ. ಡ್ಯಾಡ್ ಅನ್ನುವ ಸಂಬೋಧನೆ ತಂದೆಗೆ ಇಷ್ಟವೆಂದು ಗೊತ್ತಿತ್ತು. ಅಗತ್ಯಬಿದ್ದಾಗ ಬಹು ಎಚ್ಚರದಿಂದ ಬಳಸಿಕೊಳ್ಳುತ್ತಿದ್ದಳು ವಿಷಯ ಹೇಳಲು ಅವಳ ನಾಲಿಗೆ ಹೊರಳಲಿಲ್ಲ. ಅವರ ಕಣ್ಣುಗಳು ಹೆದರಿಸುವಂತೆ ಕಂಡಿತು. "ನೋಡು ಪುಟ್ಟ, ನಿಂಗೇನು ಇಷ್ಟನೋ ಅದನ್ನೆಲ್ಲ ನಾನು ನಿನ್ನ ಕೇಳದೇನೆ ತಂದುಕೊಟ್ಟೆ. ಕಾಲೇಜಿಗೂ ನಿನ್ನ ಇಷ್ಟದಂತೆ ಸೇರಿಸ್ದೆ. ಚಿನ್ನಯ್ಯ, ನಿನ್ನ ಮದ್ವೆ ವಿಷಯಾನೂ ಹೊಸ್ದಲ್ಲ. ಚಿನ್ನಯ್ಯನಂಥ ಗಂಡಿಗೆ ನಾನು ಮುಂದೆ, ತಾನು ಮುಂದೇಂತ ಸಂಬಂಧಗಳು ಬರ್ತಾ ಇವೆ. ಅವನು ಮನಸ್ಸು ಬದಲಾಯಿಸಿದರೇ ಕಷ್ಟ. ಅದಕ್ಕೆ ಸಂಬಂಧಾನ ಗಟ್ಟಿ ಮಾಡೋಕೆ ನಿಶ್ಚಿತಾರ್ಥದ ಶಾಸ್ತ್ರ. ನಿನ್ನಜ್ಜಿ ಬರ್ತಾ ಇದ್ದಾರೆ. ಬೇಗ ರೆಡಿಯಾಗಿ ಬಿಡು. ಎಂಗೇಜ್‌ಮೆಂಟ್ ಉಂಗುರ, ಸೀರೆ ತಂದುಬಿಡೋಣ" ಅವಸರಿಸಿದರು.

"ಡ್ಯಾಡ್, ಚಿನ್ನಯ್ಯನಿಗೆ ಬೇರೆ ಹೆಣ್ಣು ನೋಡಿ ಮದ್ವೆ ಮಾಡ್ಬಿಡು. ನನ್ನ ಕೋರ್ಸ್ ಮುಗ್ಯೋವರ್ಗೂ ನಿಶ್ಚಿತಾರ್ಥ ಅಂಥದ್ದು ಬೇಡ" ಪ್ರಯತ್ನಪಟ್ಟು ಹೇಳಿದಳು. ರಾಮಲಿಂಗಂ ಮುಖ ಕೆಂಪಾಯಿತು. "ಕೋರ್ಸ್ ಮುಗಿಸ್ತೀಯಾ? ಕಾಲೇಜು, ಓದು ಹೇಗೆ ನಡೀತಾ ಇದೇಂತ ತಿಳಿಯಲಾರದಷ್ಟು ಭಕ್ರಾ ನಾನಲ್ಲ. ಸುತ್ತಾಟ, ಓಡಾಟ... ಎಲ್ಲಾ ಬೇಕು. ಆದರೆ ನಿಶ್ಚಿತಾರ್ಥ, ಮದ್ವೆ ಅಂಥದ್ದು ಬೇಡ..."

"ಏಯ್ ಅಂಜು, ತೆಪ್ಪಗೆ ಹೇಳಿದಷ್ಟು ಕೇಳು. ಆ ಹುಡ್ಗನ ಜೊತೆ ನಿನ್ನ ಓಡಾಟ ಪೂರ್ತಿ ಬಂದ್. ಇಲ್ಲಾಂದರೆ ಕೈಕಾಲು ಮುರ್ದು ಕುಕ್ಕರಹಳ್ಳಿ ಕೆರೆಗೆ ಹಾಕ್ಸಿ ಬಿಡ್ತೀನಿ. ಬೇಗ ರೆಡಿಯಾಗಿ ಕೆಳ್ಗೆ... ಬಾ" ಮೊಬೈಲ್ ಎತ್ತಿಕೊಂಡು ಕೆಳಗೆ ಬಂದರು.

ನಿಜವಾಗಲೂ ಅವರಿಗೆ ಮಗಳ ಮೇಲೆ ಕೋಪ ಬಂದಿತ್ತು. ವಾಸು ಅಂಥ ಚಾಕಲೇಟ್ ಹುಡುಗನ ಜೊತೆ ಸುತ್ತಾಡಿ ಹೆಸರು ಕೆಡಿಸಿಕೊಳ್ಳುವುದು ಇಷ್ಟವಿಲ್ಲ ನಾಳೆ ಚಿನ್ನಯ್ಯನೂ ಬೇಡವೆಂದು ಬಿಟ್ಟರೆ, ಬಿಜಿನೆಸ್‌ನಲ್ಲಿ ಬಲಗೈ ಮುರಿದಂತಾಗುತ್ತಿತ್ತು. ಅದು ಆಗಬಾರದು.

ಅಡುಗೆ ಮನೆಯಲ್ಲಿದ್ದ ಹೆಂಡತಿಯನ್ನು ಕರೆದು "ಮದ್ವೆ ಬೇಡಾಂತ ಕೂತಿದ್ದಾಳೆ. ಉಗಿದು ಬುದ್ಧಿ ಹೇಳಿ ಕರ್ಕಂಡ್ ಬಾ. ಒಳ್ಳೆ ಮಾತಿಗೆ ಬಗ್ಗದಿದ್ದರೆ ನಾಲ್ಕು ಬಾರಿಸು. ನನ್ನ ಮುದ್ದು ಅವಳಿಗೆ ಹೆಚ್ಚಾಯ್ತು" ಕನಲಿದರು.

ಇನ್ನು ಒಂದೆರಡು ಗಂಟೆಯೊಳಗೆ ಅಮ್ಮ ಬರುವವರಿದ್ದರು. ಹತ್ತಿರದ, ದೂರದ ಬಳಗ ಬಳ್ಳಾರಿ, ಹೈದರಾಬಾದ್, ಚೆನ್ನೈನಿಂದೆಲ್ಲ ಸಂಬಂಧಿಕರೆನಿಸಿಕೊಂಡಿದ್ದವರೆಲ್ಲ ಬರುವವರಿದ್ದರು. ಅಮೃತ ವಿವಾಹದ ನಿಶ್ಚಿತಾರ್ಥವನ್ನು ಕೂಡ ಇಷ್ಟೇ ಗ್ರ್ಯಾಂಡಾಗಿ ಮಾಡಿದ್ದರು. ಈಗ ಇನ್ನೊಂದು ಪಟ್ಟು ಹೆಚ್ಚೇ. ಚಿನ್ನಯ್ಯ ಕೂಡ ಹಲವು ಕೋಟಿಗಳಿಗೆ ಒಡೆಯ. ಒಂದು ಸ್ಟಾರ್ ಹೋಟೆಲ್ ಕಟ್ಟಿಸುತ್ತಿದ್ದ. ಇಂಥ ಇನ್ನೊಂದು ಸಂಬಂಧ ಹುಡುಕುವುದು ಕಷ್ಟವಲ್ಲದ್ದಿರೂ ಚಿನ್ನಯ್ಯ ತಮ್ಮ ಅಳಿಯನೆಂದು ನಿಶ್ಚಯಿಸಿ ವರ್ಷಗಳೇ ಆಗಿದ್ದವು.

ಮುತ್ತಮ್ಮ ಎದ್ದೆನೋ ಬಿದ್ದೆನೋ ಎಂದು ಮೆಟ್ಟಿಲೇರಿ ಮೇಲೆ ಹೋದರು. ಮಂಚದ ಮೇಲೆ ದಿಕ್ಕು ತೋಚದಂತೆ ಕೂತಿದ್ದ ಮಗಳ ಕೆನ್ನೆಗಳಿಗೆ ಬಾರಿಸಿ ಬಿಡಬೇಕೆನಿಸಿತು.

"ಇದೇನು ಗರಬಡಿದವಳಂತೆ ಕೂತಿದ್ದೀ?" ಕೆಟ್ಟದಾಗಿಯೇ ಕೇಳಿದರು.

"ನಂಗೆ ಈಗ ನಿಶ್ಚಿತಾರ್ಥ, ಮದ್ವೆ ಅಂಥದ್ದು ಬೇಡ" ಥಟ್ಟೆಂದು ಉತ್ತರಿಸಿದಳು.

"ಪರ್ವಾಗಿಲ್ಲ ಆಗ್ಲೆ ಇಷ್ಟೆಲ್ಲ ಮಾತಾಡೋ ಹಂಗೆ ಆದ್ಯಾ? ನಿಂಗೇನು ಬೇಕು? ನಿಂಗೇನು ಬೇಡಾಂತ ನಿಮ್ಮಪ್ಪನಿಗೆ ಗೊತ್ತಾಗುತ್ತೆ. ಚಿನ್ನಯ್ಯ ಬರೋ ಹೊತ್ತಿಗೆ ರೆಡಿಯಾಗಿ ಬಾ. ಈಗಾಗ್ಲೇ ನೆಂಟರಿಷ್ಟರಿಗೆ ವಿಷಯ ಮುಟ್ಟಿಸಿ ಆಗಿದೆ" ದಬಾಯಿಸಿದರು ಮಗಳ ಸನಿಹದಲ್ಲಿ ಕೂತು. "ಬೇಡ ಕಣೇ, ಅಂಜಲಿ. ನಿಮ್ಮಪ್ಪನ ಪ್ರೀತಿ ಮಾತ್ರ ನೋಡಿದ್ದೀ. ಕೋಪ ಬಂದರೆ ಅವರಷ್ಟು ಕೆಟ್ಟವರು ಯಾರೂ ಇರೋಲ್ಲ. ಚಿನ್ನಯ್ಯ ನಿನ್ನ ಸೋದರ ಮಾವ. ಬಹಳ ಒಳ್ಳೆಯವ. ದುಡಿಯೋಕೆ ಬಿದ್ದ. ವಿದ್ಯೆ ಕಡೆ ಗಮನ ಕೊಡಲಿಲ್ಲ. ನಿಂಗಿಂತ ಒಳ್ಳೆ ಬಣ್ಣನೇ ಇದೆ ಅವನಿಗೆ. ಬೇಗ ರೆಡಿಯಾಗು, ಅವ್ನಿಗೂ ನೀನು ಡ್ರೆಸ್‌ಗಳು ಹಾಕೋದು ಇಷ್ಟವಂತೆ. ಆದರೆ ನಿನ್ನಜ್ಜಿಗೆ ಇಷ್ಟವಾಗೋಲ್ಲ. ಅವಳು ಹಳೆಯ ಕಾಲದವಳು." ಎಂದು ಮಗಳನ್ನು ರಮಿಸಿದರು.

ಅಪ್ಪನ ದರ್ಬಾರ್‌ನಲ್ಲಿ ಅಮ್ಮನದೇನೂ ನಡೆಯೋಲ್ಲವೆಂದು ಅವಳಿಗೆ ಗೊತ್ತು. ಯಾರದೇ ಸಪೋರ್ಟ್ ಸಿಗದು! ಇದು ಹಂಡ್ರೆಡ್ ಪರ್ಸೆಂಟ್ ಸರಿಯೆನಿಸಿದಾಗ, ವಾಸುನ ಹೇಗೆ ಸಂಪರ್ಕಿಸೋದು? ಹೇಗೆ ಸಪೋರ್ಟ್ ಮಾಡಬಲ್ಲ? ಇಂಥ ಸೀರಿಯಸ್ ವಿಷ್ಯಗಳ ಬಗ್ಗೆ ಅವರೆಂದೂ ಮಾತಾಡಿರಲಿಲ್ಲ.

"ಏಯ್, ಮಾವ ಬಂದಿದ್ದಾನೆ, ಕಣೇ" ಬಂದ ಅಮೃತ ಅವಳ ಅವತಾರ ನೋಡಿ "ಏನಾಗಿದ್ಯೆ, ನಿಂಗೆ? ಖುಷಿಯಿಂದ ಇರೋದು ಬಿಟ್ಟು ಸೋಮಾರಿ ಮುಖ ಹಾಕ್ಕೊಂಡು ಕೂತಿದ್ದೀ? ಬೇಗೆದ್ದು ರೆಡಿಯಾಗು. ನಮ್ಮವರ್ಗಿಂತ ಚಿನ್ನಯ್ಯ ಮಾವ ಒಳ್ಳೆಯೋನು. ನನ್ಗಂಡ ಜುಗ್ಗಾ. ಒಂದು ಸೀರೆ ಕೊಡ್ಸೋಕೆ ನೂರೆಂಟು ಸಲ ಯೋಚಿಸ್ತಾನೆ. ಮಾಮ ಧಾರಾಳಿನೇ" ಇಂಥ ಮಾತುಗಳನ್ನು ಸೇರಿಸುತ್ತ ಕೂತಳು.

"ಅಮೃತಕ್ಕ, ನೀನು ಮದ್ವೆಗೆ ಮೊದ್ಲು ಯಾರನ್ನಾದ್ರೂ ಪ್ರೀತಿಸಿದ್ಯಾ?" ಕೇಳಿದ ಕೂಡಲೆ ನಾಚಿ ನೀರಾಗಿ "ಅಯ್ಯೋ ಬಿಡ್ತು ಅನ್ನು. ಅಪ್ಪನಿಗೆ.... ಡ್ಯಾಡ್‌ಗೆ ಗೊತ್ತಾದರೆ ಕೊಂದು ಹಾಕಿ ಬಿಡೋನು. ನಾನೇನು ಪುಸ್ತಕಗಳನ್ನು ಓದಿಲ್ಲ. ಸಿನಿಮಾಗಳಲ್ಲಿ ನೋಡಿನೇ, ಪ್ರೀತಿ, ಪ್ರೇಮದ ಬಗ್ಗೆ ತಿಳಿದಿದ್ದು. ಮೈ ನೆರೆದ ಮೇಲೆ... ಅದೇ ಡ್ರೈವರ್ ರಾಜುನ ನೋಡಿದರೆ ಒಂದು ತರಹ ಅನ್ನಿಸೋದು. ಕದ್ದು ಕದ್ದು ನೋಡ್ತಾ ಇದ್ದೆ. ಮಾತನಾಡಿಸೋಕೆ ಹೋಗ್ತಾ ಇದ್ದೆ. ಅವನಿಗೋಸ್ಕರ ಅಮ್ಮ ಹೇಳದಿದ್ರೂ ತಿಂಡಿ ಒಯ್ದು ಕೊಡ್ತಾ ಇದ್ದೆ. ಒಂದು ತರಹ ಅನ್ನಿಸೋದು. ಪುಸ್ತಕದಲ್ಲೆಲ್ಲ ಅವನೇ ಕಾಣ್ತಾ ಇದ್ದ. ಫೇಲಾದ ಕೂಡಲೇ ಮದ್ವೆ ಮಾಡಿಬಿಟ್ರು. ಆಮೇಲೆ ಬೇರೆ ಗಂಡಸು ಬಗ್ಗೆ ಯೋಚ್ಸೋದೇ ತಪ್ಪು ಅಲ್ವಾ?" ತನ್ನ ಪ್ರೇಮಕತೆಯನ್ನು ಗುಟ್ಟಾಗಿ ಹೇಳೋ ವೇಳೆಗೆ ಬಂದ ಅಂಚನಾ "ಮಮ್ಮಿ, ಡ್ಯಾಡಿ.... ಕರೀತಾ ಇದ್ದಾರೆ. ಚಿನ್ನಯ್ಯ ಮಾವ ಕಾಯ್ತಾ ಕೂತಿದ್ದಾನೆ" ವಿಷಯ ಮುಟ್ಟಿಸಿದಳು.

ಗಾಬರಿಯಿಂದ ಮೇಲೆದ್ದ ಅಮೃತ "ಬೇಗ ರೆಡಿಯಾಗು. ನಾನು ಉಗಿಸ್ಕೋ ಬೇಕಾಗುತ್ತೆ." ಅಂಚನಾಳೊಂದಿಗೆ ಕೆಳಗೆ ಓಡಿದಳು. ಈಗೇನು ಮಾಡುವುದು? ಚಿನ್ನಯ್ಯನೊಂದಿಗೆ ತನ್ನ ಮದ್ವೆಂತ ತಿಳಿದಿತ್ತಲ್ಲ. ತಾನು ವಾಸುನ ಪ್ರೀತಿಸಬಾರದಿತ್ತು. ಮೂಕಳಾಗಿ ಕಣ್ಣೀರು ಸುರಿಸಿದಳು.

"ಏಯ್.... ಅಂಜು" ತಂದೆ ಕೂಗಿದೇಟಿಗೆ ಬೇಗ ಮೇಲೆದ್ದು ಹೋಗಿ ಮುಖ ತೊಳೆದು ಬಂದು ಕನ್ನಡಿಯ ಮುಂದೆ ನಿಂತು ಕ್ರೀಮ್ ಹಾಕಿಕೊಂಡ ಕೂಡಲೇ ಕೆನ್ನೆಯ ಮೇಲೆ ಕಣ್ಣೀರಿಳಿಯಿತು. ಮತ್ತೆ ಒರೆಸಿಕೊಂಡು ಸಾಕಾಗಿ ಪೌಡರ್ ಬಳೆದುಕೊಂಡು ಚೂಡಿದಾರ್ ತೊಟ್ಟು ಕೆಳಗಿಳಿದು ಬಂದಾಗ, ನಡುಮನೆಯಲ್ಲಿ ಕೂತಿದ್ದ ರಾಮಲಿಂಗಂ ಅಡಿಯಿಂದ ಮುಡಿಯವರೆಗೂ ನೋಟ ಹರಿಸಿ, ಬಂದ ಕೋಪ ಬಚ್ಚಿಟ್ಟುಕೊಂಡು "ನಮ್ಮ ಅಂಜು ಬಹಳ ಸಿಂಪಲ್, ಚಿನ್ನಯ್ಯ, ಕುತ್ತಿಗೆಗೆ ತಾಳಿ ಬಿದ್ದ ಮೇಲೆ ನಿಂಗೆ ಹೇಗೆ ಬೇಕೋ ಹಾಗೇ ಇಟ್ಕೋ" ಎಂದು ನಗೆ ಬೀರಿದರು. ಚಿನ್ನಯ್ಯ ಪಾಕಡ ಆಸಾಮಿ. ಅವನು ಕೂಡ ದುಡ್ಡಿನ ಮನುಷ್ಯ. ಮಾವ ನಿಶ್ಚಿತಾರ್ಥ ಏರ್ಪಾಟು ಮಾಡಿದಾಗಲೇ ಅಂಜಲಿಯ ಪ್ರೇಮ ಪ್ರಕರಣದ ವಾಸನೆ ಹತ್ತಿತ್ತು. ಜೊತೆ ಜೊತೆಯಾಗಿ ಓಡಾಡುವ ಕಾಲೇಜು ಯುವಕ, ಯುವತಿಯರನ್ನು ನೋಡಿದ್ದ. ಇದೂ ಅಷ್ಟೇ ಅಂದುಕೊಂಡ.

ಹೊರಡುವಾಗ "ಬಾ ಅಕ್ಕ, ಅಮೃತ ಬರ್ತೀಯಾ?" ಕರೆದ ಚಿನ್ನಯ್ಯ.

"ಯಾರೂ ಬೇಡ, ನೀವಿಬ್ರೆ..." ಹೋಗಿ. ಕೊಳ್ಳೋದು ಎಂಗೇಜ್‌ಮೆಂಟ್ ಉಂಗುರ. ಆಯ್ಕೆ ನಿಮ್ಮಿಬ್ಬರದೇ ಆಗಿರಲೀ" ಇಂಥದೊಂದು ಅಭಿಪ್ರಾಯ ವ್ಯಕ್ತಪಡಿಸಿದರು ರಾಮಲಿಂಗಂ. ಮಿಕ್ಕವರೆಲ್ಲ ತಟಸ್ಥ. ಚಿನ್ನಯ್ಯ ಅಂಜಲಿಯ ಕಡೆ ನೋಟ ಹರಿಸಿದ. 'ಏನಾಗಿದೆ ಇವಳಿಗೆ?' ಅಂದುಕೊಂಡರೂ ತಲೆಕೆಡಿಸಿಕೊಳ್ಳಲು ಹೋಗಲಿಲ್ಲ. "ಬಾ... ಅಂಜು." ನಡೆದ.

12 ಲಕ್ಷದ ಕಾರು ಸ್ಕೋಡಾ ಮಿರಿಮಿರಿ ಮಿನುಗುತ್ತಿತ್ತು. ವಾರದ ಹಿಂದೆ ಖರೀದಿಸಿದ್ದು. ಈಗ ಅವನ ಬಳಿ ನಾಲ್ಕು ಕಾರುಗಳು ಇದ್ದವು.

ತಾನೇ ಡ್ರೈವರ್ ಸೀಟಿನಲ್ಲಿ ಕೂತ. ಅವನಿಗೆ ಕಾರು ಓಡಿಸುವುದೆಂದರೆ ಕ್ರೇಜ್. ಇವಳಿಗಿಂತ ಬಣ್ಣ ಪರವಾಗಿಲ್ಲ. ಉರುಟಾದ ಮುಖ, ಕಣ್ಣುಗಳು ತೀಕ್ಷ್ಣವಾಗಿದ್ದವು. ಒಟ್ಟು ಎರಡು ಕೈ ಬೆರಳುಗಳಿಂದ ಆರು ಉಂಗುರಗಳು. ಕುತ್ತಿಗೆಯಲ್ಲಿ ಮೂರು ಚಿನ್ನದ ಸರಗಳು. ಒಂದು ಸಣ್ಣ ಹಗ್ಗದ ಗಾತ್ರದ ಒಂಟಿ ಚೈನ್ ಸ್ವಲ್ಪ ಉದ್ದವಾಗಿತ್ತು. ಮತ್ತೆರಡು ಸ್ವಲ್ಪ ಸ್ವಲ್ಪ ಚಿಕ್ಕವು. ಎರಡರಲ್ಲೂ ಡಾಲರ್‌ಗಳು. ಒಂದರಲ್ಲಿ ಮನೆದೇವರು ಶ್ರೀನಿವಾಸನ ಚಿತ್ರ. ಇನ್ನೊಂದು ಓಂ ಎನ್ನುವ ಡಾಲರ್. ಬಹುಶಃ ಕೈಯಲ್ಲಿದ್ದ ದಪ್ಪ ಬ್ರೇಸ್ ಲೆಟ್ ಸೇರಿ ಅರ್ಧ ಕೆ.ಜಿ.ಯ ಮೇಲಿರಬಹುದೆಂದು ಊಹಿಸಬಹುದು. ಅಂತೂ ಶ್ರೀಮಂತ.

ಎಂದಿನ ಲಲಿತಾ ಜ್ಯೂವೆಲರಿ ಸಮೀಪದಲ್ಲಿ ಕಾರು ಪಾರ್ಕ್ ಮಾಡಿ ಒಮ್ಮೆ ಅವಳತ್ತ ನೋಟ ಹರಿಸಿದ. ಮುಖ ಊದಿಸಿಕೊಂಡಿರುವುದರ ಜೊತೆಗೆ ದೊಡ್ಡ ಸಂಕಟದಲ್ಲಿರುವಂತೆ ಕಂಡಾಗ ಚಿನ್ನಯ್ಯನಿಗೆ ನಗು ಬಂತು.

"ಏನಾಯ್ತೇ? ಮುಖ ಗಡಿಗೆ ಗಾತ್ರ ಮಾಡ್ಕೊಂಡು ಕೂತಿದ್ದೀ?" ಸಲುಗೆ ಜೊತೆ ವ್ಯಂಗ್ಯವೂ ಇತ್ತು. ಥಟ್ಟನೆ "ನಂಗೆ ಈಗ ಮದ್ವೆ, ನಿಶ್ಚಿತಾರ್ಥ ಅಂಥಾದ್ದು ಬೇಡ. ನಂಗೆ ತುಂಬ ಓದಬೇಕಾಗಿದೆ" ಅಂದಕೂಡಲೇ ಜೋರಾಗಿ ನಕ್ಕು ಬಿಟ್ಟ.

"ಸಾಕು ತೆಗೀ, ನಿನ್ನ ಓದ್ನ ಕಂಡಿದ್ದೀನಿ ಬಿಡು. ಇದು ಓದೋ ಮುಖನಾ? ಆ ಹುಡ್ಗೀರೇ ಬೇರೆ. ಇಡೀ ಜನ್ಮ ಕಾಲೇಜಿಗೆ ಮಣ್ಣು ಹೊತ್ತರೂ ನಿನ್ನ ಕೈಯಲ್ಲಿ ಡಿಗ್ರಿ ಕಂಪ್ಲೀಟ್ ಮಾಡಿಕೊಳ್ಳೋಕ್ಕಾಗೋಲ್ಲ. ಅವೆಲ್ಲ ಬಿಡು. ಆ ಕತೆಗಳೆಲ್ಲ ನನ್ಮುಂದೆ ಹೇಳ್ಬೇಡ. ಒಂದಿಷ್ಟು ನಗು ನಗುತ್ತ ಇಳಿದು ಬಾ." ಒರಟಾಗಿ ಇಳಿದು ಹೋದವನು, ಮತ್ತೆ ಹಿಂದಕ್ಕೆ ಬಂದು "ಅಂಜು, ನಿನ್ಕಂಡ್ರೆ ನಂಗೆ ತುಂಬ ಇಷ್ಟ ಕಣೇ" ಕೆನ್ನೆ ಸವರಿದಾಗ ಮುಖ ಪಕ್ಕಕ್ಕೆ ತಿರುಗಿಸಿಕೊಂಡು ಆ ಕಡೆಯ ಡೋರ್‌ನಿಂದ ಇಳಿದಳು. ಯಾರಿಗೆ ಶರಣು ಹೋಗುವುದು? ಯಾವ ದೇವರು ಪವರ್‌ಫುಲ್ ಎಂದು ಲೆಕ್ಕ ಹಾಕಿತು ಅವಳ ಮುಗ್ಧ ಮನಸ್ಸು.

ಚಿನ್ನಯ್ಯ ಬಂದು ಕೈ ಹಿಡಿದು "ಅಂಜು, ನಾವು ತಗೊಳ್ಳೋದು ನಿಶ್ಚಿತಾರ್ಥದ ಉಂಗುರ. ನಿಂಗೆ ಇದೊಂದೇ ಅವಕಾಶ. ಗಂಡಿಗೆ ಹಾಗೇ ಅಲ್ಲ. ಅಧಿಕೃತ... ಅನಧಿಕೃತವಾಗಿ ಅವಕಾಶಗಳು ಇರುತ್ವೆ" ಮೋಹಕ ನಗೆ, ಕರೆದೊಯ್ದ.

ಎರಡು ವಜ್ರದ ಉಂಗುರಗಳನ್ನು ಆಯ್ಕೆ ಮಾಡಿಕೊಳ್ಳುವಲ್ಲಿ ಅಂಥ ದೊಡ್ಡ ಸಹಕಾರವೇನೂ ನೀಡಲಿಲ್ಲ. ಚಿನ್ನಯ್ಯ ಅದನ್ನು ತಲೆಗೆ ಹಾಕಿಕೊಳ್ಳಲಿಲ್ಲ. ತಾಳಿ ಕತ್ತಿಗೆ ಬಿದ್ದರೆ, ಮಕ್ಕಳನ್ನು ಹಡೆದುಕೊಂಡು ಮನೆಯಲ್ಲಿ ಬಿದ್ದಿರುತ್ತಾಳೆ ಎನ್ನುವ ತಾತ್ಸಾರದ ಮನೋಭಾವ.

ಐಸ್‌ಕ್ರೀಮ್ ಪಾರ್ಲರ್‌ಗೆ ಕರೆದೊಯ್ದು ಅವಳಿಗೆ ಇಷ್ಟವಾದ ಐಸ್‌ಕ್ರೀಮ್ ಕೊಡಿಸಿದ. "ಮಾವ, ನಿನ್ಹತ್ರ ಸ್ವಲ್ಪ ಮಾತಾಡಬೇಕು" ಅಂದಳು ತಿನ್ನುತ್ತ. ಅವಳತ್ತ ನೋಟ ಹರಿಸಿ "ಯಾರು ಬೇಡಾಂದಿದ್ದು? ಆಮೇಲೆ ಮಾತುಗಳು ಇದ್ದಿದ್ದೇ. ಈಗ ಭಾವ, ಅಕ್ಕನ ಎಷ್ಟು ಮಾತು ಕೇಳ್ತಾರೇಂತ ನಿಂಗೆ ಗೊತ್ತೇ ಇದೆಯಲ್ಲ?" ನಕ್ಕ. ಆ ನಗುವಿನಲ್ಲಿ ಸಮಸ್ತವೂ ತನಗೆ ತಿಳಿದಿದೆಯೆನ್ನುವ ಭಾವವಿತ್ತು.

ಅಂಜಲಿಗೆ ಅಳು ಬಂತು. ತಾನು ಇಲ್ಲಿಂದ ಓಡಿ ಬಿಟ್ಟರೇ? ಸಿನಿಮಾದಲ್ಲಿ ಇಂಥ ದೃಶ್ಯಗಳು ಸಹಜವಿರಬಹುದು. ಆದರೆ ವಾಸ್ತವದಲ್ಲಿ ಸಾಧ್ಯವೇ? ವಾಸು ಹಾರಿ ಬಂದು ತನ್ನನ್ನು ರಕ್ಷಿಸುವುದು ಸಾಧ್ಯವೇ?

"ಮಾವ, ನಂಗೆ ಮದ್ವೆ ಇಷ್ಟವಿಲ್ಲ" ಅಂದಳು ಮೆಲ್ಲಗೆ.

ಚಿನ್ನಯ್ಯ ಮೇಲೆದ್ದ. ಈ ರಾಗ ಅವನಿಗೆ ಇಷ್ಟವಿಲ್ಲ. ಅವನಿಗೆ ಇರೋ ಶ್ರೀಮಂತಿಕೆಗೆ ಮತ್ತಷ್ಟು ಚೆಲುವಾದ ಹುಡುಗಿಯರು ಸಿಗಬಹುದು. ಆದರೆ ಭಾವನ ಸಹಾಯ, ಸಹಕಾರ ಅವನಿಗೆ ಅಗತ್ಯವಿತ್ತು.

ಕಾರು ಪಾರ್ಕ್ ಮಾಡಿದ್ದ ಕಡೆ ಬಂದರು.

"ಮಾವ, ನಾನು ವಾಸುನ ಪ್ರೀತಿಸ್ತಾ ಇದ್ದೀನಿ. ಅವನನ್ನೇ ಮದ್ವೆ ಆಗೋದು" ಉಸುರಿದಳು ಧೈರ್ಯ ಮಾಡಿ. ಅವನು ತಿರಸ್ಕಾರದಿಂದ ಅವಳತ್ತ ನೋಡಿ "ಗಂಡು, ಹೆಣ್ಣು ಮಲಗೋಕೆ ಪ್ರೀತಿ ಅನ್ನೋ ಹೆಸರು. ಸುಮ್ನೇ ಕಾರು ಹತ್ತು. ಆಮೇಲೆ ನನ್ನ ಮೇಲು ಪ್ರೀತಿ ಹುಟ್ಟುತ್ತೆ" ಒರಟಾಗಿಯೇ ಹೇಳಿದ. 'ಪ್ರೀತಿ, ಪ್ರೇಮ' ಅನ್ನೋದನ್ನು ಸುಲಭವಾಗಿ ವ್ಯಾಖ್ಯಾನಿಸಿಬಿಟ್ಟಿದ್ದ, ಅವನದೇ ಆದ ರೀತಿಯಲ್ಲಿ. ಸುಸ್ತಾದಳು. ಪ್ರೇಮ, ಪ್ರೀತಿಯ ಬಗ್ಗೆ ಅವಳ ಕಲ್ಪನೆ, ಆದರ್ಶಗಳು ಬೇರೆಯೇ ಇದ್ದವು.

ನೆಂಟರ ದೊಡ್ಡ ಹಿಂಡು ಮನೆಗೆ ಹೋಗುವ ವೇಳೆಗೆ ಜಮಾಯಿಸಿ ಬಿಟ್ಟಿತ್ತು. ಗಾಬರಿಯಿಂದ ಅವಳೆದೆಯೊಡೆದುಕೊಳ್ಳತೊಡಗಿತು. ಯಾರೊಂದಿಗೂ ಮಾತಾಡದೆ ತನ್ನ ರೂಮಿಗೆ ಹೋದವಳೇ ಬಿದ್ದುಕೊಂಡಳು. ದಿಕ್ಕು ತೋಚದಂತಾಯಿತು. ಮುಂದೇನು? ವಾಸುಗೆ ಫೋನ್ ಮಾಡಿ ವಿಷಯವಾದರೂ ತಿಳಿಸಬೇಕು.

ಅವಳ ಫೋನನ್ನು ರಾಮಲಿಂಗಂ ತೆಗೆದಿರಿಸಿಕೊಂಡಿದ್ದು ಮಾತ್ರವಲ್ಲ ಬಿಎಸ್‌ಎನ್‌ಎಲ್ ಲ್ಯಾಂಡ್ ಲೈನ್ ತೆಗೆದಿಟ್ಟುಬಿಟ್ಟು "ಅಯ್ಯೋ, ಫೋನ್ ಕೆಟ್ಟಿದೆ" ಇಂಥದೊಂದು ನ್ಯೂಸ್ ಹಬ್ಬಿಸಲು ಸಮರ್ಥರಾಗಿದ್ದರು. ಆದರೆ ಪ್ರತಿಯೊಬ್ಬರ ಬಳಿಯಲ್ಲೂ ಮೊಬೈಲ್ ಇತ್ತು. ಮುತ್ತಮ್ಮ ಕೂಡ ಕೈಯಲ್ಲಿ ಹಿಡಿದೇ ಓಡಾಡುತ್ತಿದ್ದದ್ದು. ಅಂಚನಾ ಹತ್ತಿರ ಎರಡಲ್ಲ ಮೂರು ಮೊಬೈಲ್‌ಗಳು ಇತ್ತು.

ತಕ್ಷಣ ಅಂಜಲಿಗೆ ಫ್ಲಾಷ್ ಆಯಿತು. ಕೆಳಗಿದ್ದವಳನ್ನು ಕೈ ಸನ್ನೆಯಿಂದ ಕರೆದು "ನನ್ನ ಮೊಬೈಲ್ ಹಾಳಾಗಿದೆ. ನಿನ್ನ ಮೊಬೈಲ್ ಕೊಡು ಅಮೃತಕ್ಕ" ಅಂದಕೂಡಲೇ ಕೈಯಲ್ಲಿರೋದು ಕೊಟ್ಟು "ಹೇಗೂ ಹೊರ್ಗಡೆ ಮಾಮನ ಜೊತೆ ಹೋಗಿದ್ದೆ. ಒಂದು ಮೊಬೈಲ್ ತಗೊಂಡು ಬಿಡಬಹುದಿತ್ತು. ಚಿನ್ನು ಮಾವನಂಥ ಗಂಡ ಸಿಗಬೇಕಾದರೆ ದೇವರಿಗೆ ಒಂದು ಹೂ ಹೆಚ್ಚಿಗೆ ಹಾಕಿರಬೇಕು ಹಿಂದಿನ ಜನ್ಮದಲ್ಲಿ" ಅವಳ ದನಿಯಲ್ಲಿ ನಿರಾಸೆ ಮೂಡಿತು. ಗಂಡನ ದುಡ್ಡಿನ ದುರಾಸೆ ಅವಳನ್ನು ಹಣ್ಣುಗಾಯಿ ನೀರುಗಾಯಿ ಮಾಡುತ್ತಿತ್ತು.

"ಈಗೇನಾಯ್ತು ಕಟ್ಕೋ" ಅಂದಳು ಕೋಪದಿಂದ.

"ಏನೇನೋ ಮಾತಾಡಬೇಡ. ಒಂದ್ಸಲ ಮದ್ವೆಯಾದ್ರೆ ಮುಗ್ದು ಹೋಯಿತು. ಇಹಕ್ಕೂ ಅವನೇ, ಪರಕ್ಕೂ ಅವ್ನೆ. ಇದು ನಮ್ಮ ಸಂಪ್ರದಾಯ" ಎಂದು ಬೋಧಿಸಿ ಇಳಿದು ಹೋದವಳತ್ತ ಅಚ್ಚರಿಯಿಂದ ನೋಡಿದವಳಿಗೆ ಅಳು ಬಂತು. 'ತನಗೂ ವಿವಾಹವಾಗಿ ಬಿಟ್ಟರೇ...' ಎದೆಯೊಡೆದಂಗಾಯ್ತು.

ರೂಮು ಬಾಗಿಲು ಹಾಕಿಕೊಂಡು ಹೋಗಿ ಮಂಚದ ಮೇಲೆ ಕೂತು ಬಟನ್‌ಗಳನ್ನೊತ್ತಿದಳು. 'ನಾಟ್ ರೀಚಬಲ್, ಯೂ ಟ್ರೈ ಆಫ್ಟರ್ ಸಮ್ ಟೈಮ್' ಅವಳ ಹಲವಾರು ಸಲದ ಪ್ರಯತ್ನಕ್ಕೂ ಸಿಕ್ಕಿದ್ದು ಇದೇ. ಮೊಬೈಲ್‌ನ ಎಸೆದಳು. ಕೂತು ಅಳುವ ವೇಳೆಗೆ ಬಾಗಿಲು ತಟ್ಟಿದ ಶಬ್ದ.

ಕಣ್ಣೊರೆಸಿಕೊಂಡು ಬಾಗಿಲು ತೆಗೆದಾಗ ನಿಂತಿದ್ದು ಅವಳ ಅಪ್ಪ, ಅಮ್ಮ.

"ಇದ್ಯಾಕೆ ಬಾಗ್ಲು ಹಾಕ್ಕೊಂಡು.... ಕೂತಿದ್ದೀ? ಮೊದ್ಲು ಡ್ರೆಸ್ ಬಿಚ್ಚಿ ಲಕ್ಷಣವಾಗಿ ಸೀರೆಯುಟ್ಟು ಒಡವೆಗಳನ್ನು ಇಟ್ಕೋ. ಈಚೆಗೆ ಸಾಕಷ್ಟು ಜನ ನೆಂಟರಾಗಿದ್ದಾರೆ. ಅವ್ರುಗಳು ಬಂದ ಕೂಡಲೇ ನಿನ್ನ ತಾನೇ ಕೇಳೋದು? ಮೊದ್ಲು ರೆಡಿಯಾಗು, ನಿನ್ನಜ್ಜಿ ಬಂದರೆ ದೊಡ್ಡ ಗಲಾಟೆ ಮಾಡಿಬಿಡ್ತಾಳೆ" ಅಂದವರು ಸೀರೆ ಬಾಕ್ಸ್, ಒಡ್ವೆ ಸೆಟ್ ಹಿಡಿದುಕೊಂಡು ಬಾಗಿಲನ್ನು ತಳ್ಳಿಕೊಂಡು ಒಳಗೆ ಬಂದರು. "ಮೊಬೈಲ್‌ನಲ್ಲಿ ನನ್ನ ಮಗ಼್ು ಓಡ್ತಾಳೇಂತ ನಿಮ್ಮಮ್ಮ ಹೇಳೋಳು. ಅದಕ್ಕೇ ನಾನು ಮೊಬೈಲ್ ತೆಗೆದಿಟ್ಟುಕೊಂಡೆ. ಆದರೆ ನೀನು ಅಮೃತಳ ಮೊಬೈಲ್ ತಗೊಂಡು ಓಡ್ತಾ ಇದೀಯಂತೆ. ಇದು ಬೇಕಾ?" ವ್ಯಂಗ್ಯವಿತ್ತು. ಕಣ್ಣಲ್ಲಿ ಕೋಪದ ಕೆಂಪಿತ್ತು. ಬಾಯಿ ತೆರೆದರೆ ನಾಲ್ಕು ಬಾರಿಸಿ ಬಿಡುವವರೇ.

ಮಂಚದ ಮೇಲೆ ಬಿದ್ದಿದ್ದ ಮೊಬೈಲ್ ತೆಗೆದು ತಂದೆಯ ಕೈಯಲ್ಲಿಟ್ಟು "ಡ್ಯಾಡ್, ನಂಗೆ ಮದ್ವೆ ಬೇಡ. ಸುಮ್ನೇ ಬಲವಂತ ಮಾಡಿದರೆ ಆತ್ಮಹತ್ಯೆ ಮಾಡ್ಕೊಂಡು ಬಿಡ್ತೀನಿ" ಹಟಕ್ಕೆ ಬಿದ್ದಂತೆ ಹೇಳಿದಳು.

"ಪರ್ವಾಗಿಲ್ಲ, ಹಾಗೇ ಮಾಡು. ಮೂವರಲ್ಲಿ ಒಬ್ಳು ಸತ್ತಳೂಂತ ತಿಳ್ಕೋತೀನಿ. ನಿನ್ನ ಹುಚ್ಚಾಟಗಳು ನಮ್ಮೆಂದೆ ನಡ್ಯೋಲ್ಲ, ಕತ್ತೆ ಲೌಡಿ, ಕಾಲೇಜಿಗೆ ಹೋಗಿ ಓದೂಂದರೇ, ಒಬ್ಬ ಬಾಯ್ ಫ್ರೆಂಡ್ ಮಾಡ್ಕೊಂಡು ತಿರುಗಾಡ್ತಿದ್ದೀಯಾ? ಚರ್ಮ

ಸುಲಿದುಬಿಡ್ತೀನಿ. ಓದೋ ಹುಡ್ಗನ್ನ ಪ್ರೇಮ, ಪ್ರೀತಿ ಅಂತ ಯಾಕೆ ನಾಶ ಮಾಡ್ತೀ? ಓದನ್ನ ನೆಚ್ಚಿಕೊಂಡಿರೋ ಮನೆಯ ಹುಡ್ಗ ನಿನ್ನ ಹಿಂದೆ ಯಾಕೆ ಬಿದ್ದ?" ಬಾಯಿಗೆ ಬಂದಂತೆ ಬೈಯ್ದರು.

"ನಾನು ಹೇಳ್ತೀನಿ ಬಿಡಿ" ಮಧ್ಯೆ ಪ್ರವೇಶಿಸಿದ ಹೆಂಡತಿಯ ಕಡೆ ಕೆಕ್ಕರಿಸಿಕೊಂಡು ನೋಡಿ "ಹತ್ತು ನಿಮಿಷದಲ್ಲಿ ರೆಡಿ ಮಾಡ್ಸಿ ಕರ್ಕಂಡ್ ಬಾ" ಮಗಳತ್ತ ಮತ್ತೊಮ್ಮೆ ನೋಟ ಹರಿಸಿ ಹೋಗಿದ್ದು.

ಮುತ್ತಮ್ಮ ಮಗಳತ್ತ ಬೈಗಳ ಮಹಾಪೂರವನ್ನೇ ಹರಿಸಿದರು.

ಆಮೇಲೆ ಅಮೃತ, ಅಂಚನಾ ಜೊತೆ ಮುತ್ತಮ್ಮನ ತಾಯಿ ಕೂಡ ಇವಳನ್ನು ಅಲಂಕರಿಸಲು ಬಂದು ಸೇರಿದ ನಂತರ ತೆಪ್ಪಗಾದಳು. ಮೈ ಮೇಲೆ ಹೊರೆ ಒಡ್ವೆ. ಉಟ್ಟಿದ್ದು ಕಾಂಜೀವರಂ ದೊಡ್ಡ ಸೀರೆ. ಇದೆಲ್ಲ ಕಿತ್ತು ಹಾಕಿ ಎಲ್ಲಾದರೂ ಓಡಿ ಬಿಡಲೇ ಅನ್ನಿಸಿದ್ದುಂಟು.

ಅಂತೂ ರಾಮಲಿಂಗಂ ಮನೆಯಲ್ಲಿ ಮಗಳ ನಿಶ್ಚಿತಾರ್ಥಕ್ಕೆ ಅದ್ಭುತ ಸಿದ್ಧತೆಯೇ.

* * *

ಪ್ರೊಫೆಸರ್ ಡಾ. ಗುರುಸಿದ್ಧಪ್ಪನವರು ನಾಲ್ಕು ದಿನ ಜ್ವರದಿಂದ ಮಲಗಿದ್ದರಿಂದ ಬೆಳಗಿನ, ಸಂಜೆಯ ವಾಕ್ ಕ್ಯಾನ್ಸಲ್. ಜೊತೆಗೆ ಗೆಳೆಯನ ಮನೆಯ ಊಟ, ತಿಂಡಿ ತಪ್ಪಿ ಹೋದುದರಿಂದ ಒಂದು ರೀತಿಯ ಇರುಸು ಮುರುಸು. ಇಂಜೆಕ್ಷನ್ ಜೊತೆಗೆ ಮಾತ್ರೆ ನುಂಗಿ ಬಾಯೆಲ್ಲ ಕೆಟ್ಟು ಹೋಗಿತ್ತು.

"ಪರಮೇಶ್ವರಿ..." ಹೆಂಡತಿಯನ್ನು ಮಲಗಿದಲ್ಲಿಂದಲೇ ಕೂಗಿಕೊಂಡರು. ಆಕೆ ಕಷಾಯ ಹಿಡಿದು ಬಂದರು. "ಮತ್ತೆ ಕಷಾಯನೇನೇ? ನಿನ್ನ ಕಷಾಯಕ್ಕಿಂತ ಆ ಮಾತ್ರೆಗಳೇ ವಾಸಿ. ಸ್ವಲ್ಪ ಅನಂತನ ಮನೆ ಕಡೆ ಹೋಗಿ ಬರ್ಲಾ? ಅವ್ನು ಮನೆಯ ದಾರಿಯನ್ನೇ ಮರೆತಂತಾಗಿದೆ" ಎಂದು ಎದ್ದು ಕೂತರು.

"ಸಂಜೆ... ಬೆಳಿಗ್ಗೆ... ನಿಮ್ಮ ಸ್ನೇಹಿತರು ಬಂದು ಇಲ್ಲಿ ಕೂಡ್ತಾ ಇದ್ದಾರೆ. ಪಾಪ. ಆ ಹುಡ್ಗೀ ವಸು ದಿನಕ್ಕೆ ಒಂದೆರಡು ಸಲವಾದ್ರೂ ಬಂದು ನೋಡ್ಕೊಂಡು ಹೋಗ್ತಾ ಇದ್ದಾಳೆ. ಒಂದ್ನಾಲ್ಕು ದಿನ ರೆಸ್ಟ್ ತಗೊಳ್ಳಿ, ಆಮೇಲೆ ಓಡಾಡಬಹುದು. ಸದ್ಯಕ್ಕೆ ಈ ಕಷಾಯ ಕುಡ್ದು ಬಿಡಿ" ಬಲವಂತ ಮಾಡಿದರು.

ಪ್ರೊಫೆಸರ್ ಡಾ. ಗುರುಸಿದ್ಧಪ್ಪನವರ ಮುಖದ ಮೇಲೆ ಮ್ಲಾನತೆ ಆವರಿಸಿತು. ಮುಂದೇನು? ವಯಸ್ಸಾಯ್ತು. ಮುಂದಿನ ದಿನಗಳು ಮತ್ತಷ್ಟು ಕಷ್ಟ. ಆಗ ತಮ್ಮನ್ನು ನೋಡಿಕೊಳ್ಳುವವರಾರು?

ಕಷಾಯದ ಲೋಟವನ್ನು ಪಕ್ಕಕ್ಕಿಟ್ಟು "ಮುಂದೇನೇ ನಮ್ಮ ಗತಿ?" ಕೇಳಿದವರ ದನಿಯಲ್ಲಿ ಭಯ, ಆತಂಕ, ವೇದನೆ ಇತ್ತು. ಆಕೆಗೆ ಅರ್ಥವಾಗಲಿಲ್ಲ. ಆದರೆ ಸ್ವಲ್ಪ ಗಾಬರಿಯಿಂದ 'ಡಾಕ್ಟ್ರು ಬೇರೆ ಏನಾದ್ರೂ ಹೇಳಿದ್ದಾರಾ? ನಿಮ್ಮ ಮಾತು ಕೇಳಿದರೇನೇ

ಮೈ ನಡುಕ ಶುರುವಾಗುತ್ತೆ" ಕುಸಿದಂತೆ ಕೂತರು.

"ದೇವರ ದಯೆಯಿಂದ ಅಂಥದೇನಿಲ್ಲ. ಹಿಂದೆ ಒಟ್ಟು ಕುಟುಂಬಗಳು. ನಮ್ಮಪ್ಪ, ಅಮ್ಮನ ಜೋಪಾನ ಮಾಡ್ದಿ. ಕೊನೆ ಕ್ಷಣದಲ್ಲಿ ನಾವು ಅವ್ರ ಜೊತೆಗೆ ಇದ್ವಿ, ಆದರೆ ನಮ್ಗೆ ಮಕ್ಳು ಇದ್ದಾರೆ. ನಮ್ಮನ್ನು ಅವ್ರು ಜೋಪಾನ ಮಾಡೋಕೆ ಸಾಧ್ಯನಾ? ಕನಿಷ್ಠ ತೀರಾ ಉಡುಗಿದಾಗ ನಮ್ಜೊತೆ ಇದ್ದು" ಮಾತು ಹೊರಡಲಿಲ್ಲ. ಇತ್ತೀಚಿನ ದಿನಗಳಲ್ಲಿ ಒಂಟಿಯಾಗಿ ವಾಸಿಸುವ ಕರ್ಮ ಎಷ್ಟೋ ಕುಟುಂಬಗಳ ಹಣೆ ಬರಹ.

ಆಕೆಗೆ ಒಂದು ಕ್ಷಣ ಭಯವೆನಿಸಿತು. ಇನ್ನು ವಯಸ್ಸಾದ ಕ್ಷಣಗಳನ್ನು ನೆನಪಿಸಿ ಕೊಂಡು ಥಟ್ಟನೆ ಗಂಡನ ಕೈ ಹಿಡಿದುಕೊಂಡು "ನಂಗ್ಯಾಕೋ ಭಯವಾಗುತ್ತೇರಿ... ನಾವು ನಮ್ಮ ಮಕ್ಕಳ ಹತ್ತಿರ ಹೋಗೋಣ್ವಾ?" ಕೇಳಿದರು.

"ಅಯ್ಯೋ ಹುಚ್ಚಿ, ಆಗ ಪೂರ್ತಿ ಅನಾಥವಾಗಿ ಬಿಡ್ತೀವಿ. ಅವ್ರಿಗೆ ನಮ್ಕಡೆ ನೋಡೋ ಪುರುಸೊತ್ತು ಇಲ್ಲ. ಅಲ್ಲಿಗೆ ಹೊಂದಿಕೊಂಡ ಮೊಮ್ಮಕ್ಳು ನಮ್ಕಡೆ ನೋಡೋಲ್ಲ. ಅಲ್ಲಿನ ಗಾಳಿ, ಪರಿಸರ ಯಾವ್ದೂ ನಮ್ದೂಂತ ಅನ್ನಿಸೋಲ್ಲ. ನಾವು ಓಡಾಡಿದ ರೋಡುಗಳು, ಪರಿಚಯದ ಮುಖಗಳು ಇಲ್ಲಿ ಆಪ್ತವೆನಿಸುತ್ತೆ. ಅಂಥದೊಂದು ಯೋಚ್ನೆ ಬಂತು ಅಷ್ಟೇ. ಮಹಾರಾಜ ಕಾಲೇಜು ಬಳಿ, ಕುಕ್ಕರಹಳ್ಳಿ ಕೆರೆ ಮೇಲೆ ಓಡಾಡಿದಾಗ ಕುವೆಂಪು ನೆನಪಾಗ್ತಾರೆ. ಅದೆಲ್ಲ ಬಿಡು, ಅನಂತುನಂಥ ಸ್ನೇಹಿತ ಇದ್ದಾರೆ. ಆಗಾಗ ಪ್ರೊಫೆಸರ್ ಹೇಮಗಿರಿ, ಪ್ರೊಫೆಸರ್ ರಂಗಣ್ಣ, ಡಾ. ರಾಧಾಕೃಷ್ಣರ ಜೊತೆ ಹರಟೆಹೊಡೆಯುತ್ತ ಕಾಲ ಕಳೆಯೋಣ. 'ಕಾಲ ಕ್ರೀಪತಿ ಗಚ್ಛತ್ಯಾಯ' ಕಾಲ ಆಡುತ್ತಿದ್ದಾನೆ. ಆಯುಷ್ಯ ಕಳೆಯುತ್ತಿದೆ ಎಂದು ಭಜಗೋವಿಂದಂ ಸ್ತೋತ್ರದಲ್ಲಿ ಶಂಕರರು ಉದ್ಗರಿಸುತ್ತಾರೆ. ಹೀಗೆ ಬದುಕೂಂತ ಹುಟ್ಟಿಸಿದ ಪರಮಾತ್ಮ ನಿರ್ಧರಿಸಿ ಬಿಟ್ಟಿರುತ್ತಾನೆ. ಈ ಜಂಜಾಟದಲ್ಲಿ ಸಿಗೋ ಸುಖ ಎಷ್ಟು? 'ಸಾಸಿವೆಯಷ್ಟು ಸುಖಕ್ಕೆ ಸಾಗರದಷ್ಟು ದುಃಖ ನೋಡಾ' ಎಂದು ಅಲ್ಲಮಪ್ರಭು ಹೇಳಿದ್ದಾರೆ. ಆದರೂ ಆ ಸುಖದ ಸ್ಪಷ್ಟ ಕಲ್ಪನೆಯಾದರೂ ನಮಗೆ ಇರುತ್ತಾ? ಆ ಕ್ಷಣಗಳಲ್ಲಿ ಭವಿಷ್ಯದ ಬಗೆಗಿನ ಆತಂಕ ನಮ್ಮನ್ನು ಕಾಡ್ತಾ ಇರುತ್ತೆ. ಮಾತು ಎಲ್ಲಿಗೆಲ್ಲಿಗೋ ಹೋಯಿತು. ಯಾರೋ ಬಂದಂಗಿದೆ ನೋಡ್ಬೋಗು" ಹೆಂಡತಿಯನ್ನು ಕಳುಹಿಸಿ ನಿಟ್ಟುಸಿರು ದಬ್ಬಿದರು. ಈ ಅವಸ್ಥೆ ಬದುಕಿನಲ್ಲಿ ಎಲ್ಲರಿಗೂ ಅನಿವಾರ್ಯ.

ಬಂದಿದ್ದು ವಸುಧಾ. ನೇರವಾಗಿ ಬಂದವಳು ಅವರ ಮಂಚದ ಬಳಿ ಕೂತು "ಹೇಗಿದ್ದೀರಿ, ಗುರು ಚಿಕ್ಕಪ್ಪ? ಸ್ವಲ್ಪ ಜ್ವರ ಕಡಿಮೆ ಇದೇಂತ ಚಿಕ್ಕಮ್ಮ ಹೇಳಿದ್ರು. ಜ್ವರವೇನಿಲ್ಲ, ಬಾಯಿ ಚಪಲ, ಹೊಟ್ಟೆಗೆ ಏನೂ ಸೇರದೆ ಸುಸ್ತಾಗಿದ್ದಾರೆ. ಬೂದು ಕುಂಬಳಕಾಯಿ ಮಜ್ಜಿಗೆ ಹುಳಿ ಜೊತೆ ಮೆಂತ್ಯೆ ಸೊಪ್ಪಿನ ಅನ್ನ ಕಲಿಸಿಕೊಂಡು ಹೋಗಿ ಕೊಡೂಂದ್ರು ಅಣ್ಣ" ಅಂದಳು ನಸು ನಗುತ್ತ.

ಅಕ್ಕರೆಯಿಂದ ಅವಳತ್ತ ನೋಟ ಹರಿಸಿದರು. ಹೆಣ್ಣು ಮಕ್ಕಳು ಇಲ್ಲದಿದ್ದರೂ ಹಾಗೆಂದುಕೊಳ್ಳದ ಪ್ರೊಫೆಸರ್ ಡಾ. ಗುರುಸಿದ್ಧಪ್ಪನವರು ವಿದ್ಯಾರ್ಥಿನಿಯರನ್ನು

ಅಕ್ಕರೆಯಿಂದ ನೋಡುತ್ತಿದ್ದ ಧಾರಾಳಿ.

"ನಿಮ್ಮಪ್ಪ ಹೇಳಿದ್ದು ನೂರಕ್ಕೆ... ನೂರರಷ್ಟು ಸತ್ಯ. ಮೊದಲೇ ಕಂಜೂಸ್ ಪಾರ್ಟಿ. ಕಾಯಿ, ಎಣ್ಣೆ, ತುಪ್ಪ ಅಡುಗೆಗೆ ಬಳಸೋಲ್ಲ. ಈಗ ಮುಗ್ದೆ ಹೋಯ್ತು? ಇವತ್ತು ನಾಲ್ಕು ತುತ್ತು ಅನ್ನ ತಿಂತೀನಿ" ನಾಲಿಗೆ ಚಪ್ಪರಿಸಿದರು. ದಿನಕ್ಕೆ ಒಂದೆರಡು ಸಲವಾದರೂ ಭೇಟಿ ಕೊಟ್ಟು ಪರಮೇಶ್ವರಮ್ಮನ ತಮಾಷೆ ಮಾಡುತ್ತ ಹಿಂದೆ, ಮುಂದೆ ಸುತ್ತುತ್ತ ಇದ್ದ ವಾಸು ಎಂಟು ದಿನದಿಂದ ಒಮ್ಮೆಯಾದರೂ ಬರದಿದ್ದದ್ದು ನೋವು ತಂದಿತ್ತು. "ವಾಸು ಹೇಗಿದ್ದಾನೆ? ಒಂದೆರಡು ವರ್ಷದ ಹಿಂದೆ ವೈರಲ್ ಫೀವರ್‌ನಲ್ಲಿ ಮಲಗಿದ್ದಾಗ ಇಲ್ಲೇ ಇದ್ದು ಬಿಟ್ಟಿದ್ದ. ಈಗ ನಾನು ಮಲಗಿದ್ದೀನೀಂತ ತಿಳ್ದು ಕೂಡ ಒಮ್ಮೆ ಕೂಡ ಈ ಕಡೆ ಮುಖ ಹಾಕ್ಲಿಲ್ಲ. ಅಲ್ಲ ವಯಸ್ಸೇ ಅಂಥಾದ್ದು. ಆಕರ್ಷಣೆ ಮಿಕ್ಕದ್ದನ್ನೆಲ್ಲ ಮರೆಸಿಬಿಡುತ್ತೆ" ನೋವಿನಿಂದ ತೋಡಿಕೊಂಡರು ಪ್ರೊಫೆಸರ್.

"ಅವ್ನು ನನ್ಹತ್ರ ಕೂಡ ಮಾತಾಡೋದು ನಿಲ್ಲಿಸಿದ್ದಾನೆ. ಕಾಲೇಜಿನಿಂದ ನೇರವಾಗಿ ಓಡಿ ಬಂದು ನೈರುತ್ಯನ ಹೊರ್ಗೆ ಕರ್ಕಂಡು ಹೋಗ್ತಾ ಇದ್ದ. ಈಗ ಅದೆಲ್ಲ ಬಂದ್ ಆಗಿದೆ. ಈಗೇನು ಮಾಡೋದು? ದಿಕ್ಕು ತೋಚದಂತಾಗಿದೆ. ಅಪ್ಪ, ಮಗ ಎದುರು ಬದುರು ಆಗ್ದಂಗೆ ಎಚ್ಚರವಹಿಸಿದ್ದಾರೆ." ನಿಧಾನವಾಗಿ ಹೇಳಿದಳು.

ಶಾಲನ್ನು ಎಳೆದು ಮತ್ತಷ್ಟು ಬಿಗಿಯಾಗಿ ಹೊದ್ದುಕೊಂಡು ಪ್ರೊಫೆಸರ್ ಡಾ. ಗುರುಸಿದ್ಧಪ್ಪನವರು "ಎಲ್ಲಿ ಈ ಹುಡ್ಗ ಎಡವಟ್ಟು ಮಾಡ್ಕೋತಾನೋಂತ ಭಯವಾಗಿದೆ. ಬರೀ ಸ್ನೇಹ ಅಂದಿದ್ದರೆ ನೆಗ್ಲೆಕ್ಟ್ ಮಾಡಬಹುದಿತ್ತು. ರಾಮಲಿಂಗಂ ಮಗಳು ವಿದ್ವತ್ ಪರಿಸರಕ್ಕೆ ಒಗ್ಗಿಕೊಳ್ಳುತ್ತಾಳಾ?" ಚಿಂತಿತರಾದರು.

ಅಷ್ಟರಲ್ಲಿ ಒಳಬಂದ ನೈರುತ್ಯ ಕುಚ್ಚು ಹಾಕಿದ ಜಡೆಯನ್ನು ಮುಂದಕ್ಕೆ ಹಾಕಿಕೊಂಡು "ಅಮ್ಮ, ಅಜ್ಜಿ ಹತ್ರ ಪದ್ಯ ಹೇಳಿಸಿಕೊಳ್ಳೋಕೆ ಬಂದೆ" ಹೇಳಿದಳು. ಗುರುಸಿದ್ಧಪ್ಪನವರು ಎದೆಯ ಮೇಲೆ ಕೈ ಇಟ್ಟುಕೊಂಡು "ಅದೆಷ್ಟೇ ಹುಡ್ಗೀ ಕಲಿಯೋದು? ಸಾಹಿತ್ಯ, ಸಂಗೀತನ ನಿಮ್ಮಮ್ಮ ಅರೆದು ಕುಡಿಸೋಂಗೆ ಕಾಣ್ತಾಳೆ. ಹೋಗಿ ಹೇಳಿಸ್ಕೋ" ಎಂದು ರೇಗಿಯೇ ಕಳಿಸಿದ್ದು.

"ಗುರು ಚಿಕ್ಕಪ್ಪ, ಅವ್ಳು ಮೊದ್ಲು ಇಲ್ಲಿನ ಸಾಹಿತ್ಯ, ಸಂಸ್ಕೃತಿ, ಸಂಗೀತ, ಪರಂಪರೆಯನ್ನು ತಿಳಿಯಲೀಯೆಂದೇ ದೂರ ದೇಶದಲ್ಲಿ ಮಗಳು ಕಳೆದು ಹೋಗಬಾರದೆನ್ನುವುದು ಅವರ ಇರಾದೆ. ಚಿಕ್ಕಮ್ಮ ಸಿದ್ಧರಾಮರ ವಚನಗಳನ್ನು ಚೆನ್ನಾಗಿ ಹೇಳ್ತಾರೆ. ಅದ್ನ ಇವಳಿಗೂ ಕಲಿಸುತ್ತ ಇದ್ದಾರೆ. ನಂಗೂ ತುಂಬ ಇಷ್ಟ. ನಾನು ಕೆಲವನ್ನು ಕಲಿತಿದ್ದೇನೆ. ಚನ್ನಬಸವಣ್ಣ ಜ್ಞಾನದ ಸಂಕೇತವಾದರೆ, ಸಿದ್ಧರಾಮ ಕ್ರಿಯೆಯ ಸಂಕೇತ. ಜ್ಞಾನ ಮತ್ತು ಕ್ರಿಯೆಗಳೆರಡರ ಸಮ್ಮಿಲನವೇ ಅನುಭಾವದ ಎತ್ತರ. ಇದನ್ನೆಲ್ಲ ಓದಿಗಿಂತ ಚಿಕ್ಕಮ್ಮನ ಹತ್ತಿರ ತಿಳಿದಿದ್ದೇ ಹೆಚ್ಚು" ಎಂದಳು ಅಭಿಮಾನದಿಂದ.

ಪತ್ರೆಯ ನೇಮದವರು ಒಂದು ಕೋಟಿ
ಲಿಂಗಾರ್ಚನೆಯ ನೇಮದವರು ಒಂದು ಕೋಟಿ

ಜಂಗಮ ತೃಪ್ತಿಯವರು ಒಂದು ಕೋಟಿ
ತನ್ನ ತಾ ತಿಳಿಯುವ ನೇಮದವರು ಒಬ್ಬರು ಇಲ್ಲವಯ್ಯ
ಕಪಿಲ ಸಿದ್ಧಮಲ್ಲಿಕಾರ್ಜುನ

ನೈರುತ್ಯ ಹಾಡುವುದು ಕೇಳಿಸಿತು. ಇಬ್ಬರೂ ಮೌನವಾದರು. ಬಹುಶಃ ಪೀಟರ್ ಬರದಿದ್ದರೆ, ಈ ಸಂತೋಷ, ಅನುಭೂತಿ ಇನ್ನಷ್ಟು ಹೊತ್ತು ಉಳಿಯುತ್ತಿತ್ತೇನೋ? ಆದರೆ ಹಾಗಾಗಲಿಲ್ಲ.

"ಆವತ್ತು ಬಂದಿರಲಿಲ್ಲವಾ, ನಿಮ್ಮ ಸ್ಟೂಡೆಂಟ್ ಅಂತ ಹೇಳಿಕೊಂಡು, ಇವತ್ತು ಬಂದಿದ್ದಾರೆ. ನೀವೇ ವರಾಂಡಗೆ ಬರ್ತೀರಾ? ಅಥ್ವಾ ಅವನನ್ನೇ ಕಳಿಸಲಾ?" ಕೇಳಿದರು. ತಾವೇ ಎದ್ದು ಹೆಂಡತಿಯ ಹಿಂದೆ ಹೊರಗೆ ಬಂದರು.

ವರಾಂಡದಲ್ಲಿ ನಿಂತಿದ್ದ ಪೀಟರ್ "ಹುಷಾರಿಲ್ಲಾಂತ ಗೊತ್ತಾಯ್ತು. ಆದರೂ ತೊಂದರೆ ಕೊಡಬೇಕಾಯ್ತು" ಎಂದು ಬೊಕ್ಕೆಯನ್ನೆತ್ತಿ ಅವರಿಗೆ ಕೊಟ್ಟವನು ಬಗ್ಗಿ ನಮಸ್ಕಾರ ಮಾಡಿದಾಗ "ಅದೆಲ್ಲ ಯಾಕಪ್ಪ ಪೀಟರ್? ಒಂದಿಷ್ಟು ಜ್ವರ ಅನ್ನೋದು ಬಿಟ್ಟರೇ ಮತ್ತೇನಿಲ್ಲ. ಹಣ್ಣು ಅಂಥದ್ದೆಲ್ಲ ಹೊತ್ತುಕೊಂಡು ಬಂದಿದ್ದೀಯಲ್ಲ, ಕೂತ್ಕೋ" ಅಂದವರು 'ಪರಮೇಶ್ವರಿ....' ಎಂದು ಕೂಗಿದ ತಕ್ಷಣ "ಖಂಡಿತ ಏನೂ ಬೇಡ ಸಾರ್, ನಾನು ತುಂಬ ಬಿಜಿಯಲ್ಲಿದ್ದೀನಿ. ಚೆನ್ನೈ ಫ್ಲೈಟ್‌ಗೆ ತಕ್ಷಣ ಹೋಗ್ಬೇಕು. ಬ್ರೈಡ್ ಗ್ರೂಂಗೆ ಸಂಬಂಧಪಟ್ಟ ವಿಷಯ. ಅವ್ರಿಗೆ ಪೂರ್ತಿ ಡೀಟೈಲ್ಸ್ ಬೇಕಂತೆ. ತೀರಾ ಸೀಕ್ರೇಟ್ ಮೇಂಟೈನ್ ಮಾಡಬೇಕಾಗುತ್ತೆ. ಅದಕ್ಕೆ ನಾನೇ ಹೋಗ್ತಾ ಇದ್ದೀನಿ. ಹಾಗೇ ನಿಮಗೊಂದು ಇನ್‌ಫರ್ಮೇಷನ್ ಕೊಟ್ಟು ಹೋಗ್ಬೇಕಾಗಿತ್ತು. ನೇರವಾಗಿ ಮೇಷ್ಟ್ರುಗೆ ಹೇಳೋದ್ಬೇಡಾಂತ ನಿಮ್ಹತ್ರ.... ಬಂದೆ" ಅಂತ ಎಲ್ಲಾ ಹೇಳಿದ.

"ಈ ಅರ್ಜೆಂಟಿನಲ್ಲಿದ್ದೀ. ಏನು ವಿಷಯ?" ಕೇಳಿದರು ಸ್ವಲ್ಪ ಗಾಬರಿಯಿಂದ. ರಾಮಲಿಂಗಂ ಶ್ರೀಮಂತ. ಮಗಳು ವಾಸುನ ಇಷ್ಟಪಡೋದು ಅವನು ಸಹಿಸೋಲ್ಲ. 'ಕೈಯೋ, ಕಾಲೋ ತೆಗೆಸ್ತಾನೆ' ಅಂದಿದ್ದು ನೆನಪಿತ್ತು. ಪ್ರೊಫೆಸರ್ ಗುರುಸಿದ್ಧಪ್ಪನವರು ನಡುಗಿ ಹೋದರು.

"ಮೇಷ್ಟ್ರು ಮಗ ಗ್ರಾನೈಟ್ ಬಿಜಿನೆಸ್ ರಾಮಲಿಂಗಂ ಮಗ್ಳುನ ಮದ್ವೆ ಮಾಡಿ ಕೊಂಡುಬಿಟ್ಟ" ಹೇಳಿದ ಕೂಡಲೇ ನಿಶ್ಚಲ ಸ್ಥಿತಿಗೆ ಹೋದರು. ಇಷ್ಟು ಬೇಗ ಇದನ್ನು ನಿರೀಕ್ಷಿಸಿರಲಿಲ್ಲ. "ಆಯ್ತು, ನಿನ್ನ ಸಹಾಯಕ್ಕೆ ಧನ್ಯವಾದಗಳು. ನೀನು ಚೆನ್ನೈಗೆ ಹೋಗ್ಬಾ" ಎಂದರು ಸಮಾಧಾನದಿಂದ. ಪೀಟರ್‌ಗೆ ಏನಾದರೂ ಹೇಳಬೇಕೆನಿಸಿದರು, ಹೇಳಲಿಲ್ಲ. ಪ್ರೊಫೆಸರ್ ತಟಸ್ಥರಾದರು.

ಮೊದಲು ಹೊರಬಂದ ವಸುಧಾ "ಗುರು ಚಿಕ್ಕಪ್ಪ, ಏನು ವಿಷ್ಯ?" ಕೇಳಿದಳು. ಅವರ ತುಟಿಯಂಚಿನಲ್ಲಿ ನಗು ಅರಳಿತು. "ಏನೇ ಆಗ್ಲಿ... ಈಗಿನ ಕಾಲದ ಮಕ್ಕಳಿಗೆ ಹೆತ್ತವರ ಬಗ್ಗೆ ಅಪರಿಮಿತವಾದ ಕಾಳಜಿ. ಒಂದು ಹಂತಕ್ಕೆ ಬಂದ್ಮೇಲೆ ಮುಂದಿನ

ರಿಸ್ಕ್‌ಗಳನ್ನು ಕೊಡೋಲ್ಲ. ನಮ್ಮ ವಾಸು ಮದ್ವೆ ಮಾಡಿಕೊಂಡನಂತೆ. ಇದನೇನಾದ್ರೂ ನಿಂಗೆ ಹೇಳಿದ್ನಾ? ಅನಂತನಿಗೆ ಗೊತ್ತಾ?" ಕೇಳಿದರು.

ಇಲ್ಲವೆನ್ನುವಂತೆ ತಲೆಯಾಡಿಸಿದಳು.

"ಈಗ ಯೋಚ್ನೆ ಮಾಡೋಕೆ ಏನೂ ಉಳಿದಿಲ್ಲ. ಹೆಂಡ್ತಿನ ಕರ್ಕಂಡ್ ಇಲ್ಲಿಗೆ ಬರ್ತಾನಾ? ಇಲ್ಲ ಮಾವನ ಮನೆಗೆ ಹೋಗ್ತಾನಾ? ಸುಖದ ಸುಪ್ಪತ್ತಿಯೊಳ್ಗೆ ಬೆಳೆದ ಹುಡ್ಗೀ.... ಸಾಧಾರಣ ಜೀವನ ಶೈಲಿ ಹೇಗೆ ಇಷ್ಟವಾಗುತ್ತೆ?" ವ್ಯಂಗ್ಯವಾಡಿದರು. ಅವರ ಮಕ್ಕಳು ಅನುಸರಿಸಿದ ರೀತಿ, ರಿವಾಜನ್ನ ಇವನೂ ಅನುಸರಿಸಿದ್ದ. ಆದರೆ ಅವರು ಒಂದು ಹಂತಕ್ಕೆ ನಿಂತ ಮೇಲೆ ಸ್ವತಂತ್ರ ನಿರ್ಧಾರ ತಗೊಂಡಿದ್ದರು. ಆದರೆ ಆತುರಪಟ್ಟು ಎಡವಿದ. ಹೇಗೆ ಚೇತರಿಸಿಕೋತಾನೇ? "ವಸು, ಈಗೇನು ಮಾಡೋಣ?" ದನಿಯಲ್ಲಿ ಜೀವವಿರಲಿಲ್ಲ.

"ಒಂದ್ಮಾತು ಹೇಳಿದ್ದರೆ ಚೆನ್ನಿತ್ತು ಅನ್ನಿಸುತ್ತೆ. ನಾವೆಲ್ಲ ವಿರೋಧವೆಂದು ತಿಳಿದು ನಂತರ ಡಿಸಿಷನ್ ಅವನದೇ ಆಗಿದೇ. ಮುಂದಿನ ತೀರ್ಮಾನವೂ ಅವನದೇ. ಅಣ್ಣ ಕೂಡ ಈ ವಿಚಾರದಲ್ಲಿ ಏನು ಹೇಳೋಕ್ಕಾಗೋಲ್ಲ" ಅಂದಳು ದೃಢ ಸ್ವರದಲ್ಲಿ. "ಗುರು ಚಿಕ್ಕಪ್ಪ, ಬರ್ಲಾ, ಅಣ್ಣನಿಗೆ ಹೇಳ್ತೀನಿ. ಬೇರೆಯವರ ಮುಖಾಂತರ ತಿಳಿದರೆ ನೊಂದ್ಕೋತಾರೆ. ಇಂಥದನ್ನ ಸಾಕಷ್ಟು ನೋಡಿದ ಅಧ್ಯಾಪಕರು. ಕೆಲವು ವಿವಾಹಗಳಿಗೆ ನೀವು ಪುರೋಹಿತ್ಯ ವಹಿಸಿದ್ದು ಮಾತ್ರವಲ್ಲ, ಅವಿವೇಕದಿಂದ ಕುಕ್ಕರಹಳ್ಳಿ ಕೆರೆಯಲ್ಲಿ ತೇಲಿದ ಎಷ್ಟೋ ವಿದ್ಯಾರ್ಥಿ, ವಿದ್ಯಾರ್ಥಿನಿಯರ ಹೆಣಗಳನ್ನು ನೋಡಿದ್ದೀರಿ. ಇಲ್ಲಿ ಪ್ರೇಮ ಸುಖಾಂತವೇ ಆಗಿದೆ. ಹಿರಿಯರ ಕನಸುಗಳು ಭೂಗತವಾಗಿರಬಹುದು. ಆದರೆ ಕಿರಿಯರ ಪ್ರೇಮಕ್ಕೆ ಸಫಲತೆ ಸಿಕ್ಕಿದೆ. ಅಣ್ಣನದು ಪಕ್ವ ಮನ. ಮೊದಲು ಉದ್ವೇಗಗೊಂಡರೂ ಆಮೇಲೆ ಅರ್ಥ ಮಾಡ್ಕೋತಾರೆ. ನೈರುತ್ಯ ಇಲ್ಲೇ ಇರ್ತಾಳೆ"

ಪ್ರೊಫೆಸರ್ ಡಾ. ಗುರುಸಿದ್ಧಪ್ಪನವರ ಮನೆಯಿಂದ ಹೊರಗೆ ಬಂದಳು. ವಾಸು ಬಗ್ಗೆ ಇಂಥ ಊಹೆ ಕೂಡ ಸಾಧ್ಯವಾಗಿರಲಿಲ್ಲ. ಅವನು ಅಷ್ಟು ಒಬೀಡಿಯಂಟ್, ಅಷ್ಟು ಮುಕ್ತವಾಗಿ, ಮುಗ್ಧವಾಗಿ ವರ್ತಿಸುತ್ತಿದ್ದ. ತಂದೆಯೆಂದರೆ ಅಪಾರ ಗೌರವಾದರಗಳು. ಅವನ್ನೆಲ್ಲ ಮೀರಿ ನಿಂತ ವಯಸ್ಸಿನ ಆಕರ್ಷಣೆ, ಪ್ರೀತಿ, ಪ್ರೇಮ!

ಹೊರಗಡೆ ಕಾಂಪೌಂಡಿನಲ್ಲಿ ನಿಂತು ಮಾತಾಡುತ್ತಿದ್ದ ಅನಂತರಂಗಮೂರ್ತಿ, ಅವರುಗಳನ್ನು ಕಳುಹಿಸಿ ಇವಳತ್ತ ತಿರುಗಿ "ಹೇಗಿದ್ದಾನೆ, ಗುರು? ಚಟುವಟಿಕೆಯವ. ಇಡೀ ದಿನ ಮನೆಯಲ್ಲಿರೋದೂಂದ್ರೆ ಅವ್ನಿಗೆ ಕಷ್ಟನೇ. ಊಟ ಮಾಡಲಿಕ್ಕೆ ಹೇಳಿದ್ಯಾ?" ವಿಚಾರಿಸಿದರು.

ಅವಳು ಮಜ್ಜಿಗೆ ಹುಳಿ, ಮೆಂತ್ಯೆ ಸೊಪ್ಪಿನ ಅನ್ನ ಕೊಟ್ಟು ಬಂದಿದ್ದಳು. ಆದರೆ ಊಟದ ಪ್ರಸ್ತಾಪ ಮಾಡುವ ಮುನ್ನ ಪೀಟರ್ ಬಂದು ವಿಷಯ ಪ್ರಸ್ತಾಪಿಸಿದ್ದ.

"ಅಣ್ಣ, ನಿಮಗೊಂದು ವಿಷ್ಯ ಹೇಳ್ಬೇಕಿತ್ತು" ಅಂದಳು ಮೆಲ್ಲಗೆ.

"ಬಾ.... ಬಾ.... ಮಾತಾಡೋಣ. ಹೇಳೋಕು, ಕೇಳೋಕು.... ಅಂಥ

ವಿಶೇಷಗಳು ಏನೂ ಇಲ್ಲಾಂತ ಅನ್ನಿಸುತ್ತೆ. ಆಕೆ ಸಾತಮ್ಮ ಸೊಂಟ ನೋವೂಂತ ನರಳ್ತಾ ಇದ್ಲು. ಇಲ್ಲೇ ಹತ್ತಿರದ ಆಯುರ್ವೇದಿಕ್ ಪಂಡಿತರ ಮನೆಗೇಂತ ಹೋದ್ಲು. ವಯಸ್ಸಾಯ್ತು. ತೀರಾ ದಣಿದಿದ್ದಾಳೆ. ಮೊದ್ಲಿನಂಗೆ ಕೆಲ್ಸವಾಗೋಲ್ಲ. ಏನಾದ್ರೂ ಬೇರೆ ವ್ಯವಸ್ಥೆ ಮಾಡಬೇಕು" ಅನ್ನುತ್ತಲೇ ಒಳಗೆ ಹೋಗಿ ಉಯ್ಯಾಲೆಯ ಮಣೆಯ ಮೇಲೆ ಕೂತರು. ಅವರ ಮನ ಒಂದು ನಿರೀಕ್ಷೆಗೆ ಬಂದು ನಿಂತುಬಿಟ್ಟಿತ್ತು.

"ಪೀಟರ್ ಗುರುಸಿದ್ಧಪ್ಪ ಚಿಕ್ಕಪ್ಪನ ಮನೆಗೆ ಬಂದಿದ್ದ. ವಾಸು ಮದ್ವೆ ಆಯಿತಂತೆ" ಚುಟುಕಾಗಿ ಹೇಳಿದ್ದು ವಸುಧಾ.

ಅವರ ಮುಖದಲ್ಲಿ ನಿರ್ವಿಕಾರ ಭಾವ ಮೂಡಿತು. ವಿಷಯ ತಿಳಿದ ಮೇಲೆ ಬಹಳ ಸೂಕ್ಷ್ಮವಾಗಿ ಮಗನ ನಡೆ, ನುಡಿಗಳನ್ನು ಗಮನಿಸಿದ್ದರು. ಈ ಮನೆ, ಮನೆಯವರಿಗಿಂತ ತಾನು ಬೇರೆ ಎನ್ನುವ ವರ್ತನೆ ಶುರುವಾಗಿತ್ತು. ವಸುಧಾನ ಮಾತಾಡಿಸುವುದಾಗಲೀ, ನೈರುತ್ಯ ಬಳಿ ಒಡನಾಟವನ್ನೂ ಕಮ್ಮಿ ಮಾಡಿಕೊಂಡಿದ್ದ. ಅವನೊಂದು ಪ್ರೇಮ ಪೂರ್ಣ ಜಗತ್ತನ್ನು ಸೃಷ್ಟಿಸಿಕೊಂಡಿದ್ದ. ಅದರಲ್ಲಿ ಇದ್ದಿದ್ದು ಅಂಜಲಿ ಮಾತ್ರ. ಮಿಕ್ಕವರು ಡೋಂಟ್ ಕೇರ್.

"ನೈರುತ್ಯನ ಅಲ್ಲೇ ಬಿಟ್ಟು ಬಂದ್ಯಾ? ಸಾತಮ್ಮ ಬರೋದು ಲೇಟ್ ಆಗುತ್ತೆ. ನೀನೇ ತಟ್ಟೆ ಹಾಕು" ಅಂದು ಒಳಗೆ ಹೋದರು. ಅಜ್ಜಿ, ತಾತ, ಅಪ್ಪ, ಅಮ್ಮ, ಕಪ್ಪು ಬಿಳುಪು ಬಣ್ಣದ ಭಾವಚಿತ್ರಗಳು ನಡುಮನೆಯಲ್ಲಿದ್ದರೆ, ಅವರ ಮಲಗುವ ಕೋಣೆಯಲ್ಲಿ ಇದ್ದಿದ್ದು ಹೆಂಡತಿಯ ಭಾವಚಿತ್ರ ಮಾತ್ರ. ಅಲ್ಲಿ ನಿಂತು "ನಾನು ಎಲ್ಲಿ ತಪ್ಪಿದೆ?" ಹೆಂಡತಿಯನ್ನು ಪ್ರಶ್ನಿಸುವಂತಿತ್ತು. ವಸುಧಾ ಕೂಗುವವರೆಗೂ ಅಲ್ಲೇ ನಿಂತಿದ್ದರು.

ದೊಡ್ಡ ಸೈಜಿನ ಬೆಳ್ಳಿಯ ತಟ್ಟೆಗಳು ತಾತ, ಮುತ್ತಾತನ ಕಾಲದವು ಇರಬಹುದು. ಅದರಲ್ಲೇ ಸಾಮಾನ್ಯವಾಗಿ ಊಟ ಮಾಡುತ್ತಿದ್ದುದು. ಆದರೆ ಬಾಳೆಯೆಲೆ ಊಟವೇ ಹೆಚ್ಚು. ಹಿತ್ತಲಿನಲ್ಲಿ ಬಾಳೆಯ ಗಿಡಗಳು ಇದ್ದವು. ಊಟಕ್ಕೆ ಮಂದಿ ಇದ್ದೇ ಇರುತ್ತಿದ್ದರು. ತಪ್ಪಲೆಯ ತುಂಬ ಅನ್ನ, ಕೊಳದಪ್ಪಲೆಯ ತುಂಬ ಹುಳಿ, ಸಾರು, ದೊಡ್ಡ ಪಾತ್ರೆಯ ತುಂಬ ಮೊಸರು ರೆಡಿಯಾಗಿ ಇರುತ್ತಿತ್ತು. 'ಇದು ಅನ್ನಪೂರ್ಣ ನಿಲಯ ಕಣೋ, ಅನಂತು. ಹಸಿದು ಯಾವ ಕ್ಷಣದಲ್ಲಿ ಬಂದರೂ ಊಟ ರೆಡಿಯಾಗಿರುತ್ತೆ' ಎನ್ನುತ್ತಿದ್ದರು ಗೆಳೆಯರು.

"ನಂಗೆ ಮೊಸರು ಬಡಿಸಿ, ನೀನೂ ಊಟಕ್ಕೆ ಕೂತ್ಕೋ, ನೈರುತ್ಯಗೆ ಪರಮೇಶ್ವರಮ್ಮ ಕೈ ತುತ್ತು ಹಾಕಿಬಿಡ್ತಾರೆ" ಅಂದರು. ಮಗಳ ಊಟ ಮುಗಿಯುವವರೆಗೂ ತಟ್ಟೆಯ ಮುಂದೆ ಕೂತು ಎದ್ದವರು "ನಾನು ಗುರು ಮನೆ ಕಡೆ ಹೋಗ್ಬರ್ತೀನಿ. ಅವ್ನಿಗೆ ನಾಲಿಗೆ ರುಚಿ ಜಾಸ್ತಿ. ಇಂಥ ಸಮಯದಲ್ಲಂತೂ ಆಕೆ ಕಟ್ಟುನಿಟ್ಟು" ಅಂದು ಮನೆ ಬಿಟ್ಟರು. ಊಟದ ನಂತರ ಮಾತು ಅಥವಾ ವಿಶ್ರಾಂತಿ, ನಿದ್ದೆ. ಬಿಸಿಲಿನಲ್ಲಿ ಹೊರಟ ತಂದೆಯ ಬಗ್ಗೆ ಅವಳಿಗೆ ನೋವಾಯಿತು.

ಮನೆ ಪೂರ್ತಿ ನಿರ್ಜನವೆನಿಸಿತು. ವಾಸು ರೂಮಿಗೆ ಬಂದಳು. ಅವನು ತೀರಾ ಅಚ್ಚುಕಟ್ಟು. ಇಂದು ಎಲ್ಲಾ ಅಸ್ತವ್ಯಸ್ತವಾಗಿತ್ತು. ಇತ್ತೀಚೆಗೆ ಪಾಠಕ್ಕೆ ಸಂಬಂಧಿಸಿದ ಪುಸ್ತಕಗಳನ್ನು ಅವನು ತೆಗೆದು ನೋಡಿದಂತೆ ಕಾಣಲಿಲ್ಲ. ಒಂದು ದೊಡ್ಡ ಕವರ್ ತುಂಬ ಅಂಜಲಿ ಫೋಟೋಗಳು, ವಿವಿಧ ಡ್ರೆಸ್‌ಗಳಲ್ಲಿ ವಿವಿಧ ಭಾವಭಂಗಿಗಳಲ್ಲಿ ತೆಗೆದ ಭಾವಚಿತ್ರಗಳು. ಇವನು ಅವಳು ತೆಗೆಸಿಕೊಂಡ ಎರಡು ಭಾವಚಿತ್ರಗಳು ಕೂಡ ಇದ್ದವು. ಅದನ್ನೆಲ್ಲ ಮತ್ತೆ ಕವರಿಗೆ ಹಾಕಿಟ್ಟಳು. ಪ್ರತಿಯೊಂದು ಪುಸ್ತಕದ ಮೇಲೂ ಅಂಜಲಿ... ಅಂಜು... ಅಂತಲೋ, ಇಲ್ಲ ಅಂಜು–ವಾಸು ಎಂದು ನಮೂದಿಸಿದ್ದ ತಮ್ಮಿಬ್ಬರ ಅಮೂಲ್ಯ ಪ್ರೇಮವನ್ನು.

ಎಲ್ಲೆಡೆ ನೋಟ ಹರಿಸಿದಳು. ಖಾಲಿ ಖಾಲಿಯೆನಿಸಿತು. ಸೂಟ್‌ಕೇಸ್, ಏರ್ ಬ್ಯಾಗ್ ಬಟ್ಟೆ ಬರೆಗಳನ್ನು ಒಯ್ದುಬಿಟ್ಟಿದ್ದ. ಅವನು ಬಿಟ್ಟು ಹೋಗಿರೋದು ವ್ಯಾಸಂಗಕ್ಕೆ ಸಂಬಂಧಪಟ್ಟ ಪುಸ್ತಕಗಳನ್ನು ಮಾತ್ರ. ಮೆಟ್ಟಿಲುಗಳನ್ನೇರಿ ಮೇಲಿನ ಹಜಾರಕ್ಕೆ ಹೋದಳು. ವಾಸು ಉಪಯೋಗಿಸುತ್ತಿದ್ದ ಈ ಕೋಣೆಯಲ್ಲಿ ಕಂಪ್ಯೂಟರ್ ಇರಲಿಲ್ಲ. ಇವಳು ಬಂದಾಗ ತಂದು ಕೊಟ್ಟಿದ್ದ ಲ್ಯಾಪ್‌ಟಾಪ್ ಮಂಚದ ಮೇಲೆ ಮುದುರಿ ಬಿದ್ದಿತ್ತು.

ಅಂದರೆ ವಾಸು ನಮ್ಮನ್ನೆಲ್ಲ ಬಿಟ್ಟು ಹೋಗಿದ್ದಾನೆ! ಆ ವಿಷಯವೇ ನೋವು ತಂದಿತ್ತು. ಕೂತು ಕಣ್ಣೀರು ಸುರಿಸಿದಳು. ಆರು ತಿಂಗಳೋ... ವರ್ಷದ ಹಿಂದಷ್ಟೇ ಪರಿಚಯವಾದ ಅಂಜಲಿ ಎಲ್ಲಾ ಸಂಬಂಧಗಳಿಗಿಂತ ಪ್ರಿಯಳಾದಳು. ಸೃಷ್ಟಿಯ ಚಮತ್ಕಾರವೆನಿಸಿತು.

ನಿಧಾನವಾಗಿ ಕೆಳಗಿಳಿದು ಬಂದ ವಸುಧಾ ಆಂದೋಲನದಲ್ಲಿದ್ದಳು.

ಸುಮಾರು ಹೊತ್ತಿನ ನಂತರ ಬಂದ ಸಾತಮ್ಮ "ಗುಳಿಗೆಗಳ್ನ ಕೊಟ್ಟಿದ್ದಾರೆ. ಇಲ್ಲಿಗ್ಬಂದ್ ಬಹಳ ವರ್ಷಗಳಾಯಿತಲ್ಲ. ಎಲ್ಲರ ಪರಿಚಯವೂ ಉಂಟು. ಸಿಕ್ಕವರೊಂದಿಗೆಲ್ಲ ಮಾತಾಡುತ್ತ ಬರೋ ವೇಳೆಗೆ ಇಷ್ಟೊತ್ತು ಆಯ್ತು. ಯಜಮಾನರ ಊಟ ಆಯ್ತಾ?" ಕೇಳುತ್ತ ಉಸ್ಸೆಂದು ನೆಲದ ಮೇಲೆ ಕೂತಳು.

"ಅಣ್ಣನ ಜೊತೆಯಲ್ಲಿ ನನ್ನ ಊಟನೂ ಆಯ್ತು. ಅವರೆಂದಾದ್ರೂ ಒಬ್ಬರೇ ಊಟ ಮಾಡಿದ್ದುಂಟಾ? ನಿಂಗೆ ನಾನು ಬಡಿಸ್ತೀನಿ, ನಡೀ. ಏನ್ಹೇಳಿದ್ರೂ... ಪಂಡಿತರು?" ಕೇಳಿದಳು. ವರ್ಷಗಳೇ ಕಳೆದು ಈ ಮನೆಯಲ್ಲಿ ಒಬ್ಬಳಾಗಿದ್ದಳು. ಎಷ್ಟು ಜನವಾದರೂ ಊಟಕ್ಕೆ ಬರಲೀ, ಒಮ್ಮೆ ಕೂಡ ಗೊಣಗಿದವಳಲ್ಲ. ಆಕೆಗೆ ಈಗ ತನಗೆ ವಯಸ್ಸಾಯಿತೆನ್ನುವ ಚಿಂತೆ.

ಆ ವೇಳೆಗೆ ದಢದಢ ಎಂದು ಬಂದ ವಾಸು ಮೆಟ್ಟಿಲೇರಿ ಹಜಾರಕ್ಕೆ ಹೋದ. "ವಾಸುಗೆ ಇಷ್ಟಾಂತ ಮೆಂತ್ಯೆ ಸೊಪ್ಪಿನ ಅನ್ನ ಕಲಿಸಿದ್ದೆ. ಯಾಕೋ ಈಚೆಗೆ ಸರ್‍ಯಾಗಿ ಊಟ ಮಾಡ್ತಾ ಇಲ್ಲ" ಮುಗ್ಧವಾಗಿ ಹೇಳಿದ್ದು ಸಾತಮ್ಮ.

ಯಾಕೋ ವಸುಧಾಗೆ ಹೋಗಿ ಮಾತಾಡಬೇಕೆನಿಸಲಿಲ್ಲ.

ಒಂದರ್ಧ ಗಂಟೆಯ ನಂತರ ಇಳಿದು ಬಂದವನ ಕೈಯಲ್ಲಿ ಫೈಲ್ ಇತ್ತು. ಏರ್ ಬ್ಯಾಗನ್ನು ತೋಳಿಗೇರಿಸಿದ್ದವ ನಿಂತ.

"ಗುರು ಚಿಕ್ಕಪ್ಪನಿಗೆ ವೈರಲ್ ಫೀವರ್ ಅಂತ ಗೊತ್ತಿತ್ತು. ನಿನ್ನ ವಿಚಾರಿಸಿದ್ರು" ಅಷ್ಟು ನುಡಿದಿದ್ದಷ್ಟೇ. "ನಂಗೆ ಅದಕ್ಕೆಲ್ಲ ಪುರುಸೊತ್ತಿಲ್ಲ, ನಾನು ಅಂಜುನ ಮದ್ವೆ ಆಗ್ತಾ ಇದ್ದೀನಿ. ಸದ್ಯಕ್ಕೆ ಇಲ್ಲಿಗೆ ಬರೋಲ್ಲ. ಅಣ್ಣನಿಗೆ ಹೇಳ್ಬಿಡು. ಸಂಸ್ಕೃತಿ, ಪರಂಪರೆ ಎಲ್ಲರಿಗಿಂತ ನಂಗೆ ಅವಳೇ ಮುಖ್ಯವಾಗಿ ಕಂಡಳು. ಇಷ್ಟನ್ನು ಹೇಳು" ಅಷ್ಟು ನುಡಿದವನೇ ಮುಂದಕ್ಕೆ ಹೊರಟ "ಅರೇ, ಇಷ್ಟೆಲ್ಲ ಧೈರ್ಯ, ಸಾಹಸ ಮಾಡಿದ್ದೀ. ಮದ್ವೆ ಆಗ್ತಾ ಇದ್ದೀನಿ ಅನ್ನೋದರ ಬದಲು ಈಗಾಗಲೇ ಅದು ಮುಗ್ದು ಹೋಗಿದೇಂತ ಹೇಳಬಹುದಿತ್ತು. ಓಕೇ. ದೇವರು ಒಳ್ಳೇದು ಮಾಡ್ಲೀ" ಅಂದವಳ ಕಣ್ಣುಗಳಲ್ಲಿ ನೀರಿತ್ತು. ವಾಸು ಹೊರಟ. ಎಲ್ಲವನ್ನೂ ತೊರೆದು ಹೊರಟ.

ಬಹುಶಃ ಗಟ್ಟಿಯಾಗಿ ನಿಂತು ವಿದ್ಯಾಭ್ಯಾಸ ಮುಗಿಸಿದ ನಂತರವೇ ಅಂಜಲಿನ ವಿವಾಹವಾಗುತ್ತೀನೀಂತ ಅಂದಿದ್ದರೆ, ಅನಂತರಂಗಮೂರ್ತಿಗಳು ನಿಶ್ಚಿಂತೆಯಿಂದ ಸೊಸೆಯಾಗಿ ಸ್ವೀಕರಿಸಿಬಿಡುತ್ತಿದ್ದರೇನೋ, ಆದರೆ ದುಡುಕಿದ.

ವಸುಧಾ ಕಣ್ಣಂಚಿನಲ್ಲಿ ಮೂಡಿದ ಕಂಬನಿಯ ಬಿಂದುಗಳು ಕೆನ್ನೆಯ ಮೇಲೆ ಉರುಳಿತು.

* * *

ವಾಸುದೇವಮೂರ್ತಿ ಮತ್ತು ಅಂಜಲಿ ಮದುವೆ ಮುಗಿದು ಇಪ್ಪತ್ತು ದಿನಗಳಾಗಿ ಹೋಗಿದ್ದವು. ಎಡೆಬಿಡದೆ ಸುತ್ತಾಡಿದರು ಯಾವುದೇ ಜವಾಬ್ದಾರಿ ಇಲ್ಲದೆ. ಕಾಲೇಜು ಕಡೆ ಮುಖ ಹಾಕಲಿಲ್ಲ. ಕಂಪ್ಯೂಟರ್ ಮಾರಿ ಬಿಟ್ಟಿದ್ದ.

ವಾಸುವಿನ ಜೀವನ ಶೈಲಿಯೂ ಬದಲಾಗಿತ್ತು. ಸ್ನಾನ, ಸಂಧ್ಯಾವಂದನೆ, ಸೂರ್ಯ ನಮಸ್ಕಾರವನ್ನು ಪೂರ್ತಿಯಾಗಿ ಮರೆತಿದ್ದ. ಇದೆಲ್ಲ ಹೇಗೆ ಸಾಧ್ಯ? ಪ್ರೇಮ ಅಷ್ಟೊಂದು ಪವರ್‌ಫುಲ್ಲಾ? ಇದೆಷ್ಟು ದಿನ? ಶಾಶ್ವತ ಎಂದುಕೊಳ್ಳುವುದು ಸುಳ್ಳು. ಇಪ್ಪತ್ತೊಂದು ವರ್ಷಗಳ ಸಂಸ್ಕಾರ ಒಮ್ಮೆಲೆ ನಾಶವಾಗಿ ಬಿಡುವಂಥಾದ್ದೇ? ತೀರಾ ತಾತ್ಕಾಲಿಕ. ಮಂಪರು ಹರಿಯಬೇಕಷ್ಟೇ.

ಅಂದು ತಟ್ಟಿದಂತೆ ಎಚ್ಚರಗೊಂಡು ಮೇಲೆದ್ದ. ಅರಿವಾಗದಂತೆ ಅವನ ಬಾಯಲ್ಲಿ 'ಅಕ್ಕ... ವಸುಧಾಕ್ಕ...' ಎನ್ನುವ ಪದಗಳು ಹೊರಬಿದ್ದವು. ಆಮೇಲೆ ಅವನ ಮುಖ ಮಂಕಾಯಿತು. ಪಕ್ಕದಲ್ಲಿ ಗಾಢವಾಗಿ ನಿದ್ರಿಸುತ್ತಿದ್ದ ಅಂಜಲಿಯತ್ತ ನೋಟ ಹರಿಸಿದ. ಕಣ್ಣಲ್ಲಿ ಇಣುಕಿದ್ದು ಕರುಣೆಯೇ.

ಮೇಲೆದ್ದು ಬಂದು ಸ್ನಾನ ಮುಗಿಸಿದ. ಅಂಜಲಿಗೆ ಏನೂ ಮಾಡಿಯೇ ಅಭ್ಯಾಸವಿಲ್ಲ. ಅಪ್ಪ, ಅಮ್ಮನ ಅಚ್ಚೆಯ ಮಗಳು. ಕೂತ ಕಡೆಗೆ ಎಲ್ಲಾ ಸಪ್ಲೈಯಾಗುತ್ತಿತ್ತು. ಓಡಾಟದ ನಡುವೆ ಹೋಟೆಲ್‌ನಲ್ಲಿ ತಿಂದಿದ್ದೇ ಜಾಸ್ತಿ.

ಇಂದು ಮೊದಲ ಸಲ ಹೋಗಿ ಹಾಲಿನ ಪ್ಯಾಕೆಟ್ ಹಿಡಿದು ಬಂದ. ಮುಂದಕ್ಕೆಳೆದುಕೊಂಡು ಬಂದಿದ್ದ ಬಾಗಿಲು ಹಾಗೆಯೇ ಇತ್ತು. ಎಬ್ಬಿಸದ ಹೊರತು ಏಳುವ ಅಭ್ಯಾಸ ಅವಳಿಗಿರಲಿಲ್ಲ.

"ಅಂಜು... ಏಳು" ಒಂದಲ್ಲ ನಾಲ್ಕು ಸಲ ಕೂಗಿದ. ಮಿಸುಕಾಡಲಿಲ್ಲ. ರಮಿಸಿ, ಮುದ್ದಿಸಿ ಎಬ್ಬಿಸುತ್ತಿದ್ದವನಿಗೆ ಇಂದು ಹಾಗೆ ಮಾಡಬೇಕೆನಿಸಲಿಲ್ಲ. "ಏಯ್... ಅಂಜು... ನಾನು ಹೊರ್ಗಡೆ ಹೋಗ್ತಾ ಇದ್ದೀನಿ" ಅಂದ ನಂತರವೇ ಅವಳು ಎದ್ದು ಕೂತಿದ್ದು. "ವಾಸು, ನಂಗೆ ನಿದ್ದೆ ಬರ್‍ತಾ ಇದೆ. ಸ್ವಲ್ಪ... ಬಾ" ಕರೆದಳು. ಅವನಿಗೆ ಬ್ರಹ್ಮಾಂಡ ಕೋಪವೇ ಬಂತು. "ಪ್ಲೀಸ್, ಮೇಲಕ್ಕೇಳು. ಆಗ್ಲೇ ಎಂಟು... ಹತ್ತು. ಮುಂದಿನ ದಿನಗಳ ಬಗ್ಗೆ ಯೋಚ್ಸಬೇಕು. ಇನ್ಮೇಲೆ ನಮ್ಮಪ್ಪ... ನಿಮ್ಮಪ್ಪ.... ಯಾರೂ ಅನ್ನ ಹಾಕೋಲ್ಲ. ನಮ್ಮ ಖರ್ಚು ವೆಚ್ಚಗಳನ್ನ ಭರಿಸೋಲ್ಲ. ಅದಕ್ಕೆ ನಾವೇ... ದಾರಿ ಮಾಡ್ಕೋಬೇಕು." ಸಿಡುಕುತ್ತಲೇ ಹೇಳಿದ ಮೊದಲ ಸಲ.

ಥಟ್ಟನೆ ಎದ್ದು ಕೂತಳು. ಮೊದಲ ಸಲ ಅವನ ಬಾಯಿಂದ ಕೋಪದ ನುಡಿಗಳು ಹೊರ ಬಂದಿದ್ದವು. ಕಣ್ ಕಣ್ ಬಿಟ್ಟಳು. ಇಪ್ಪತ್ತು ದಿನಗಳು ಅನುಭವಿಸಿದ ಪ್ರೀತಿ, ಪ್ರೇಮಗಳು ಇಷ್ಟು ಬೇಗ ಚೆಲ್ಲಾಡಿ ಹೋಯಿತೇ? ಮೌನವಾಗಿ ಕಣ್ಣೀರು ಸುರಿಸತೊಡಗಿದಾಗ ಆತಂಕದಿಂದ ಧಾವಿಸಿದ.

"ಅಳ್ತಾ ಇದ್ದೀಯಾ?" ಕೇಳಿದ ಕೂಡಲೇ ಅಪ್ಪಿಕೊಂಡು ಮತ್ತಷ್ಟು ಬಿಕ್ಕಳಿಸುತ್ತ "ನಿನ್ನ ಪ್ರೀತಿಯಲ್ಲಿ ಸ್ವಲ್ಪ ಕಡ್ಮೆಯಾದರೂ ನಂಗೆ ಬದುಕೋಕೆ ಸಾಧ್ಯವಿಲ್ಲ" ವಾಸುಗೆ ಏನು ಹೇಳಬೇಕೋ ಗೊತ್ತಾಗಲಿಲ್ಲ. ಅವನ ಸ್ಥಿತಿಯು ಅಯೋಮಯವಾಗಿತ್ತು. "ಪ್ರೀತಿನ ಹಣವನ್ನಾಗಿ ಕನ್ವರ್ಟ್ ಮಾಡೋದು ನಂಗೆ ಗೊತ್ತಿಲ್ಲ. ನಮ್ಗೆ ಬದುಕೋಕೆ ಹಣ ಬೇಕು. ಅದಕ್ಕೊಂದು ಸಂಪಾದ್ನೆಯ ಹಾದಿ ಹಿಡಿಯಬೇಕು. ಹೊಟ್ಟೆ ಹಸಿದಾಗ ಪ್ರೀತಿ, ಪ್ರೇಮ ನೆರವಿಗೆ ಬರೋಲ್ಲ. ಸ್ವಲ್ಪ... ಅರ್ಥಮಾಡ್ಕೋ" ತೀಕ್ಷ್ಣವಾಗಿ ನುಡಿದು ಸಂತೈಸಿದ.

ಎಂದಿನ ಅಪ್ಪುಗೆ, ಸಂತೋಷ ಸಿಗದಾದಾಗ ಅಂಜಲಿ ಬಾತ್‌ರೂಂಗೆ ಹೋಗಿ ಬಾಗಿಲು ಹಾಕಿಕೊಂಡಳು. ಅಮ್ಮನನ್ನು ನೆನೆದು ಕಣ್ಣೀರು ಸುರಿಸಿದಳು. ತಕ್ಷಣ ಅಪ್ಪನನ್ನು ನೋಡಬೇಕೆನಿಸಿತು. ಸಾಧ್ಯವೇ? 'ನನ್ನ ಸ್ವಭಾವ ನಿಂಗೆ ಗೊತ್ತಿಲ್ಲ. ಇಬ್ರಿಗೂ ಕೈ ಕಾಲು ಮುರ್ಸಿ ಬದುಕಿರೋವರ್ಗೂ ಕೂಳು ಹಾಕ್ತೀನಿ' ಹ್ಲೂಂಕರಿಸಿದ್ದು ಜ್ಞಾಪಕಕ್ಕೆ ಬಂದಾಗ ಥರಥರ ನಡುಗಿ ಮುಖ ತೊಳೆದು ಹೊರಗೆ ಬಂದಾಗ, ಇದ್ದ ಒಂದೇ ಸ್ಟೂಲು ಮೇಲೆ ಕೂತಿದ್ದ ವಾಸು ದಿಕ್ಕೆಟ್ಟವನಂತೆ.

ಗಂಡನ್ನ ಹೆಸರಿಡಿದು ಕೂಗಿದರೆ ಆಯಸ್ಸು ಕಮ್ಮಿ ಆಗುತ್ತೆ. ಅವಳಜ್ಜಿ ಎಂದೋ ಹೇಳಿದ ಮಾತನ್ನು ನೆನಪಿಸಿಕೊಂಡು ಕುತ್ತಿಗೆಯಲ್ಲಿದ್ದ ಅರಿಶಿನ ದಾರದ ಮಾಂಗಲ್ಯವನ್ನು ಕಣ್ಣಿಗೊತ್ತಿಕೊಂಡಳು.

"ಕಾಫಿ ಮಾಡಿಟ್ಟಿದ್ದೀನಿ, ತಗೊಂಡು... ಬಾ" ಹೇಳಿದ.

ಅಮ್ಮನ ಮನೆಯಲ್ಲಿ ಅವಳಿಗೆ 'ಹೀಗೆ ಹೇಳಲು ಸಾಧ್ಯವಿತ್ತೆ?' ಖಂಡಿತ ಇಲ್ಲ. 'ಅಲ್ಲೂ ನೀನೇನು ಕೆಲ್ಸ ಮಾಡಬೇಕಾದಿಲ್ಲ. ಚಿನ್ನಯ್ಯನ ಮನೆಯಲ್ಲಿ ನಾಲ್ಕು ಜನ ಆಳುಗಳು ಇದ್ದಾರೆ. ನೀನು ಅಡ್ಗೇ ಮನೆಗೆ ಹೋಗಬೇಕಾದ್ದಿಲ್ಲ, ಮಹಾರಾಣಿಯಂಗೆ ಇರಬಹುದು' ಅಮ್ಮ ಹೇಳಿದ್ದು ನೆನಪಾಯಿತು. ಹೌದು ಅಲ್ಲಿ ರಾಣಿಯಂತೆ ಶ್ರೀಮಂತಿಕೆಯ ಸುಪ್ಪತ್ತಿಗೆಯಲ್ಲಿ ತೇಲಬಹುದಿತ್ತು. ಆದರೆ ತಾನು ಪ್ರೀತಿಸಿದ್ದು ವಾಸುನ! ಪ್ರೇಮಕ್ಕಾಗಿ, ಪ್ರೀತಿಸಿದವನಿಗಾಗಿ ಚಲನಚಿತ್ರಗಳಲ್ಲಿ ನಾಯಕಿಪಡುವ ಪಾಡೆಷ್ಟು? ತೀರಾ ಮೆತ್ತಗಾಯಿತು ಅವಳ ಮನ. 'ಎನೀ ವೇ ಬದುಕಿ ಎಲ್ಲರಿಗೂ ತೋರಿಸಬೇಕೆಂಬ ಪಣ ತೊಟ್ಟ ಮೇಲೆ ಮುಖ ತೊಳೆದು ಹೊರಬಂದಳು.

ಕಾಫಿ ಇಟ್ಟುಕೊಂಡು ಕಾಯುತ್ತಿದ್ದ ವಾಸು "ಒಂದಿಷ್ಟು ಮಾತಾಡೋದಿದೆ. ಮೊದ್ಲು ಕಾಫಿ ಕುಡಿ" ಹೇಳಿದ. ಅಲ್ಲೇ ಅವನ ಮಗ್ಗುಲಲ್ಲಿಯೇ ಕೂತು "ಹೇಳಿ..." ಅಂದ ಕೂಡಲೇ ಅವನಿಗೆ ನಗು ಬಂತು. "ಇದೇನು ಏಕವಚನದಿಂದ ಬಹುವಚನಕ್ಕೆ ಹೋಗಿಬಿಟ್ಟೆ" ಹಾಸ್ಯ ಮಾಡಿದ.

"ಅಯ್ಯೋ, ನಮ್ಮಮ್ಮ ಮದ್ವೆಯಾದಾಗ ಒಂದ್ಸಲ ರಾಮಲಿಂಗಂ ಅಂತ ಹೇಳಿದ್ರಂತೆ. ಆಮೇಲೆ ಎಂಥ ಸಂದರ್ಭ ಬಂದರೂ ನನ್ನ ಡ್ಯಾಡಿ ಹೆಸರು ಹೇಳಲಿಲ್ವಂತೆ. ಗಂಡನ ಹೆಸರನ್ನು ಹೆಂಡತಿ ಹೇಳಿದರೆ ಕಟ್ಟಿಕೊಂಡವನ ಆಯಸ್ಸು ಕಡಿಮೆ ಆಗುತ್ತಂತೆ ಅಂತ ನಮ್ಮಜ್ಜಿ ಪದೇ ಪದೇ ಹೇಳೋಳು. ಈಗ ನೀವು ನನ್ನ ಗಂಡ, ನಾನು ಹೆಂಡ್ತಿ. ನಿಮ್ಮ ಹೆಸರು ಹೇಳೋ ಹಂಗಿಲ್ಲ" ಅಂದಳು ನಿಧಾನವಾಗಿ. ಆದರೆ ಆ ಬಗ್ಗೆ ಚರ್ಚೆ ಮಾಡುವ ಮೂಡ್‌ನಲ್ಲಿ ಇರಲಿಲ್ಲ ವಾಸು. "ಮೊದ್ಲು ಕಾಫಿ ಕುಡಿ" ಅಂದ.

ನಿಧಾನವಾಗಿ ಕಾಫಿ ಕುಡಿದು ಮುಗಿಸಿದರು. ಆದರೆ ಇಬ್ಬರಿಗೂ ಕಾಫಿ ರುಚಿಸಲಿಲ್ಲ. ಮೊದಲಿನಿಂದಲೂ ಅನಂತರಂಗಮೂರ್ತಿಗಳ ಮನೆಯಲ್ಲಿ ಕಾಫಿ ಬೀಜ ತಂದು ಸ್ವಂತ ಹುರಿದು ಗರಿಗರಿಯಾಗಿ ಪುಡಿ ಮಾಡಿಟ್ಟುಕೊಂಡು ಕಾಫಿ ಮಾಡುವ ಅಭ್ಯಾಸ. ಕಾಫಿ ಬೀಜ ಹುರಿಯೋಕೆ, ಪುಡಿ ಮಾಡೋಕೆ ಒಂದು ಪುಟ್ಟ ಮೆಷಿನ್ ಇತ್ತು. ಅದೊಂದೆ ದೊಡ್ಡ ಬದಲಾವಣೆ. ಇನ್ನು ಅಂಜಲಿ ಮನೆಯಲ್ಲಿ ಕಾಫಿ ಕುಡಿಯುತ್ತಿದ್ದುದು ಅಪರೂಪಕ್ಕೆ. ಕಾಫಿ ಕುಡಿದರೂ ಬೊಂಬಾಟಾಗಿರುತ್ತಿತ್ತು.

ಅಂಜಲಿಯನ್ನು ತನ್ನತ್ತ ತಿರುಗಿಸಿಕೊಂಡ ವಾಸುದೇವಮೂರ್ತಿ. "ನಾವಿಬ್ರೂ ಎರಡು ಮನೆಯವ್ರ ವಿರುದ್ಧವಾಗಿ ಮನೆ ಬಿಟ್ಟು ಬಂದ್ ಮದ್ವೆಯಾಗಿದ್ದೀವಿ. ನಮ್ಗೆ ಯಾರ ಸಪೋರ್ಟ್ ಇಲ್ಲ. ಎಜುಕೇಷನ್ ಪೂರ್ತಿ ಆಗಿಲ್ಲ. ನಮ್ಮ ಬದ್ಕನ್ನ ನಾವೇ ಕಟ್ಟಿಕೋಬೇಕು. ಅದಕ್ಕೆ ಸಂಪಾದ್ನೆ ಬೇಕು. ಹಣವಿಲ್ದೇ ಏನೂ ನಡ್ಯೋಲ್ಲ. ದುಡೀಬೇಕು. ಅದಕ್ಕೆ ಪ್ರಯತ್ನ ಮಾಡಿ ಯಶಸ್ಸಾಗಬೇಕು" ಇಂಥದೊಂದು ನಿರ್ಧಾರ ಮಂಡಿಸಿದ.

ತಕ್ಷಣ ಅವಳಿಗೇನು ಹೊಳೆಯಲಿಲ್ಲ. ಇಂಥದೊಂದು ಸಣ್ಣ ಕಲ್ಪನೆ ಕೂಡ

ಸಾಧ್ಯವಿರಲಿಲ್ಲ. ಹುಟ್ಟಿದಂದಿನಿಂದ ಆರ್ಥಿಕವಾದ ಪರದಾಟವಿಲ್ಲದೆ ಬೆಳೆದವಳು. ಅಪ್ಪ, ಅಮ್ಮ ಕಟ್ಟುನಿಟ್ಟಿನವರಾದರೂ ಕೇಳಿದಷ್ಟು ಹಣ ಕೊಡುವ ಧಾರಾಳತನವಿತ್ತು. ಕೆಲವೊಮ್ಮೆ ಬೀರುವಿನಿಂದ ತಾನೇ ತೆಗೆದುಕೊಳ್ಳುತ್ತಿದ್ದಳು. ದೊಡ್ಡದಾಗಿ ಆಕ್ಷೇಪಣೆ ಅಂಥದೇನೂ ಇರಲಿಲ್ಲ. ಕೆಲಸ, ಸಂಪಾದನೆ ತಲೆ ಕೆಟ್ಟಂತಾಯಿತು.

"ಯಾಕೆ, ಹಾಗೇ ಕೂತೇ? ಈಗ ನಮ್ಮ ಮುಂದೆ ಇರೋದು ಹೊಟ್ಟೆ ಸಮಸ್ಯೆ. ಮುಂದಿನ ತಿಂಗ್ಳು ನಾವು ಇರೋ ಮನೆಗೆ ಬಾಡಿಗೆ ಕಟ್ಟಬೇಕು. ಲೈಟ್ ಬಿಲ್ ಹೀಗೆ ಎಲ್ಲಕ್ಕೂ ಹಣ ಬೇಕು" ಸ್ವಲ್ಪ ಸೀರಿಯಸ್ಸಾಗಿ ಹೇಳಿದ ಕೂಡಲೇ ಜೋರಾಗಿ ಅಳೋಕೆ ಶುರು ಮಾಡಿದ್ದರ ಜೊತೆಗೆ ಅಪ್ಪ, ಅಮ್ಮ ಇರೋ ಜನರನ್ನೆಲ್ಲ ನೆನಪಿಸಿಕೊಂಡು ಬಿಕ್ಕತೊಡಗಿದಾಗ ಅವನಿಗೆ ಏನು ಮಾಡಬೇಕೋ ಗೊತ್ತಾಗಲಿಲ್ಲ. "ಪ್ಲೀಸ್, ಮೊದ್ಲು ಅಳು ನಿಲ್ಸು. ಪ್ರೇಮಿಗಳ ಊಹಾ ಪ್ರಪಂಚವೇ ಬೇರೆ. ವಾಸ್ತವವೇ ಬೇರೆ. ಇಲ್ಲಿ ನಮ್ಮ ಮುಂದೆ ಜವಾಬ್ದಾರಿಗಳ ದೊಡ್ಡ ಸಾಲು.. ಸಾಲೇ ಇದೆ. ಇದ್ನ ಫೇಸ್ ಮಾಡೋಕೆ ನಾವು ಸಿದ್ಧರಾಗಬೇಕು. ನಾನು ಸ್ವಲ್ಪ ಹೊರ್ಗೆ ಹೋಗಿದ್ದು ಬರ್ತೀನಿ" ಎದ್ದು ಹೋದ. ಅವನು ಆ ಸಮಯದಲ್ಲಿ ತನ್ನನ್ನು ಬಿಟ್ಟು ಹೋಗಿದ್ದು ತಪ್ಪೆನಿಸಿತು. ಸದಾ ಅವನ ಅಪ್ಪುಗೆಯಲ್ಲಿ ತಾನು ಇದ್ದು ಬಿಡಬೇಕೆನ್ನುವ ಹಂಬಲ ಅವಳದು.

ಕೂತು ಮಲಗಿ ಸಾಕಾಗಿ ಎದ್ದಳು. ಇದೊಂದು ಎಲ್ಲಾ ಅನುಕೂಲವಿದ್ದ ಪುಟ್ಟ ಮನೆಯೇ. ಆದರೆ ಅವಳ ರೂಮು ಇಷ್ಟಿತ್ತು. ಪ್ರತ್ಯೇಕವಾಗಿ ಅವಳ ರೂಮಿಗೊಂದು ಟಿ.ವಿ. ಇತ್ತು. ಅವಳಪ್ಪ ಕಂಪ್ಯೂಟರ್ ಖರೀದಿಸಿ ಕೊಟ್ಟಿದ್ದರು. ವಿಶಾಲವಾದ ಮಂಚ, ಡ್ರೆಸ್ಸಿಂಗ್ ಟೇಬಲ್, ಚಿನ್ನಯ್ಯ ಬರ್ತ್‌ಡೇ ಪ್ರಸಂಟೇಷನ್‌ಗೆ ಖರೀದಿಸಿ ಕೊಟ್ಟ ಕಾಸ್ಲೀ ಸ್ಟೀರಿಯೋ ಸಿಸ್ಟಮ್. ಅಲ್ಲಿ ಶ್ರೀಮಂತಿಕೆ, ವೈಭವ ಕಾಲು ಮಡಚಿ ಮಲಗಿತ್ತು. ಇಲ್ಲಿ... ಏನೂ ತೋಚದೆ ಒಂದು ಕಡೆ ಕೂತಳು.

ವಿವಾಹದ ನಂತರ ಅವಳಪ್ಪ ಫೋನ್ ಮಾಡಿ "ನಾನು ನಿನ್ನ ಏನೋಂತ ತಿಳಿದಿದ್ದೆ. ಇಲ್ಲಿಗೆ ನಿನ್ನ ನಮ್ಮಗಳ ನಡುವಿನ ಸಂಬಂಧ ಮುಗ್ದು ಹೋಯಿತು. ನೀನು ನಮ್ಮ ಪಾಲಿಗೆ ಸತ್ತಂಗೆ" ಎಂದವರು ಇನ್ನ ನಾಲ್ಕು ಕಠಿಣವಾದ ಮಾತುಗಳನ್ನಾಡಿ ಫೋನ್ ಕಟ್ ಮಾಡಿದ್ದರು. ಅಂದರೆ ಸಂಪೂರ್ಣವಾಗಿ ಆ ಕಡೆಯ ಬಾಗಿಲು ಮುಚ್ಚಿ ಹೋದಂಗೆ. ಅಮೃತ, ಅಂಚನಾ, ಚಿನ್ನಯ್ಯ, ಅಜ್ಜಿ ಎಲ್ಲರನ್ನೂ ನೆನಪು ಮಾಡಿಕೊಂಡು ದುಃಖಿಸಿದಳು.

ವಾಸುವಿನ ಸ್ನೇಹಿತನದು ಈ ಕುಟೀರ. ಅಂದರೆ ಅನಂತರಂಗಮೂರ್ತಿಗಳ ಮನೆಯಲ್ಲಿ ಊಟ ಮಾಡಿಕೊಂಡು, ಅವರ ಸಲಹೆ, ಸಹಾಯ, ಮಾರ್ಗದರ್ಶನದಲ್ಲಿ ಬೆಳೆದು ಈಗ ಅದೇ ಕಾಲೇಜಿನಲ್ಲಿ ಉಪನ್ಯಾಸಕನಾಗಿದ್ದ ನಚಿಕೇತ ತನ್ನ ವಾಸದ ಪುಟ್ಟ ಮನೆಯನ್ನು ಇವರಿಗೆ ಬಿಟ್ಟು ಗೆಳೆಯನ ರೂಮಿಗೆ ವಾಸ್ತವ್ಯ ಬದಲಾಯಿಸಿಕೊಂಡಿದ್ದ.

ಅಡುಗೆಗೆ ಬೇಕಾದ ದಿನ ನಿತ್ಯದ. ಕೆಲವು ಪಾತ್ರೆಗಳು, ಗ್ಯಾಸ್ ಎಲ್ಲಾ ಅವನ ಕೊಡುಗೆಯೇ.

ಖಂಡಿತ ಅವಳಿಗೆ ಅಡುಗೆ ಬರದು. ಅಕಸ್ಮಾತ್ ಅವಳು ಕಿಚನ್‌ಗೆ ಕಾಲಿಟ್ಟರು ಡಿಮ್ಯಾಂಡ್‌ಗಳ ಸಲುವಾಗಿ ಮಾತ್ರವಾಗಿರುತ್ತಿತ್ತು. ಇಷ್ಟೆಲ್ಲ ಪಾಡು ಪಡೋದರ ಬದಲು ಹೋಟೆಲ್‌ನಲ್ಲಿ ತಿಂದರಾಯ್ತು. ಬರೀ ಯೋಚನೆಗಳು ತಲೆಯಲ್ಲಿ ತುಂಬಿಕೊಂಡಿತು.

ಆಮೇಲೆ ವಾಸುವಿನ ಮೊಬೈಲ್‌ಗೆ ಫೋನ್ ಮಾಡಿ "ತೀರಾ ಬೋರಾಯ್ತು, ಹಸಿವು, ಇಲ್ಲೇ ಹತ್ತಿರದಲ್ಲಿ ಎಲ್ಲೂ ಹೋಟೆಲ್ ಇಲ್ಲ. ಎರಡು ಪ್ಯಾಕೆಟ್ ಬಿರಿಯಾನಿ ಕಟ್ಟಿಸಿಕೊಂಡು ಬಾ... ಬೇಗ ... ಬಾ" ಫೋನ್ ಕಟ್ ಮಾಡಿ ಒಂದು ಕಡೆ ಕೂತಳು. ಮನೆ ತೀರಾ ಅಸ್ತವ್ಯಸ್ತವಾಗಿ ಕಂಡಿತು. ಮತ್ತೆ ಅತ್ತಳು. ಮುಂದೇನು? ಇದನ್ನೆಲ್ಲ ತಾನು ಹೇಗೆ ಮಾಡಲು ಸಾಧ್ಯ?

ಎರಡರ ಸುಮಾರಿಗೆ ವಾಸು ಮನೆಗೆ ಬಂದ. ಅವಳಿಗಾಗಿ ಬಿರಿಯಾನಿ ಕಟ್ಟಿಸಿಕೊಂಡು ಬಂದಿದ್ದ. ಕೈ ಕಾಲು ತೊಳೆದು ಅಡುಗೆ ಮನೆಗೆ ಹೋದ. ಎಲ್ಲಾ ಯಥಾಸ್ಥಿತಿಯಲ್ಲಿತ್ತು. ಅವಳಿಗೆ ಮಾಡಿ ಗೊತ್ತಿಲ್ಲ. ತಾನೇ ಅದನ್ನೆಲ್ಲ ಕ್ಲೀನ್ ಮಾಡಿ ಬಂದ.

ಬಿರಿಯಾನಿ ಪೊಟ್ಟಣ ಬಿಚ್ಚಿ ತಿನ್ನುತ್ತಿದ್ದಳು. ತುಂಬ ಹಸಿದಿದ್ದರಿಂದ ತಕ್ಷಣ ಪೊಟ್ಟಣ ಬಿಚ್ಚಿದ್ದು.

"ಸಾರಿ... ಸಾರಿ... ನೀನು ತಿಂದು ಬಂದ್ಯಾ?" ಕೇಳಿದಳು. ಅದರಲ್ಲಿನ ಮಾಂಸದ ತುಂಡನ್ನು ಜಗಿಯುತ್ತ "ನಂದಾಯ್ತು, ನೀನು ಮುಗ್ಸು" ಹೊರಗೆ ಬಂದ. ಅವನ ಹೊಟ್ಟೆಯಲ್ಲಿ ತೊಳಸಿದಂತಾಯಿತು. ಆದರೆ ಇವನನ್ನೇನೂ ಮೋಸ ಮಾಡಿರಲಿಲ್ಲ. ಎಷ್ಟೋ ಸಲ ನನಗೆ ಚಿಕನ್, ಆಮ್ಲೆಟ್ ಇಷ್ಟಾಂತ ಹೇಳಿಕೊಂಡಿದ್ದು ಮಾತ್ರವಲ್ಲ, ಇವನ ಎದುರಿನಲ್ಲಿಯೇ ಬೇಯಿಸಿದ ಮೊಟ್ಟೆ ಕಚ್ಚಿ ಕಚ್ಚಿ ಚಪ್ಪರಿಸಿದ್ದಳು. ಆಗ ಪ್ರೇಮ ಮಾತ್ರ ದೊಡ್ಡದಾಗಿತ್ತು. ಇವೆಲ್ಲ ಬರೀ ಸಿಲ್ಲೀ ವಿಷಯಗಳು ಎನಿಸಿತ್ತು. ಈಗ ಇಷ್ಟವೆನಿಸುತ್ತಿರಲಿಲ್ಲ. "ವಾಸು... ವಾಸು..." ದೊಡ್ಡದಾಗಿ ಕೂಗಿಕೊಂಡಾಗ ಒಳಗೆ ಹೋದ. "ತುಂಬ ಟೇಸ್ಟಾಗಿತ್ತು ಯಾವ ಹೋಟೆಲ್‌ನಿಂದ ತಂದೆ? ನಮ್ಮಪ್ಪ ಚಿಕನ್, ಬಿರಿಯಾನಿ ಕೊಡಿಸೋ ಸಲುವಾಗಿ ಹೋಟಲ್‌ಗಳನ್ನು ಆಯ್ಕೆ ಮಾಡ್ಕೊಂಡು ಕರ್ಕಂಡ್ ಹೋಗ್ತಾ ಇದ್ದರು. ಒಂದು ಡಾಬಾಗೆ ಕರ್ಕಂಡ್ ಹೋಗಿದ್ರು... ತುಂಬ.. ತುಂಬ ಫ್ರೆಶ್ಶಾಗಿ" ವರ್ಣಿಸತೊಡಗಿದಾಗ ಅವನು ಅಡುಗೆ ಮನೆಗೆ ಹೋದ. ತಾನು ಈ ವಿಷ್ಯವನ್ನು ಅಂಜಲಿಯೊಂದಿಗೆ ಮಾತಾಡಬೇಕಿತ್ತು ಅಂದುಕೊಂಡ.

ತಿಂದು ಎಸೆದು ಬಂದ ಅಂಜಲಿ ಕಿಚನ್‌ಗೆ ಬಂದಳು.

"ನಿಂಗೆ... ಸಾರಿ... ನಿಮ್ಗೇ ಬೇಜಾರಾಯ್ತಾ? ತಿನ್ನೋಕೆ ಶುರುವಾದರೆ ನಿಂಗೂ ಅಭ್ಯಾಸವಾಗುತ್ತೆ. ನಾನ್ ವೆಜ್ ಟೇಸ್ಟಿಗೆ ಒಂದ್ಸಲ ಬಿದ್ದರೇ, ಆಮೇಲೆ ಬೇರೆ ಕಡೆ ತಿರುಗೋಲ್ಲ" ಅಂದಕೂಡಲೇ ತಟ್ಟನೆ ಅವಳತ್ತ ತಿರುಗಿದವನ ಕಣ್ಣುಗಳಲ್ಲಿ ಬೆಂಕಿ ಇತ್ತು. "ಏನೇನೋ ಮಾತಾಡಬೇಡ. ನೀನು ತಿನ್ನು. ನಂಗೆ ಅಭ್ಯಾಸ ಮಾಡೋ ಪ್ರಯತ್ನ ಮಾಡಬೇಡ. ಸ್ಟುಪಿಡ್ ಗರ್ಲ್" ಗದರಿದ. ಅವನ ಕೋಪಕ್ಕೆ ಸುಸ್ತಾದಳು.

"ಅಷ್ಟೊಂದು ಪ್ರೀತಿಸ್ತಿ, ಇದೊಂದು ವಿಷ್ಯಕ್ಕೆ ಕಾಂಪ್ರಮೈಸ್ ಆಗೋಕ್ಕಾಗೋಲ್ವಾ?

ಅದನ್ನೆಲ್ಲ ರುಚಿ ತೋರಿಸ್ದೇ ನಿಮ್ಮಪ್ಪ, ಅಮ್ಮ ನಿಂಗೆ ಮೋಸ ಮಾಡಿದ್ದಾರೆ" ತಮಾಷೆಯಾಗಿ ಅಂದುಬಿಟ್ಟಳು.

ವಾಸು ಕಣ್ಣುಗಳು ಬೆಂಕಿಯನ್ನು ಕಾರಿತು. ಹೊರಗೆ ಹೋದವನು ಹಿಂದಿರುಗಿದ್ದು ರಾತ್ರಿಯೇ. ಇಡೀ ಮೈಸೂರಿನಲ್ಲಿ ಓಡಾಡಿ ಬೆಳೆದ ಹುಡುಗಿ. ಬೆಂಗಳೂರು ದೂರವಲ್ಲ, ಅವಳು ಕಾಣದ ಬೆಂಗಳೂರು ಅಲ್ಲ. ತಾನೇ ಡ್ರೈವ್ ಮಾಡುತ್ತ ಓಡಾಡಿದ್ದಳು. ಆದರೆ ಈಗ ಯಾಕೋ ಭಯ. ಆಗ ಅವಳ ಜೊತೆಯಲ್ಲಿ, ಹಿಂದೆ ಸಾಕಷ್ಟು ಜನ ಇದ್ದರು. ಈಗ ವಾಸು ಒಬ್ಬನೇ!

ಜೋರಾಗಿ ತಬ್ಬಿಕೊಂಡು ಬಿಕ್ಕಳಿಸಿ ಅತ್ತಳು. ಅವನಿಗೂ 'ಅಯ್ಯೋ' ಅನಿಸಿತು. ಸಮಾಧಾನಿಸುವುದರ ಜೊತೆಗೆ "ವಿವಾಹಕ್ಕೆ ಮುನ್ನ ಭವಿಷ್ಯತ್ತಿನ ಕನಸುಗಳ ಬಗ್ಗೆ, ಜವಾಬ್ದಾರಿಗಳ ಬಗ್ಗೆ ಏನೇನೂ ಮಾತಾಡಿರಲಿಲ್ಲ. ಆಗಿನದಕ್ಕಿಂತ ತೀರಾ ಭಿನ್ನ. ನಾನು ವೆಜಿಟೇರಿಯನ್, ನೀನು ನಾನ್ ವೆಜಿಟೇರಿಯನ್. ನಿನ್ನ ಫುಡ್ ನಂಗೆ ವಿರೋಧವಿಲ್ಲ. ಆದರೆ ನೀನು ನನ್ನನ್ನ ಬಲವಂತ ಮಾಡಬಾರದು. ನಾನು ನಿನ್ನ ಆಹಾರದ ಬಗ್ಗೆ ಟೀಕೆ ಮಾಡಲಾರೆ. ಸದ್ಯಕ್ಕೆ ಇಂಥ ಒಂದು ನಿರ್ಧಾರಕ್ಕೆ ಬರಬೇಕಿದೆ" ಅಂದ. ಕಡೆಗೆ ಅವಳು ಈ ನಿರ್ಧಾರವನ್ನು ಒಪ್ಪಿಕೊಂಡಳು.

ಆಮೇಲೆ ತೀರಾ ಜವಾಬ್ದಾರಿಯಿಂದ ಮುಂದಿನ ದಿನಗಳ ಬಗ್ಗೆ ಮಾತಾಡಿದರು.

"ಸದ್ಯಕ್ಕೆ ಒಂದು ಕೆಲ್ಸ ಬೇಕು. ಅಂಥದೊಂದು ದೊಡ್ಡ ಎಜುಕೇಷನ್ ಇಲ್ಲದಿದ್ದರಿಂದ ದೊಡ್ಡ ಕೆಲ್ಸವೇನು ಸಿಗೋಲ್ಲ. ನಮ್ಮ ವಿದ್ಯಾಭ್ಯಾಸ, ಎಲಿಜಿಬಿಲಿಟಿ ಮಿತಿಯಲ್ಲಿ ಕೆಲ್ಸಕ್ಕೆ ಪ್ರಯತ್ನ ಮಾಡಬೇಕು. ನಾನು ಯಾವ ಕೆಲ್ಸಕ್ಕಾದ್ರೂ ರೆಡಿ ಇದ್ದೀನಿ. ಅಂತೂ ಒಂದು ಕೆಲ್ಸ ಸಿಕ್ಕೇ ಸಿಗುತ್ತೆ. ಸುಮಾರಾಗಿ ಸಂಬಳ ಸಿಗಬಹುದು. ಅದಕ್ಕೆ ನಾವು ಒಗ್ಗಿಕೊಳ್ಳಬೇಕು" ಇಷ್ಟನ್ನು ಅವಳ ಮುಂದಿಟ್ಟ. 'ಸರಿ' ಎನ್ನುವಂತೆ ತಲೆದೂಗಿದಳು.

"ನಾನು ಕೆಲ್ಸಕ್ಕೆ ಪ್ರಯತ್ನಿಸ್ತೀನಿ"

ವಾಸು ಅವಳ ಕೆನ್ನೆ ತಟ್ಟಿ "ಆರಾಮಾಗಿ ಕಾರಿನಲ್ಲಿ ಓಡಾಡಿಕೊಂಡಿದ್ದವಳು. ನಿನ್ನ ಹಿನ್ನೆಲೆ ಬಗ್ಗೆ ನಾನು ತಲೆ ಕೆಡ್ಸಿಕೊಳ್ಳಲಿಲ್ಲ. ಅಂತೂ ಒಬ್ಬ ಶ್ರೀಮಂತ ಮನೆ ಹುಡ್ಗೀ ಸದ್ಯಕ್ಕೆ ನಿನ್ನ ಸಾಕೋ ಜವಾಬ್ದಾರಿ ನಂದು" ಅಂದ. ವಿವಾಹದವರೆಗೂ ಬಂದ ಒಡನಾಟದಲ್ಲಿ ಅವಳ ಮನೆಯವರ ಬಗ್ಗೆ ತಿಳಿಯದ್ದು, ಪ್ರಶ್ನಿಸದ್ದು ಮೂರ್ಖತನವೆನಿಸಿತು. ಅವನು ಕೂಡ ತನ್ನ ಮನೆಯವರ ಬಗ್ಗೆ ಏನೂ ಹೇಳಿಕೊಂಡಿರಲಿಲ್ಲ! ಯಾಕೆ? ಅದಕ್ಕೆಲ್ಲ ಪುರುಸೊತ್ತು ಇರಲಿಲ್ಲವೇನೋ? ಈ ವಯಸಿನಲ್ಲಿ ಎಲ್ಲರೂ ಇದೆ ತರಹವೆನಾ?

ಅಂದು ಸಂಜೆ ಷಾಪಿಂಗ್ ಕಾಂಪ್ಲೆಕ್ಸ್ ಬಳಿ ಪ್ರೊಫೆಸರ್ ಡಾ. ಗುರುಸಿದ್ಧಪ್ಪನವರು ಸಿಕ್ಕವರು ನಿಂತರು. ಎಂದಿನಂತೆ ಮುಖವೆತ್ತಿ ಸಂಭಾಷಿಸುವುದಾಗದಿದ್ದರೂ ಒಳಗಿನ ಒತ್ತಡ ಅವನ ಬಾಯಿಯನ್ನು ತೆರೆಸಿತು.

"ಹೇಗಿದ್ದೀರಿ ಗುರು ಚಿಕ್ಕಪ್ಪ?" ಕೇಳಿದ.

ಒಮ್ಮೆ ಅಂಜಲಿಯತ್ತ ನೋಟ ಹರಿಸಿದರು. ಸುಮಾರು ಬಣ್ಣ, ಎಲ್ಲಾ... ಸುಮಾರೇ! ಅಂಥ ಹೇಳಿಕೊಳ್ಳುವಂಥ ರೂಪವಂತೆಯಲ್ಲ.

"ಚೆನ್ನಾಗಿದ್ದೀನಿ. ನೀನು ಹೇಗಿದ್ದೀ?" ಅಷ್ಟೇ ಕೇಳಿದ್ದು.

ಅನಂತರಂಗಮೂರ್ತಿಯವರ ನೀರವ ಮೌನವನ್ನು ಸ್ವತಃ ನೋಡುತ್ತಿದ್ದ ಅವರಿಗೆ ಅವನೊಂದಿಗೆ ಮಾತೇ ಬೇಡವೆನಿಸಿತು.

"ಚೆನ್ನಾಗಿದ್ದೀನಿ" ಯಾಕೋ ಮಾತನ್ನು ಮುಂದುವರಿಸಲಾಗಲಿಲ್ಲ. ತಂದೆಯ ಬಗ್ಗೆ, ಅಕ್ಕನ ಬಗ್ಗೆ, ಪುಟ್ಟ ನೈರುತ್ಯನ ಬಗ್ಗೆ ತಿಳಿಯಬೇಕೆಂಬ ಆಸೆ ಇದ್ದರೂ ಅದುಮಿಟ್ಟ "ಆಯ್ತು ಬರ್ತೀನಿ" ಹೊರಟರು.

ವಾಸುಗೆ ನಿಂತ ಜಾಗದಿಂದ ಕದಲಲಾಗಲಿಲ್ಲ. ಅಲ್ಲೇ ಹತ್ತಿರದಲ್ಲಿದ್ದ ದೇವಾಲಯದ ಮೆಟ್ಟಿಲುಗಳ ಮೇಲೆ ಹೋಗಿ ಕೂತ. ದುಗುಡದಿಂದ ಕಕ್ಕಾಬಿಕ್ಕಿಯಾಗಿದ್ದ.

"ನಾನು ಈ ಸಲ ಹೋಗೋವಾಗ ಅಣ್ಣನ್ನ ಜೊತೆಯಲ್ಲಿ ಕರ್ಕಂಡ್ ಹೋಗ್ತೀನಿ. ಅದು ನಿನ್ನ ಭಾವನ ಆಸೆ ಕೂಡ. ನಾನು ಇಲ್ಲಿ ಬಂದು ನಿಂತಿದ್ದಕ್ಕೆ ಅದು ಒಂದು ಕಾರಣ" ಹೇಳಿದಾಗಲೆಲ್ಲ ಜಗಳಕ್ಕೆ ನಿಲ್ಲುತ್ತಿದ್ದ. "ಇಂಪಾಜಿಬಲ್, ನನ್ನಗತಿ.. ಏನು? ಅಣ್ಣನ್ನ ಬಿಟ್ಟು ನಂಗಂತೂ ಇರೋಕ್ಕಾಗೋಲ್ಲ" ಎನ್ನುತ್ತಿದ್ದ ವಾಸು ಆರಾಮಾಗಿ ಅಂಜುಗಾಗಿ ಹೊರ ಬಂದಿದ್ದ. ತಂದೆಯನ್ನು ನೋಡಿ ಇಪ್ಪತ್ತೆಂಟು ದಿನಗಳಾಗಿ ಹೋಗಿತ್ತು. ಅಮ್ಮನಂತೆ ಜೋಪಾನ ಮಾಡಿದ ಅಪ್ಪನಿಗಿತ್ತ ಉಡುಗೊರೆ ಅದು.

"ಇದೊಂದು ಸಲ. ಅಪ್ರಿಗೂ ಆದಷ್ಟು ಬೇಗ ಹಿಂದಿರುಗಬೇಕೆಂಬ ತವಕ ನೈರುತ್ಯ ಪೂರ್ತಿ ಭಾರತೀಯ ಎನ್ವಿರಾನ್‌ಮೆಂಟ್‌ನಲ್ಲಿ ಬೆಳೀಬೇಕು, ಇಲ್ಲಿನ ಕಲೆ, ಸಾಹಿತ್ಯ, ಸಂಸ್ಕೃತಿಯನ್ನು ಮೈಗೂಡಿಸಿಕೊಳ್ಳಬೇಕೆಂಬ ಅವರ ಬಯಕೆ. ಇದೊಂದು ಸಲ ಅಣ್ಣನ್ನ ಕರ್ಕಂಡ್ ಹೋಗ್ತೀನಿ. ನಾವು ಹಿಂದಿರುಗುವಾಗ ನಿಂಗೊಂದು ಪುಟ್ಟ ಆಹ್ವಾನವಿರುತ್ತೆ ಅಷ್ಟೇ" ಇಂಥ ಒಂದು ಷರತ್ತಿನಿಂದ ಒಪ್ಪಿಸಿದ್ದ ಅಕ್ಕನ ನೆನಪಾಗಿ ಅವನ ಕಣ್ಣಲ್ಲಿ ನೀರಾಡಿತು. ಪಕ್ಕಕ್ಕೆ ತಿರುಗಿ ತೊಡೆದುಕೊಂಡ.

"ಇಲ್ಲೆ ಎಷ್ಟೊತ್ತು ಕೂತುಕೊಳ್ಳೋದು?" ಕೇಳಿದಳು ಅಂಜು.

ಪಕ್ಕದಲ್ಲಿದ್ದ ಇವಳನ್ನು ಪ್ರೊಫೆಸರ್ ಡಾ. ಗುರುಸಿದ್ಧಪ್ಪನವರಿಗೆ ಪರಿಚಯಿಸುವ ಸಣ್ಣ ಕಷ್ಟವನ್ನು ಕೂಡ ಅವನು ತೆಗೆದುಕೊಂಡಿರಲಿಲ್ಲ. ಅದು ಅವಳಿಗೆ ಬೇಸರವನ್ನುಂಟು ಮಾಡಿತ್ತು. "ಈಗ ಸಿಕ್ಕವರು ಯಾರು?" ಕೇಳಿದಳು.

"ನನ್ನ ತಂದೆಯ ಆತ್ಮೀಯ ಸ್ನೇಹಿತರು ಪ್ರೊಫೆಸರ್ ಡಾ. ಗುರುಸಿದ್ಧಪ್ಪನವರು. ವಚನ ಸಾಹಿತ್ಯದ ಬಗ್ಗೆ ನಾಲ್ಕಾರು ಪುಸ್ತಕಗಳನ್ನು ಬರೆದಿದ್ದಾರೆ. 'ಸಿದ್ಧರಾಮರ ವಚನಗಳಲ್ಲಿ ಸಮಾಜದ ವಿಮರ್ಶೆ' ಎನ್ನುವ ಕೃತಿಗೆ ಕೇಂದ್ರ ಸಾಹಿತ್ಯ ಅಕಾಡೆಮಿಯ ಬಹುಮಾನ ಬಂದಿದೆ. ನನ್ನ ಮನಸ್ಸಿನಲ್ಲಿ ಪ್ರೀತಿಯ ಜೊತೆ ಬಹಳ ಎತ್ತರದ ಸ್ಥಾನಗಳಿಸಿದ ವ್ಯಕ್ತಿ" ಹೇಳಿಕೊಂಡವನ ದನಿಯಲ್ಲಿ ನೋವಿನ ಮಿಡಿತವಿತ್ತು.

ಅಂಜು ಮುಖ ದಪ್ಪಗೆ ಮಾಡಿ "ನಂಗೆ ಪರಿಚಯಿಸಬೇಕಾಗಿತ್ತು. ನಾನು Unwanted ಅನ್ನೋ ತರಹ ನೋಡಿದ್ರು. ನಂಗೆ ತುಂಬ ಹರ್ಟ್ ಆಯ್ತು" ಅಂದ ಕೂಡಲೇ ಮೇಲೆದ್ದ. ಮಾತು ಆ ವಿಷಯದಲ್ಲಿ ಬೆಳೆಸುವುದು ಬೇಡವಾಗಿತ್ತು. "ಐ ನೋ, ಆದ್ರೂ ನಂಗೆ ಆ ಸಮಯದಲ್ಲಿ ಪರಿಚಯಬೇಕೆನಿಸಲಿಲ್ಲ" ಹೇಳಿದ.

ಅಂಜಲಿಗೆ ಐಸ್‌ಕ್ರೀಂ ಎಂದರೆ ಇಷ್ಟ. ಎಲ್ಲಾ ತರಹ ಐಸ್‌ಕ್ರೀಮ್ ಟೇಸ್ಟ್ ನೋಡುತ್ತ ಲೊಟ್ಟೆ ಹಾಕುವುದು. ಅದು ಗೊತ್ತಿದ್ದ ರಾಮಲಿಂಗಂ ಕೆಲವೊಮ್ಮೆ ಹೊರಗೆ ಕರೆದೊಯ್ದು ಬರೀ ಐಸ್‌ಕ್ರೀಂನಿಂದಲೇ ಹೊಟ್ಟೆ ತುಂಬಿಸುತ್ತಿದ್ದರು. ಈಗ ಎರಡು ಕಪ್ ಐಸ್‌ಕ್ರೀಮ್ ತಂದುಕೊಟ್ಟ.

"ನಂಗೆ ಐಸ್‌ಕ್ರೀಮ್ ಯಾವಾಗ್ಲೂ ಇಷ್ಟವಿಲ್ಲ. ಇವೆರಡು ನಿಂಗೋಸ್ಕರನೇ" ಅಂದ ಕೂಡಲೇ ಅವನನ್ನು ದಿಟ್ಟಿಸಿ "ನಿಮ್ಗೇ ಐಸ್‌ಕ್ರೀಮ್ ಇಷ್ಟವಿಲ್ಲಾಂತ ಒಮ್ಮೆ ಕೂಡ ಹೇಳಿದ್ದಿಲ್ಲ. ನನ್ಜೊತೆ ತಿಂತಾ ಇದ್ರಿ" ಕೇಳಿದಳು ತೀಕ್ಷ್ಣವಾಗಿ. ಮಂಕಾದ. ತುಟಿಯಂಚಿನಲ್ಲಿ ವಿಷಾದದ ನಗೆ ಅರಳಿತು. "ಹೌದು ಅಂಜು, ನಿನ್ನ ಖುಷಿಪಡಿಸೋಕೆ ನನ್ನ ಮನಸ್ಸು ತವಕಿಸುತ್ತಿತ್ತು. ಆಗ ನಂಗೆ ನೀನು ಮುಖ್ಯವಾಗಿದ್ದೆ. ನಿನ್ನ ಸಂತೋಷ ಇಷ್ಟವಾಗ್ತಾ ಇತ್ತು. ಈಗ ಅದೆಲ್ಲ ಹೇಗೆ ಸಾಧ್ಯವಾಯ್ತು ಅನ್ನೋ ಪ್ರಶ್ನೆ ನನ್ನಲ್ಲಿ ಉದ್ಭವವಾಗ್ತಾ ಇದೆ. ಫುಲ್ಲಿ ಕನ್‌ಫ್ಯೂಸ್ಡ್" ಹಣೆಯೊತ್ತಿಕೊಂಡಾಗ ಅಳಬೇಕೆನಿಸಿತು.

ತಿಂಗಳು ಮುಗಿಯದ ತಮ್ಮ ವಿವಾಹಕ್ಕೆ ವಿಷಾದವೇ? ಜಗಳವಾಡಬೇಕೆನಿಸಿತು. "ನೀನು ತಿನ್ನು. ಈಗ್ಬರ್ತೀನಿ" ಸರಿದು ಹೋದ. ವಿಷಾದವೇ? ಪಶ್ಚಾತ್ತಾಪವೇ?

ಇಲ್ಲ ಇಷ್ಟು ಬೇಗ ಪ್ರೀತಿ ಕಮ್ಮಿಯಾಯಿತಾ? ಇಲ್ಲಿ ಎದುರಾದ ಪರಿಸ್ಥಿತಿಗಳು, ಜವಾಬ್ದಾರಿಗಳು ಇದಕ್ಕೆ ಕಾರಣವೇ? ಒಂದಿಷ್ಟು ಸಾಂತ್ವಾನಿಸಿಕೊಂಡು ಹಿಂದಿರುಗುವ ವೇಳೆಗೆ ಅಂಜಲಿ ಯಾರೊಂದಿಗೋ ಮಾತನಾಡುತ್ತಿದ್ದಳು.

"ಸುಮ್ನೆ ತೆಪ್ಪಗಿರದಿದ್ದರೇ, ನಮ್ಮ ಯಜಮಾನ್ರು ನಿನ್ನ ಕೈ ಕಾಲು ಮುರುಸ್ತಾರೆ" ಎಂದು ಧಮಕಿ ಹಾಕಿ ಹೋದ ವ್ಯಕ್ತಿಯೇ ನಿಂತಿದ್ದು. ಅಂದರೆ ಅಂಜಲಿಯ ಕಡೆಯವರೇ. ಹೆದರದೆ ಅತ್ತ ಹೆಜ್ಜೆ ಹಾಕಿದವನು "ಅಂಜು, ಆಯ್ತಾ, ಹೋಗೋಣ್ವಾ?" ಎಂದು ಕೇಳಿದ. ಒಂದು ಐಸ್‌ಕ್ರೀಮ್ ಬಟ್ಟಲು ಖಾಲಿಯಾಗಿತ್ತು. ಇನ್ನೊಂದು ತನ್ನ ಪಾಡಿಗೆ ತಾನು ಕರಗುತ್ತಿತ್ತು. "ನೀನು... ಅನ್ನಲು ಹೊರಟವಳು... ನೀವು ತಗೊಳ್ಳಿ" ಅನ್ನುತ್ತ ಎದ್ದು ನಿಂತ ಅಂಜಲಿ "ನೀನ್ಹೋಗು... ಸಂಜೀವ" ಅವನನ್ನು ಕಳುಹಿಸಿದ ಅಂಜಲಿಯ ಮುಖದಲ್ಲಿ ದುಗುಡವಿತ್ತು. ಅವನಿಗೆ ತೆಕ್ಕೆ ಬಿದ್ದು ಅಳಬೇಕೆನಿಸಿತು. ಆದರೆ ವಾಸು ಸೀರಿಯಸ್ಸಾಗಿದ್ದ.

ಮನೆಗೆ ಬಂದ ನಂತರವೇ ಉಸುರಿದಳು ಅಂಜಲಿ.

"ಅವ್ನು ನಮ್ಮ ಫೋರ್ಡ್ ಕಾರಿನ ಡ್ರೈವರ್ ಆಗಿ ಬರ್ತಾ ಇದ್ದಿದ್ದು. ನನ್ನ ಡ್ಯಾಡಿಗೆ ಇವ್ನ ಮೇಲೆ ಅಪಾರವಾದ ನಂಬ್ಕೇ. ನಮ್ಮ ಮನೆಯವನೇ ಆಗಿದ್ದ. ನನ್ನ ನೋಡಿ ಅತ್ತೇ ಬಿಟ್ಟ" ಕೊನೆಯ ಮಾತಿಗೆ ಅವನಿಗೆ ರೇಗಿತು. "ಯಾಕೇ,

ಐಸ್‌ಕ್ರೀಮ್ ತಿಂದು ಆರೋಗ್ಯ ಹಾಳು ಮಾಡ್ಕೋತೀಯಾಂತನಾ? ಇಲ್ಲ ನೀನು ಬೇರೆ ಏನಾದ್ರೂ ಹೇಳಿದ್ಯಾ? ಅದ್ನ ಕೇಳಿ ಅವನು ಅತ್ತನಾ?" ಒರಟಾಗಿ ಪ್ರಶ್ನಿಸಿದ ಏಟಿಗೆ ದಿಗ್ಮೂಢಳಾದಳು. ಇವನು ವಾಸುನಾ? ಅನಿಸಿತು ಆ ಕ್ಷಣ.

"ನಾನೇನು ಹೇಳಿಕೊಳ್ಳಬೇಕಿಲ್ಲ. ಅವ್ನಿಗೆ ನನ್ನ ಸ್ಥಿತಿ ಅರ್ಥವಾಗಿದೆ. ನಮ್ಮ ಮನೆಯಲ್ಲಿ ನಾಲ್ಕು ಕಾರು ಇತ್ತು. ಡ್ಯಾಡಿ, ನಾನು ಪಿ.ಯು.ಸಿ. ಮುಗ್ಸಿದಾಗ್ಲೇ ನಂಗೆ ಕಾರು ಕೊಡಿಸಿದ್ರು. ಅಷ್ಟೊಂದು ಶ್ರೀಮಂತಿಕೆಯಲ್ಲಿ ಬೆಳೆದವಳನ್ನ ಈ ಸ್ಥಿತಿಯಲ್ಲಿ ನೋಡಿ ಸಹಾನುಭೂತಿ ಉಂಟಾದದ್ದು ಸಹಜ" ಅತ್ತಿತ್ತ ನೋಡದೆ ಒದರಿಬಿಟ್ಟಳು. ವಾಸು ಚಕಿತನಾದ. ಇದು ಪ್ರೇಮದ ಅವಸಾನದ ಸೂಚನೆಯೇ? "ಆಮೇಲೆ ಮಾತಾಡಬಹುದು" ಬೈಕ್ ಪಾರ್ಕ್ ಮಾಡಿದತ್ತ ನಡೆದ. ಅಂದು ಹೊರಬರುವಾಗ "ವಾಸು, ಬೈಕ್ ತಗೊಂಡು ಹೋಗ್. ಅದ್ನ ನಿನ್ನ ಬಿಟ್ಟು ಯಾರೂ ಉಪಯೋಗಿಸೋಕ್ಕಾಗೋಲ್ಲ" ಹೇಳಿದಾಗ ಕಾಂಪೌಂಡಿನಲ್ಲಿದ್ದ ಬೈಕನ್ನು ದೂಡಿಕೊಂಡು ಬಂದಿದ್ದ. ಕೆಲವೊಮ್ಮೆ ನಡೆದೆ ಓಡಾಡುತ್ತಿದ್ದ. ವಿವಾಹದ ನಂತರ ಜೋಡಿ ಹಕ್ಕಿಗಳಂತೆ ಹಾರಾಡಿದಾಗ ಬೈಕ್ ಅವರ ಸಂಗಾತಿಯಾಗಿತ್ತು.

ಬೈಕನ್ನು ಮನೆಯ ಮುಂದೆ ತಳ್ಳಿ ಬೀಗ ತೆಗೆದು ಒಳ ನಡೆದವನು ಒಂದೆಡೆ ಕೂತ. ಪ್ರೇಮ ನಿವೇದನೆಯನ್ನು ಕೇಳಿ ಸುಖಿಸಿದವನಿಗೆ ಶ್ರೀಮಂತಿಕೆಯ ಭಾವ ಪ್ರದರ್ಶನ! 'ಈ ಸಂಬಂಧ ಸರಿಬರೋಲ್ಲ, ವಾಸು. ನಿಮ್ಮಗಳ ಪ್ರೇಮದ ಆಳ, ಅಗಲ ನಂಗೆ ಗೊತ್ತಿಲ್ಲ. ಮೊದ್ಲು ವಿದ್ಯಾಭ್ಯಾಸ ಮುಗೀಲಿ ನಾನು ಕಾಲೇಜಿನಲ್ಲಿ ಪಾಠ ಮಾಡಿದವ. ಸಾವಿರಾರು ಪ್ರೇಮ ಜೋಡಿಗಳು ಕಂಡವು. ಕೆಲವೊಮ್ಮೆ ಬುದ್ಧಿ ಹೇಳಿರಬಹುದು, ಛೀಮಾರಿ ಹಾಕಿರಬಹುದು. ಮೂರು ತಿಂಗಳು... ಆರು ತಿಂಗಳಲ್ಲಿ... ಮುಖ ತಿರುವಿ ಬೇರೆಯಾದವರನ್ನು ಕಂಡಿದ್ದೀನಿ. ಕಾಲೇಜು ಮುಗಿಸಿ ಹೋದವರು ತಮ್ಮ ಗೆಳೆಯ, ಗೆಳತಿಯರನ್ನು ಜ್ಞಾಪಿಸಿಕೊಳ್ಳದವರುಂಟು. ಆದರೆ ನೀನು ಹೋಗಿರುವ ದಾರಿ ತಪ್ಪು. ಆ ಹುಡ್ಗೀ ನಿನಗಿಂತ ಭಿನ್ನವಾದ ವಾತಾವರಣದಲ್ಲಿ ಬೆಳೆದವಳು. ನೀನು ಸರಸ್ವತಿ ದೇಗುಲದ ನಿವಾಸಿ. ಅವಳು ಲಕ್ಷ್ಮಿಯ ವೈಭವದ ದಬಾವಣೆ. ರಾಮಲಿಂಗಂ ಬಗ್ಗೆ ನಿಂಗೇನು ಗೊತ್ತಿಲ್ಲ" ಈ ಮಾತುಗಳನ್ನು ಮಹಾರಾಜ ಕಾಲೇಜಿನ ಹಿಂಭಾಗಕ್ಕೆ ಕರೆದೊಯ್ದು ಹೇಳಿದ್ದು ಪ್ರೊಫೆಸರ್ ಡಾ. ಗುರುಸಿದ್ಧಪ್ಪನವರು.

ಅದು ಬೇಗ ಸತ್ಯವಾಗಿ ಬಿಡಬಹುದೆನಿಸಿತು.

"ಸಾರಿ, ನಿಮ್ಗೇ ಬೇಜಾರಾಯ್ತಾ? ಆ ಸಂದರ್ಭದಲ್ಲಿ ನಂಗೆ ಮಮ್ಮಿ, ಡ್ಯಾಡಿಯ ನೆನಪಾಯ್ತು. ನನ್ನ ಕಂಡರೆ ಅವ್ರಿಗೆ ತುಂಬ ಪ್ರೀತಿ. ಎಂಟು ದಿನ ಮನೆ ಸ್ಮಶಾನವಾಗಿತ್ತಂತೆ. ಈಗ್ಲೂ ಅಜ್ಜಿ, ಅಮ್ಮ ನನ್ನ ನೆನಪಿಸಿಕೊಂಡು ಅಳ್ತಾ ಇರ್ತಾರಂತೆ." ಹೇಳುತ್ತ ಹೇಳುತ್ತ ಅವಳಿಗೆ ಅಳುವೇ ಬಂದುಬಿಟ್ಟಿತು. ಕೋಪ ಬಂತು ವಾಸುಗೆ. ಮತ್ತೆ ಸಹಾನುಭೂತಿಯಿಂದ ಅವನೆದೆಗೆ ಒರಗಿಸಿಕೊಂಡು "ಅಂಜು, ನಾನು ಇಲ್ದೇ ಬದುಕೋಕೆ ಆಗೋಲ್ಲಾಂದೆ. ಅಷ್ಟು ಬೇಗ ಎಲ್ಲರನ್ನು ನೆನಪಿಸಿಕೊಂಡು ಅಳೋಕೆ ಶುರು ಮಾಡಿದ್ದೀ, ಇದು ನ್ಯಾಯವಾ? ಅಂದರೆ ನಮ್ಮ ಪ್ರೀತಿ ಅಲ್ಪಾಯುಸ್ಸು"

ರಮಿಸಿದ.

"ಇಲ್ಲ... ಇಲ್ಲ... ಇಲ್ಲ... ನಂಗೆ ಅವರ್ಯಾರು ಬೇಡ. ನೀವೊಬ್ರೆ ಸಾಕು. ಪ್ರೀತಿಯಲ್ಲೇ ಬದುಕು" ಹುಸಿ ಮುನಿಸಿನ ನಗು ಅರಳಿತು ತುಟಿಯಂಚಿನಲ್ಲಿ. ಒದ್ದೆಯ ಕೆನ್ನೆಗಳ ಮೇಲೆ ಪ್ರೀತಿಯ ಹೂಗಳು. "ನಕ್ಕ ಹಾಗೆ ನಟಿಸಬೇಡ, ನಕ್ಕು ಬಿಡು ಸುಮ್ಮನೆ. ಬೆಳಕಾಗಲೀ ತಂಪಾಗಲಿ ನಿನ್ನೊಲವಿನ ಒಳಮನೆ. ನಿನ್ನೊಲವಿನ ತೆರೆಗಳಲ್ಲಿ ಬೆಳ್ದಿಂಗಳು ಹೊರಳಲಿ, ನಿನ್ನ ಹೆಸರು ಕನಸಿನಲ್ಲಿ ಮಲ್ಲಿಗೆ ಹೂವರಳಲಿ" ಎಂದು ಕೆ.ಎಸ್.ಎನ್. ಅವರ ಅದ್ಭುತ ಕವಿತೆಯೊಂದನ್ನು ಹಾಡಿದ. ಆ ರಮಿಸುವಿಕೆಗೆ ಸೋತಳು.

ಸಮಾಧಾನ ಮಾಡಿಕೊಂಡಿದ್ದು.

"ನನ್ನ ಕ್ಷಮ್ಸಿ ಬಿಡು.. ಅಲ್ಲ... ಬಿಡಿ. ನಾನು ಖಂಡಿತ ನಮ್ಮಪ್ಪನ ಮನೆಯ ಶ್ರೀಮಂತಿಕೆಯ ಬಗ್ಗೆ ಮಾತಾಡೋಲ್ಲ. ಕಷ್ಟ-ಸುಖಗಳನ್ನು ಹಂಚಿಕೊಂಡು ಒಂದಾಗಿ ಬದುಕೋಣ. ಸಣ್ಣ ಸಣ್ಣ ವಿಷಯಗಳಿಗೆ ಜಗಳ ಆಡೋದು ಬೇಡ" ಪ್ರತಿಜ್ಞೆ ಮಾಡಿದಂತೆ ನುಡಿದಳು.

"ಅಂದರೆ ನಮ್ಮ ಕೆಎಸ್‌ಎನ್ ಮಧುರ ಗೀತೆಗಳಂತೆ ದಾಂಪತ್ಯ ಸುಖವನ್ನು ಅನುಭವಿಸೋಣ. ಎಂಥ ಕಠಿಣ ಸಮಸ್ಯೆಗೂ ನಾವು ರೆಡಿ" ಎಂದು ಅವಳನ್ನು ಬಳಸಿ ಅಪ್ಪಿಕೊಂಡ. ಬಿಸಿ ಅಪ್ಪುಗೆ, ಪಿಸುಮಾತುಗಳು ಎಲ್ಲಿಗೋ ಕೊಂಡೊಯ್ಯಿತು. 'ದೀಪವು ನಿನ್ನದೆ, ಗಾಳಿಯು ನಿನ್ನದೆ ಆರದಿರಲಿ ಬೆಳಕು. ಕಡಲೂ ನಿನ್ನದೆ, ಹಡಗು ನಿನ್ನದೆ ಮುಳುಗದಿರಲಿ ಬದುಕು' ವಸುಧಾಳ ದನಿಯಿಂದ ಹರಿದು ಬಂದ ಕವನದ ಸಾಲುಗಳು ಬಡಿದೆಬ್ಬಿಸಿತು. ಆಗಾಗ ಹಾಡುತ್ತಿದ್ದಳು. ಅದ್ಭುತವಾದ ಹಾಡುಗಾರಿಕೆ ಅವಳದು.

ಥಟ್ಟನೆ ಎದ್ದು ಕೂತವನು ಇಡೀ ರಾತ್ರಿ ನಿದ್ರಿಸಲಿಲ್ಲ. ಅಕ್ಕನ ವಾತ್ಸಲ್ಯ ಬೇಡವೆನಿಸಿದ್ದು ಹೇಗೆ?

* * *

ರಾಮಲಿಂಗಂ ಮನೆಯಲ್ಲಿ ಒಂದು ರೀತಿಯ ಸ್ಮಶಾನ ಮೌನ. ಆಗಾಗ ಗುಡುಗು, ಸಿಡಿಲು, ಮಳೆಯ ನಂತರದ ನೀರವತೆ. ಹಾಗಂತ ಕಿಚನ್ ನಿದ್ರಿಸುತ್ತಿರಲಿಲ್ಲ. ಮಸಾಲೆಯ ಘಮಘಮ ಇರುತ್ತಿತ್ತು. ಬೇರೆಯದೆಲ್ಲ ಸಾಂಗವಾಗಿ ನಡೆಯುತ್ತಿತ್ತು. ಮನೆಯ ಹೆಂಗಸರು ಬಾಯಿ ತೆರೆಯಲು ಹೆದರುತ್ತಿದ್ದರು. ರಾಮಲಿಂಗಂ ಗುಡುಗು, ಆರ್ಭಟ ಬೈಯ್ಗುಳಗಳಿಗೆ ಮೌನವಾಗಿ ಕಣ್ಣೀರು ಸುರಿಸುತ್ತಿದ್ದರು. ವಾರದ ಹಿಂದೆ ಹಿಂದಿರುಗಿದ ಮುತ್ತಮ್ಮನ ತಾಯಿ ಮತ್ತೆ ಹಿಂದಿರುಗಿದ್ದು ಮಗನ ಕಾರಿನಲ್ಲಿ 'ಮುತ್ತಮ್ಮನಿಗೆ ಹುಷಾರಿಲ್ಲ... ಬಂದ್ಹೋಗು' ಎಂದು ಬೀಗಿತ್ತಿ ಹೇಳಿದ ಮೇಲೆ ಹೊರಟು ಬಂದಿದ್ದಳು. ಅಳಿಯ ಕೂಡ ಮಗನ ತರಹ. ಬುದ್ಧಿ ಹೇಳುವಷ್ಟು ಸ್ನೇಹ, ಸಲಿಗೆ, ಬಂಧುತ್ವ ಇತ್ತು.

ಮುಂದಿನ ಆಫೀಸ್ ರೂಂನಲ್ಲಿ ಕೂತಿದ್ದ ರಾಮಲಿಂಗಂ ವಿಷಯ ತಿಳಿದು ಕೆಳಗೆ ಬಂದು "ನೀವು ಬಂದಿದ್ದು ಒಳ್ಳೆದಾಯ್ತು. ಬೆಳ್ದ ಮಗಳು ಮನೆಯಲ್ಲಿ ಇದ್ಮೇಲೆ ಎಚ್ಚರದಿಂದ ಇರಬೇಕಿತ್ತು. ಈಗ ಬಾಯಿ ಬಡಕೋತಾಳೆ, ಏನು ಪ್ರಯೋಜನ? ಒಂದಿಷ್ಟು ಉಗಿದು ಬುದ್ಧಿ ಹೇಳಿ" ಎಂದರು ಬೇಸರ, ಕೋಪ ಬೆರೆತ ದನಿಯಲ್ಲಿ.

ಆಕೆ ಜೋಲು ಮುಖ ಹಾಕಿದರೆ ವಿನಃ ಮಾತಾಡಲಿಲ್ಲ.

"ಅಂದು ನಿಶ್ಚಿತಾರ್ಥ ಶಾಸ್ತ್ರ ನಡೆದು ಹೋಗಿದ್ದರೆ ಅವಳಿಗೆ ಈ ಪಾಟಿ ಧೈರ್ಯ ಬರ್‍ತಾ ಇರ್‍ಲಿಲ್ಲ. ಅಂದು ಎಡವಟ್ಟು ಆಗಿದ್ದೆ ಇಷ್ಟೆಲ್ಲಕ್ಕೂ ಕಾರಣವಾಯ್ತು" ರಾಮಲಿಂಗಂ ತಾಯಿ ಬಂದು ಕೂಡುತ್ತ ಹೇಳಿದಳು.

ಅಂದು ಅನಿರೀಕ್ಷಿತವಾಗಿ ಅಂಜಲಿಗೆ ಎಲೆಕ್ಟ್ರಿಕ್ ಷಾಕ್ ಹೊಡೆದಿದ್ದರಿಂದ ಜ್ಞಾನ ತಪ್ಪಿಬಿದ್ದಳು. ಆದರೂ ಎರಡು ಕಡೆಯವರು ತಾಂಬೂಲ ಬದಲಾಯಿಸಿಕೊಂಡು ಸಂಬಂಧ ಗಟ್ಟಿ ಮಾಡಿಕೊಂಡಿದ್ದರು. ಆದರೆ ಇವರ ಸಂಬಂಧ ಗಟ್ಟಿಯಾಗಿರಬಹುದು. ಆದರೆ ಅವಳಂತೂ ಓಡಿ ಹೋಗಿ ವಾಸುನ ವಿವಾಹವಾಗಿ ಸವಾಲೆಸೆದಿದ್ದಳು.

"ಏಯ್ ಮುತ್ತ, ಬಾರೇ ಇಲ್ಲಿ. ನಿಮ್ಮಮ್ಮ ಬಂದಿದ್ದಾಳೆ" ರಾಮಲಿಂಗಂ ದನಿಯೇರಿಸಿ ಕೂಗಿದರು. ಆಕೆ ಬರಬೇಕಾದ್ದೆ. ಕಟ್ಟುನಿಟ್ಟಿನ ಮನುಷ್ಯ. ಪ್ರೀತಿಯ ಪ್ರದರ್ಶನ ಎಷ್ಟು ತರಹ ಇರುತ್ತಿತ್ತೊ, ಕೋಪದ ಪ್ರದರ್ಶನ ಕೂಡ ನಾನಾ ರೂಪ ತಾಳುತ್ತದೆಯೆಂದು ಆಕೆಗೆ ಗೊತ್ತು. ಎದ್ದು ಬಂದು ಬಾಗಿಲು ಚೌಕಟ್ಟು ಹಿಡಿದು ನಿಂತವರು, ಹೋಗಿ ಅಮ್ಮನ ಉಡಿಯಲ್ಲಿ ತಲೆ ಇಟ್ಟು "ಅಯ್ಯೋ, ನನ್ನ ಆಸೆಯೆಲ್ಲ ಮಣ್ಣು ಪಾಲು ಆಗಿ ಹೋಯ್ತು. ನಂಗೆ ತವರು ಇಲ್ದಂಗೆ ಆಯಿತು" ಬೋರಾಡಿ ಅಳತೊಡಗಿದಾಗ "ಏಯ್, ಸಾಕು ತೆಗೀ. ನಿನ್ನ ತವರು ಎಲ್ಲಿಗೆ ಹೋಗುತ್ತೆ? ತುಂಬಿದ ಮನೆಯಲ್ಲಿ ಅತ್ತು ರಂಪ ಮಾಡೋದು ಬೇಡ" ಗದರಿಕೊಂಡು ಮಗಳನ್ನು ಸುಮ್ಮನಾಗಿಸಿದರು. "ನಿಂಗೋಸ್ಕರ ತಾಜಾ ಮೀನಿಗೆ ಮಸಾಲೆ ಹಾಕ್ಕೊಂಡು ಬಂದಿದ್ದೀನಿ" ಅಂತ ಎಬ್ಬಿಸಿದರು.

ನಾಟಿ ಕೋಳಿಯ ಪಲ್ಯ, ಮಸಾಲೆ ಮೀನು, ಉದ್ದಿನ ಬೇಳೆ ದೋಸೆ ಮುಂದೆ ಸಮಸ್ಯೆಗಳು ಕೆಲವು ಸಮಯವಾದರು ಮರೆಯಾದವು. ಆಮೇಲೆ ಮೊದಲ ಸಲ ಅಂಜಲಿಯ ವಿಷಯವನ್ನು ಚರ್ಚೆಗೆ ಎತ್ತಿಕೊಂಡರು.

"ಈಗೇನು ಮಾಡೋದು ರಾಮಲಿಂಗಂ?" ಅಳಿಯನನ್ನು ಕೇಳಿದರು ಚಿನ್ನಯ್ಯನ ತಾಯಿ. "ಮಾಡೋಕೆ ಏನು ಉಳಿಸಿದ್ದಾಳೆ? ನಾನು ಸ್ವಲ್ಪ ಎಚ್ಚರ ತಪ್ಪಿದೆ. ಕಾಲು ಮುರಿಸಿ ವರ್ಷನೋ, ಆರು ತಿಂಗಳೋ ಮನೆಯಲ್ಲಿ ಕೂಡಿಹಾಕಬೇಕಿತ್ತು" ಕಸಿವಿಸಿ ವ್ಯಕ್ತಪಡಿಸಿದರು.

"ಅದೆಲ್ಲ ಮುಗ್ದು ಹೋದ ಕತೆ. ಅವನೊಬ್ಬ ಕಾಲೇಜ್ ಮೇಷ್ಟ್ರ ಮಗನಂತೆ. ಮನೆ ಬಿಟ್ಟು ಬಂದು ಇವಳ್ನ ಕಟ್ಟಿಕೊಂಡಿದ್ದಾನೆ. ಎಷ್ಟು ದಿನ ಬಾಳಿಸಿಯಾನು? ಅವಳ ಮೊಬೈಲ್ ಖರ್ಚುಗೆ ಅವ್ನ ಸಂಪಾದನೆ ಸಾಕಾಗೋಲ್ಲ. ನಾವು ಮಾಂಸ ತಿನ್ನೋ

ಜನ, ಅವ್ನಿಗೆ ಅದರ ಅಭ್ಯಾಸವಿಲ್ಲ. ಇಷ್ಟು ಸಾಕಲ್ಲ, ಜಟಾಪಟಿ ಶುರುವಾಗೋಕೆ? ಮೂರು ತಿಂಗಳಿಗೋ, ಆರು ತಿಂಗಳಿಗೋ ವಾಪಸ್ಸು ಬರ್ತಾಳೆ."

ಅತ್ತೆಯ ಮಾತು ಸರಿಯೆನಿಸಿದರೂ ತಮಗೆ ಅದರಿಂದ ಪ್ರಯೋಜನ ವಿಲ್ಲವೆನಿಸಿತು.

"ನಂಗೂ ಹಾಗೇ ಅನಿಸುತ್ತೆ. ಅದ್ರಿಂದ ಹೋದ ಮಾನ ಪುನಃ ಬರುತ್ತಾ? ಗಂಡ ಬಿಟ್ಟೋಳು ಅನ್ನೋ ಬಿರುದು ಸೇರಿಕೊಳ್ಳುತ್ತೆ. ಇನ್ನ ಒಬ್ಬ ಮದ್ವೆಯಾಗೋ ಹುಡ್ಗೀ ಮನೆಯಲ್ಲಿದೆ. ಏನೋ, ಅಂತೂ ಮುಗ್ದು ಹೋದ ಕತೆ" ನಿಟ್ಟುಸಿರು ದಬ್ಬಿದರು.

ಅಕಸ್ಮಾತ್ ಹಿಂದಿರುಗಿ ಬಂದರೂ ಮಗನೊಂದಿಗೆ ಅವಳನ್ನು ಮುಡಿ ಹಾಕಲು ಸಾಧ್ಯವೇ? ಇಷ್ಟವೆನಿಸಲಿಲ್ಲ. ಬಂಧು, ಬಾಂಧವರು ಏನಂದಾರು? ತನ್ನ ಮಗನಿಗೇನು ಹೆಣ್ಣುಗಳ ಕೊರತೆಯೇ? ಇಂಥ ಲೆಕ್ಕಾಚಾರ ಹಾಕಿದರು ತಾಯಿಯಾಗಿ, ಮನೆಯ ಯಜಮಾನಿಯಾಗಿ.

ಮಾತುಗಳು ಒಂದು ಹಂತ ಮುಟ್ಟಿದಾಗ ರಾಮಲಿಂಗಂ ಕೋಪದಿಂದ ಕುದಿದು ಹೋದರು.

"ಒಮ್ಮೊಮ್ಮೆ ಕೊಚ್ಚಿ ಹಾಕ್ಬಿಡಬೇಕೆನಿಸುತ್ತೆ. ರಂಡೆ ಮನೆತನದ ಮರ್ಯಾದೆಗೆ ಬೆಂಕಿ ಇಟ್ಟಳು. ಜಾತಸ್ಥರ ಮುಂದೆ ತಲೆ ತಗ್ಗಿಸೋ ಹಂಗಾಗಿದೆ. ಅತ್ತಮ್ಮ, ಕ್ಷಮ್ಸಿ ಬಿಡಮ್ಮ. ಕೋಪ ಬೇಡ. ಚಿನ್ನಯ್ಯ ನಂಗೆ ಮಗನ ಸಮಾನ. ಅವ್ನ ಎಲ್ಲಾ ಜವಾಬ್ದಾರಿ ನಂಗೆ ಬಿಡು. ನಾಲ್ಕು ದಿನ ಇಲ್ಲೇ ಉಳ್ಕೊಂಡು ನಿನ್ಮಗ್ಳುನ ಸಮಾಧಾನ ಮಾಡು" ಎಂದು ಹೊರಗೆ ಹೋದರು.

ಮುತ್ತಮ್ಮ ಕೆಳಗೆ ಗೋಡೆಗೊರಗಿ ಕೂತರು. ತವರುಮನೆಗೆ ತಮ್ಮನಿಗೆ ಹೆಂಡತಿಯಾಗಿ ಇನ್ನೊಂದು ಹೆಣ್ಣು ಬಂದರೆ ತನ್ನ ಪ್ರಾಬಲ್ಯ ತಗ್ಗುತ್ತೆ ಮಾತ್ರವಲ್ಲ, ತನ್ನಮ್ಮನಿಗೆ ಕಷ್ಟವಾಗುತ್ತೆ. ಇಂಥದನ್ನೆಲ್ಲ ತಲೆಗೆ ತುಂಬಿಕೊಂಡ ಆಕೆ ತೀರಾ ಸೋತಿದ್ದಳು.

ಮಗಳ ಮಗ್ಗುಲಲ್ಲಿ ಬಂದು ಕೂತು ಚಿನ್ನಯ್ಯನ ತಾಯಿ "ಒಡ್ವೆಗಳನ್ನೆಲ್ಲ ತಗೊಂಡ್ ಹೋಗ್ಬಿಟ್ಟಿದ್ದಾಳಾ? ರಾಮಲಿಂಗು ಮಗಳಿಗೆ ಬೇಕಾದಷ್ಟು ಚಿನ್ನ ಕೊಡಿಸಿದ್ದ" ಕೇಳಿದಳು. ಚಿನ್ನ ಅಂಥ ಬೆಲೆ ಬಾಳುವಂಥದ್ದು ಮುಖ್ಯವೇ. "ಏನು ತಗೊಂಡು ಹೋದಳೋ, ಏನೋ... ಅವ್ಳು ಬೀರು ಬೀಗದ ಕೈ ಸಿಗ್ಲಿಲ್ಲ. ಇನ್ನೊಂದು ಕೀ ನಿನ್ನ ಅಳಿಯನ ಹತ್ರ ಇದೆ. ಅದ್ನ ಕೇಳ್ಲೋ ಧೈರ್ಯ ಮಾಡ್ಲಿಲ್ಲ. ಮಗಳೇ ಹೋದಳು, ಇನ್ನ ಒಡ್ವೇ ಕಟ್ಟಿಕೊಂಡು .... ನಾನೇನ್ಮಾಡ್ಲೀ?" ವಿರಕ್ತಭಾವ ವ್ಯಕ್ತಪಡಿಸಿದ ಮಗಳ ತಲೆಯ ಮೇಲೊಂದು ಮೊಟಕಿ "ಮಗಳ ಬೆಲೆ... ಮಗಳಿಗೆ, ಚಿನ್ನದ ಬೆಲೆ ಚಿನ್ನಕ್ಕೆ. ಅರ್ಥವಾಗದ ಮೂದೇವಿ. ಮೊದ್ಲು ಬೀರುವಿನ ಕೀ ಹುಡ್ಕು. ಇಲ್ಲ ರಾಮಲಿಂಗಂನ ನಾನೇ ಕೇಳ್ತೀನಿ" ಮುದುಕಿ ಜೋರು ಮಾಡಿದರು. ಚಿಕ್ಕದಾಗಿಸಿಕೊಂಡು ಬದುಕಿದ ಅವರಿಗೆ ಹಣ, ಚಿನ್ನವೇ ಸಮಸ್ತವು.

ಆಕೆ ಸುಮ್ಮನಾಗಲಿಲ್ಲ. ರಾತ್ರಿ ಅಳಿಯ ಬಂದ ಕೂಡಲೇ ಚಿನ್ನದ ವಿಷಯ ಪ್ರಸ್ತಾಪಿಸಿ "ಅವಳೇನು ಚಿನ್ನವನ್ನೆಲ್ಲ ಒಯ್ದು ಬಿಟ್ಟಿದ್ದಾಳೇನೋ?" ರಾಮಲಿಂಗಂ ಬೇಸರದ ಮುಖ ಮಾಡಿ "ನಮ್ಮ ಮಾನ, ಮಾರ್ಯಾದೇನ ಮೂರು ಕಾಸಿಗೆ ಹರಾಜು ಹಾಕಿ ಹೋಗಿದ್ದಾಳೆ. ಚಿನ್ನದ್ದೇನು ಬಿಡು" ಅಂದರು. ಬಿಡದೆ ಅವರ ಬಳಿಯಲ್ಲಿದ್ದ ಬೀಗದ ಕೀ ತಗೊಂಡು ಹೋಗಿ ಬೀರು ತೆಗೆದು ಲಾಕರ್ ತೆಗೆಯೋಕೆ ಹರ ಸಾಹಸ ಮಾಡಿದರು.

"ಅಯ್ಯೋ, ನಮ್ಮ ಕೈಯಲ್ಲಿ ಆಗೋಲ್ಲ ಬಿಡು. ಅದೇನೋ ನಂಬರ್ ಸಿಸ್ಟಮ್ ಅಂತೆ" ಅಂದು ಮೇಲೆದ್ದಳು ಮುತ್ತಮ್ಮ. ಒಂದು ವಾರದಿಂದ ಇರುಸು ಮುರುಸು. ತಳಮಳ, ಅನ್ನ, ನೀರು ಸೇರುತ್ತಿರಲಿಲ್ಲ. ಇದು ಮಗಳ ಮನೆಯಿಂದ ಹೊರ ಹೋದ ಪ್ರಭಾವವೆಂದುಕೊಂಡಿದ್ದರು ಆಕೆ ಮಾತ್ರವಲ್ಲ, ಮನೆ ಮಂದಿಯವರೆಲ್ಲ ತೀರಾ ಸಂಕಟವೆನಿಸಿ ಆಯಾಸಪಡುತ್ತ ಬಂದು ರೂಮಿಗೆ ಹೋಗಿ ಮಲಗಿ ಬಿಟ್ಟರು.

ಹೊರಗಡೆ ಆಫೀಸ್ ರೂಂನಲ್ಲಿ ಮಾತಾಡುತ್ತ ಕೂತಿದ್ದ ರಾಮಲಿಂಗಂ ಕತ್ತು ತುರಿಸುತ್ತ ಒಳಗೆ ಬಂದರು. ಹಿಂದೆಯೆ ಡ್ರೈವರ್ ಸಂಜೀವಿ ಬಂದ.

"ಈಗ ಬಂದೆಯೇನೋ? ಇಷ್ಟು ಹೊತ್ತಿನಲ್ಲಿ ಯಾಕೆ ಬರೋದಿಕ್ಕೆ ಹೋದೆ? ಏನು ಅಂಥ ಅರ್ಜೆಂಟ್?" ಗೊಣಗಿದರು. ಸೋಲೆ ಇಲ್ಲವೆಂದು ತಿಳಿದಿದ್ದ ಅವರಿಗೆ ಮಗಳು ದೊಡ್ಡದಾಗಿ ಪೆಟ್ಟುಕೊಟ್ಟಿದ್ದಳು. "ಏನಿತ್ತು ಅವನಲ್ಲಿ?" ಅನ್ನೋ ಪ್ರಶ್ನೆ ಅವರನ್ನು ಕಾಡುತ್ತಲೇ ಇತ್ತು. "ಒಂದ್ಮಾತು ಹೇಳೋದಿತ್ತು. ಇವತ್ತು ಅಂಜಲಿಯಮ್ಮನ ನೋಡಿದೆ. ತುಂಬ ಸೊರಗಿ ಹೋಗಿದ್ರು. ಸಣ್ಣದೊಂದು ಐಸ್‌ಕ್ರೀಮ್ ಪಾರ್ಲರ್‌ನಲ್ಲಿ ಐಸ್‌ಕ್ರೀಮ್ ತಿಂತಾ ಇದ್ರು. ಬೋ ಸಂಕಟ ಆಯಿತು. ಮಾತಾಡಿಸ್ದೇ, ವಿಚಾರಿಸಿದ್ರು. ಮನಸ್ಸು ತಡೀಲಿಲ್ಲ. ನಿಮ್ಗೇ ಹೇಳೋಣಾಂತ ಬಂದೆ. ಮಗು ದುಡುಕಿ ತಪ್ಪು ಮಾಡಿದೆ. ಹಿಂದಕ್ಕೆ ಕರ್ಸಿಕೊಂಡು ಬಿಡಿ" ಅವಲತ್ತುಕೊಂಡ. ರಾಮಲಿಂಗಂ ಕೋಪದಿಂದ ಕಿಡಿಕಿಡಿಯಾದರು.

"ಅವ್ಳು ಆರಿಸಿಕೊಂಡ ಜೀವನ ತಾನೇ, ಅನುಭವಿಸ್ಲೀ. ಚಿನ್ನಯ್ಯನ ಮದ್ವೆ ಮಾಡಿಕೊಂಡಿದ್ದರೆ ಮಹಾರಾಣಿಯಂತೆ ಇರೋಳು" ಹೀಗೆಂದು ಶುರು ಮಾಡಿದವರು ಮನಸ್ಸಿಗೆ ಬಂದಂಗೆ ಬೈದರು "ಇವ್ಳಿಗೇನೋ ಬಂತು. ಆ ಮೇಷ್ಟ್ರು ಮಗನ ಹಿಂದೆ ಹೋಗೋಕೆ? ಆಸ್ತಿ, ಪಾಸ್ತಿ ಅಂಥದೇನಿಲ್ಲ ಮೇಷ್ಟ್ರು ಪೆನ್‌ಷನ್‌ನಲ್ಲಿ ಮನೆ ತೂಗಬೇಕಿತ್ತು. ಇನ್ನ... ಅವನೋ..." ಹಣೆ ಚಚ್ಚಿಕೊಂಡರು. ಮಗಳು ತೀರಾ ಅವಿವೇಕಿಯೆನ್ನುವ ನಿರ್ಧಾರಕ್ಕೆ ಬಂದುಬಿಟ್ಟಿದ್ದರು.

ಸಂಜೀವಿ ತಲೆ ತಗ್ಗಿಸಿಕೊಂಡು ನಿಂತ. ಇಂದು ಸ್ವಲ್ಪ ಹೆಚ್ಚಿಗೇನೆ ಮಾತಾಡಿದ್ದ. ಅದು ತನ್ನ ಯೋಗ್ಯತೆಗೆ ಮೀರಿದ್ದೆಂದು ಅರಿವಾದ ಕೂಡಲೇ ಭಯಪಟ್ಟ.

"ನಾನು ಬರ್ತೀನಿ ಯಜಮಾನ್ರೆ" ಹೊರಟವನನ್ನು ನಿಲ್ಲಿಸಿ "ಮತ್ತೆ ಯಾರ್ಮುಂದು ಈ ಪ್ರಸ್ತಾಪ ಬೇಡ" ಎಚ್ಚರಿಸಿ ಕಳಿಸಿದರು. ಮೈನಲ್ಲಿ ಅರ್ಧ ಬಲ ಕುಗ್ಗಿದೆಯೆನಿಸಿತು.

'ಅಂಜು ಒಬ್ಬಳಾದ್ರು ಓದಲೀ, ಇನ್ನು ಅಂಚನಾದು ನಂಬಿಕೆ ಇಲ್ಲ. ಚಿನ್ನಯ್ಯನ ಹತ್ರ, ಅತ್ತೆ ಹತ್ರ ಈ ಬಗ್ಗೆ ಮಾತಾಡಿದ್ದೀನಿ' ಅಂತ ಹೆಂಡತಿಗೆ ಹೇಳುವಾಗ ಅವರೆದೆ ಉಬ್ಬುತ್ತಿತ್ತು. ಓದು ಎಷ್ಟು ಅನಿವಾರ್ಯವೆಂದು ಅವರ ಅರಿವಿಗೆ ಬಂದಿತ್ತು.

ಮೇಲೆ ಟೆರಸ್‌ಗೆ ಹೋದವರು ಒಂದು ನಾಲ್ಕು ಸಿಗರೇಟ್ ಸೇದಿದರು. ಅದು ಇದೂ ರಹಸ್ಯ ಮಾತುಕತೆಗೆಂದು ಮೇಲೊಂದು ಸೋಫಿಸ್ಟಿಕೇಟೆಡ್ ರೂಮು ಇತ್ತು. ಬಹಳ ದೊಡ್ಡವರು ಬಂದಾಗ ಮಾತ್ರ ಅಲ್ಲಿಗೆ ಪ್ರವೇಶ. ಸದಾ ಬಾಗಿಲು ಹಾಕಿರುತ್ತಿತ್ತು. ಇಂದು ಒಂಟಿಯಾಗಿ ಹೋಗಿ ಕೂತು ಬಾಗಿಲು ಹಾಕಿಕೊಂಡರು. ಮಗಳ ನೆನಪು ಒತ್ತಿಕೊಂಡು ಬಂತು. ಗಳಗಳ ಅತ್ತರು. ಬಾಟಲುಗಳಲ್ಲಿದ್ದುದ್ದನ್ನು ಬಗ್ಗಿಸಿಕೊಂಡು ಕುಡಿದರು. 'ಅಂಜು, ಯಾಕೆ ಹೀಗೆ ಮಾಡ್ದೆ ಮಗಳೇ?' ರೋಧಿಸಿದರು. ಆ ಕ್ಷಣ ವಾಸುನ ಕತ್ತರಿಸಿ ಬಿಡಬೇಕೆನಿಸಿತು. ಓಡಿ ಹೋಗುವಷ್ಟು ಅವನು ಪ್ರಿಯನಾಗಿಬಿಟ್ಟನಾ? ಕೂಗಾಟ, ಹಾರಾಟಕ್ಕೆ ಅಂಚನಾ ಎದ್ದು ಕೆಳಗಿನವರನ್ನೆಲ್ಲ ಹೋಗಿ ಕರೆ ತಂದಳು.

"ಬಾಗ್ಲು ತೆಗಿಯೋ, ಮಗ" ರಾಮಲಿಂಗಂ ತಾಯಿ ಬಾಗಿಲಲ್ಲಿ ಬೊಮ್ಮಡ ಹೊಡೆದಳು. "ನಾನು ಬರೋಲ್ಲ. ನೀವೆಲ್ಲ ಹೋಗಿ. ಅಂಜು ಎಲ್ಲಿ? ಅವಳ್ನ ಕರ್ಕಂಡು ಬನ್ನಿ" ಅಬ್ಬರಿಸಿದರು.

ಯಾರೆಷ್ಟು ಪುಸಲಾಯಿಸಿದರೂ ಈಚೆಗೆ ಬರಲಿಲ್ಲ. ಕುಡಿದು ಬಡಬಡಿಸಿ ನಿದ್ದೆಹೋದ ನಂತರ ರಾಮಲಿಂಗಂ ಅಮ್ಮ "ಹೋಗಿ ಮಲ್ಗೀಕೊಳ್ಳಿ. ಬೆಳಗ್ಗೆ ಹೊತ್ಗೇ ಸರಿ ಹೋಗ್ತಾನೆ. ಛೀನಾಲಿ ಎಂಥ ಕೆಲ್ಸ ಮಾಡಿ ಹೋದ್ಲು. ಕಾಲೇಜಿಗೆ ಸೇರಿಸಿದ್ದೆ ತಪ್ಪಾಯ್ತು. ಹಾಳಾಗಿ ಹೋಗ್ತಾಳೆ. ನನ್ನ ಮಗನ ಕಣ್ಣಲ್ಲಿ ನೀರಾಕಿಸಿದ ಅವ್ಳು ಉದ್ಧಾರವಾಗೋಲ್ಲ. ಏನು ಅನುಭವಿಸ್ತಾಳೇಂತ... ನೋಡಿ" ಶಾಪ ಹಾಕತೊಡಗಿದಾಗ ಮುತ್ತಮ್ಮ ನಡುಗಿದರು. "ಅತ್ತೆ ಸುಮ್ಮನಿರು. ತಪ್ಪು ಮಾಡಿದ್ದಾಳೆ. ಹಾಗಂತ ನಾವು ಶಾಪ ಹಾಕೋಕ್ಕಾಗುತ್ತ?" ಸುಮ್ಮನಾಗಿಸುವ ಪ್ರಯತ್ನ ಮಾಡಿದರು.

ಆಕೆ ಸುಮ್ಮನಿದ್ದಾಳಾ? ಬಯ್ದು ತನ್ನ ಕೋಪ ಪ್ರದರ್ಶಿಸುವುದರ ಜೊತೆಗೆ "ಎಲ್ಲಾ ಹೋಗಿ ಮಲ್ಗೀಕೊಳ್ಳಿ" ಗದರಿಸಿ ಕಳಿಸಿ ತಾವು ಮಾತ್ರ ಬಾಗಿಲ ಬಳಿ ನೆಲದ ಮೇಲೆ ಕೂತರು.

"ನಡೀ...." ಎಂದು ಚಿನ್ನಯ್ಯನ ತಾಯಿ ಅತ್ತು ಸಾಕಾಗಿ ಸೊರಗಿದ್ದ ಮಗಳನ್ನು ಕೈ ಹಿಡಿದು ಕೆಳಗೆ ಕರೆದೊಯ್ದು "ಹೋಗಿ ಮಲಕ್ಕೋ, ಆ ಮುದ್ಕಿಗೆ ಬುದ್ಧಿ ಇಲ್ಲ. ನೀನೇನು ಯಾವನ ಹಿಂದೆಯೋ ಹೋಗೂಂತ ಅಂದ್ಯಾ? ಈಗೆಲ್ಲ ಇದು ಮಾಮೂಲಿಯಾಗಿ ಬಿಟ್ಟಿದೆ. ಅಮೃತ ಹಂಗೆ ಇವಳಿಗೂ ಕುತ್ತಿಗೆಗೆ ತಾಳಿ ಬಿಗಿಸಿದ್ದರೆ ತೆಪ್ಪಗೆ ಇರೋಳು. ಎಲ್ಲಾ ಹಣೆ... ಬರಹ... ಮತ್ತೇನಾದ್ರೂ ಮನೆ ಬಾಗಿಲಿಗೆ ಬಂದರೆ ಸೇರಿಸಬೇಡ" ಧುಮುಗುಟ್ಟಿದರು. ಮೊಮ್ಮಗಳ ಮೇಲೆ ಉರಿದುಬೀಳುವಂಥ ಕೋಪ ಆಕೆಗೆ. ಮುತ್ತಮ್ಮ ಮಲಗಿಯೇ ಕಣ್ಣೀರಿಟ್ಟಳು.

"ತೆಪ್ಪಗೆ ಬಿದ್ಕೋ...." ಹೆತ್ತಮ್ಮ ಗದರಿಸಿದಾಗ ಸದ್ದು ಅಡಗಿತು.

ಬೆಚ್ಚಗೆ ವಾಸುವಿನ ಅಪ್ಪುಗೆಯಲ್ಲಿ ಅಂಜು ಇದ್ದಳೇನೋ, ಆದರೆ ಇಡೀ ಮನೆಯಲ್ಲಿ ನೋವು, ಬೇಸರ, ಅವಮಾನದ ಆರ್ಭಟ. ಹೆತ್ತವರ ಈ ಬಾಧೆ ಹರೆಯದ ಪ್ರೇಮಕ್ಕೆ ಅರ್ಥವಾಗದು.

ಬೆಳಗಿನ ಒಂಬತ್ತರ ಸುಮಾರಿಗೆ ರಾಮಲಿಂಗಂ ಕೋಣೆಯಿಂದ ಹೊರ ಬಂದವರು, ಅತ್ತಿತ್ತ ನೋಡದೆ ಬಾತ್ ರೂಂಗೆ ಹೋಗಿ ಬಾಗಿಲು ಹಾಕಿಕೊಂಡರು. ಅವರಿಗೆ ತಪ್ಪಿನ ಅರಿವಾಯಿತು. ಕುಡಿಯುತ್ತಿದ್ದುದುಂಟು, ಆದರೆ ಎಂದೂ ಎಚ್ಚರ ತಪ್ಪುವಂತೆ ಕುಡಿಯುತ್ತಿರಲಿಲ್ಲ. ಮನೆಯವರ ಮುಂದೆ ತಲೆತಗ್ಗಿಸುವಂತೆ ಆಗಿತ್ತು.

ಸ್ನಾನ ಮುಗಿಸಿ ಬಂದು ದೇವರ ಮುಂದೆ ಅಡ್ಡಬಿದ್ದು ಕ್ಷಮೆ ಬೇಡಿ ಅಮ್ಮನ ಕೋಣೆಗೆ ಹೋಗಿ "ಅಮ್ಮ, ಕ್ಷಮ್ಸಿ ಬಿಡು. ಅಂಜಲಿ ನೆನಪು ತೀರಾ ಬಾಧಿಸಿತು. ಏನಿದೇಂತ ಅವನ ಹಿಂದೆ ಹೋದಳು? ಎಲ್ಲಾದ್ರೂ ಹಾಳಾಗ್ಲೀಂತ ತಂದು ಇಟ್ಕೊಂಡು... ಬಿಡಲಾ ಅಂತ ಅನ್ನಿಸೋಕೆ ಶುರುವಾಗಿದೆ" ತಪ್ಪೊಪ್ಪಿಗೆಯ ಜೊತೆ ಮನದ ಆತುರದ ಒಂದು ಆಸೆಯನ್ನು ವ್ಯಕ್ತಪಡಿಸಿದರು.

ಆಕೆಯ ಕಣ್ಣುಗಳು ಕೆಂಪಾದವು.

"ಸಾಕು ತೆಗೀ, ಅವಳನ್ನು ಇನ್ನು ಮನೆಗೆ ಸೇರಿಸೋದುಂಟಾ? ನಾಲ್ಕು ಜನರ ಮುಂದೆ ನಮ್ಮ ಮಾನ ತೆಗೆದ್ಲು. ಹಾಗೇನಾದ್ರೂ ಮಾಡಿದರೆ ನಿನ್ನ ಹೆಂಡ್ತಿಗೆ ತವರು ಇಲ್ದಂಗೆ ಆಗುತ್ತೆ. ಚಿನ್ನಯ್ಯನ ಸಂಬಂಧ ಪೂರ್ತಿ ಮುರಿದುಕೊಂಡಂಗೆ ಆಗುತ್ತೆ. ಚದುರಂಗದ ಹಾಸು ಮುಂದೆ ಕೂತು ಕಾಯಿ ನಡ್ಸೋದಂಗೆ" ಎಚ್ಚರಿಸಿದರು. ಕುಲಸ್ಥರ ಮುಂದೆ ತಮ್ಮ ಮಾನ, ಮರ್ಯಾದೆ ತೆಗೆದ ಅವಳನ್ನು ಕ್ಷಮಿಸಲು ಆಕೆ ಸಿದ್ಧರಿರಲಿಲ್ಲ.

ಅಮ್ಮನ ಮಾತು ರಾಮಲಿಂಗಂಗೆ ಸರಿಯೆನಿಸಿತು.

"ನೀನು ಹೇಳಿದ್ದು ಒಪ್ಪೋ ಅಂಥ ಮಾತೆ. ನಂಗೆ ಇಬ್ಬರೇ ಮಕ್ಕಳೂಂತ ಅಂದ್ಕೊಂಡುಬಿಡ್ತೀನಿ. ನಾನೇನೋ ವ್ಯಾಪಾರ ವ್ಯವಹಾರಾಂತ ಮರ್ರುಬಿಡ್ತೀನಿ. ಮುತ್ತು ಅರ್ಧವಾಗಿ ಹೋಗಿದ್ದಾಳೆ" ಅಂದ ಮಗನ ಮಾತುಗಳಿಗೆ ಆಕೆ ಪಕ ಪಕಂತ ನಕ್ಕರು. "ಸಾಕು ತೆಗೀ, ಅವ್ಳು ಸಣ್ಣ ಆಗೋದುಂಟಾ? ನಾಟಿ ಕೋಳಿಗಳು ಬಂದ ಕೂಡಲೇ ಅಡುಗೆ ಮನೆಗೆ ಮಸಾಲೆ ರೆಡಿ ಮಾಡೋಕೆ ಹೋಗ್ತಾಳೆ. ತಿಂತಾ ಒಂದಿಷ್ಟು... ಕಣ್ಣೀರು! ಅಷ್ಟಕ್ಕೇ ಮುಗಿದು ಹೋಗುತ್ತೆ. ನಿನ್ನ ವ್ಯವಹಾರದ ಕಡೆ ಗಮನ ಕೊಡು. ಅಂಚಮ್ಮನ ಕಡೆ ಒಂದಿಷ್ಟು ನಿಗಾ ಇಡಬೇಕು. ಇನ್ನೊಂದ್ಮಾತು, ಚಿನ್ನಯ್ಯ, ಅವನಮ್ಮ ಹ್ಞೂಂ ಅಂದರೆ ಅವಳನ್ನು ಕೊಟ್ಟು ವಾಲಗ ಊದಿಸಿಬಿಡು" ಇಂಥದೊಂದು ವಿಷಯವನ್ನು ಮಗನ ಕಿವಿಗೆ ಹಾಕಿದರು. ರಾಮಲಿಂಗಂ ಉತ್ಸಾಹಗೊಂಡರು.

ಅಮ್ಮನ ಎರಡು ಕೈಗಳನ್ನು ಹಿಡಿದುಕೊಂಡು "ನೀನು ತುಂಬ ಬುದ್ಧಿವಂತೆ ಬಿಡು. ಈ ವಿಷ್ಯ ನಂಗೆ ಹೊಳೆದೇ ಇರ್ಲಿಲ್ಲ. ಸದ್ಯಕ್ಕೆ ಒಂದು ಗಂಡಾಂತರ ತಪ್ಪಿದಂತಾಯ್ತು. ಇದನ್ನು ಮುತ್ತನ ಕೈಯಲ್ಲಿ ಹೇಳಿಸಬೇಕು. ಬಾ... ಜೊತೆಗೆ ತಿಂಡಿ ತಿನ್ನೋಣ." ಎಂದು ಅಮ್ಮನನ್ನು ಕರೆತರುವ ಜೊತೆಗೆ ಹೆಂಡತಿ ರೂಮಿಗೆ ಹೋದರು. ಆಕೆ

ಗೊರಕೆ ಹೊಡೆಯುತ್ತಿದ್ದರು.

ಪಕ್ಕದಲ್ಲಿ ಕೂತು ಆಕೆಯ ಕೈಯನ್ನು ತನ್ನ ಕೈಯೊಳಗೆ ತಗೊಂಡು ಸವರುತ್ತ "ಮುತ್ತ, ಮೇಲೇಳು, ನರ್ಸಿಂಗ್ ಹೋಂಗೆ ಹೋಗಿ ಬರೋಣ್ವಾ? ಇಲ್ಲ ಡಾಕ್ಟ್ರನ ಇಲ್ಲಿಗೆ ಕರೆಸಲಾ?" ಪ್ರೀತಿ ಹರಿಸಿದರು ದನಿಯಲ್ಲಿ.

ಮಿಸುಕಾಡಿದ ಮುತ್ತಮ್ಮ "ಅಂಜಮ್ಮ ಜ್ಞಾಪಕಕ್ಕೆ ಬರ್ತಾಳೆ" ಅಂದಕೂಡಲೇ "ಬಿಡೆ ಸಾಕು! ಇನ್ನ ಎಷ್ಟು ದಿನ ಅವಳಿಗಾಗಿ ಅಳ್ತಾ ಕೂಡೋದು? ಇಬ್ಬರೇ ಮಕ್ಳು ಅಂದ್ಕೊಂಡು ಬಿಡೋಣ. ನಿನ್ನ ಆರೋಗ್ಯ ಕೆಡಿಸ್ಕೋ ಬೇಡ. ಇವತ್ತು ಅತ್ತಮ್ಮನದು ಅಡ್ಗೇ. ಏನೋ ಸ್ಪೆಷಲ್ ಮಾಡಿರುತ್ತಾರೆ" ರಮಿಸಿ ಎಬ್ಬಿಸಿ ಬಾತ್‌ರೂಂಗೆ ಕಳಿಸಿದರು.

'ಡ್ಯಾಡ್, ನಾನು ಸಾಫ್ಟ್‌ವೇರ್ ಇಂಜಿನಿಯರ್ ಆಗ್ತೀನಿ' ಅಂದು ತೊದಲಿದ ಮಗಳು ನೆನಪಿಗೆ ಬಂದಳು. ಮ್ಯಾನೇಜ್‌ಮೆಂಟ್ ಸೀಟಿನಲ್ಲಿ ಲಕ್ಷಗಳನ್ನು ಸುರಿದು ಸೇರಿಸಿದ್ದರು. ಹೊಸದೊಂದು ಕನಸಿನೊಂದಿಗೆ "ಹೌದು, ಅಂಜು ಮರೀ. ನಂಗೆ ಆ ಭರವಸೆ ಇದೆ. ನಮ್ಮ ಪೈಕಿ ಯಾರ್ಗೂ ವಿದ್ಯೆ ಹತ್ತಲಿಲ್ಲ. ಆದರೆ ಲಕ್ಷ್ಮಿ ಮಾತ್ರ ಕಾಲು ಮುರ್ದುಕೊಂಡು ಬಿದ್ದರೆ, ಸರಸ್ವತಿ ನಮ್ಮನ್ನು ದೂರ ಇಟ್ಟಳು. ನಿನ್ನ ಮೂಲಕ ಸರಸ್ವತಿ ನಮ್ಮ ಮನೆಯೊಳಗೆ ಹೆಜ್ಜೆ ಇಡಬೇಕು. ನಿನ್ನ ಕೋರ್ಸ್ ಕಂಪ್ಲೀಟ್ ಆದ ದಿನ ಹೊಸ ಕಾರು ಕೊಡಿಸ್ತೀನಿ" ಇಂಥ ಎಷ್ಟೋ ಮಾತುಗಳನ್ನಾಡಿದರು. ಆದರೆ ಅಂಜಲಿ ಮಾಡಿದ್ದೇನು?

"ಬಾರಪ್ಪ, ರಾಮಲಿಂಗು" ಅತ್ತೆ ಬಂದು ಕರೆದೊಯ್ದರು. ಈಗಾಗಲೇ ಅಂಚನಾ, ಅವರಮ್ಮ ಡೈನಿಂಗ್ ಟೇಬಲ್ ಮುಂದೆ ಕೂತಿದ್ದರು. ಬೆಳಿಗ್ಗೆ ಒಂದೆರಡು ಐಟಂಗಳು ಇರಲೇಬೇಕು. "ಇವತ್ತು ನನ್ನ ಕೈನ ಕೈಮ ರುಚಿ ನೋಡು" ಬಡಿಸಿದರು. ಘಮಘಮ ಎನ್ನುತ್ತಿತ್ತು. ಬಾಯಿಗಿಟ್ಟುಕೊಂಡು 'ವಾಹ್' ಎಂದರು. ಆಮೇಲೆ ಮಾತಿನ ನಡುವೆ ಬಿರಿಯಾನಿ, ಚಪಾತಿ, ಪಕ್ಕಕ್ಕೆ ಮಸಾಲೆ ಹಚ್ಚಿದ ಮೊಟ್ಟೆ ಖಾಲಿಯಾಗತೊಡಗಿತು.

ಆ ವೇಳೆಗೆ ಸ್ನಾನ ಮುಗಿಸಿಕೊಂಡು ದೇವರ ಮನೆಗೆ ಹೋಗಿ ಬಂದ ಮುತ್ತಮ್ಮ ಗಂಡನ ಪಕ್ಕ ಖಾಲಿಯಾಗಿದ್ದ ಸೀಟು ಮೇಲೆ ಆಸೀನರಾದರು. ಮಸಾಲೆಯ ಘಮಲಿಗೆ ಮೂಗು ಅರಳಲಿಲ್ಲ. ಅದರ ಬದಲು ಹೊಟ್ಟೆ ತೊಳಸಿದಂತಾಯಿತು. ಒಂದು ರೀತಿಯ ಉಮ್ಮಳಿಕೆ ಎದ್ದು ಹೋಗಿ ವಾಂತಿ ಮಾಡಿಕೊಂಡರು.

"ಏನಾಯ್ತೋ, ಇವಳಿಗೆ?" ರಾಮಲಿಂಗಂ ಅಮ್ಮ ಚಿಕನ್ ರುಚಿ ನೋಡುತ್ತಲೇ ಬಾಯಿ ತೆರೆದರು. "ಏನಾಗುತ್ತೆ, ಮಗ್ಳುನ ತುಂಬ ಹಚ್ಚಿಕೊಂಡಿದ್ದಾಳೆ. ಇಲ್ಲ ಬಿ.ಪಿ. ಮಾತ್ರೆ ಸರ್‍ಯಾಗಿ ತಕ್ಕೋತಾ ಇಲ್ಲ" ಇಂಥದೊಂದು ಹೇಳಿಕೆ ನೀಡಿ ತಮ್ಮ ಕೆಲಸ ಮುಂದುವರಿಸಿದರು ರಾಮಲಿಂಗಂ.

ಆಮೇಲೆ ಎಲ್ಲಾ ಎದ್ದು ಹೋಗಿ ಆಕೆಯನ್ನು ಸುತ್ತುವರಿದರು. ಕಡೆಗೆ ಮುತ್ತಮ್ಮನ ಅಮ್ಮ "ರಾಮಲಿಂಗು, ಡಾಕ್ಟ್ರನ ಕರೆಸಿಬಿಡು. ಬೇಡ ನರ್ಸಿಂಗ್ ಹೋಂಗೆ ಕರ್ಕಂಡ್ ಹೋಗಿ ಬರೋಣ. ನಂಗ್ಯಾಕೋ ಅನುಮಾನ" ಆ ಮಾತುಗಳು ಅಮಲಿಗೆ ಬಂತು.

ನರ್ಸಿಂಗ್ ಹೋಂ ತಲುಪಿಸಿ ರಾಮಲಿಂಗಂ ಬಳ್ಳಾರಿಗೆ ಹೋದರು. ಮಗಳು ಹೋದಾಗಿನಿಂದ ವ್ಯವಹಾರದ ಕಡೆ ನಿಗಾ ವಹಿಸದಿದ್ದಕ್ಕೆ ಬೇಸರವಾಗಿತ್ತು.

ಡಾ. ಶಾಲಿನಿ ಹೇಳಿದ ವಿಷಯಕ್ಕೆ ಎಲ್ಲಾ ಬೆಚ್ಚಿಬಿದ್ದರು. ಹದಿನೇಳು ವರ್ಷದ ನಂತರ ಆಕೆ ಮತ್ತೆ ಬಸುರಿಯಾಗಿದ್ದಳು. ಅಂಚನಾ ನಂತರ ಮತ್ತೊಂದು ಗಂಡಾಗಲಿಯೆಂದು ಬಯಸಿದ್ದು ಸುಳ್ಳಲ್ಲ. ಆದರೆ... ಇಷ್ಟು ತಡವಾಗಿ. ಎಲ್ಲರಿಗೂ ಒಂದಷ್ಟು ಗಾಬರಿಯೇ. ಮುತ್ತಮ್ಮ ನಲವತ್ತರ ಇಂಚು... ಮಿಂಚು. ಈ ಕಾಲಕ್ಕೆ ಮಗು ಆಗೋಕೆ ಇದೇನು ದೊಡ್ಡ ವಯಸ್ಸಲ್ಲ.

"ಈಗೇನು ಮಾಡೋದು?" ಮುತ್ತಮ್ಮನ ಅಮ್ಮನ ಪ್ರಶ್ನೆಗೆ "ನಾವಿಬ್ರು ಮೊಮ್ಮಗನ ಬಾಣಂತನ ಮಾಡೋಕೆ ರೆಡಿಯಾಗೋಣ. ಇದು ಸಂತೋಷದ ಸುದ್ದಿನೇ. ನಮ್ಮ ವಂಶಕ್ಕೆ ಒಬ್ಬ ವಾರಸುದಾರ ಬೇಡ್ವಾ?" ಮುನಿಲಕ್ಷ್ಮಮ್ಮ ಸಂತೋಷ ವ್ಯಕ್ತಪಡಿಸಿದರು.

ಇಬ್ಬರಿಗೂ ಸಂಭ್ರಮವೇ. ಆದರೆ ರಾಮಲಿಂಗಂ ಹೇಗೆ ಪ್ರತಿಕ್ರಿಯಿಸುತ್ತಾರೋ, ಅದರ ಮೇಲಿತ್ತು ಮಗುವಿನ ಬರುವು.

"ದೇವರು ನಂಬಿದವರನ್ನ ಎಂದೂ ಕೈ ಬಿಡೋಲ್ಲ ಅನ್ನೋಕೆ ಇದೊಂದು ನಿದರ್ಶನ ಸಾಲದಾ? ಮೂರು ಹೆಣ್ಣಿನ ಹಿಂದೆ ಒಂದು ಗಂಡು ಆಗುತ್ತಂತೆ. ಹಾಗೇನಾದ್ರೂ ಈ ವಂಶ ಬೆಳಗೋಕೆ ಒಂದು ಗಂಡಾದರೆ, ತಿರುಪತಿ ತಿಮ್ಮಪ್ಪನ ಹುಂಡಿಗೆ ಒಂದು ಲಕ್ಷ ರೂಪಾಯಿ ಹಾಕ್ತೀನಿ" ಹರಕೆಯೊತ್ತಳು. ಆ ಸಂತೋಷದಲ್ಲಿ ಒಂದಿಷ್ಟು ಮರೆಯಾದಳು ಅಂಜಲಿ.

ರಾಮಲಿಂಗಂ ಕಿವಿ ಮುಟ್ಟಿದಾಗ ಸಂತೋಷಪಡಬೇಕೋ, ಆತಂಕಗೊಳ್ಳ ಬೇಕಾಗುತ್ತೋ ಒಂದೂ ಅರ್ಥವಾಗಲಿಲ್ಲ.

"ಡಾಕ್ಟ್ರು, ಏನು ಹೇಳಿದ್ರು?" ಕೇಳಿದರು ಅಮ್ಮನನ್ನ.

"ಅವ್ರು ವಿಷಯ ಮುಟ್ಟಿಸಿದರಷ್ಟೇ. ಈಗಿನದಾದ್ರೂ ಗಂಡಾದರೆ ವಂಶ ಬೆಳೆಯುತ್ತೆ. ಅಂಚನಾ ನಂತರ ಇನ್ನೊಂದು ಮಗುವಿಗಾಗಿ ಎಷ್ಟು ದೇವರಿಗೆ ಅಡ್ಡ ಬಿದ್ದಿದ್ದೆ. ಎಷ್ಟು ಪೂಜೆ, ಪುನಸ್ಕಾರ ಮಾಡಿಸಿದ್ದೆ. ದೇವರು ತಡವಾಗಿಯಾದ್ರೂ... ಕಣ್‌ಬಿಟ್ಟ" ಸಂತೋಷ ವ್ಯಕ್ತಪಡಿಸಿದರು.

"ನಾನು ನಾಳೆ ಬರ್ತೀನಿ. ಮುತ್ತು ಏನು ಹೇಳ್ತಾಳೆ?" ಕೇಳಿದರು ಸ್ವಲ್ಪ ಆತಂಕದಿಂದ. "ಏನು ಹೇಳ್ತಾಳೆ? ಅವ್ಳಿಗೂ ಸಂತೋಷವೇ. ಗಂಡು ಮಗುವಿಗಾಗಿ ಎಷ್ಟೊಂದು ಹಂಬಲಿಸಿದ್ಲು. ನೀನು ಬೇಗ್ಬಾ" ಎಂದು ಫೋನಿಟ್ಟರು.

ಸಂತೋಷದ ವಿಷಯಾನೇ. ಇಷ್ಟು ವರ್ಷದ ನಂತರ ಮಗುವಾದರೆ ಅವಳ ದೇಹ ತಡೆದೀತಾ? ಎನ್ನುವ ಚಿಂತೆ. ಅಂತೂ ಅವರ ಪಾಲಿಗೆ ಇದೊಂದು ಸಂತೋಷದ ವಿಷ್ಯವೇ. ಅಮೃತಳ ಮಗುವನ್ನು ಆಡಿಸೋ ಆಸೆ ಇತ್ತು. ಆದರೆ ಈಗ ತನ್ನ ಮಗುವನ್ನು ಆಡಿಸುವ ಸುಯೋಗ ತುಂಬ ಇಷ್ಟವೆನಿಸಿತು.

ಬಹುಶಃ ಕೋಟಿ ರೂಪಾಯಿ ಲಾಭ ಬಂದಿದ್ದರೂ ಇಷ್ಟೊಂದು ಹರ್ಷಿತರಾಗುತ್ತಿರಲಿಲ್ಲ.

* * *

ವಾಸುಗೆ ಒಂದು ಕನ್ಸಲ್ಟಿಂಗ್ ಆಫೀಸ್‌ನಲ್ಲಿ ರಿಸೆಪ್ಷನಿಸ್ಟ್ ಆಗಿ ಉದ್ಯೋಗ ಸಿಕ್ಕಾಗ ಕುಣಿದಾಡುವಷ್ಟು ಹರ್ಷ. ದಿನದೂಡಲು, ಬದುಕಲು ಹಣದ ಅಗತ್ಯವಿತ್ತು. ಆದರೆ ತನ್ನ ತಪ್ಪಿನ ಅರಿವಾಗಿ ಒಳಗೊಳಗೆ ಸಂಕಟಪಡುತ್ತಿದ್ದ.

ಸ್ವಲ್ಪ ಖುಷಿಯಿಂದಲೇ ಮನೆಗೆ ಬಂದದ್ದು ಇಂದು.

"ಸದ್ಯಕ್ಕೆ ನಾನು ನಾಳೆಯಿಂದ ನಿರುದ್ಯೋಗಿಯಲ್ಲ" ಎಂದ ಹರ್ಷ ಚೆಲ್ಲುತ್ತ. ತನ್ನ ಸೆಲ್ವಾರ್ ಕಮೀಜ್ ಮಡಚುತ್ತಿದ್ದವಳು ಹಾರಿ ಬಂದು "ಮೈ ಗಾಡ್, ಎಷ್ಟು ಸಂಬಳ?" ಪ್ರಶ್ನಿಸಿದಳು.

"ಸದ್ಯಕ್ಕೆ ಮೂರು ಕೊಡ್ತೀನಿ ಅಂದಿದ್ದಾರೆ. ಬಹುಶಃ ಒಂದಾರು ತಿಂಗ್ಳು ಹೋದರೆ... ಇನ್ನೊಂದು ಐದು ನೂರು ಹೆಚ್ಚು ಮಾಡ್ಬಹುದು" ಅತ್ಯಂತ ಸಮಾಧಾನದಿಂದ ಅಂದಿದ್ದು. ಬೆಚ್ಚಿಬಿದ್ದಳು. "ಬರೀ ಮೂರು ಸಾವಿರ...." ರಾಗ ತೆಗೆದಳು. ಅವಳ ಬ್ಯಾಗ್‌ನಲ್ಲಿ ಸದಾ ಹತ್ತು ಸಾವಿರಕ್ಕಿಂತ ಹೆಚ್ಚು ಹಣವಿರುತ್ತಿತ್ತು. ರೆಸ್ಟೋರೆಂಟ್, ಐಸ್‌ಕ್ರೀಮ್ ಪಾರ್ಲರ್‌ಗೆ ಕೂಡ ಅಷ್ಟು ಹಣ ಸಾಲುತ್ತಿರಲಿಲ್ಲ. ಅಮ್ಮ, ಅಜ್ಜಿ ಗೊಣಗಿದರೂ ಅವಳು ಕಿವಿಯ ಮೇಲೆ ಹಾಕಿಕೊಳ್ಳುತ್ತಿರಲಿಲ್ಲ. ಷಾಪಿಂಗ್ ಇಷ್ಟ ಅವಳಿಗೆ. ಬೇಕೆನಿಸಿದೆಲ್ಲ ಕೊಂಡು ತನ್ನ ರೂಂನಲ್ಲಿ ಇರಿಸಿಕೊಳ್ಳುವ ಹವ್ಯಾಸ. ರಾಮಲಿಂಗಂ ಷಾಪಿಂಗ್ ಅನ್ನೋ ಹೆಸರಿನಲ್ಲಿ ಹೊರಗೆ ಕರೆದೊಯ್ದರೆ ಲಕ್ಷಗಳು ಲೆಕ್ಕಕ್ಕೆ ಸಿಕ್ಕುತ್ತಿರಲಿಲ್ಲ.

"ಹೇಗೂ ಮನೆ ಲೀಜ್‌ಗೆ ಪಿರಿಯಡ್‌ನಲ್ಲಿದೆ. ಬಾಡ್ಗೇ ಅಂಥದ್ದೇನೂ ಇಲ್ಲ. ಅಕಸ್ಮಾತ್ ಬಾಡ್ಗೆ ಅಂಥ ಕೊಟ್ಟರೂ ನಚಿಕೇತ ತಗೋಳಲ್ಲ. ನಂಗೂ ಏನೂ ಗೊತ್ತಿಲ್ಲ. ಅಣ್ಣನ ಸುಪರ್ದಿನಲ್ಲಿ ನಡೆದು ಹೋಗುತ್ತಿತ್ತು. ಅನಗತ್ಯವಾಗಿ ಖರ್ಚು ಇರಲಿಲ್ಲ. ಯಾವುದೇ ಹೊಸ ಹೊಸ ಸಾಮಾನುಗಳನ್ನು ಕೊಂಡು ಮನೆಯಲ್ಲಿ ತುಂಬುತ್ತಿರಲಿಲ್ಲ. ಅಲ್ಲಿ ಶ್ರೀಮಂತಿಕೆಯ ವೈಭವವಿರದಿದ್ದರೂ ಬಡತನ ಅಂಥದೇನೂ ಇರಲಿಲ್ಲ. ಸದಾ ಮನೆ ಆಕ್ಟೀವ್ ಆಗಿ ಇರ್‍ತಾ ಇತ್ತು. ಅಡುಗೆ ಮನೆ ನಿದ್ರಿಸಿದ್ದೆ ಇಲ್ಲ" ಮನೆಯ ಬಗ್ಗೆ ಹೇಳಿಕೊಳ್ಳುವಾಗ ಅವನ ದನಿಯಲ್ಲಿ ಅಭಿಮಾನವಿತ್ತು.

"ನಂಗ್ಯಾಕೋ, ಭಯ! ನಾನು ಮೊದ್ಲು ಇದನ್ನೆಲ್ಲ ಯೋಚ್ಸಿರಲಿಲ್ಲ" ಜೋರಾಗಿ ಅಳತೊಡಗಿದಳು. "ನಾನು ತಾನೇ ಯೋಚಿಸಿದ್ನಾ? ನನ್ನ ಕೋರ್ಸ್ ಮುಗ್ಯೋವರ್ಗ್ಗೂ ವಿವಾಹವಾಗೋ ಇಚ್ಛೆ ಇರ್ಲಿಲ್ಲ. ನಿನ್ನ ಒತ್ತಡ, ಒತ್ತಾಯ ನನ್ನ ಇಲ್ಲಿಗೆ ತಂದು ನಿಲ್ಲಿಸ್ತು. ಆದರೆ ಪರಿಸ್ಥಿತಿಯನ್ನು ನಿಭಾಯಿಸಲೇಬೇಕು. ಬೇರೆ ದಾರಿ ಇಲ್ಲ" ಸ್ವಲ್ಪ ಸಿಡುಕಿದ. ಅಚ್ಚರಿಯಿಂದ ಅವನತ್ತ ನೋಡಿದಳು. "ಮೊದ್ಲು ನೀನು ಹೀಗೆ ಇರ್ಲಿಲ್ಲ"

ಜೋರಾಗಿಯೇ ಇತ್ತು ಆರೋಪ.

"ಹೇಗೆ ಸಾಧ್ಯ? ಆಗ ನನ್ನ ಹೊಟ್ಟೆಯ ಚಿಂತೆ ಮಾತ್ರವಲ್ಲ. ಇನ್ನೊಂದು ಹೊಟ್ಟೆಯ ಚಿಂತೆ ಇರ್ಲಿಲ್ಲ. ಯಾವ್ದೇ ಜವಾಬ್ದಾರಿಗಳನ್ನು ನಿರ್ವಹಿಸಬೇಕಿರಲಿಲ್ಲ. ಈಗ ಪರಿಸ್ಥಿತಿಗಳು ಬೇರೆ. ಸ್ವಲ್ಪ ಅರ್ಥಮಾಡ್ಕೋ" ಹೇಳಿ ಹೊರಗೆ ಹೋದ.

ಅಂಜಲಿಗೆ ದಿಕ್ಕು ತೋಚದಂತಾಯಿತು. ಅವಳಪ್ಪನ ಹಿಂದೆ ಮುಂದೆ ಸುತ್ತೋ ಜನ ಕೂಡ ಲಕ್ಷಾಧೀಶ್ವರರೇ. ಆ ಮನುಷ್ಯ ಎಂದೂ ಜುಗ್ಗುತನ ಮಾಡಿದವನೇ ಅಲ್ಲ. "ಡ್ಯಾಡಿ, ನನ್ನ ಫ್ರೆಂಡ್ ಬರ್ತ್‌ಡೇಗೆ ಗಿಫ್ಟ್ ಕೊಡಬೇಕು" ಇಂಥ ಒಂದು ಪುಟ್ಟ ಅಹವಾಲಿಗೆ ತಕ್ಷಣ ಸ್ಪಂದಿಸುತ್ತಿದ್ದ ರಾಮಲಿಂಗಂ. "ನನ್ನ ಬಂಗಾರದ ಗೊಂಬೆ. ತಗೋ, ನಿಂಗೆಷ್ಟು ಬೇಕೋ ಅಷ್ಟು ದುಡ್ಡು ತಗೋ. ಕಾಸ್ಲೀ ಪ್ರೆಸೆಂಟೇಷನ್ ಕೊಡು." ಪ್ರೋತ್ಸಾಹಿಸುತ್ತಿದ್ದ ತಂದೆನ ಬಿಟ್ಟು ಬಂದಿದ್ದಕ್ಕೆ ಅವಳಿಗೆ ಪಶ್ಚಾತ್ತಾಪವಾಯಿತು. ತೊಂದರೆ ಅನ್ನುವುದನ್ನು ಕಾಣದೆ ಸುಖದ ಮಧ್ಯೆ ಬೆಳೆದ ಕೂಸು. ಪ್ರೇಮವೆನ್ನುವುದು ತಾಪತ್ರಯ ಹೊಂಡವನ್ನು ಸೃಷ್ಟಿಸಿತ್ತು. ಪಾರಾಗುವುದು ಹೇಗೆ? ದಿಕ್ಕು ತೋಚದಂತಾಯಿತು.

ಸ್ವಲ್ಪ ಹಸಿವೆನಿಸಿ ಅಡುಗೆ ಮನೆಗೆ ಹೋದಳು. ಅಕ್ಕಿ, ಬೇಳೆ ಅಡುಗೆಗೆ ಬೇಕಾದ ಸಾಮಗ್ರಿಗಳನ್ನೆಲ್ಲ ತಂದು ಡಬ್ಬಾಗಳಲ್ಲಿ ತುಂಬಿಸಿದ್ದ. 'ಹೋಟೆಲ್, ರೆಸ್ಟೋರೆಂಟ್ ಅಂತ ಸುತ್ತೋಕೆ ಆಗೋಲ್ಲ. ನಾವೇ ಅಡುಗೆ ಮಾಡ್ಕೊಂಡು ಊಟ ಮಾಡೋಣ. ವಸು ಅಕ್ಕನ ಮದ್ವೆಯಾದ್ಮೇಲೆ... ಸಾತಮ್ಮ ಎಲ್ಲಾದ್ರೂ ಹೋದ ಮೇಲೆ ನಾನು, ಅಣ್ಣನೇ ಅಡ್ಗೇ ಮಾಡಿ ಬಂದವರಿಗೆ ಬಡಿಸಿದ್ದೀವಿ. ಇಂದಿಗೂ ನಮ್ಮ ಮನೆಯಲ್ಲಿ ಒಂದು ಕೊಳದಪ್ಪಲೆ ಹುಳಿ, ಅನ್ನ ಸಿದ್ಧವಾಗಿ ಬಿಡೋದು. ಯಾರಾದ್ರೂ ಊಟಕ್ಕೆ ಇದ್ದೇ ಇರುತ್ತಿದ್ದರು" ಎಂದು ಹೇಳಿದ್ದ ವಾಸು. ಅವನ ಮನೆಯ ಬಿಡಿ ಚಿತ್ರ. ಈಚೆಗೆ ಕೆಲವು ದಿನದಿಂದ ಬರೀ ತಂದೆಯ ವಿದ್ವತ್ತು, ಔದಾರ್ಯ, ಬೌದ್ಧಿಕ ಸಾಮರ್ಥ್ಯದ ಬಗ್ಗೆ ಹೇಳಿಕೊಳ್ಳುತ್ತಿದ್ದ.

ಅರ್ಧ ಗಂಟೆಗೆ ಮುನ್ನವೇ ಈ ಮನೆಯನ್ನು ಇವರಿಗಾಗಿ ಬಿಟ್ಟು ಬೇರೆಡೆ ಹೋಗಿದ್ದ ನಚಿಕೇತ ಬಂದ.

"ವಾಸುದೇವಮೂರ್ತಿ ಇಲ್ವಾ?" ಬಾಗಿಲಲ್ಲಿಯೇ ನಿಂತು ವಿಚಾರಿಸಿದ. ನಾಲ್ಕೈದು ವರ್ಷ ವಾಸುಗಿಂತ ಹಿರಿಯ. ದನಿಯಲ್ಲಿ ಸೌಜನ್ಯವಿತ್ತು. "ಎಲ್ಲೋ ಹೋಗಿದ್ದಾರೆ. ಬನ್ನಿ ಒಳ್ಗೇ" ಕರೆದಳು. ಅಲ್ಲೇ ನಿಂತ. "ಮೊನ್ನೆ ಮೈಸೂರಿಗೆ ಹೋಗಿದ್ದಾಗ ಮೇಷ್ಟ್ರುನ ನೋಡಿದೆ. ಎದುರು ನಿಂತರೆ ಕೈ ಮುಗಿದು ಬಿಡಬೇಕೂಂತ ಅನ್ನಿಸಿ ಬಿಡುವಂಥ ವ್ಯಕ್ತಿತ್ವ ಅವರದು. ಇದೊಂದು ಶಿಕ್ಷೆಯಾಯಿತು ಅವರ ಪಾಲಿಗೆ. ಕ್ಷಮಿಸಲಾರದಂಥ ತಪ್ಪು ಮಾಡಿಬಿಟ್ರೆ" ಉಸುರಿದ.

ಅವಳಿಗೆ ಸಣ್ಣಗೆ ರೇಗಿತು. ಈ ತರಹದ ಬೇರೆಯವರೊಂದಿಗೆ ಬುದ್ಧಿ ಹೇಳಿಸಿಕೊಂಡು ಅಭ್ಯಾಸವಿಲ್ಲ.

"ಏನ್ರೀ, ನಾವು ತಪ್ಪು ಮಾಡಿರೋದು? ಅದ್ನ ಕೇಳ್ಲೋಕೆ ನೀವ್ಯಾರು? ನಿಜ್ವಾಗ್ಲೂ

ಶಿಕ್ಷೆ ಅನುಭವಿಸ್ತಾ ಇರೋಳು ನಾನು. ನಮ್ಮಪ್ಪ ಇಂಥ ಎಷ್ಟೋ ಮನೆಗಳನ್ನ ಕಟ್ಟಿಸಿ ಕೆಲಸದವ್ರಿಗೆ ದಾನ ಮಾಡಿದ್ದಾರೆ" ತರಾಟೆಗೆ ತಗೊಂಡಳು. ನಚಿಕೇತನ ನಾಲಿಗೆ ಹೊರಳಲಿಲ್ಲ. "ನಾನು ಬಂದಿದ್ದೇಂತ ವಾಸುಗೆ ಹೇಳ್ಬಿಡಿ" ಎಂದು ಅಷ್ಟು ದೂರ ಹೋದವನು ಒಮ್ಮೆ ಹಿಂದಿರುಗಿ ನೋಡಿದ.

ರಪ್ಪನೆ ಬಾಗಿಲು ಹಾಕಿಕೊಂಡಳು. 'ಬೀದಿಯಲ್ಲಿ ಹೋಗೋರೆಲ್ಲ ಬಂದು ಬುದ್ಧಿ ಹೇಳೋಕೆ ಶುರು ಮಾಡಿದ್ದಾರೆ'. ಗೊಣಗಿಕೊಂಡು ಒಂದೆಡೆ ಕೂತಳು. ಹಸಿವೆನಿಸಿತು. ಅಡುಗೆ ಮಾಡುವಂತ ತಾಳ್ಮೆ ಇರಲಿಲ್ಲ. ಮಾಡಲು ಕೂಡ ಬಾರದು. ತಲೆಕೆಟ್ಟಂತಾಗಿ ಮೂಲೆಯ ಅಂಗಡಿಯಿಂದ ಒಂದು ಡಜನ್ ಮೊಟ್ಟೆ ಖರೀದಿಸಿ ತಂದವಳು ನಾಲ್ಕು ಮೊಟ್ಟೆ ಬೇಯಿಸಿ ತಾನು ತಿಂದವಳು ಇನ್ನೆರಡು ವಾಸುಗಾಗಿ ಬೇಯಿಸಿದಳು. ಗಂಡನ ಯೋಗಕ್ಷೇಮ ಹೆಂಡತಿಯಾದವಳ ಕರ್ತವ್ಯ' ಅಂಥ ನಾಣ್ನುಡಿಯ ಮೇಲೆ ನಂಬಿಕೆ ಇತ್ತು.

ಟಿ.ವಿ. ಇಲ್ಲ, ಕಂಪ್ಯೂಟರ್ ಇಲ್ಲ. ಮನೆಯಲ್ಲಿ ಗಲಾಟೆ ಇಲ್ಲ. ಏನು ಅಂದರೆ ಏನೂ ಇಲ್ಲ. ತಲೆಯ ಮೇಲೆ ಕೈಯಿಟ್ಟುಕೊಂಡು ಕೂತಳು. ಹೀಗೇ ತನ್ನಿಂದ ಇರಲು ಸಾಧ್ಯವೇ? ಈಗ ಅಮ್ಮನಿಗೆ ಫೋನ್ ಮಾಡಿದರೆ? 'ಕೈಯೋ, ಕಾಲೋ ಮುರ್ಸಿ ಹೊಂಡಕ್ಕೆ ಹಾಕಿ ಬಿಡ್ತಾನೆ' ಅಜ್ಜಿಯ ಮಾತು ನೆನಪಿಗೆ ಬಂದ ಕೂಡಲೇ ಅವಳ ಮೈ ತಣ್ಣಗಾಯಿತು. ಆರಾಮಾಗಿ ಬಿದ್ದುಕೊಂಡ ಮೊಬೈಲ್ ಕಂಡಿತು. ಎತ್ತಿ ದೂರಕ್ಕೆ ಎಸೆಯಬೇಕೆನಿಸಿತು. ಫೋಟೋಗಳನ್ನು ತೆಗೆದು ಸ್ಟೋರ್ ಮಾಡಿಟ್ಟುಕೊಂಡಿದ್ದಳು. ಈಗ ಬೇಕಾಬಿಟ್ಟಿಯಾಗಿ ವರ್ತಿಸುವಂತಿರಲಿಲ್ಲ.

ರಾತ್ರಿ ಒಂಬತ್ತರ ಸಮಯಕ್ಕೆ ವಾಸು ಬಂದ. ಎಲ್ಲಾ ತರಹದ ಸ್ವೀಟ್ಸ್ ಅವಳಿಗೆ ಇಷ್ಟ, ಇಂದು ಜಿಲೇಬಿ ತಂದಿದ್ದ. ರೆಸ್ಟೋರೆಂಟ್‌ಗೆ ಕರೆದೊಯ್ದರೆ ಬಿಲ್‌ನ ಬಗ್ಗೆ ಯೋಚಿಸದೆ ನಾಲ್ಕಾರು ಸ್ವೀಟ್ಸ್‌ನ ತರಿಸಿ ತಿನ್ನುವುದು ಅವಳ ಅಭ್ಯಾಸ. ಇಂದು ಅವಳಿಗಾಗಿ ಜಿಲೇಬಿ ಕಟ್ಟಿಸಿಕೊಂಡು ಬಂದಿದ್ದ.

"ಹಲೋ.... ಹಾಯ್.... ಅಂಜು... ಸಾರಿ ಅಮ್ಮ ಒಂದಿಷ್ಟು ಲೇಟಾಯ್ತು. ಕೆಲವು ಹಳೆ ವಿದ್ಯಾರ್ಥಿಗಳು ಸಿಕ್ಕಿದ್ರು. ಜ್ಞಾನದ ದೃಷ್ಟಿಯಿಂದ 'ಕನ್ನಡ ಭಾಷೆ ಎಷ್ಟು ಅಗತ್ಯ' ಎನ್ನುವ ಬಗ್ಗೆ ಯೂನಿವರ್ಸಿಟಿಯಲ್ಲಿ ಒಂದು ಕಾರ್ಯಾಗಾರ ಇತ್ತಂತೆ. ಉದ್ಘಾಟನಾ ಭಾಷಣ ಅಣ್ಣನದೆ ಅಂತೆ. ಆ ಬಗ್ಗೆ ಮಾತಾಡ್ತಾ ಕೂತಿದ್ವಿ, ಸಮಯ ಹೋಗಿದ್ದೆ ಗೊತ್ತಾಗಲಿಲ್ಲ" ಎಂದವನ ದನಿ ಭಾರವಾಗಿತ್ತು. ಆದರೆ ಅಂಥ ಸೂಕ್ಷ್ಮ ಸಂವೇದನೆಯ ಹುಡುಗಿಯಲ್ಲ.

"ಅದಕ್ಕೆ ಆರಾಮಾಗಿ ನನ್ನ ಮರ್ತು ಕೂತಿದ್ರಿ. ನಂಗೆ ಒಂಟಿಯಾಗಿದ್ದೆ ಅಭ್ಯಾಸವಿಲ್ಲ. ಆಳವಾಗಿ ಪ್ರೇಮಿಸಿ ಮದ್ವೆಯಾದವ್ರು. ದಿನವು ನಾನು ಎಷ್ಟೊಂದು ಎಸ್.ಎಂ.ಎಸ್. ಕಳಿಸ್ತಾ ಇದ್ದೆ. ನೀನು ಎಷ್ಟೊಂದು ಎಸ್.ಎಂ.ಎಸ್. ಕಳಿಸ್ತಾ ಇದ್ದೆ. ಆಗೆಲ್ಲ ಹಾರಿ ನಿನ್ಹತ್ರ ಬಂದು ಬಿಡಲೇಂತ ಅನ್ನಿಸಿ ಬಿಡ್ತಾ ಇತ್ತು. ಯಾಕೋ ನಂಗೆ ಒಂದು ತರಹ

ಆಗ್ತಾ ಇದೆ" ಅವನ ತೋಳಿಗೆ ಮುಖ ಹಚ್ಚಿ ಬಿಕ್ಕಳಿಸತೊಡಗಿದಳು. ಅವಳು ಹೇಳಿದ್ದು ನಿಜವೇ. ಪ್ರೇಮಿಗಳ ಜವಾಬ್ದಾರಿ ಇಲ್ಲದ ಕನಸಿನ ದಿನಗಳೇ ಬೇರೆ. ವಿವಾಹದ ನಂತರದ ದಿನಗಳೇ ಬೇರೆ. ಈಗ ಅವನಿಗೆ ಸ್ವಲ್ಪ ಸ್ವಲ್ಪ ಅರಿವಾಗುತ್ತಿತ್ತು. ಮುಂದೆ ಅಂಜಲಿಗೆ ಅರಿವಾಗಬೇಕಿತ್ತು. "ಸಮಾಧಾನ ಮಾಡ್ಕೋ ಅಂಜು. ಈಗ ನಮ್ಮುಂದೆ ಸಾಕಷ್ಟು ಸವಾಲುಗಳು ಇದೆ. ಅದ್ನ ಧೈರ್ಯದಿಂದ ನಿಂತು ಎದುರಿಸಬೇಕಿದೆ" ಎಂದವಳ ಕಣ್ಣೀರು ತೊಡೆದು.

"ಒಂದ್ಕೆಲ್ಸ... ಮಾಡೋಣ" ಕಣ್ಣೀರು ತೊಡೆದುಕೊಂಡು "ನನ್ನ ಡ್ಯಾಡಿಗೆ ನಾನೂಂದರೆ ತುಂಬ ಪ್ರೀತಿ. ತಪ್ಪಾಯ್ತುಂತ ಅತ್ತು ಕರೆದು ಮಾಡಿದರೆ ಒಪ್ಕೊಂಡು ಬಿಡ್ತಾರೋ ಹೇಗೂ ನಾವಿಬ್ರೂ ಮದ್ವೆಯಾಗಿರೋದರಿಂದ ಚಿನ್ನಯ್ಯನ ಜೊತೆ ಮದುವೆ ಮಾಡೋಕೆ ಹೋಗೋಲ್ಲ" ಗೆಲುವಿನಿಂದ ಇಂಥದೊಂದು ಮಾತು ಹೇಳಿದಾಗ ನೇರವಾಗಿ ಅವಳನ್ನು ನೋಡಿದ. ಒಂದು ಸಲ ಅವನಿಗೆ ತನ್ನ ಮೇಲೆ ಕನಿಕರವೆನಿಸಿತು. "ಪ್ಲೀಸ್ ಯೋಚ್ನೆ ಮಾಡು ವಾಸು. ವಯಸ್ಸು ಅಂಥದ್ದು ಪ್ರೀತಿ, ಪ್ರೇಮದ ಬಗ್ಗೆ ನಾನು ವಿರೋಧ ಮಾಡೋಲ್ಲ. ನಿನ್ನ, ಅವಳ ಎಜುಕೇಷನ್ ಮುಗೀಲಿ. ಆ ವೇಳೆಗೆ ಒಬ್ಬರಿಗೆ ಮತ್ತೊಬ್ಬರು ಅರ್ಥವಾಗಿರುತ್ತೀರಿ. ತೀರಾ ಭಿನ್ನ ಪರಿಸರದಲ್ಲಿ ಬೆಳೆದವರು. ಅಂಜುಗೂ ಅಂಥ ಮೆಚ್ಯೂರಿಟಿ ಇಲ್ಲ" ವಸುಧಾ ಹೇಳಿದ್ದಳು. ಅದೆಲ್ಲ ಈಗ ಸರಿಯೆನಿಸಿತು.

"ಆಯ್ತು, ಹಾಗೇ ಹೋಗಿ ಅತ್ತು ಕರೆದು ಮಾಡು. ನಿನ್ನ ಪ್ರಕಾರನೇ ಚಿನ್ನಯ್ಯ ನೊಂದಿಗೆ ವಿವಾಹ ಮಾಡೋ ಅಪಾಯ ಸದ್ಯಕ್ಕೆ ಇರಲಾರದು. ಆ ಅಪಾಯದಿಂದ ಪಾರಾಗೋ ಸಲುವಾಗಿ ನಮ್ಮ ಮದ್ವೆ" ದುಗುಡದಿಂದ ಹೇಳಿದ. ಪಡೆದಿದ್ದು, ಕಳೆದು ಕೊಂಡಿದ್ದರ ತಾಳೆ ಹಾಕಿ ಸೋತು ಹೋಗಿದ್ದ. 'ವಾಸು...' ತಂದೆಯ ದನಿಯಲ್ಲಿನ ಮಮತೆ ಮುಂದೆ ಪ್ರೀತಿ, ಪ್ರೇಮ ಹೆಚ್ಚಾಯಿತೇ? 'ನಾನು ಇನ್ನು ಮನೆಗೆ ಬರೋಲ್ಲ' ವಸುಧಾಗೆ ಫೋನ್‌ನಲ್ಲಿ ತಿಳಿಸಿದ್ದ. ಅಂದರೆ ಶಾಶ್ವತವಾಗಿ ತಂದೆಯ ಮಮತೆಯಿಂದ ದೂರವಾದನೆ? ಬಿಕ್ಕಿ ಬಿಕ್ಕಿ ಅಳಬೇಕೆನಿಸಿತು.

ಆ ಕ್ಷಣ ವಾಸು ಮಾತುಗಳನ್ನು ಗ್ರಹಿಸಿದ್ದು ಬೇರೆ ರೀತಿಯಲ್ಲಿ. ಹೇಗೂ ಒಪ್ಪಿಗೆ ಸೂಚಿಸಿದ್ದಾನೆ. ಅಜ್ಜಿ, ಅಪ್ಪನ ಕಾಲು ಹಿಡಿದು ಬಿಟ್ಟರಾಯ್ತು. ಆಮೇಲೆ ಎಲ್ಲಾ ಸಂಕಟಗಳಿಂದ ದೂರ. ಅಂಜಲಿಗೆ ಕುಣಿದಾಡುವಷ್ಟು ಖುಷಿಯಾಯಿತು.

"ಈಗ್ಲೇ ಹೊರಡೋಣ್ವಾ?" ತನ್ನ ಏರ್ ಬ್ಯಾಗ್‌ನಲ್ಲಿ ಬಟ್ಟೆಗಳನ್ನು ತುರುಕ ತೊಡಗಿದ್ದನ್ನು ದಿಟ್ಟಿಸಿ ನೋಡಿದ. ತಾನು ಅಂಜಲಿಯನ್ನು ಅರ್ಥಮಾಡಿಕೊಂಡಿದ್ದೆಷ್ಟು ಪ್ರೇಮವೆನ್ನುವ ಚುಂಬಕದ ಮಧ್ಯೆ ತಾನು ಕಳೆದು ಹೋಗಿದ್ದು ಎಲ್ಲಿ?

"ನನ್ನ ಡ್ಯಾಡಿಗೆ ಸ್ವಲ್ಪ ಕೋಪ, ಚಿನ್ನಯ್ಯ ಬಿಜಿನೆಸ್ ಪಾರ್ಟನರ್. ನನ್ನ ಅವನ ಕುತ್ತಿಗೆಗೆ ಬಿಗಿದುಬಿಟ್ಟರೇ, ಮುಂದೆ ಬಿಜಿನೆಸ್‌ನಿಂದ ಅವನು ಬೇರೆಯಾಗುವ ಅಪಾಯವಿಲ್ಲಾನ್ನೋ ಪ್ಲಾನ್ ಜೊತೆ ನನ್ನ ಮಮ್ಮಿಗೆ ತವರು ಮನೆ ಅಕ್ಕರೆ ಜಾಸ್ತಿ. ಅಲ್ಲಿ

ಚಿನ್ನಯ್ಯನ ಕೈ ಹಿಡಿದು ಇನ್ನೊಬ್ಬ ಹೆಣ್ಣು ಬಂದರೆ, ತನಗೆಲ್ಲಿ ತೊಂದರೆಯಾಗುತ್ತೇಂತ ಯೋಚಿಸಿದ್ಲು. ಮೊದ್ಲು ಒಂದಿಷ್ಟು ಹಾರಾಡಬಹ್ದು. ಡ್ಯಾಡಿಗೆ ಒಂದಿಷ್ಟು ಹೆಲ್ಪ್ ಮಾಡ್ದೇಂತ ಇಟ್ಕೋ. ರಾಮಲಿಂಗಂ ನಿನ್ನ ಪಾರ್ಟನರ್ ಆಗಿ ತಗೊಂಡು ಬಿಡ್ತಾರೆ." ಲೀಲಾಜಾಲವಾಗಿ ಖುಷಿ... ಖುಷಿಯಾಗಿ ಹೇಳಿದವಳ ಅಜ್ಞಾನಕ್ಕೆ ನಗಬೇಕೆನಿಸಿತು. ಅವಳು ತನ್ನನ್ನ ಅರ್ಥಮಾಡಿಕೊಂಡಿದ್ದೆಷ್ಟು? ಭ್ರಮೆ ನೀರಸವೆನಿಸಿತು.

"ಅಂಥ ಹಗಲುಗನಸು ಕೂಡ ಕಾಣಬೇಡ. ನಮ್ಮಿಬ್ಬರ ಪ್ರೇಮ ನಂತರ ಮದ್ವೆಯಷ್ಟೇ ನಿಜ. ರಾಮಲಿಂಗಂ ಮನೆಗೆ ಬರೋದಾಗ್ಲೀ, ಅಲ್ಲಿ ನಿಂತು ಪಾರ್ಟನರ್ ಆಗಿ ನಿಲ್ಲೋಕಾಗ್ಲೀ, ಈ ಜನ್ಮವೇನು... ಇನ್ನು ಹತ್ತು ಜನ್ಮಕ್ಕಾದ್ರೂ ಸಾಧ್ಯವಿಲ್ಲ" ಹಲ್ಲು ಬಿಗಿ ಹಿಡಿದು ನುಡಿದ. ಎಂಥ ಶಿಷ್ಟಾಚಾರದ ನಡುವೆ ಬೆಳೆದವ. ಅಂಥ ಒಂದು ಸಾಧ್ಯತೆಯನ್ನು ಮುಲಾಜಿಲ್ಲದೆ ತಳ್ಳಿ ಹಾಕಿದ.

ಆಕಾಶಕ್ಕೆ ಹಾರಿದ ಹಕ್ಕಿ ರೆಕ್ಕೆಗಳನ್ನು ಕತ್ತರಿಸಿಕೊಂಡು ಭೂಶಾಯಿಯಾಗಿ ಒದ್ದಾಡಿದ ಸ್ಥಿತಿ ಅಂಜಲಿದು. ಏರ್‌ಬ್ಯಾಗ್, ಬಟ್ಟೆಗಳನ್ನು ಹಾಗೆಯೇ ಬಿಟ್ಟು ತೆಪ್ಪಗೆ ಗರಬಡಿದವಳಂತೆ ಕೂತಳು. ಅವಳಿಗೆ ಕಷ್ಟಪಟ್ಟು ಅಭ್ಯಾಸವಿಲ್ಲ. ಎಷ್ಟೋ ಚಲನಚಿತ್ರಗಳಲ್ಲಿ ಪ್ರೇಮಿಗಳು ಮನೆಯಿಂದ ಓಡಿ ಹೋಗಿ ಹೆತ್ತವರನ್ನು ವಿರೋಧಿಸಿ ಕಷ್ಟ, ಬಡತನದ ಜೊತೆ ಕಾಡುಮೇಡುಗಳನ್ನು ಸುತ್ತಿ ಜೀವಿಸಿದ ರೀತಿ ಫೆಂಟಾಸ್ಟಿಕ್ ಎನಿಸಿತ್ತು. ಅಂಥ ಅಮರ ಪ್ರೇಮಿ ತಾನಾಗಬೇಕೆಂದು ಅನ್ನಿಸಿದ್ದುಂಟು. ಆದರೆ ಬೇಸಿಕ್ ತಾಪತ್ರಯಕ್ಕೆ ಸುಸ್ತಾಗಿದ್ದರಿಂದ ಕಂಫರ್ಟ್ ಬೇಕೆನಿಸಿದ್ದರಿಂದ ಅಪ್ಪ, ಅಮ್ಮ, ಅಜ್ಜಿ ಬೈಗುಳ ನಡುವೆಯೂ ತಾನು ಅಲ್ಲಿ ಹೋಗಿ ಉಳಿದು ಬಿಡುವುದು ಸರಿಯೆನಿಸಿದ್ದುಂಟು. ಆದರೆ... ವಾಸು... ಅವಳ ಕಣ್ಣಂಚಿನಿಂದ ಕಂಬನಿಯ ಬಿಂದುಗಳು ಉರುಳಲಿಲ್ಲ. ತನಗೆ ಚಿನ್ನಯ್ಯನಿಗಿಂತ ವಾಸು ಇಷ್ಟವಾಗಿ ಬಿಡೋಕೆ ಆ ಸ್ವಭಾವವೂ ಕಾರಣವೇನೋ! ಆದರೂ ಇದು ಬುದ್ಧಿವಂತಿಕೆಯಲ್ಲವೆನಿಸಿತು. ಕಷ್ಟಪಡುವುದು ಯಾಕೆ? ಬೇಸರವಾಗಿ ಕಾಡಿತು.

ಎಲ್ಲಾ ಹಾಗೆಯೇ ಬಿಟ್ಟು ವಾಸುನ ತಬ್ಬಿಕೊಂಡು "ನಮ್ಮ ಗತಿ ಮುಂದೇನು?" ದಡ್ಡತನದ ಪ್ರಶ್ನೆಯೆನಿಸಿತು. "ಏನು ಹಾಗೆಂದರೆ? ಆತುರದ ನಿರ್ಧಾರಗಳು ಎಡವಟ್ಟುಗಳನ್ನು ತಂದು ಹಾಕಿದೆ. ಚಿಂತನೆಗೆ ಅವಕಾಶವೇ ಸಿಗಲಿಲ್ಲ. ಧೈರ್ಯದಿಂದ ಫೇಸ್ ಮಾಡಬೇಕು. ಮೊದ...ಮೊದಲು... ಕಷ್ಟವೆನಿಸಿದರೂ ಅನುಭವ ಪಾಠ ಕಲಿಸುತ್ತ ಹೋಗುತ್ತೆ. ನೀನೇನೂ ತಲೆ ಕೆಡಿಸ್ಕೋಬೇಡ. ಈಗ ವಾಸು ಬೌದ್ಧಿಕವಾಗಿ ಚಿಂತಿಸಬಲ್ಲ. ಆದಷ್ಟು ನಿನ್ನ ಚೆನ್ನಾಗಿ ನೋಡ್ಕೋತೀನಿ" ಭರವಸೆ ತುಂಬಿದ. ಆದರೂ ಹಿತವೆನಿಸಲಿಲ್ಲ.

"ನಿಂಗೋಸ್ಕರ ಏನೋ ತಂದಿದ್ದೀನಿ" ಎಂದು ಜಿಲೇಬಿ ಪ್ಯಾಕೆಟನ್ನು ಅವಳ ಮುಂದೆ ಬಿಚ್ಚಿಟ್ಟ. "ನಂಗೆ ತುಂಬ ಇಷ್ಟಾನೇ! ಅರ್ಧ ಕೆ.ಜಿ. ನಾನೊಬ್ಬೇ ಮುಗ್ಸಿಬಿಡ್ತಾ ಇದ್ದೆ" ಎಂದು ಲೊಟ್ಟೆಯೊಡೆಯುತ್ತ ತಿಂದಳು. ಅವಳು ಹೇಳಿದ್ದು ಉತ್ಪ್ರೇಕ್ಷೆಯ

ಮಾತಲ್ಲ. ಅವಳೊಬ್ಬಳೇ ಅಲ್ಲ, ಈಗಲೂ ಅವಳ ಅಜ್ಜಿಗೆ ಅರ್ಧ ಕೆ.ಜಿ. ಮೈಸೂರು ಪಾಕ್ ತಿನ್ನುವಂಥ ಬಾಯಿ ಚಪಲ. ಇನ್ನು ಅವಳಮ್ಮ ಯಾವುದೇ ಕಾಯಿಲೆಗಳನ್ನು ಲೆಕ್ಕಕ್ಕೆ ಇಟ್ಟು ನಾಲಿಗೆ ಚಪಲ ನಿಯಂತ್ರಿಸಿಕೊಂಡವರಲ್ಲ.

"ಅಷ್ಟೇ ಮಾಡಿದ್ದೀಯ?" ಕೈ ತೊಳೆದುಕೊಂಡು ಕಿಚನ್‌ಗೆ ಹೋದ. ಮುಚ್ಚಿಟ್ಟಿದ್ದ ಪಾತ್ರೆಯ ಮೇಲಿನ ಪ್ಲೇಟ್ ಸರಿಸಿದ. ನೀರಿನಲ್ಲಿ ಎರಡು ಮೊಟ್ಟೆ ಮುಳುಗುತ್ತಿತ್ತು. ಹಾಗೆಯೇ ಮುಚ್ಚಿಟ್ಟು ಹೊರಬಂದ. ಏರ್‌ಬ್ಯಾಗ್‌ನ ಮಂಚದ ಅಡಿಗೆ ತಳ್ಳುತ್ತಿದ್ದ ಅಂಜಲಿ "ಅದೂ... ಇದೂ... ಮಾಡೋದು ತುಂಬ ರಿಸ್ಕ್ ಅನಿಸ್ತು. ಮೊಟ್ಟೆ ಬೇಯಿಸಿಕೊಂಡು ತಿಂದುಬಿಟ್ರೆ, ಬೇಕೂಂದರೆ ಇನ್ನೆರಡು ಆಮ್ಲೆಟ್ ಮಾಡ್ಕೋಬಹ್ದು. ಅದೊಂದು ಮಾತ್ರ ನಂಗೆ ಗೊತ್ತು" ಅನ್ನುತ್ತ ಕಿಚನ್‌ಗೆ ಹೋದವಳು ಎರಡು ಮೊಟ್ಟೆಯನ್ನು ತಟ್ಟೆಗೆ ಹಾಕಿಕೊಂಡವಳು ಮೇಲಿನ ಸಿಪ್ಪೆ ಬಿಡಿಸಿ ತಂದು ಅವನ ಮುಂದಿಟ್ಟಾಗ "ಅಂಜು, ನಂಗ್ಬೇಡ" ಎದ್ದು ಹೊರಗೆ ಹೋಗಿ ನಿಂತ. ಬಹುಶಃ ಊಟ, ತಿಂಡಿಗಳ ಬಗ್ಗೆ ಮಾತಿನ ನಡುವೆ ಹೇಳಿದ್ದಳೇನೋ, ಅವನು ಗಮನಿಸಿರಲಿಲ್ಲ. ಇದು ತಾನೊಬ್ಬ ಮಾಡಿದ ತಪ್ಪಾ? ಬಹುಶಃ ಎಲ್ಲರ ವರ್ತನೆಯು ಹೀಗೆನಾ?

"ಪ್ಲೀಸ್, ತಿನ್ನು ಬಾ. ನಂಗೆ ಇದು ಸುಲಭವೆನಿಸಿತು. ನಂಗೆ ಬೇರೇನೂ ಮಾಡೋಕೆ ಬರೋಲ್ಲ. ನಂಗೋಸ್ಕರ... ತಿನ್ನು... ಬಾ" ತೋಳಿಗೆ ಮೂಗು ಉಜ್ಜಿದವಳನ್ನು ಪಕ್ಕಕ್ಕೆ ಸರಿಸಿ 'ನಂಗ ಬೇಡ, ಯಾರಿಗೋಸ್ಕರನು ತಿನ್ನೋಕೆ ರೆಡಿ ಇಲ್ಲ" ದೃಢವಾಗಿತ್ತು ಅವನ ನಿರಾಕರಣೆ. ಅವಳ ಕಣ್ಣೀರಿಗೆ ಕೂಡ ಕರಗೋ ಸ್ಥಿತಿಯಲ್ಲಿ ಇರಲಿಲ್ಲ. ಕುಸುಕುಸು ಲಲ್ಲೆಗರೆಯುವಿಕೆ, ಮುದ್ದಿಗೆ ಅವನೇನೂ ಸೋಲಲಿಲ್ಲ. "ನನ್ನ ಪಾಡಿಗೆ ನನ್ನ ಬಿಡು. ಸುಮ್ನೇ ಕಾಡಬೇಡ. ನೀನು ತಿನ್ನೋದೆಲ್ಲ ನಾನು ತಿನ್ನೋಕ್ಕಾಗೋಲ್ಲ. ನಿಂಗೆ ಇಷ್ಟವಾದುದ್ದನ್ನು ಬೇಡ... ತಿನ್ನಬೇಡ... ಅನ್ನೋ ಸ್ಯಾಡಿಸ್ಟ್ ಅಲ್ಲ" ಕಠಿಣವಾಗಿ ದೂಡಿದ.

ಇಡೀ ರಾತ್ರಿ ಇಬ್ಬರಿಗೂ ಜಾಗರಣೆ. ಹೊಂದಿಕೊಳ್ಳುವುದು ಹೇಗೆಂದು ಯೋಚಿಸುತ್ತಿದ್ದರೇನೋ, ಇಲ್ಲ ಪಶ್ಚಾತ್ತಾಪಪಡುತ್ತಿದ್ದರೋ, ಕವಲಾಗುವ ಮನಸ್ಥಿತಿಯಲ್ಲಿ ಇದ್ದರೋ, ಅಂತೂ ಇದೊಂದು ಘಟ್ಟ.

* * *

ಪ್ರೊಫೆಸರ್ ಅನಂತರಂಗಮೂರ್ತಿ ಗೆಳೆಯರೊಂದಿಗೆ ವಾಕ್ ಮುಗಿಸಿಕೊಂಡು ಮಾನಸಗಂಗೋತ್ರಿ ಆವರಣ ಬಿಟ್ಟು ಹೊರಬರುತ್ತಿದ್ದಾಗ ಕುಸಿದು ಬಿದ್ದರು. ಜನವಿದ್ದುದ್ದರಿಂದ ಅವರನ್ನು ಬೇಗ ನರ್ಸಿಂಗ್ ಹೋಂಗೆ ಕರೆದೊಯ್ಯಲು ಸಾಧ್ಯವಾಯಿತು. ತಕ್ಕ ಸಮಯದಲ್ಲಿ ಸೂಕ್ತವಾದ ಚಿಕಿತ್ಸೆಯು ಸಿಕ್ಕಿತು. 'ಮೈಲ್ಡ್ ಸ್ಟ್ರೋಕ್' ಅಂದರು ಡಾಕ್ಟರ್. ಇದು ಎರಡನೆಯ ಬಾರಿ.

"ವಸು, ವಾಸುಗೆ ಇದನ್ನು ತಿಳಿಸೋಣ್ವಾ? ಒಮ್ಮೆ ಬೆಂಗಳೂರಲ್ಲಿ ಸಿಕ್ಕಿದ್ದ. ವಿಳಾಸ

ಅಂಥದೇನೂ ಗೊತ್ತಿಲ್ಲ. ಮೊಬೈಲ್ ಸಿಮ್ ಕಾರ್ಡ್‌ನ ನಂಬರ್ ಕೂಡ ಬದಲಾಗಿದೆ. ರಾಮಲಿಂಗಂನ ಕೇಳಿದರೆ ಗೊತ್ತಾಗಬಹ್ದು. ನಂಗೆ ಆ ಮನುಷ್ಯ ಇಷ್ಟವಾಗೋಲ್ಲ. ಬೇರೆಯವರ ಮೂಲಕ ತರಿಸಬೇಕು. ಪೀಟರ್ ಈ ವಿಷ್ಯದಲ್ಲಿ ಸಹಾಯ ಮಾಡಬಹುದು" ಹೇಳಿದರು. ವಸುಧಾಗೆ ತಂದೆಯ ಮಾತುಗಳು ನೆನಪಾಯಿತು. "ಅವನಾಗಿ ಅವನು ಬರೋವರ್ಗೂ, ನಾವುಗಳು ಅವನನ್ನು ಕರ್ಯೋದ್ಬೇಡ. ಅವನಾಗಿ ಬದ್ಕು ಕಟ್ಟಿಕೊಳ್ಳೋಕೆ ಹೊರಟವನಿಗೆ ನಾವು ಅಡ್ಡಿಯುಂಟುಮಾಡೋದು ಬೇಡ. ಮಕ್ಕಳಿಂದ ಪ್ರೀತಿ ಸಿಗಬೇಕೆ, ಹೊರತು ನಾವಾಗಿ ಕಾಡಿ ಪಡೆಯೋದ್ಬೇಡ" ಅದನ್ನು ಇಂಥ ಸಮಯದಲ್ಲಿ ಪಾಲಿಸಬೇಕಾದ ಅನಿವಾರ್ಯತೆ ಇತ್ತು.

"ಬೇಡ ಚಿಕ್ಕಪ್ಪ, ಅಣ್ಣನಿಗೆ ಇಷ್ಟವಾಗೋಲ್ಲ. ಈ ಸಂದರ್ಭದಲ್ಲಿ ವಾಸುನ ನೋಡಿದರೆ ಮತ್ತಷ್ಟು ಎಕ್ಸೈಟ್ ಆಗಬಹುದು. ಅಣ್ಣ ಬೇಗ ಚೇತರಿಸ್ಕೋತಾರೆ" ಭರವಸೆಯನ್ನು ಕಾಯ್ದುಕೊಂಡಳು.

ಒಂದು ವಾರದಷ್ಟು ಕಾಲ ನರ್ಸಿಂಗ್ ಹೋಂನಲ್ಲಿದ್ದು ಮನೆಗೆ ಬಂದಾಗ ಅವರ ಮುಖದಲ್ಲಿ ಧನ್ಯತೆಯ ಭಾವವಿತ್ತು. ಆದರೂ ದೈಹಿಕವಾಗಿ, ಮಾನಸಿಕವಾಗಿ ಸ್ವಲ್ಪ ಮೆತ್ತಗಾಗಿದ್ದರು.

ಮನೆಯ ಅಂಚು ಅಂಚನ್ನು ಹೊಸದಾಗಿ ನೋಡುವಂತೆ ನೋಡಿದವರು ಹೋಗಿ ಹಿತ್ತಲಲ್ಲಿದ್ದ ತೆಂಗಿನ ಮರದ ಕೆಳಗಿದ್ದ ಕಲ್ಲು ಬೆಂಚಿನ ಮೇಲೆ ಕೂತರು. ಇವರ ತಾತ ಈ ಮನೆ ಕಟ್ಟಿಸಿದಾಗ ಪುಟ್ಟ ಹುಡುಗ. ಅಜ್ಜಿ ಪದ್ಮಾವತಮ್ಮ ಎಷ್ಟೊಂದು ಸಂಭ್ರಮದಿಂದ ಓಡಿಯಾಡಿದ್ದರು. ಇಟ್ಟಿಗೆ, ಮರಳು, ಕಲ್ಲುಗಳ ನಡುವೆ ಓಡಾಡಿದ್ದರು. ಅಜ್ಜಿ, ತಾತನ ನಂತರ ಅಪ್ಪ, ಅಮ್ಮನ ನಂತರ ರುಕ್ಮಿಣಿಯೊಡನೆ ತಾವು ಸಂಸಾರ ಮಾಡಿದ್ದು. ತುಂಬಿದ ಮನೆಯ ನೆನಪು. ಕಣ್ಣಲ್ಲಿ ನೀರಾಡಿತು.

"ಅಣ್ಣ, ಇಲ್ಲಿ ಕೂತಿರಿ?" ವಸುಧಾ ಬಂದು ಅವರ ಮುಂದೆ ನಿಂತಳು. ಮಗಳತ್ತ ದೃಷ್ಟಿ ಹರಿಸಿ "ಅಜ್ಜಿ, ಬೇಕೆಂದೆ ತೆಂಗಿನ ಗಿಡಗಳನ್ನು ನೆಡೆಸಿದಾಗ ಕಲ್ಲು ಬೆಂಚು ಹಾಕಿಸಿದ್ರು. ಆಗ ಸುತ್ತಲೂ ಕಲ್ಲುಗಳನ್ನು ನೆಡೆಸಿದ್ರು. ಅಣ್ಣ ಅದನ್ನೆಲ್ಲ ತೆಗ್ಸಿ ಕಾಂಪೌಂಡ್ ಹಾಕ್ಸಿದ್ರು. ಆದರೆ ನಾನೇನೂ ಮಾಡಲಿಲ್ಲ. ಕೆಲವೊಮ್ಮೆ ಬದಲಾವಣೆಗಳು ಅಗತ್ಯವೆನಿಸಿದರೂ, ಇದೇ ರೀತಿ ಉಳಿಸಿಕೊಳ್ಳುವುದು ಇಷ್ಟವಾಯ್ತು. ಮುಂದೇನು? ಯಾವುದೋ ನೋವು ಒತ್ತಿಕೊಂಡು ಬಂತು. "ವಾಸು, ಅವನು ವಿವಾಹವಾದ ಹೆಣ್ಣು ಆ ಚಿತ್ರದ ಹಿಂದೆ ರಾಮಲಿಂಗಂ... ಬರೀ ಹಣದ ಮನುಷ್ಯ." ಆ ಕುಟುಂಬದ ಕೈಗೆ ಸಿಕ್ಕಿ ಈ ಮನೆ ಏನು ಆಗಿಬಿಡಬಹುದೆಂಬ ಭಯವಿತ್ತು ಅವರ ದನಿಯಲ್ಲಿ. ವಸುಧಾ ಬಾಯಿಂದ ಮಾತುಗಳು ಹೊರಡಲಿಲ್ಲ. ಭೇಟಿಯಾದಾಗ ಅಂಜಲಿಯ ಬಗ್ಗೆ ವಿಪರೀತವಾದ ಭಾವಗಳು ಹುಟ್ಟಿಕೊಳ್ಳದಿದ್ದರು, ಇಷ್ಟವೆನಿಸಿರಲಿಲ್ಲ. ಆ ಹುಡುಗಿ ವಾಸುವಿಗೆ ಸರಿಯಾದ ಜೋಡಿಯಲ್ಲ, ಈ ಮನೆಗೆ ಸರಿಯಾದ ಸೊಸೆಯಾಗಲಾರಳು ಎನ್ನುವ ನಿಲುವಿಗೆ ಬಂದಿದ್ದಳು.

"ಆ ಬಗ್ಗೆ ಯೋಚ್ಸೋದು ಬೇಡ, ಅಣ್ಣ. ಈಗ ತಾನೇ ನಿನ್ನ ಅಳಿಯಂದ್ರು ಫೋನ್ ಮಾಡಿದ್ರು. ಆದಷ್ಟು ಬೇಗ ಲಂಡನ್ ತೋರಿಸಿ ಬಿಡುವ ಕನಸು ಅವರದು" ಮಾತನ್ನು ಬೇರೆಡೆ ಹೊರಳಿಸಿದಳು.

ಮೇಲೆದ್ದ ಅವರು "ಒಮ್ಮೆ ಗುರು ಹತ್ರ ಮಾತಾಡ್ತೀನಿ. ವೀಸಾ, ಪಾಸ್‌ಪೋರ್ಟ್ ಅಂಥದೆಲ್ಲ ಇದೆ. ಅವ್ರನ್ನ ಜೊತೆಯಲ್ಲಿ ಕರೆದೊಯ್ದರೆ ಹೇಗೆ?" ಇಂಥ ಮನದಾಳದ ಮಾತನ್ನು ಅವರ ಮುಂದೆ ಪ್ರಸ್ತುತಪಡಿಸಿದರು. "ಖಂಡಿತ, ಚಿಕ್ಕಪ್ಪ ಇದಕ್ಕೆ ಒಪ್ಗೇ ನೀಡಿದರೇ, ಅವ್ರು ಮಿಕ್ಕಿದಕ್ಕೆಲ್ಲ ವ್ಯವಸ್ಥೆ ಮಾಡ್ತಾರೆ" ಹರ್ಷ ವ್ಯಕ್ತಪಡಿಸಿದಳು.

ಅಪ್ಪ, ಮಗಳು ಒಳಗೆ ಬಂದರು. ಮನೆಯಲ್ಲಿ ಒಂದು ರೀತಿಯ ನೀರವತೆ. ಇವರು ನರ್ಸಿಂಗ್ ಹೋಂ ಸೇರಿದ ನಂತರ ಮನೆಗೆ ಬರುವವರ ಸಂಖ್ಯೆ ಕಡಿಮೆಯಾಗಿತ್ತು. ನರ್ಸಿಂಗ್ ಹೋಂಗಂತೂ ವಿಷಯ ತಿಳಿದ ವಿದ್ಯಾರ್ಥಿಗಳ ದಂಡೇ ಆಗಮಿಸಿತ್ತು. ಬದುಕುಳಿದ ಸಹಪಾಠಿಗಳು, ಮೈಸೂರಿನಲ್ಲೇ ಜಂಡಾ ಹೂಡಿದ ಸಹೋದ್ಯೋಗಿಗಳು ಒಬ್ಬರಲ್ಲ, ಒಬ್ಬರು ಬಂದು ನೋಡಿ ಹೋಗಿದ್ದರು.

ಸಂಜೆ ಬಂದ ಪ್ರೊಫೆಸರ್ ಅಭಿಶಂಕರ ಯೋಗಕ್ಷೇಮ ವಿಚಾರಿಸುವ ಮುನ್ನ "ವಿಷ್ಯ ಗೊತ್ತಾಯಿತ್ರಿ, ನಿಮ್ಮ ಮಗ ವಾಸು, ಆ ರಾಮಲಿಂಗಂ ಮಗ್ಳುನ ಮದ್ವೆ ಆದನಂತೆ ಇನ್ನ ಅವ್ನ ಲೈಫ್ ಸೆಟಲ್ ಆದಂಗೆ ಬಿಡಿ. ಒಳ್ಳೆ ಕುಳ. ಕೋಟ್ಯಾಂತರ ರೂಪಾಯಿ ಆಸ್ತಿ ಮಾಡಿದ್ದಾನೆ. ಇಲ್ಲೂ ಸಾಕಷ್ಟು ಸೈಟುಗಳು, ಬಂಗ್ಲೆಗಳು ಇವೆ. ನಿಮ್ಮ ಮಗನಿಗೆ ಇನ್ನ ಕಷ್ಟಪಟ್ಟು ಓದಬೇಕು, ಕೆಲ್ಸ ಹಿಡೀಬೇಕು. ಅಂಥ ತಾಪತ್ರಯವೇನಿಲ್ಲ" ಉಡಾಫೆ ಮಾತುಗಳನ್ನಾಡಿದ. ಆ ಮನುಷ್ಯನೇ ಅಷ್ಟೇ.

ಡಾ. ಗುರುಸಿದ್ಧಪ್ಪನಿಗೆ ರೇಗಿತು.

"ಆ ವಿಷ್ಯ ಬಿಡಿ. ನೀವು ಬಂದ ಕೆಲಸ ನೋಡಿ."

ಪ್ರೊಫೆಸರ್ ಅಭಿಶಂಕರನು ಮುಖ ಒಂದು ತರಹ ಮಾಡಿದರು. ಆದರ್ಶಕ್ಕೆ ಜೋತುಬಿದ್ದು ಸಾಹಿತ್ಯ, ಚರ್ಚೆ, ವಿದ್ಯಾರ್ಥಿಗಳೆಂದು ಪ್ರಾಣ ಬಿಡುವ ಈ ಮಂದಿಯ ಬಗ್ಗೆ ತಾತ್ಸಾರ. ಈಗ ಅನಂತರಂಗಮೂರ್ತಿಯವರ ಆರೋಗ್ಯ ವಿಚಾರಿಸುವುದು ಮಾತ್ರವಲ್ಲ, ಮನಸ್ಸಿನಲ್ಲಿ ಇನ್ನೊಂದು ಪ್ಲಾನ್ ಕೂಡ ಇಟ್ಟುಕೊಂಡು ಬಂದಿದ್ದರು.

"ನಿಮ್ಗೇ ಕೋಪ ಬಂತಾ? ಹೋಗ್ಲೀ ಬಿಡಿ. ನಂಗೆ ವಿಷಯ ಗೊತ್ತಾಗಿ ಸಂತೋಷ ಆಯಿತು. ಆ ಹುಡ್ಗನು ಯಾಕೆ ನಿಮ್ಮ ತರಹ ಬದ್ಕಬೇಕು? ಅದಕ್ಕೆ ಬೇಸರವೆದ್ದು ಅವ್ನ ಜೀವನ ಅವ್ನು ನೋಡಿಕೊಂಡ" ಅದನ್ನು ಆಡಿ ಮುಗಿಸಿದ ಆ ಮನುಷ್ಯ. ಪ್ರೊಫೆಸರ್ ಡಾ. ಗುರುಸಿದ್ಧಪ್ಪನಿಗೆ ಮತ್ತಷ್ಟು ಕೋಪ ಬಂತು. ಆದರೆ ಪ್ರಯೋಜನವಿಲ್ಲ. ಸೂಜಿ ಏರಿಸಿದ ದಾರಕ್ಕೆ ಹೂ ಪೋಣಿಸುವಂತೆ ಮಾತಿಗೆ ಮಾತು ಪೋಣಿಸುತ್ತಾನೆಂದು ಗೊತ್ತು. "ರ್ರೀ, ಅಭಿಶಂಕರ್ ನೀವು ಕಟ್ಟಿಸುತ್ತ ಇರೋ ಮನೆಯ ಔಟ್ ಫೇಸಿಂಗ್ ತುಂಬ ಚೆನ್ನಾಗಿದೆ" ಮಾತು ಹೊರಳಿಸಿದರು.

ಆಮೇಲೆ ಪ್ರೊಫೆಸರ್ ಅಭಿಶಂಕರ್ ಕಟ್ಟಿಸುತ್ತಿರುವ ಮನೆಯ ಬಗ್ಗೆ ಹೇಳಿಕೊಳ್ಳ

ತೊಡಗಿದರು. ಅರ್ಧಕರ್ಧ ಸುಳ್ಳುಗಳ ಸಾಲು ಸಾಲೇ ಇರುತ್ತಿತ್ತು. ಪ್ರತಿ ವಿದ್ಯಾರ್ಥಿಯಿಂದ ಒಂದಲ್ಲ ಒಂದು ರೀತಿಯ ಪ್ರಾಫಿಟ್ ಮಾಡಿಕೊಳ್ಳುವುದು ಗೊತ್ತಿತ್ತು. ಪ್ರೊಫೆಷನ್ ಮೂಲಕವು ಲಾಭವನ್ನೇ ನಿರೀಕ್ಷಿಸುವ ಮನುಷ್ಯ.

ಹೋಗೋವಾಗ ಮಾತ್ರ ಒಂದು ಬಾಂಬು ಸಿಡಿಸಿದರು.

"ಇನ್ನೊಂದ್ವಿಷ್ಯ..... ಕೇಳ್ದೇ! ಹೇಗೂ ನಿಮ್ಮ ಕಾಲ ಮುಗೀತಾ ಬಂತು. ಒಂದು ರೀತಿಯಲ್ಲಿ ಗ್ಯಾರಂಟಿ ಪೀರಿಯಡ್ ಮುಗಿದಿದೆ. ಹೇಗೂ ರಾಮಲಿಂಗಂ ಮಗ್ಳು ಈ ಮನೆಗೆ ಒಡತಿಯಾಗೋಳು. ಹೇಗೂ ಕಾರ್ನರ್ ಮನೆ. ಸರ್ರ್ಯಾಗಿ 80 × 120 ಸೈಟು ಇರ್ಬಹುದು. ಆರಾಮಾಗಿ ಡೆಮಾಲಿಷ್ ಮಾಡಿಸಿ ಫ್ಲಾಟ್‌ಗಳನ್ನು ಕಟ್ಸಿ ಬಿಡ್ತಾನೆ. ಒಳ್ಳೆ ಏರಿಯಾ! ಬಿಲ್ಡಿಂಗ್ ಮುಗಿಯೋಕೆ ಮುನ್ನವೇ ಮಾರಾಟವಾಗಿ ಕೋಟಿಗಟ್ಲೇ ಲಾಭ ಮಾಡಿಕೋತಾನೆ. ನಂಗೆ ಮಾರ್ಬಿಡಿ. ಇಲ್ಲೊಂದು ಸ್ಕೂಲು ಅಥ್ವಾ ಹಾಸ್ಟಲ್ ಕಟ್ಟಿಸ್ತೀನಿ. ಯಾವ್ದು ಮಾಡಿದರೂ ವಿದ್ಯಾರ್ಥಿಗಳಿಗೆ ಅನ್ಕೂಲವೇ. ಈ ಬಗ್ಗೆ ಸ್ವಲ್ಪ ಸೀರಿಯಸ್ಸಾಗಿ ಥಿಂಕ್ ಮಾಡಿ. ಬರೀ ಉದ್ವೇಗದಿಂದ ಪ್ರಯೋಜನವಿಲ್ಲ."

ಡಾ. ಗುರುಸಿದ್ಧಪ್ಪ ಗಾಬರಿಯಾದರು. ಹಿಡಿದು ನಾಲ್ಕು ಬಾರಿಸಬೇಕೆಂದು ಕೊಂಡರು. ಆ ವೇಳೆಗೆ ಆ ಮನುಷ್ಯ ಕಾಂಪೌಂಡ್‌ನ ಆವರಣ ದಾಟಿದ್ದ.

"ದರ್ಬೇಸಿ ಬೋಳಿ ಮಗ, ಇವನನ್ನು ಇಲ್ಲಿಗೆ ಬರ ಹೇಳಿದ್ದು ಯಾರು? ಇನ್ನೆಷ್ಟು ಆಸ್ತಿ ಬೇಕು? ಕ್ಲರ್ಕ್ ಪಾಂಡುರಂಗಯ್ಯನ್ನ ಹಳೆ ಮನೆ ಮೇಲೆ ಅಷ್ಟಿಷ್ಟು ಸಾಲ ಕೊಟ್ಟು ಓಡಿಸೇ ಬಿಟ್ಟ." ಬಾಯಿಗೆ ಬಂದಂಗೆ ತಾಳ್ಮೆ ತಪ್ಪಿ ಬೈಯ್ದೇ ಬಿಟ್ಟರು. ಆದರೆ ಅನಂತರಂಗ ಮೂರ್ತಿ ಒಂದು ನಿಡಿದಾದ ಉಸಿರು ದಬ್ಬಿ "ಯಾಕೆ ಕೋಪ ಮಾಡ್ಕೋತೀಯ? ಅವ್ನ ನಾಲಿಗೆ ಚೂಪು. ಆ ರಾಮಲಿಂಗಂ ಪರಿಚಯ ಇವನಿಗೂ ಇದೆ. ಅಲ್ಲಿ ಇಂಥದೊಂದು ಪ್ಲಾನ್ ಹುಟ್ಟಿಕೊಂಡಿರಬಹುದು. ಇವನ ಆಸೆ ಕೂಡ ಅಂಥ ದೊಡ್ಡ ತಪ್ಪೇನು? ಏಯ್, ಯೋಚ್ಸಬೇಕು... ಕಣೋ" ಗೆಳೆಯನ ಭುಜದ ಮೇಲೆ ಕೈ ಇಟ್ಟರು. "ಇದು ಪಿತ್ರಾರ್ಜಿತ, ಇದು ವಾಸುಗೆ ಸೇರಬೇಕಾದ್ದೆ. ಅವನಿಗೆ ಈ ಮನೆಯ ಮೇಲೆ ಪೂರ್ತಿಯಾದ ಅಧಿಕಾರವಿದೆ" ದನಿ ಭಾರವಾಗಿತ್ತು.

'ದೀಪವು ನಿನ್ನದೆ, ಗಾಳಿಯು ನಿನ್ನದೆ. ಆರದಿರಲಿ ಬೆಳಕು, ಕಡಲೂ ನಿನ್ನದೇ, ಹಡಗು ನಿನ್ನದೇ ಮುಳುಗದಿರಲಿ ಬದುಕು' ನೈರುತ್ಯ ಜೊತೆ ವಸುಧಾ ಸುಶ್ರಾವ್ಯವಾಗಿ ಹಾಡುತ್ತಿರುವುದು ಮಂದಾನಿಲದಂತೆ. ಹಾದು ಬಂದು ಮನಕ್ಕೆ ತಂಪೆರೆಯಿತು. ಒಂದು ರೀತಿಯ ಪ್ರಾರ್ಥನೆಯೆನಿಸಿತು.

"ಎಂಥ ಕಂಠನೋ" ವಸುಧಾದು. ಆ ಹುಡ್ಗೀ ಸ್ವಲ್ಪ ಸಂಗೀತದ ಕಡೆ ಗಮನ ಕೊಟ್ಟಿದ್ದರೇ, ಆ ಕ್ಷೇತ್ರಕ್ಕೆ ಕೊಡುಗೆ ಆಗ್ತಾ ಇತ್ತು. ಬಹುಶಃ ರುಕ್ಮಿಣಮ್ಮ ಬದುಕಿದ್ದರೇ ಆ ತಪ್ಪು ಆಗ್ತಾ ಇರಲಿಲ್ಲ. ಬೆಳೆದಂತೆ ಜಾಸ್ತಿ ಆಯ್ತು. ಬಹುಶಃ ಕೆಲವೊಮ್ಮೆ ಹೋಟಲ್‌ಗಳಾದ್ರೂ ಊಟ, ತಿಂಡಿ ಮುಗಿದು ಹೋಗಿ ಬಂದವರು ಬರೀ ಹೊಟ್ಟೆಯಲ್ಲಿ ಹೋಗಬಹುದು. ಆದರೆ ಇಲ್ಲಿಗೆ ಬಂದವರು ಯಾರೂ ಹಸಿದ

ಹೊಟ್ಟೆಯಲ್ಲಿ ಹೋದದ್ದು ಇಲ್ಲ. ಇಂಥ ಉತ್ತಮ ಶ್ರೀಮಂತ ಸಂಸ್ಕಾರ ಯಾರಿಗಿದೆ? ಹಾಗೇನೂ ಆಗೋಲ್ಲ ಅನಂತ. ಅವನೊಬ್ಬ ಈಡಿಯಟ್ ಬೊಗಳೆಬಿಟ್ಟ" ಸಮಾಧಾನ ಮಾತುಗಳನ್ನಾಡಿದರು. ಆದರೆ ಭವಿಷ್ಯದ ಬಗ್ಗೆ ಭಯವಿತ್ತು.

ಆದರೆ ಈ ವಿಷಯ ಅನಂತರಂಗಮೂರ್ತಿಯವರನ್ನು ಕೊರೆಯುತ್ತಲೇ ಇತ್ತು ಬಹುಶಃ ಇನ್ನು ವಸುಧಾ, ಕಿರಣ್ ಹೆಸರಿಗೆ ಬರೆದರೆ ಅದಕ್ಕೆ ಅವರು ಒಪ್ಪುವ ಸಾಧ್ಯತೆ ಇಲ್ಲ. ಪಿತ್ರಾರ್ಜಿತವಾದ ಮನೆ ವಾಸುಗೆ ಸೇರಬೇಕು. ಆನಂತರದ ಚಿತ್ರಣವನ್ನು ಊಹಿಸಿಕೊಳ್ಳುವುದು ಕಷ್ಟವೆನಿಸಿತು. ಮಾತಿನವ ಸಂದರ್ಭದಲ್ಲಿ ಒಂದಿಷ್ಟು ಉದ್ವೇಗಗೊಂಡು ಅಂದಿದ್ದರು.

"ಇಲ್ಲಿ ರಾಮಲಿಂಗಂ ಮನೆ ಪಟಾಲಂ ಬಂದು ಬೀಡುಬಿಟ್ಟರೇ, ಅಮೂಲ್ಯ ಗ್ರಂಥ ಭಂಡಾರವೆಲ್ಲ ಹಳೇ ಪುಸ್ತಕದ ಅಂಗಡಿಗೆ ಮಾರಾಟವಾಗಿಬಿಡುತ್ತೆ. ಕಾಂಪೌಂಡ್‌ನಲ್ಲಿ ಕೋಳಿಗಳ ಓಡಾಟ. ಓಡಾಡೋ ಜನ ಎಂಥವರು? ಈ ಮನೆ ಗ್ರಾನೈಟ್‌ಮಯ ವಾಗುತ್ತೆ. ಇಲ್ಲ, ಟೋಟಲ್ಲಾಗಿ ಈ ಮನೆ ಡೆಮಾಲಿಷ್ ಮಾಡ್ಸಿ ಒಂದು ಷಾಪಿಂಗ್ ಕಾಂಪ್ಲೆಕ್ಸ್ ಕಟ್ಟಿಸಿಬಿಡ್ತಾನೆ" ಸ್ವಲ್ಪ ಹಿಂದೆ ಒದರಿದ ಮಾತುಗಳು ಭೂತವಾಗಿ ಅವರ ಮುಂದೆ ಕುಣಿಯತೊಡಗಿತು.

ಗೆಳೆಯ ಹೋದ ನಂತರ ಆ ವಿಚಾರದಿಂದ ಹೊರಬರಲಿಲ್ಲ.

ಮುಂದೇನು? ವಸುಧಾ ಬಳಿ ಮಾತ್ರವಲ್ಲ ಮತ್ತಷ್ಟು ಆಳವಾಗಿ ಪ್ರೊಫೆಸರ್ ಡಾ. ಗುರುಸಿದ್ಧಪ್ಪನವರ ಬಳಿ ಮಾತಾಡಬೇಕೆನಿಸಿತು. ಕಾನೂನಿನ ಸಲಹೆ ಪಡೆದರೆ? ನಿಶ್ಶಕ್ತಿ ಅವರನ್ನು ಆವರಿಸಿತು. ಮುಂದಿನ ಕೋಣೆಗೆ ಹೋಗಿ ಕೂತವರು ಎಲ್ಲೆಡೆ ಕಣ್ಣಾಡಿಸಿದರು. ಕಪಾಟುಗಳಲ್ಲಿ ತುಂಬಿಕೊಂಡ ಪುಸ್ತಕಗಳು. ಮೂರು ಜನರೇಷನ್‌ನವರ ಸಂಪಾದನೆ ಅದರ ಹಿಂದಿನ ತಲೆಮಾರಿನವರ ಕೊಡುಗೆ ಕೂಡ ಅಷ್ಟಿಷ್ಟು ಇತ್ತು.

ಮೆಲ್ಲಗೆ ಪ್ರೊಫೆಸರ್ ಅಭಿಶಂಕರ್ ಮನೆಯ ನಂಬರ್‌ಗೆ ಫೋನ್ ಮಾಡಿದರು. "ನೀವೊಂದು ಮಾತು ಹೇಳಿದ್ರಿ. ಈ ಮನೆ ಪಿತ್ರಾರ್ಜಿತ ಆಸ್ತಿ. ಅದರಿಂದ ನನಗೆ ಪೂರ್ಣ ಪ್ರಮಾಣದ ಹಕ್ಕು ಇರುವುದಿಲ್ಲ. ನಾನು ಮಾರೋಕೆ ಒಪ್ಪಿದರು.... ನೀವು ಹೇಗೆ ಕೊಂಡ್ಕೊಳ್ಳೋಕೆ ಸಾಧ್ಯ? ಕುತೂಹಲಕ್ಕಾಗಿ ಕೇಳಿದ ಪ್ರಶ್ನೆ ಅಷ್ಟೇ" ಕ್ಷೀಣಗೊಂಡಿತ್ತು ಅವನ ದನಿ. ಆ ಮನುಷ್ಯನ ನಗೆ ಅಲೆ ಅಲೆಯಾಗಿ ತೇಲಿಬಂತು.

"ಡೋಂಟ್ ವರೀ, ಮಿಸ್ಟರ್ ಅನಂತರಂಗಮೂರ್ತಿ, ನಾನು ಅದನ್ನೆಲ್ಲ ಯೋಚ್ಸಿದ್ದೀನಿ. ಮಾರಾಟದ ಹಣದಲ್ಲಿ ಫಿಫ್ಟಿ ಪರ್ಸೆಂಟ್ ನೀವು ವಾಸುಗೆ ಕೊಡೋಕೆ ಒಪ್ಪಿಕೊಳ್ಳಿ. ನಾನು ಸಹಿ ಹಾಕ್ಸಿಕೊಂಡು ಬರ್ತೀನಿ. ಇದು ಬೇಗ ಆಗ್ಬೇಕಾದ ಕೆಲ್ಸ. ಇಲ್ಲದಿದ್ದರೆ ರಾಮಲಿಂಗಂ ಒಪ್ಪೋಲ್ಲ. ಒಂದು ಹಂತಕ್ಕೆ ಮಾತಾಡಿ ಅಡ್ವಾನ್ಸ್ ಕೊಟ್ಟು ಬಂದ್ ಬಿಡ್ತೀನಿ. ಮಿಕ್ಕ ಕೆಲ್ಸ ನಂಗಿರ್ಲಿ" ಉತ್ಸಾಹ ವ್ಯಕ್ತಪಡಿಸಿದರು. ಬರೀ ಕುತೂಹಲದ ಪ್ರಶ್ನೆಗೆ ಇಷ್ಟೊಂದು ಸಮರ್ಪಕ ಉತ್ತರ.

ಅನಂತರಂಗಮೂರ್ತಿ ಸುಸ್ತಾದರು.

ಅಲ್ಲೇ ಸುತ್ತಮುತ್ತಲೂ ಅವರದೇ ಆದ ನಾಲ್ಕೈದು ಬಿಲ್ಡಿಂಗ್‌ಗಳು ಇತ್ತು. ಎರಡು ಬಿಲ್ಡಿಂಗ್‌ಗಳು ಪೇಯಿಂಗ್ ಗೆಸ್ಟ್‌ಗಳಿಗಾಗಿ. ಅವೆರಡು ಸೋಫಿಸ್ಟಿಕೇಟೆಡ್. ಹೊರಗಡೆಯಿಂದ ಬರೋ ಶ್ರೀಮಂತ ವಿದ್ಯಾರ್ಥಿಗಳಿಗಾಗಿ. ಇನ್ನು ಎರಡು ಬಿಲ್ಡಿಂಗ್‌ಗಳನ್ನು ರೂಮುಗಳಾಗಿ ವಿಭಜಿಸಿ ಬಾಡಿಗೆಗೆ ಕೊಟ್ಟಿದ್ದರು. ಅವರ ಮನೆಯ ಮಹಡಿಯ ಮೇಲಿನ ರೂಂಗಳನ್ನು ಕೂಡ ಬಾಡಿಗೆಗೆ ಕೊಟ್ಟು ಕೈ ತೊಳೆದುಕೊಂಡಿದ್ದರು. ದುಡ್ಡಿನ ಬೆಲೆ ಗೊತ್ತಿದ್ದವ. ಹಣ ಮಾತ್ರ ಮುಖ್ಯವೆನ್ನುವ ವ್ಯಕ್ತಿ.

ಬಂದ ವಸುಧಾ ತಂದೆಯ ಎದುರು ಕೂತಳು.

"ಅಣ್ಣ, ಗುರು ಚಿಕ್ಕಪ್ಪ ಫೋನ್ ಮಾಡಿದ್ರು. ಇತ್ತೀಚೆಗೆ ನಿಧನರಾದ ಸಿಡ್ನಿ ಶೆಲ್ಡನ್ ಬಗ್ಗೆ ಒಂದು ಕಾರ್ಯಕ್ರಮ ಇಟ್ಟುಕೊಂಡಿದ್ದಾರಂತೆ. ಅವರ ಸ್ಟೂಡೆಂಟ್ ಒಬ್ಬ ಬಹಳ ಚೆನ್ನಾಗಿ ಮಾತನಾಡುತ್ತಾನಂತೆ. ನೀವು ಬರ್ಬೇಕೂಂತ ಹೇಳಿದ್ರು. ಜೊತೆಗೆ ಒಂದು ಡಬರಿ ಪುಳಿಯೋಗರೆ, ಮೊಸರನ್ನ ಪಾರ್ಸಲ್ ಕೂಡ ಬೇಕೂಂದ್ರು" ವಸುಧಾ ನಕ್ಕಳು. ಅವರು ಕೂಡ ನಗೆ ಬೀರಿದರು. ಗುರುಸಿದ್ಧಪ್ಪನವರ ಹೆಂಡತಿ ಒಂದು ಕಪ್ ಕಾಫಿ, ಟೀ ಕೊಡಬೇಕಾದರೆ ಹತ್ತು ಸಲ ಯೋಚಿಸುತ್ತಾರೆಂದು ಗೊತ್ತು.

"ನೈರುತ್ಯ ಎಲ್ಲಿ?" ಕೇಳಿದರು.

"ಸುತ್ತಮುತ್ತಲಿನ ಹುಡುಗರನ್ನು ಸೇರಿಸಿಕೊಂಡು ಒಂದು ನೃತ್ಯದ ಕಾರ್ಯಕ್ರಮ ಕೊಡ್ತಾ ಇದ್ದಾಳೆ. ನಿಮ್ಮ ಅಳಿಯಂದಿರು ಮತ್ತೆ ಮತ್ತೆ ವಿಚಾರಿಸ್ತಾ ಇದ್ದಾರೆ" ಎಂದಳು ನಿಧಾನವಾಗಿ.

ಈಗಿನ ಸಂದಿಗ್ಧದ ಬಗ್ಗೆ ಮನ ಬಿಚ್ಚಿ ಹೇಳಿಕೊಂಡರು.

"ಮನೆ ಪಿತ್ರಾರ್ಜಿತ ಆಸ್ತಿ. ನನ್ನ ನಂತರ ಇದು ವಾಸುದು. ಹಿಂದೆಂದು ಇಲ್ಲದ ಯೋಚನೆಗಳು ಈಗ ಮುತ್ತಿಕೊಂಡಿದೆ" ಒಂದಿಷ್ಟು ವಿಷಾದವಾಗಿತ್ತು. ಅವರ ಮಾತುಗಳು.

ವಸುಧಾ ಸ್ವಲ್ಪ ಹೊತ್ತು ಮಾತಾಡಲೇ ಇಲ್ಲ. ಮಾತು ಸಿಡ್ನಿ ಶೆಲ್ಡನ್‌ನತ್ತ ಹೊರಳಿತು.

'ಅಣ್ಣ, 89 ವರ್ಷ ಬದುಕಿದ್ದ ಸಿಡ್ನಿ ಶೆಲ್ಡನ್ ತಮ್ಮ ಹದಿನೇಳನೆ ವಯಸ್ಸಿನಲ್ಲಿ ಒಮ್ಮೆ ಆತ್ಮಹತ್ಯೆಗೆ ಪ್ರಯತ್ನಿಸಿದ್ದರಂತೆ. ನಿನ್ನ ಅಳಿಯನಿಗೆ ಅವರ ರೋಚಕ ಕಾದಂಬರಿಗಳೆಂದರೆ ಇಷ್ಟ" ಒಂದು ಉದ್ದೇಶವಿಟ್ಟುಕೊಂಡು ಮಾತನ್ನು ಪ್ರಾರಂಭಿಸಿದಳು. ಅವರು 'ಹೌದು' ಎನ್ನುವಂತೆ ತಲೆದೂಗಿದರು.

"ಐವತ್ತು ವರ್ಷ ಆಯಿತೆಂದರೆ ಜೀವನವೇ ಮುಗಿದು ಹೋಯಿತು ಅನ್ನುವ ಅರ್ಥದಲ್ಲಿ ಬದುಕೋಕೆ ಶುರು ಮಾಡ್ತೀವಿ. ತತ್ವಜ್ಞಾನಿಗಳ ತರಹ ಕೆಲವರು ಮಾತು ಶುರು ಮಾಡ್ತಾರೆ. ಆದರೆ ಸಿಡ್ನಿ ಶೆಲ್ಡನ್ ಕಾದಂಬರಿಗಳನ್ನು ಬರೆಯಲು ಆರಂಭಿಸಿದ್ದೇ 50ನೇ ವರ್ಷಕ್ಕೆ ಕಾಲಿಟ್ಟಾಗ ಅನ್ನುವುದೊಂದು ವಿಶೇಷ. ಪ್ರತಿಯೊಂದು ಪುಟದಲ್ಲಿ

ಕೌತುಕ ತುಂಬುತ್ತಿದ್ದ ಈ ಮನುಷ್ಯ ತನ್ನ ಹದಿನೇಳನೆ ವಯಸ್ಸಿಗೆ ಆತ್ಮಹತ್ಯೆಗೆ ಪ್ರಯತ್ನಿಸಿದ್ದ. ಅದು ತುಂಬಾ ಇಂಟರೆಸ್ಟಾದ ವಿಚಾರ. ನಿರಾಸೆಗೊಂಡು ಗ್ಲಾಸ್‌ನಲ್ಲಿ ವಿಸ್ಕಿ, ಒಂದು ಹಿಡಿಯಲ್ಲಿ ಮಾತ್ರೆ ಹಿಡಿದು ನಿಂತವನಿಗೆ ಅವನಪ್ಪ ಜ್ಞಾನೋದಯ ಮಾಡಿಸಿದರು. ಇಂಥ ಅದ್ಭುತವಾದ ಮಾತು "ನೋಡು ಸಿಡ್ನಿ... ನಾಳೆಯ ಬಗ್ಗೆ ಏನು ಗೊತ್ತಿರುವುದಿಲ್ಲ. ನಿಂಗೆ ತಾನೇ ನಾಳೆಯ ಬಗ್ಗೆ ಏನು ಗೊತ್ತು. ಜೀವನ ಅನ್ನೋದು ಕಾದಂಬರಿ ತರಹ. ಅದೊಂದು ನಾವೆಲ್ ಇದ್ದಂಗೆ. ನಾಳೆಯೆನ್ನುವ ಪುಟ ತೆರೆಯದ ಹಾಳೆ. ಅದನ್ನು ತಿರುವದ ಹೊರತು ಏನೂ ಗೊತ್ತಾಗೋಲ್ಲ' ಎಂದು ಸಿಡ್ನಿಯನ್ನು ಸಾರಸ್ವತ ಲೋಕಕ್ಕೆ ಕೊಡುಗೆಯಾಗಿ ನೀಡಿದರು. ಅದೇ ಸಿಡ್ನಿ ಓದುಗರನ್ನು ತಮ್ಮ ಬರವಣಿಗೆಯಿಂದ ತುದಿಗಾಲಿನ ಮೇಲೆ ನಿಲ್ಲಿಸಿದರು. 'ಇಫ್ ಟುಮಾರೋ ಕಮ್ಸ್' 'ಮಾಸ್ಟರ್ ಆಫ್ ದಿ ಗೇಮ್' ಮುಂತಾದ ಹದಿನಾಲ್ಕು ಬೆಸ್ಟ್ ಸೆಲ್ಲಿಂಗ್ ಕಾದಂಬರಿಗಳನ್ನು ಬರೆದರು. ಕ್ಯಾರಿ ಗ್ರಾಂಟ್ ನಟಿಸಿರುವ 'Bachelor and the Bobby-Soxer' ಚಿತ್ರದ ಸ್ಕ್ರೀನ್ ಪ್ಲೇಗಾಗಿ 1947ರಲ್ಲಿಯೇ ಆಸ್ಕರ್ ಪಡೆದಿದ್ದರು. ಎಷ್ಟೋ ಸಲ ವಿದ್ಯಾರ್ಥಿಗಳಿಗೆ ಸಿಡ್ನಿಯ ಕತೆ ಹೇಳಿದ್ದುಂಟು" ಎಂದರು.

"ಅಣ್ಣ, ನಾಳೆಯೆನ್ನುವ ಪುಟ ಮೊಗಚದ ಹೊರತು ಏನೂ ತಿಳಿಯೋಲ್ಲ, ಅಲ್ವಾ? ಭರವಸೆಯೇ ಬದುಕು" ಅಂದಳು ವಸುಧಾ. ಮಗಳು ಸಿಡ್ನಿ ಶೆಲ್ಡ್‌ನ ಇಲ್ಲಿ ಯಾಕೆ ಎಳೆತಂದಳೆಂದು ಅವರಿಗೆ ಅರ್ಥವಾಯಿತು. ಮುಗುಳ್ನಗೆ ಬೀರಿ ನಿಧಾನವಾಗಿ ಹೊರಟರು.

ತಂದೆ ಹೊರಟ ಹಾದಿಯನ್ನೇ ನೋಡಿದಳು. ಮನ ಭಾರವಾಯಿತು. ಕಣ್ಣಂಚಿನಲ್ಲಿ ಕಂಬನಿ ಬಂದು ನಿಂತಿತು. ಹತ್ತಾರು ಬಾರಿ ಅಕ್ಕ, ಅಕ್ಕ ಅಂತ ಹಿಂದೆ ಮುಂದೆ ಸುತ್ತಾಡುತ್ತಿದ್ದ ವಾಸು ಎಷ್ಟು ಬದಲಾಗಿದ್ದ. ಒಮ್ಮೆ ಕೂಡ ಫೋನ್ ಮಾಡಿ ವಿಚಾರಿಸಿರಲಿಲ್ಲ.

"ಅಮ್ಮ, ವಾಸು ಮಾವ ಇದೆ ಊರಿನಲ್ಲಿ ಇದ್ದಾನಂತೆ. ಪುಟ್ಟಿ ಅಜ್ಜಿ ಹೇಳಿದ್ರು." ಸೆರೆಗಿಡಿದು ನೈರುತ್ಯ ಎಷ್ಟೋ ಮಾತು, ಪ್ರಶ್ನೆಗಳಲ್ಲಿ ಕೆಲವಕ್ಕಾಗಿಯಾದರೂ ಉತ್ತರಿಸ ಬೇಕಾಯಿತು. ಜೊತೆಗೆ ತಳಮಳ. ಒಂದು ರೀತಿಯ ಉದ್ವೇಗ "ಇಲ್ಬಾ..." ಅವಳ ತೋಳಿಡಿದು ಕರೆದೊಯ್ದು ಹತ್ತಿರ ಕೂಡಿಸಿಕೊಂಡು "ಈಗ್ಹೇಳು, ವಾಸು ಮಾಮನ ಬಗ್ಗೆ ಯಾರು ಹೇಳಿದ್ದು?"

"ಅದೇ ನಾಲ್ಕನೆ ಮನೆಯ ಪುಟ್ಟಿಯ ಅಜ್ಜಿ ಹೇಳಿದ್ರು. ವಾಸು ಮಾಮ ನಮ್ಮ ಮನೆಗೆ ಬರೋದೇ ಇಲ್ವಂತೆ" ಅವಳ ದನಿಯಲ್ಲಿ ಅಳು ಇತ್ತು. "ನಂಗೆ ನೋಡ್ಬೇಕೂಂತ ಅನಿಸಿದೆ. ನೀನು ಫೋನ್ ಮಾಡಬಹುದಲ್ಲ."

ಮಗಳ ಕೆನ್ನೆ ಸವರಿ "ಮಾಡಬಹುದಿತ್ತು. ಅದು ತಾತನಿಗೆ ಇಷ್ಟವಾಗೋಲ್ಲ ಅಕಸ್ಮಾತ್ ನಾನು ಫೋನ್ ಮಾಡಿದರೂ ಮಾಮ ಬಾರದೆ ಇರಬಹುದು. ತಾನಾಗಿ ಮಾಮ ಬರ್ಬಹುದು. ಅವ್ನು ಯಾರೋ ಬೇರೆ ಜಾತಿಯ ರಾಮಲಿಂಗಂ ಮಗಳನ್ನು

ಮದ್ವೆಯಾಗಿದ್ದಾನಂತಲ್ಲ, ಅದಕ್ಕೆ ತಾತ ಒಪ್ಪಲಿಲ್ವಂತೆ" ಸತ್ಯವಾದರು ನಿಷ್ಠೂರವಾಗಿ ಅವಳ ಕಿವಿಯ ಮೇಲಾಕಿದ್ದರು, ಪುಟ್ಟಿಯ ಅಜ್ಜಿ. ಹೇಗೆ ಇವಳಿಗೆ ವಿವರಿಸುವುದು ಎನಿಸಿತು.

"ನೋ, ವಿಷ್ಯ ಪೂರ್ತಿಯಾಗಿ ಅವ್ರಿಗೆ ಗೊತ್ತಿಲ್ಲ. ವಾಸು ಮಾಮ ಇನ್ನು ಕೋರ್ಸ್ ಮುಗಿಸಿಲ್ಲ. ಈಗ್ಲೇ ಮದ್ವೆ ಆಗೋದು ತಾತನಿಗೆ ಸರಿಯೆನಿಸಲಿಲ್ಲ. ಆ ಹುಡ್ಗೀಗೆ ಪುಸ್ತಕಗಳ ಮೇಲೆ ಇಷ್ಟವಿಲ್ಲ. ಇಲ್ಲಿ ವಾಸು ಪುಸ್ತಕ ಮಧ್ಯೆ ಬೆಳೆದವನು. ನಾಳೆ ಆ ಕಾರಣಕ್ಕೆ ಜಗಳವಾಡಬಾರ್ದೂಂತ ಹೇಳಿದಷ್ಟೆ" ಅವಳಿಗೆ ಅರ್ಥವಾಗುವಂತೆ ಹೇಳಿದ್ದು. ನೈರುತ್ಯ ಮುಖ ಒಂದು ತರಹ ಆಯಿತು. "ವಾಸು ಮಾಮ ತಾತನ ಮಾತು ಕೇಳಬೇಕಿತ್ತು. ಕೇಳ್ಲಿಲ್ಲ, ಅದಕ್ಕೆ ಪನಿಷ್‌ಮೆಂಟ್, ಮುಂದೇನು?" ಎಲ್ಲರ ಮನದಲ್ಲಿ ಮೂಡಿದ ಪ್ರಶ್ನೆಯೇ ಆ ಪುಟ್ಟ ಹುಡುಗಿಯ ಮನದಲ್ಲಿ ಮೂಡಿದ್ದು.

"ಈಗ ನಮ್ಜೊತೆ ತಾತ ಬರ್ತಾರೆ. ಅಲ್ಲಿ ಆರು ತಿಂಗಳು ಇರ್ತಾರೆ. ಆ ವೇಳೆಗೆ ವಾಸು ಮಾಮನಿಗೆ ಬುದ್ಧಿ ಬರುತ್ತೆ. ಆಮೇಲೆ ಎಲ್ಲಾ ಸರಿ ಹೋಗುತ್ತೆ" ಮಗಳ ಕೈಯನ್ನು ಕೆನ್ನೆಗೊತ್ತಿಕೊಳ್ಳುತ್ತ ಹೇಳಿದಳು. ಅವಳ ಮುಖ ಅರಳಲಿಲ್ಲ. "ಹೇಗೆ ಸರಿಹೋಗುತ್ತೆ? ವಾಸು ಮಾಮ ತಾತನ ಮಾತು ಕೇಳದೆ ದೊಡ್ಡ ತಪ್ಪು ಮಾಡಿದ್ದಾನೆ. ಎಲ್ಲರನ್ನು ಬಿಟ್ಟು ಹೋಗೋದು ದೊಡ್ಡ ತಪ್ಪು" ತನ್ನ ಲಾಜಿಕ್ ಕರೆಕ್ಟ್ ಎನ್ನುವ ರೀತಿಯಲ್ಲಿ ಮಾತಾಡಿದಳು.

ಆ ವೇಳೆಗೆ ಪ್ರೊಫೆಸರ್ ಅಭಿಶಂಕರ್ ಒಂದು ಪೇಪರ್ ರೋಲ್ ಮಾಡಿಟ್ಟು ಕೊಂಡು ಬಂದರು. "ಎಲ್ಲಿ ಅನಂತರಂಗಮೂರ್ತಿ? ಅವ್ನು ತಗೊಂಡ ಡಿಸಿಷನ್ ಹಂಡ್ರೆಡ್ ಪರ್ಸೆಂಟ್ ಸರಿ. ಆ ಬಗ್ಗೆ ಒಂದು ಸುತ್ತು ಮಾತಾಡೋಕ್ಕೇಂತ ಬಂದೆ" ಸುತ್ತಲು ನೋಟ ಹರಿಸಿದರು.

"ಅವರು ಗುರು ಚಿಕ್ಕಪ್ಪನ ಮನೆಗೆ ಹೋದ್ರು. ಕೂತ್ಕೊ... ಬನ್ನಿ" ಮಾಮೂಲಾಗಿ ಆಹ್ವಾನಿಸಿದಳು. ಕೂತವರು ಸುತ್ತಲು ನೋಟ ಹರಿಸಿದರು. ಹಳೆಯದಾದರೂ ಗಟ್ಟಿ ಮುಟ್ಟಾದ ಮನೆ. ಈ ಬಡಾವಣೆಯಲ್ಲಿ ಹಳೆಯ ಸಾಂಪ್ರದಾಯಕ ಸೊಗಸನ್ನು ಹೊಂದಿದ ಮನೆಗಳು ಬೆರಳೆಣಿಕೆಯಷ್ಟು ಇತ್ತು. ಹಿಂದೆ ದೊಡ್ಡ ಹಿತ್ತಲು. ಮುಂದೆ ಕಾಂಪೌಂಡ್‌ನಲ್ಲಿ ವಿಶಾಲವಾದ ಜಾಗ–ಭೂಮಿಯ ಬೆಲೆ ಅರಿಯದ ಜನ ಎಂದು ಅವರುಗಳ ಬಗ್ಗೆ ಬೇಸರಗೊಳ್ಳುತ್ತಿದ್ದರು. "ಚಿಕ್ಕದೊಂದು ಬದಲಾವಣೆ ಕೂಡ ಮಾಡಲಿಲ್ಲ, ನಿನ್ನಪ್ಪ ಮಾತ್ರವಲ್ಲ, ಅವನಪ್ಪ ಕೂಡ. ಈಗ ಅಡಿಗಳು ಸಾವಿರಕ್ಕೆ ಮಾರಾಟವಾಗ್ತಾ ಇದೆ. ಹಿಂದೆ ಅದೆಷ್ಟು ಜಾಗ ಬಿಟ್ಟಿದ್ದಾರೆ? ಮುಂದೆ... ದೇವರೇ ಕಾಪಾಡಬೇಕು." ಇಂಥ ಉದ್ಗಾರವೆತ್ತಿದರು. ಅವರ ಸ್ವಭಾವ ಅವಳಿಗೆ ಗೊತ್ತಿತ್ತು.

"ಏನು ತಗೋತೀರಾ?" ವಿಚಾರಿಸಿದಳು ಸ್ವಲ್ಪ ಬೇಸರದಿಂದಲೇ.

"ಏನಾದ್ರೂ ಕೊಡು. ಇವರ ಹತ್ತಿರ ಮಾತಾಡಿಬಿಡಬೇಕಿತ್ತು. ವಾಸು ರಾಮಲಿಂಗಂ ಮನೆಯಲ್ಲಿ ಇಲ್ವಂತೆ. ಬೆಂಗಳೂರಿನಲ್ಲೂ ಅವನದು ಸಾಕಷ್ಟು

ಪ್ರಾಪರ್ಟಿ ಇದೆ. ಅಳಿಯನಿಗೇಂತ ಒಂದು ಬಂಗ್ಲೆನೇ ಕೊಟ್ಟಾನು. ಇನ್ನೊಂದು ಮುಖ್ಯವಾದ ವಿಚಾರ. ಸ್ವಂತ ಭಾವಮೈದುನಾಗೆ ಆ ಹುಡ್ಗೀನ ಕೊಟ್ಟು ಮದ್ವೆ ಮಾಡಬೇಕೂಂತ ಇದ್ದನಂತೆ. ಈಗ ಮಗಳ ಮೇಲೆ ಕೋಪ ಇರುತ್ತೆ. ಸಂಬಂಧ ಸರಿ ಹೋಗೋ ವೇಳೆಗೆ ವರ್ಷವಾದ್ರೂ ಬೇಕಾಗುತ್ತೆ. ಆಮೇಲೆ ವಾಸು ಮೂಲಕ ಈ ಮನೆ ಅವ್ರ ಕೈಗೆ ಹೋಗೋದು, ಅದಕ್ಕೆ ಗಟ್ಟಿಯಾಗಿ ಪ್ಲಾನ್ ಮಾಡಿದ್ದೀನಿ. ಹಣಕಾಸಿನ ತಾಪತ್ರಯದಲ್ಲಿ ಇರ್ತಾನೆ. ಮನೆ ಮಾರಾಟದಲ್ಲಿ ಅರ್ಧ ಹಣ ನಿಂಗೆ ಕೊಡ್ತೀನಿ ಅಂದರೆ, ಒಪ್ಕೊಂಡು ಸಹಿ ಹಾಕಿ ಕೊಡ್ತಾನೆ. ಅದಕ್ಕೆ ಈಗಾಗ್ಲೇ ಜನಾನ ಬಿಟ್ಟಿದ್ದೀನಿ" ಜಂಬದಿಂದ ಹೇಳಿಕೊಂಡರು.

ವಿಕೋಪಕ್ಕೆ ಹೋದಂತೆ ಕಂಡಿತು ಅವಳಿಗೆ. "ಸ್ವಲ್ಪ ಅರ್ಥಮಾಡ್ಕೊಳ್ಳಿ. ಮನೆ ಮಾರೋ ಉದ್ದೇಶ ಯಾರಿಗಿದೆ?" ಸ್ವಲ್ಪ ಕೆರಳಿಯೇ ಪ್ರಶ್ನಿಸಿದ್ದು.

"ನಿಮ್ಮಪ್ಪ ನಂಗೆ ಹೇಳಿದ್ದಾನೆ. ನಿಂಗೆ ಇದೆಲ್ಲ ಅರ್ಥವಾಗೋಲ್ಲ. ರಾಮಲಿಂಗಂ ಕೈಗೆ ಹೋದರೆ ನಿಂಗೊಂದು ಪೈಸೆ ಸಿಕ್ಕೋಲ್ಲ. ನೀನು ಈ ಮನೆಯಲ್ಲಿ ಹುಟ್ಟಿದ ಹೆಣ್ಣು ಮಗ್ಳು. ನಿಂಗೂ ಅನ್ಯಾಯವಾಗ್ಬಾರ್ದು. ಅದಕ್ಕೆಲ್ಲ ನಾನು ಪ್ಲಾನ್ ಮಾಡ್ತೀನಿ" ಎಂದು ಹೇಳುತ್ತಲೇ ಹೊರಟರು. ಅವಳಿಗೆ ಮಾತಾಡಲು ಅವಕಾಶ ಕೊಡದಂತೆ. ಆ ವೇಳೆಗೆ ಮೊಬೈಲ್ ಸದ್ದು ಮಾಡಿತು. "ಹಲೋ.." ಅಂದು ಮೊಬೈಲ್ ಕಿವಿಯ ಬಳಿಗೆ ಒಯ್ದವರು "ವಾಸು ಸಿಕ್ಕಿದ್ನಾ? ಅವನ್ನ ಬಿಡ್ಬೇಡ. ನಾನೇ ಬೆಂಗಳೂರಿಗೆ ಬರ್ತೀನಿ. ಇದು ಅರ್ಜೆಂಟಿನಲ್ಲಿ ಮುಗಿಯಬೇಕಾದ ಕೆಲ್ಸ" ಅನ್ನುತ್ತ ಮಾತಾಡುತ್ತ ಹೊರಟವರು "ವಸುಧಾ, ನಾನು ಬಂದಿದ್ದೇಂತ ಅನಂತರಂಗಮೂರ್ತಿ ಅವರಿಗೆ ಹೇಳು" ತಿರುಗಿ ಹೇಳಿಯೇ ಕಾಂಪೌಂಡ್ ದಾಟಿದ್ದು.

ವಸುಧಾ ಸ್ತಬ್ಧಳಾಗಿ ಒಂದೆಡೆ ಕುಸಿದು ಕೂತಳು. ಏನಾಗಿದೆ, ಏನಾಗ್ತಾ ಇದೆ? ಈ ಮನೆಯ ಕನಸುಗಳೆಲ್ಲ ಕಮರಿಹೋದವೇ? ಜೋರಾಗಿ ಅಳಬೇಕೆನಿಸಿತು. ಎಷ್ಟು ಹೊತ್ತು ಹಾಗೆ ಕೂತಿದ್ದಳೋ, ಸಾತಮ್ಮ ಬಂದು ನಾಲ್ಕಾರು ಸಲ ಕೂಗಿದ ನಂತರವೇ ಎಚ್ಚರಗೊಂಡಿದ್ದು.

"ಯಾಕೆ, ಮಂಕಾಗಿದ್ದಿ ವಸುಧಮ್ಮ? ಯಜಮಾನರಂತೂ ನಿನ್ಜೊತೆ ಬರ್ತಾರೆ. ನಾನು ಎಲ್ಲಿಗೆ ಹೋಗ್ಲೀ?" ಮಂಡಿ ನೀವಿಕೊಳ್ಳುತ್ತ ಗೋಡೆಯಂಚಿಗೆ ಕೂತಾಗ ವಸುಧಾ ನಗುತ್ತ "ನಿಂಗೂ ಪಾಸ್‌ಪೋರ್ಟ್, ವೀಸಾ ಮಾಡ್ಸಿಬಿಡ್ತೀನಿ, ನೀನು ಬಂದ್ಬಿಡು" ಹೇಳಿ ರೂಮಿಗೆ ಹೋಗಿ ಕೂತಳು. ಅವಳಿಗೆ ಯಾರೊಂದಿಗೂ ಮಾತು ಬೇಕಿರಲಿಲ್ಲ. ಪುಟ ತಿರುವಿದ ನಂತರವೇ ಮುಂದಿನ ಕೌತುಕದ ಸನ್ನಿವೇಶ.

ರಾತ್ರಿ ಒಂಬತ್ತರ ಸುಮಾರಿಗೆ ಅನಂತರಂಗಮೂರ್ತಿಯವರೊಂದಿಗೆ ಪ್ರೊಫೆಸರ್ ಡಾ. ಗುರುಸಿದ್ಧಪ್ಪನವರು ಆಗಮಿಸಿದರು. ಅಂತೂ ಒಂದಿಷ್ಟು ಉಲ್ಲಾಸಿತರಾಗಿ ಕಂಡರು.

"ಪರಮೇಶ್ವರಮ್ಮನವರು ಸಿದ್ಧರಾಮನ ವಚನಗಳನ್ನು ಸುಶ್ರಾವ್ಯವಾಗಿ

ಹಾಡಿದರು. ಆಕೆಯದು ಒಳ್ಳೆಯ ಕಂಠ. ಶಾಸ್ತ್ರೀಯವಾಗಿ ಸಂಗೀತ ಕಲಿಕೆ ಇಲ್ಲದಿದ್ದರೂ ತುಂಬ ಅದ್ಭುತವೆನಿಸಿತು. ಶೃತಿ-ಲಯದ ಜೋಡಣೆಯಿಂದ ಕೇಳುಗರ ಮನ ತಟ್ಟುವಂಥ ಕಲೆಗಾರಿಕೆ ಇತ್ತು. ಹಿಂದೆ ಒಂದಷ್ಟು ಸಲ ಆಗಾಗ ಕೇಳಿದ್ದೆ. ನನ್ನ ಮುಂದೆ ಕೂತು ಹಾಡಿದ್ದು ಇಂದೇ, ನೋಡು" ಮುಕ್ತವಾಗಿ ಹೊಗಳಿದರು. ಪ್ರೊಫೆಸರ್ ಡಾ. ಗುರುಸಿದ್ಧಪ್ಪನವರು ಹಣೆ ಚಚ್ಚಿಕೊಂಡರು. "ಅನಂತ, ಯದ್ವಾತದ್ವಾ ಹೊಗಳಿಬಿಟ್ಟಿದ್ದೀಯ. ಇನ್ಮೇಲೆ ವಚನಗಳ ಮೂಲಕವೇ ಪ್ರಹಾರ ಶುರು ಮಾಡ್ತಾಳೆ. ನನ್ನ ಗತಿಯೇನು?" ನಗೆ ಚಟಾಕಿ ಹಾರಿಸಿದರು.

"ಅಣ್ಣ, ತಟ್ಟೆ ಹಾಕಿಸ್ಲಾ?" ಕೇಳಿದಳು ನಸು ನಗುತ್ತ.

"ಇವತ್ತು ಪರಮೇಶ್ವರಮ್ಮ ಕೈನ ಫಳಾರ. ಅಚ್ಚುಕಟ್ಟು ಊಟ, ತಿಂಡಿಯಲ್ಲಿ" ಎಂದು ಹೊಗಳಿದರು. "ಇಲ್ಲದಿದ್ದರೆ ಇವನು ಇಷ್ಟು ಆರೋಗ್ಯವಾಗಿರೋಕೆ ಸಾಧ್ಯನಾ?" ಎಂದು ಗೆಳೆಯನತ್ತ ನಗೆ ಬೀರಿದರು.

"ನಮ್ಮಪ್ಪನಾಣೆಯಾಗಿ ಈ ನನ್ನ ಆರೋಗ್ಯಕ್ಕೆ ಊಟ ಹಾಕಿದ ಧಣಿ ಅನಂತರಂಗಮೂರ್ತಿ, ಮಾಡಿ ಹಾಕಿದ ಸಾತಮ್ಮ ಕಾರಣ ಅಷ್ಟೇ. ವಾರದಲ್ಲಿ ಒಂದೆರಡು ಸರ್ತಿ ಅವಳ ಕೈನ ಅಡುಗೆ ಊಟ ಮಾಡಿದ್ದಿಲ್ಲ. ಹಾಗೇನಾದ್ರೂ ಮಾಡಿದ್ದರೆ ಶಿವ ನನ್ನ ಕಾಪಾಡಬೇಕಿತ್ತು' ಹೆದರಿಕೆ ನಟಿಸಿದರು.

ಮಗಳ ಮುಖ ನೋಡಿ ಅನಂತರಂಗಮೂರ್ತಿ "ಪ್ರೊಫೆಸರ್ ಅಭಿಶಂಕರ್ ಇಲ್ಲಿಗೆ ಬಂದಿದ್ದ ವಿಷ್ಯ ತಿಳಿಸ್ದ. ಅವನೊಬ್ಬ ಈಡಿಯಟ್. ಕಾನೂನಿನ ವಿಚಾರ ಮುಂದಿಟ್ಟೆ. ಅವನು ಎಲ್ಲಿಗೋ ಹೋದ? ವಾಸುಗೆ ಹಣದ ತಾಪತ್ರಯವಿದೆ. ಮಾರಾಟದ ಹಣದಲ್ಲಿ ಅರ್ಧಕೊಡಿ ಅಂದ. ಸದ್ಯಕ್ಕೆ ಆ ವಿಚಾರ ಬೇಡಬಿಡು. ನೀನ್ಹೋಗಿ ಊಟ ಮಾಡು. ಗುರು ಮನೆಗೆ ನೆಂಟರು ಬಂದಿದ್ದಾರೆ. ಅವರಲ್ಲಿ ಇವನ ನಾದಿನಿಯರ ಸಂಖ್ಯೆಯೇ ಜಾಸ್ತಿ. ಅವರ ಮಾತಿನ ಹೊಡೆತಕ್ಕೆ ಹೆದರಿ ಇಲ್ಲೇ ಮಲಗ್ತಾನೆ" ಮುಕ್ತ ನಗೆ ಬೀರಿದರು.

ರೂಮಿಗೆ ಹೋಗಿ ಶಾಂತವಾಗಿ ಮುಗ್ಧವಾಗಿ ಮಲಗಿದ್ದ ಮೊಮ್ಮಗಳ ತಲೆ ಸವರಿ ಬಂದರು. ತಾಯಿ ಇಲ್ಲದ ಮಗನೆಂದು ವಾಸುವನ್ನು ಆದಷ್ಟು ಅಕ್ಕರೆಯಿಂದ ನೋಡಿಕೊಂಡಿದ್ದರು. ವಸುಧಾ ವಿವಾಹವಾಗಿ ಹೋದ ನಂತರ ರಾತ್ರಿ ಒಮ್ಮೆ ಹೋಗಿ ಮಾತಾಡಿಸಿ, ವ್ಯಾಸಂಗದ ಬಗ್ಗೆ ವಿಚಾರಿಸಿ ಮಲಗಿಸಿ, ತಲೆ ಸವರಿ, ಹೊದ್ದಿಸಿ ಬರುತ್ತಿದ್ದುದ್ದು ಅವರ ದಿನಚರಿಯಲ್ಲಿ ಒಂದು ಭಾಗ.

ಈಗ ನಿಟ್ಟುಸಿರು ದಬ್ಬಿ ಹೊರ ಬಂದರು.

ಪ್ರೊಫೆಸರ್ ಡಾ. ಗುರುಸಿದ್ಧಪ್ಪನಿಗೆ ಇಲ್ಲಿ ಮಲಗುವುದು ಹೊಸತೇನಲ್ಲ. ಯಾವುದೋ ವಿಷಯವನ್ನು ಒಂದು ಅರ್ಧ ರಾತ್ರಿಯವರೆಗೂ ಚರ್ಚಿಸಿ ಮಲಗುತ್ತಿದ್ದರು. ಇಬ್ಬರೂ ವಿಚಾರವಂತರು, ಜ್ಞಾನದಾಯಿಗಳು. ಹಾಸ್ಯಪ್ರಿಯರಾದ ಗೆಳೆಯ ರಂಜಿಸಿದಾಗ ಅನಂತರಂಗಮೂರ್ತಿಯವರ ಮಾನಸಿಕ ಒತ್ತಡ

ಕಡಿಮೆಯಾಗುತ್ತಿತ್ತು. ಎಲಿಯಟ್, ಮಿಲ್ಟನ್‌ರಂತೆ, ತೀ.ನಂ.ಶ್ರೀ, ಕುವೆಂಪು, ಡಿ.ಎಲ್.ಎನ್., ಎ.ಆರ್. ಕೃಷ್ಣಶಾಸ್ತ್ರಿಗಳು ಅವರುಗಳ ಮಾತು, ಚರ್ಚೆಯ ಮಧ್ಯೆ ಬಂದು ಕೂಡುತ್ತಿದ್ದರು. ಅವರ ಮಧ್ಯೆ ಇವರು ಮೈಮರೆಯುತ್ತಿದ್ದರು.

ಅಷ್ಟರಲ್ಲಿ ಪ್ರೊಫೆಸರ್ ಅಭಿಶಂಕರ್‌ನಿಂದ ಫೋನ್ ಬಂತು.

"ನೀವು ಹೋಗೋದ್ರಲ್ಲಿ ಎಲ್ಲಾ ಮುಗ್ಸಿಬಿಡೋಣ. ವಾಸು ವಿಷಯ ನಂಗಿರ್ಲಿ. ಈಗಾಗಲೇ ಅರ್ಧ ಹಣ ತಗೊಂಡು ಸಹಿ ಹಾಕೋಕೆ ಒಪ್ಪಿಕೊಂಡಿದ್ದಾನೆ, ಅಂತ ತಿಳ್ಕೋ. ಮಾರ್ಕೆಟ್‌ನಲ್ಲಿರೋ ರೇಟಿಗಿಂತ ಒಂದು ಐವತ್ತು ಸಾವಿರ ಹೆಚ್ಚಾಗಿ ಕೊಡ್ತೀನಿ. ಆ ರಾಮಲಿಂಗಂ ಕೈ ಸೇರಿ, ಕಮರ್ಷಿಯಲ್ಲಾಗೋ ಬದ್ಲು ನಾಲ್ಕು ವಿದ್ಯಾರ್ಥಿಗಳು ಓದಿಕೊಳ್ಳಿ. ಹಣದ ವ್ಯವಸ್ಥೆ ಮಾಡಿಕೊಂಡಿದ್ದೀನಿ. ನಾಳೆ ದಿನ ಬಂದು ಅಡ್ವಾನ್ಸ್ ಕೊಡ್ತೀನಿ. ಆಮೇಲೆ ಎಂಟು ದಿನಕ್ಕೆ ರಿಜಿಸ್ಟ್ರೇಷನ್. ಹೇಗೂ ಮಗಳ ಜೊತೆ ವಿದೇಶಕ್ಕೆ ಹೊರಟಿದ್ದೀಯಾ. ಗ್ಯಾರಂಟಿ ಪೀರಿಯಡ್ ಮುಗ್ದ ಮೇಲೆ ಗ್ಯಾರಂಟಿ ಇಲ್ಲ. ವಸುಧಾಗೆ ಕೊಡಬೇಕಾದ್ದು ಧಾರಾಳ ಮನಸ್ಸಿನಿಂದ ಕೊಟ್ಟು ಬಿಡು" ಹೇಳುತ್ತಲೇ ಹೋದರು. ಎದುರುಗಡೆಯವರ ಮಾತಿಗೆ ಅವಕಾಶವೇ ಇಲ್ಲ.

"ಗುಡ್‌ನೈಟ್... ಮಲಕ್ಕೋ" ಎಂದು ಶುಭ ಹಾರೈಸಿಯೇ ಇಟ್ಟಿದ್ದು. ಎಲ್ಲೋ ಎದೆಯಾಳದಲ್ಲಿ ನೋವು ಉಕ್ಕಿ ಬಂತು. "ಈ ಮಾತ್ರೆ ತಗೊಂಡು ರಿಲ್ಯಾಕ್ಸ್ ಮಾಡ್ಕೋ" ಗುರುಸಿದ್ಧಪ್ಪನವರು ಮಾತ್ರೆ ನುಂಗಿಸಿ ಒಂದ್ಹತ್ತು ನಿಮಿಷ ಮೌನವಹಿಸಿದರು. ಅದು ಪ್ರೊಫೆಸರ್ ಅಭಿಶಂಕರ್‌ದೇ ಫೋನ್ ಎಂದು ಗೊತ್ತು. "ನೀನು ಅಭಿಶಂಕರ್‌ನ ಮಾತುಗಳನ್ನು ಮನಸ್ಸಿಗೆ ತಂದ್ಕೋಬೇಡ. ಅದೇನು ಅತಿಯಾಸೆ. ಚಾಮುಂಡಿಪುರಂನಲ್ಲಿ ಸಾಕಷ್ಟು ಪ್ರಾಪರ್ಟಿ ಇದೆ. ಈಗ ಇಡೀ ಸರಸ್ವತಿಪುರಂ ಕೊಂಡುಬಿಡುವ ಆಸೆ" ಮನದಲ್ಲಿಯೇ ಆ ಮನುಷ್ಯನ ಆಸೆಗೆ ಛೀಮಾರಿ ಹಾಕಿದರು.

ಆಮೇಲೆ ಮಾತು ಬದಲಾಯಿಸಿದರು ಅನಂತರಂಗಮೂರ್ತಿಗಳು.

"ನೀನು ಸಿದ್ಧರಾಮನ ವಚನಗಳು ಮತ್ತು ಸಮಾಜ ವಿಮರ್ಶೆ ಅನ್ನೋದರ ಮೇಲೆ ಪ್ರಬಂಧ ಬರೆದು ಡಾಕ್ಟರೇಟ್ ಗಳಿಸಿರೋದು. ಪ್ರೊಫೆಸರ್ ಪಕ್ಕ ಡಾ. ಗುರು ಸಿದ್ಧಪ್ಪ... ಎಂದು ನಗೆ ಬೀರಿ "ಪ್ರಬಂಧ ಬರೆಯೋವಾಗ ನಿನ್ನ ಹೆಂಡ್ತಿ ಜೊತೆ ವಿಮರ್ಶೆಗೆ ಕೂಡ್ತಾ ಇದ್ಯಾ? 'ಮಗನ ಕೊಟ್ಟು ಮನೆಯ ಸೇರಿದನೆಂಬ ಬಿಂಕ ಬೇಡ... ಬೇಡ... ಸ್ತ್ರೀಯ ಕೊಟ್ಟು ತ್ರಿನೇತ್ರನಾದೆನೆಂಬ ಬಿಂಕ ಬೇಡ... ಬೇಡ, ರುಂಡವ ಕೊಟ್ಟು ಬ್ರಹ್ಮಾಂಡ ಶೇಖರನಾದೆನೆಂಬ ಬಿಂಕ ಬೇಡ... ಬೇಡ' ಎಂಥ ಅರ್ಥಪೂರ್ಣ. ಬಹುಶಃ ಸಿದ್ಧರಾಮನ ವಚನಗಳ್ನ ನಿನಗಿಂತ ಹೆಚ್ಚಿಗೆ ತಿಳಿದಿದ್ದಾಳೆ, ನಿನ್ನ ಹೆಂಡ್ತಿ" ಅಂದಕೂಡಲೇ ಡಾ. ಗುರುಸಿದ್ಧಪ್ಪ ಜೋರಾಗಿ ನಕ್ಕರು. ಈ ಡಾಕ್ಟರೇಟ್‌ಗಳಿಗಿಂತ, ಪ್ರೊಫೆಸರ್‌ಗಿರಿಗಳೇ ಇಬ್ಬರ ಹೆಸರುಗಳ ಜೊತೆ ತಳಕು ಹಾಕಿಕೊಂಡಿರೋದು.

"ಇರ್ಬಹ್ದು, ಆದರೆ ಅವಳಲ್ಲಿ ಯಾವುದೇ ಬದಲಾವಣೆ ಬಂದಿಲ್ಲ. ಇಂದಿಗೂ ಯಾರಿಗಾದ್ರೂ ಒಪ್ಪತ್ತು ಊಟ ನೀಡಬೇಕೆಂದರೆ ಇಷ್ಟವಾಗೋಲ್ಲ. ಆಡಂಬರದ ಭಕ್ತಿ,

ಕುಲದ ಬಗ್ಗೆ ಅಪಾರವಾದ ಅಭಿಮಾನ. ಹೆಚ್ಚು ಅವಳ ಬಗ್ಗೆ ಮಾತಾಡುವಂತಿಲ್ಲ. ನಮ್ಮ ವಸುಧಾನಲ್ಲಿರೋ ಮಾನವೀಯ ಮಿಡಿತದಲ್ಲಿ ಒಂದು ಪರ್ಸೆಂಟ್ ಅವಳಲ್ಲಿ ಇಲ್ಲ. ಅಂತೂ ವಿಷಯಾಂತರವಾಯಿತಲ್ಲ, ಮಲಕ್ಕೋ" ಮಲಗಿಕೊಂಡರು ಗುರುಸಿದ್ಧಪ್ಪ.

ಆಮೇಲು ಹತ್ತು ನಿಮಿಷ ಚರ್ಚಿಸಿದ್ದು ಸಿದ್ದರಾಮರ ವಚನಗಳ ಬಗ್ಗೆ.

ಪ್ರೊಫೆಸರ್ ಅನಂತರಂಗಮೂರ್ತಿ ಮಲಗಿಕೊಂಡರು. ಬೆಳಗಿನ ವೇಳೆಗೆ ಇವರಿಗೊಂದು ಸುದ್ದಿ ಕಾದಿತ್ತು. ಪ್ರೊಫೆಸರ್ ಅಭಿಶಂಕರ್ ಮಧ್ಯರಾತ್ರಿ ಹಾರ್ಟ್ ಅಟ್ಯಾಕ್ ಆಗಿ ತೀರಿಕೊಂಡಿದ್ದರು.

* * *

ವಾಸು ಕನ್ನಡಿಯ ಮುಂದೆ ನಿಂತು ತಲೆ ಬಾಚುತ್ತ ಉತ್ಸಾಹದಿಂದ, ಉಲ್ಲಾಸದಿಂದ ಹಾಡುತ್ತಿದ್ದ. ಅದನ್ನು ಮೊದಲು ಅವನು ಭಾವ ಕಿರಣ್ ದನಿಯಲ್ಲಿ ಕೇಳಿದ್ದ. ಅಂದಿನಿಂದ ಎನ್.ಎಸ್. ಲಕ್ಷ್ಮೀನಾರಾಯಣ ಭಟ್ಟರ ಆ ಗೀತೆ ಇಷ್ಟವಾಗಿತ್ತು.

ಬಾರೆ ನನ್ನ ದೀಪಿಕಾ
ಮಧುರ ಕಾವ್ಯ ರೂಪಕಾ
ನಿನ್ನ ಬೊಗಸೆಗಣ್ಣಿಗೆ
ಕೆನ್ನೆ ಜೇನುದೊನ್ನೆಗೆ
ಸಮ ಯಾವುದೆ ಚೆನ್ನ ನಿನ್ನ
ಜಡೆ ಹರಡಿದ ಬೆನ್ನಿಗೆ
ಬಾರೆ ನನ್ನ ದೀಪಿಕಾ

ಹ್ಯಾಂಡ್ ಬ್ಯಾಗ್‌ಗೆ ಅದೂ ಇದೂ ಸೇರಿಸುತ್ತಿದ್ದ ಅಂಜಲಿ "ಯಾರು ನಿಮ್ಮ ದೀಪಿಕಾ?" ನಸು ಮುನಿಸು ಬೆರೆಸಿ ಕೇಳಿದಾಗ ಅವಳತ್ತ ಕಣ್ಣು ಹಾಯಿಸಿ "ನೀನಲ್ಲ ಅಂದರೆ ಸುಮ್ನೆ ಇರ್ತೀಯಾ? ವಸು ಅಕ್ಕನಿಗೆ ನೀಳ ಜಡೆ ಇದೆ. ನನ್ನ ಕಿರಣ್ ಭಾವ ಈ ಗೀತೆ ಹೇಳಿ ಹಂಗಿಸ್ತಾರೆ. ಇದು ಸಿ. ಅಶ್ವತ್ ರಾಗ ಸಂಯೋಜನೆ, ದನಿಯಲ್ಲೆ ಕೇಳಬೇಕು" ಭಾವೋದ್ವೇಗದಿಂದ ಹೇಳಿದ.

ಅಂಜಲಿಯ ಮುಖ ಚಿಕ್ಕದಾಯಿತು. ನೀಳಕಾಯ, ಸಂಪಿಗೆ ಬಣ್ಣ, ಉದ್ದನೆಯ ಜಡೆ ವಸುಧಾಗೆ ತನ್ನನ್ನು ಹೋಲಿಸಿಕೊಳ್ಳುವುದು ಕಷ್ಟವೆನಿಸಿತು. ವಾಸುವಿನದು ಎತ್ತರದ ಸಾಧಾರಣ ಮೈಕಟ್ಟು. ಬಣ್ಣ ಅಕ್ಕನದೇ– ಸ್ಫುರದ್ರೂಪಿಯೆನ್ನಲು ಅಡ್ಡಿ ಇರಲಿಲ್ಲ. ಅವಳ ಕಣ್ಣಂಚಿನಲ್ಲಿ ನೀರು ಶೇಖರವಾಯಿತು. ಸುಮ್ಮನೆ ಒಂದೆಡೆ ಕೂತಳು.

"ಏಯ್, ತುಂಬ ಇಂಟರೆಸ್ಟಾಗಿ ಕಾಡಿ... ಕಾಡಿ ಕೆಲಸಕ್ಕೆ ಸೇರಿಕೊಂಡಿದ್ದಿ. ತಿಂಗಳ ಸಂಬಳಕ್ಕೆ ಮುನ್ನವೇ ಕೆಲಸದಿಂದ ತೆಗ್ದು ಹಾಕೋ ಲಕ್ಷಣಗಳು ಕಾಣಿಸ್ತಾ ಇದೆ. ಪ್ರೈವೇಟ್ ಜಾಬ್‌ನಲ್ಲಿ ಪಂಕ್ಚುಯಾಲಿಟಿ ತುಂಬ ಮುಖ್ಯ... ಬಿ ಕ್ವಿಕ್" ರಮಿಸಿ ಎಬ್ಬಿಸಿದ.

"ಪ್ಲೀಸ್, ನಾನು ಅಷ್ಟೇನು ಚೆನ್ನಾಗಿಲ್ಲ. ಇನ್ನಷ್ಟು ವಯಸ್ಸಾದ್ಮೇಲೆ ಮತ್ತಷ್ಟು ಆಕರ್ಷಣೆ ಕಳ್ಕೋತೀನಿ. ಆಗ್ಲೂ ಪ್ರೀತಿಸ್ತೀರಾ?" ಕಂಬನಿ ಅವಳ ಮಾತಿನ ರಭಸಕ್ಕೆ ಕೆನ್ನೆಯ ಮೇಲೆ ಇಳಿದೇಬಿಟ್ಟಿತು. ವಾಸುಗೆ 'ಅಯ್ಯೋ' ಎನಿಸಿತು. ಆದರೂ "ಭವಿಷ್ಯತ್ ಬಗ್ಗೆ ಯಾರು ಹೇಳೋಕ್ಕಾಗುತ್ತೆ? ಅಣ್ಣನ ವಿಧೇಯ ಮಗನಾಗಿದ್ದ ಈ ವಾಸು ಧೈರ್ಯದಿಂದ ಎಲ್ಲರನ್ನು ಧಿಕ್ಕರಿಸಿ ಬಂದು ವಿವಾಹವಾಗಿದ್ದು. ಸೋಜಿಗ, ಅಂಥದರಲ್ಲಿ... ಭವಿಷ್ಯದ ಬಗ್ಗೆ ನಾನೇನು ಹೇಳ್ಲೀ? ಸುಮ್ನೆ ತಲೆ ಕೆಡಿಸ್ಕೋಬೇಡ, ಹೊರಡೋಣ್ವಾ?" ವಾಚ್ ಕಡೆ ನೋಡಿದ.

"ನಾನು ಈಗ ಎಲ್ಲಿಗೂ ಬರೋಲ್ಲ" ಪಟ್ಟು ಹಿಡಿದು ಕೂತಳು.

ಇದು ಆಗಾಗ ನಡೆಯುವಂಥದ್ದೆ. ರಾಶಿ ಸಮಸ್ಯೆಗಳು, ಜವಾಬ್ದಾರಿಗಳು ಅವನ ಮುಂದಿತ್ತು. ಕಟ್ಟಿಕೊಂಡವಳನ್ನು ಸರಿಯಾಗಿ ನೋಡಿಕೊಳ್ಳುವುದು ಅವನ ಜವಾಬ್ದಾರಿ, ಕರ್ತವ್ಯ. ಆದ್ದರಿಂದ ಬಹಳಷ್ಟು ತಾಳ್ಮೆ ವಹಿಸುತ್ತಿದ್ದ.

ಪ್ರೀತಿಸಿದ ಅಂಜಲಿಯನ್ನು ಚಿನ್ನಯ್ಯನ ಪಾಲು ಮಾಡಬಾರದೆನ್ನುವುದು ಅವನ ಉದ್ದೇಶವಾಗಿತ್ತು, ಆ ಕ್ಷಣ. ಮುಂದಿನದೆಲ್ಲ ಕತ್ತಲಲ್ಲಿ ಅಡಗಿ ಕೂತಿತ್ತು. ಈಗ ಒಂದೊಂದೆ ಬೆಳಕಿನ ಕಿಂಡಿಗಳು ತೆರೆದುಕೊಳ್ಳುತ್ತಿತ್ತು.

ಬಸ್ ಸ್ಟಾಪ್ ಒಂದೇ. ಇಬ್ಬರೂ ಬೇರೆ ಬೇರೆಯ ಬಸ್ಸುಗಳನ್ನು ಹತ್ತಿದ್ದು. ಫ್ರೆಂಡ್ಸ್ ಜೊತೆ ಎಂಜಾಯ್ ಮಾಡಲು ಅಪರೂಪಕ್ಕೆ ಸಿಟಿ ಬಸ್ಸಿನಲ್ಲಿ ಓಡಾಡಿದ್ದೆ ವಿನಃ ಬಸ್ಸಿನಲ್ಲಿ ಓಡಾಡಬೇಕಾದ ಹಣೆಬರಹವಿರಲಿಲ್ಲ ಅಂಜುಗೆ. ನರ್ಸರಿಯಿಂದ ಇಲ್ಲಿನವರೆಗೂ ಕಾರುಗಳಲ್ಲಿಯೇ ಓಡಾಡುತ್ತಿದ್ದುದ್ದು. ಇತ್ತೀಚೆಗೆ ಭಾರತಕ್ಕೆ ಕಾಲಿಟ್ಟ ಎಲ್ಲಾ ಕಾರುಗಳಲ್ಲಿ ಓಡಾಡಿದ ಅದೃಷ್ಟ ಅವಳದು!

ಒಂದು ಟೆಕ್ಸ್‌ಟೈಲ್‌ನಲ್ಲಿ ರಿಸೆಪ್ಷನಿಸ್ಟ್. ಅದು ಅಂಥ ಭಾರಿಯದೇನು ಅಲ್ಲ. ಸಂಬಳ ಕೂಡ ಅಂಥ ದೊಡ್ಡದಲ್ಲ. ಆದರೆ ಅನಿವಾರ್ಯವಾಗಿತ್ತು. ವಾಸುಗೆ ಬರೋ ಸಂಬಳ ಯಾತಕ್ಕೂ ಸಾಲದು. ಅಂಜಲಿ ತಲೆಯ ಮೇಲೆ ಕೈಯೊತ್ತಿ ಕೂಡುತ್ತಿದ್ದಳು.

"ಕಾಲ್ ಸೆಂಟರ್‌ನಲ್ಲಿ ಪ್ರಯತ್ನಿಸ್ತೀನಿ. ಅಲ್ಲಿ ಸ್ಯಾಲರಿ ಹೆಚ್ಚಾಗಿರುತ್ತೆ. ಸ್ವಲ್ಪ ಆರ್ಥಿಕತೆ ಸುಧಾರಿಸುತ್ತೆ. ಅಣ್ಣ ಕಾಲ್ ಸೆಂಟರ್ ಜಾಬ್‌ನ ಇಷ್ಟಪಡ್ತಾ ಇರ್ಲಿಲ್ಲ. ನಮ್ಮ ರಾತ್ರಿಗಳನ್ನು ಅಮೆರಿಕನ್ನರ ಹಗಲಿಗೆ ಮುಡಿಪಿಟ್ಟು ಕೂಲಿಗಳಾಗಬೇಕು. ಬರೀ ಇಂಗ್ಲಿಷ್ ಬಂದರೆ ಸಾಲದು, ಅಮೆರಿಕನ್ನರಂತೆ ಮಾತಾಡಲು ಕಲಿಯಬೇಕು. ಇದರಿಂದ ಯುವ ಜನತೆಯ ಜ್ಞಾನಾರ್ಜನೆಯೇನು ಸುಧಾರಿಸೋಲ್ಲ. ಅವರುಗಳು ಕೊಡೋ 20,000, 25,000ಗಳಿಗೆ ತಮ್ಮ ರಾತ್ರಿಗಳನ್ನು ಮಾರಿಕೊಂಡು ಬಿಡ್ತಾರೆ ಅಂತ ಮರುಕಪಡುತ್ತಿದ್ದರು. ಈಗ ತಮ್ಮ ಮಗನೆ ಕಾಲ್ ಸೆಂಟರ್‌ನಲ್ಲಿ ದುಡಿತಾನೆಂದರೆ ತತ್ತರಿಸಿ ಹೋಗ್ತಾರೆ" ಅಂದಿದ್ದ ವಾಸು. ಪ್ರತಿ ಸಂದರ್ಭದಲ್ಲು ತಂದೆಯ ಸ್ವಭಾವ, ಮಾತುಗಳನ್ನು ವ್ಯಾಖ್ಯಾನಿಸುತ್ತಿದ್ದ. ಆಗ ಕೆಲವೊಮ್ಮೆ ಜಗಳ ಆಡಿ ಸಾಕಾಗಿದ್ದಳು. ಅದು ಎಲ್ಲೆಲ್ಲಿಗೋ ಹೋಗಿ ತಲುಪುತ್ತಿತ್ತು. ಒಂದೆರಡು ದಿನಗಳು ಇಬ್ಬರ ನಡುವೆ ಮಾತುಕತೆ

ನಿಲ್ಲುತ್ತಿತ್ತು. ಆಮೇಲೆ ತಾನಾಗಿ ಸರಿ ಹೋಗುತ್ತಿದ್ದರು. ಇದು ಅನಿವಾರ್ಯ ಕೂಡ.

ಬೆಳಿಗ್ಗೆ ಒಂಬತ್ತಕ್ಕೆ ಮನೆ ಬಿಟ್ಟರೆ ರಾತ್ರಿ ಎಂಟರ ನಂತರ ಮನೆ ಕಡೆ ಮುಖ. ಮಧ್ಯಾಹ್ನ ಲಂಚ್, ಒಂದು ಗಂಟೆ ಮಾತಿಗೆ ಸರಿ ಹೋಗುತ್ತಿತ್ತು. ಮಧ್ಯಮ, ಕೆಳ ಮಧ್ಯಮ ಸಂಸಾರಗಳಿಂದ ಬಂದವರೆ ಹೆಚ್ಚಿಗೆ ಇದ್ದಿದ್ದು. ಅವರುಗಳಿಗೆ ಇರುಸು ಮುರುಸು ಇರಲಿಲ್ಲ. ಇವಳಿಗೆ ಕುಸಿದು ಅಳಬೇಕೆನಿಸುತ್ತಿತ್ತು.

ಇಂದು ಯಜಮಾನ ಛೇಂಬರಿಗೆ ಕರೆಸಿ ಗದರಿದ್ದ. ಆ ಕ್ಷಣ ಅವಳಿಗೆ ಅವನ ಕೆನ್ನೆಗೆ ಅಪ್ಪಳಿಸಿ ಬಿಡಬೇಕೆನಿಸುತ್ತಿತ್ತು. ತಂದೆಯ ಹಿಂದೆ ಮುಂದೆ ಸುತ್ತಾಡುತ್ತಿದ್ದವರು ಕೂಡ ಇವಳಿಗಿಂತ ಜಾಸ್ತಿ ಸಂಬಳ ಪಡೆಯುತ್ತಿದ್ದರು.

"ಚಿನ್ನಯ್ಯನಿಗೆ ನೀನೂಂದರೆ ಪ್ರಾಣ. ರಾಣಿ ಹಂಗೆ ಇಟ್ಕೋತಾನೆ" ಅವಳಜ್ಜಿ ಸೊಂಟ ತಿವಿದು ಮುದ್ದಿಸುತ್ತಿದ್ದರು. ಆದರೆ ಈಗ ಚಾಕರಿಗೆ ತನ್ನನ್ನು ಒಡ್ಡಿಕೊಳ್ಳಬೇಕಿತ್ತು. ವಾಸು ಕೂಡ "ನೀನೇನು ಕೆಲ್ಸಕ್ಕೆ ಹೋಗಬೇಕಾಗಿಲ್ಲ. ಬೇರೆ ಕಡೆ ಸಿಗೋವರ್ಗ್ಗೂ ನಾಜೂಕಾಗಿ ಸಂಸಾರ ಮಾಡಿದರೆ ಸಾಕು" ಇಂಥದೊಂದು ಮಾತಾಡಿದ್ದ. ಹತ್ತಿಪ್ಪತ್ತು ರೂಪಾಯಿ ಖರ್ಚು ಮಾಡೋಕು ಹಿಂಜರಿಯಬೇಕಾದ ಪರಿಸ್ಥಿತಿ. ಅದರಿಂದ ಕೆಲಸದ ಅಗತ್ಯ.

ಇಡೀ ದಿನ ಮಂಕಾಗಿದ್ದಾಗ ಛೇಂಬರ್‌ಗೆ ಮ್ಯಾನೇಜರ್ ಕರೆಸಿಕೊಂಡು ಬುದ್ಧಿ ಹೇಳಿದ. "ನಿಮ್ಮದು ಲಕ್. ಎಂ.ಡಿ. ಸೆಲೆಕ್ಷನ್ ಮಾಡಿಬಿಟ್ಟರು. ಹಾಗಂತ ನಂಗೇನು ಹೊಟ್ಟೆಯುರಿ ಇಲ್ಲ. ರಿಸೆಪ್ಷನಿಸ್ಟ್ ಪೋಸ್ಟ್‌ಗೆ ಕೆಲವು ಅರ್ಹತೆಗಳು ಇರ್ಬೇಕು. ಯಂಗ್, ಬ್ಯೂಟಿಫುಲ್ ಜೊತೆ ಬೇರೆ ಅರ್ಹತೆಗಳು ಬೇಕು. ಚುರುಕಾಗಿರಬೇಕು. ನವಿರಾದ ಭಾಷೆಗೆ ಜೇನು ಹಚ್ಚುವ ಜಾಣ್ಮೆ ಬೇಕು. ಸದಾ ಮುಖ ಸಡಿಲವಾಗಿರಬೇಕು. ನಗುವೊಂದು ತುಟಿಗಳ ಮೇಲೆ ಇರಲೇಬೇಕು. ಇದರಲ್ಲಿ ನಿಮ್ಮಲ್ಲಿ ಯಾವುದಿದೆ? ಕೆಲವು ದೇವರ ಕೊಡುಗೆ. ಆದರೆ ಬೇರೆಯದನ್ನಾರು ರೂಢಿಸಿಕೊಳ್ಳಬೇಕಲ್ಲ. ಥಿಂಕ್ ಯುವರ್ ಸೆಲ್ಫ್. ಇಲ್ಲದಿದ್ದರೆ ಕೆಲ್ಸ ಕಳ್ಕೋಬೇಕಾಗಿತ್ತು" ಎಚ್ಚರಿಕೆಯು ಸಿಕ್ಕಿತ್ತು.

ರಾತ್ರಿ ಎಂಟಕ್ಕೆ ಹೊರಗೆ ಬಂದಾಗ ತೀರಾ ಸಪ್ಪಗಾಗಿದ್ದಳು. ಕಾಯಿನ್ ಡಬ್ಬದ ಕಡೆಗೆ ಹೋದಳು. ತವರಿನ ಯಾರೊಂದಿಗಾದರೂ ಮಾತಾಡಬೇಕೆನಿಸಿತು. ಅಮೃತ ಮೊಬೈಲ್‌ಗೆ ರಿಂಗ್ ಮಾಡಿದಳು.

"ಯಾರು?" ಸ್ವಲ್ಪ ಒರಟೇ ಅವಳ ದನಿ.

"ನಾನು ಅಮೃತಕ್ಕ, ಅಂಜು" ಇವಳ ಸ್ವರ ಮೆತ್ತಗಾಯಿತು.

"ಎಂಥ ಕೆಲ್ಸ ಮಾಡಿ ಓಡಿಹೋದೆ. ನಿಂಗೆ ಅಷ್ಟೊಂದು ಆತುರವಿತ್ತಾ? ನೀನು ಬಂದರೆ, ಅಪ್ಪ ಕೆಂಡಾಮಂಡಲವಾಗ್ತಾರೆ. ಸ್ವಲ್ಪ ಬುದ್ಧಿ ಬೇಡ್ವಾ? ಅವ್ನಿಗೂ ಏನು ಇಲ್ವಂತೆ. ಈಗ ಇದೆಲ್ಲ ಕಾಣಿಸ್ತಾ ಇರ್ಬೇಕು. ಮಮ್ಮಿ ಎಷ್ಟು ಕಣ್ಣೀರು ಇಟ್ಟಳು. ನಿನ್ನಂತೂ ಯಾರು ಕ್ಷಮಿಸೋಲ್ಲ" ಒಂದೆ ಬಡಬಡಿಕೆ. ಇನ್ನೊಂದು ಕಾಯಿನ್ ಹಾಕಲು ಹೋದವಳು ಸುಮ್ಮನಾಗಿದ್ದು ನಿರಾಶೆಯಿಂದ.

ದಾರಿಯಲ್ಲಿ ಸಿಕ್ಕ ಐಸ್‌ಕ್ರೀಮ್ ಪಾರ್ಲರ್‌ಗೆ ಹೋಗಿ ಒಂದು ಕಪ್ ವೆನಿಲಾ ಐಸ್‌ಕ್ರೀಮ್ ಕೊಂಡಳು. ನೂರಾರು ರೂಪಾಯಿ ಸುರಿದಿದ್ದ ದಿನಗಳು ಇದ್ದವು. ತಿನ್ನಲಾಗಲಿಲ್ಲ. ಆದರೂ ತಿಂದು ಮುಗಿಸಿ ಬಸ್‌ಸ್ಟಾಪ್‌ಗೆ ಬಂದಳು. ಮನೆಗೆ ಬರುವ ವೇಳೆಗೆ ಒಂಬತ್ತು ಗಂಟೆ. ವಾಸು ಇನ್ನು ಬಂದಿರಲಿಲ್ಲ. ಒಂದು ಕಡೆ ಕೂತಳು. ಇದೆಲ್ಲ ತಾನಾಗಿ ತಂದುಕೊಂಡಿದ್ದು. ಈ ರೀತಿ ದಿನಗಳನ್ನು ಹೇಗೆ ಕಳೆಯುವುದು?

ವಾಸು ಬಂದಾಗಲೇ ಅವಳು ಎದ್ದಿದ್ದು.

"ಯಾಕೆ, ಅಷ್ಟೊಂದು ಡಲ್ಲಾಗಿ ಕಾಣ್ತೀಯಾ?" ಕೈ ಕಾಲು ತೊಳೆದು ಬಂದೇ ಕೇಳಿದ್ದು. "ತೀರಾ ಬೋರಾಯ್ತು ನಾಳೆಯಿಂದ ಕೆಲ್ಸಕ್ಕೆ ಹೋಗಬಾರ್ದೂಂತ ತೀರ್ಮಾನ ಮಾಡಿದ್ದೀನಿ" ಮುಖ ದುಮ್ಮಿಸಿ ಹೇಳಿದಾಗ "ಹಾಗೆ ಮಾಡು. ಏನಾದ್ರೂ ಪುಸ್ತಕಗಳನ್ನು ತಂದು ಕೊಡ್ತೀನಿ. ಓದಿಕೊಂಡು ಟೈಮ್ ಪಾಸ್ ಮಾಡ್ಬಹುದು" ಎಂದು ಕೆನ್ನೆ ತಟ್ಟಿದ. ಅವನ ಹೊಟ್ಟೆನು ಹಸಿದಿತ್ತು. ಅಡುಗೆ ಮನೆಗೆ ಬಂದು ನೋಡಿದ. ಅಂಜು ಇಲ್ಲಿಗೆ ಬಂದ ಸುಳಿವೇ ಇರಲಿಲ್ಲ.

ಅಕ್ಕಿ ತೊಳೆದು ಸ್ಟೌವ್ ಮೇಲಿಟ್ಟ. ಅಯ್ಯಂಗಾರ್ ಪುಳಿಯೋಗರೆ ಗೊಜ್ಜಿನ ಪ್ಯಾಕೆಟ್ ತಂದಿದ್ದ. ಅಂಜಲಿಗೆ ಪೂರ್ತಿ ಅಡುಗೆ ಗೊತ್ತಿಲ್ಲವೆಂದು ತಿಳಿದಿತ್ತು. ಅವಳು ಮಾಡೋಕೆ ಹೊರಟರೆ ಎಲ್ಲಾ ಎಡವಟ್ಟುಗಳೇ.

"ಇನ್ನೂ ಮುಖ ತೊಳೆದಂಗಿಲ್ಲ. ಮೊದ್ಲು ಎದ್ದು ಆ ಕಾರ್ಯಕ್ರಮ ಮುಗ್ಸು. ಶಿಸ್ತು ಇಲ್ಲದಿದ್ದರೇ ಕಷ್ಟವಾಗುತ್ತೆ" ಎಂದವ ಗೊಜ್ಜಿನ ಪ್ಯಾಕೊಡೆದು ಒಂದು ಡಬ್ಬಿಗೆ ಹಾಕಿದ. ಸಾತಮ್ಮನ ಮಾತು ನೆನಪಿಗೆ ಬಂತು. "ಪುಳಿಯೋಗರೆ ಗೊಜ್ಜು ಕುದಿಸಿಟ್ಟಿದ್ದೀನಿ. ಘಮ ಘಮ ಅಂತ ವಾಸ್ನೇ ಬರ್‍ತಾ ಇದೆ. ವಸುಧಾ, ನೀನು ಚಿಕ್ಕವರಿದ್ದಾಗ ಪುಳಿಯೋಗರೆಗೆ ಮುಗೀಬೀಳ್ತಾ ಇದ್ರಿ" ಅದು ತುಂಬ ಇಷ್ಟದ ದಿನಗಳೇ. ಒಂದಲ್ಲ... ಒಂದು ಮಾಡಿಸಿಕೊಂಡು ತಿನ್ನುತ್ತಿದ್ದ. ಈಗ ಏನೂ ಬೇಡವೆನಿಸುತ್ತಿತ್ತು. ಹೊಟ್ಟೆ ತುಂಬುವುದು ಮುಖ್ಯವಾಗಿತ್ತು.

ಎಂಥ ಬದುಕನ್ನ ಬಿಟ್ಟು ಇಲ್ಲಿಗೆ ಬಂದು ನಿಂತೆ? ಪಶ್ಚಾತ್ತಾಪ ಮೂಡಿ ಉಸಿರಿನೊಂದಿಗೆ ಹೊರಬಂತು. ಅನ್ನ ಆಗುವ ವೇಳೆಗೆ ಮುಖ ತೊಳೆದು ಬಂದು ಕಟ್ಟೆಯ ಮೇಲೆ ಕೂತಳು. ಕಣ್ಮುಚ್ಚಿ ಪ್ರಾರ್ಥನೆ ಮಾಡುತ್ತಿದ್ದ ವಾಸು. ಅದು ಅವನ ಅಭ್ಯಾಸ. ಪೂಜೆ, ಹೋಮ ಅಂಥದಕ್ಕೆಲ್ಲ ರಾಮಲಿಂಗಂ ಕೆಲವೊಮ್ಮೆ ಲಕ್ಷಾಂತರ ಖರ್ಚು ಮಾಡಿಸುತ್ತಿದ್ದರು. ಜನ ಇರುತ್ತಿದ್ದರು. ವೈಭವ, ಸಂಭ್ರಮ, ಸಡಗರವೆಲ್ಲ ಇರುತ್ತಿತ್ತು. ಅದರಲ್ಲಿ ಭಕ್ತಿಯನ್ನು ಹುಡುಕಬೇಕಿತ್ತು. ಮಂತ್ರ, ಹೋಮದ ನಡುವೆ ಜನರ ಗದ್ದಲ. ಒಡ್ವೆ, ರೇಶಿಮೆ ಸೀರೆಗಳ ಮೆರವಣಿಗೆ ಅಷ್ಟೇ.

ದಿನವು ಕೆಲವು ಮಂತ್ರಗಳನ್ನು ಹೇಳಿ ಪ್ರಾರ್ಥಿಸುತ್ತಿದ್ದ. ಮೌನ, ನೀರವತೆಯ ನಡುವೆ ಶಾಂತತೆ ಇರುತ್ತಿತ್ತು. ನಂತರ ಬಹಳ ಶಾಂತವಾಗಿ, ಗಂಭೀರವಾಗಿ ವರ್ತಿಸುತ್ತಿದ್ದ.

"ವಾಸು..." ಹೋಗಿ "ಸಾರಿ.... ಸಾರಿ... ನಂಗೆ ಅನ್ನದ ಜೊತೆ ಏನಾದ್ರೂ ಬೇಕು. ಊಟ ಸೇರೋಲ್ಲ. ನಾನು ಮೊಟ್ಟೆ ಪಲ್ಯ ಮಾಡಿಕೊಳ್ಳಲಾ? ಇಲ್ಲ ಪ್ಲೀಸ್, ನೀನೆ ಮಾಡಿಕೊಡು" ದುಂಬಾಲು ಬಿದ್ದಳು. ಇವಳ ಬೇಡಿಕೆಗೆ ಅವನು ಕಲ್ಲಾಗಿದ್ದ. "ನೀನು ಮಾಡಿಕೊಂಡು ತಿನ್ನೋಕೆ ನನ್ನ ಅಭ್ಯಂತರವಿಲ್ಲ. ಮಾಡಿಕೊಡೋ ಕೆಲ್ಸವಂತೂ ನನ್ನಿಂದ ಸಾಧ್ಯವಿಲ್ಲ. ನಂಗೆ ಹಸಿವಿದೆ" ಎಂದವ ಬೇಕಾದಷ್ಟು ಪುಳಿಯೋಗರೆ ಕಲಿಸಿಕೊಂಡು ಪುಟ್ಟ ಕಿಚನ್ ಬಿಟ್ಟು ಹೊರಗೆ ಹೋಗಿ ಕೂತ. ಒಂದೆರಡು ತುತ್ತು ತಿಂದ. ಬಿಸಿ ಕಾವಲಿ ಮೇಲೆ ಬಿದ್ದ ಮೊಟ್ಟೆ ನರಳಿದ ಕಂಪು ಹರಡಿದ ಕೂಡಲೇ ಹೊಟ್ಟೆಗೆ ಸೇರಿದ್ದ ಎರಡು ತುತ್ತು ಬಾಯಿಗೆ ಬಂದಂತಾಗಿ ತಟ್ಟೆ ಬಿಟ್ಟು ಎದ್ದು ಹೊರಗೆ ಹೋಗಿ ನಿಂತ.

"ಅವಳು ಬೆಳೆದಿರೋದು ಭಿನ್ನವಾದ ಪರಿಸರ. ಆಚಾರವಿಚಾರ, ತಿಂಡಿತೀರ್ಥ ಅಭ್ಯಾಸಗಳು ಬೇರೆ. ಇಬ್ಬರೂ ಒಬ್ಬರಿಗೊಬ್ಬರು ಒಗ್ಗಿಕೊಳ್ಳೋದು ಕಷ್ಟ. ಈ ಬಗ್ಗೆ ಯಾವಾಗ್ಲಾದ್ರೂ ಮಾತಾಡ್ತೀರಾ? ಪ್ರೇಮ ವಿವಾಹಗಳು ಎಡವೋಕೆ ಇದೊಂದು ಕಾರಣ. ಕೌಟುಂಬಿಕ ಹಿನ್ನೆಲೆಯ ಹಿರಿಯರು ಯಜಮಾನ್ಯ ವಹಿಸ್ತಾರೆ. ಅರೇಂಜ್ ಮ್ಯಾರೇಜ್‌ಗಳಲ್ಲಿ, ಪ್ರೇಮ ವಿವಾಹಗಳಲ್ಲಿ ಆ ರಿಸ್ಕನ್ನು ಪ್ರೇಮಿಸಿದವರೇ ತಗೋಬೇಕಾಗುತ್ತೆ. ವಾಸು ಅದ್ರಿಂದ ನೀವಿನ್ನು ಒಬ್ಬರನ್ನೊಬ್ಬರು ಅರ್ಥಮಾಡಿಕೊಳ್ಳೋಕೆ ಸಮಯ ಬೇಕಾಗುತ್ತೆ. ಪ್ರೇಮಿಗಳಿಗೂ ವಿವಾಹಿತರಿಗೂ ಅಜಗಜಾಂತರ ವ್ಯತ್ಯಾಸವಿರುತ್ತೆ. ಫ್ರೆಂಡ್ಸ್ ಆಗಿರೋಕೆ ತಕರಾರಿಲ್ಲ" ಇವೆಲ್ಲ ವಸುಧಾ ಹೇಳಿದ ಮಾತುಗಳು. ಆಗ ಏನು ಅನ್ನಿಸದ ಮಾತುಗಳಲ್ಲಿದ್ದ ವಿವೇಚನೆ ಅವನನ್ನು ಎಚ್ಚರಿಸಿತು.

ತಟ್ಟೆಗೆ ತುಂಬಿಕೊಂಡು ಬಂದ ಅಂಜಲಿ ಅವಾಕ್ಕಾದಳು. ವಾಸು ಇರಲಿಲ್ಲ. ತಟ್ಟೆಯಲ್ಲಿ ಅನ್ನವಿತ್ತು.

"ಅಂಜು, ನೀನು ತಗೋ... ಈಗ್ಬರ್ತೀನಿ" ಎಂದು ಹೊರಗಿನಿಂದಲೇ ಹೇಳಿದ ವಾಸು ತೊಟ್ಟ ಬಟ್ಟೆಯಲ್ಲಿಯೇ ಹೊರಗೆ ಹೋದ. ಕಾರ್ನರ್‌ನಲ್ಲಿರೋ ಪೆಟ್ಟಿಗೆ ಅಂಗಡಿಯಲ್ಲಿ ನಾಲ್ಕು ಏಲಕ್ಕಿ ಬಾಳೆಹಣ್ಣನ್ನು ಖರೀದಿಸಿ ಎರಡು ದಾರಿಯಲ್ಲೇ ತಿಂದು ಎರಡನ್ನು ತಂದು ಅವಳ ಬಳಿಯಲ್ಲಿ ಇಟ್ಟು "ನಿನ್ನ ಊಟ ಮುಗ್ಸು" ಹೇಳಿ ತಟ್ಟೆಯಲ್ಲಿನ ಅನ್ನವನ್ನು ತಂದು ಹೊರಗೆ ಸುರಿದ ನಂತರ ಅಲ್ಲೇ ನಿಂತ. ಆಹಾರದ ವಿಷಯದಲ್ಲಿ ಕಾಂಪ್ರಮೈಸ್ ಸಾಧ್ಯವಿಲ್ಲ. ಇದರಿಂದ ಡಿಫರೆನ್ಸ್ ಶುರು ಆಗಬಹುದು.

ತಿಂದು ಮುಗಿಸಿದ ನಂತರ ಅಂಜಲಿ ಹೊರಗೆ ಹೋದಳು. ಸುಸ್ತೆನಿಸಿತು. ಅವರ ಮನೆಯಲ್ಲಿ ಮಾಂಸದ ನಾನಾ ವೆರೈಟಿಯ ಖಾದ್ಯಗಳು ದಿನವು ಇರುತ್ತಿತ್ತು. ಬೇಳೆ ಸಾರು ಅಂಥದ್ದು ಕಡಿಮೆಯೇ. ಕೆಲವೇ ಕೆಲವು ಹಬ್ಬಗಳಲ್ಲಿ ಸಸ್ಯಾಹಾರ. ಮಿಕ್ಕ ಹಬ್ಬಗಳಲ್ಲಿಯೂ ಮಾಂಸಾಹಾರ. ಅದು ನಡೆದುಕೊಂಡು ಬಂದ ಅಭ್ಯಾಸ. ದಿಢೀರ್ ಬದಲಾವಣೆ ಹೇಗೆ ಸಾಧ್ಯ? ವಿವಾಹದ ನಂತರ ತಿಳಿದ ವಿಷಯಗಳು. ಇತ್ತೀಚೆಗೆ

ಪ್ರೇಮ, ಪ್ರೀತಿ ಹರೆಯದ ಆಕರ್ಷಣೆಯ ಬಗ್ಗೆ ತೀರಾ ತಲೆ ಕೆಡಿಸಿಕೊಂಡಿದ್ದು. ಹುಡುಗ-ಹುಡುಗಿ ಮಧ್ಯದ ಪ್ರೇಮದ ತೀವ್ರತೆಯ ವೈಶಿಷ್ಟ್ಯವೇನು? ಯಾವ ತ್ಯಾಗಕ್ಕೂ ರೆಡಿಯಾಗಿ ಬಿಡ್ತಾರೆ. ಅಮರ ಪ್ರೇಮವೆನ್ನುವ ಕನವರಿಕೆ. ಅದಕ್ಕೆ ಪುರಾಣದಲ್ಲಿ, ಇತಿಹಾಸದಲ್ಲಿ ಬೇಕಾದ ದೃಷ್ಟಾಂತಗಳು ಸಿಗಬಹುದು. 'ಪ್ರೇಮ'ವೆನ್ನುವ ಉತ್ಕಟ ಅಮಲು ಎಲ್ಲಿಗೆ ಕರೆದೊಯ್ದು ನಿಲ್ಲಿಸುತ್ತೆ? ದೇವರಿಗೆ ಗೊತ್ತು.

"ನೀವು ಊಟನೇ ಮಾಡ್ಲಿಲ್ಲ" ಅಂದಳು ಅಂಜಲಿ.

"ಹಸಿವೆನಿಸಲಿಲ್ಲ" ಎಂದ ಚುಟುಕಾಗಿ.

ಅವಳಲ್ಲಿ ಅಂಥ ಚುರುಕುತನವಿಲ್ಲದಿದ್ದರೂ, ವಾಸುವಿನ ಬಗ್ಗೆ ಪ್ರೀತಿ ಇತ್ತು. ಅವನಿಗೆ ಬೇಸರವಾದರೆ, ನೋವಾದರೆ ಕೂಡಲೇ ಸ್ಪಂದಿಸುತ್ತಿದ್ದಳು. ಅದೇನು ಎಂದು ವ್ಯಕ್ತಪಡಿಸುವಷ್ಟು ಸಮರ್ಥಳಲ್ಲ.

"ಪ್ಲೀಸ್... ಬನ್ನಿ" ಕೈ ಹಿಡಿದು ಒಳಗೆ ಕರೆದೊಯ್ದು "ನಾನು ಮೊಟ್ಟೆ ಪಲ್ಯ ಮಾಡಿದ್ದು ನಿಮ್ಗೆ ಇಷ್ಟವಾಗಲಿಲ್ಲ. ನಮ್ತಂದೆ ಗುಂಪು ಗುಂಪಾಗಿ ಕರ್ಕಂಡ್ ಬಂದು ಊಟ ಹಾಕ್ತಾರೆ. ಅದರಲ್ಲಿ ಎಲ್ಲಾ ಜಾತಿಯವರು ಬರ್ತ್ತಾರೆ. ಒಬ್ಬ ನಿಷ್ಠಾವಂತ ಬ್ರಾಹ್ಮಣ ಹಿರಿಯ ಆಫೀಸರ್ ತೀರಾ ಸಂಪ್ರದಾಯಸ್ಥ ಕುಟುಂಬದವರು. ಆದರೆ ನಮ್ಮಮ್ಮ ಮಾಡೋ ನಾಟಿ ಕೋಳಿ ಖಾದ್ಯಗಳೆಂದು ಬಾಯಿ ಚಪ್ಪರಿಸುತ್ತಾರೆ. ಅದರ ಸಲುವಾಗಿ ಮೈಸೂರಿಗೆ ಬಂದಿದ್ದೆ. ನನ್ನ ಡ್ಯಾಡಿ ಕೆಲ್ಸಗಳನ್ನು ಮಾಡಿ ಕೊಟ್ಟಿದ್ದೆ" ಹೇಳಿದ ಕೂಡಲೇ ವಾಸು ಮುಖ ಕೆಂಪಾಯಿತು.

"ಯಾರು... ಯಾರಿಗೋ ಹೋಲಿಸ್ಬೇಡ. ನನ್ನ ತಾತನಿಂದ ಹಿಡಿದು ತಂದೆಯವರೆಗೂ ಜಾತಿಯೆಂದು ವರ್ಗೀಕರಣ ಮಾಡಿದ್ದಿಲ್ಲ. ಯಾವ ವಿದ್ಯಾರ್ಥಿಗಳು ಬಂದರೂ ವಿದ್ಯಾರ್ಥಿಗಳಾಗಿ ನೋಡುತ್ತಿದ್ದರೇ ವಿನಃ ಜಾತಿಯ ಹೆಸರಲ್ಲಿ ವರ್ಗೀಕರಣ ಮಾಡಿದ್ದಿಲ್ಲ. ಅಲ್ಪಸಂಖ್ಯಾತರೆಂದು ಮಂತ್ರಿಯ ಪದವಿ ಏರಿ ಕೂತವರನ್ನು ಕೂಡ ನನ್ತಂದೆ ದೇವರಮನೆಗೆ ಕರೆದು ತೀರ್ಥ ಕೊಟ್ಟಿದ್ದಿದೆ. ಜಾತಿಯೆಂದು ಯಾರನ್ನು ವಿಚಾರಿಸದೇ ಪಕ್ಕದಲ್ಲಿ ಕೂಡಿಸಿಕೊಂಡಿದ್ದಾರೆ. ತಮ್ಮ ಅಧ್ಯಯನ ರೂಮಿನಲ್ಲಿ ಕೂಡಿಸಿಕೊಂಡು ಪಾಠ ಹೇಳಿದ್ದಿದೆ. ಬಡ ವಿದ್ಯಾರ್ಥಿಗಳಿಗೆ ಆರ್ಥಿಕವಾಗಿ ಸಹಾಯ ಮಾಡಿದ್ದಾರೆ. ಎಂದೂ ಅವರು ಎತ್ತರದ ಸ್ಥಾನದಲ್ಲಿಯೇ ಇದ್ದಾರೆ. ಇರ್ತಾರೆ ಕೂಡ. ನನ್ನ ಜೀವನ, ಆಹಾರ ಶೈಲಿಯಲ್ಲಿ ಬದಲಾವಣೆ ನಿರೀಕ್ಷಿಸಬೇಡ" ಸ್ವಲ್ಪ ಕಟುವಾಗಿಯೇ ಹೇಳಿ ತಂದಿದ್ದ ಪತ್ರಿಕೆಯನ್ನು ಮುಂದೆ ಹರಡಿಕೊಂಡ.

ಮುಂದೇನು? ಅವಳಿಗೂ ಕೋಪ ಬಂತು. ಆರಾಮಾಗಿ ಹೋಗಿ ಮಲಗಿದಳು. ಮುಂದೇನು? ಆಹಾರ ಶೈಲಿಯನ್ನು ಬದಲಾಯಿಸಿಕೊಳ್ಳಲು ಅವಳಿಂದ ಸಾಧ್ಯವಿಲ್ಲವೆನಿಸಿತು. ಅಂಥ ದೊಡ್ಡ ತ್ಯಾಗ ಮಾಡಲು ಅವಳ ನಾಲಿಗೆ ಒಪ್ಪಲಿಲ್ಲ.

ಮರುದಿನ ಅನಿರೀಕ್ಷಿತವಾಗಿ ಡ್ರೈವರ್ ಸಂಜೀವಿನಿ ಸಿಕ್ಕ.

"ಯಾಕಮ್ಮ, ಇಷ್ಟೊಂದು ಸೊರಗಿ ಹೋಗಿದ್ದೀರಾ?" ಅಂದಕೂಡಲೇ ಅವಳಿಗೆ

ಅಳಬೇಕೆನಿಸಿತು. "ಎಲ್ಲಾ ಹೇಗಿದ್ದಾರೆ?" ಕಣ್ಣು, ಮೂಗೊರೆಸಿಕೊಳ್ಳುತ್ತಲೇ ಕೇಳಿದಳು.

"ಎಲ್ಲಾ ಚೆನ್ನಾಗಿದ್ದಾರೆ. ಗುರುತು ಸಿಗದಷ್ಟು ಇಳಿದು ಹೋಗಿದ್ದೀರಿ. ಇದೇನು ನಡ್ಕೊಂಡು ಹೊರಟಿದ್ದೀರಾ?" ಕೇಳಿದ. ಏನೋ ಸಂತೋಷ, ಮನೆಯವರನ್ನೆಲ್ಲ ವಿಚಾರಿಸಿಬಿಡಬೇಕೆನ್ನುವ ಆವೇಗದಲ್ಲಿ "ಇಲ್ಲೇ... ಬಾ.. ಸಿಟಿ ಬಸ್ಸಿನಲ್ಲಿ ಬಂದು ಬಸ್ ಸ್ಟಾಪ್‌ನಲ್ಲಿ ಇಳಿದೆ" ಎಂದು ಅವನನ್ನು ಪುಟ್ಟ ಮನೆಗೆ ಕರೆದೊಯ್ದಾಗ ಗಾಬರಿಯಾದ. "ಇದಾ ಮನೆ! ರಾಮ... ರಾಮ... ನಿಂಗೆ ಎಂಥ ಸ್ಥಿತಿ ಬಂತಮ್ಮ? ಚಿನ್ನಯ್ಯನ ಕಣ್ಣು ಸನ್ನೆಗೆ ಕೆಲ್ಸ ಮಾಡೋ ಜನ ಕೂಡ ಇದಕ್ಕಿಂತ ಸಾವಿರ ಪಾಲು ಚೆನ್ನಾಗಿರೋ ಮನೆಯಲ್ಲಿ ಇರ್ತಾರೆ" ಸಂತಾಪ ವ್ಯಕ್ತಪಡಿಸಿದ.

ಬೇಸರವೆನಿಸಿದರೂ ಈ ಸಂತಾಪದಿಂದ ತಾನು ವಾಸುವಿನ ಪ್ರೇಮಕ್ಕಾಗಿ ತ್ಯಾಗ ಮಾಡಿದ್ದನ್ನು ದೊಡ್ಡದಾಗಿ ಲೆಕ್ಕ ಹಾಕಿ ಬೀಗಿದಳು. ಅಪಾರವಾದ ಆತ್ಮವಿಶ್ವಾಸ ಅರಳಿತು. ತನ್ನ ಸಾಮಾನ್ಯ ರೂಪಿನ ವರ್ಣನೆ ಇಲ್ಲಿ ನೆಗೆದು ಬಿತ್ತು.

ಯಜಮಾನನ ಮಗಳು ಗೌರವ ತೋರಿಸಲೆಂದು ಹೋಗಿ ಸಾಕಷ್ಟು ಹಣ್ಣು ಗಳನ್ನು ಹೊತ್ತು ತರುವುದರ ಜೊತೆಗೆ ಫೇಮಸ್ ಹೋಟೆಲ್‌ನಿಂದ ಬಿರಿಯಾನಿ ಕಟ್ಟಿಸಿ ಕೊಂಡು ಬಂದ. ಮನೆಯಲ್ಲಿ ಎಷ್ಟೇ ಖಾದ್ಯಗಳು ತಯಾರಾದರೂ ಹೊರಗಡೆಯಿಂದ ತರಿಸಿಕೊಂಡು ತಿನ್ನುವುದು ರಾಮಲಿಂಗಂ ಮನೆಯಲ್ಲಿ ಅಭ್ಯಾಸವಿತ್ತು. ಅಜ್ಜಿಗೆ ಮಾತ್ರವಲ್ಲ ಮುತ್ತಮ್ಮನ ಜೊತೆಗೆ ಹೆಣ್ಣು ಮಕ್ಕಳಿಗೂ ಬಾಯಿ ಚಪಲ ಜಾಸ್ತಿ. ಪ್ರಸಿದ್ಧ ನಾನ್ ವೆಜಿಟೇರಿಯನ್ ಹೋಟೆಲ್‌ಗಳಿಂದ ಬೇಕು ಬೇಕಾದ್ದು ತರಿಸಿಕೊಳ್ಳುತ್ತಿದ್ದರು.

"ಸ್ವಲ್ಪ ರುಚಿ ತೋರ್ಸ್ರಿ, ಅಪ್ಪನಿಗೆ. ಆಮೇಲೆ ಆರಾಮಾಗಿ ಬಂದ್ ಸೇರ್ಕೋತಾರೆ" ಕೆಲವು ಟಿಪ್ಸ್ ಹೇಳಿಟ್ಟು ಹೋದ. ಅವಳಿಗೂ ಖುಷಿಯೆನಿಸಿತು. "ನಾನು ಬಂದರೆ ಡ್ಯಾಡ್ ಮನೆಗೆ ಸೇರಿಸ್ತಾರಾ?" ಕೇಳಿದಳು.

"ಅವ್ರು ಸೇರಿಸ್ತಾರೆ ಅನ್ನೋ ನಂಬ್ಕೆ ಇದೆ. ಇನ್ನೊಂದು ಸಂತೋಷದ ಸುದ್ದಿ. ಮನೆಗೆ ಇನ್ನೊಂದು ಮಗಾ ಬರುತ್ತೆ. ಈ ಸಲ ಗಂಡೇ ಆಗಬೇಕೂಂತ ಹರಕೆ ಕಟ್ಕೋಕೆ ಶುರುಮಾಡಿದ್ದಾರೆ" ಆ ಬಿತ್ತರದಿಂದ ಮೊದಲು ಗಾಬರಿಯಾದಳು. ಇಷ್ಟು ವರ್ಷ ನಂತರ "ಅಮೃತಕ್ಕಂಗ..."

"ಇಲ್ಲ, ಅಮ್ಮಾವರಿಗೆ..." ನಾಚಿದಂತೆ ಉತ್ತರಿಸಿದ ಅವಳ ಪ್ರಶ್ನೆಗೆ "ನಂಗೂ ಸಂತೋಷಂತ ಅಮ್ಮನಿಗೆ ಹೇಳು. ಹಾಗೇ ಕೂಗೋದು ಅವಳಿಗೆ ಇಷ್ಟವಾಗೋಲ್ಲ, ಮಮ್ಮಿಗೆ ಹೇಳು. ನಾನು ಫೋನ್ ಮಾಡಿ ಮಾತಾಡಿಸ್ತೀನಿ. ನಂಗೆ ಭಯ ಕಣೋ ಸಂಜೀವಿ" ಆತಂಕವಿತ್ತು ದನಿಯಲ್ಲಿ.

"ನೀವೇನು ಹೆದರ್ಕೋಬೇಡಿ. ಅಮ್ಮಾವರ ಹತ್ರ... ಅಜ್ಜಿ ಹತ್ರ ಮಾತಾಡ್ತೀನಿ. ಯಜಮಾನ್ರು ಶಾಂತವಾಗಿರೋ ಸಮಯ ನೋಡಿ ಒಂದ್ಮಾತು ಅವರ ಕಿವಿಯ ಮೇಲೆ ಹಾಕ್ತೀನಿ" ಇಷ್ಟೆಲ್ಲ ಹೇಳಿಯೇ ಅವನು ಹೋಗಿದ್ದು.

ವಾಸು ಬರುವ ವೇಳೆಗೆ ಹಣ್ಣುಗಳ ಜೊತೆ ಒಂದು ಪ್ಯಾಕೆಟ್ ಬಿರಿಯಾನಿ

ಕೂಡ ಇತ್ತು. ಶಾಂತವಾಗಿದ್ದ ಅವನ ಮನದಲ್ಲಿ ಘಟಸ್ಫೋಟ.

"ಇದೇನಿದು ಪರ್ಚೇಸಿಂಗ್ ಜೋರಾಗಿದೆ?" ಎಂದ ನಗುತ್ತಲೇ. ಸಂಜೀವಿ ಬಂದಿದ್ದ ವಿಷಯವೆಲ್ಲ ಹೇಳಿ "ಇದನ್ನೆಲ್ಲ ಅವನೇ ತಂದುಕೊಟ್ಟ" ಹೆಮ್ಮೆ ಇತ್ತು ಅವಳ ದನಿಯಲ್ಲಿ. ಇಷ್ಟವೆನಿಸಲಿಲ್ಲ ಅವನಿಗೆ. ಬಾಯಿ ಬಿಟ್ಟು ಹೇಳಲಿಲ್ಲ. ಬಿರಿಯಾನಿ ಘಮಲು. ಬಟ್ಟೆ ಕೂಡ ಬದಲಾಯಿಸಲಿಲ್ಲ. "ಯಾರನ್ನೋ ನೋಡ್ಬೇಕೂಂತ ಹೇಳಿದ್ದೆ. ಕಾರ್ನರ್‌ನಲ್ಲಿ ಕಾಯ್ತಾ ಇರ್ತಾರೆ. ನೀನು ಊಟ ಮುಗಿಸ್ಕೋ" ಹೊರ ನಡೆಯುತ್ತಿದ್ದವನ ತೋಳು ಹಿಡಿದಳು. "ಅದೆಲ್ಲ ಆಗೋಲ್ಲ. ನೀವು ಇಷ್ಟು ಕಾಂಪ್ರಮೈಸ್ ಆಗದಿದ್ದರೆ, ಹೇಗೆ? ಜೀವನ ಪೂರ್ತಿ ಜೊತೆಯಲ್ಲಿ ಇರ್ಬೇಕು" ಅವಳ ಕಣ್ಣಂಚು ಒದ್ದೆ ಆಯಿತು.

"ನಂಗೆ ಆಗೋಲ್ಲಾಂತ ಹೇಳಿದ್ದೀನಲ್ಲ. ಹಾಗಂತ ನಿನ್ನ ಮೇಲೆ ನಿರ್ಬಂಧವನ್ನು ಹೇರುವಂಥ ಚೀಪ್ ಮೈಂಡೆಡ್ ಅಲ್ಲ. ಅರ್ಥಮಾಡ್ಕೋ ಅಂಜು. ನೀನು ಊಟ ಮುಗ್ಸು ಬರ್ತೀನಿ" ಕೆನ್ನೆ ತಟ್ಟಿ ಹೊರಗೆ ಹೋದ.

ಬಾಳೆಹಣ್ಣು ತಿಂದು ಹಾಲು ಕುಡಿದೆ ಬಂದಿದ್ದು. ಅವನಿಗೆ ಮತ್ತೇನು ತಿನ್ನುವ ಇರಾದೆ ಇರಲಿಲ್ಲ. 'ಉಪಾಯವಾಗಿ ಕಾರ್ಯ ಸಾಧಿಸ್ಕೋ, ಈ ರುಚಿ ಹತ್ತಿದ್ಮೇಲೆ, ಆ ಕಡೆ ಹೋಗೋಲ್ಲ' ಸಂಜೀವಿ ಹೇಳಿಕೊಟ್ಟಿದ್ದ. ಆ ಬಗ್ಗೆಯ ಚಿಂತನೆಯಲ್ಲಿ ಬಿರಿಯಾನಿ ಪೊಟ್ಟಣ ಖಾಲಿ ಮಾಡಿದ್ದು ತೃಪ್ತಿಯ ಊಟವೆನಿಸಿತು. ಬಾಯಿಗೆ ಬಂದ ಹಿಂದಿಯ ಹಾಡನ್ನು ಹಾಡತೊಡಗಿದಳು. ಕಂಠದಲ್ಲಿ ಮಾಧುರ್ಯವೇನೂ ಇರಲಿಲ್ಲ. ಅವಳಿಗೆ ಹಾಡಿ ಕೂಡ ಅಭ್ಯಾಸವಿಲ್ಲ. ಮನೆಯಲ್ಲಿ ಅಂಥ ವಾತಾವರಣವೇನೂ ಇರಲಿಲ್ಲ.

ದಿನ ಏನಾದರೂ ಮಾತಾಡುತ್ತಿದ್ದ ವಾಸು ಒಂದು ಗಂಟೆ ಪುಸ್ತಕವಿಡಿದ ನಂತರ ಮಲಗುವ ಮುನ್ನ "ಒಂದು ಸಣ್ಣ ರಿಕ್ವೆಸ್ಟ್, ದಿನಕ್ಕೊಂದು ಗಂಟೆಯಾದ್ರೂ ಓದುವ ಅಭ್ಯಾಸವಿರಲಿ. ನಾನು ತಂದ ಪತ್ರಿಕೆಗಳನ್ನು ಬಿಡ್ಸೀ ಕೂಡ ನೋಡಿದಂಗಿಲ್ಲ" ಹೇಳಿದ.

ಅಂಜಲಿ ಭಾರವಾದ ನಿಟ್ಟುಸಿರು ದಬ್ಬಿ "ಪಠ್ಯ ಪುಸ್ತಕ ಓದ್ತಾ ಇದ್ದಿದ್ದೇ ಕಷ್ಟದಿಂದ. ಪೇಪರ್ ನನ್ನ ಡ್ಯಾಡಿಯ ಮುಂದಿನ ರೂಂನಲ್ಲಿ ಇರ್ತಾ ಇತ್ತು. ಅದೇನು ಮನೆಯೊಳ್ಗೇ ಬರ್ತಾ ಇರ್ಲಿಲ್ಲ. ಯಾರ್ಗೂ ಅಗತ್ಯವೆನಿಸಿರಲಿಲ್ಲ. ಈಗ್ಲೂ, ಪೇಪರ್, ಮ್ಯಾಗಝೀನ್, ಪುಸ್ತಕವೆಂದರೆ ಅಲರ್ಜಿ" ಅತ್ಯಂತ ಸ್ಪಷ್ಟವಾಗಿ ಹೇಳಿದಳು. ಇದುವರೆಗಾಗಲೇ ಅವನಿಗೆ ಅರಿವಿಗೆ ಬಂದಿತ್ತು.

ಸುಮ್ಮನೆ ಕಣ್ಮುಚ್ಚಿ ಮಲಗಿದ್ದ. ಈಗಾಗಲೇ ಮನೆ ಬಿಟ್ಟು ವಿವಾಹವಾಗಿ ಮೂರು ತಿಂಗಳು ಆಗಿತ್ತು. ಪ್ರೇಮ ವಿವಾಹಗಳ ಬಗ್ಗೆ ಬರೆದ ಲೇಖನಗಳಲ್ಲಿ ಒಬ್ಬರನ್ನೊಬ್ಬರು ಅರ್ಥ ಮಾಡಿಕೊಂಡಿರುತ್ತಾರೆ. ಅದಕ್ಕೆ ಸಾಕಷ್ಟು ಅವಕಾಶಗಳು ಇರುತ್ತೆ. ಇಂಥ ಎಷ್ಟೋ ವಿಷಯಗಳನ್ನು ಓದಿದ್ದ! ಆದರೆ ಇಲ್ಲಿ ಆದದ್ದೇನು? ತಾವಿಬ್ಬರು ಒಬ್ಬರಿಗೊಬ್ಬರು ಅರ್ಥವಾಗಿದ್ದೆಷ್ಟು? ಜೀವನ ಶೈಲಿ, ಆಹಾರ ಶೈಲಿಯ ಬಗ್ಗೆ ಒಮ್ಮೆಯಾದರೂ ಚರ್ಚಿಸಿದ್ದೇವಾ? ನೋಟ, ಮಾತು, ಸನಿಹ ಇಷ್ಟವಾಗಿತ್ತು. ಅದಕ್ಕೊಂದು 'ಪ್ರೇಮದ' ಚೌಕಟ್ಟು, ನಾನು 'ನಿನ್ನ ಬಿಟ್ಟು ಬದುಕಲಾರೆ' ಎಂದು

ದುಂಬಾಲು ಬಿದ್ದಾಗ, ಹೆದರಿಸಿದ್ದಾಗ ಪ್ರೇಮದ ಉತ್ತುಂಗ ಶಿಖರವೇರಿದಂತೆ ಎಲ್ಲರನ್ನೂ ಎಲ್ಲವನ್ನೂ ತೊರೆದು ಹೊರಬಂದೆ?

ಈಗ ಒಬ್ಬರಿಗೊಬ್ಬರು ಎಷ್ಟು ಅರ್ಥವಾಗಿದ್ದೀವಿ? ಪ್ರೇಮ–ತ್ಯಾಗ ಒಂದೇ ನಾಣ್ಯದ ಎರಡು ಮುಖಗಳು. ಈಗ ತ್ಯಾಗ ಅನಿವಾರ್ಯವಾಗಿದೆ. ಅದು ಎಲ್ಲಿಯವರೆಗೂ? ಇದೊಂದು ಸಂಬಂಧ, ಅದಕ್ಕೂ ಮೀರಿದ ಅಸ್ತಿತ್ವ ಪ್ರತಿಯೊಬ್ಬರಿಗೂ ಇದೆ.

ಅಷ್ಟರಲ್ಲಿ ಅಂಜು ಅವನತ್ತ ತಿರುಗಿ ತಬ್ಬಿಕೊಂಡಾಗ ಉಸಿರಿನಿಂದ ಹರಿದ ವಾಸನೆ ಅವನನ್ನು ಚಡಪಡಿಸುವಂತೆ ಮಾಡಿತು. ಅವಳ ಕೈಯನ್ನು ಬಲವಂತವಾಗಿ ಸರಿಸಿ ಎದ್ದು ಹೋಗಿ ಕಿಟಕಿಯ ಬಳಿ ನಿಂತ. ಕಾಮಕ್ಕಾಗಿ ಪ್ರೇಮವೇ? ಅವನಲ್ಲಿ ಸಂಘರ್ಷ ಶುರುವಾಯಿತು.

ಆಮೇಲೆ ವಾಸುಗೆ ನಿದ್ರಿಸಲಾಗಲಿಲ್ಲ.

ಆ ತಿಂಗಳಲ್ಲಿ ಸಂಜೀವಿ ಮೂರು ಸಲ ಬಂದು ಹೋಗಿದ್ದು ಮಾತ್ರವಲ್ಲ. ಅವಳಜ್ಜಿ ಬಂದು ಹೋಗಿದ್ದರು. ಹೊಸ ಹೊಸ ಡ್ರೆಸ್‌ಗಳನ್ನು ಕೊಡಿಸಿ ಹೋಗಿದ್ದು ಜೊತೆಗೆ ಕಂತೆಗಳಗಟ್ಟಲೆ ಹಣ ಕೊಟ್ಟು ಹೋಗುವುದರ ಜೊತೆಗೆ ಕೆಲವು ಹಿತವಚನಗಳನ್ನು ಹೇಳಿ ಹೋಗಿದ್ದರು ಅಂಜಲಿಗೆ.

"ಹೆಣ್ಣು ಎಲ್ಲಾ ನಿನ್ನ ಕೈಯಲ್ಲಿದೆ. ಹುಡ್ಗ ಲಕ್ಷಣವಾಗಿದ್ದಾನೇಂತ ಹೇಳ್ದ. ಎಡವಿದೆ. ಆಗಿದ್ದು ಆಗಿ ಹೋಯ್ತು. ಅವನ್ನ ಮೆಲ್ಲಗೆ ಈ ಕಡೆ ಎಳ್ಕೋ. ರಾಮಲಿಂಗಂ ಅಳಿಯನಾಗಿ ಜುಜುಬಿ ಕಾಸಿನ ಸಂಪಾದ್ನೆಗೆ ಪರದಾಡಬೇಕಾ? ನಿಮ್ಮಪ್ಪ ಕೆಲ್ಸ ಕೊಡ್ತಾನೆ. ಬಂಗ್ಲೆ ಕೊಡಿಸ್ತಾರೆ. ಆಳುಕಾಳುಗಳನ್ನು ಇರಿಸ್ತಾನೆ. ತಪ್ಪು ಮಾಡಿಬಿಟ್ಟೆ. ಚಿನ್ನಯ್ಯ ನಿನ್ನ ಗಂಡನಾಗಿದ್ದರೆ ವೈನಾಗಿತ್ತು. ಅಪ್ಪಿಗೂ ಬೇಸರವಿದೆ. ನಿನ್ನಮ್ಮನ ಹಾರಾಟ ಕೇಳಲೇ ಬೇಡ. ಬಸುರಿನದೊಂದು ಸಿರಿ. ಅಜ್ಜಿ ಆಗೋ ವಯಸ್ಸಿನಲ್ಲಿ ನಂಗ್ಯಾಕ.. ಬಸರೂಂತ ನಾಚಿಕೊಂಡ್ಲು. ಆದರೆ ಗಂಡನ್ನು ಹೆತ್ತರೆ ವಂಶಕ್ಕೆ ಶಿಖರ ಇಟ್ಟಂಗೆ."

ಈ ಮಾತುಗಳಲ್ಲಿ ಗಟ್ಟಿ ನಿಂತರು. ಆರಾಮಾಗಿ ಸುಖ ಸಿಕ್ಕೋವಾಗ ಯಾರ್ಗೆ ಬೇಡ? ಮನಸ್ಸು ಅತ್ತ ವಾಲುತ್ತಿತ್ತು. ಅಂದು ಸಂಬಳ ಬಂದಿದ್ದರಿಂದ ಸ್ವಲ್ಪ ಬೇಗನೇ ಬಂದ ಇವಳನ್ನು ಕರೆದೊಯ್ಯಲು.

ಆರಾಮಾಗಿ ಮಲಗಿ ನಿದ್ರಿಸುತ್ತಿದ್ದ ಅಂಜಲಿ ಬಾಗಿಲು ತೆಗೆದಳು. ಸ್ವಲ್ಪ ಗಾಬರಿಯಾದಳು. "ಹುಷಾರಾಗಿದ್ದೀ ತಾನೆ?" ಹಣೆ, ಕತ್ತು ಮುಟ್ಟಿ ನೋಡಿದ. ಅಜ್ಜಿ ಕಳುಹಿಸಿಕೊಟ್ಟ ಕ್ಯಾರಿಯರ್ ಖಾಲಿ ಮಾಡಿದ್ದು ಅಚ್ಚುಕಟ್ಟಾಗಿ. ಕ್ಯಾರಿಯರ್ ಪಾತ್ರೆಗಳು ಎಲ್ಲಾ ತೆರೆದು ಬಿದ್ದಿದ್ದನ್ನು ನೋಡಿದ ವಾಸು ಅವುಡುಗಳು ಬಿಗಿದುಕೊಂಡವು.

"ಇಲ್ಲೊಂದು ಮಿಲ್ಟ್ರಿ ಹೋಟೆಲ್ ಓಪನ್ ಮಾಡಿದ ಸೂಚನೆ ಇದೆ" ಅವನ ಕಣ್ಣುಗಳು ಕೆಂಪೆತ್ತಿ ಮೈ ಕೋಪದಿಂದ ಉರಿಯುತ್ತಿತ್ತು. ಒಮ್ಮೆ ರೋಷದಿಂದ ಅವಳತ್ತ ನೋಡಿ "ಇನ್ನ ಐದು ನಿಮಿಷದಲ್ಲಿ ಇವೆಲ್ಲ ಹೊರ್ಗೇ ಹೋಗಿರಬೇಕು. ಇಲ್ಲ ಆಮೇಲಿನ

ಪರಿಣಾಮ ಊಹಿಸೋಕ್ಕಾಗೋಲ್ಲ, ಅಂಜು..." ಅಬ್ಬರಿಸಿದ. ರೌದ್ರಾವತಾರ ನೋಡಿ ಅವಳಿಗೆ ಭಯವೆನಿಸಿತು. ರೋಪ್ ಹಾಕಿ ಗೊತ್ತು. ತಕ್ಷಣ ಅವನ್ನೆಲ್ಲ ತುಂಬಿಕೊಂಡು ಹೋಗಿ ದೂರದ ಅಂಡರ್‌ಗ್ರೌಂಡ್ ಚರಂಡಿಯೊಳಕ್ಕೆ ಹಾಕಿ ಬಂದವಳು ಒಂದು ಕಡೆ ನಿಂತಳು. ಈಚೆಗೆ ಅವಳ ಕೈಗೆ ಬರುತ್ತಿದ್ದ ದುಡ್ಡನ್ನು ಗಮನಿಸಿದ್ದ. ಅದಕ್ಕೊಂದು ಮುಕ್ತಾಯ ಹಾಡಬೇಕೆನಿಸಿತು.

"ಅಂಜು, ಕೆಲ್ಸಕ್ಕೆ ಹೋಗ್ಲಿಲ್ವಾ?" ಕೇಳಿದ ಸ್ವಲ್ಪ ಸೀರಿಯಸ್ಸಾಗಿ.

"ಇಲ್ಲ, ಹೋಗ್ಲಿಲ್ಲ. ಅವ್ನು ಕೊಡೋ ಜುಜುಬಿ ಸಂಬಳಕ್ಕೆ ಕಣ್ಣು ಕೆಂಪಗೆ ಮಾಡ್ತಾನೆ. ಜೊತೆಗೆ ನಾನೇನು ಬ್ಯೂಟಿಯಾಗಿಲ್ಲ, ಎಫಿಷಿಯಂಟ್ ಅಲ್ಲ. ನಿನ್ನ ಯಾವಾಗ ಬೇಕಾದ್ರೂ ಕೆಲ್ಸದಿಂದ ತೆಗ್ದು ಹಾಕಬಹ್ದು. ಇಂಥ ಮಾತುಗಳನ್ನೆಲ್ಲ ಕೇಳ್ಬೇಕು. ಅದಕ್ಕೆ ಹೋಗ್ಲಿಲ್ಲ" ದೂರಿದಳು. ಜೊತೆಗೆ "ನನ್ನ ಡ್ಯಾಡಿ ಸಂಬಳಕ್ಕಿಂತ ಜಾಸ್ತಿ ಹಣವನ್ನು ಬೇರೆಯವ್ರಿಗೆ ಟಿಪ್ಸ್ ಕೊಡ್ತಾ ಇದ್ದರು" ಇಂಥದೊಂದು ಮಾತು ಸೇರಿಸಿದ್ದಕ್ಕೆ ಅವನಿಗೆ ರೇಗಿತು.

"ಮೊದ್ಲು ಹೇಳಿದ್ದು ಸಾಕಾಗಿತ್ತು. ಅದಕ್ಕೆ ಒಂದು ಜೋಡಣೆ ಕೊಟ್ಟಿದ್ದು ಸರಿಯೆನಿಸಲಿಲ್ಲ. ನೀನು ಎರಡರಲ್ಲಿ ಒಂದನ್ನು ಆಯ್ಕೆ ಮಾಡ್ಕೋ. ನಾನು ಮನೆಯಲ್ಲಿ ಊಟ ಮಾಡ್ಬೇಕಾ, ಬೇಡ್ವಾ ಅನ್ನೋದು ನಿನ್ನ ನಿರ್ಧಾರಕ್ಕೆ ಬಿಟ್ಟಿದ್ದೀನಿ. ನಂಗೆ ಒಗ್ಗದ ನಿನ್ನ ಸೈರಿಸಿಕೊಳ್ಳೋದು ಸಾಧ್ಯವಿಲ್ಲ" ಕಟುವಾಗಿಯೇ ನುಡಿದ. ಅಂತೂ ಆ ವಿಚಾರದ ಜೊತೆ ಕೆಲವೊಂದು ವಿಷಯಗಳು ಇತ್ಯರ್ಥವಾಗಬೇಕಿತ್ತು. "ಆ ಡ್ರಾಯರ್‌ನಲ್ಲಿದ್ದ ಹಣ ಯಾರ್ದು? ಸ್ವಂತ ವ್ಯಕ್ತಿತ್ವದ ಜೊತೆ ನನ್ತಂದೆ ಸ್ವಾಭಿಮಾನನು ಕಲಿಸಿದ್ದಾರೆ."

ಅಂಜಲಿಗೆ ಕೋಪ ಬಂತು. ಪರ್ಸ್ ತುಂಬ ನೋಟುಗಳನ್ನು ತುಂಬಿಕೊಂಡು ಓಡಾಡುತ್ತಿದ್ದವಳು ಸಣ್ಣ, ಪುಟ್ಟ ಖರ್ಚುಗಳಿಗೆ ಪರದಾಡೋದು ಕಷ್ಟವೆನಿಸಿತು.

"ಅಜ್ಜಿ ಬಂದಿದ್ರು. ಅವರೇ ಕೊಟ್ಟು ಹೋಗಿದ್ದು. ನಾನು ಕಷ್ಟಪಡೋದು ಅವ್ರಿಗೆ ಇಷ್ಟವಾಗ್ಲಿಲ್ಲ. ನನ್ನ ಮಮ್ಮಿ ಇಷ್ಟು ವರ್ಷದ ಮೇಲೆ ಬಸುರಿನಂತೆ. ನಿಮ್ಮಪ್ಪ ಇಲ್ದೇ ಇರೋ ಸಂದರ್ಭದಲ್ಲಿ ಬಂದು ಹೋಗೂಂತ ಹೇಳಿದ್ದಾರೆ" ಸಂತಸದಿಂದ ಹೇಳಿಕೊಂಡಳು.

ಅವನ ಮೌನವೇ ಉತ್ತರವಾಯಿತು.

ಒಂದರ್ಧ ಗಂಟೆ ಪೇಪರ್ ಓದಿ ನಂತರ ಮಲಗುವ ಮುನ್ನ "ಅಂಜು, ನೀನು ನಿನ್ನ ತವರು ಮನೆಯವರಿಂದ ಹಣ ತಗೊಳ್ಳೋದು ನಂಗಿಷ್ಟವಾಗೋಲ್ಲ. ನಮ್ಗೆ ಈಗ ಸ್ವಲ್ಪ ದಿನ ಕಷ್ಟವಾಗ್ಬಹ್ದು. ಕಾಲ್‌ಸೆಂಟರ್ ಇಂಟರ್‌ವ್ಯೂನಲ್ಲಿ ಸೆಲೆಕ್ಷನ್ ಆಗಿದ್ದೀನಿ. ಮುಂದಿನ ವಾರದಿಂದ ಅಲ್ಲಿಗೆ ಕೆಲ್ಸಕ್ಕೆ ಹೋಗ್ತೀನಿ. ಆಮೇಲೆ ಅಷ್ಟೊಂದು ಪರದಾಟ ವಿರೋಲ್ಲ. ಯಾರಾದ್ರೂ ಬಂದರೆ ಅವರ ಕೈಯಲ್ಲಿ ಹಣನ ವಾಪಸ್ಸು ಕಳ್ಸು." ಕಡ್ಡಿ ಎರಡು ತುಂಡು ಮಾಡಿದಂತೆ ಹೇಳಿದ. ಬಹುಶಃ ಇದೆಲ್ಲ ಅವಳು ಯೋಚಿಸಿರಲಿಲ್ಲ. ವಾಸು ಇಷ್ಟು ಕಟುವಾಗಿ ಹೇಗೆ ಮಾತಾಡಬಲ್ಲ?

"ನನ್ನ ಅಜ್ಜಿ ಪ್ರೀತಿಯಿಂದ ಕಳಿಸಿರೋ ಹಣ. ಅದ್ನ ವಾಪ್ಸು ಕಳಿಸಿದರೆ ಅವ್ರಿಗೆ ನೋವಾಗುತ್ತೆ. ನಂಗೆ ಅವರ ಮೇಲೆ ಪ್ರೀತಿ ಇರೋಲ್ವಾ?" ಸವಾಲೆಸೆದಂತೆ ಕೇಳಿದಳು. "ಯಾರು ಇಲ್ಲಾಂದ್ರು. ಪ್ರೀತಿಯ ಉಗಮ ಅಲ್ಲಿಂದಲೇ. ಆ ಎಲ್ಲಾ ಪ್ರೀತಿಯನ್ನು ಮೀರಿದ ಪ್ರೇಮವೆಂದು ತಾನೇ ಓಡಿ ಬಂದು, ಮದ್ವೆ ಆಗಿದ್ದು. ಸ್ವಲ್ಪ ಸಂಯಮದಿಂದ ಅವರನ್ನು ಒಪ್ಪಿಸೋ ಪ್ರಯತ್ನ ಮಾಡಬೇಕಿತ್ತು. ಅವ್ರಿಗಿಂತ ವಾಸುವಿನ ಮೇಲಿನ ಪ್ರೀತಿ ಹೆಚ್ಚಲ್ಲಂತ ನಿನ್ನ ಮಾವ ಚಿನ್ನಯ್ಯನ ವಿವಾಹವಾಗಿ ಬಿಡಬೇಕಿತ್ತು. ಆಗ ಪುರಾಣ, ಇತಿಹಾಸದ ಘಟನೆಗಳಂತೆ, ಇಲ್ಲ ಸಿನಿಮಾದಲ್ಲಿನ ಹೀರೊಗಳಂತೆ ಕುದುರೆ, ಬೈಕ್, ಕಾರು ಅಂಥದನ್ನು ವೇಗವಾಗಿ ಓಡಿಸಿಕೊಂಡು ಹಸೆಮಣೆಯ ಮೇಲಿನಿಂದ ಎತ್ತಿಕೊಂಡು ಬರೋಕೆ ನಂಗೆ ಸಾಧ್ಯವಾಗ್ತಾ ಇರ್ಲಿಲ್ಲ. ಆಗ ಎಷ್ಟೋ ಕಾಲೇಜು ಕ್ಯಾಂಪಸ್‌ನ ಜೋಡಿಗಳಂತೆ ನಾವುಗಳು ಬೈ ಬೈ ಹೇಳಿಬಿಡಬಹುದಿತ್ತು. ಆಗ ನೀನು ಅಪ್ಪಿಕೊಂಡ ಸುಖದ ಬದುಕು ಆರಾಮಾಗಿ ಸಿಗ್ತಾ ಇತ್ತು. ಈ ರಿಸ್ಕ್ ಎಲ್ಲಾ ಇರ್ತಾ ಇರ್ಲಿಲ್ಲ. ಈಗ ಬರೀ ನೀನು ರಾಮಲಿಂಗಂ ಫ್ಯಾಮಿಲಿಯ ಹುಡ್ಗೀ ಮಾತ್ರವಲ್ಲ ಪ್ರೊಫೆಸರ್ ಡಾ. ಅನಂತರಂಗಮೂರ್ತಿಯವರ ಸೊಸೆ. ಅವರು ಒಪ್ಪಿಕೊಳ್ಳಲೀ, ಬಿಡಲೀ ನಿನ್ನ ಮದ್ವೆಯಾದ ಮೇಲೆ ಆ ಕುಟುಂಬಕ್ಕೆ ಸೇರಿದವಳು. ಇಷ್ಟವಿರಲೀ ಬಿಡಲೀ ಆ ಮನೆಯ ಸಂಪ್ರದಾಯ, ಆಚರಣೆಗೆ ನೀನು ಒಗ್ಗಿಕೊಂಡಾಗಲೇ ವಾಸು ಮನಃಪೂರ್ವಕವಾಗಿ ಒಪ್ಪಿಕೊಳ್ಳೋದು" ಎಂದ ದೃಢವಾಗಿ. ಅಂಜಲಿ ವಿಸ್ಮಿತಳಾದಳು.

ಪ್ರೇಮಿ ವಾಸುವಾಗಿ ಕಾಣಲಿಲ್ಲ. ಪ್ರೊಫೆಸರ್ ಡಾ. ಅನಂತರಂಗಮೂರ್ತಿಯವರ ಮಗ ವಾಸುವಿನಂತೆ ಕಂಡ.

"ನೋ... ನೋ... ಚೀಟ್ ಮಾಡ್ದೆ. ನಂಗೋಸ್ಕರ ನೀನು ಅಂದೆ. ಈಗ ಅನಂತರಂಗಮೂರ್ತಿಯವರನ್ನ ಮಧ್ಯೆ ತರ್ತಾ ಇದ್ದೀಯ. ನಮ್ಮ ಮನೆಯವರು ಒಪ್ಪಿಕೊಳ್ಳದಿದ್ದರಿಂದ ಓಡಿ ಬಂದೆ. ಈಗ ಅವರು ಸ್ವೀಕರಿಸೋಕೆ ಸಿದ್ಧವಾಗಿದ್ದಾರೆ. ನೀನು... ನಂಗಾಗಿ... ನನ್ನೊತೆ ಬರ್ಬೇಕು" ಬೆದರಿಕೆಯಂತಿತ್ತು ಅವಳ ಮಾತುಗಳು.

"ಅಂಥದೊಂದು ಕನಸು ಕೂಡ ಇಟ್ಕೋಬೇಡ." ಕಟುವಾಗಿ ನುಡಿದು ಹೋಗಿ ಮಲಗಿದ. ಮರುದಿನ ಹೊರಡೋವಾಗ "ಅಂಜು, ನೀನು ಕೆಲ್ಸ ಮಾಡದಿದ್ದರು ತೊಂದರೆ ಇಲ್ಲ. ಈ ಹಣನ ವಾಪಸ್ಸು ಕಳ್ಸು. ಅವರುಗಳು ಬಂದು ನಿನ್ನ ನೋಡೋದ್ರಲ್ಲಿ ನಂಗೆ ಅಭ್ಯಂತರವಿಲ್ಲ. ಇನ್ನಿತರ ಚಟುವಟಿಕೆಗಳು ಸಾಧ್ಯವಿಲ್ಲ" ಹೇಳಿ ಹೋದ. ಅವನ ಸ್ವಾಭಿಮಾನಕ್ಕೆ ಬಲವಾದ ಪೆಟ್ಟು ಕೊಟ್ಟಿದ್ದಳು.

ಎಲ್ಲಾ ಎಸೆದಾಡಿ, ಮಧ್ಯಾಹ್ನದವರೆಗೂ ಅತ್ತಳು. ಮೂರರ ಸುಮಾರಿಗೆ ಸ್ಕಾರ್ಪಿಯೋ ಬಂದು ಮನೆಯ ಮುಂದೆ ನಿಂತಿತು. ಮೊದಲು ಇಳಿದ ಸಂಜೀವಿ "ಅಮ್ಮಾವರು ನಿಮ್ಮನ್ನ ನೋಡ್ಬೇಕೂಂದ್ರು ಬನ್ನಿ .... ಕರ್ಕಂಡ್ ಹೋಗ್ತೀನಿ" ಎಂದ ಸಂಭ್ರಮದಿಂದ.

ವಾಸು ಮಾತುಗಳಿಂದ ಮನಸ್ಸಿನ ಭಾವಗಳನ್ನು ವ್ಯಕ್ತಪಡಿಸಿದ್ದ. ಕಟುವಾಗಿತ್ತು

ಅವನ ಮಾತುಗಳು. ತಾನು ತಪ್ಪು ಮಾಡಿದೆನೇನೋ ಎಂದು ಕಣ್ಣೀರು ಸುರಿಸಿದ್ದಳು. ಸುಪ್ಪತ್ತಿಗೆಯ ಮೇಲೆ ಏರ್ ಕಂಡೀಷನರ್ ನಡುವೆ ಇದ್ದವಳನ್ನು ರಣಬಿಸಿಲಿಗೆ ಎಸೆದಂತಾಗಿತ್ತು.

"ಅವರಿಗೆ ಕೋಪ ಬಂದಿದೆ. ಹಣ ತಗೊಂಡಿದ್ದಕ್ಕೆ ಬೇಜಾರು ಮಾಡಿಕೊಂಡಿದ್ದಾರೆ. ಪಾತ್ರೆಗಳ ಸಮೇತ ಕ್ಯಾರಿಯರ್ ತಗೊಂಡ್ಹೋಗಿ ಎಸೆದೆ. ಅವರಿಗೆ ಇದೆಲ್ಲ ಸರಿ ಹೋಗೋಲ್ಲ" ಎಂದಳು ಮೆಲ್ಲಗೆ.

"ಅಯ್ಯೋ ಬಿಡಿ! ಏನು ಮಾಡಿದಾನೂಂತ! ಅವರಪ್ಪ ಮೇಷ್ಟ್ರು ಆಗಿದ್ದೋರು. ತಾತ ಕೂಡ ಮೇಷ್ಟ್ರು. ನೆಟ್ಟಗೆ ಮನೆಗೆ ಪೇಂಟ್ ಮಾಡಿಸೋಕೆ ಕಾಸಿಲ್ಲ. ಇಂಥವರಿಗೆ ನೀವು ಕೊಡೋ ಮರ್ಯಾದೆ ವಿಪರೀತವಾಯ್ತು" ಸದರವಾಗಿ ಹೇಳಿದ. ಅದು ಅವಳಿಗೆ ಇಷ್ಟವಾಗಲಿಲ್ಲ.

"ಏಯ್ ಏನೇನೋ.... ಮಾತಾಡ್ಬೇಡ" ಗದರಿದಳು.

ಜೇಬಿನಲ್ಲಿರೋ ಮೊಬೈಲ್ ತೆಗೆದು ಸಂಜೀವಿ ಅವಳಿಗೆ ಕೊಟ್ಟು "ನೀವೇ ಮಾತಾಡಿ ಎಲ್ಲಾ ನಿಮಗೋಸ್ಕರ ಊಟಕ್ಕೆ ಕಾಯ್ತಾ ಇರ್ತಾರೆ" ಎಂದು ಆ ಕಡೆ ತಿರುಗಿ ನಿಂತ. ಅವಳಮ್ಮ ಮೊದಲು ಷುರು ಮಾಡಿದ್ದು ಸಹಸ್ರನಾಮ, ಆಮೇಲೆ ಅಳು. "ಸಂಜೀವಿ ಜೊತೆ ಬಾ. ಅಮೃತ, ಅಂಚನಾ ನಿನ್ನ ನೋಡ್ಬೇಕೂಂತ ಇದ್ದಾರೆ" ಅಷ್ಟು ಅಂಜಲಿಗೂ ಸಾಕಾಯಿತೇನೋ? ತಕ್ಷಣ ಸ್ಕಾರ್ಪಿಯೋ ಹತ್ತಿದ್ದಳು. ನಡೆದು, ಸಿಟಿ ಬಸ್ಸಿನಲ್ಲಿ ಓಡಾಡಿದವಳಿಗೆ ಸ್ವರ್ಗ ಪ್ರವೇಶಿಸಿದಂತಾಗಿತ್ತು.

ಎಲ್ಲಾ ಫೈವ್‌ಸ್ಟಾರ್ ಹೋಟೆಲ್‌ನಲ್ಲಿ ಹೊಟ್ಟೆ ಬಿರಿಯ ತಿಂದರು. ಬಿಲ್ ಕೊಡೋ ವೇಳೆಗೆ ಬಂದ ಚಿನ್ನಯ್ಯ "ಹೇಗಿದ್ದೀ ಅಂಜು?" ಕೇಳಿದವನು ಒಂದು ತರಹ ನೋಟ ಹರಿಸಿ "ಗುರುತು ಸಿಗಲಾರದಷ್ಟು ಸೊರಗಿ ಹೋಗಿದ್ದೀಯಲ್ಲ, ಅವ್ನಿಗೆ ಕೆಲ್ಸ ಸಿಕ್ತಾ? ಇಲ್ಲದಿದ್ದರೆ ಕರ್ಕಂಡ್ ಬಾ, ನನ್ನ ಹತ್ರ ಲೆಕ್ಕ ಬರ್ಕೊಂಡು ಇರ್ಲಿ" ಅಂದೇ ಬಿಟ್ಟ.

ಅಂಜಲಿಯ ನಖಶಿಖಾಂತ ಉರಿದು ಹೋಯಿತು. "ಏಯ್ ಮಾವ, ಏನೇನೋ ಮಾತಾಡ್ಬೇಡ. ಅವ್ರಿಗೇನು ಅಂಥ ಕರ್ಮ ಬಂದಿಲ್ಲ. ಈ ತರಹ ಮಾತಾಡಿದರೆ, ಇನ್ನೊಂದು ಗಳಿಗೆ ಇಲ್ಲಿರೋಲ್ಲ" ದನಿಯೆತ್ತಿದಳು. ಅವಳಿಗೆ ಸಹಿಸಲಿಕ್ಕಾಗಲಿಲ್ಲ.

ಅಮೃತ, ಅಂಚನಾ ಬಾಯಿ ತುಂಬ ನಕ್ಕರು. ಅದೊಂದು ತಮಾಷೆಯ ಇನ್ಸಿಡೆಂಟಾಗಿ ಮಾರ್ಪಡಿಸಿದರು. ಆದರ್ಶ ಅಂಥದ್ದೇನೂ ತುಂಬಿಕೊಳ್ಳದೆ ಅಂಜಲಿ ಆರಾಮವಾಗಿದ್ದಳು. ಹಣ, ಸುಖ, ಎರಡು ಬದಿಯಲ್ಲು ಇದ್ದುದ್ದರಿಂದ ಬದುಕನ್ನು ಆಳವಾಗಿ ಚಿಂತಿಸಿದವಳಲ್ಲ. ಆದರೆ ವಾಸುವಿನೊಂದಿಗಿನ ಜೀವನ ಚಲನಚಿತ್ರಗಳಲ್ಲಿನ ದೃಶ್ಯಗಳೆನಿಸಿತ್ತು. ಆದ್ದರಿಂದ ಅಜ್ಜಿ, ಅಮ್ಮನ ಪ್ರಶ್ನೆಗಳಿಗೆ ಮುಕ್ತವಾಗಿಯೇ ಉತ್ತರಿಸಿದ್ದು.

"ಅಂತೂ ಪರ್ವಾಗಿಲ್ಲ, ನಿನ್ನ ಕೆಲ್ಸಕ್ಕೆ ಕಳ್ಸಿ ಆ ಸಂಬಳದಲ್ಲಿ ಜೀವನ ಮಾಡೋಕೆ ಹೊರಟಿದ್ದಾನೆ. ಅದೆಂಥ... ಗಂಡ್ಸು" ಅವಳಜ್ಜಿ ಮುಖ ಮುರಿಯುವಂತೆ ಹೇಳಿದಾಗ "ಅಜ್ಜಿ, ಏನೇನೋ ಮಾತಾಡ್ಬೇಡ. ಅವ್ರು ಕೆಲ್ಸಕ್ಕೆ ಬೇಡಾಂದ್ರು. ನಂಗೆ ಹೊಸ ಹೊಸದು

ಅನಿಸುತ್ತೆ. ತುಂಬ ... ತುಂಬ... ಓದಿಕೊಂಡಿದ್ದಾರೆ. ಪುಸ್ತಕವೆಂದರೆ ತುಂಬ ಪ್ರೀತಿ" ವಾಸುವಿನ ಬಗ್ಗೆ ಮಾತಾಡಿದಾಗ ಮುಖ ತಿರುವಿದರಷ್ಟೆ.

"ಮಮ್ಮಿ, ಗಂಡನಿಗೆ ತೀರಾ ಗೌರವ ಕೊಟ್ಟು ಮಾತಾಡುತ್ತಾಳೆ" ಅಂಚನಾ ನಗುವನ್ನು ತುಂಬಿಕೊಂಡು ಹೇಳಿದಾಗ ದುರುದುರು ನೋಡಿದ ಅಂಜಲಿ "ಹೌದು, ಮಮ್ಮಿ ಗೌರವ ಕೊಡೋಲ್ವಾ? ಈಗ ನಾನು ಅಷ್ಟೇ. ಅಮೃತಕ್ಕ ಹಿಂದೆ ಸಿಂಗಿಲರ್‌ನಲ್ಲಿಯೇ ಬೈಯ್ಯೋತಾಳೆ. ಎದುರಿಗೆ ಬಂದರೆ ಮೈ ಮೂಳೆ ಮುರಿದುಬಿಡ್ತಾರೆ, ಭಾವ." ಅವಳು ಕೂಡ ಅಕ್ಕನನ್ನು ಛೇಡಿಸಿ ಖುಷಿ ತಗೊಂಡಿದ್ದು ಆಕಸ್ಮಿಕವಾಗಿ.

ಆಮೇಲೆ ಎಲ್ಲರು ಬಲವಂತ ಮಾಡಿ ಅವಳನ್ನು ಮೈಸೂರಿಗೆ ಕರೆದೊಯ್ದರು. ಎಷ್ಟೇ ಧೈರ್ಯ ತಗೊಂಡರು "ಪರ್ವಾಗಿಲ್ಲ ಬಿಡಿ, ಹೇಗೂ ನಿಮ್ಮಪ್ಪ ಊರಲ್ಲಿ ಇಲ್ಲ. ನಿನ್ನ ಗಂಡ ಹೆಂಗೆ ಓಡಿ ಬರ್ತಾನೆ ನೋಡ್ತಾ ಇರು" ಅವಳಜ್ಜಿ ಅವಿವೇಕದಿಂದ ಅವಳನ್ನು ಒಪ್ಪಿಸಿದೊಂದು ಎಡವಟ್ಟು ಅಷ್ಟೇ.

ರಾತ್ರಿ ಹನ್ನೆರಡರ ಸುಮಾರಿಗೆ ವಾಸುವಿನ ಫೋನ್ ಲ್ಯಾಂಡ್ ಲೈನ್‌ಗೆ ಬಂತು. ಮೊದಲು ಎತ್ತಿದ್ದು ಅಮೃತ. "ಹಲೋ, ನಾನು ಅಮೃತ... ರಾಮಲಿಂಗಂ ಮಗ್ಳು" ಅಂದಳು. ವಾಸುವಿನ ಮುಖದ ಆತಂಕ, ಭಯ ಜೊತೆ ಬೇಸರ ಕೂಡ ಮೂಡಿತು. "ಅಂಜು ಇದ್ದಾಳಾ?" ಕೇಳಿದ ಮೆಲ್ಲಗೆ.

"ಯಾರು ನೀವು?" ಕೇಳಿದಳು.

"ನಾನು ಅಂಜಲಿ ಗಂಡ ವಾಸು. ಈಗ ಅವಳು ಅಲ್ಲಿಗೆ ಬಂದಳಾ?" ಅಮೃತ ಜೋರಾಗಿ ನಕ್ಕು "ನಾವು ಯಾಕೆ ಹೇಳ್ಬೇಕು? ನೀವೇನು ಹೇಳಿ ಕರ್ಕಂಡ್ ಹೋದ್ರಾ? ಆಗ್ಳೇ ನಿಮ್ಮನ್ನು ಒದ್ದು ಹೊರ್ಗೆ ಹಾಕಿಸಬೇಕಿತ್ತು. ಯೋಗ್ಯತೆ ಇಲ್ಲದ ಮೇಲೆ ಯಾಕ್ರಿ ಕರ್ಕಂಡ್ ಹೋಗ್ಬೇಕಾಗಿತ್ತು? ಇಲ್ಲಿ ಹೇಗಿದ್ದವಳು ಹೇಗಾಗಿ ಹೋಗಿದ್ದಾಳೆ" ಮೂರ್ಖತನದ ಮಾತಿಗೆ ವಾಸು ಮುಖ ಕೋಪದಿಂದ ಕೆಂಪಾಯಿತು.

ಅಷ್ಟರಲ್ಲಿ ವಿಷಯ ಮುಟ್ಟಿ ಬಂದ ಅಂಜಲಿ ಅವಳ ಕೈಯಲ್ಲಿನ ಫೋನ್ ಕಿತ್ತುಕೊಂಡು "ನಾನು ಮೈಸೂರಿನಲ್ಲಿದ್ದೀನಿ. ಮಮ್ಮಿ ಬೆಂಗಳೂರಿಗೆ ಬಂದಿದ್ದು. ಅವಳು ಈಗ ಬಸುರಿ, ಬಾ ಅಂತ ಆಸೆಪಟ್ಟಳು. ಅದಕ್ಕೆ.... ಹೋದೆ" ಎಲ್ಲಾ ಹೇಳಿಕೊಂಡಿದ್ದನ್ನು ಕೇಳಿದ. "ಆಯ್ತು, ನೀನು ನಂಗೆ ಹೇಳಿ ಹೋಗ್ಬೇಕಿತ್ತು. ನನ್ನ ಕೇಳಿ ಹೋಗ್ಬೇಕಿತ್ತು. ಈಗ ನೀನು ನನ್ನ ಹೆಂಡ್ತಿ. ಆ ಜ್ಞಾನ ಅವ್ರಿಗೂ ಇರಬೇಕಿತ್ತು. ನಿಂಗೂ ಇರಬೇಕಿತ್ತು. ಡರ್ಟಿ... ರೋಗ್ಸ್...." ಬೈಯ್ದು ಫೋನ್ ಕಟ್ ಮಾಡಿದ.

ಬೈದಿದ್ದಕ್ಕೆ ಅಂಜಲಿಗೆ ಅಳುವೇ ಬಂದು ಬಿಟ್ಟಿತು. ಡರ್ಟಿರೋಗ್ಸ್... ಟೋಟಲ್ಲಾಗಿ ಎಲ್ಲರನ್ನು ಬೈಯ್ದಿದ್ದ. ಇದು ಅಪರಾಧವೆನಿಸಿತು.

"ಏನೇ ಅದು?" ಅಳುತ್ತ ಇದ್ದ ಅವಳನ್ನು ಕೇಳಿದ ಕೂಡಲೇ "ವಾಸು ಬೈಯ್ದು.... ಅವರು ಬೈಯ್ದರು. ಡರ್ಟಿ ರೋಗ್ಸ್... ಅಂದರು" ಹೇಳಿದ ಕೂಡಲೆ ಎಲ್ಲಾ ಗುಂಪು ಸೇರಿದರು. ತಲಾ ಒಂದೊಂದು ಮಾತು.

"ನೀನು ಹೋಗ್ಲೇಬೇಡ. ನಿಮ್ಮಪ್ಪನ ಹತ್ರ ನಾನು ಮಾತಾಡ್ತೀನಿ. ಹೆಂಡ್ತಿ ಬೇಕೂಂದರೆ ಕೆಲವು ಕಂಡೀಷನ್‌ಗಳನ್ನ ಹಾಕ್ತೀನಿ. ಆಗ ಅವನಿಗೆ ಬುದ್ಧಿ ಬರುತ್ತೆ. ನಾವು ಹೇಳಿದ್ದಕ್ಕೆಲ್ಲ ಒಪ್ಪಿಕೊಳ್ಳೋಕೆ ಇದೇ ಸರ್‍ಯಾದ ಸಮಯ. ಸಾಕಷ್ಟು ಅನುಭವ ಇರೋಳು. ಗಂಡು ಜಾತಿಯ ಬಗ್ಗೆ ಚೆನ್ನಾಗಿ ಗೊತ್ತು. ನೀನು ಒಂದ್ವಾರ ಇಲ್ಲಿರು" ಠರಾವ್ ಹೊರಡಿಸಿದರು. ಅದಕ್ಕೆ ಎಲ್ಲರ ಬೆಂಬಲ.

ಅಂಜಲಿ ಏನೂ ಮಾತಾಡಲಿಲ್ಲ.

* * *

ವಾಸು ಮನೆಗೆ ಬಂದಾಗ ಒಂಬತ್ತರ ಸುಮಾರು. ಇಂದು ಊಟ ಮಾಡಿಕೊಂಡು ಬಂದವನ ಮುಖದಲ್ಲಿ ಬಳಲಿಕೆ ಇತ್ತು. ನಾಲ್ಕು ದಿನದಂತೆ ಇಂದು ಕೂಡ ಬಾಗಿಲಿಗೆ ಬೀಗ ಹಾಕಿತ್ತು. ಇದು ಸರಿಯೆನಿಸಲಿಲ್ಲ. ವಸುಧಾ ಎಚ್ಚರಿಸಿದ್ದಳು. ಪ್ರೊಫೆಸರ್ ಡಾ. ಗುರುಸಿದ್ಧಪ್ಪ ಬುದ್ಧಿ ಹೇಳಿದ್ದರು. ತಂದೆಯ ವಿರೋಧವಿತ್ತು. ಅಪ್ಸರ ನಡುವೆಯು ಅವಳಲ್ಲಿಗೆ ಧಾವಿಸಿ ಬಂದಿದ್ದ. ಅತ್ಯಂತ ಆಕರ್ಷಣೀಯವಾದ ಅದ್ಭುತ ಸಂಬಂಧ ಅವನಿಗೆ ನಗು ಬಂತು.

ಬೀಗ ತೆಗೆದು ಒಳಗೆ ಹೋದ. ಕತ್ತಲೆಯ ನಡುವಿನ ನೀರವತೆ ಅನಾಥ ತತ್ವ ಕಾಡಿತು. ಮನೆ ಜ್ಞಾಪಕಕ್ಕೆ ಬಂದು ಕಣ್ಣಂಚು ಒದ್ದೆಯಾಯಿತು. ಸುಮ್ಮನೆ ಲೈಟು ಹಾಕಿ ಒಂದು ಕಡೆ ಕೂತ.

"ಸಾತಮ್ಮ ವಾಸುಗೆ ಒಂದೆರಡು ಮಿಳ್ಳೆ ತುಪ್ಪ ಹೆಚ್ಚಿಗೆ ಬಡ್ಸಿ. ಹಾಗೇ ಈ ವಾರ ಒಂದಿಷ್ಟು ಎಣ್ಣೆಯೊತ್ತಿ ನೀರು ಹಾಕಿ" ಆಗಾಗ ತನ್ನ ಬಗ್ಗೆ ಹೇಳುತ್ತಿದ್ದ ಮಾತುಗಳು. ಅಲ್ಲಿ ತಾಯಿಯ ಮಮತೆ ಕಾಣುತ್ತಿತ್ತು, ತಂದೆಯ ದನಿಯಲ್ಲಿ.

ಬಿಕ್ಕಿ ಬಿಕ್ಕಿ ಜೋರಾಗಿ ಒಂಟಿಯಾಗಿ ಅತ್ತ. ಪಶ್ಚಾತ್ತಾಪದಿಂದ ಪ್ರಯೋಜನವಿಲ್ಲ ವೆನಿಸಿತು. ಅವರಿಗೆ ವಿರುದ್ಧವಾಗಿ ಅಲ್ಲಿಗೆ ಹೋಗಲಾರ. ತಂದೆಯ ದನಿ ಕೇಳಬೇಕೆನಿಸಿತು. ಆದರೆ ಧೈರ್ಯವಾಗಲಿಲ್ಲ.

ಮುಂದೇನು ಬೇರೊಬ್ಬರನ್ನು ರಾಯಭಾರಕ್ಕೆ ಕಳಿಸಿಕೊಡುವ ಸ್ಥಿತಿ ಅವನದಲ್ಲ. ಅಂಜಲಿಯ ಉದ್ದೇಶವೇನು? ಈ ಜೀವನ ಅವಳಿಗೆ ಇಷ್ಟವಾಗಲಿಲ್ಲ. ಹೆತ್ತವರ ಪ್ರೀತಿಯ ಜೊತೆ ಶ್ರೀಮಂತಿಕೆ ಅವಳನ್ನು ಕೈ ಬೀಸಿ ಕರೆಯಿತು. ವರ್ಷ ಎರಡು ತಿಂಗಳು ಸ್ನೇಹ, ಆರು ತಿಂಗಳ ಪ್ರೀತಿ ನಂತರದ ವಿವಾಹ ಇವೆಲ್ಲ ಅರ್ಥಕಳೆದುಕೊಂಡಿತೇ?

ಸಾಧ್ಯವಿಲ್ಲವೆನಿಸಿ ಅವಳ ಮೊಬೈಲ್‌ಗೆ ಫೋನ್ ಮಾಡಿದ. ಅದು ಕಾರ್ಯ ನಿರ್ವಹಿಸುತ್ತಿರಲಿಲ್ಲ. ಮನೆ ನಂಬರ್‌ಗೆ ಡಯಲ್ ಮಾಡಿದ.

"ಹಲೋ..." ಅದು ಅಂಜು ಅಲ್ಲವೆಂದು ಗೊತ್ತಾಯಿತು. ಸುಮ್ಮನೆ ಇಟ್ಟ. "ಯಾರ್ದೇ ಫೋನ್.... ಅಂಜು?" ಅಂಜಲಿ ಧಾವಿಸಿ ಬಂದಳು. "ಯಾರ್ದೋ ಗೊತ್ತಿಲ್ಲ, ಈ ಫೋನ್‌ಗೆ ಫೋನ್ ಮಾಡೋರೆಲ್ಲ ನೆಂಟರು, ಇಷ್ಟರು, ಸಂಬಂಧಿಗಳು ಮಾತ್ರ.

ಹೆಚ್ಚಾಗಿ ಫೋನ್ ಮಾಡೋದು ಅಜ್ಜಿ" ಅಂದು ಫೋನಿಟ್ಟಳು. ವಾಸುವಿನಿಂದ ಬರುವ ಒಂದೇ ಒಂದು ಫೋನ್‌ಗಾಗಿ ಕಾಯುತ್ತಿದ್ದ ಅವಳಿಗೆ ಸಾಕಾಗಿತ್ತು. 'ಅಜ್ಜಿ, ನಾನು ಹೋಗಿ ಬಿಡ್ಲಾ? ಮಮ್ಮಿ ನಾನು ಹೋಗ್ತೀನಿ' ಹತ್ತಾರು ಸಲವಾದ್ರೂ ಕೇಳಿದ್ದಳು. ಆ ಮಹಾನುಭವಿಗಳದು ಒಂದೇ ಉತ್ತರ. 'ಹೋಗ್ಬೇಡ, ಅವನಾಗಿ ಬಂದರೆ ಹದ ಮಾಡಿ ಇಟ್ಕೋಬಹ್ದು. ನೀನು ತೆಪ್ಪಗಿರು. ಅವ್ನ ಈ ಮನೆ ಬಾಗಿಲಿಗೆ ಬರಲೀ' ಇಂಥ ಮಾತುಗಳು ತಕ್ಷಣಕ್ಕೆ ಸಮಾಧಾನ ಕೊಡುತ್ತಿತ್ತು. ಹಿಂದೆಯೆ ಭಯ! ವಾಸು ಬರದಿದ್ದರೇ ಏನು ಬರದಿದ್ದರೇ ಬೇಡ! ಅವ್ನ ತರೋ ಸಂಬಳದಲ್ಲಿ ಒಂದು ಡ್ರಸ್‌ಕೊಂಡು ಕೊಳ್ಳೋಕ್ಕಾಗುತ್ತ? ಎಷ್ಟು ದಿನ ಇದನ್ನು ಅನುಭವಿಸೋದು? ಇಂಥ ನಿರ್ಣಯಕ್ಕೆ ಬರುತ್ತಿದ್ದುಂಟು.

ನಿದ್ದೆ ಬರದೆ ಹೋಗಿ ಅಜ್ಜಿಯ ಬಳಿ ಕೂತಳು.

"ಅಜ್ಜಿ, ನಾನು ಬರಬಾರ್ದಿತ್ತು. ಬಹುಶಃ ಅವರು ಬರದಿದ್ದರೇ?" ಆಗ ತಾನೇ ಜೊಂಪು ಹತ್ತಿದ್ದ ಮುನಿಲಕ್ಷ್ಮಮ್ಮ ಎದ್ದು ಕೂತು "ಏನು ಜಪ ಮಾಡ್ತೀಯಾ? ಇಷ್ಟು ವರ್ಷ ಅವನೇ ಇದ್ನಾ? ಅಂತೂ ನಿಂಗೆ ಗಂಡನ ಮಗ್ಗಲು ಬೇಕು. ಸ್ವಲ್ಪ ತಡಕೋ! ಈಗ ನೀನು ಗಟ್ಟಿ ಮನಸ್ಸು ಮಾಡದಿದ್ದರೇ ಜೀವನ ಪೂರ್ತಿ ನರಳಬೇಕಾಗುತ್ತೆ. ಅವನು ಎಲ್ಲಿಗೆ ಹೋಗ್ತಾನೆ, ಅಂಜಮ್ಮ. ಅವನು ಇಲ್ಲಿಗೆ ಬಂದರೆ ಕೆಲ್ಸ ಬೇಕಾ? ಈ ಮನೆಯಲ್ಲಿ ಒಬ್ಬನಾಗಿ ಇರ್ತಾನೆ. ನಿನ್ನಪ್ಪನು ಚೆನ್ನಾಗಿ ನೋಡ್ಕೋತಾನೆ. ನೀನು ರಾಣಿಯಂಗೆ ಇರ್ತೀಯ" ಮೊಮ್ಮಗಳ ಕೆನ್ನೆ ಸವರಿ ಬೆನ್ನು ತಡವಿ ಮಲಗಿಸಿ ತಟ್ಟತೊಡಗಿದಳು. ಆಕೆಗಂತು ಮೊಮ್ಮಗಳು ಮನೆ ಬಿಟ್ಟು ಹೋಗಿ ತಾಳಿ ಕಟ್ಟಿಸಿಕೊಂಡಿದ್ದು ಇಷ್ಟವಿಲ್ಲದ ವಿಚಾರ.

ಹೆಂಗಸರ ನಡುವೆ ಮಾತುಕತೆ ನಡೆಯುತ್ತಿದ್ದುದ್ದು ಅಡುಗೆ ಮನೆಯಲ್ಲಿ ತಯಾರಾಗುತ್ತಿದ್ದ ಪದಾರ್ಥಗಳ ಬಗ್ಗೆ ಮಾತ್ರ. ಮುದುಕಿ ಅಂತೂ ಟಿ.ವಿ. ಮುಂದೆ ಕೂತು ನಾನ್ ವೆಜಿಟೇರಿಯನ್ ಐಟಂ ಮಾಡುವುದನ್ನು ನೋಡಿ, ಜ್ಞಾಪಕದಲ್ಲಿ ಇಟ್ಟುಕೊಂಡು ಅಂಥ ಐಟಂಗಳನ್ನು ಅಡುಗೆ ಮನೆಯಲ್ಲಿ ನಿಂತುಕೊಂಡು ಮಾಡಿಸುತ್ತಿದ್ದರು. ಸೊಸೆ ಬಸುರಿಯಾದ ಮೇಲಂತು ಪ್ರತ್ಯೇಕವಾದ ಒಬ್ಬ ಅಡುಗೆಯವನು ನೇಮಕವಾಗಿದ್ದ. ಅವನು ಮಾಡಿದ್ದು... ಮಾಡಿದ್ದೇ. ಜನ ಲೊಟ್ಟೆ ಹಾಕ್ಕೊಂಡು ತಿಂದಿದ್ದೆ ತಿಂದಿದ್ದು.

"ಅಜ್ಜಿ, ನಾನು ಒಂದು ದಿನ ಮೊಟ್ಟೆ ಬೇಯಿಸಿ ತಿಂದಿದ್ದೆ. ಅವರು... ಅಂದರೆ... ನೀನು ಗಂಡನ ಹೆಸರು ಹೇಳಬೇಡಾಂತ ಹೇಳ್ತೀಯಲ್ಲ, ಅವರು ವಾಂತಿ ಮಾಡ್ಕೊಂಡ್ರು" ಎಂದಳು ಮೆಲ್ಲಗೆ.

"ಅಭ್ಯಾಸವಾದ್ರೆ ಸರಿ ಹೋಗುತ್ತೆ ಬಿಡು. ನಾಲ್ಕು ದಿನ ಇಲ್ಬಂದ್ ಈ ರುಚಿ ನೋಡಿದ್ಮೇಲೆ ಮಾವನ ಮನೆ ಬಿಟ್ಹೋಗೋಲ್ಲ. ನೀನು ಬಂದಿರೋದು ನಿಮ್ಮಪ್ಪನಿಗೆ ಗೊತ್ತಿಲ್ಲ. ಬಂದ ಕೂಡಲೇ ಎಲ್ಲಿ ರೌದ್ರಾವತಾರ ತಾಳುತ್ತಾನೋ ಎನ್ನುವ ಭಯ. ಆದರೆ ಮಗ ಬರೋ ಸಂಭ್ರಮದಲ್ಲಿ ಇದ್ದಾನೆ. ಸಾಕಷ್ಟು ಕಡೆ ಜ್ಯೋತಿಷ್ಯ, ಶಾಸ್ತ್ರ

ನೋಡಿದ್ದಾಗಿದೆ, ಈ ಸಲ ಮುತ್ತಮ್ಮನಿಗೆ ಗಂಡು ಮಗುನೆ ಆಗ್ತಾನೇಂತ ಎಲ್ಲಾ ಕಡೆ ಹೇಳ್ತಾ ಇದ್ದಾರೆ." ಎಂದರು.

ಅಜ್ಜಿ, ಮೊಮ್ಮಗಳು ರಾತ್ರಿ ಬಹಳ ಹೊತ್ತಿನವರೆಗೂ ಮಾತಾಡಿದರು. ನಡುವೆ ಅಮೃತ ಗಂಡ ಹಣಕ್ಕಾಗಿ ಪೀಡಿಸೋದು, ಅವಳು ಆಗಾಗ ಬಂದು ಹಣ ತಗೊಂಡು ಹೋಗೋದನ್ನ ಬಾಯಿಬಿಟ್ಟರು.

"ಆ ಮನೆಯವ್ರಿಗೆ ಧನ ಪಿಶಾಚಿ ಹಿಡಿದಿದೆ. ಎಷ್ಟು ಕೊಟ್ಟರೂ ತೃಪ್ತಿ ಇಲ್ಲ. ಸೈಟು ಕೊಟ್ಟ, ಕೆ.ಜಿ. ಬಂಗಾರ, ಮೂರೂವರೆ ಕೆ.ಜಿ. ಬೆಳ್ಳಿ ಕೊಟ್ಟಿದ್ವಿ, ಮದ್ವೆ ಸಮಯದಲ್ಲಿ. ಆದ್ರೂ ಅವರಿಗೆ ತೃಪ್ತಿ ಇಲ್ಲ. ಒಮ್ಮೊಮ್ಮೆ ಯಾಕೆ ಬರ್ತಾಳಪ್ಪಾಂತ ಅನ್ನಿಸಿಬಿಡುತ್ತೆ. ನನ್ಹತ್ರ ಇಟ್ಕೊಂಡಿದ್ದ ದುಡ್ಡು ಕೊಟ್ಟಿದ್ದೀನಿ. ಮುತ್ತ ಹತ್ರ ಇಸ್ಕೊಂಡವಳೇ, ಚಿನ್ನಯ್ಯನ ಅಮ್ಮ ಕೂಡ ಕೊಟ್ಟಿದ್ದಾಳೆ" ಅಮೃತಳ ಕುಟುಂಬದ ಇಡೀ ಚಿತ್ರಣವನ್ನು ಅವಳ ಮುಂದಿಟ್ಟರು.

ಅಂಜಲಿ ಎದ್ದು ಕೂತಳು. ಅಜ್ಜಿ ಕೊಟ್ಟಿದ್ದ ಹಣವನ್ನು ನೋಡಿದ ಕೂಡಲೇ ಉರಿದು ಬಿದ್ದಿದ್ದ ವಾಸು. "ಹಣಾನ ಹಿಂದಿರುಗಿಸು. ಇದು ಒಳ್ಳೆಯ ಅಭ್ಯಾಸ ಅಲ್ಲ" ಬುದ್ಧಿ ಹೇಳಿದ್ದ. ಆರ್ಥಿಕವಾಗಿ ಹಲವು ಸಮಸ್ಯೆಗಳು ಇದ್ದರು ಹಣವನ್ನು ನೇರವಾಗಿಯೇ ಬೇಡವೆಂದಿದ್ದ. ಆ ಕ್ಷಣ ವಾಸು ಬುದ್ಧಿವಂತನಲ್ಲವೇನೋಂತ ಅನಿಸಿತು. ಅಮೃತನ ಗಂಡ ತೀರಾ ಬುದ್ಧಿವಂತನಾಗಿ ಕಂಡ. ರಾಮಲಿಂಗಂ ಕೋಟ್ಯಾಧಿಪತಿ. ಒಂದಿಷ್ಟು ಅಳಿಯನಿಗೆ ಕೊಟ್ಟರೇನು?

"ಡ್ಯಾಡಿ ಬೇಕಾದಷ್ಟು ದುಡಿದಿದ್ದಾರೆ. ಈಗ್ಲೂ ದುಡೀತಾ ಇದ್ದಾರೆ. ಕೊಟ್ಟರೇನು... ತಪ್ಪು?" ಇವಳ ಪ್ರಶ್ನೆಗೆ ತರಾಟೆಗೆ ತಗೊಂಡರು. "ಹೌದು, ಕಣೇ! ಅಳಿಯ ಮನೆ ತೊಳಿಯಾಂತಾರೆ. ನಾಳೆ ಕಷ್ಟಾಂದರೆ ಯಾರು ಆಗ್ತಾರೆ? ಒಂದು ದಿನ ಮನೆಯಲ್ಲಿ ಆರಾಮಾಗಿ ಇದ್ದಿದ್ದಿಲ್ಲ, ರಾಮಲಿಂಗಂ. ಹೆಣ್ಣು ಮಕ್ಳೇ ಅಷ್ಟೂಂತ ಕಾಣುತ್ತೆ" ಹಿಂದಿನ ಯಾವುದೋ ಪುರಾಣ ಬಿಚ್ಚಿಕೊಂಡರು.

ಮರುದಿನ ಮಧ್ಯಾಹ್ನದ ಮೂರರ ವೇಳೆಗೆ ರಾಮಲಿಂಗಂ ತಮ್ಮ ಫೋರ್ಡ್ ಕಾರಿನಲ್ಲಿ ಬಂದರು. ಜೊತೆಯಲ್ಲಿ ನಾಲ್ಕು ಜನ ಇದ್ದರು. ಅವರೊಂದಿಗೆ ಊಟ ಆಯಿತು. ಎಲ್ಲರನ್ನು ವಿಚಾರಿಸಿಕೊಂಡರು.

ಆಮೇಲೆ ಮೆಲ್ಲಗೆ ಅವರಮ್ಮ "ನೀನು ಕೋಪ ಮಾಡ್ಕೊಬೇಡ. ನಿಂಗೆ ನಮ್ಮ ಅಂಜುನ ನೋಡ್ಬೇಕೂಂತ ಅನ್ನಿಸೋಲ್ವಾ?" ಕೆದರಿಸಿದರು.

"ಅನಿಸುತ್ತೆ, ನಮ್ಮ ವಂಶದಲ್ಲಿ ಇದ್ವಗ್ರೂ ಯಾರಾದ್ರೂ ಓಡಿ ಹೋಗಿದ್ರಾ? ಎಂಥ ಕೆಲ್ಸ ಮಾಡಿದ್ಲು. ಎಷ್ಟು ಅದ್ದೂರಿಯಿಂದ ಮದ್ವೆ ಮಾಡಬೇಕೂಂತ ಅಂದ್ಕೊಂಡಿದ್ದೆ. ಇಂಥದೆಲ್ಲ ನಮ್ಗೇ ಅಪಾರ್ಚೂನಿಟೀಸ್. ಎಷ್ಟು ಜನ ಬರೋರು ಇದ್ರು. ಮುಖ್ಯಮಂತ್ರಿಗಳು ಕೂಡ ಬರ್ತಾ ಇದ್ರು" ತಾವು ಕಟ್ಟಿಕೊಂಡ ಮಗಳ ವಿವಾಹದ ಆಶಾಗೋಪುರ ಅಮ್ಮನ ಮುಂದಿಟ್ಟರು. ಅಮೃತ, ಅಂಚನಾಗಿಂತ ಸ್ವಲ್ಪ

ಬುದ್ಧಿವಂತಳೆಂಬ ಅಭಿಮಾನ ಕೂಡ ಅಂಜಲಿಯ ಮೇಲೆ.

ಮನಸ್ಸಿನ ತುಂಬ ದುಗುಡ, ಹತ್ತಿರಕ್ಕಲಾರದಷ್ಟು ಸಂಕಟ. ಕಣ್ಣೀರು ಮಿಡಿದರು.

"ಅವಳಾದ್ರೂ ಸುಖವಾಗಿದ್ದಾಳಾ? ನಮ್ಮ ಸಂಜೀವಿಗೆ ಎರಡು ಸಲ ಸಿಕ್ಕಿದ್ದಳಂತೆ. ಈ ರಾಮಲಿಂಗಂನ ಮಗ್ಳು ಹೋಗಿ ಮೂರು ಸಾವಿರದ ಜೀತಕ್ಕೆ ದುಡೀತಾ ಇದ್ದಾಳಂತೆ. ಇದೇನು ಮರ್ಯಾದೆ ತರುವಂಥ ವಿಷಯಾನಾ? ಹೇಗೂ, ಆಗಿದ್ದು ಆಗಿ ಹೋಗಿದೆ. ಹುಡ್ಗ ಓದೋದ್ರಲ್ಲಿ ಬುದ್ಧಿವಂತನಂತೆ. ಇನ್ನು ಚಿಕ್ಕಪುಟ್ಟ ವಯಸ್ಸು. ಯಾಕೆ ನಾವು ಇಲ್ಲೇ ತಂದಿಟ್ಕೋಬಾರ್ದು? ಮಾಡೋಕೆ ಕೆಲ್ಸನು ಇದೆ. ಅಮೃತ ಗಂಡ ಮಾತ್ರ ಓದಿದೋನು. ಇನ್ನ ಚಿನ್ನಯ್ಯ ಎಸ್.ಎಸ್.ಎಲ್.ಸಿ.ಗೆ ಬಿಟ್ಟ. ಒಂದಿಷ್ಟು ಓದಿಸಿದ್ರೆ ಚೆನ್ನಾಗಿ ಓದ್ತಾನೆ. ಅಳಿಯ ದೊಡ್ಡ ಓದು ಓದಿದರೆ ನಮ್ಗೇ ಅನುಕೂಲ" ಅವನಮ್ಮ ಇಂಥದೊಂದನ್ನು ಮಂಡಿಸಿದರು.

ರಾಮಲಿಂಗಂ ಯೋಚನೆಗೆ ಒಳಗಾದರು. ಆಲೋಚನೆ ಸರಿಯಾಗಿಯೇ ಇದೆ. ಆದರೆ ಇದು ನಿಜವಾ? ಇದುವರೆಗೂ ಅಂಜಲಿ ಅವರ ಕಣ್ಣಿಗೆ ಬಿದ್ದಿರಲಿಲ್ಲ. ಅಷ್ಟು ಗುಟ್ಟಾಗಿ ಇಟ್ಟಿದ್ದರು. ಸಂಜೀವಿ ಕೂಡ ಈ ವಿಷಯನ ಯಜಮಾನನ ಕಿವಿ ಮೇಲೆ ಹಾಕಿರಲಿಲ್ಲ.

"ಅದೆಲ್ಲ ಆಗೋ ಹೋಗೋ ಕೆಲ್ಸವಲ್ಲ. ಅತ್ತೆ, ಚಿನ್ನಯ್ಯನ ಹತ್ರ ಮಾತಾಡಬೇಕು. ಇಲ್ಲದಿದ್ದರೆ ಸಂಬಂಧದಲ್ಲಿ ಮಾತ್ರವಲ್ಲ, ವ್ಯವಹಾರದಲ್ಲೂ ಕೂಡ ಎಡವಟ್ಟು, ಅದರಲ್ಲೂ ಅವನಪ್ಪನ್ನ ನೋಡಿದ್ದೀನಿ. ಒಳ್ಳೆ ಹೆಸರು ಸಂಪಾದ್ನೆ ಮಾಡಿದ್ದಾನೆ. ಹಣವೇನು ಮಾಡಿಲ್ಲ. ಬರೀ ಸಂಬಳದಲ್ಲಿ ಬದ್ಕಿನ ಜನ. ಒಂದಿಷ್ಟು ಭತ್ತ, ಗದ್ದೆ ಇತ್ತಂತೆ. ಎಲ್ಲಾ ಪಿತ್ರಾರ್ಜಿತವೇ. ಸ್ವಂತದ್ದು ಅಂತೇನೂ ಮಾಡಿಕೊಂಡಿಲ್ಲ. ಒಂದೆರಡು ಪುಸ್ತಕ ಬರೆದಿದ್ದಾನೇಂತ ಕೇಳಿದ್ದೀನಿ. ಅಂತೂ ದಗಲಬಾಜಿ ಮನುಷ್ಯನಲ್ಲ. ನ್ಯಾಯ ನೀತಿ ಅನ್ನೋದ್ನ ಇಟ್ಟುಕೊಂಡಿದ್ದಾನೆ. ಒಬ್ಬ ಮಗ್ಳು, ಒಬ್ಬ ಮಗ. ಆಯಮ್ಮನ ಮದ್ವೆ ಆಗಿ ... ಒಂದ್ಮಗುನಂತೆ. ಗಂಡ ವಿದೇಶದಲ್ಲಿದ್ದಾನಂತೆ. ಅಪ್ಪನ ಮನೆಯಲ್ಲಿ ಇದ್ಕೊಂಡು.. ಮಗಳಿಗೆ ಸಂಗೀತ, ನೃತ್ಯನ ಕಲಿಸ್ತಾ ಇದ್ದಾಳಂತೆ. ಇವೆಲ್ಲ ವಿಚಾರ್ಸಿಕೊಂಡೇ. ಅಂತೂ ಇವಳನ್ನು ಮನೆಗೆ ಸೇರ್ಸಿಕೊಳ್ಳೋಲ್ಲ. ನಾನೆಲ್ಲ ವಿಚಾರ್ಸಿಕೊಂಡಿದ್ದೀನಿ. ನಮ್ಮವಳಿಗೆ ಆ ಹುಡ್ಗ ಹೇಗೆ ಗಂಟು ಬಿದ್ದ? ಎಲ್ಲಾ ಅಂಥ ಹುಡ್ಗ ಅಲ್ಲಾಂತಾರೆ" ತಿಳಿದಿದ್ದನ್ನ ಬಿಡಿಸಿಟ್ಟರು. ಕುತೂಹಲದ ಜೊತೆ ನಾಲ್ಕು ಬಿಡಿಸಬೇಕೆನ್ನೋ ಇರಾದೆ ಕೂಡ ಇತ್ತು. ಆದರೆ ಮಗಳು ಓಡಿಹೋಗಿ ಅವನನ್ನು ವಿವಾಹವಾದಾಗ ದೂರದ ಲೆಕ್ಕಾಚಾರದಿಂದ ಹಿಂದಕ್ಕೆ ಸರಿದಿದ್ದು.

ಸೊಸೆಯ ಕಡೆ ನೋಡಿದರು. ಆಕೆ ಕಣ್ಣಲ್ಲಿಯೇ ತನ್ನಿಂದ ಸಾಧ್ಯವಿಲ್ಲವೆಂದು ತಲೆಯಾಡಿಸಿದರು. ಈಗ ಕೂತು ಇನ್ನಷ್ಟು ಮೈ ತುಂಬಿಕೊಂಡಿದ್ದು, ಬಸುರಿಯ ಬಯಕೆಯೆಂದು ಅಮ್ಮ, ಅತ್ತೆ ಪೈಪೋಟಿಯಿಂದ ಆರೈಕೆ ಮಾಡುವುದರ ಜೊತೆಗೆ ಹಾಲಿನ ಜೊತೆ ಕೇಸರಿ, ಬಾದಾಮಿ, ಪಚ್ಚಕರ್ಪೂರ ಅಂಥದ್ದು ಧಾರಾಳವಾಗಿ

ಬಳಕೆಯಾಗುತ್ತಿದ್ದರಿಂದ ಇನ್ನಷ್ಟು ಬಣ್ಣ ಬಂದಿದ್ದ ಮುತ್ತಮ್ಮ ಮತ್ತಷ್ಟು ಚೆಂದವಾಗಿ ಕಾಣುತ್ತಿದ್ದಳು. ವಂಶೋದ್ಧಾರಕನನ್ನು ಹೆತ್ತು ಕೊಡುವ ಹೆಣ್ಣು ಅತ್ತೆಗೆ ಅಭಿಮಾನ ದೇವತೆಯಾದರೆ, ಗಂಡನಿಗೆ ಅಚ್ಚುಮೆಚ್ಚು.

ಮುತ್ತಮ್ಮ ಎದ್ದು ರೂಮಿಗೆ ಹೋದರು. ಹಿಂಬಾಲಿಸಿದ ಗಂಡ ಕೋಣೆಯ ಬಾಗಿಲಿಕ್ಕಿ "ಈಗ್ಲೇ ಎಷ್ಟು ಚೆಂದ ಕಾಣ್ತೀಯಾ? ಪೂರ್ತಿ ದಿನಗಳು ತುಂಬಿದ ಮೇಲೆ ಮತ್ತಷ್ಟು ಚೆಂದ ಕಾಣ್ತೀಯ" ತಬ್ಬಿ ಚುಂಬಿಸಿದರು.

ಅದೂ ಇದೂ ಮಾತಿನ ನಂತರ "ನಿಮ್ಮನ್ನು ಒಂದ್ಮಾತು ಕೇಳ್ಲಾ? ನಂಗ್ಯಾಕೋ ಅಂಜುನ ನೋಡ್ಬೇಕೂಂತ ಅನಿಸಿದೆ. ಪಾಪದ ಹುಡ್ಗೀ, ಎಷ್ಟು ಕಷ್ಟಪಡ್ತಾ ಇದ್ದಾಳೋ? ಅಮೃತ, ಅಂಚನಾಗಿಂತ ಅವಳೇ ವಾಸಿ ಅಂದಕೂಡಲೇ ರಾಮಲಿಂಗಂ ಹೆಂಡತಿಯನ್ನು ಬಳಸಿದ ಕೈಯನ್ನು ಹಿಂದಕ್ಕೆ ತಗೊಂಡು "ಅದಕ್ಕೆ ಹಾರಿ ಹೋಗಿದ್ದು. ನಮ್ಗೇ ಅವಮಾನ ಮಾಡಿ ಓಡಿ ಹೋಗಿದ್ದಾಳೆ, ಮುತ್ತ. ನೀನು ಅವಳನ್ನು ನೋಡ್ಬೇಕೂಂತಿಯಲ್ಲ" ಸ್ವಲ್ಪ ಬೇಸರವಿತ್ತು ಅವರ ಸ್ವರದಲ್ಲಿ.

"ಸರಿನೋ, ತಪ್ಪೋ? ಇದು ದೇವಾದಿ ದೇವರನ್ನು ಬಿಟ್ಟಿಲ್ಲ. ಚರಿತ್ರೆಯಲ್ಲಿ ಕೂಡ ಓದಿದ್ದೀನಿ. ದಿನ ಬೆಳಗಾದರೆ ಇಂಥದ್ದನ್ನು ಕೇಳ್ತಾ ಇರ್ತೀವಿ. ಇವಳದು ಯಾಕೆ ತಪ್ಪು ಅಂದ್ಕೋಬೇಕು? ನೀವು ನನ್ನ ನೋಡೋಕೆ ಬಂದ ದಿನವೇ, ನೀವು ಹ್ಞೂಂ ಅಂದಿದ್ದರೆ ನಾನು ಓಡಿ ಬಂದು ಬಿಡ್ತಾ ಇದ್ದೆ. ಹರೆಯಕ್ಕೆ ಬಂದ ಕೂಡಲೇ ಎಲ್ಲರಿಗಿಂತ ಮನ ಒಪ್ಪಿದ ಗಂಡಿನ ಸಂಗ ಹಿತವಾಗಿ ಬಿಡುತ್ತೆ. ಅವಳ ತಪ್ಪನ್ನು ಕ್ಷಮ್ಸಿ ಬಿಡಿ" ಒಯ್ಯಾರದ ಜೊತೆ ಇಂಥ ಪ್ರಾರ್ಥೇಯತೆ ಕೂಡ. ಯಾವ ಗಂಡು ಸೋಲದೇ ಇರುತ್ತಾನೆ?

ಆ ಕ್ಷಣ ಮೂರು ಜನ ಹೆಣ್ಣು ಮಕ್ಕಳಲ್ಲಿ ಅಂಜಲಿಯ ಮೇಲೆ ಪ್ರೀತಿ ಉಕ್ಕಿ ಹರಿಯಿತು.

"ಅಂಜಲಿ... ಬಂದಿದ್ದಾಳೆ. ಇಲ್ಲೇ ಇದ್ದಾಳೆ" ತಲೆ ತಗ್ಗಿಸಿಕೊಂಡು ಅಪರಾಧ ಪ್ರಜ್ಞೆಯಿಂದ ಮುತ್ತಮ್ಮ ಅಂದಾಗ ಹೆಂಡತಿಯ ಗದ್ದವನ್ನಿಡಿದು ತೋರು ಬೆರಳಿನಿಂದ ಎತ್ತಿ "ಅಂತೂ ಪರ್ವಾಗಿಲ್ಲ, ನಾನೇನೋ ಅಂದುಕೊಂಡಿದ್ದೆ. ಇಷ್ಟೊಂದು ಧೈರ್ಯ" ಚುರುಕಾಗಿ ಅಂದು "ಇದರಲ್ಲಿ ಮನೆಯವರೆಲ್ಲ ಶಾಮೀಲಾ?" ಹುಸಿ ಮುನಿಸು ಸ್ವರ. ಆ ಮನುಷ್ಯನಿಗೂ ಮಗಳನ್ನು ನೋಡುವ ಆತುರ.

ಬುಲಾವ್ ಹೋಯಿತು. ಅಂಜಲಿ ಬಂದವಳೆ ಅಪ್ಪನನ್ನು ತಬ್ಬಿಕೊಂಡು ಗೋಳೋ ಎಂದು ಅತ್ತಳು. ತೀರಾ ಸೆಂಟಿಮೆಂಟ್! ಬೇರೆಯವರು ತಲೆದೂರಿಸಲಿಲ್ಲ.

ಅಂತೂ ಮಗಳು ತೀರಾ ಬಡವಾಗಿದ್ದಾಳೆನಿಸಿತು.

"ಹೇಗಾಗಿದ್ದೀಯೋ ಮರಿ! ಎಷ್ಟು ಕನಸು ಕಂಡಿದ್ದೆ. ನಿನ್ನ ಬಗ್ಗೆ" ಆಕ್ಷೇಪಿಸಿದರು. ಮಗಳನ್ನು ಮಮತೆಯಿಂದ ಮುದ್ದಿಸಿದರು. "ಈಗ..... ಮುಂದೇನು? ನಾನು ನಿನ್ನ ಜೊತೆಯಲ್ಲಿ ಇದ್ದೀನಿ" ಉದ್ವೇಗದಿಂದ ಹೇಳಿದರು.

ಅಂಜಲಿಗೆ ಏನೂ ತೋಚಲಿಲ್ಲ. ಆಮೇಲೆ ಒಬ್ಬೊಬ್ಬರಾಗಿ ರಂಗಕ್ಕೆ ಇಳಿದರು. ಸದ್ಯಕ್ಕೆ ಮಗಳು, ಅಳಿಯನನ್ನು ಮನೆಯಲ್ಲಿ ಇರಿಸಿಕೊಳ್ಳೋದು– ಇದು ಒಟ್ಟಾರೆ ಅಭಿಪ್ರಾಯ.

"ಓದು ಅರ್ಧದಲ್ಲೇ ಬಿಟ್ಟಿದ್ದಾನೆ. ಇಲ್ಲೇ ಇದ್ಕೊಂಡು ಓದ್ಲೀ. ಅವನಪ್ಪ, ತಾತ ಎಲ್ಲಾ ದೊಡ್ಡದಾಗಿ ಓದಿಕೊಂಡವರಂತೆ. ವಿದ್ವಾಂಸರ ವಂಶ ಅಂತ ನೀನೇ ಹೇಳ್ದೆ. ಆ ವಂಶದ ಕುಡಿ ನಿಮ್ಮ ಮನೆಯಲ್ಲಿ ಹುಟ್ಟಿದ್ದರೆ ವಿದ್ಯೆ ಅದರ ವಂಶದ ಸ್ವತ್ತಾಗುತ್ತೆ. ನನ್ನ ಮೊಮ್ಮಗ ಓದಿನಲ್ಲಿ ಬುದ್ಧಿವಂತ ಅಂತ ಮುದ್ದಾಡಬಹುದು" ರಾಮಲಿಂಗಂ ಅಮ್ಮ ಭವಿಷ್ಯದ ಒಂದು ಕನಸನ್ನು ಮಗನ ಮುಂದಿಟ್ಟರು.

ಅಮ್ಮನ ಮುಂದಾಲೋಚನೆಗೆ ಷಾಕಾದರು. ಹಣದ ಸಂಪಾದನೆಯಲ್ಲಿ ನಿಸ್ಸೀಮರು. ಮಕ್ಕಳು ಓದಲೀಂತ ಎಷ್ಟೋ ಆಸೆ. ಅಮೃತ, ಅಂಚನಾಗಿಂತ ಅಂಜಲಿ ಒಂದಿಷ್ಟು ಪರವಾಗಿಲ್ಲ. ಹಾಗೆಂದು ಒಂದನೆ ನಂಬರ್ ಬಂದವಳಲ್ಲ. ಪ್ರತಿಯೊಂದು ಸಬ್ಜೆಕ್ಟ್‌ಗೂ ಟ್ಯೂಷನ್ ಕೊಡಿಸಿದ್ದರು. ಎಸ್.ಎಸ್.ಎಲ್.ಸಿ.ಯ 45 ಪರ್ಸೆಂಟ್ ತಗೊಂಡು ಪಾಸ್ ಮಾಡಿದಾಗ ಖಂಡಿತ ಆಕಾಶ ಧರೆಗಿಳಿದಿತ್ತು. ಅಷ್ಟಕ್ಕೆ ತೃಪ್ತರಾಗಿ ಸಿಹಿ ಹಂಚಿದ್ದರು. ಅಮೃತ ಅಂತೂ ಒಂದೊಂದು ಕ್ಲಾಸ್‌ನಲ್ಲಿ ಎರಡು ಮೂರು ಸಲ. ಅಂಚನಾ ಕೂಡ ಅಂಥ ಬೆಟರ್ ಕ್ಯಾಂಡಿಡೇಟ್ ಅಲ್ಲ. ಇನ್ನ ಅವರ ಮಕ್ಕಳು – ಆ ಬಗ್ಗೆ ಕೂಡ ದೊಡ್ಡದಾಗಿ ಕನಸು ಕಾಣುವಂತಿರಲಿಲ್ಲ.

ಈ ಬಗ್ಗೆ ಚರ್ಚಿಸಿ ಒಂದು ನಿರ್ಧಾರಕ್ಕೆ ಬಂದರು. ಬೆಂಗಳೂರಿನಲ್ಲಿ ಒಂದು ಬಂಗಲೆ ಮಗಳಿಗೆ ಕೊಂಡು ಕೊಡುವ ಆಶ್ವಾಸನೆ ಜೊತೆ ತಿಂಗಳಿನ ಖರ್ಚಿನ ಸಲುವಾಗಿ 30 ಸಾವಿರ ರೂಪಾಯಿ ಕೊಡುವ ತಮ್ಮ ತೀರ್ಮಾನ ತಿಳಿಸಿದರು.

"ಆಗಿದ್ದು ಆಗಿ ಹೋಯ್ತು, ಕ್ಷಮ್ಸಿ ನಾನು ಅಳಿಯನಾಗಿ ಸ್ವೀಕರಿಸುತ್ತೀನಿ. ಅವನು ಆರಾಮಾಗಿ ಓದಿಕೊಳ್ಳಿ. ನೀನು ಬೇಕಾದರೆ ಕಾಲೇಜು ವಿದ್ಯಾಭ್ಯಾಸ ಮುಂದುವರ್‍ಸು."

ಮನೆಯಲ್ಲಿ ಖುಷಿಯೋ... ಖುಷಿ. ಯಾವುದೇ ಜಂಜಾಟವಿಲ್ಲದೆ ಆರಾಮಾದ ಬದುಕು ಅಂಜಲಿಯ ಬೊಗಸೆಯಲ್ಲಿ ಬಂದು ನಿಂತಿತು. ಆದರೆ... ವಾಸು ಇದಕ್ಕೆ ಸಮ್ಮತಿಸಬಹುದೇ?

ಇನ್ನೇನು ವಾಸು ಇಲ್ಲಿಗೆ ಬಂದೇಬಿಟ್ಟ ಎನ್ನುವಂತೆ ಮನೆಯವರೆಲ್ಲ ಮಾತಾಡಿಕೊಂಡರು. "ಅಂಜು, ನಾಳೆ ನೀನು ಸಂಜೀವಿ ಜೊತೆ ಕಾರಿನಲ್ಲಿ ಹೋಗಿ, ಸದಾಶಿವನಗರದಲ್ಲಿರೋ ಬಂಗ್ಲೆ, ಜೆ.ಪಿ. ನಗರದಲ್ಲಿರೋ ಬಂಗ್ಲೆ ನೋಡು. ಜೊತೆಯಲ್ಲಿ ವಾಸುನ ಕರ್ಕೊಂಡ್ ಹೋಗು. ಅವುಗಳ್ನ ನೋಡಿ ದಂಗಾಗಿ ಮೂರ್ಛೆ ಬಿದ್ದು ಬಿಡ್ತಾನೆ. ಇನ್‌ಡೋರ್ ಡೆಕೋರೇಷನ್, ಬೃಂದಾವನ್ ಡೆಕೋರೇಟರ್‌ಗೆ ಒಪ್ಪಿಸೋಣ. ಅವರೀಗ ಟಾಪ್‌ವನ್. ನೀನು, ವಾಸು ಬೇಕಾದರೆ ಕೆಲವು ಸಜೆಷನ್ ಕೊಡಬಹುದು. ಹೊಸ್ದಾಗಿ ಲೊಗಾನ್ ಕಾರು ಬುಕ್ ಮಾಡಿಸ್ತೀನಿ. ನಿನ್ನ ಸಲುವಾಗಿ ಮಿಕ್ಕಿದ್ದು ನಿನ್ನ ವಿದ್ಯಾಭ್ಯಾಸ, ಅವ್ನ ವಿದ್ಯಾಭ್ಯಾಸದ ವಿಚಾರನ ಅವನು ಬಂದ ಮೇಲೆ

ಮಾತಾಡೋಣ" ಮಗಳ ಭುಜ ನೇವರಿಸಿದರು. ಆದರೆ ಅಂಜಲಿ ಮನದಲ್ಲಿ ಭಯ.

ತಂದೆಯೊಂದಿಗೆ ಮನದ ಭಾವನೆಗಳನ್ನು ಹಂಚಿಕೊಳ್ಳಲು ಇಷ್ಟಪಡಲಿಲ್ಲ. ಮರುದಿನ ಬಂದ ವಿದ್ವಾನ್ ಯಜ್ಞನಾರಾಯಣ ಪಂಡಿತರು ಮುಂದಿನ ನಡೆಯನ್ನು ವಿಶ್ಲೇಷಿಸಿ ಇವರ ಯೋಚನೆಗಳಿಗೆ, ಅನಿಸಿಕೆಗಳಿಗೆ ಸವಾಲ್ ಹಾಕಿದರು.

ವಿದ್ವಾನ್ ಯಜ್ಞನಾರಾಯಣ ಪಂಡಿತರು ಹೆಚ್ಚು ಕಡಿಮೆ ಇವರ ಕುಲ ಗುರುಗಳ ತರ. ಯಾವುದೇ ಮಂಗಳ ಕಾರ್ಯಗಳನ್ನು ಮಾಡಬೇಕಾದರೂ ಅವರನ್ನು ವಿಚಾರಿಸುವುದು, ಅವರ ಸಲಹೆ ಕೇಳುವುದು ಪದ್ಧತಿ ಹತ್ತು ವರ್ಷಗಳಿಂದ. ಆದರೆ ಅಂಜಲಿ ನಿಶ್ಚಿತಾರ್ಥ ಸಂದರ್ಭದಲ್ಲಿ ಅವರು ಅತಿ ರುದ್ರ ಮಹಾಯಾಗದ ಸಲುವಾಗಿ ಚೆನ್ನೈಗೆ ಹೋಗಿದ್ದರು. ಅಲ್ಲಿಂದ ಅಮೆರಿಕಾಗೆ. ಈಗ ಮುಂದಿನ ಸಂತಾನದ ಬಗ್ಗೆ ವಿಚಾರಿಸಲೆಂದೆ ಕರೆಸಿದ್ದರು.

ಮುತ್ತಮ್ಮ ಮತ್ತು ರಾಮಲಿಂಗಂ ಜಾತಕಗಳನ್ನು ಪರಿಶೀಲಿಸಿ ಮತ್ತೊಂದು ಸಂತಾನ ಯೋಗ ಇರುವುದನ್ನು ದೃಢಪಡಿಸಿದರು.

"ಹುಟ್ಟೋ ಮಗು ಒಂದಿಷ್ಟು ದೋಷಕಾರನಾಗಿರುತ್ತಾನೆ. ಪೂಜಾ, ಹೋಮಗಳ ಅಗತ್ಯವಿದೆ. ಮುತ್ತಮ್ಮ ಇಲ್ಲಿಗಿಂತ ಬೇರೆಡೆ ಇರುವುದು ಶ್ರೇಯಸ್ಕರ" ಅಂತ ಯಜ್ಞನಾರಾಯಣ ಪಂಡಿತರು ಕೆಲವು ಸೂಕ್ಷ್ಮಗಳನ್ನು ಹೇಳಿ ಮೇಲೆದ್ದವರ ಕಣ್ಣಿಗೆ ಬಿದ್ದಳು. "ಎರಡನೆಯ ಸಂತಾನವಲ್ಲವಾ? ನೀವು ನಿಶ್ಚಿತಾರ್ಥದ ಸಂದರ್ಭದ ಸಲುವಾಗಿ ಫೋನ್ ಮಾಡಿದಾಗ ಅಮೆರಿಕದಲ್ಲಿದ್ದೆ" ಎಂದರು ಹಸನ್ಮುಖತೆಯಿಂದ.

ಸಂಕ್ಷಿಪ್ತವಾಗಿ ವಿಷಯ ತಿಳಿಸಿ "ಈಗ ಅಳಿಯ, ಮಗಳನ್ನು ಕ್ಷಮಿಸಿ ಮನೆಯಲ್ಲಿ ಇಟ್ಟುಕೊಳ್ಳೋಣ. ಹುಡ್ಗ, ಇದೇ ಊರಿನವನು. ಅವನಪ್ಪ ಮಹಾರಾಜ ಕಾಲೇಜಿನಲ್ಲಿ ಮೇಷ್ಟ್ರಾಗಿದ್ದವರು. ಇವ್ನು ಇಂಜಿನಿಯರಿಂಗ್ ಓದ್ತಾ ಇದ್ದ. ಈಗ ಎಲ್ಲೋ ಕೆಲ್ಸ ಹಿಡಿದಿದ್ದಾನೆ. ಅದು ನಮ್ಗೇ ಇಷ್ಟವಿಲ್ಲ. ಆಸ್ತಿ ಪಾಸ್ತಿ ಅಂಥದೇನೂ ಇಲ್ಲ. ಈಗ ಹೊಟ್ಟೆಪಾಡಿಗಾಗಿ ಕೆಲ್ಸ ಹುಡ್ಕಿಕೊಳ್ಳಬೇಕಾದ್ದೇನು ಇಲ್ಲ" ಜಂಭದಿಂದ ಹೇಳಿಕೊಂಡರು ರಾಮಲಿಂಗಂ.

ವಿದ್ವಾನ್ ಯಜ್ಞನಾರಾಯಣ ಪಂಡಿತರು ಸ್ವಲ್ಪ ಕುತೂಹಲದಿಂದ "ಯಾರ ಮನೆ ಹುಡ್ಗ?" ಅಂದ ಪ್ರಶ್ನೆಗೆ ಉತ್ತರ ಸಿಕ್ಕ ಕೂಡಲೇ ಬೆಚ್ಚಿ ಬಿದ್ದರು. "ಅನಂತರಂಗ ಮೂರ್ತಿಗಳ ಮಗ ವಾಸುನಾ!" ಎರಡು ಕ್ಷಣ ಕಣ್ ಮುಚ್ಚಿ ತೆಗೆದವರು "ಶಾಂತಂ ಪಾಪಂ... ಶಾಂತಂ ಪಾಪಂ... ಯಾವ ಜನ್ಮದ ಸುಕೃತವೋ ನಿಮ್ಮ ಮಗಳ ಪಾಲಿಗೆ ಒದಗಿ ಬಂದಿದೆ. ಅನಂತರಂಗಮೂರ್ತಿಯವರ ತೀರ್ಥರೂಪರು ನಂಗೆ ಅನ್ನ ಹಾಕಿ, ಆಶ್ರಯ ಕೊಟ್ಟ ಮಹಾನುಭಾವರು. ಒಬ್ಬರಲ್ಲ... ಇಬ್ಬರಲ್ಲ... ಹುಡುಕಿದರೆ, ನನ್ನಂಥವರು ಸಾಕಷ್ಟು ಜನ ಸಿಕ್ಕಾರು. ಹಸಿದ ವಿದ್ಯಾರ್ಥಿಗಳಿಗೆ ಜ್ಞಾನದಾನ ಮಾತ್ರವಲ್ಲ ಹೊಟ್ಟೆ ಹಸಿವು ತೀರಿಸಿದ ವಂಶ. ಅವರ ಶ್ರೀಮಂತಿಕೆಯ ಮುಂದೆ ನಾವು ನೀವು.. ಎಷ್ಟು? ಎಲ್ಲೋ... ಎಡವಟ್ಟಾಗಿದೆ. ದೈವ ಸಂಕಲ್ಪ ಹಾಗೇ ಇರಬಹುದು. ಆದರೆ ಆ

ಹುಡ್ಗ ಬಂದು... ನಿಮ್ಮ ಆಶ್ರಯದಲ್ಲಿ ನಿಲ್ಲೋದು ಅಸಂಭವ. ದಯವಿಟ್ಟು ಮಗಳನ್ನು ಕಳ್ಸಿಕೊಟ್ಟು ಕೈ ತೊಳೆದುಕೊಳ್ಳಿ. ಆ ವಂಶದ ಜನರ ತಾಪ ತಟ್ಟಿದರೆ ನಿರ್ನಾಮವಾಗಿ ಬಿಡ್ತೀರಾ" ಎಚ್ಚರಿಸಿದರು. ಜೊತೆಗೆ ಅಂಜಲಿನ ಕರೆದು ಬುದ್ಧಿ ಹೇಳಿದರು.

"ಆ ಸರಸ್ವತಿ ದೇಗುಲಕ್ಕೆ ಸೊಸೆಯಾಗಿರೋದು ಪೂರ್ವಾಜಿತ ಪುಣ್ಯ. ಆ ಯೋಗ್ಯತೆ ಸಂಪಾದಿಸ್ಕೋ. ಇಲ್ಲಿಂದ ಪಾರಾಗಿದ್ದೀಯ, ಮತ್ತೆ ಇದೇ ಹೊಂಡಕ್ಕೆ ಬೀಳೋ ಪ್ರಯತ್ನ ಮಾಡ್ಬೇಡ. ಮೊದ್ಲು ದೇವತೆಯಾಗು, ಆ ಮನೆ, ವಂಶನ ಪೂಜಿಸು. ಬೇರೆ ಪ್ರಯತ್ನ ಮಾಡಿದರೆ ನೀನು ಮಾತ್ರವಲ್ಲ, ನಿನ್ನ ತವರಿನ ವಂಶ ನಿರ್ವಂಶವಾಗಿ ಹೋಗುತ್ತೆ" ಅಂತ ಎದ್ದವರೇ ಮುಂದಿಟ್ಟ ದಕ್ಷಿಣೆ, ತಾಂಬೂಲದ ತಟ್ಟೆಯ ಕಡೆ ಕಣ್ಣು ಹಾಯಿಸದೆ ಹೋಗಿ ತಮ್ಮ ವಿದೇಶಿ ಭಕ್ತರು ಕೊಟ್ಟ ಕಾರಿನಲ್ಲಿ ಕೂತರು. ಅದು ಕಣ್ಮರೆಯಾಯಿತು.

ಸಂತೋಷದಿಂದ ಇದ್ದ ಎಲ್ಲರ ಮುಖಗಳ ಮೇಲೂ ದುಗುಡ.

"ಏನಾಗಿದೆ ಈವಯ್ಯನಿಗೆ?" ಅಮ್ಮ ಬಾಯಿ ತೆರೆದ ಕೂಡಲೇ ರಾಮಲಿಂಗಂ ಸುಮ್ಮನಿರುವಂತೆ ಸನ್ನೆ ಮಾಡಿ "ಅವರನ್ನ ಕೇಳಿ ನಡೆದುಕೊಂಡಿದ್ದಕ್ಕೆ ನಂಗೆ ವ್ಯವಹಾರದಲ್ಲಿ ಲಾಭವಾಗಿದೆ. ದೊಡ್ಡ ದೊಡ್ಡ ವ್ಯಕ್ತಿಗಳ ಪರಿಚಯವಾಗಿದೆ. 'ಆ ಮನುಷ್ಯನ ಮೇಲೆ ಇವರಿಗೆ ಕೃತಜ್ಞತಾ ಭಾವ.' ಅನಂತರಂಗಮೂರ್ತಿಯನ್ನು ಕೆಟ್ಟವರು ಅನ್ನೋ ಜನಾನು ಕಡಿಮೆ. ವಿದ್ಯಾರ್ಥಿಗಳು ಅಂದರೆ ಸ್ವಂತ ಮಕ್ಕಳನ್ನು ನೋಡಿದಂಗೆ ನೋಡೋನಂತೆ. ನಾವೇನೂ ತೊಂದರೆ ಮಾಡೋದ್ಬೇಡ. ಪ್ರೇಮ, ಪ್ರೀತಿ, ಮದ್ವೆ ಅಂಥದೆಲ್ಲ ವಾಸು–ಅಂಜುಗೆ ಸಂಬಂಧಪಟ್ಟಿದ್ದು. ಅದರಲ್ಲಿ ನಮ್ಮದೇನು ಮಾತಿಲ್ಲ. ಈಗ ಅವನು ನಮ್ಮ ಅಳಿಯ. ಅವನಿಗೆ ಸಹಾಯ ಮಾಡುವುದು ನಮ್ಮ ಕರ್ತವ್ಯ. ಅದ್ನ ಯಾರೂ ಬೇಡಾನ್ನೋಲ್ಲ. ನಾನು ನಿರ್ಧರಿಸಿದಂತೆ ಬಂಗ್ಲೆ, ಕಾರು ಜೊತೆ ಎಲ್ಲಾ ಖರ್ಚುಗಳನ್ನು ನಾನು ವಹಿಸ್ಕೋತೀನಿ. ಇದನ್ನು ಯಾರೂ ತಪ್ಪು ಅನ್ನೋಲ್ಲ ಬಿಡು. ವಿದ್ವಾನ್ ಯಜ್ಞನಾರಾಯಣ ಪಂಡಿತರ ಮನೆಗೆ ಹೋಗಿ ನಾನು ಮಾತಾಡ್ತೀನಿ. ಅವ್ರು ಹೇಳೋ ಪೂಜೆ, ಹವನ, ಹೋಮ ಅದನ್ನೆಲ್ಲ ಮಾಡಿಸೋಣ" ತಿಳಿವಳಿಕೆ ಹೇಳಿದರು.

ಮರುದಿನವೇ ಕಾರಿನಲ್ಲಿ ಸಂಜೀವಿ ಜೊತೆ ಮಗಳನ್ನು ಕಳಿಸಿ ಬಂಗ್ಲೆ, ಹಣದ ಮೂಲಕ ವಾಸುವನ್ನು ಓಲೈಸುವ ಜವಾಬ್ದಾರಿ ಅಂಜುಗೆ ಕೊಟ್ಟರು.

* * *

ಮಗಳು, ಮೊಮ್ಮಗಳ ಜೊತೆ ಅನಂತರಂಗಮೂರ್ತಿಗಳು ಲಂಡನ್‌ಗೆ ಹೋಗಿದ್ದರಿಂದ ಮನೆ ಸಂಪೂರ್ಣ ಜವಾಬ್ದಾರಿ ಸಾತಮ್ಮನದು. ಪ್ರೊಫೆಸರ್ ಅನಂತರಂಗಮೂರ್ತಿಯವರಿಗೆ ತೀರಾ ಆತ್ಮೀಯರಾದ ಹಿರಿಯ ವಿದ್ಯಾರ್ಥಿಗಳು ಅವರು ಹಿಂದಿರುಗುವವರೆಗೂ ಇಲ್ಲೇ ವಾಸ್ತವ್ಯ ಹೂಡಲು ಒಪ್ಪಿದ್ದರಿಂದ ನಿಶ್ಚಿಂತರಾಗಿ ಹೋಗಿದ್ದರು. ಇನ್ನೆಲ್ಲ ಜವಾಬ್ದಾರಿ ಹೊತ್ತುಕೊಳ್ಳೋಕೆ ಪ್ರೊಫೆಸರ್ ಡಾ. ಗುರುಸಿದ್ಧಪ್ಪ

ಅವರ ಸಂಸಾರ ಇದ್ದೇ ಇತ್ತು.

ಇದನ್ನೆಲ್ಲ ಸಂಗ್ರಹಿಸಿಯೇ ಅಂಜಲಿ ಬಂದು ಅವರ ಮನೆಯ ಮುಂದೆ ಆಟೋದಲ್ಲಿ ಇಳಿದಳು. ಅವಳ ಇಡೀ ಶರೀರ ಕಂಪಿಸಿತು. 'ಏನು ಮಹಾ' ಅಂದುಕೊಂಡಿದ್ದವಳು ಹೆದರಿದ್ದು ಯಾಕೋ? ಸಿರಿವಂತಿಕೆಯಲ್ಲಿ ಮುದ್ದಿನಿಂದ ಬೆಳೆದವಳ ಧೈರ್ಯಸ್ಥೈರ್ಯ ಕಾಡುಪಾಲು!

ಆರಾಮಾಗಿ ಒಂದು ಸಿಂಪಲ್ ಸೀರೆಯುಟ್ಟು ಬಂದವಳು ಸಾಕಷ್ಟು ತಯಾರಿ ನಡೆಸಿದ್ದು ಮಾತ್ರ ಸುಳ್ಳಲ್ಲ. ಮೆಲ್ಲಗೆ ಗೇಟು ಸರಿಸಿ ಹೆಜ್ಜೆ ಇಟ್ಟ ತಕ್ಷಣ ಮುಂದಕ್ಕೆ ಇನ್ನೊಂದು ಹೆಜ್ಜೆಯೂರದೆ ನಿಂತಳು. 'ಆ ಮನೆಗೆ ಸೊಸೆಯಾಗಬೇಕಾದರೆ ಏಳು ಜನ್ಮದ ಪುಣ್ಯ ಬೇಕಾಗುತ್ತೆ. ಈಗ ನಿನ್ನ ವಾಸು ಹರೆಯದ ಆಕರ್ಷಣೆಯ ಭ್ರಮೆಗೆ ಬಿದ್ದು ಪ್ರೇಮಿಸಿರ ಬೇಕು. ಅದು ಎಷ್ಟು ದಿನ ಉಳಿದೀತು? ನಿನ್ನೊತೆ ಅವನು ಸುಖವಾಗಿರೋಕೆ ಸಾಧ್ಯವೇ ಇಲ್ಲ. ನೀನು ಮೊದಲು ಆ ಮನೆಗೆ ಸೊಸೆಯಾಗುವ ಅರ್ಹತೆ ಬೆಳೆಸ್ಕೋ. ಸಂಸ್ಕೃತಿ, ಸಂಸ್ಕಾರ ಜೊತೆ ವಿದ್ವತ್ ಸಮ್ಮಿಳಿಸಿರುವ ಸರಸ್ವತಿಯ ದೇಗುಲವದು. ಅದರ ಶ್ರೀಮಂತಿಕೆಯೇ ಬೇರೆ. ಪೂಜಿಸೋಕೆ ಹೂವಿಡಿದು ಹೋಗು' ಎಂದು ವಿದ್ವಾನ್ ಯಜ್ಞನಾರಾಯಣ ಪಂಡಿತರು ಆಜ್ಞಾಪಿಸಿದರು. ಹಿಂದಿನ ದಿನ ಹೋಗಿ ಅವರನ್ನು ಗುಟ್ಟಾಗಿ ಕಂಡು ಬಂದಿದ್ದಳು. 'Life is dear to every creature' – 'ಪ್ರತಿಯೊಂದು ಪ್ರಾಣಿಗೂ ತನ್ನ ಬದುಕು ಪ್ರಿಯ' ಇಂಥ ಮಾತನ್ನು ಹೇಳಿ ಕಳಿಸಿದ್ದರು.

"ಎರಡು ದಿನ ಬಿಟ್ಹೋಗ್ತೀನಿ, ಡ್ಯಾಡಿ" ಎಂದು ತಂದೆಯಿಂದ ಪರ್ಮಿಷನ್ ಪಡೆದಿದ್ದಳು. ಮೊದಲು ವಾಸು ಮನೆ ನೋಡಬೇಕಿತ್ತು. ಅದಕ್ಕೆ ಮನೆಯಲ್ಲಿ ಸುಳ್ಳು ಹೇಳಿ ಆಟೋನಲ್ಲಿ ಬಂದಿದ್ದಳು.

ಬಾಗಿಲವರೆಗೂ ಹೋಗಿ ಕಾಲಿಂಗ್ ಬೆಲ್ ಒತ್ತಿದಳು. ಸ್ವಲ್ಪ ಸಮಯದ ನಂತರ ಸ್ವಲ್ಪ ವಯಸ್ಸಾದ ಹೆಣ್ಣು ಬಂದು ಬಾಗಿಲು ತೆಗೆದಿದ್ದು.

"ಗುರುಗಳು ಇದ್ದಾರ?" ವಿಚಾರಿಸಿದಳು. ಕೈಯಲ್ಲಿ ಎರಡು ಪುಸ್ತಕಗಳ ಜೊತೆ ಹೂವಿತ್ತು. "ಮಗಳ ಜೊತೆ ಲಂಡನ್‌ಗೆ ಹೋಗಿದ್ದಾರೆ, ಬರೋದು ತಿಂಗಳುಗಳ ನಂತರವೇ" ಎಂದರು. "ನಾನೊಬ್ಬ ಸ್ಟೂಡೆಂಟ್. ಹಿಂದೆ ನನ್ನ ಓದಿನ ಸಲವಾಗಿ ಸಾಕಷ್ಟು ಸಹಾಯ ಮಾಡಿದ್ದಾರೆ" ಅಂದಾಗ, ಆಕೆ ಅಡಿಯಿಂದ ಮುಡಿಯವರೆಗೂ ನೋಟ ಹರಿಸಿ "ತೀರಾ ಚಿಕ್ಕವಳ ತರಹ ಕಾಣ್ತೀ. ಈಗ ಕಾಲೇಜಿನಲ್ಲಿ ಏನು ಓದ್ತಾ ಇದ್ದೀಯಾ?" ವಿಚಾರಿಸಿದರು ಆಕೆ. "ಹೌದೌದು, ಸ್ಟೂಡೆಂಟ್ ಅಂದರೆ ಅವರ ವಿದ್ಯಾರ್ಥಿಯಲ್ಲ. ಸಹಾಯ ಪಡೆದಿದ್ದೀನಿ. ಅವ್ರ ಉಪನ್ಯಾಸಗಳನ್ನು ಕೇಳಿದ್ದೀನಿ. ನನ್ತಂದೆ ಅಲ್ಲ... ನನ್ನ ಅಣ್ಣ ಅವ್ರ ಸ್ಟೂಡೆಂಟ್. ಈಗ ವಿದೇಶದಲ್ಲಿ ಇದ್ದಾರೆ" ಸುಳ್ಳು ಹೇಳಿಯೇ ಸಾತಮ್ಮನ ಹಿಂದೆ ಒಳಗೆ ಹೋಗಿದ್ದು.

ಹಳೆಯ ಮನೆ. ದೊಡ್ಡದಾಗಿ ಅಂದ ಚೆಂದಗಳೇನೂ ಇಲ್ಲ. ಕೆಂಪನೆಯ

ನೆಲದ ಹಾಸು. ಫಳಫಳ ಹೊಳೆಯುತ್ತಿತ್ತು. ಬಗ್ಗಿ ಮುಟ್ಟಿ ನೋಡಿದಳು. ದೊಡ್ಡದಾದ ಆರಾಮಾಸನದಂಥ ಮರದ ಆಸನವೊಂದಿತ್ತು. ಅದರ ಮೇಲೆ ಘನ ಗಾಂಭೀರ್ಯವೊತ್ತ ಒಬ್ಬ ವ್ಯಕ್ತಿಯ ಫೋಟೋ ಇತ್ತು. ಅದಕ್ಕೊಂದು ಗಂಧದ ಮಾಲೆ, ನಮಸ್ಕರಿಸುವಂಥ ವ್ಯಕ್ತಿ.

ತಾನು ತಂದಿದ್ದ ಹೂವಿನ ಹಾರ, ಎರಡು ಪುಸ್ತಕಗಳನ್ನು ಅಲ್ಲಿಯೇ ಇಟ್ಟು ನಮಸ್ಕರಿಸುವ ವೇಳೆಗೆ ಸಾತಮ್ಮ ಬಂದರು. ದೊಡ್ಡ ಬೆಳ್ಳಿಯ ಲೋಟದಲ್ಲಿ ನಿಂಬೆಯ ಹಣ್ಣಿನ ಪಾನಕವಿತ್ತು.

"ನಿನ್ನನ್ನೆಂದು ನೋಡಿದ ನೆನಪಿಲ್ಲ. ಈಗ ಅವರು ಇಲ್ಲದ ಹೊತ್ತಿನಲ್ಲಿ ಬಂದಿದ್ದೀ. ಕೂತ್ಕೊಂಡು... ಕುಡೀ" ಹೇಳಿ ಅಲ್ಲೇ ನೆಲದ ಮೇಲೆ ಕೂತಾಗ, ತಾನು ನೆಲದ ಮೇಲೆ ಕೂತಳು. ಹಾಗೇ ಕೂಡಬೇಕೆನಿಸಿತು ಅವಳಿಗೆ. "ನಿನ್ನ ಹೆಸರೇನು?"

"ಪೂಜಾ... ಅಂತ" ನಿಧಾನವಾಗಿ ಪಾನಕ ಗುಟುಕರಿಸಿ "ಮನೆ ನೋಡ್ಬಹುದಾ? ಎಲ್ಲಾ ಸರಸ್ವತಿ ದೇಗುಲ ಅಂತಾರೆ. ಇಲ್ಲಿ ಶಾರದೆ ಸ್ವತಃ ನೆಲೆಸಿದ್ದಾರೆ ಅನ್ನೋ ಮಾತು ವಿದ್ಯಾರ್ಥಿಗಳಿಂದ ಕೇಳಿದ್ದೀನಿ" ಸಂಕೋಚವಿತ್ತು ಅವಳ ಸ್ವರದಲ್ಲಿ. "ಹೌದು, ಕಲಿಯೋಕೇಂತ ಬಂದ ವಿದ್ಯಾರ್ಥಿಗಳಿಗೆ ಅನ್ನ ಹಾಕಿ ಆಶ್ರಯ ಕೊಟ್ಟಿದೆ. ಹಣಕಾಸು ಕೂಡ ಕೊಟ್ಟಿದ್ದಾರೆ" ಗೌರವಾಭಿಮಾನದಿಂದ ಹೇಳಿದರು ಆಕೆ.

ಸಾತಮ್ಮ ಕರೆದೊಯ್ದು ತೋರಿಸಿದರು. ಎಲ್ಲಾ ಹಳೆಯ ಕಾಲದ ಗಟ್ಟಿಮುಟ್ಟಾದ ಟೇಬಲ್ಲು, ಕುರ್ಚಿ, ಸ್ಟೂಲುಗಳು ಮಾತ್ರವಲ್ಲ, ಪುಸ್ತಕಗಳನ್ನು ಜೋಡಿಸಿದ್ದ ಬೀರುಗಳು ಕೂಡ ಮರದ್ದು. ಇವು ಯಾವುವೂ ಇತ್ತೀಚಿನದಲ್ಲ. ಇತ್ತೀಚಿನ ಕಲರ್‌ಫುಲ್ ಜಗತ್ತು ಇಲ್ಲಿ ಪ್ರವೇಶಿಸಿರಲಿಲ್ಲ. ಇಡೀ ಕೋಣೆಯ ತುಂಬ ಪುಸ್ತಕದ ರಾಶಿ. ಅಜ್ಜ, ಅಪ್ಪ, ಅನಂತರಂಗಮೂರ್ತಿಯವರಿಗೆ ಬಂದ ನೆನಪಿನ ಕಾಣಿಕೆಗಳು ಭಾರತೀಯ ವಿದ್ಯಾಭವನ ಕೂಡ ಇವರನ್ನು ಕರೆಸಿಕೊಂಡು ಸತ್ಕರಿಸಿದೆ.

ಅಂಜು ಕ್ಷಣ ಉದ್ವೇಗಗೊಂಡು ಬಗ್ಗಿ ಮಂಡಿಯಲ್ಲಿ ಕೂತು ನೆಲಕ್ಕೆ ಹಣೆ ತಾಕಿಸಿ ನಮಸ್ಕರಿಸಿ ಮೇಲೆದ್ದಳು. ಧನ್ಯತೆಯಿಂದ ಅವಳ ಮನ ತುಂಬಿ ಹೋಯಿತು. 'ಆ ಮನೆಗೆ ಸೊಸೆ ಆಗೋಕೆ ಏಳು ಜನ್ಮಗಳ ಸುಕೃತ ಬೇಕು. ಅದ್ನ ಉಳಿಸಿಕೊಳ್ಳೋ ಪ್ರಯತ್ನ ಮಾಡು' ಎಂದು ವಿದ್ವಾನ್, ಜ್ಯೋತಿಷಿ ಯಜ್ಞನಾರಾಯಣ ಪಂಡಿತರು ಹೇಳಿದ್ದರು. ಅಕ್ಷರಶಃ ಅವರ ಮಾತುಗಳು ನಿಜವೆನಿಸಿತು.

ಹಿಂದಿನ ಬಾಗಿಲ ಮೂಲಕ ಹಿತ್ತಲಿಗೆ ಹೋದಳು. ಎಷ್ಟೋ ದೊಡ್ಡ ಆವರಣ. ಮಲ್ಲಿಗೆ, ಸಂಪಿಗೆ, ದಾಸವಾಳ ಜೊತೆ ಕಾಕಡ, ತುಳಸಿಯ ಸುಂದರ ವನ. ತುಂಬ ದೊಡ್ಡದಿತ್ತು. ಒಂದು ಸುತ್ತು ಹಾಕಿಕೊಂಡು ತಟ್ಟನೆ ಆಕೆಯ ಕಾಲು ಮುಟ್ಟಿ ನಮಸ್ಕರಿಸಿದ್ದಕ್ಕೆ ಸಾತಮ್ಮ ಗಾಬರಿಯಾದರು.

"ಇದೇನಿದು, ಅಯ್ಯೋ ನಾನು ಇಲ್ಲಿ ಕೆಲ್ಸ ಮಾಡ್ಕೊಂಡು ಹೊಟ್ಟೆ ತುಂಬಿಸಿಕೊಳ್ಳೋ ಹೆಂಗ್ಸು. ನಂಗ್ಯಾಕಮ್ಮ ನಮಸ್ಕಾರ?" ಮುಜುಗರಗೊಂಡರು. ಆದರೆ ಅಂಜಲಿಗೆ ಅದು

ಅಗತ್ಯವೆನಿಸಿತ್ತು. "ಪರ್ವಾಗಿಲ್ಲ, ಸದ್ಯಕ್ಕೆ ಅವ್ರ ಕಾಲುಗಳನ್ನು ಮುಟ್ಟಿ ನಮಸ್ಕರಿಸುವ ಭಾಗ್ಯ ಒದಗಿ ಬರಲಿಲ್ಲ. ನೀವು ಹಿರಿಯರು" ಇಂಥ ಮಾತು ಉದುರಿಸಿ ಹೊರಗೆ ಬಂದಳು. ಈ ಪರಿಸರ ಒಂದು ರೀತಿಯ ಬದಲಾವಣೆ ಸೂಚಿಸಿತ್ತು.

ಆಟೋ ಸ್ಟ್ಯಾಂಡ್‌ಗೆ ಬಂದು ಹತ್ತಿದಳು. ಅರ್ಥವಾಗದ ಭಾವನೆಗಳ ತಾಕಲಾಟ ಅವಳಲ್ಲಿ. ಬುದ್ಧಿ ಬಂದ ನಂತರ ಅವಳು ಇದ್ದಿದ್ದು ಶ್ರೀಮಂತಿಕೆಯಲ್ಲಿ. ಉಡೋದ್ರಲ್ಲಿ, ತಿನ್ನೋದ್ರಲ್ಲಿ, ಕಾಸು ಖರ್ಚು ಮಾಡೋಕೆ ರಾಮಲಿಂಗಂ ಹೆಣ್ಣು ಮಕ್ಕಳಿಗೆ ಸ್ವತಂತ್ರ ಕೊಟ್ಟಿದ್ದರು. ಮಿಕ್ಕ ವಿಷ್ಯದಲ್ಲಿ ತೀರಾ ಕಟ್ಟುನಿಟ್ಟು. ಒಂದು ರೀತಿಯಲ್ಲಿ ಸರ್ಪಗಾವಲು. ಮುಂದಿನ ಅವರ ಆಫೀಸ್ ಅನ್ನಿಸಿಕೊಳ್ಳುವ ರೂಂಗೆ ನಿಷಿದ್ಧವೇ. ಐದು ಜನರ ಸ್ಟಾಫ್ ಇತ್ತು. ಅವರು ಇದ್ದಾಗಲಂತೂ ಜನ ತುಂಬಿಕೊಳ್ಳುತ್ತಿದ್ದರು. ಗ್ರಾನೈಟ್ ಬಿಜಿನೆಸ್ ಜೊತೆ ಲ್ಯಾಂಡ್ ಡೆವಲಪಿಂಗ್ ಜೊತೆ, ಬಡ್ಡಿ ಕಾಸು ಮುಂತಾದವು ಇದ್ದವೆಂದು ಅವರಿವರು ಹೇಳುತ್ತಿದ್ದರು. ಆದರೆ ಮನೆಯಲ್ಲಿದ್ದ ಜನಕ್ಕೇನು ಆ ಬಗ್ಗೆ ಮಾಹಿತಿ ಇಲ್ಲ. ಅದನ್ನು ತಿಳಿದುಕೊಳ್ಳುವ ಇಂಟರೆಸ್ಟ್ ಇಲ್ಲವೋ, ಅಷ್ಟು ಬುದ್ಧಿವಂತರಲ್ಲವೋ ಅಥವಾ ಮನೆಯ ಹೆಣ್ಣು ಮಕ್ಕಳು ಆ ರೀತಿ ಬೆಳೆಯಬಾರದೆನ್ನುವ ರಾಮಲಿಂಗಂ ಕಟ್ಟುನಿಟ್ಟಿನ ಇರಾದೆಯೋ? ಅಂತೂ ತಿಂದುಂಡು, ಕಾರುಗಳಲ್ಲಿ ಓಡಾಡಿಕೊಂಡು ಒಡವೆ, ಸೀರೆ, ಬಂಧು, ಬಳಗಾಂತ ಆರಾಮವಾಗಿದ್ದರು. ಇಂಥವರ ಮನೆಯ ಹುಡುಗಿ ಅಂಜಲಿ.

ಮನೆಯ ಮುಂದೆ ಆಟೋ ನಿಂತಾಗ ಕೈ ಕಟ್ಟಿಕೊಂಡು ನಿಂತ ಸಂಜೀವಿ ಓಡಿ ಬಂದ. ಕಾಂಪೌಂಡಿನಲ್ಲಿ ಒಂದು ಕಾರು ಮರ್ಸಿಡಿಸ್ ಬೆಂಜ್, ಹೊಂಡಾ ಸಿಟಿ ಭರ್ಜರಿಯಾಗಿ ನಿಂತಿದ್ದರೆ, ಹೊರಗೆ ಮಾರುತಿ ಜೆನ್, ಟಯೋಟ ಕ್ವಾಲಿಸ್ ಸಜ್ಜಾಗಿದ್ದರೆ, ಸ್ಕಾರ್ಪಿಯೋ ಷೆಡ್‌ನಲ್ಲಿತ್ತು. ಅಂಥದರಲ್ಲಿ ಈ ಮನೆಯ ಹುಡುಗಿ ಆಟೋನಲ್ಲಿ ಬರೋದೂಂದರೇನು?

"ಅಮ್ಮ, ಯಜಮಾನರು ನೋಡಿದರೆ?" ಸಂಜೀವಿ ಕೇಳಿದ.

ಆಟೋದವನಿಗೆ ಹಣವಿತ್ತು "ಪರ್ವಾಗಿಲ್ಲ, ನಾನು ಹೇಳ್ತೀನಿ" ಗೇಟಿನಿಂದ ಒಳಗೆ ನಡೆದಳು. ಆಫೀಸ್ ತುಂಬ ಜನ ತುಂಬಿಕೊಂಡಿದ್ದರು. ರಾಮಲಿಂಗಂ ಒಳಗೆ ಇದ್ದರು. ಮಗಳನ್ನು ನೋಡಿದ ಕೂಡಲೇ "ಎಲ್ಹೋಗಿದ್ದೆ ಅಂಜು? ಫ್ರೆಂಡ್ಸ್ ಮನೆಗೆ ಅಂದ್ಲು ನಿನ್ನಮ್ಮ. ಏನೇನು ತಲೆ ಬೆಳೀಲಿಲ್ಲ. ತಿಂದು.... ತಿಂದು... ಮೈ ಮಾತ್ರ ಬೆಳೆಸಿಕೊಂಡ್ಲು" ನಗೆಯಾಡಿದರು. ಮೊದಲೇ ಚಂದ್ರನ ಶೇಪ್‌ನಲ್ಲಿದ್ದ ಮುತ್ತಮ್ಮನ ಮುಖ ಆಕಾರದ ಜೊತೆ ಗಾತ್ರ ಕೂಡ ಹೆಚ್ಚಿಸಿಕೊಂಡಿತ್ತು.

"ನನ್ನ ಆಡಿಕೊಳ್ಳದಿದ್ದರೆ ತಿಂದ ಅನ್ನ ಅರಗೋಲ್ಲ" ಅಂದು ಗೊಣಗಿಕೊಂಡು ಹೋದ ಸೊಸೆಯತ್ತ ನೋಡಿದ ರಾಮಲಿಂಗಂ ಅಮ್ಮ "ಏನೇ ಅದು ಮುತ್ತ? ಬಾಯಿ ಜಾಸ್ತಿಯಾಯ್ತು. ಬಸುರಿ ಅಂತ ಸದರ ಕೊಟ್ಟಿದ್ದಾನೆ. ಇಲ್ಲದಿದ್ದರೆ ಮೈನ ಮೂಳೆಗಳು ಪುಡಿಪುಡಿಯಾಗಿ ಬಿಡ್ತಾ ಇತ್ತು. ಈಚೆಗೆ ಮಾತು ಜಾಸ್ತಿ ಆಯ್ತು" ಗುಡುಗಿದರು.

"ಬಿಡಮ್ಮ ಅವಳ ಸುದ್ದಿ. ನಿನ್ನಷ್ಟು ಜಾಣತನ ಕೂಡ ಅವ್ಳಿಗಿಲ್ಲ" ಎಂದವರೇ ಮಗಳ ರಟ್ಟೆ ಹಿಡಿದು ಕೂಡಿಸಿಕೊಂಡು "ಮೊಬೈಲ್ ಕೂಡ ಇಲ್ಲೇ ಬಿಟ್ಟು ಹೋಗಿದ್ದೆ. ಇದು ನ್ಯೂ ಪೀಸ್. ಹೊಸ ಟೆಕ್ನಾಲಜಿ" ಮಗಳ ಕೈಗೆ ಕೊಟ್ಟು "ಯಾವಾಗ ಹೊರಟ್ತೀ? ಆ ಪ್ರಾಣಿ ಏನಾದ್ರೂ ಫೋನ್ ಮಾಡ್ತಾ? ಅಂಥ ಬುದ್ಧಿವಂತನಲ್ಲ ಬಿಡು. ಅಮೃತ ಗಂಡ ಚಿನ್ನದ ಗಣಿಗೆ ಕೈ ಹಾಕಿದವನು ತೋಡಿದ್ದು... ತೋಡಿದ್ದೇ. ಎಷ್ಟು ಕೊಟ್ಟರು ಸಾಲ್ದು" ಹಿರಿಯ ಅಳಿಯನ ಬಗ್ಗೆ ಹೇಳಿಕೊಂಡರು.

"ವಾಸು ಅಂಥವರು ಅಲ್ಲಪ್ಪ. ಅಜ್ಜಿ ಕೊಟ್ಟ ಹಣನೇ ಹಿಂದಿರುಗಿಸಿ ಬಿಡೂಂದ್ರು. ಈಗ ನಿಮ್ಮ ಕೊಡುಗೆಗಳನ್ನು ಒಪ್ಕೋತಾರೋ ಇಲ್ಲವೋ" ಅನುಮಾನ ವ್ಯಕ್ತಪಡಿಸಿದಳು.

ಐದು ನಿಮಿಷ ಸುಮ್ಮನಿದ್ದ ರಾಮಲಿಂಗಂ "ಕಷ್ಟ, ಸಮಸ್ಯೆಗಳು ಎಂಥವರನ್ನು ಮೆತ್ತಗೆ ಮಾಡುತ್ತೆ. ಅವನೂ ಅಷ್ಟೇ. ಅವನಪ್ಪನೂ ಅಷ್ಟೇ. ಅವಕಾಶ ಸಿಕ್ಕಿರಲಿಲ್ಲ. ಸ್ವಲ್ಪ ಧೈರ್ಯನು ಕಮ್ಮಿಂತ ಕಾಣುತ್ತೆ. ಲಕ್ಷ್ಮಿ ತಾನಾಗಿ ಹರಿದುಬಂದರೆ, ಯಾರು ಬೇಡಾನ್ನೋಲ್ಲ. ಪ್ರಯತ್ನ ನಿನ್ನ ಕೈಯಲ್ಲಿದೆ. ಅಳಿಯ ಅಲ್ಲ ಮಗಾಂತಾನೆ ತಿಳ್ಕೋತೀನಿ" ಆಶ್ವಾಸನೆ ಕೊಟ್ಟರು. ಭರವಸೆ ತುಂಬಿದರು.

ಎಲ್ಲರ ಪ್ರೀತಿಯ ನಡುವೆ ಇಂಥದೊಂದು ಆಸೆ ಅವಳ ಮನದಲ್ಲಿ ಚಿಗುರಿದ್ದು ಸುಳ್ಳಲ್ಲ. ಆದರೆ ತಾನು ಸರಸ್ವತಿಪುರಂನಲ್ಲಿ ಅನಂತರಂಗಮೂರ್ತಿಗಳ ಮನೆಗೆ ಹೋಗಿದ್ದನ್ನ ಮಾತ್ರ ಗುಟ್ಟಾಗಿಟ್ಟಳು. ಮಾತಿನ ಮಧ್ಯೆ ಫೋನ್‌ನಲ್ಲಿ ಹಿರಿಯ ಮೊಮ್ಮಗಳಿಗೆ ರಾಮಲಿಂಗಂ ಅಮ್ಮ ಮುಟ್ಟಿಸಿದ್ದು ತಪ್ಪಾಯಿತೇನೋ, ರಾತ್ರಿ ಹನ್ನೊಂದರ ಸುಮಾರಿಗೆ ಗಂಡನೊಡನೆ ಇಳಿದೇಬಿಟ್ಟಳು.

ಆಗಲೇ ಊಟ ಮುಗಿಸಿ ಮಲಗಿದ್ದವಳಿಗೆ ಆಶ್ಚರ್ಯ.

"ಇದೇನು, ಇದು? ಮಧ್ಯಾಹ್ನ ಫೋನ್ ಮಾಡಿದಾಗ ಒಂದೇ... ಒಂದು ಮಾತು ಕೂಡ ಹೇಳಿಲ್ಲ. ದಿಢೀರಂತ ಬಂದುಬಿಟ್ಟಿದ್ದೀರಿ" ಮುತ್ತಮ್ಮ ಕೇಳಿಯೇಬಿಟ್ಟರು. "ನೋಡಲೇ ಬೇಕೂಂದ್ಲು... ಹೊರಟು ಬಂದ್ವಿ. ಇಲ್ಲದಿದ್ದರೇ ರಾತ್ರಿಯೆಲ್ಲ ಜಾಗರಣೆ ಮಾಡ್ತಾಳೆ" ಹೆಂಡತಿಗೆ ಇರೋ ತವರಿನ ಹಂಬಲ ವ್ಯಾಖ್ಯಾನಿಸಿದ ಹಿರಿಯ ಅಳಿಯ ಗೋವಿಂದ ರಾಜು.

ಈಗಾಗಲೇ ಸದಾ ಸುಲಿಗೆ ಮಾಡುವ ಹಿರಿಯ ಅಳಿಯ ಮತ್ತು ಮಗಳ ಮೇಲೆ ಒಂದಿಷ್ಟು ಬೇಸರವೇ. ರಾಮಲಿಂಗಂ ಅದರಿಂದ ಅಳಿಯನ ಮಾತನ್ನು ನಂಬಲಿಲ್ಲ.

"ತುಂಬ ಸುಸ್ತು ಅನಿಸ್ತಾ ಇದೆ. ಏಯ್ ಮುತ್ತ... ಅವ್ರ ಊಟದ ಬಗ್ಗೆ ನೋಡು. ಬೆಳಿಗ್ಗೆ ಮಾತಾಡೋಣ, ಮಲಗ್ತೀನಿ" ಹೊರಟರು.

ಹೆಂಡತಿ ರೂಮಿಗೆ ಬಂದಾಗ ಹನ್ನೆರಡೂವರೆ ಗಂಟೆ. ಆಕೆಯ ಮುಖದಲ್ಲೂ ಬೇಸರವಿತ್ತು. "ಏನೇ, ಅದು?" ತಲೆಯಡಿಯಲ್ಲಿದ್ದ ಕೈ ತೆಗೆಯುತ್ತ ಕೇಳಿದರು.

ಮುತ್ತಮ್ಮ ಶರೀರವನ್ನು ಹಾಸಿಗೆಯ ಮೇಲೆ ಎಸೆದಂತೆ ಕೂತರು. "ಮುದ್ಕಿಗೆ

ಸುಮ್ನೆ ಇರೋಕಾಗ್ಲಿಲ್ವಾ? ಆಗ್ಲೇ ಮೊಮ್ಮಗಳಿಗೆ ಇನ್‌ಫರ್ಮೇಷನ್ ಕೊಟ್ಟಿದ್ದಾಳೆ. ಆ ಮೂಳಿ ಗಂಡನಿಗೆ ಹೇಳಿ ಜೊತೆಗೆ ಕರ್ಕಂಡ್ ಬಂದು ಬಿಟ್ಟಿದ್ದಾಳೆ. ಜೆ.ಪಿ. ನಗರದಲ್ಲಿರೋ ಬಂಗ್ಲೆ ನಂಗೆ ಬೇಕು ಅನ್ನೋ ವರಾತ ಷುರು ಮಾಡಿದ್ದಾರೆ, ಗಂಡ–ಹೆಂಡ್ತಿ. ಒಂದು ಸೈಟು ಅವ್ಳ ಹೆಸರಿನಲ್ಲೇ ಇದೆ. ಗೋವಿಂದನಿಗೊಂದು ಸೈಟು ಕೊಡಿಸಿದ್ರಿ. ಮದ್ವೆಯಲ್ಲಿ ಹತ್ತು ಲಕ್ಷ ಕ್ಯಾಷ್‌ನ ಜೊತೆ ಹೇಳಿ, ಕೇಳಿದೆಲ್ಲ ಕೊಡಿಸಿದ್ರಿ. ಅಂಜು ಅವಳೇ ಮದ್ವೆ ಮಾಡಿಕೊಂಡ್ಲು. ಮೂರು ಕಾಸು ಖರ್ಚಿಲ್ಲ. ಒಂದು ಬಂಗ್ಲೆ ಕೊಡ್ತೀನಿ ಅಂದ ಮಾತ್ರಕ್ಕೆ ಗಂಡನ್ನ ಕಟ್ಟಿಕೊಂಡು ಯುದ್ಧಕ್ಕೆ ಬಂದಿದ್ದಾಳೆ. ನಾನು ಬಾಯಿಗೆ ಬಂದಂಗೆ ಉಗಿದು ಬಂದೆ. ಆ ಮುದ್ಕಿ...." ಅಂದ ಕೂಡಲೇ ರಾಮಲಿಂಗಂ ಕೈ ಬಂದು ಹೆಂಡತಿಯ ಕೆನ್ನೆಗೆ ರಪ್ ಎಂದು ಅಪ್ಪಳಿಸಿತು. "ನೀನೇನು ಹರೆಯದವಳ? ಈಗ್ಲೇ ನೂರೆಂಟು ಕಾಯಿಲೆ. ಅವ್ಳ ವಯಸ್ಸಿಗೆ ನೀನು ಇರ್ತೀಯೋ ಇಲ್ವೋ? ಮುದ್ಕಿ ಅಂದರೆ ನಿನ್ನಮ್ಮನ ಮನೆಗೆ ಅಟ್ಟಿ ಬಿಡ್ತೀನಿ. ಈಗ್ಲೂ ನಂಗೆ ಹೆಣ್ಣು ಕೊಡೋರು ಇದ್ದಾರೆ" ಉಗ್ರ ರೂಪ ತಾಳಿ ಭೀಮಾರಿ ಹಾಕಿದರು.

ಅಮೃತ, ಗೋವಿಂದ ರಾಜು ಬಂದದ್ದು ಬಿರುಗಾಳಿ ಬಂದಂತಾಯಿತು.

"ಅದೇನು ಈಗ ಅಪ್ಪ, ಅಮ್ಮನ ಜ್ಞಾಪ್ಕ ಬಂದು ಬಿಡ್ತಾ? ಮನೆ ಮಾನ ಮರ್ಯಾದೆ ಕಳೆದೆ? ಅಮ್ಮನಿಗೆ ತವರು ಇಲ್ದಂಗೆ ಮಾಡ್ದೇ ಯಾವ ಮುಖ ಇಟ್ಕೊಂಡು ತವರಿಗೆ ಬಂದೇ" ಅಕ್ಕ, ತಂಗಿ ಜಗಳವಾಡಿದರು.

"ನಾನು ಹಿರಿಯಳು. ನನ್ಗಂಡ ದೊಡ್ಡ ಅಳಿಯ. ಅವನ ನಂತರವೇ ಮಿಕ್ಕವರೆಲ್ಲ. ಜೆ.ಪಿ. ನಗರದ ಬಂಗ್ಲೆ ನನ್ನ ಹೆಸರಿಗೆ ಕೊಟ್ಟ ನಂತರವೇ ಮಿಕ್ಕದ್ದು" ಸವಾಲೆಸೆದೆ ಹೋಗಿದ್ದು.

ಮೊದಲಿನ ಅಂಜು ಆಗಿದ್ದರೆ ಕೈಗೆ ಸಿಕ್ಕಿದ್ದರಲ್ಲಿ ಬಡಿದುಬಿಡೋಳು. ಇಂದು ಸರಸ್ವತಿಪುರಂಗೆ ಹೋಗಿ ಬಂದ ಮೇಲೆ ಬದಲಾವಣೆಯ ಭಾವ ಮೂಡಿತ್ತು.

ವಾಸು ಹೆತ್ತವರು ತುಂಬ ಎತ್ತರದಲ್ಲಿ ಇದ್ದಂಗೆ ಕಂಡಿದ್ದರು.

* * *

ಅಂದು ವಾಸು ಹಿಂದಿರುಗಿದಾಗ ಮನೆಯಲ್ಲಿ ಲೈಟು ಇತ್ತು. ಒಂದು ರೀತಿಯಲ್ಲಿ ಅಚ್ಚರಿಯೇ. ಎಂಟು ದಿನದಲ್ಲಿ ಅವನು ಅನುಭವಿಸಿದ ಸಂಕಟ, ವಿರಹ, ನೋವು. ಬಹುಶಃ ವರ್ಣಿಸಲಸಾಧ್ಯವಾದದ್ದು. ಅಂಜು ಬಹುಶಃ ತನ್ನ ಬದುಕಿನಲ್ಲಿ ಸುಳಿಯಲಾರಳೇನೋ ಎನ್ನುವ ನಿರ್ಧಾರಕ್ಕೆ ಬಂದಿದ್ದ. ಮುಂದೇನು? ಎಲ್ಲ ವಿಚಿತ್ರವೆನಿಸಿತ್ತು. ಯಾರು ಈ ಬಗ್ಗೆ ಅವನಿಗೆ ಸಹಾಯ ಮಾಡಲಾರರು. ಇದು ಎರಡು ಕಡೆಯವರ ಸಮ್ಮತಿ ಇಲ್ಲದೆ ನಡೆದು ಹೋದ ಅವಸರದ ಮದುವೆ.

ಬಾಗಿಲು ತೆಗೆದ ಅಂಜು ಒಂದು ತರಹ ಮುಖ ಮಾಡಿ "ನೀವು ನನ್ನನ್ನ ಫೋನ್‌ನಲ್ಲಿ ಸಂಪರ್ಕಿಸಬಹುದೆಂದುಕೊಂಡೆ. ನೀವು ಫೋನ್ ಮಾಡಬೇಕಿತ್ತು"

ಇಂಥದೊಂದು ರಾಗದ ಜೊತೆ ಅವನ ರಟ್ಟೆಗೆ ಜೋತು ಬಿದ್ದಳು. ಭಾವನೆಗಳು ಉಕ್ಕೇರಿದರೂ. ಅದಕ್ಕೊಂದು ಅಡ್ಡಗಟ್ಟೆ ಹಾಕಿತು. 'ಅಹಂ' 'ನಂಗೇನು ಫೋನ್ ಮಾಡಬೇಕೂಂತ ಅನ್ನಿಸಲಿಲ್ಲ. ಸೇಫಾಗಿ ತವರು ಮನೆಯಲ್ಲಿರೋವಾಗ ಆತಂಕಪಡೋಂಥದೇನು?' ಅವಳ ಕೈಯನ್ನು ಪಕ್ಕಕ್ಕೆ ಸರಿಸಿ ಬಟ್ಟೆ ಬದಲಾಯಿಸಿ ಮುಖ ತೊಳೆದು ಅಡುಗೆ ಮನೆಗೆ ಹೋದ. ಇವತ್ತು ತುಂಬ ಬೇಸರದಲ್ಲೆ ಇದ್ದ. ಒಂದು ದೊಡ್ಡ ಕ್ಯಾರಿಯರ್ ಇತ್ತು. ಅತ್ತ ನೋಡಲು ಕೂಡ ಇಚ್ಛಿಸದೆ ಅಕ್ಕಿ ತೊಳೆದು ಸ್ಟೌವ್ ಮೇಲಿಟ್ಟ.

ಸಿಕ್ಕ ನಚಿಕೇತ ಸಂಜೆ ಧಾರಾಳಮನದಿಂದ ಹೇಳಿದ್ದ.

"ಲೀಜ್ ಪೀರಿಯಡ್ ಮುಗಿಯೋವರ್‍ಗೂ ಈ ಮನೆಯಲ್ಲಿರೋಕೆ ತೊಂದರೆ ಇಲ್ಲ. ನಿನ್ನ ತಂದೆ ಮಾಡಿದ ಸಹಾಯದಿಂದ ನಾನು ಈ ನಾಗರಿಕ ಸಮಾಜದಲ್ಲಿ ಒಬ್ಬ ವಿದ್ಯಾವಂತನಾಗಿ ಬದುಕುತ್ತಿದ್ದೇನೆ" ಇಂಥ ಒಂದು ಧಾರಾಳತನದಿಂದ ನೆಮ್ಮದಿಯಾಗಿ ಇರಬಹದಿತ್ತು. ಆದರೂ ಸಂಕೋಚ ಅವನನ್ನು ಬಾಧಿಸುತ್ತಿತ್ತು.

ಅಷ್ಟರಲ್ಲಿ ಅಂಜು ಬಂದು ಜೋತು ಬಿದ್ದಳು.

"ಪ್ಲೀಸ್, ನಿಮ್ಗೇ ನನ್ಮೇಲೆ ಯಾಕೆ ಕೋಪ? ಇನ್ನೊಂದು ಗುಡ್‌ನ್ಯೂಸ್ ಗೊತ್ತಾ? ನಂಗೆ ತಮ್ಮ ಹುಟ್ಟಾನೆ" ರಮಿಸುವ ಪ್ರಯತ್ನದಲ್ಲಿ ಸೋತಳು. "ದಯವಿಟ್ಟು ಸ್ವಲ್ಪ ಹೊತ್ತು ಸುಮ್ಮನಿರು. ನಿನ್ನ ಸಂತೋಷ ಹಂಚಿಕೊಳ್ಳುವ ಸ್ಥಿತಿಯಲ್ಲಿ ನಾನಿಲ್ಲ" ಗದರಿದ.

ಆಮೇಲೆ ರಾಜಿಗೆ ಬರಲು ಒಂದು ಗಂಟೆಯೇ ಹಿಡಿಸಿತು.

"ತವರಿಗೆ ಹೋಗಿದ್ದು ಸರಿಯಿರಬಹುದು. ನಂಗೆ ಹೇಳ್ದೇ ಹೋಗಿದ್ದು ತಪ್ಪು. ಗಂಡ-ಹೆಂಡತಿ ಅನ್ನೋ ಸಂಬಂಧ ಒಂದು ವ್ಯವಸ್ಥೆಗೆ ಸಂಬಂಧಪಟ್ಟಿದ್ದು. ಅಲ್ಲಿ ಕೆಲವು ರೂಲ್ಸು, ರೆಗ್ಯುಲೇಷನ್ಸ್ ಇದೆ. ಅದನ್ನು ಅನುಸರಿಸದಿದ್ದರೆ, ಸಂಬಂಧದ ಅರ್ಥ ಕಳೆದುಕೊಳ್ಳುತ್ತೆ." ತೀಕ್ಷ್ಣವಾಗಿ ಹೇಳಿದ ವಾಸು ಗಂಭೀರವಾಗಿದ್ದ. "ಸಾರಿ... ಸಾರಿ..." ಕೆನ್ನೆಗೆ ಹಾಕಿಕೊಂಡಳು. "ನಂಗೆ ಸ್ವಲ್ಪ ಮೆಚ್ಯೂರಿಟಿ ಕಡ್ಮೆ, ಇದನ್ನೇ ಅಜ್ಜಿ ಹೇಳಿದ್ರು. ಆದರೆ ಮೆಚ್ಯೂರಿಟಿ ಅನ್ನೋ ಪದ ಬಳಸದೆ ಬೇರೆ ರೀತಿಯಲ್ಲಿ ಕಿವಿ ಹಿಂಡಿದರು. ತೀರಾ ಪಾಕಡ ಮುದ್ಕಿ. ಎಷ್ಟೊಂದು ಚಿನ್ನ ಇಟ್ಕೊಂಡು ಇದ್ದಾಳೆ, ಗೊತ್ತಾ? ಸುಮಾರು ಟಿಪ್ಸ್ ಹೇಳಿ ಕಳಿಸಿದ್ದಾರೆ" ಬಾಯಿ ಬಿಟ್ಟಳು.

ವಾಸು ಮಾತಾಡಲಿಲ್ಲ. ಆದರೂ ಡಿಸ್‌ಕರೇಜ್ ಮಾಡದೆ ಅವಳು ಹೇಳಿದ್ದನ್ನೆಲ್ಲ ಕೇಳಿದ. "ನಮ್ಮಪ್ಪ... ಅಲ್ಲ ಡ್ಯಾಡಿ.... ಅವರಿಗೆ ಡ್ಯಾಡೀಂತ ಕರೆಸಿಕೊಳ್ಳೋದೆ ಇಷ್ಟ. ಅದೇ ಸ್ಟೇಟಸ್ ಅಂತ ತಿಳ್ಕುಕೊಂಡಿದ್ದಾರೆ. ಕಾನ್ವೆಂಟ್ ಸೇರಿಸಿದ್ರು, ಟ್ಯೂಷನ್‌ಗೆ ಕಳಿಸಿದ್ರು. ಏನು ಮಾಡಿದ್ರು ಈ ತಲೆಗಳಿಗೆ ವಿದ್ಯೆ ಹತ್ತಲಿಲ್ಲ. ನಾನೊಬ್ಳು ಸ್ವಲ್ಪ ಪರ್ವಾಗಿಲ್ಲ" ಮುಖ ಹಿಗ್ಗಿಸಿದಾಗ ತಲೆಯ ಮೇಲೊಂದು ಮೊಟಕಿದ. 'ಏನೊಪ್ಪ ನಂಗೊಂದು ಅರ್ಥವಾಗೊಲ್ಲ. ಈ ಪ್ರೇಮನೇ ವಿಚಿತ್ರ. ನಮ್ಮ ವಸುಧಕ್ಕನಿಗಂತು ಅಚ್ಚರಿ. ಇದು ಸಾಧ್ಯನಾ ಅಂದುಕೊಂಡರು. ಎತ್ತಣ... ಮಾಮರ... ಎತ್ತಣ...

ಕೋಗಿಲೆ...' ಒಂದು ತರಹ ನಗೆ ಬೀರಿದ. ಪ್ರೀತಿ, ಪ್ರೇಮ ಅನ್ನುವ ಅಡಿಪಾಯದ ಅರಿವಾಗುವುದರ ಮುನ್ನವೇ ಪ್ರೇಮ ವ್ಯಕ್ತವಾದದ್ದು ಹೇಗೆ? ಎಲ್ಲಾ ವಿಚಿತ್ರವೆನಿಸಿತು.

ಎರಡು ತಟ್ಟೆ ಹಾಕಿ ಕ್ಯಾರಿಯರ್ ತಂದು ಅವನ ಮುಂದಿಟ್ಟಾಗ "ನೀವು ಆರಾಮಾಗಿ ಊಟ ಮಾಡ್ಬಹ್ದು. ಕೆಲವು ವಿಷಯದಲ್ಲಿ ನಾನು ರಾಜಿಯಾಗೋಲ್ಲ" ಮೇಲೆದ್ದವನ ರಟ್ಟೆ ಹಿಡಿದು "ನಾನ್‌ವೆಜ್ ಅಲ್ಲ, ಪೂರ್ತಿ ವೆಜಿಟೇರಿಯನ್. ಸಂಜೀವಿ ಕೈಯಲ್ಲಿ ತರಿಸ್ದೇ" ಈ ಮಾತಿಗೂ ಅವನ ಮನ ಪ್ರಸನ್ನವಾಗಲಿಲ್ಲ. "ಅಸಲು ನಂಗೆ ಊಟನೇ ಬೇಡ. ಪೂರ್ತಿ ವಾಂತಿಯಾಗಿ ಬಿಡುತ್ತಷ್ಟೆ. Life is dear to every creature ಅನ್ನೋ ತತ್ವದಲ್ಲಿ ಹುಟ್ಟಿ ಬೆಳೆದವನು ನಾನು. ಪ್ರತಿಯೊಂದು ಪ್ರಾಣಿಗೂ ತನ್ನ ಜೀವ ಪ್ರಿಯ. ತಮ್ಮ ಆಹಾರಕ್ಕಾಗಿ ಅವನ್ನ ಕೊಲ್ಲೋದು ನಂಗಿಷ್ಟವಾಗೋಲ್ಲ. ಹಾಗಂತ ನಿನ್ನ ಆಹಾರ ಶೈಲಿಯನ್ನು ಟೀಕಿಸೋಕೆ ಹೊರಟಿಲ್ಲ" ಹೇಳಿ ಹೊರಬಂದು ನಿಂತ. ಜಗತ್ತಿನ ವಿಸ್ಮಯಗಳಲ್ಲಿ ಗಂಡು-ಹೆಣ್ಣಿನ ಪ್ರೇಮ ಕೂಡ ಒಂದೆನಿಸಿತು. ಯಾಕೋ ಅವಳು ತರಿಸಿದ ಕ್ಯಾರಿಯರ್ ಊಟ ತಿನ್ನಲಾಗಲಿಲ್ಲ.

ಹಸಿವು ಅವಳಿಂದ ಎಂದೂ ತಡೆಯಲು ಸಾಧ್ಯವಿಲ್ಲ. ತಟ್ಟೆಗೆ ಬಡಿಸಿಕೊಂಡು ನಾಲ್ಕು ತುತ್ತು ತಿಂದವಳಿಗೆ ರುಚಿಸಲಿಲ್ಲ. ಮಾತ್ರವಲ್ಲ ಬೇಡವೆನಿಸಿತು. ತಟ್ಟೆಯಲ್ಲಿ ಕಲಿಸಿದ್ದನ್ನ ಕೂಡ ಕ್ಯಾರಿಯರ್‌ಗೆ ಸುರಿದು ಒಂದು ಮೂಲೆಯಲ್ಲಿಟ್ಟು ಹೊರಗೆ ಬಂದಳು.

"ಉಪಾಯವಾಗಿ ಒಲಿಸ್ಕೋಬೇಕು. ಮೊದ್ಲು ಬಂಗ್ಲೆಗೆ ಶಿಫ್ಟ್ ಆಗ್ಬಿಡಿ, ಆಮೇಲೆ ಎಲ್ಲಕ್ಕೂ ತಾನಾಗಿ ಒಗ್ಗುತ್ತಾನೆ. ಬಂಗ್ಲೆ ಕೊಡ್ತೀನಿ ಅಂದರೆ ಕಚಡಾ ಮನೆಯಲ್ಲಿ ಯಾಕೆ ಇರ್ತಾನೆ? ಬೇಗ ಆ ಕೆಲ್ಸ ಆಗ್ಲೀ? ನೀನು ಬಂಗ್ಲೆಗೆ ಬಂದ್ಮೇಲೆ ನಾನು ನಿನ್ನ ನೋಡೋಕೆ ಬರೋದು" ಅವಳಪ್ಪ ಹೇಳಿ ಕಳಿಸಿದ್ದರು.

ಅಜ್ಜಿಯ ಪ್ಲಾನ್ ಜೊತೆ ಅಮ್ಮನ ಉಪದೇಶದ ನುಡಿಗಳು ತಂದೆಯ ಆತ್ಮವಿಶ್ವಾಸದ ಮಾತುಗಳು- ಇವೆಲ್ಲ ಸೇರಿಕೊಂಡು ಅವಳಲ್ಲಿ ಗಲಿಬಿಲಿಯನ್ನುಂಟು ಮಾಡಿತ್ತು. ಹೇಗೆ ವಿಷಯ ಮಂಡಿಸಬೇಕೆನ್ನುವ ಬೇಗುದಿ.

"ಊಟ ಆಯ್ತಾ?" ಅವಳತ್ತ ತಿರುಗಿ ಹೇಳಿದ.

"ನಂಗೂ ಬೇಡಾಂತ ಅನ್ನಿಸ್ತು" ಮುಖ ಊದಿಸಿಕೊಂಡು ಹೇಳಿದ್ದು. "ನಾನು ಬೆಳಿಗ್ಗೆ ಹೋಗೋವಾಗ ಗೊಜ್ಜು ಮಾಡಿಟ್ಟಿದ್ದೆ. ಅದನ್ನೆ ಕಲಿಸಿಕೊಂಡು ಇಬ್ಬರೂ ಊಟ ಮಾಡೋಣ" ಬಳಸಿ ಕರೆದೊಯ್ದ. ಇನಿಯನ ಪ್ರೀತಿಯ ಅಪ್ಪುಗೆ ಅವಳಿಗೂ ಬೇಕಿತ್ತು.

ಅವಳಿಗೇನು ಹುಳಿಯನ್ನದ ಗೊಜ್ಜು ರುಚಿಸಲಿಲ್ಲ. ಆದರೆ ಹಿತವೆನಿಸಿದ್ದು ಆ ಕ್ಷಣಗಳು. ಪ್ರಿಯ ಗಂಡನ ಬಂಧನದಲ್ಲಿ ಎಲ್ಲಾ ಟಿಪ್ಸ್ ಕಣ್ಮರೆಯಾಗಿ ಮಾಮೂಲಿ ಅಂಜಲಿಯಾದಳು. ವಿರಹದ ತಾಪ ಅನುಭವಿಸಿದ್ದ ಒಬ್ಬರನ್ನೊಬ್ಬರು ಬಿಟ್ಟಿರಲಾರದಷ್ಟು ಹತ್ತಿರವಾದರು.

ಬೆಳಿಗ್ಗೆ ವಾಸು ಹೊರಡುವುದಕ್ಕೆ ಮೊದಲು "ನಿನ್ಹತ್ರ ಒಂದಿಷ್ಟು ಮಾತಾಡೋದಿದೆ" ಅಂದ ಷರಟಿನ ತೋಳುಗಳನ್ನು ಮಡಚುತ್ತ. ಬಂದ ಅಂಜು ಅವನ ಷರಟಿನ ಕಾಲರ್ ಸರಿ ಮಾಡುತ್ತ "ನಂಗೂ ನಿನ್ಹತ್ರ ಮಾತಾಡೋದಿದೆ" ಅಂದಕೂಡಲೇ ಅವನ ಮುಖ ಬಿಗಿದುಕೊಂಡಿತು. 'ಕೆಲವು ನಂಗೆ ಇಷ್ಟವಾಗೋಲ್ಲ ಅಂಜು. ನಂಗೆ ನನ್ನ ಅಸ್ತಿತ್ವದ ಪ್ರಜ್ಞೆ ಇದೆ. ಅದರ ಅಳಿವು ಉಳಿವಿನ ಪ್ರಶ್ನೆ... ನಿಲ್ಲಿಸಿದ.' ಎವೆಯಿಕ್ಕಿ ಅವಳನ್ನು ನೋಡಿದ. 'ಅಂಥ ಬ್ಯೂಟಿನೂ ಅಲ್ಲ, ಅಂಥ ಇಂಟಲಿಜೆಂಟ್ ಅಲ್ಲ. ಯಾವುದಾದರೂ ಒಂದು ವಿಶಿಷ್ಟತೆ ಇಲ್ಲ. ಕನಿಷ್ಟ ಸಾಮಾಜಿಕ ಪ್ರಜ್ಞೆ ಕೂಡ ಇಲ್ಲ ಅಂಥ ಹುಡ್ಗೀ ನಿಂಗೆ ಹೇಗೆ ಇಷ್ಟವಾಗೋಕೆ ಸಾಧ್ಯ? ಆಕಸ್ಮಿಕ, ಹರೆಯದ ಆಕರ್ಷಣೆ ಅಷ್ಟೇ' ವಸುಧಾ ಹೇಳಿದಂತಾಯಿತು.

ಅಲ್ಪ ಸ್ವಲ್ಪ ಅರ್ಥಮಾಡಿಕೊಂಡವಳಂತೆ ಜೋರಾಗಿ ನಕ್ಕು.

"ನಮ್ಮ ಅಕ್ಕ, ತಂಗಿಯರಲ್ಲಿ ನಾನೇ ಬ್ಯೂಟಿ ಅಂತ ಅಜ್ಜಿ, ಅಮ್ಮ ಹೇಳೋರು, ದೃಷ್ಟಿ ತೆಗೆಯೋರು. ನಾನು ಅದನ್ನ ನಂಬಿಕೊಂಡಿದ್ದೆ ದೊಡ್ಡದಾಗಿ ಜಂಭ ಕೂಡ. ಆದರೆ ನಾನು ಕೆಲ್ಸಕ್ಕೆ ಸೇರಿಕೊಂಡಿದ್ದ ಕಂಪೆನಿ ಮ್ಯಾನೇಜರ್ ಒಮ್ಮೆ 'ನೀನೇನು ರಿಸಪ್ಷನಿಸ್ಟ್ ಆಗೋಕೆ ಲಾಯಕ್ಕಿಲ್ಲ. ಸಾಧಾರಣ ರೂಪು, ಅಂಥ ಆಕರ್ಷಕ ಮಾತುಗಾತಿ ಕೂಡ ಅಲ್ಲ. ಯಾವಾಗ ಬೇಕಾದ್ರೂ ಕೆಲ್ಸದಿಂದ ತೆಗ್ದು ಹಾಕ್ಬಹ್ದು, ಬೀ ಕೇರ್ ಫುಲ್' ಅಂತ ಎಚ್ಚರಿಸಿದ್ರು, ತೀರಾ ಅವಮಾನವಾಯ್ತು. ನಿನ್ನ ಪರ್ಸ್‌ನಲ್ಲಿರೋ ನಿನ್ನಕ್ಕ ವಸುಧಾ ಫೋಟೋ ನೋಡಿ ಷಾಕಾದೆ. ಎಷ್ಟೊಂದು ಚೆನ್ನಾಗಿದ್ದಾರೆ. ತಿದ್ದಿ ತೀಡಿದ ರೂಪು, ಫಳಫಳ ಹೊಳೆಯುವ ಕಣ್ಣುಗಳು – ಎಲ್ಲಾನೂ ತುಂಬ ಇಷ್ಟವಾಯ್ತು. ನೀನು ಕೂಡ ನಿನ್ನಕ್ಕನ ತರನೆ..." ಅಂದವಳ ಕಣ್ಣುಗಳಲ್ಲಿನ ಕಂಬನಿಯನ್ನು ಗುರ್ತಿಸಿ ಮರುಕಗೊಂಡ.

"ನೀನು ಎಲ್ಲಾ ವಿಚಾರಗಳಲ್ಲು ಇನೋಸೆಂಟ್. ಹರೆಯದ ಪ್ರೀತಿ, ಪ್ರೇಮದ ವಿಚಾರಕ್ಕೆ ಬಂದರೆ ಸೃಷ್ಟಿಕರ್ತನ ನಿಗೂಢ ಜಗತ್ತನ್ನು ಕೆಣಕಿದಂತಾಗುತ್ತೆ. ಬರೀ ಕಾರಣಗಳು, ಪ್ರಶ್ನೆಗಳಷ್ಟೆ ಉತ್ತರಕ್ಕೆ ಇನ್ನು ಹಲವು ಹರೆಯಗಳು ಬೇಕೇನೋ? ಸುಮ್ನೆ ತಲೆಕೆಡಿಸ್ಕೋಬೇಡ. ಲವ್ ಈಸ್ ಬ್ಲೈಂಡ್ ಅಂತಾರೆ. ಪ್ರೇಮ ಕುರುಡೆ. ನಮ್ಮ ಪ್ರೇಮವಂತೂ ಹೆತ್ತವರನ್ನು ಕೊಡವಿಕೊಂಡು ಬರುವಷ್ಟು ಗಟ್ಟಿಯಾಗಿತ್ತಲ್ಲ. ಎಲ್ಲಿ ಒಮ್ಮೆ ನಕ್ಕು ಬಿಡು" ಎಂದು ಕೆನ್ನೆಯನ್ನು ಕೆಂಪಾಗಿಸಿ " 'ನಕ್ಕ ಹಾಗೆ ನಟಿಸಬೇಡ, ನಕ್ಕು ಬಿಡು ಸುಮ್ಮನೆ, ಬೆಳಕಾಗಲೀ ತಂಪಾಗಲಿ ನಿನ್ನೊಲವಿನ ಒಳಮನೆ' ಎಂದು ಒಲವಿನ ಕವಿ ಕೆ.ಎಸ್. ನರಸಿಂಹಸ್ವಾಮಿ ಬರೆದಿದ್ದಾರೆ. ಅಣ್ಣ ಎಷ್ಟೋ ಸಲ ನನ್ನನ್ನು ಅವರಲ್ಲಿಗೆ ಚಿಕ್ಕಂದಿನ ದಿನಗಳಲ್ಲಿ ಕರೆದೊಯ್ದಿದ್ದರು. ನನ್ನ ವಸುಧಕ್ಕ ಅವರ ಎಷ್ಟೋ ಗೀತೆಗಳನ್ನು ಹಾಡುತ್ತಾಳೆ. ಅವಕ್ಕೆಲ್ಲ ಮೈಸೂರು ಅನಂತಸ್ವಾಮಿಯವರೇ ಗುರುಗಳು. 'ದೀಪವು ನಿನ್ನದೆ, ಗಾಳಿಯು ನಿನ್ನದೆ... ಆರದಿರಲಿ ಬೆಳಕು, ಕಡಲೂ ನಿನ್ನದೆ ಹಡಗು ನಿನ್ನದೇ ಮುಳುಗದಿರಲಿ ಬದುಕು' ಎಂದು ಅವಳು ಹಾಡೋವಾಗ ನಾನು ದನಿಗೂಡಿಸುತ್ತಿದ್ದೆ" ಎನ್ನುವ ವೇಳೆಗೆ ಅವನೆದೆ ಭಾರವಾಯಿತು. ಅವೆಂಥ ರಮ್ಯವಾದ

ಕ್ಷಣಗಳು.

ಅವಸನ್ನೆ ನೋಡಿದಳು. ಹೆತ್ತ ತಂದೆಯ ಬಗ್ಗೆ ವಾಸುವಿನ ಪ್ರೀತಿ, ಅಕ್ಕರೆ ಜೊತೆ ಅಪಾರವಾದ ಅಭಿಮಾನ, ಗೌರವ, ಪ್ರತಿ ಮಾತಿನಲ್ಲೂ ತಂದೆ, ತಾತನನ್ನು ನೆನಪು ಮಾಡಿಕೊಳ್ಳುವುದರ ಜೊತೆಗೆ ಹಲವು ಉದಾರತೆಯ ಘಟನೆ, ವಿದ್ಯೆ, ಪ್ರೀತಿ, ಸಂಸ್ಕೃತಿಯ ವೈಭವವನ್ನು ವ್ಯಕ್ತಪಡಿಸುತ್ತಿದ್ದ.

"ಅದೇನು ಹಾಗೆ ನೋಡ್ತೀ?"

"ನಿಮ್ಗೇ ಎಷ್ಟೊಂದು ಹೇಳಿಕೊಳ್ಳೋದು ಇದೆ. ನಂಗೇನು ಹೇಳಿಕೊಳ್ಳೋ ಅಂಥದ್ದು ಇಲ್ಲವೆನಿಸುತ್ತೆ. ಅಪ್ಪನಿಗೆ .... ತುಂಬಾನೆ ಸಂಪಾದನೆ ಇತ್ತೂಂತ ಗೊತ್ತು. ಬೇಕೂ, ಬೇಕಾದ್ದು ಕೊಡಿಸೋರು. ಎಂಥ ಕಾನ್ವೆಂಟ್‌ಗೆ ಸೇರಿಸಿದ್ರು, ಗೊತ್ತಾ? ನಾವುಗಳು ಕಾರಿನಲ್ಲೇ ಹೋಗಿ ಬರ್ತಾ ಇದ್ದಿದ್ದು. ಆಗ್ಲೇ ಮಮ್ಮಿ, ಡ್ಯಾಡಿ ಅನ್ನೋಕೆ ಶುರು ಮಾಡಿದ್ದು. ಅವ್ರಿಗೆ ಅದು ತುಂಬ ಇಷ್ಟವಾಗೋದು. ಅವರು ಮಾತಾಡುವಾಗ ಅಲ್ಲೊಂದು, ಇಲ್ಲೊಂದು ಇಂಗ್ಲಿಷ್ ಪದ ಸೇರಿಸಿಕೊಂಡು ಮಾತಾಡೋರು. ನಾವು ಕೂಡ ಇಂಗ್ಲಿಷ್‌ನಲ್ಲಿ ಮಾತಾಡಿದರೆ, ಅವರಿಗೆ ಇಷ್ಟವಾಗೋದು" ಅವಳ ಮಾತುಗಳಿಗೆ ವಾಸು ನಕ್ಕು ಬಿಟ್ಟ. ಈಗಲೂ ಕಲಬೆರಕೆಯ ಇಂಗ್ಲಿಷ್ ಮಾತಾಡುವುದು.

"ಅಮ್ಮ, ತಾಯಿ... ಅಂಜಲಿದೇವಿ. ಇಂಥ ಮಿಶ್ರಿತ ಇಂಗ್ಲಿಷನ್ನು Hinglish ಅಂತಾರಂತೆ. ಬ್ರಿಟನ್‌ನಲ್ಲಿ ಏಷ್ಯನ್ನರು ಬ್ರಿಟನ್‌ಗೆ ನೆಲೆಸಲು ಹೋದರೆ Queens English ಕಲಿಸಬೇಕೂಂತ ನಿರ್ಬಂಧ ಹಾಕ್ತಾ ಇದ್ದರಂತೆ, ಅಲ್ಲಿನ ಮಡಿವಂತರು. (Purists) Queens English ಮಾತ್ರ ನಿಜವಾದ ಇಂಗ್ಲಿಷ್ ಅದನ್ನು ಕಲಿಸಬೇಕೂಂತ ಪ್ರತಿಪಾದಿಸುತ್ತಿದ್ದರಂತೆ. ಆದರೆ ಅದರೇನು? ಆದರೆ ಆಯಾ ದೇಶದ ಜನಾಂಗ ಭಾಷೆಯ ಜೊತೆ ಸೇರಿ ಚೀನಿ+ಇಂಗ್ಲಿಷ್= ಚಂಗ್ಲೀಷ್, ಸ್ಪ್ಯಾನಿಷ್+ಇಂಗ್ಲೀಷ್= ಸ್ಪ್ಯಾಂಗ್ಲೀಷ್..... ನಮ್ದು ಮಾತ್ರ Hinglish ಎಂದು ನಕ್ಕ. ವಿಸ್ಮಯದಿಂದ ನೋಡಿದಳು. ಹಿಂದೆ ಇಷ್ಟು ಡೀಪಾಗಿ ಗಮನಿಸಿರಲಿಲ್ಲ. ವಾಸು ತುಂಬ ಬುದ್ಧಿವಂತನಾಗಿ ಕಂಡ.

"ನೀವು ತುಂಬ ತಿಳ್ಕೊಂಡಿದ್ದೀರಾ!" ಮೆಚ್ಚಿಗೆಯಾಡಿದಳು.

ವಾಸು ಹೊರಟ ಹತ್ತು ನಿಮಿಷಗಳ ನಂತರ ತಂದೆಯ ಮೊಬೈಲ್‌ಗೆ ಫೋನ್ ಮಾಡಿದಳು. "ನಾನಾಗಿ ಫೋನ್ ಮಾಡ್ಟೋವರ್ಗ್ಗೂ, ಯಾರು ಫೋನ್ ಮಾಡೋದು ಬೇಡಾಂತ" ಸಂಜೀವಿ ಕೈಯಲ್ಲಿ ಹೇಳಿ ಕಳಿಸಿದ್ದರಿಂದ, ರಾಮಲಿಂಗಂ ನಾಲ್ಕಾರು ಸಲ ಪ್ರಯತ್ನಿಸಿ ಮಗಳನ್ನು ಬೈಯ್ದುಕೊಳ್ಳುತ್ತಿದ್ದರು. ಬೇರೆಯವರು ಅವರ ಫೋನ್‌ಗೆ ಕಾಯುತ್ತಿದ್ದರು. ಈಗ ತಾವು ಕಾಯಬೇಕಾದ ಸ್ಥಿತಿ. ಚೆನ್ನಯ್ಯ ಕೂಡ ಇವರ ಬುದ್ಧಿವಂತಿಕೆ ಮೆಚ್ಚಿಕೊಂಡು "ಒಳ್ಳೆ ನಿರ್ಧಾರ ಭಾವ. ಒಂದು ಕಾರು, ಬಂಗ್ಲೆ ಅದೇನು ದೊಡ್ಡ ವಿಚಾರವಲ್ಲ. ಅದೆಲ್ಲ ಕೊಡೋದು ನಮ್ಮ ಅಂಜು ಸಲುವಾಗಿಯೇ ಅಲ್ಲವಾ? ಹುಡ್ಗ ಕೂಡ ಬುದ್ಧಿವಂತ ಅಂತಾರೆ. ಈ ಕಡೆ ಬಂದ್ಮೇಲೆ... ನಮ್ಮವನೇ ಅಲ್ವಾ, ರಾಮಲಿಂಗಂ ಅಳಿಯ ಅಂತಾರೆ. ಅಷ್ಟು ಸಾಕು ಬಿಡು."

ಭಾವಮೈದುನನ ವಿರೋಧಿಸಬಹುದೆಂದು ಹೆದರಿದ್ದರು. ಅವನು ಕೂಡ ಸ್ವಾಗತಿಸಿದ್ದರಿಂದ ರೆಕ್ಕೆ ಮೂಡಿತು. ತುಂಬು ಉತ್ಸಾಹದಿಂದಲೇ ನಿಮಿಷಗಳನ್ನು ಲೆಕ್ಕ ಹಾಕಿದ್ದರು.

"ಏಯ್, ಅಂಜು, ಸಂಜೀವಿನ ಕಳುಹಿಸಿ ಕೊಡ್ಲಾ? ನಂಗೂ ನಿನ್ನ ಗಂಡನ್ನ ನೋಡಬೇಕೂಂತ ಅನ್ನಿಸಿದೆ. ನೇರವಾಗಿ ಬಂದು ಬಿಡೋಷ್ಟು ಕಾತುರ. ಇಂಥ ವಿಚಾರಗಳಲ್ಲಿ ಅಹಂನ ಪ್ರವೇಶ ಬೇಡವೆನಿಸಿದೆ. ನಾನು... ಬರ್ಲಾ?" ವಿಚಾರಿಸಿದರು. "ಬನ್ನಿ..." ಸಪ್ಪಗೆ ಅಂದು ಫೋನ್ ಕಟ್ ಮಾಡಿದ್ದು.

ಮೊಬೈಲ್ ಕಡೆ ನೋಡಿದಳು. ಬಹುಶಃ ತೋರಿಸಿದ್ದರೆ ವಾಸುವಿನ ವಿರೋಧ ವ್ಯಕ್ತವಾಗುತ್ತಿತ್ತೇನೋ? ಭಯವೆನಿಸಿತ್ತು. ಆದರೂ ಭವ್ಯವಾದ ಬಂಗ್ಲೆಯಲ್ಲಿ ಯಾವುದೇ ತಾಪತ್ರಯವಿಲ್ಲದೆ ಹಕ್ಕಿಯಂತೆ ವಿಹರಿಸಬಹುದು. ಅಂಥ ಸಣ್ಣದೊಂದು ಕಲ್ಪನೆಯೇ ಖುಷಿ ಕೊಟ್ಟಿತು. ಅಂಥದ್ದರಲ್ಲಿ ಅದು ನಿಜವಾಗಿ ಬಿಟ್ಟರೇ? ರೆಕ್ಕೆಗಳು ಮೂಡಿದಂತಾಯಿತು.

ಮುಕ್ಕಾಲು ಗಂಟೆಯ ನಂತರ 'ಸ್ಕಾರ್ಪಿಯೋ' ಬಂದು ಮನೆಯ ಮುಂದೆ ನಿಂತಿತು. ಇಳಿದ ರಾಮಲಿಂಗಂ ಮುಖ ಸಿಂಡರಿಸಿದರು. ಹೆಚ್ಚು ಎತ್ತರವಿಲ್ಲದ ಹಳೆಯ ಕಟ್ಟಡ. ತೀರಾ ಬೇಸರವೆನಿಸಿತು. ರಾಮಲಿಂಗಂ ಮಗಳಿಗೆ ಇಂಥ ಕಟ್ಟಡದಲ್ಲಿ ಇರಬೇಕಾದ ಕರ್ಮವೇನು?

ಹೊರಗೆ ಬಂದು ಅವಲೋಕಿಸಿದರು. 'ನಮ್ಮ ಡ್ರೈವರ್‌ಗಳು, ವಾಚ್‌ಮನ್‌ಗಳು ಇದಕ್ಕಿಂತ ಒಳ್ಳೆಯ ಮನೆಗಳಲ್ಲಿ ಇದ್ದಾರೆ. ನಿಂಗ್ಯಾಕೆ ಇಂಥ ಹಣೆಬರಹ? ನಿನ್ನ ಗಂಡ ವಾಸು, ನೀನು ತಕ್ಷಣಕ್ಕೆ ಯಾವುದಾದ್ರೂ ಒಂದು ಹೋಟೆಲ್‌ಗೆ ಷಿಫ್ಟ್ ಮಾಡ್ಕೊಳ್ಳಿ. ಯಾವ ಬಂಗ್ಲೆ ಬೇಕೋ, ಅದನ್ನೇ ಆರಿಸ್ಕೊಂಡ್ಮೇಲೆ ಒಂದು ಒಳ್ಳೆ ದಿನ ನೋಡಿ ಶಾಸ್ತ್ರೋಕ್ತವಾಗಿ ಗೃಹಪ್ರವೇಶ ನೆರವೇರಿಸಿ ಒಂದಿಷ್ಟು ಜನಕ್ಕೆ ಊಟ ಹಾಕಿ, ಅಲ್ಲಿಗೆ ಷಿಫ್ಟ್ ಆಗ್ಬಹ್ದು. ಅದಕ್ಕೆಲ್ಲ ನಾನು arrange ಮಾಡ್ತೀನಿ" ಅಂದರು ಆವೇಗದಿಂದ. ಮಗಳು ಇಂಥ ಮನೆಯಲ್ಲಿ ಇರೋದು ಬಡಪೆಟ್ಟಿಗೆ ಒಪ್ಪದು ಅವರ ಮನ.

ರಟ್ಟೆ ಹಿಡಿದು ಅವರನ್ನು ಕೂಡಿಸಿ "ಮೊದಲ ಸಲ ಬಂದಿದ್ದೀ ಸ್ವೀಟ್ಸ್ ತಿಂದು ನಿನ್ಮಗ್ಳು ಕೈ ಕಾಫಿ ಕುಡಿದೆ ಹೋಗ್ಬೇಕು. ಆಮೇಲೆ ಮಿಕ್ಕಿದ್ದು" ಅಂದು ಕಾಫಿ ಬೆರೆಸಿ ಕೊಂಡು ಬಂದು ರಾಮಲಿಂಗಂಗೆ ಕೊಟ್ಟು "ನೀನು ಬರ್ತೀಯಾಂತ ಅಂದುಕೊಂಡಿರಲಿಲ್ಲ. ತುಂಬ ಒಳ್ಳೆಯವರೇ ನನ್ಕಂಡ್ರೆ, ತುಂಬ ಪ್ರೀತಿ. ಆದರೆ ಕೆಲವು ವಿಚಾರದಲ್ಲಿ ಜಪ್ಪಯ್ಯ ಅಂದರು ಒಪ್ಪೋಲ್ಲ" ಕೆಲವು ಘಟನೆಗಳನ್ನು ತಂದೆಯ ಮುಂದಿಟ್ಟಳು.

ರಾಮಲಿಂಗಂ ಕೆಳ ತುಟಿಯನ್ನು ಹಲ್ಲಿನಡಿಯಲ್ಲಿ ಕಚ್ಚಿಡಿದರು. ತಾವು ಅಂದುಕೊಂಡಷ್ಟು ಸುಲಭವಲ್ಲವೆನಿಸಿತು.

"ಒಪ್ಸೋದು ನಿನ್ನ ಕೆಲ್ಸ. ಇಲ್ಲದಿದ್ದರೆ ಕಷ್ಟಪಡಬೇಕಾಗುತ್ತೆ. ಏನಂತೆ ಅವನ

ಉದ್ದೇಶ? ಜೀವನ್ನ ಪೂರ್ತಿ ಹೀಗೆ ಬದ್ಕೀಬಿಡಬೇಕಾ? ಅವನನ್ನು ಕಟ್ಟಿಕೊಂಡ ಪಾಪಕ್ಕೆ ನೀನು ಅನುಭವಿಸ್ಬೇಕಾ? ಇದನ್ನೆಲ್ಲ ಬಿಡ್ಸಿ... ಹೇಳು... ಇಲ್ಲ ನನ್ನ ರೀತಿಯಲ್ಲಿ ಬಿಡ್ಸಿ ಹೇಳ್ತೀನಿ" ಕೋಪದಿಂದ ಗುಡುಗಿದರು. ಅಂಜಲಿ ಗಾಬರಿಯಾದಳು.

"ಡ್ಯಾಡಿ, ಏನೇನೋ ಮಾತಾಡ್ಬೇಡಿ. ನಿಮ್ಮ ಮಗ್ಳು ಪ್ರೀತ್ಸಿ ಮದ್ವೆ ಆಗಿದ್ದಾಳೆ ವಾಸುನ. ಅವ್ರಿಗೆ ಹೇಗೆ ಬುದ್ಧಿ ಕಲಿಸ್ತೀರಿ? ನೀವು ಅಳಿಯ ಅಂದುಕೊಳ್ಳದೇ ಇರಬಹುದು ನಂಗಂತೂ ಗಂಡನೇ. ಸ್ವಲ್ಪ ಪೇಷನ್ಸ್ ಬೇಕಪ್ಪ" ತಂದೆಯ ಷರಟಿನ ಗುಂಡಿಗಳ ಜೊತೆಯಾಡಿದಳು.

ಮಗಳ ಕೆನ್ನೆ, ತಲೆ, ಬೆನ್ನು ಮಮತೆಯಿಂದ ಸವರಿ "ನಾನು ನನ್ನ 'ಅಹಂ' ಬಿಟ್ಟು ಎಷ್ಟು ಮೆಟ್ಟಿಲು ಕೆಳಗೆ ಇಳಿದಿದ್ದೀನಿ ನೋಡು. ನಾನೇನು ಕೆಡಕು ಮಾಡೋಕೆ ಹೊರಟಿಲ್ಲ. ನನ್ನ ಅಳಿಯ, ಮಗಳು ಸುಖವಾಗಿರಲೀಂತ ಬಯಸೋದು ತಪ್ಪಾ" ಮಗಳ ಮುಂದೆ ವಿಷಯಾನ ಮಂಡಿಸಿ ನ್ಯಾಯ ಕೇಳಿದರು.

"ತಪ್ಪಲ್ಲ ಡ್ಯಾಡ್, ನಾವು ಮಾತಾಡೋ ರೀತಿಗೆ ಭಯ ಅಷ್ಟೇ ಅಂತಾರಂತೆ. ವಾಸುನ... ಸಾರಿ... ಗಂಡನ್ನ ಹೆಸರಿಟ್ಟು ಕರೀಬೇಡಾಂತ ಅಜ್ಜಿ ಹೇಳಿದ್ದಾರೆ. ಇನ್ನೊಂದು ಮಾತು ಡ್ಯಾಡ್, ಅವರು ತುಂಬ ಬುದ್ಧಿವಂತ್ರು. ಚೆನ್ನಾಗಿ ಓದಿಕೊಂಡಿದ್ದಾರೆ. ಈಗ್ಲೂ ಪುಸ್ತಕ ಹಿಡಿದರೇ ಸಾಕು, ಅದರೊಳಗೆ ಮೈ ಮರೆತುಬಿಡ್ತಾರೆ" ಅಂದಳು. ಆ ಬಗ್ಗೆ ಮಗಳಿಗೆ ಮೆಚ್ಚಿಗೆ ಇದೆಯೋ, ಬೇಸರವಿದೆಯಾಂತ ಅರಿವಾಗಲಿಲ್ಲ. "ಒಂದು ಟಿ.ವಿ. ಕೂಡ ಇಲ್ಲ. ಪ್ರೇಮ ಕುರುಡು ಅನ್ನೋದು ಸುಳ್ಳಲ್ಲ. ಚಿನ್ನಯ್ಯನಲ್ಲಿ ಏನು ಕೊರತೆ ಇತ್ತು? ಮಹಾರಾಣಿಯಂಗೆ ಇರಬಹುದಿತ್ತು. ಹೋಗ್ಲೀ.... ಬಿಡು. ಆ ಮಾತುಗಳು ಬೇಡ" ಎಂದರು. ಟಿ.ವಿ. ತಂದಿಡು. ಅಂತ ಆರ್ಡರ್ ಮಾಡುವ ಸಬಲರೇ. ಆದರೆ ಈ ಮನೆ ಮಗಳ ವಾಸಕ್ಕೆ ಯೋಗ್ಯವಲ್ಲ ಅನ್ನುವುದು ಅವರ ಉದ್ದೇಶ.

"ಈಗೇನು ಮಾಡೋಣ. ಇರೋ ಹರಕು ಮುರುಕು ಸಾಮಾನು ಯಾರ್ದು?" ಎಲ್ಲೆಡೆ ನೋಟ ಹರಿಸಿದರು. ಇವೇನು ಒಯ್ಯಲು ಬೇಡವೆನಿಸಿತು. "ಯಾವ್ದೂ ನಮ್ಮದಲ್ಲ. ವಾಸು, ಛೆ.... ಅವರಪ್ಪನಿಂದ ಸಹಾಯ ಪಡೆದಿದ್ದರಂತೆ. ಮನೆಯಲ್ಲಿ ಇಟ್ಕೊಂಡು ಊಟ ಹಾಕಿ ಓದಿಸಿದ ನಚಿಕೇತ್‌ದು. ಎಷ್ಟೊಂದು ಭಕ್ತಿ ಗೊತ್ತಾ?" ಎಂದಳು ಅಚ್ಚರಿಯಿಂದ.

"ಹೌದು, ಆ ಮನುಷ್ಯ ಆಸ್ತಿ ಮಾಡದಿದ್ದರೂ ಒಳ್ಳೆ ಹೆಸರು ಮಾಡಿದ್ದಾರೆ. ಓದಬೇಕೆಂದು ಹಂಬಲ ಇರೋ ವಿದ್ಯಾರ್ಥಿಗಳಿಗೆ ಪಾಠ ಹೇಳಿ ಕೊಡೋದರ ಜೊತೆಗೆ ಆಶ್ರಯ ಕೊಟ್ಟು ಅನ್ನ ಹಾಕಿದ್ದಾರಂತೆ. ವಿದ್ವಾನ್ ಯಜ್ಞನಾರಾಯಣ ಪಂಡಿತರಿಗಂತೂ ಆ ಮೇಷ್ಟ್ರುನ ಕಂಡರೆ ತುಂಬ ಗೌರವ. ಅದೆಲ್ಲ ಬಿಡು, ಆ ಮನುಷ್ಯ ಮಗಳ ಜೊತೆ ಲಂಡನ್‌ಗೆ ಹೋಗಿದ್ದಾನಂತೆ. ಬರುತ್ತಾನೋ ಇಲ್ವೋ! ಗೊತ್ತಿಲ್ಲ. ಆ ಮನೆಯೊಂದು ಇವ್ನಿಗೆ ಆಸ್ತಿಯಾಗಿ ಸಿಕ್ಕುತ್ತೆ. ಕಾರ್ನರ್ ಜಾಗ 60–90 ಇದೇಂದ್ರು. ಅದ್ನ ಕೆಡವಿಸಿ ಕಾಂಪ್ಲೆಕ್ಸ್ ಕಟ್ಟಿಸಿ ಬಿಟ್ಟರೆ ಕೋಟಿಗಳ ಆಸ್ತಿ.

ತಿಂಗಳಿಗೆ ಬೇಕಾದಷ್ಟು ಆದಾಯ. ದೊಡ್ಡದಾಗಿ ಲಾಸ್ ಅಂಥದೇನಿಲ್ಲ. ನೀನು ಒಪ್ಪು. ನೀನು ರಾತ್ರಿಯೊಳ್ಗೆ... ಹೋಗಿ ಬಂಗ್ಲೆಗಳನ್ನು ನೋಡಿ ಮತ್ತೇನಾದ್ರೂ ಅನ್ಕೂಲಗಳು ಬೇಕಾಂತ ಸಂಜೀವಿಗೆ ಹೇಳು. ಪುರೋಹಿತರನ್ನು ಕರೆಸಿಕೊಂಡು ದಿನ, ವಾರ ನಿಶ್ಚಯಿಸ್ತೀನಿ. ಅದ್ವರ್ಗೂ ನೀವು ಹೋಟೆಲ್ ಸೂಟಿನಲ್ಲಿರಬಹುದು" ಹೇಳಿ ಮುಗ್ಸಿ ಅರ್ಜೆಂಟ್ ಕೆಲಸವಿದ್ದುದರಿಂದ ಹೊರಟೇಬಿಟ್ಟರು.

ತೀರಾ ಸುಲಭವಾದ, ಸುಖವಾದ ಹಾದಿಯನ್ನು ಅವಳ ಮುಂದೆ ಹರಡಿ ಹೋಗಿದ್ದರು. ಅವಳೇನು ಈ ಹಾದಿಯನ್ನು ಆಯ್ಕೆ ಮಾಡಿಕೊಳ್ಳಬಲ್ಲಳು. ಆದರೆ... ವಾಸು! ಹಿಂಜರಿದಳು. ಅವನ ಸ್ವಭಾವ ಅಷ್ಟಿಷ್ಟು ಅರ್ಥವಾಗಿದ್ದರಿಂದ ಒಪ್ಪುವುದು ಕಷ್ಟವೆನಿಸಿತ್ತು.

ಆಮೇಲೆ ರಾಮಲಿಂಗಂ ಮತ್ತೆರಡು ಸಲ ಫೋನ್ ಮಾಡಿ ಹೇಳಿದ್ದೇ ಹೇಳುವುದರ ಜೊತೆಗೆ ಹೋಟೆಲ್ ವಿನ್ಸಂಟ್‌ನಲ್ಲಿ ಸೂಟು ರಿಸರ್ವ್ ಆಗಿರುವ ಬಗ್ಗೆ ತಿಳಿಸಿದರು. ಆಮೇಲೆ ಅವಳಮ್ಮ, ಅಜ್ಜಿ, ತಂಗಿ ಅಂಚನಾ ಫೋನ್ ಮಾಡಿದ ನಂತರ ಅಕ್ಕ ಅಮೃತ ಫೋನ್ ಮಾಡಿ "ಜೆ.ಪಿ. ನಗರದಲ್ಲಿರೋ ಬಂಗ್ಲೆ ನಂಗೆ ಬೇಕೇ, ಬೇಕು. ಇಲ್ಲದಿದ್ದರೆ ನನ್ನ ಗಂಡ ಮನೆಯಿಂದ ಹೊರ್ಗೇ ಹಾಕಿಸ್ತಾನಂತೆ" ಅಂತ ಏನೆಲ್ಲ ಅನ್ನೋದರ ಜೊತೆಗೆ ಒಂದಿಷ್ಟು ಮಂಗಳಾರತಿ ಮಾಡಿದ ಮೇಲೆ ಮೊಬೈಲ್ ಸ್ವಿಚ್ ಆಫ್ ಮಾಡಿ ತಣ್ಣಗೆ ಕೂತಳು.

ಅಮೃತ ಮೇಲೆ ಸಿಕ್ಕಾಪಟ್ಟೆ ಕೋಪ ಬಂದಿತ್ತು. 'ಥೂ' ಎಂದು ಮನದಲ್ಲಿಯೇ ಬೈಯ್ದುಕೊಂಡಳು. ತಾನೇ ಅಡುಗೆ ಮಾಡಬೇಕೆನಿಸಿತು. ಕುಕ್ಕರ್ ಇಟ್ಟು ಒಂದನ್ನ, ಸಾರು ಮಾಡುವ ವೇಳೆಗೆ ಸಾಕು ಸಾಕಾಯಿತು. ಚಿನ್ನಯ್ಯ ಕಣ್ಮುಂದೆ ನಿಂತು ಅಣಕಿಸಿ ದಂತಾಯಿತು. ರಾಮಲಿಂಗಂಗಿಂತ ವೈಭವಯುತವಾಗಿ ಜೀವನ ನಡೆಸುತ್ತಿದ್ದ. ಮನೆಯಲ್ಲಿ ನಾಲ್ಕಾರು ಜನ ಆಳು ಕಾಳು ಅಲ್ಲಿ ತಾನು ಏನು ಮಾಡಬೇಕಿರಲಿಲ್ಲ. ಮಹಾರಾಣಿಯಂತೆ ಬದುಕಬಹುದಿತ್ತು. ಎದುರಿಗೆ ಓಡಾಡುತ್ತಿದ್ದ, ಸುಲಭವಾಗಿ ಪ್ರೇಮಿಸಲು ಅವಕಾಶವಿದ್ದರು ಅವನನ್ನು ತಾನು ಯಾಕೆ ಪ್ರೇಮಿಸಲಿಲ್ಲ? ಖಂಡಿತ ಈ ಪ್ರಶ್ನೆಗೆ ಅವಳಲ್ಲಿ ಉತ್ತರವಿಲ್ಲ.

ಮೇಜಿನ ಹಳೆಯ ಡ್ರಾಯರ್ ತೆಗೆದ ಕೂಡಲೇ ಕಣ್ಣಿಗೆ ಬಿದ್ದಿದ್ದು ನೋಟಿನ ಕಂತೆಗಳು. ಅವಳಜ್ಜಿ ಕೊಟ್ಟು ಹೋಗಿದ್ದು. ವಾಸು ಹಿಂದಿರುಗಿಸೆಂದು ಹೇಳಿದ್ದ. ಅಲ್ಲೇ ಇಟ್ಟು ಹೋಗಿದ್ದಕ್ಕೆ ಹಲವಾರು ಕಾರಣಗಳು. ಆರ್ಥಿಕ ಅಡಚಣೆ ಇತ್ತು. ಆದರೂ ಆ ಹಣದಲ್ಲಿ ಒಂದು ನೋಟು ಕೂಡ ತೆಗೆದಿರಲಿಲ್ಲ.

"ನಿನ್ನ ಪ್ರೇಮಿಸಿ ಮದ್ವೆ ಆಗಿದ್ದಕ್ಕೂ ಒಂದು ಕಾರಣ ಇದೆ ಬಿಡು. ರಾಮಲಿಂಗಂಗೆ ಕೋಟ್ಯಾಂತರ ಆಸ್ತಿ ಇದೆ. ಇರೋದು ಹೆಣ್ಮ ಮಕ್ಕಳಿಗೆ ತಾನೇ? ನಾಲ್ಕು ದಿನ ಮನೆಯಿಂದ ಓಡಿ ಹೋಗಿ ವಿವಾಹವಾದ ಮಗಳ್ಮೇಲೆ ಕೋಪ ಇರುತ್ತೆ. ಆಮೇಲೆ ತಾನಾಗಿ ಸರಿ ಹೋಗುತ್ತೆ. ಆಮೇಲೆ ಬೇಕಾದಷ್ಟು ಆಸ್ತಿ ಕೈ ಸೇರುತ್ತೆ. ಇದು ನಿನ್ನ

ಕಟ್ಟಿಕೊಂಡವನ ಪ್ಲಾನ್ ಆಗಿರುತ್ತೆ. ಪ್ರೇಮನು ಅಲ್ಲ, ಪ್ರೀತಿನು ಅಲ್ಲ" ಅಮೃತ ವ್ಯಂಗ್ಯವಾಗಿ ಅಂದಿದ್ದಳು. ಆಗ ಒಂದು ಕ್ಷಣ ವಾಸು ಇರಾದೆ ಇದು ಆಗಿರಬಹುದೇ ಎನ್ನುವ ಅನುಮಾನ ಬಂದಿದ್ದುಂಟು.

ಟೇಬಲ್ ಡ್ರಾಯರ್ ಮುಚ್ಚುವ ವೇಳೆಗೆ ಕಾರಿನ ಹಾರ್ನ್ ಸದ್ದು, ಇಳಿದು ಬಂದ ಸಂಜೀವಿ ಹಣ್ಣಿನ ಬುಟ್ಟಿ ತಂದಿಟ್ಟ.

"ಜೆ.ಪಿ. ನಗರ ಮನೇನ ನೀವು ಬೇಕೂನ್ನಿ. ಕನಿಷ್ಟ ಈ ಹೊತ್ತಿನ ರೇಟಿಗೆ ಐದು ಕೋಟಿಯಾದ್ರು... ಆಗುತ್ತೆ. ಒಳಗೆಲ್ಲ ಚೆನ್ನಾಗಿ ಫರ್ನಿಷ್ ಮಾಡ್ಸಿದ್ದಾರೆ. ಬರಲಿಲ್ವಾ? ನಿಮ್ಮ ಯಜಮಾನ್ರು? ಹೋಗಿ ತೋರ್ಸಿಕೊಂಡು ಬಂದ್ಬಿಡೂಂತ ಯಜಮಾನ್ರು ಹೇಳಿ ಕಳಿಸಿದ್ದಾರೆ" ಹೇಳಿದ. ಅವಳಿಗೆ ಏನು ಹೇಳಬೇಕೋ ತೋಚಲಿಲ್ಲ.

"ಇಲ್ಲ ಅವರಿನ್ನು ಬಂದಿಲ್ಲ. ಮನೆ ವಿಷಯ ಹೇಳಿಯೇ ಇಲ್ಲ. ಅವರು ಒಪ್ತಾರೋ ಇಲ್ಲವೋ" ಅನುಮಾನ ವ್ಯಕ್ತಪಡಿಸಿದಾಗ ಅವನು ನಕ್ಕುಬಿಟ್ಟ.

"ಇದೇನು ಇಂಥ ಮಾತು ಹೇಳ್ತೀರಾ? ಆ ಬಂಗ್ಲೆನ ಬೇಡಾನ್ನೋ ಮುಠ್ಠಾಳರು ಯಾರೂ ಇರೋಲ್ಲ" ಹೇಳಿದ ಕೂಡಲೇ ಕೋಪದಿಂದ ಸಿಡಿದಳು. "ಏಯ್ ಬಾಯ್ಮುಚ್ಚು, ಏನೇನೋ ಮಾತಾಡಬೇಡ. ನಾಲಿಗೆ ತುಂಬ ಹರೀಬಿಡ್ತೀ. ಡ್ಯಾಡಿಗೆ ಹೇಳಿದ್ರೆ. ಮನೆಗೆ ಕಳ್ಸಿ ಬಿಡ್ತಾರೆ. ನೀನು ಇಲ್ಲಿಗೆ ಬರಲೇ ಬೇಡ. ನಾನೇ ಅವ್ರ ಹತ್ರ ಮಾತಾಡ್ತೀನಿ ನೀನ್ಹೋಗು...."

ಸಂಜೀವಿ ಬಾಯನ್ನು ಕೈಯಿಂದ ಮುಚ್ಚಿಕೊಂಡ. ಹೆಚ್ಚು ಮಾತಾಡಿದ್ದು ತಪ್ಪೆನಿಸಿತು. "ಕ್ಷಮ್ಸಿ ಬಿಡಿ. ಇಂಥ ಮನೆಯಲ್ಲಿದ್ದೀರಲ್ಲ ಅನ್ನೋ ಸಂಕಟಕ್ಕೆ ಮಾತಾಡಿದ್ದು. ನೀವು ಬಂಗ್ಲೆಗೆ ಹೋಗಿ ಬಿಟ್ಟರೇ ಹೆಚ್ಚು ಸಂತೋಷಪಡೋನೆ ನಾನು" ಅವಲತ್ತು ಕೊಂಡು ಸಂತಾಪ ಗಿಟ್ಟಿಸಿಕೊಂಡ.

ಒಂದಿಷ್ಟು ಬುದ್ಧಿವಂತಿಕೆಯಿಂದ ಸಂಜೀವಿಯನ್ನು ಕಳಿಸಿದಳು. ಬಾಬ್ ಬಿಡುತ್ತಿದ್ದ ಎಲ್ಲಾ ಕೂದಲನ್ನು ಸೇರಿಸಿ ಒಂದು ಕ್ಲಿಪ್ ಹಾಕಿಕೊಂಡಳು. ಕೆಲವನ್ನು ವಾಸು ಮನಸ್ಸು ವಿರೋಧಿಸುತ್ತಾನೆ ಎನ್ನುವುದು ಅರಿವಿಗೆ ಬಂದಿತ್ತು. ಅವನಿಗೆ ಇಷ್ಟವಾಗುವಂತೆ ಆ ಕ್ಷಣ ಇರಬೇಕೆನಿಸಿತು.

"ಏಯ್ ಮೂಳಿ, ಗಂಡ ದೇವರ ಸಮಾನ. ನಮ್ಮ ಕಾಲದಲ್ಲಿ ಲಗ್ನವಾದ ಹೆಣ್ಣು ತಾಳಿನ ಕಣ್ಣಿಗೊತ್ತಿಕೊಂಡು, ಗಂಡನ ಕಾಲಿಗೆ ನಮಸ್ಕಾರ ಮಾಡಿ ಮೇಲೇಳ್ತಾ ಇದ್ದಿದ್ದು" ಅಜ್ಜಿ ಕೂಡಿಸಿಕೊಂಡು ಹೇಳಿದ ಉಪದೇಶದಲ್ಲಿ ಇದು ಒಂದು ಸೇರಿತ್ತು.

ನೆನೆಸಿಕೊಂಡು ಜೋರಾಗಿ ನಕ್ಕುಬಿಟ್ಟಳು.

ವಾಸು ಎಂದಿಗಿಂತ ತಡವಾಗಿಯೇ ಮನೆಗೆ ಬಂದ. ಮುಖದ ಮೇಲೆ ಬಳಲಿಕೆ ಇದ್ದರೂ ಸಮಾಧಾನ ಇತ್ತು.

"ಇವತ್ತು ಅಡುಗೆ ನಾನೇ ಮಾಡಿದ್ದೀನಿ" ಅಂದಳು.

"ಗುಡ್, ಅಂತೂ ನನ್ನೆಲ್ಲ ಕಮ್ಮಿ ಮಾಡ್ದೆ. ಬೇಗ ತಟ್ಟೆ ಹಾಕ್ಬಿಡು" ಎಂದು ಕೈ ಕಾಲು ತೊಳೆದುಕೊಂಡು ಬಂದ. "ಸಾರು ಕೂಡ ಘಮ್ಮೆಂದು ವಾಸ್ನೇ ಬರ್‍ತಾ ಇದೆ. ಇಂಗು ಕೂಡ ಒಗ್ಗರಣೆಗೆ ಹಾಕಿದಂತಿದೆ" ಮೆಚ್ಚಿಗೆ ಇತ್ತು ಅವನ ದನಿಯಲ್ಲಿ. ಅವಳು ಮಾತಾಡಲಿಲ್ಲ. ಇಂಗು ಅಂಥದೇನೂ ಹಾಕಿರಲಿಲ್ಲ.

ಪಾತ್ರೆಗಳು ತಂದಿಟ್ಟುಕೊಂಡು ಕೂತಳು. ಹೆಚ್ಚು ಕಡಿಮೆ ಹಿತ್ತಲಲ್ಲಿ ಬಾಳೆ ಗಿಡಗಳು ಇರುತ್ತಿತ್ತು. ಅಕಸ್ಮಾತ್ ಇಲ್ಲದಿದ್ದರೆ ತಾತನ ಕಾಲದಿಂದಲೂ ಅವನು ಬೆಳ್ಳಿಯ ತಟ್ಟೆಯಲ್ಲಿಯೇ ಊಟ ಮಾಡುತ್ತಿದ್ದುದು.

ಬಡಿಸೋದು ಕೂಡ ಅಂಜಲಿಗೆ ಬರದು. ಅನ್ನ ಹಾಕಿ ಅದರ ಮೇಲೆ ಸಾರು ಸುರಿದಳು. ಕಲಸಿ ಬಾಯಿಬಿಟ್ಟ. ಅದೇನು ರುಚಿಸಲಿಲ್ಲ. ಕಷ್ಟಪಟ್ಟಾದರೂ ತಿಂದು ಮುಗಿಸಿದ. ಹಸಿದು ಬಂದವರಿಗೆ ಊಟ ಹಾಕುವ ಪದ್ಧತಿಯನ್ನು ಮುಂದುವರಿಸಿಕೊಂಡು ಹೋಗುತ್ತಿದ್ದ ಅನಂತರಂಗಮೂರ್ತಿಗಳು ಅನ್ನ ಚೆಲ್ಲುವುದನ್ನು ವಿರೋಧಿಸುತ್ತಿದ್ದರು. ಅಂಥ ಸಂದರ್ಭದಲ್ಲಿ ಅವರಿಗೆ ಕೆಟ್ಟ ಕೋಪ ಬರುತ್ತಿತ್ತು. ಹಿಗ್ಗಾಮುಗ್ಗಾ ಬೈಯುತ್ತಿದ್ದರು. ಆದರೆ ಅಂಜಲಿಯಿಂದ ತಿನ್ನಲಾಗಲಿಲ್ಲ.

"ಒಂದೆರಡು ಮೊಟ್ಟೆ ಬೇಯಿಸಿ ಉಪ್ಪು, ಮೆಣಸು ಹಾಕ್ಕೊಂಡು ತಿಂದಿದ್ದರಾಗ್ತಿತ್ತು. ಇದಕ್ಕೆ ಏನೇನೂ ರುಚಿ ಇಲ್ಲ" ಅಂದೇಬಿಟ್ಟಳು. ಅವನು ಮಾತಾಡಲಿಲ್ಲ. ಆಮೇಲೆ ನಿಧಾನವಾಗಿ ಹೇಳಿದ. "ಪ್ಲೀಸ್, ಅಂಜು... ನನ್ನಷ್ಟೆ ನೀನು ಸ್ವತಂತ್ರಳು. ಕೆಲವಕ್ಕೆ ನಾನು ಅಡ್ಡಿ ಬರೋಲ್ಲ. ನೀನು ಕೂಡ ಹಾಗೇ ಇರ್ಬೇಕು. ಆಗ ಸಾಮರಸ್ಯ ಉಳಿಯುತ್ತೆ. ಅದು ಪ್ರೀತಿಯ ಲಕ್ಷಣ ಕೂಡ."

ಅಂಜಲಿ ಅವನ ಮಾತಿಗೆ ಮಾತು ಬೆಳೆಸಲು ಹೋಗಲಿಲ್ಲ.

ಇಬ್ಬರೂ ಅಷ್ಟು ದೂರ ಹೋಗಿ ಬಾಳೆಹಣ್ಣು ಕೊಂಡು ಬಂದು ತಿಂದರು. ಅಂಜಲಿ ಸಂತೋಷದಿಂದ ಹರಟಿದ್ದು ಸ್ವಲ್ಪ ಜಾಸ್ತಿಯಾಗಿಯೇ.

"ತುಂಬ ಖುಷಿಯಲ್ಲಿದ್ದಿ" ಅಂದ ನಗುತ್ತ.

"ಅದಕ್ಕೆ ಕಾರಣ ಇದೆ." ಅನ್ನುತ್ತ ವಾಸು ಕೈಯನ್ನು ತನ್ನ ಕೈಯೊಳಗೆ ತಗೊಂಡು "ಒಂದ್ಮಾತು ಕೇಳ್ಲಾ?" ಪೀಠಿಕೆ ಶುರು ಮಾಡಿದಳು.

"ಖಂಡಿತ ಕೇಳು. ಅಷ್ಟು ಕೂಡ ಕೇಳದಿದ್ದರೆ, ಪ್ರೀತಿಗೆ ಅರ್ಥವೇನು? ಅದಕ್ಕಾಗಿ ಎಲ್ಲವನ್ನು ತೊರೆದು ಕೊಂಡಿದ್ದೇಕೆ? ಏನು ವಿಷಯ?" ನೇರವಾಗಿಯೇ ಕೇಳಿದ. ಅವನಿಗೆ ಅಲ್ಪಸ್ವಲ್ಪ ಅರಿವಿತ್ತು.

"ನಮ್ತಂದೆ ನಿಮ್ಮನ್ನ ಕ್ಷಮಿಸ್ದಿದ್ದಾರೆ. ನಿಮ್ಮನ್ನ ಅಳಿಯನನ್ನಾಗಿ ಸ್ವೀಕರಿಸಿದ್ದಾರೆ. ಇದು ಸಂತೋಷದ ಸುದ್ದಿ. ಐ ಯಾಮ್ ಹ್ಯಾಪಿ" ಅವನ ಭುಜಕ್ಕೆ ಒರಗಿದಳು. "ಓಕೇ, ಮಗಳು ಹೇಳದೆ ಕೇಳದೆ ಹೋಗಿ ವಿವಾಹವಾಗುವುದು ಅವರ ಮಟ್ಟಿಗೆ ಅಪರಾಧವೇ. ಕ್ಷಮಿಸ್ದಿದ್ದಾರೆ. ಓ.ಕೆ. ಆದರೆ ಅಳಿಯನಾಗಿ ಸ್ವೀಕರಿಸುವ ಪ್ರಶ್ನೆಯೇ ಇಲ್ಲ.

ಯಾವಾಗ ನಿನ್ನ ನಾನು ಪತ್ನಿಯೆಂದು ಸ್ವೀಕರಿಸಿದ್ದೆನೋ, ಆಗ ನಾನು ರಾಮಲಿಂಗಂ ಅಳಿಯ. ನಂಗೂ ಸಂತೋಷನೇ" ಅಂದು ಸುಮ್ಮನಾದ. ನಂತರದ ಅಪಾಯದ ಅರಿವು ಅವನಿಗಿತ್ತು.

ಬಹಳ ಯೋಚಿಸಿ ತಲೆಕೆಡಿಸಿಕೊಂಡು ಅವನ ಸ್ವಾಭಿಮಾನಕ್ಕೆ ಪೆಟ್ಟಾಗದಂತೆ "ಅದಕ್ಕೆ ಅಳಿಯನಿಗೆ, ಮಗಳಿಗೆ ಕೆಲವು ಉಡುಗೊರೆಗಳನ್ನು ಕೊಡ್ತಾ ಇದ್ದಾರೆ. ಇನ್ಮೇಲೆ ಜೆ.ಪಿ. ನಗರದಲ್ಲಿರೋ ಬಂಗ್ಲೆಯಲ್ಲಿ ನಮ್ಮ ವಾಸ. ಯಾವ ಕಾರು ಬೇಕೆಂದರೆ, ಆ ಕಾರು ಕೊಡಿಸ್ತಾರೆ. ಸೊಸೈಟಿಯಲ್ಲಿ ರಾಮಲಿಂಗಂ ಅಳಿಯನಿಗೆ ಸ್ಟೇಟಸ್ ಸಿಗಬೇಕು" ಅಲೆಗಳ ನಡುವೆ ತೇಲಿದಂತೆ ಅಂದು ಬಿಟ್ಟಳು. ಥಟ್ಟನೆ ಮಡದಿಯನ್ನು ಸರಿಸಿ ಮೇಲೆದ್ದು "ಷಟಪ್, ಇನ್ನೊಮ್ಮೆ ಇಂಥ ಮಾತನ್ನು ನಾನು ಕೇಳೋಕೆ ಸಿದ್ಧವಿಲ್ಲ. ನಾನು ಪ್ರೊಫೆಸರ್ ಅನಂತರಂಗಮೂರ್ತಿಯವರ ಮಗ. ನನ್ನ ಮುತ್ತಜ್ಜ ಮಹಾರಾಜರಿಗೆ ಸಂಸ್ಕೃತ ಪಾಠವನ್ನು ಹೇಳಿಕೊಡುತ್ತಿದ್ದರಂತೆ. ಅರಮನೆಯಲ್ಲಿ ದೊಡ್ಡ ಮರ್ಯಾದೆ ತೋರುತ್ತಿದ್ದ ವಂಶಜರ ಕುಡಿ ನಾನು. ನೂರಾರು ವಿದ್ಯಾರ್ಥಿಗಳಿಗೆ ಆಶ್ರಯ ನೀಡಿ, ಅನ್ನ ಹಾಕಿದ ಮನೆಯ ಹುಡುಗ ನಾನು. ಇಂದು ಅದಕ್ಕಾಗಿ ಸಮಾಜದಲ್ಲಿ ಹೆಗ್ಗಳಿಕೆ ಪಡೆದಿದ್ದೇನೆ. ಏನು ನಿನ್ನಪ್ಪ ರಾಮಲಿಂಗಂ? ಏನು ಸಮಾಜದಲ್ಲಿ ಅವನ ಸ್ಟೇಟಸ್?" ಬಾಯಿಗೆ ಬಂದಂತೆ ಒದರಿಬಿಟ್ಟ.

ಅಂಜಲಿ ಬೆಪ್ಪಾದಳು. ಉಸಿರೆತ್ತಲಿಲ್ಲ.

"ನಿನ್ನಲ್ಲಿ ಅಂಥ ಕನಸುಗಳೇನಾದ್ರೂ ಇದ್ದರೆ. ಅವೆಂದೂ ನನಸಾಗೋಲ್ಲ. ಈ ಜನ್ಮಕ್ಕಲ್ಲ, ಯಾವ ಜನ್ಮಕ್ಕೂ ಸಾಧ್ಯವಿಲ್ಲ. ನಿಂಗೆ ಪಶ್ಚಾತ್ತಾಪವಾಗಿದ್ದರೆ, ನನ್ನ ನಿಮ್ಮಪ್ಪ ಕ್ಷಮಿಸೋದು ಬೇಡ. ನಿನ್ನ ಕ್ಷಮ್ಸಿ ಹಿಂದಕ್ಕೆ ಕರೆಸಿಕೊಳ್ಳಲೀ. ನನ್ನಿಂದ ನಿಂಗೇನು ತೊಂದರೆ ಆಗೋಲ್ಲ" ದೃಢವಾಗಿ ಹೇಳಿದ. ಒಂದಿಷ್ಟು ಚಲಿಸಲು ಸಾಧ್ಯವಿಲ್ಲವೆನ್ನುವ ನಿಖರತೆ ಅವನಲ್ಲಿತ್ತು. ಮತ್ತೆ ಅವನೆಂದೂ ತಪ್ಪು ಮಾಡಲು ಸಿದ್ಧವಿಲ್ಲ. ಪಶ್ಚಾತ್ತಾಪದ ಅಗ್ನಿಯಲ್ಲಿ ಬೆಂದು ಹೋಗುತ್ತಿದ್ದ.

ಹೋಗಿ ಕಿಟಕಿಯ ಬಳಿ ನಿಂತ. 'ಏಯ್ ವಾಸು ಹಾಲು ಕುಡಿದ್ಯಾ? ಸಾಕು ಮಲ್ಗು' ಎಂದು ಹೊದ್ದಿಸಿ ಕೆನ್ನೆ ತಟ್ಟಿ ಹೋಗುತ್ತಿದ್ದ ತಂದೆಯ ನೆನಪಾಯಿತು. ಅಂಥ ಮಮತೆಯನ್ನು ಮರೆಸಿದ್ದು, ಅದರಿಂದ ದೂರ ಎಳೆ ತಂದಿದ್ದು ಹರೆಯದ ಆಕರ್ಷಣೆಯ, ಜೀವನದ ವಿಪರ್ಯಾಸವಾ? ಇಡೀ ರಾತ್ರಿ ನಿಂತೇ ಯೋಚಿಸಿದ.

ಅಂಜಲಿ ಒಂದಿಷ್ಟು ಕಣ್ಣೀರು ಸುರಿಸಿದರು ಆರಾಮಾಗಿ ನಿದ್ದೆ ಹೋಗಿದ್ದಳು. ಇಂದು ಬಿಸಿನೀರಿನ ತಂಟೆಗೆ ಹೋಗದೆ ತಣ್ಣೀರಿನಲ್ಲಿ ಸ್ನಾನ ಮಾಡುವ ವೇಳೆಗೆ ಅಂಜಲಿ ಎದ್ದಳು. ಎರಡು ಲೋಟ ಕಾಫಿ ಮಾಡಿ ಒಂದು ಲೋಟವನ್ನು ಮುಖ ತೊಳೆದವಳ ಮುಂದಿಟ್ಟು ಹೇಳಿದ.

"ತಗೋ ಅಂಜು, ನಡೆದು ಹೋಗಿದ್ದಕ್ಕೆ ಪಶ್ಚಾತ್ತಾಪಪಡುವುದು ಬೇಡ. ನೀನು ದುಡ್ಡಿನ ನಡ್ವೇ ಬೆಳೆದವಳು, ನಾನು ಪುಸ್ತಕದ ನಡ್ವೇ ಬೆಳೆದವನು. ನಮ್ಮಿಬ್ಬರ

ಜೀವನದ ಶೈಲಿ ಮಾತ್ರವಲ್ಲ, ಮನಸ್ಸತ್ವಗಳು ಕೂಡ ಬೇರೆಯಾಗಿರುತ್ತೆ. ಎಡವಿದ ದಾರಿಯಲ್ಲಿ ಮತ್ತಷ್ಟು ದೂರ ಹೋಗಿ ನಿಂತು ಅನುಭವಿಸೋದು ಬೇಡ. ನೀನು ಹಿಂದಕ್ಕೆ ಹೋಗು. ಇನ್ನೊಂದು ಮೂರು ತಿಂಗಳ ನಂತರ ಡೈವೋರ್ಸ್ ಸಿಗುತ್ತೆ. ಆಮೇಲೆ ನೀನಂದುಕೊಂಡ ರೀತಿಯಲ್ಲಿ ಬದ್ಕು ಸಾಗಿಸ್ಬಹ್ದು" ಇವಳ ಅಳುವಿಗೆ ಹಿಂದಿರುಗಿ ನೋಡಲಿಲ್ಲ.

ಒಂಬತ್ತರ ಸುಮಾರಿಗೆ ರಾಮಲಿಂಗಂ ಇಡೀ ಕುಟುಂಬ ಬಂತು ಮಗಳು, ಅಳಿಯನನ್ನು ಜೆ.ಪಿ. ನಗರದ ಬಂಗ್ಲೆಗೆ ಕರೆದೊಯ್ದು ತೋರಿಸಲು. ಇಲ್ಲಿ ಸಂಭ್ರಮ ಸಡಗರ ಸ್ವಾಗತ ಸಿಗುತ್ತದೆಯೆಂದುಕೊಂಡು ಬಂದ ಜನ ಅಂಜಲಿ ಅಳು ನೋಡಿ ದಿಗ್ಭ್ರಾಂತರಾದರು. ತಕ್ಷಣಕ್ಕೆ ಅರ್ಥವಾಗಲಿಲ್ಲ.

"ಏನಾಯ್ತು... ಅಂಜು?" ಕೇಳಿದರು ರಾಮಲಿಂಗಂ.

ಅವಳು ಅಳುತ್ತಲೇ ವಿವರಿಸಿದಾಗ ಷಾಕಾದರು. ಕೋಟಿಗಟ್ಟಲೇ ಆಸ್ತಿಯನ್ನು ಬೇಡ ಎನ್ನುವ ಮೂರ್ಖನಿದ್ದಾನೆಯೇ? ಇವನು ಶತಮೂರ್ಖನಾ?

"ಅವನಿಗೇನಾದ್ರೂ ತಲೆ ಕೆಟ್ಟಿದ್ಯಾ? ಅಲ್ಲ, ನಾವು ಭಿಕ್ಷೆನಾ ಕೊಡ್ತಾ ಇರೋದು? ಮಗಳ ಸಲುವಾಗಿ ಅಲ್ವಾ? ಇದೆಂಥ ಹುಚ್ಚು? ಅವನಪ್ಪ ಕೂಡ ವ್ಯವಹಾರದಲ್ಲಿ ಅಂಥ ಬುದ್ಧಿವಂತನಲ್ಲಾಂತ ಕೇಳಿದ್ದೆ. ಇವನು ಅಷ್ಟೇ. ನಾನು ಇಂಥವನನ್ನು ನೋಡಿಲ್ಲ. ಈಗೇನ್ಮಾಡ್ತೀಯಾ? ಜೀವನ ಪೂರ್ತಿ ಹೀಗೆ ಸಾಯ್ತೀಯಾ? ಇಲ್ಲ ಆರಾಮಾಗಿ ಹೊರಟು ಬರ್ತೀಯಾ? ನಿಂಗೆ ಇನ್ನೊಂದು ಮದ್ವೆ ಮಾಡೋದು ನಂಗೇನು ಕಷ್ಟವಾದ ಕೆಲ್ಸವಲ್ಲ" ಉಡಾಫೆಯ ಮಾತುಗಳನ್ನಾಡಿದರು ರಾಮಲಿಂಗಂ. ಆದರೆ ಅವನಮ್ಮನಿಗೆ ಸಮ್ಮತವಿಲ್ಲ.

"ಹಾಗಂತ ಮಗ್ಳುನ ಕರ್ಕಂಡ್ ಹೋಗೋಕ್ಕಾಗುತ್ತ? ನಿಧಾನವಾಗಿ ಅವನನ್ನ ದಾರಿಗೆ ತರ್ಲಿ. ಸುಮ್ನೆ ಆತುರಪಡೋದು ಬೇಡ. ಮದ್ವೆ ಅನ್ನೋದು ಎರಡು ದಿನದ್ದಲ್ಲ, ಅವ್ನಿಗೆ ಸಂಕೋಚವಿರಬಹುದು. ನೀನೇ ಒಂದ್ಸಲ ಮಾತಾಡು. ಒಪ್ಕೋಬಹ್ದು" ಇಂಥದೊಂದು ಸಲಹೆಯನ್ನು ಕೂಡ ಕೊಟ್ಟರು.

ಅದು ರಾಮಲಿಂಗಂಗೆ ಸರಿಯೆನಿಸಿತು.

"ಆಯ್ತು, ಅವ್ನು ಎಷ್ಟು ಗಂಟೆಗೆ ಬರ್ತಾನೆ?" ಜೋರಾಗಿ ಕೇಳಿದರು.

"ರಾತ್ರಿ ಎಂಟಾಗುತ್ತೆ" ಮೆಲ್ಲಗೆ ಉಸುರಿದಳು ಅಂಜಲಿ.

"ಒಂದು ಫೋನ್ ಮಾಡು" ಹೇಳಿದರು.

"ಅವರ್ಹತ್ರ ಮೊಬೈಲ್ ಇಲ್ಲ. ಬರೋವಾಗ ಮನೆಯಲ್ಲೇ ಬಿಟ್ಟು ಬಂದ್ರು" ಚುಟುಕಾದ ಉತ್ತರ. ರಾಮಲಿಂಗಂ ತುಸು ಗಾಬರಿಯಿಂದಲೇ ಎಲ್ಲರತ್ತಲೂ ನೋಡಿ "ಅಂತೂ ಬರೀ ಕೈಯಲ್ಲಿ ಹೊರಬಂದ ಪಾಳೆಗಾರ. ಸರಿಯಪ್ಪ, ಒಂದ ರೀತಿಯಲ್ಲಿ ಧೀರನೆ. ನಮ್ಮ ಅಮೃತ ಗಂಡಾ ತೀರಾ ದರಬೇಸಿ. ಎಷ್ಟು ಕೊಟ್ಟರು ಭಿಕ್ಷಾಪಾತ್ರೆ

ತುಂಬದೋನ ತರಹ ನಿಂತಿರ್ತಾನೆ. ನಿಜ್ವಾಗ್ಲೂ ಕೋಟ್ಯಾಂತರ ರೂಪಾಯಿ ಆಸ್ತಿನ ಬೇಡ ಅನ್ನೋ ಧಿಮಾಕ್ ಎಲ್ಲರಿಗೂ ಇರೋಲ್ಲ. ಖಂಡಿತ ಮೆಚ್ಚಬೇಕಾದ್ದೆ ನಿನ್ನ ಗಂಡನ್ನ. ಒಂದ್ಸಲ ನೋಡ್ಕೊಂಡು ನಾಲ್ಕು ಮಾತು ಆಡಿಕೊಂಡೇ ಹೋಗ್ತೀವಿ. ಆದರೆ ರಾತ್ರಿವರ್ಗೂ ಇಲ್ಲಿರೋಕ್ಕಾಗೋಲ್ಲ. ಫೋನ್ ಮಾಡಿ.... ಬರ್ತೀವಿ" ಮಗಳ ತಲೆದಡವಿ ಹೊರಟರು. ಮೊದಲು ಅವರಿಗೆ ವಾಸು ಮೇಲೆ ಕೋಪ ಬಂತು. ಜೊತೆಗೆ ಅವನ ಅಪರೂಪದ ಸ್ವಾಭಿಮಾನ ಮೆಚ್ಚಿಗೆಯಾದದ್ದುಂಟು.

"ಸುಮ್ನೇ ಇವಳೊಬ್ಬಳು ಇಲ್ಯಾಕೆ? ಜೊತೆಯಲ್ಲಿ ಕರ್ಕಂಡ್ ಹೋಗೋಣ" ಅಮ್ಮನಿಂದ ಇಂಥದೊಂದು ರಾಗ ಬಂದೆ ಮೇಲೆ ರಾಮಲಿಂಗಂ "ನಾವಾಗಿ ಅವಳನ್ನು ಇಲ್ಲಿ ತಂದು ಹಾಕಿದ್ದೀವಾ? ಅವಳಾಗಿ ಮಾಡಿಕೊಂಡಿದ್ದು. ಇವ್ಳ ಮೇಲೆ ಕೊಳ್ಳೇ ಹೋಗುವಷ್ಟು ಪ್ರೀತಿ ಇದ್ದರೆ, ಇವ್ಳು ಹೇಳ್ದಂಗೆ ಕೇಳ್ತಾನೆ. ಆಗ ಗೊತ್ತಾಗುತ್ತೆ ಇವಳ ಪ್ರೇಮದ ಪ್ರಖರತೆ. ಅಮ್ಮ, ಇವ್ಳು ಇಲ್ಲೇ ಇರಲಿ. ರಾತ್ರಿಯೆಲ್ಲ ಗಂಡ ಹೆಂಡ್ತಿ ಕೂತು ಚರ್ಚಿಸಲಿ, ಇದೊಂದು ಅವಕಾಶ ಅವ್ನ ಕಾಲ ಬುಡದಲ್ಲಿ ಬಂದ್ ಬಿದ್ದಿದೆ. ಅದೃಷ್ಟ ಇದ್ದರೆ ಕೈ ಚಾಚುತ್ತಾನೆ. ಇಲ್ಲ ಮೂರ್ಖನಾಗಿ ಇದನ್ನೆ ಅನುಭವಿಸುತ್ತಾನೆ. ವಿದ್ವಾಂಸರ ಕುಟುಂಬದ ಹುಡ್ಗನೇ ಇರ್ಬಹ್ದು. ಅಂಥವರೆಲ್ಲ ವ್ಯವಹಾರದಲ್ಲಿ ಬುದ್ಧಿವಂತರಾಗಿರೋಲ್ಲ. ನಡೀರಿ.... ನೀವು" ಎಂದರು. ಅಂಚನಾ ಕಿವಿಯಲ್ಲಿ ಮೆಲ್ಲಗೆ ಉಸುರಿದಳು. "ಈ ಮನೆಯಲ್ಲಿ ಇರೋಕ್ಕಾಗೋಲ್ಲಾಂತ ಹಟ ಮಾಡು. ತುಂಬ ಚಿಕ್ದು. ಡ್ಯಾಡಿ ಆಫೀಸ್ ರೂಂ ಇದಕ್ಕಿಂತ ನಾಲ್ಕರಷ್ಟು ದೊಡ್ಡದಿದೆ" ತಕ್ಷಣ ಹೋಗಿ ಕಾರು ಹತ್ತಿಕೊಂಡಿದ್ದು. ಅಮೃತಗಿಂತ ಇವಳು ಸ್ವಲ್ಪ ಹೆಚ್ಚಿಗೆ ಇಷ್ಟ.

ಅಂಜುಗೆ ಏನು ಮಾಡಬೇಕೋ ತೋಚಲಿಲ್ಲ. ವಾಸು ಮತ್ತಷ್ಟು ಹಟ ಮಾಡಿದರೆ ಒಪ್ಪಿಯಾನಾ? ಸುಲಭವಲ್ಲವೆನಿಸಿತು. ತಾನು ಅಪ್ಪನ ಮನೆಗೆ ಹೋಗಿ ಬಿಟ್ಟರೇ? ವಾಸು... ಅವಳ ಚಿಂತನೆಗಳು ಸ್ಥಗಿತಗೊಂಡವು.

ಮೊದಲೆ ಸೋಮಾರಿತನ. ಕೆಲಸ ಮಾಡಿ ಅಭ್ಯಾಸವಿಲ್ಲ. ಎಲ್ಲಾ ಅಸ್ತವ್ಯಸ್ತವಾಗಿ ಕಂಡಿತು. ಇನ್ನಷ್ಟು ಎಲ್ಲೆಡೆ ಎಸೆದಾಡಿ ಒಂದು ಕಡೆ ಕೂತು ಅತ್ತಳು. ಮೈಸೂರಿನ ಸರಸ್ವತಿ ಪುರಂನಲ್ಲಿರೋ ಪ್ರೊಫೆಸರ್ ಅನಂತರಂಗಮೂರ್ತಿಗಳ ಮನೆ ನೆನಪಾಯಿತು. ಅಲ್ಲಿ ಯಾವುದು ಅಸ್ತವ್ಯಸ್ತವಲ್ಲ. ಎಲ್ಲೆಡೆ ಶಾಂತತೆ, ಸರಳತೆ. 'ಮೊದಲು ಸೊಸೆಯಾಗಿ ಅವರ ಕೈಯಲ್ಲಿ ಭೇಷ್ ಅನ್ನಿಸಿಕೊಂಡಾಗ ಮಾತ್ರ ವಾಸು ನಿನ್ನವನು ಅನ್ನೋ ಗ್ಯಾರಂಟಿ ಅಷ್ಟೇ. ವಾಸು ಎಂಥವನು? ಅವನ ಬೆಳವಣಿಗೆಯೇನು? ಅದರ ಹಿಂದಿನ ಹಿನ್ನೆಲೆಯನ್ನು ಆಳವಾಗಿ ಗಮನಿಸಿದವನು. ಲಾಟರಿ ಟಿಕೆಟ್ ತರಹ ಹೊಡ್ಕೊಂಡು ಬಿಡೋಕೆ ಸಾಧ್ಯವಿಲ್ಲ. ತಪಸ್ಸು ಬೇಕು. ಇಲ್ಲ ಮರ್ರುಕೊಂಡು ಬಿಡು' ಎತ್ತರದ ದನಿಯಲ್ಲಿ ವಿದ್ವಾನ್, ಜ್ಯೋತಿಷಿ ಯಜ್ಞನಾರಾಯಣ ಪಂಡಿತರು ಮತ್ತೊಮ್ಮೆ ಮನದಲ್ಲಿ ನಿಂತು ಎಚ್ಚರಿಸಿದಂತಾಯಿತು.

ಅವಳಲ್ಲಿ ವಿಪರೀತ ದ್ವಂದ್ವ, ತವರಿನ ಸಂಪತ್ತು ಜೊತೆ ಇಡೀ ತವರಿನ ಜನ

ಪೂರ್ತಿ ಒಂದು ಕಡೆ. ಇನ್ನೊಂದು ಕಡೆ ವಾಸುವಿನ ಸಜ್ಜನ ಸಂಸ್ಕೃತಿ ಮನಸ್ಸಿನ ಜೊತೆ ಪ್ರೊಫೆಸರ್ ಅನಂತರಂಗಮೂರ್ತಿಗಳು ಒಂಟಿಯಾಗಿ ನಿಂತಿದ್ದರು.

ಸಂಜೆಯ ವೇಳೆಗೆ ಒಂದಿಷ್ಟು ಚೇತರಿಸಿಕೊಂಡಳು.

* * *

ಪ್ರೊಫೆಸರ್ ಡಾ. ಗುರುಸಿದ್ಧಪ್ಪನವರು ಮಹಾರಾಜ ಕಾಲೇಜಿನಲ್ಲಿದ್ದ ಒಂದು ಸಾಂಸ್ಕೃತಿಕ ಕಾರ್ಯಕ್ರಮ ಮುಗಿಸಿಕೊಂಡು ಮನೆಯ ಕಡೆ ಹೆಜ್ಜೆ ಹಾಕುತ್ತಿದ್ದವರು ಒಮ್ಮೆ ನಿಂತು ಮೊಬೈಲ್ ಆನ್ ಮಾಡಿ ಜೇಬಿನಲ್ಲಿಟ್ಟುಕೊಂಡರು.

"ಗುರು, ತೀರಾ ಬೇಸರವಾಗಿದೆ ಕಣೋ. ಕಿರಣ್, ವಸುಧಾ ಎಲ್ಲಾ ಸಾಕಷ್ಟು ಸಮಯ ನನಗಾಗಿ ಕಳೀತಾರೆ. ಪುಟ್ಟ ನೈರುತ್ಯ ಡ್ಯಾನ್ಸ್ ಪ್ರೋಗ್ರಾಂ ಮೊನ್ನೆ ಏಷ್ಯನ್ ಅಕಾಡೆಮಿ ಕಲ್ಚರಲ್ ಸೊಸೈಟಿಯಲ್ಲಿ ನಡೀತು. ಮೊಮ್ಮಗಳು ಅಂತಲ್ಲ ಅದ್ಭುತವಾದ ಪ್ರತಿಭೆ. ನಾನು ಯೋಚ್ಸಿ ಒಂದು ತೀರ್ಮಾನಕ್ಕೆ ಬಂದಿದ್ದೀನಿ. ವಾಸು ಓದುನ ಸಲುವಾಗಿ ಒಂದಿಷ್ಟು ಹಣ ತೆಗೆದಿಟ್ಟಿದ್ದೆ. ಅವನಿಗೆ ಅದು ಅಗತ್ಯವಿದ್ಯೋ, ಇಲ್ವೋ... ಅದ್ನ ಅವನಿಗೆ ಕೊಟ್ಟು ಬಿಡೋದು ಕರ್ತವ್ಯವೆನಿಸಿದೆ. ಅದರಲ್ಲಿ ಒಂದು ಲಕ್ಷ ತೆಗೆದು ತಾತ ಬರೆದಿದ್ದ 'ಹರಿದಾಸ ಕಥಾಮೃತ'ನ ಪುನರ್ ಮುದ್ರಣಕ್ಕೆ ಕೊಡು" ಹೀಗೆ ಏನೇನೋ ಮಾತಾಡಿದ್ದರು ಫೋನ್‌ನಲ್ಲಿ ಗೆಳೆಯ ಅನಂತರಂಗಮೂರ್ತಿ.

ಅದೆಲ್ಲ ನೆನೆದು ಅವರಿಗೆ ಎದೆ ಭಾರವಾಯಿತು. ಸಿಕ್ಕ ವಿದ್ಯಾರ್ಥಿಗಳ ವಂದನೆ ಸ್ವೀಕಾರ ಮಾಡುತ್ತ ಮನೆಯ ಕಡೆ ಹೆಜ್ಜೆ ಹಾಕಿದರು. ಇಡೀ ರೋಡು ಪೂರ್ತಿ ಬಿಕೋ ಎನಿಸಿತು. ಇಪ್ಪತ್ತು ವರ್ಷಗಳ ಹಿಂದೆ ಹುಡುಗರ, ಮಕ್ಕಳ ಕಲರವ ಎಲ್ಲೆಡೆ. ಹಿರಿಯರೆನಿಸಿಕೊಂಡ ಜನ ಅಡ್ಡಾಡುತ್ತ ಅವರಿವರೊಂದಿಗೆ ಮಾತಾಡುತ್ತಿದ್ದ ದೃಶ್ಯ ಸರ್ವೇ ಸಾಮಾನ್ಯವಾಗಿತ್ತು. ಈಗ ಹೆಚ್ಚು ಕಡಿಮೆ ತೀರಾ ಹಿರಿಯರೆನಿಸಿಕೊಂಡ ಜನ ಖಾಲಿ. ಇಲ್ಲ ಅನಾರೋಗ್ಯದಿಂದ ಮೂಲೆ ಸೇರಿರಬೇಕು. ಈಗ ಅಂಥವರನ್ನು ಅಕ್ಕರೆಯಿಂದ ಉಪಚರಿಸುವ ಜನರಿಲ್ಲ. ಕಿರಿಯರು... ಮಕ್ಕಳು.... ಎಲ್ಲೆಡೆ ನೋಟ ಹರಿದಾಡಿತು. ಹೆಚ್ಚು ಓದಿದವರು ಪರದೇಶಿಗಳಾಗಿದ್ದರು. ಸ್ವಲ್ಪ ಸ್ವಲ್ಪ ಕಲಿತು ನೌಕರಿ ಹಿಡಿದವರು ಬೇರೆಡೆ, ಅಕಸ್ಮಾತ್ ಇದೇ ಊರಿನಲ್ಲಿದ್ದರು ಬೇರೆ ಮನೆ. ಸಂಬಂಧಗಳ ಕೊಂಡಿಗಳು ಕಳಚಿಕೊಂಡಿದೆಯೆನಿಸಿತು.

ಅವರ ಅವ್ವನ, ಅಜ್ಜನ ಮನೆಯಲ್ಲಿ 92 ಜನ ಇದ್ದರು. ಒಟ್ಟು ಕುಟುಂಬ. ಅದೆಂಥ ಸಂಭ್ರಮ. ನಿಶ್ಶಕ್ತಿಯೆನಿಸಿ, ಮನೆಯ ಬಳಿಗೆ ಬರುವ ವೇಳೆಗೆ ಸುಸ್ತಾದರು.

ಮೂರನೆ ಮನೆಯ ಕಟ್ಟೆಯ ಮೇಲೆ ಕೂತು ಮಾತಾಡುತ್ತಿದ್ದ ಪರಮೇಶ್ವರಮ್ಮ ದಾಪುಗಾಲು ಹಾಕುತ್ತ ಬಂದು "ನೋಡ್ತಾನೆ, ಇದ್ದೀನಿ... ನಡಿಯಲೋ... ಬೇಡವೊಂತಾ... ನಡ್ಕೊಂಡು ಬಂದ್ರಿ. ಹುಡುಗರು ಏನಾದ್ರೂ ಫೋನ್ ಮಾಡಿದ್ರಾ?" ಲಗುಬಗನೆ ವಿಚಾರಿಸಿದರು.

"ಎಂಥದ್ದು ಇಲ್ಲ. ಸಾಕಷ್ಟು ಜನ ಫ್ರೆಂಡ್ಸ್ ಇರಬಹುದು. ಅನಂತ ಇಲ್ಲದ್ದು ಬೇಜಾರಾಗಿದೆ ಕಣೆ. ರಾತ್ರಿ ಫೋನ್‌ನಲ್ಲಿ ತುಂಬ ಮಾತಾಡಿಬಿಟ್ಟ. ವಾಸು ಈ ತರಹ ಮಾಡ್ಬಾರ್ದಿತ್ತು" ಬೇಸರದಿಂದ ಹೇಳುತ್ತ ಮನೆಯ ಕಾಂಪೌಂಡ್ ಪ್ರವೇಶಿಸಿದರು. "ಏನ್ಮಾಡೋಕಾಗುತ್ತೆ? ನಿಮ್ಮ ಮಕ್ಕಳೇನು ನಮ್ಗೇ ತಾಂಬೂಲ ಕೊಟ್ಟು ಮದ್ವೆಗೆ ಆಹ್ವಾನಿಸಿದ್ರಾ? ಇದೆಲ್ಲ ಪಡಕೊಂಡು ಬಂದಿರೋದು" ಗೊಣಗುತ್ತಲೇ ಬಾಗಿಲು ತೆಗೆದುಕೊಂಡು ಒಳಕ್ಕೆ ಹೋದರು.

ಅಲ್ಲೆ ಇದ್ದ ಸಿಮೆಂಟ್ ಬೆಂಚ್ ಮೇಲೆ ಕೂತ ಪ್ರೊಫೆಸರ್ ಡಾ. ಗುರುಸಿದ್ಧಪ್ಪನವರು ಭಾರವಾದ ಉಸಿರು ದಬ್ಬಿದರು. ಎಲ್ಲಾ ಬಣಬಣವೆನಿಸಿತು. ಬಹುಶಃ ಜೀವವಿರೋ ತನಕ ಖಾಲಿತನ ಅನುಭವಿಸಬೇಕು.

"ತಗೊಳ್ಳಿ ನೀರು, ಒಂದಿಷ್ಟು ಕಾಫಿ ಮಾಡ್ಕೊಂಡು ಬರ್ಲಾ?" ಕೇಳುತ್ತಲೇ ಸಿಮೆಂಟ್ ಬೆಂಚ್‌ನ ತುದಿಗೆ ಕೂತರು ಆಕೆ. "ಪ್ರಮೋದ ಏನಾದ್ರೂ ಫೋನ್ ಮಾಡಿದ್ನಾ? ನಾವಾಗಿ ಫೋನ್ ಮಾಡಬೇಕೆ ವಿನಃ ಅವರಾಗಿ ವಿಚಾರಿಸೋಲ್ಲ" ತಾಯಿ ಕರುಳ ಸಂಕಟ. ಮಗ, ಸೊಸೆ ಇಬ್ಬರೂ ದುಡಿಯುತ್ತಿದ್ದರಿಂದ ಅವರಿಗೆ ಸಮಯದ ಅಭಾವ.

"ಹೋಗ್ಲೀ, ಅದೆಲ್ಲ ಇದ್ದಿದ್ದೇ. ಆದರೆ ವಾಸು ಯಾಕೆ ಹೀಗೆ ಮಾಡ್ದ? ಆ ರಾಮಲಿಂಗಂ ಮಗಳಲ್ಲಿ ಇವನೇನು ಕಂಡ? ಇದೆಲ್ಲ ತುಂಬ ವಿಚಿತ್ರವೆನಿಸುತ್ತೆ. ಗಾಳಿ ಸುದ್ದಿ ಕಿವಿಗೆ ಬಿತ್ತು. ಆ ಗ್ರಾನೈಟ್ ಕುಳ ಮಗಳು, ಅಳಿಯನಿಗೆ ಕಾರು, ಬಂಗ್ಲೆ ಅಂಥದನ್ನೆಲ್ಲ ಕೊಡಿಸಿದ್ದಾನಂತೆ. ನಂಗೆ ಸಂಕ್ಟ ಅನಿಸುತ್ತೆ, ಪರಮೇಶ್ವರಿ" ಹೇಳಿದರು ನಿಟ್ಟುಸಿರಿನೊಂದಿಗೆ.

"ಸಂಕ್ಟ ಪಟ್ಕೊಂಡು ಪ್ರಯೋಜನವೇನು? ನಮ್ಮ ಹುಡುಗ್ರು ವಿಷ್ಯ ಬಿಡಿ. ವಾಸು ವಿಷ್ಯನ ನಂಬೋಕ್ಕಾಗೋಲ್ಲ. ಎಷ್ಟೊಂದು ಡೀಸೆಂಟ್. ಹೋಗಿ... ಹೋಗಿ... ಎಡವಿ ಬಿಡೋದೆ? ಹರೆಯದ ಪ್ರೇಮ, ಪ್ರೀತಿ ತುಂಬ ಪವರ್‌ಫುಲ್ ಕಣ್ರೀ. ನಿಮಗ್ಯಾರು ಬಂಗ್ಲೆ, ಕಾರು ಬಗ್ಗೆ ಹೇಳಿದ್ದು? ತುಂಬ ದೊಡ್ಡ ಕುಳನೇ ಅಂತಲ್ಲ. ಕೊಟ್ಟಿದ್ದಾನೆ ಬಿಡಿ. ಮನೆಯಲ್ಲಿ ಕಸ ಹೊಡ್ಯೋಕೆ ಇಟ್ಕೋತಾನೆ" ಕೊನೆಯ ಮಾತಿನಲ್ಲಿ ಕೋಪವಿತ್ತೋ, ಬೇಸರವಿತ್ತೋ, ನೋವಿತ್ತೋ ಗೊತ್ತಾಗಲಿಲ್ಲ. ಆದರೆ ಕಹಿಯಂತು ಇತ್ತು.

ಇಡೀ ಕುಟುಂಬದ ಬಗ್ಗೆ ಗಂಡ-ಹೆಂಡತಿ ಕೂತು ಮಾತಾಡಿದರು.

"ಸಾತಮ್ಮನಿಗೂ ಅಂಥ ಮೈ ಆರಾಮವಿಲ್ಲ. ದೊಡ್ಡ ಮನೆ, ಗೊತ್ತಿರೋರು ಗೊತ್ತಿಲ್ಲದೆ ಇರೋರು ಜಾಸ್ತಿ. ಆಕೆ ಕೈಯಲ್ಲಿ ಆಗೋಲ್ಲ. ಅಲ್ಲಿ ಅಡ್ಗೇ, ಊಟ ಅಂಥದೇನೂ ಬೇಡ. ಊಟಕ್ಕೆ.. ಇಲ್ಬಾ... ಅಂದರೆ ಕೇಳೋಲ್ಲ." ಪರಮೇಶ್ವರಮ್ಮ ಇಂಥದೊಂದು ಪ್ರಸ್ತಾಪವೆತ್ತಿದರು. ಪ್ರೊಫೆಸರ್ ಡಾ. ಗುರುಸಿದ್ಧಪ್ಪನವರು ಎರಡು ಕೈಗಳನ್ನು ಜೋಡಿಸಿ 'ಅಂಥ ದೊಡ್ಡ ತಪ್ಪೇನು ಆಕೆ ಮಾಡಿರಲಾರರು' ಹೆಂಡತಿಯನ್ನು ರೇಗಿಸಿ ಎದ್ದು ಹೋದರು.

ಪರಮೇಶ್ವರಮ್ಮ ಅಡುಗೆಯ ಮನೆಯ ವಿಷಯದಲ್ಲಿ ತುಂಬ ಕಂಜೂಸ್. ತಮ್ಮಿಬ್ಬರ ಸಾರಿಗೆ ಒಂದು ಹಿಡಿ ಬೇಳೆ ಸಾಕೂಂತ ತೀರ್ಮಾನಕ್ಕೆ ಬಂದು ವರ್ಷಗಳ ಕಾಲವೇ ಆಯಿತೇನೋ, ಅಕಸ್ಮಾತ್ ಎಕ್ಸ್‌ಟ್ರಾ ಇಬ್ಬರೂ ಊಟಕ್ಕೆ ಬಂದರೂ ಒಂದು ಲೋಟ ನೀರು ಹೆಚ್ಚು ಹಾಕುತ್ತಾರಷ್ಟೆ. ಆದ್ದರಿಂದ ಹೆಂಡತಿ ಕೈಯಲ್ಲಿ ತಯಾರಾದವಕ್ಕೆ ರುಚಿ ಇರುವುದಿಲ್ಲವೆಂದು ಗುರುಸಿದ್ಧಪ್ಪನವರ ವಿಚಾರ.

"ಬೆಂಗಳೂರಿನಲ್ಲಿ ಎಲ್ಲೋ ಕೆಲ್ಸದಲ್ಲಿರೋ ವಾಸುನ ಹೇಗೆ ಪತ್ತೆ ಮಾಡೋದು? ಅವನ ಭವಿಷ್ಯಕ್ಕಾಗಿ ಕೂಡಿಸಿಟ್ಟ ಹಣ ಕೊಟ್ಟು ಬಿಡೂಂತ ಅಂತ ಹೇಳ್ದ. ಈಚೆಗೆ ಬಂಗ್ಲೆ.... ಕಾರುಗಳ ಮಾತು ಕೇಳಿ ಬರ್‍ತಾ ಇದೆ. ಅಂತೂ ಒಮ್ಮೆ ಅವನನ್ನ ನೋಡ್ಬೇಕೆನಿಸಿದೆ" ಗುರುಸಿದ್ಧಪ್ಪನವರು ಹೀಗೆ ಹೇಳಿ ಬರೋಬರಿ ಎರಡು ದಿನ ಕಳೆದಿರಲಿಲ್ಲ. ಅವನ ಕ್ಲಾಸ್‌ಮೇಟ್ ಒಬ್ಬ ಮಾರ್ಕೆಟ್ ಹತ್ರ ಸಿಕ್ಕಿ "ವಾಸು ವಿಚಾರಿಸ್ದ" ಅಂದ ಕೂಡಲೇ ಪೂರ್ತಿ ಡೀಟೈಲ್ಸ್ ಪಡೆದುಕೊಂಡ ಪ್ರೊಫೆಸರ್ ಡಾ. ಗುರುಸಿದ್ಧಪ್ಪನವರು ರಾತ್ರಿ ಬಸ್ಸಿಗೆ ಹೊರಟು ನಿಂತರು. "ನಿನ್ನ ತಂಗಿನ ನೋಡೋದಿದೆ ಅಂದೆಯಲ್ಲ, ನಂಗೂ ಒಂದೆರಡು ದಿನದ ಮಟ್ಟಿಗೆ ಕೆಲ್ಸವಿದೆ" ಹೊರಡಿಸಿಯೇಬಿಟ್ಟರು.

ಬೆಳಿಗ್ಗೆ... ಬೆಳಿಗ್ಗೆಯೆ ಪ್ರೊಫೆಸರ್ ಗುರುಸಿದ್ಧಪ್ಪನವರು ಆಟೋ ಮಾಡಿಕೊಂಡು ವಿಳಾಸ ಹಿಡಿದು ಬರುವ ವೇಳೆಗೆ ವಾಸು ಆಗ ತಾನೇ ಮನೆ ಬಿಟ್ಟಿದ್ದ. ಬಂಗ್ಲೆ, ಕಾರು ಅಂಥದೇನೂ ಇರಲಿಲ್ಲ. ತೀರಾ ಪುಟ್ಟ ಎರಡಂಕಣದ ಮನೆ. ಇದರಲ್ಲಿ ಶ್ರೀಮಂತ ರಾಮಲಿಂಗಂ ಮುದ್ದಿನ ಮಗಳು ಹೇಗಿದ್ದಾಳಪ್ಪ ಅಂತ ಕಣ್ಣರಳಿಸಿದರು.

"ನಾನು ಪ್ರೊಫೆಸರ್ ಡಾ. ಗುರುಸಿದ್ಧಪ್ಪ" ಅಂದ ಕೂಡಲೇ "ಬನ್ನಿ ಸರ್, ನಿಮ್ಮ ಬಗ್ಗೆ ಅವರು ತುಂಬ .... ತುಂಬ... ಹೇಳಿದ್ದಾರೆ" ಅಂದವಳನ್ನ ಕಣ್ಣು ಕಿರಿದುಗೊಳಿಸಿ ತೀಕ್ಷ್ಣವಾಗಿ ನೋಡಿದರು. ತೀರಾ ಸಾಧಾರಣ ರೂಪಿನ ಹುಡ್ಗಿಯೇ!

"ನೋಡ್ಕೆ ಬಿಡ್ಬೇಕೂಂತ ಬಂದೆ. ಈಗ ವಾಸು ಸಿಗೋದು ಎಲ್ಲಿ" ಹೊರಗೆ ನಿಂತು ವಿಚಾರಿಸಿದರು. "ಇಂಟರ್‌ವ್ಯೂಗಂತ ಹೋದರು. ರಾತ್ರಿನೆ ಸಿಗೋದು. ನೀವು ಒಳ್ಗೇ... ಬನ್ನಿ" ಆಹ್ವಾನ. ಇಷ್ಟವಿಲ್ಲವೆನಿಸಿದರೂ ನಿಧಾನವಾಗಿ ಒಳಗಡಿ ಇಟ್ಟು ನಿಂತವರು, ವಾಸುವಿನ ಸೌಭಾಗ್ಯಕ್ಕೆ ಮರುಗಿದರು. 'ಇನ್ನು ಒಂದೆರಡು ವರ್ಷದ ವಿದ್ಯಾರ್ಥಿ ಜೀವನವಿತ್ತು. ಬುದ್ಧಿವಂತ. ಸುಲಭವಾಗಿ ಕೆಲಸ ಸಿಗುತ್ತಿತ್ತು. ಮನೆತನದ ಗೌರವದ ಜೊತೆ ಸ್ಪುರದ್ರೂಪ, ಬುದ್ಧಿವಂತ, ಒಳ್ಳೆಯ ವೃತ್ತಿ, ಒಳ್ಳೆಯ ಸಂಗಾತಿಯನ್ನು ದೊರಕಿಸಿ ಕೊಡುತ್ತಿತ್ತು.

"ಕೂತ್ಕೊಳ್ಳಿ, ಸರ್" ಎಂದಳು ಸ್ವಲ್ಪ ಸೌಜನ್ಯದಿಂದಲೇ.

ನಿಧಾನವಾಗಿ ಮರದ ಕುರ್ಚಿಯ ಮೇಲೆ ಕೂತು ಎಲ್ಲೆಡೆ ನೋಟ ಹರಿಸಿದರು. ಬಹುಶಃ ಈ ಮನೆ ಕಟ್ಟಿ ಐವತ್ತು ವರ್ಷಗಳ ಮೇಲಾಗಿರಬೇಕು.

"ಎಲ್ಲಾ ಹೇಗಿದೆ?" ವಿಚಾರಿಸಿದರು.

"ಚೆನ್ನಾಗಿದೆ, ಈಗ ಅವರು ಬೇರೊಂದು ಕಡೆ ಇಂಟರ್‌ವ್ಯೂಗೆ ಹೋಗಿದ್ದಾರೆ.

ನಾನು ಕೆಲ್ಸಕ್ಕೆ ಸೇರಿಕೊಂಡಿದ್ದೆ. ನಂಗೆ ಒಳ್ಳೆ ನಾಲೆಡ್ಜ್ ಇಲ್ಲ. ಬ್ಯೂಟಿ ಇಲ್ಲ, ಕೆಲ್ಸದಲ್ಲೂ ಅಂಥ ಇಂಟರೆಸ್ಟೇನು ಇರ್ಲಿಲ್ಲ. ಪಂಕ್ಚುಯಾಲಿಟಿ ಕಮ್ಮಿ. ಅದಕ್ಕಾಗಿ ಆಗಾಗ ಬುದ್ಧಿವಾದ ಹೇಳೋರು. ನಂಗೆ ಹಾಗೆಲ್ಲ ಹೇಳ್ಸಿಕೊಂಡು ಅಭ್ಯಾಸವಿಲ್ಲ. ಅದಕ್ಕೆ ಕೆಲ್ಸ ಬಿಟ್ಟೆ. ಅವರು ಬೇಡಾಂದ್ರು. ನನ್ನ ಕೈಯಲ್ಲಿ ಹೊರ್ಗೇ ದುಡಿಯೋದು ಸಾಧ್ಯವಿಲ್ಲಾಂತ ಅನ್ನಿಸಿತು" ಅತ್ಯಂತ ಫ್ರಾಂಕಾಗಿ ಎಲ್ಲಾ ಹೇಳಿಕೊಂಡಳು. 'ಭೇಷ್' ಅಂದುಕೊಂಡರು. ಮುಕ್ತ ಮನಸ್ಸಿನ ಹುಡುಗಿ ಇರಬಹುದು. ಆದರೆ ಎಂದಾದರೂ ವಾಸು ಜೊತೆ ಹೆಜ್ಜೆ ಹಾಕಲು ಸಾಧ್ಯವೇ?

"ಈಗ ವಾಸು ಹೇಗಿದ್ದಾನೆ?" ಕೇಳಿದರು.

"ಚೆನ್ನಾಗಿದ್ದಾರೆ!" ಅನುಮಾನವಿತ್ತು ಅವಳ ದನಿಯಲ್ಲಿ.

"ನೀನೂ..." ಕೇಳಿದರು.

"ಖಂಡಿತ ಚೆನ್ನಾಗಿಲ್ಲ! ನಂಗೆ ಇಷ್ಟು ಈ ಪುಟ್ಟ ಮನೆಯಲ್ಲಿರೋದು ಕಷ್ಟವೆನಿಸುತ್ತೆ. ಅಡ್ಗೇ ಬರೋಲ್ಲ. ಅಲ್ಲಿ ನನ್ನ ಮಮ್ಮಿ ಮ್ಯಾನೇಜ್‌ಮೆಂಟ್. ಕೆಲ್ಸದವರು ಇದ್ರು, ಬರೀ ಜೋರು ಮಾಡಿ ಅಭ್ಯಾಸ. ಹಣ, ಖರ್ಚು ಬಗ್ಗೆ ತಲೆಕೆಡ್ಸಿಕೊಳ್ಳಬೇಕಾಗಿರಲಿಲ್ಲ. ಈಗ ತೀರಾ... ಬೇರೆ" ಮುಖ ಸಣ್ಣದು ಮಾಡಿಕೊಂಡ ಅಂಜುವನ್ನು ನೋಡಿ ಪರಿತಾಪ ಪಟ್ಟರು. ಇಂಥ ಅಂಜುಗಳ ಸಂಖ್ಯೆ ಎಷ್ಟಿರಬಹುದು?

ಪ್ರೊಫೆಸರ್ ಡಾ. ಗುರುಸಿದ್ಧಪ್ಪನವರು ನೊಂದುಕೊಂಡರು. ಇವರಿಬ್ಬರ ಬದುಕು ಸುಂದರವಾಗಬಹುದಾ? ಕನಿಷ್ಟ ಏನೋ ನಡೆದು ಹೋಯಿತು. ಆದರೆ ವಾಸುವಿನ ಬದುಕು ಮಾತ್ರವಲ್ಲ, ಇವಳದು ತಾನೇ ಯಾಕೆ ನರಕವಾಗಬೇಕು? ಅಷ್ಟಕ್ಕೆ ರಾಮಲಿಂಗಂ ಬಿಡುವುದಿಲ್ಲ. ಮಗಳನ್ನು ಕರೆದೊಯ್ಯಬಹುದು. ಡೈವೋರ್ಸ್... ಕೋರ್ಟ್... ಆ ನಡುವಿನ ದಿನಗಳ ನರಕ.

"ಮುಂದೇನು? ನಿಂಗೆ ಈ ಪುಟ್ಟ ಮನೆಯಲ್ಲಿರೋದು ಕಷ್ಟ ಅಂತೀಯ" ಅಷ್ಟು ಅಂದಿದ್ದು ಅಂಜುಗೆ ಸಾಕಾಯಿತು. ತವರು ಮನೆಯವರು ಬಿಟ್ಟು ವಾಸುಗೆ ಬುದ್ಧಿ ಹೇಳುವಂಥವರು ಬೇಕಿತ್ತು "ಪ್ಲೀಸ್, ಒಂದು ಸಣ್ಣ ರಿಕ್ವೆಸ್ಟ್, ನನ್ತಂದೆ ಬೆಂಗಳೂರಿನಲ್ಲಿ ಎಷ್ಟು ಪ್ರಾಪರ್ಟಿ ಇದ್ಯೋ ಗೊತ್ತಿಲ್ಲ. ಸದಾಶಿವನಗರದಲ್ಲಿ ಒಂದು ಬಂಗ್ಲೆ ಇದೆ. ಅದು ಕೊಂಡುಕೊಂಡಿದ್ದು ಜೆಪಿ.ನಗರದಲ್ಲಿ ಒಂದು ಬಂಗ್ಲೆ ಇದೆ. ಅದು ಕಟ್ಟಿಸಿದ್ದು. ಆ ಎರಡು ಬಂಗ್ಲೆಗಳಲ್ಲಿ ಒಂದನ್ನು ನಾನು ಆರಿಸ್ಕೋಬಹ್ದು. ಆ ಸ್ವತಂತ್ರ ಡ್ಯಾಡಿ ನಂಗೆ ಕೊಟ್ಟಿದ್ದಾರೆ. ಈ ಚಿಕ್ಕ ಮನೆಯಲ್ಲಿರುವ ಹಣೆ ಬರಹ ಯಾಕೆ? ಸುಲಭವಾಗಿ ವಾಸುನ ಒಪ್ಪಿಸಬೇಕೆಂದುಕೊಂಡೆ. ಆಗೋಲ್ಲಾಂತ ಅನಿಸುತ್ತೆ. ದಯವಿಟ್ಟು ನೀವು ಒಪ್ಸಿ" ಕೇಳಿಕೊಂಡಿದ್ದಕ್ಕೆ 'ಭೇಷ್ ಹುಡ್ಗೀ' ಅಂದುಕೊಂಡರು.

"ಮೊದ್ಲು ನೀನು ನನ್ನ ಬಗ್ಗೆ ತಿಳ್ಕೋಬೇಕು. ವಾಸು ತಂದೆಯ ಆತ್ಮೀಯ ಗೆಳೆಯ. ನಾವಿಬ್ರೂ ತುಂಬ ಆಪ್ತರು. ನಂಗೆ ಅವ್ರ ಬಗ್ಗೆ ತುಂಬ ಗೊತ್ತು. ಟೋಟಲ್ಲಾಗಿ ವಾಸು ನಿನ್ನ ಮದ್ವೆಯಾಗಿದ್ದು ಯಾರ್ಗೂ ಇಷ್ಟವಿಲ್ಲ. ಸುತರಾಂ ನಂಗಿಷ್ಟವಿಲ್ಲ.

ಅನಂತರಂಗಮೂರ್ತಿಯವರ ಮನೆಯ ಬಗ್ಗೆ ನಿಂಗೇನು ಗೊತ್ತು? ಅತ್ಯಂತ ಸಂಸ್ಕಾರವುಳ್ಳ ಹೆಣ್ಣು ಆ ಮನೆಗೆ ಸೊಸೆಯಾಗಿ ಬರಬೇಕಿತ್ತು. ನಿನ್ನಂಥ ಹುಡ್ಗೀ ಅಲ್ಲಿಗೆ ಬಂದ್ ಏನ್ಮಾಡ್ತೀ? ಅಂಥ ಅದ್ಭುತ ವಾತಾವರಣದಲ್ಲಿ ಬೆಳ್ದ ಹುಡ್ಗ ವಾಸು. ಆಕ್ಸಿಡೆಂಟ್ ತರಹ ನಡೆದುಹೋಗಿರೋದು ನಿಮ್ಮ ಪ್ರೇಮ, ಮದ್ವೆ. ಅನ್ಯೋನ್ಯತೆ ಮೂಡಲು ಸಾಧ್ಯವೇ? ಎಷ್ಟು ದಿನ ವಿಭಿನ್ನ ಧ್ರುವಗಳಾಗಿ ಜೀವಿಸಬಹುದು, ವಾಸುನ ಎಷ್ಟು ದಿನ ಹಿಡಿದಿಡೋಕೆ ಸಾಧ್ಯ? ನೀನು ಬದಲಾಗಬೇಕೆ, ವಿನಃ ವಾಸು ಬದ್ಲಾಗಬಹುದೆಂಬ ನಿರೀಕ್ಷೆ ಇಟ್ಕೋಬೇಡ. ನಾನು ಬರ್ತೀನಿ" ಮೇಲೆದ್ದವರು ಒಮ್ಮೆ ಅವಳ ಮುಖ ನೋಡಿ "ಸುಮ್ನೇ ಇಬ್ರೂ ಜೀವನ ಪೂರ್ತಿ ನರಳೋದು ಸಾಧ್ಯವಿಲ್ಲ. ಆಗಿನ ಹಾಗೆ ಪ್ರೇಮಿಗಳಲ್ಲ, ಜವಾಬ್ದಾರಿ ಹೊತ್ತ ದಂಪತಿಗಳು. ಕೂತು ಚರ್ಚಿಸಿ. ಅನ್ಯೋನ್ಯವಾಗಿ, ಸಾಮರಸ್ಯವಾಗಿ ಬದುಕೋಕೆ ಬೇಕಾದ ಪ್ಲಾನ್ ಮಾಡ್ಕೊಳ್ಳಿ. ವಾಸುನ ಬರೀ ರಾಮಲಿಂಗಂಗೆ ಅಳಿಯನನ್ನಾಗಿ ಮಾಡೋಕೆ ಹೋಗ್ಬೇಡ. ನೀನು ಅನಂತರಂಗಮೂರ್ತಿಗಳ ಸೊಸೆಯಾಗೋಕೆ ಸಾಧ್ಯವೇನೋಂತ ಯೋಚ್ಸು" ಅಂಥ ಹೇಳಿದವರು ಹೊರಟು ಬಿಟ್ಟರು.

ಯಾವುದು ಸರಿ ಇಲ್ಲವೆನಿಸಿತು. ಅಂಜು ಆಡಿದ ಮಾತುಗಳನ್ನು ನೆನಪು ಮಾಡಿಕೊಂಡರು. ಬಂಗ್ಲೆ ವಾಸ, ಅಡುಗೆ ಕೆಲಸದವರು ಬೇಕು, ಕೈತುಂಬ ಖರ್ಚು ಮಾಡುವಷ್ಟು ಹಣದ ಅಗತ್ಯವಿದೆ. ಇವೆಲ್ಲದರ ಪೂರೈಕೆ ವಾಸುವಿನಿಂದ ಸಾಧ್ಯವೇ? ಡಿಗ್ರಿ ಕೂಡ ಪೂರ್ತಿಯಾಗಿಲ್ಲ. ಆಸ್ತಿವಂತರ ಮಗಳ ಕೈ ಹಿಡಿದರೆ ಹೊರಗೆ ಹೋಗಿ ಆರ್ಥಿಕವಾಗಿ ದುಡಿದು ಸಂಸಾರದ ಖರ್ಚು ವೆಚ್ಚಗಳನ್ನು ತೂಗಿಸಲು ನೆರವಾಗಲು ಸಿದ್ಧವಿಲ್ಲ.

ವಾಸುನ ನೋಡೋ ಪ್ರೋಗ್ರಾಂ ಎರಡು ದಿನ ಮುಂದಕ್ಕೆ ಹಾಕಿದರು.

* * *

ಅಂದು ಸಂಬಳದ ದಿನ. ಒಂದಿಷ್ಟು ಸಮಾಧಾನದಿಂದಲೇ ಅವಳಿಗಾಗಿ ಬಾದುಷಾ ಪ್ಯಾಕ್ ಮಾಡಿಸಿಕೊಂಡು ಮನೆಗೆ ಬಂದಾಗ, ಬೀಗ ನೋಡಿ ಷಾಕ್ ಆದ. ಮಧ್ಯಾಹ್ನದ ವೇಳೆ ಸಂಜೆ ಹೊರಗೆ ಹೋಗುತ್ತಿದ್ದುದುಂಟು. ಸಣ್ಣ, ಪುಟ್ಟ ಷಾಪಿಂಗ್ ಎಂದು. ಕೆಲವು ಪುಸ್ತಕ, ಪತ್ರಿಕೆಗಳನ್ನು ಖರೀದಿಸಿ ತಂದು ಹಾಕಿದ್ದ. 'ಸದ್ಯಕ್ಕೆ ಇವನ್ನು ಓದು. ಆರಾಮಾಗಿ ಟೈಮ್ ಪಾಸ್ ಆಗುತ್ತೆ. ಹೊಸ ಹೊಸ ವಿಷಯಗಳು ಹೊಳೆಯುತ್ತೆ. ಆಸಕ್ತಿಗಳು ಬೆಳೆಯುತ್ತೆ' ಇಂಥ ಹಲವು ಉಪದೇಶಗಳು, ಇಷ್ಟವಿರಲೀ ಬಿಡಲೀ ನಡೆಯುತ್ತಿತ್ತು.

ಡೂಪ್ಲಿಕೇಟ್ ಕೀಯಿಂದ ತೆಗೆದು ಒಳಗೆ ಹೋದ. ಅವಳ ಹತ್ತಿರ ಹೊಸ ಮೊಬೈಲ್ ಇರುವ ಸಂಗತಿ ಗೊತ್ತಿತ್ತು. ವಿರೋಧ ಕಣ್ಣೀರಿಗೆ ದಾರಿಯಾಗುತ್ತದೆಯೆಂದು ಗೊತ್ತಿದ್ದರೂ, ಅಸಮಾಧಾನ ಬೇರೊಂದು ರೀತಿಯಲ್ಲಿ ವ್ಯಕ್ತಪಡಿಸುತ್ತಿದ್ದ. ಆ ಮೊಬೈಲ್‌ಗೆ ಅವನೆಂದು ಕರೆ ಮಾಡಿರಲಿಲ್ಲ.

ಬಟ್ಟೆ ಬದಲಾಯಿಸಿ ಬಂದವನು ಫೋಟೋ ಮುಂದೆ ನಿಂತು ಒಂದೆರಡು ಶ್ಲೋಕಗಳನ್ನು ಹೇಳಿಕೊಂಡ. ಸ್ವೀಟ್ಸ್ ಬಾಕ್ಸ್ ತೆಗೆದಿಟ್ಟು ಅಡುಗೆ ಮನೆಗೆ ಹೋದ. ಅನ್ನ ಮಾಡಿ ಒಗ್ಗರಣೆ ಹಾಕಿಟ್ಟಿದ್ದಳು. ಅದು ಇವನೇ ಕಲಿಸಿದ್ದು. ಪತ್ರಿಕೆ ತಿರುವುತ್ತ ಅರ್ಧಗಂಟೆ ಕಳೆದವನ ಎದೆ ಢವಗುಟ್ಟತೊಡಗಿತು. ಅವರ ಪಟಾಲಂನಲ್ಲಿ ಯಾರಾದರೂ ಬಂದು ಒಯ್ದಿರಬಹುದು! ತೀರಾ ಇರುಸು ಮುರುಸೆನಿಸಿತು.

ತಟ್ಟೆಗೆ ಬಡಿಸಿಕೊಂಡು ಬಂದು ತಿಂದು ನೀರು ಕುಡಿದವನು ದಿಂಬಿನ ಬಳಿ ಇದ್ದ ಚೀಟಿಯನ್ನು ಗಮನಿಸಿದ. 'ನನ್ನ ಮಮ್ಮಿ ಬಂದಿದ್ದಾರೆ. ಒಂದಿಷ್ಟು ಷಾಪಿಂಗ್ ಮುಗಿಸಿಕೊಂಡು ಬರ್ತೀನಿ.' ಒಂದು ಸಾಲು ಬರೆದು ಅಂಜಲಿ ಸಹಿ ಹಾಕಿದ್ದಳು. ನಿಶ್ಚಿಂತೆಯೆನಿಸಿತು.

ಇಂದು ಬರೋವಾಗ 1907ರಲ್ಲಿ ಪ್ರಥಮ ರಷ್ಯಾ ಕ್ರಾಂತಿ ಸಂದರ್ಭದಲ್ಲಿ ರಚನೆಯಾದ 'ತಾಯಿ' ಕಾದಂಬರಿಯನ್ನು ಹಳೆಯ ಪುಸ್ತಕದ ಅಂಗಡಿಯಲ್ಲಿ ಕೊಂಡು ತಂದಿದ್ದ. ಅದನ್ನು ತಿರುವತೊಡಗಿದಾಗ ಕಾರು ನಿಂತ ಶಬ್ದ ಕೇಳಿಸಿತು. ಕಾಲಿಂಗ್ ಬೆಲ್ ಸದ್ದಾದ ನಂತರವೇ ಬಾಗಿಲು ತೆಗೆದಿದ್ದು.

ಉಲ್ಲಾಸದಿಂದಿದ್ದ ಅಂಜಲಿ "ಸಾರಿ, ಬೇಗ ಬರೋದಿಕ್ಕಾಗಲಿಲ್ಲ" ಇವನ್ನೇನು ಅವಳ ಮಾತಿನ ಕಡೆ ಗಮನಹರಿಸಲಿಲ್ಲ. ಸುಮ್ಮನೆ ಹೋಗಿ ಪುಸ್ತಕ ತಿರುವತೊಡಗಿದ. ಹಿಂದೆ ಬಂದ ಸಂಜೀವಿ ಒಂದೆರಡು ಬ್ಯಾಗ್ ಜೊತೆ ಪ್ಯಾಕ್ ಮಾಡಿದ ಬಂಡಲ್ ತಂದಿಟ್ಟ.

"ಒಂದು ನಿಮಿಷ ನಿಂತ್ಕೋ" ಅಂದ ವಾಸು. "ಇದನ್ನೆಲ್ಲ ಹಿಂದಕ್ಕೆ ತಗೊಂಡು ಹೋಗೋಕೆ ಹೇಳು. ಆಮೇಲೆ ಮುಂದಿನ ಮಾತು" ಚಾಟಿಯೇಟಿನಂಥ ತೀಕ್ಷ್ಣತೆ ಇತ್ತು ಅವನ ದನಿಯಲ್ಲಿ.

ಏನೋ ಹೇಳಲು ಹೊರಟ ಅಂಜುವನ್ನು ಕೈಯೆತ್ತಿ ತಡೆದು "ನಮ್ಗೇ ಇದರ ಅಗತ್ಯವಿಲ್ಲ. ದಯವಿಟ್ಟು ಕಳ್ಸು" ಸಿಡಿಲಿನಂತಿತ್ತು ಅವನ ಸ್ವರ.

"ತಗೊಂಡ್ಹೋಗು ಸಂಜೀವಿ" ಅಳು ದನಿಯಲ್ಲಿ ಆರ್ಡರ್ ಮಾಡಿದಳು. ಅವನಿಗೆ ಏನಾದರೂ ಹೇಳಬೇಕೆನಿಸಿದರೂ ಹೇಳದೆ "ಬರ್ತೀನಿ.... ಅಂಜಮ್ಮ" ಎಲ್ಲಾ ಒಯ್ದ ನಂತರ ಬಾಗಿಲು ಹಾಕಿದ ವಾಸು "ಅಂಜು, ಇದೆಲ್ಲ ನಿಲ್ಲದಿದ್ದರೇ ನಾವಿಬ್ರೂ ಸಂತೋಷವಾಗಿರೋಕೆ ಖಂಡಿತ ಸಾಧ್ಯವಿಲ್ಲ. ದಿನೇ ದಿನೇ ಬಿರುಕು ದೊಡ್ಡದಾಗಿ ಒಂದೇ ಛಾವಣಿಯ ಕೆಳಗೆ ವಾಸಿಸೋಕೆ ಆಗೋಲ್ಲ. ದಿನಗಳು ನರ್ಕವಾಗುತ್ತೆ. ಈ ಜೀವನಕ್ಕಾಗಿ ಎರಡು ಕುಟುಂಬಗಳನ್ನು ನೋಯಿಸಬೇಕಿರಲಿಲ್ಲ. ಸಂಬಂಧನ ನಾವಾಗಿ ಕಟ್ಟಿ ಹಾಕಿಕೊಂಡಿದ್ದು. ಸಂಸಾರದ ರಥಕ್ಕೆ ಬೇಕಾಗಿರೋದು ಪ್ರೀತಿ, ವಿಶ್ವಾಸ" ರೇಗಿದ.

ನಿರಂತರವಾಗಿ ಮೇಷ್ಟ್ರರ ಕೆಲ್ಸ ಮಾಡಿ ಅವನಿಗೆ ಸಾಕಾಗಿತ್ತು.

ತೀರಾ ಅವಮಾನವಾಗಿತ್ತು ಅಂಜುಗೆ. ಜೋರಾಗಿ ಅಳುತ್ತ ಆರೋಪ ಮಾಡತೊಡಗಿದಳು. "ಹೌದು, ನಿಮ್ಗೇ ನಾನು ಸುಖವಾಗಿರೋದು ಇಷ್ಟವಿಲ್ಲ.

ನಮ್ತಂದೆ ತಾಯಿನ ದೂರ ಮಾಡ್ಕೋಬೇಕಾ? ಎಷ್ಟು ದಿನಾಂತ ಹೀಗೆ ಬದ್ಕಬೇಕು?" ಒಂದು ಪ್ರಶ್ನೆ ಇಟ್ಟಳು ಕಡೆಯದಾಗಿ. ದೀರ್ಘವಾಗಿ ಅವಳನ್ನು ನೋಡಿದ. ಇದು ಸರಿಯೆನಿಸಲಿಲ್ಲ.

ಅವಳ ಕೈಯನ್ನು ಹಿಡಿದು ಕಣ್ಣೊರೆಸಿ "ನಾನೇ ಸರ್ವಸ್ವ ಅಂತ ಎಲ್ಲರನ್ನು ಬಿಟ್ಟು ಬಂದೆ. ನಾನು ಕೂಡ ಅದೇ ತಪ್ಪು ಮಾಡ್ದೇ. ತಪ್ಪು-ಸರಿಗಳ ವಿಚಾರ ಬಿಡು. ಸಂಬಂಧ ಕಟ್ಟಿಕೊಂಡು ಬದ್ಕು ಪ್ರಾರಂಭಿಸಿದ ಮೇಲೆ ಆದರ್ಶ, ತ್ಯಾಗ, ಸಾಮರಸ್ಯ ಅಂಥದೆಲ್ಲ ಬೇಕಾಗುತ್ತೆ. ಈಗ್ಲೇ ಅಪಸ್ವರ ಶುರುವಾದರೆ ದೀರ್ಘಕಾಲ ಜೊತೆಯಲ್ಲಿ ಜೀವಿಸುವುದಾದರೂ ಹೇಗೆ?" ಸಮಾಧಾನಿಸಿದ. ಅಜ್ಜಿ ಹೇಳಿದಂಗೆ ಸರಿಯಾದ ಸಮಯವೆನಿಸಿತು ಅಂಜುಗೆ.

"ನಾವು ಒಟ್ಟಿಗೆ ಇರ್ಬೇಕು. ಸುಖವಾಗಿ ಇರ್ಬೇಕು. ಹೇಗೂ ನನ್ನ ಡ್ಯಾಡಿ ಬಂಗ್ಲೆ ಕೊಡೋಕೆ ಮುಂದೆ ಬಂದಿದ್ದಾರೆ. ಅಲ್ಲಿಗೆ ಷಿಫ್ಟ್ ಆಗಿ ಬಿಡೋಣ. ಕಾರು ಇರುತ್ತೆ. ತಾಪತ್ರಯಗಳು ಇರೋಲ್ಲ. ಆಮೇಲೆ ಪೂರ್ತಿ ಸುಖವೆಲ್ಲ ನಮ್ದೇ" ಗೆಲುವಾಗಿ ನುಡಿದಳು.

"ಷಟಪ್, ಅದ್ನ ನಾನು ಸಂತೋಷ ಅಂದುಕೊಂಡಿಲ್ಲ. ನಿಂಗೆ ಪದೇ ಪದೇ ಹೇಳಿದ್ದೀನಿ. ಅಂಥ ಒಂದು ಸಣ್ಣ ಹಗಲುಗನಸು ಇಟ್ಕೋಬೇಡ. ನಂಗೆ ತಪ್ಪನ್ನು ತಿದ್ದಿಕೊಳ್ಳೋದರ ಜೊತೆಗೆ ಸ್ವಾಭಿಮಾನಿಯಾಗಿ ಹೇಗೆ ಜೀವಿಸಬೇಕೆನ್ನುವುದನ್ನು ನನ್ತಂದೆ ಕಲಿಸಿದ್ದಾರೆ" ರೇಗಿದ. ತೀರಾ ಅವಮಾನವೆನಿಸಿತು.

ವಿರಸ ದಿನದಿಂದ ದಿನಕ್ಕೆ ಜಾಸ್ತಿಯಾಯಿತು. ಬರೀ ಜಗಳ, ಮನಸ್ತಾಪ ಜೊತೆಯಲ್ಲಿರೋದು ಸಾಧ್ಯವೇ ಇಲ್ಲವೆನಿಸಿತು. ಅದು ಇವರಿಗೆ ಅನಿರೀಕ್ಷಿತವೆನಿಸಿದರೂ, ಪ್ರೊಫೆಸರ್ ಡಾ. ಗುರುಸಿದ್ಧಪ್ಪ ಭೇಟಿಯಾಗಲೇಬೇಕೆಂದು ಬಂದಿದ್ದರು ಬೆಳಿಗ್ಗೆ... ಬೆಳಿಗ್ಗೆಯೇ...

"ಅರೇ, ಗುರು ಚಿಕ್ಕಪ್ಪ" ಅಚ್ಚರಿಯಿಂದಲೇ ಸ್ವಾಗತಿಸಿದ.

"ಸದ್ಯ ಇದ್ದೀಯ. ಬಾ, ಒಂದು ರೌಂಡ್ ಹಾಕ್ಕೊಂಡು ಬರೋಣ" ಎಂದು ಅವನ ಭುಜದ ಮೇಲೆ ಕೈ ಹಾಕಿ ಕರೆದೊಯ್ಯುವ ಜೊತೆಗೆ "ಅಂಜಲಿ, ನಿನ್ಹತ್ರ ಕೂಡ ಒಂದಿಷ್ಟು ಮಾತಾಡೋದಿದೆ. ಬರ್ತೀನಿ" ಎಂದು ಹೇಳಿಯೇ ಹೊರಟಿದ್ದು.

ಇಬ್ಬರೂ ಅಲ್ಲೇ ಹತ್ತಿರದ ಪಾರ್ಕ್‌ಗೆ ಬಂದು ಕೂತರು. ವಾಕಿಂಗ್ ಜನ ಅರ್ಧಕ್ಕರ್ಧ ಖಾಲಿಯಾಗಿದ್ದರು. ಲಾಫಿಂಗ್ ಕ್ಲಬ್‌ನವರು ಮಾತ್ರ ಪಾರ್ಕ್‌ನ ಮಧ್ಯ ಭಾಗದ ಖಾಲಿ ಜಾಗದಲ್ಲಿ ನಿಂತಿದ್ದರು. ಒಂದು ಕಲ್ಲು ಬೆಂಚಿನ ಮೇಲೆ ಕೂತ ಪ್ರೊಫೆಸರ್ ಡಾ. ಗುರುಸಿದ್ಧಪ್ಪ ನೋಟವೆತ್ತಿದರು. ವಾಸು ಕಣ್ಣುಗಳಲ್ಲಿ ಮೊದಲಿನ ಪ್ರಜ್ವಲತೆ ಇದ್ದರು ಮುಖ ನಿಸ್ತೇಜವಾಗಿತ್ತು.

"ಕೂತ್ಕೋ.... ವಾಸು" ಹೇಳಿದರು.

"ಪರ್ವಾಗಿಲ್ಲ ನಿಂತ್ಕೊಂಡೇ ಇರ್ತೀನಿ. ನಿಮ್ಮ ಮುಂದೆ ಕೂತುಕೊಳ್ಳೋ ಅರ್ಹತೆ ಕಳ್ದುಕೊಂಡಿದ್ದೀನಿ. ನೀವು, ಚಿಕ್ಕಮ್ಮ ನನ್ನ ಮದ್ವೆಯಲ್ಲಿನ ಓಡಾಟದ ಸಂಭ್ರಮದ ಬಗ್ಗೆ ಆಗಾಗ ಹಾಸ್ಯ ಮಾಡ್ತಾ ಇದ್ದಿರಿ. ಒಂದು ರೀತಿಯಲ್ಲಿ ನಂದು ಅಪರಾಧವೇ. ಆದರೆ ನೀವು, ಅಣ್ಣ, ವಸುಧಾಕ್ಕ ಯಾರು ಮದ್ವೆಗೆ ಒಪ್ತಾರೆ ಅನ್ನೋ ನಂಬ್ಕೇ ಇರ್ಲಿಲ್ಲ. ಅಂಜು ಮನೆಯಲ್ಲಿ ಮದ್ವೆ ಡೇಟ್ ಫಿಕ್ಸ್ ಮಾಡಿದ್ರು. ನನ್ನ ಬಿಟ್ಟು ಬದುಕೋಕೆ ಆಗೋಲ್ಲಾಂತ ಅವಳು ನನ್ನನ್ನು ಹೆದರಿಸತೊಡಗಿದಳು. ಆ ಸಮಯದಲ್ಲಿ ಅವಳೊಬ್ಳು ಮುಖ್ಯವಾಗಿ ಬಿಟ್ಲು. ಅವಳನ್ನು ಉಳಿಸಿಕೊಳ್ಳೋಕೆ ರಿಸ್ಕ್ ತಗೊಂಡೆ." ನೇರವಾಗಿ ವಿಷಯನ ಅವರ ಮುಂದಿಟ್ಟ ಸಂಕೋಚದಿಂದ.

ಏನು ಮಾತಾಡಬೇಕೋ ಅವರಿಗೆ ತಿಳಿಯಲ್ಲ. ಪಶ್ಚಾತ್ತಾಪವಿತ್ತೋ, ನಾಚಿಕೆ ಇತ್ತೋ, ಇವೆರಡನ್ನು ಮೀರಿದ ಅಪರಾಧ ಭಾವ ಅವನನ್ನು ಬಾಧಿಸುತ್ತಿತ್ತು. ಅಂತೂ ಈ ವಿವಾಹ ಪೂರ್ಣ ರೀತಿಯ ಸಂತೋಷ ತಂದಿರಲಿಲ್ಲ.

"ಹೇಗಿದ್ದಾರೆ, ಅಣ್ಣ?" ಕೇಳಿದಾಗ ಅಳು ಬರುವುದೊಂದು ಬಾಕಿ ಇತ್ತು. "ವಸುಧಾ ಬಲವಂತ ಮಾಡಿ ಕರ್ಕಂಡ್ ಹೋದ್ಲು. ಒಂದಿಷ್ಟು ಬದಲಾವಣೆಯಿಂದ ಚೇತರ್ಸಿಕೊಳ್ಳಬಹ್ದು. ನೀನು ಮನೆಯಿಂದ ಹೊರ್ಗೆ ಹೋದ ನಂತರ ಒಮ್ಮೆ ಹಾರ್ಟ್ ಅಟ್ಯಾಕ್ ಆಯ್ತು" ಎಂದರು ನಿಧಾನವಾಗಿ.

ವಾಸು ಬೆವತು ಬಿಟ್ಟ. ಎರಡು ಕೈಗಳಲ್ಲಿ ಕಣ್ಮುಚ್ಚಿಕೊಂಡು ಬಿಕ್ಕಿದ. ಎಂಥ ಮಮತಾಮಯಿ ತಂದೆ! ಅವರಿಗೆ ತಾನು ನೀಡಿದ್ದಾದರೂ ಏನು?

"ಸಮಾಧಾನ ಮಾಡ್ಕೋ. ನಿಂಗೆ ತಿಳಿಸುವ ಮನಸ್ಸಿತ್ತು. ಆದರೆ ಆ ಸಮಯದಲ್ಲಿ ನಿನ್ನನ್ನ ನೋಡಿದರೆ ಮತ್ತಷ್ಟು ಆಘಾತವಾಗಬಹುದೆಂದು ಸುಮ್ಮನಾಗಿದ್ದು. ನನ್ನ ಸರ್ವಿಸ್‌ನಲ್ಲಿ ಇಂಥ ಪ್ರೇಮ ಪ್ರಕರಣಗಳನ್ನು ನೋಡಿದ್ದುಂಟು. ಕೆಲವಕ್ಕೆ ಪುರೋಹಿತ. ಕೆಲವು ದುರಂತಕ್ಕೆ ಸಾಕ್ಷಿ. ಅಂಥ ಭ್ರಮೆಯಿಂದ ಕಳಚಿಕೊಂಡವರೇ ಹೆಚ್ಚು. ಈಗ ನಿನ್ನ ಸಂಗ್ತಿ ಹೇಳು. ಇಲ್ಲೂ ಏನು ಸರಿಯಾಗಿಲ್ಲಾಂತ ಅನ್ನಿಸ್ತು. ಹರೆಯದ ಆಕರ್ಷಣೆ ಪ್ರೇಮವೆಂಬ ಮಬ್ಬಿನಲ್ಲಿದ್ದ ಅಂಜಲಿ ನಂತರದ ವಾಸ್ತವವನ್ನು ಎದುರಿಸಲಾರದೆ ತೊಳಲಾಡ್ತಾ ಇದ್ದಾಳೆ. ನಿಮ್ಮ ದಾಂಪತ್ಯ ಎಷ್ಟು ದಿನ ಉಳಿಯಬಹುದು? ಕನಿಷ್ಟ ಉಳಿದಷ್ಟು ದಿನಗಳಾದ್ರೂ ನೆಮ್ದಿಯಾಗಿ ಉಳಿಯೋಕೆ ಸಾಧ್ಯನಾ? ಈಗೇನು ಮಾಡ್ತಾ ಇದ್ದೀಯಾ?" ವಿಚಾರಿಸಿದರು.

"ಸಿ.ಕೆ. ಇಂಡಸ್ಟ್ರೀಯ ಅಕೌಂಟ್ ಸೆಕ್ಷನ್‌ನಲ್ಲಿ ಕೆಲಸ, ಸಂಬಳ ಕಡಿಮೆ. ಕಾಲ್ ಸೆಂಟರ್‌ನಲ್ಲಿ ಕೆಲ್ಸ ಸಿಕ್ಕಿದೆ. ಇನ್ಮೇಲೆ ಸ್ವಲ್ಪ ಪರ್ವಾಗಿಲ್ಲಾಂತ ಅನಿಸುತ್ತೆ. ಅಲ್ಲಿನ ಉದ್ಯೋಗ ಬಗ್ಗೆ ಅಣ್ಣ ಕಿಡಿ ಕಾರುತ್ತ ಇದ್ರು. ನನ್ನ ಹಳೆ ಫ್ರೆಂಡ್ಸ್ ಇಬ್ಬರೂ ಅಲ್ಲೇ ಉದ್ಯೋಗ ಮಾಡ್ತಾ ಇದ್ದಾರೆ" ಮನಬಿಚ್ಚಿ ಹೇಳಿಕೊಂಡ. ಇದನ್ನು ಯಾರೊಂದಿಗಾದರೂ ಹೇಳಿಕೊಳ್ಳಬೇಕೆಂದು ಅವನ ಮನ ಹಂಬಲಿಸುತ್ತಿತ್ತು.

ಪ್ರೊಫೆಸರ್ ಡಾ. ಗುರುಸಿದ್ಧಪ್ಪನವರ ಮುಖದ ಮೇಲಿನ ನೆರಿಗೆಗಳು ಮತ್ತಷ್ಟು

ಆಳವಾದವು.

“ಅಮೆರಿಕ, ಬ್ರಿಟನ್ ಅಂಥ ದೇಶದ ಜನರಿಂದ ಜನಾಂಗೀಯ ಕಾರಣಕ್ಕಾಗಿ ಅವಹೇಳನಕ್ಕೆ ಗುರಿಯಾಗಬೇಕಾಗುತ್ತೆ. ಕಾಲ್ ಸೆಂಟರ್‌ಗಳಲ್ಲಿ ಭಾರತೀಯ ಅನ್ನೋ ಕಾರಣಕ್ಕೆ ಮೂದಲಿಸುವ, ಹೀಯಾಳಿಸುವ, ಕೆಣಕುವ ಕರೆಗಳನ್ನು ಸ್ವೀಕರಿಸಬೇಕಾಗುತ್ತೆ. ಇಂಥ ಸಂದರ್ಭದಲ್ಲಿ ವೈಯುಕ್ತಿಕ ಸಿಟ್ಟನ್ನು ತೋರಿಸಿಕೊಳ್ಳುವಂತಿಲ್ಲ. ಸೇವಾ ಕ್ಷೇತ್ರದಲ್ಲಿ (ಸರ್ವೀಸ್ ಸೆಕ್ಟರ್)ನಲ್ಲಿರುವವರು ಅಲ್ಪ ಸ್ವಲ್ಪ ಸಿಟ್ಟಿನಿಂದ ಕೆಲಸ ಕಳೆದುಕೊಳ್ಳಬೇಕಾಗುತ್ತೆ. ಇನ್ನು ಕೆಲವರಿಗೆ ಭಾಷೆಯ ತೊಡಕು. ಇತ್ತೀಚೆಗೆ ಬಾಲಿವುಡ್ ತಾರೆ ಶಿಲ್ಪಾಶೆಟ್ಟಿ ಜನಾಂಗೀಯ ಅವಹೇಳನ ಅನುಭವಿಸಿದ್ದು ದೊಡ್ಡ ಸುದ್ದಿಯಾಗಿತ್ತು.

ಲಂಡನ್‌ನಲ್ಲಿ ನಡೆದ ರಿಯಾಲಿಟಿ ಷೋ ‘ಬಿಗ್ ಬ್ರದರ್’ ಚಿತ್ರೀಕರಣದ ವೇಳೆಯಲ್ಲಿ ಇತರ ಸ್ಪರ್ಧಿಗಳಿಂದ ತೀರಾ ಅವಹೇಳನಕ್ಕೆ ಒಳಗಾಗಿದ್ದರು. ಕ್ಲರ್ಕ್ ರಾಚಯ್ಯನ ಮಗ ಮೂರು ತಿಂಗಳು ಕೆಲಸ ಮಾಡುವ ವೇಳೆಗೆ ಸಾಕಾಗಿದ್ದ. ಮೊನ್ನೆ ಸಿಕ್ಕಾಗ ಬಿಕ್ಕಿ ಬಿಕ್ಕಿ ಅತ್ತ. ನೀನು ಅಲ್ಲಿ ಹೆಚ್ಚು ದಿನ ಕೆಲಸ ಮಾಡುವ ಸಾಧ್ಯತೆ ಇಲ್ಲ. ಅದರಿಂದ ಇರೋ ಕೆಲಸ ಯಾಕೆ ಬಿಡ್ತೀ?” ದೀರ್ಘವಾಗಿ ಮಾತಾಡಿದರು ಕೋಪವನ್ನು ಮರೆತು.

ಅವನು ಮೌನವಹಿಸಿದ “ನಿನ್ನ ಸಲುವಾಗಿ ಇಟ್ಟ ಒಂದಿಷ್ಟು ದುಡ್ಡನ್ನು ನಿಂಗೆ ತಲುಪಿಸೋಕೆ ಹೇಳಿದ್ದಾನೆ. ಆ ಕೆಲ್ಸದ ಮೇಲೆ ಇಲ್ಲಿಗೆ ಬಂದೆ. ನಿಮ್ಮಿಬ್ಬರ ಮಧ್ಯೆ ತೀರಾ ಡಿಫರೆನ್ಸಸ್ ಶುರುವಾಗಿದೆ. ಒಂದಿಷ್ಟು ಸುಧಾರಣೆ ಪ್ರಯತ್ನಿಸಿ. ಕೌನ್ಸಿಲಿಂಗ್ ಬೇಕಾಗುತ್ತೆ. (ಆಪ್ತ ಸಮಾಲೋಚನೆ)” ಇಂಥದೊಂದು ಸಲಹೆಯನ್ನು ಕೊಟ್ಟರು. ‘ಗುರು ಚಿಕ್ಕಪ್ಪ, ಗುರು ಚಿಕ್ಕಪ್ಪ’ ಎಂದು ಮುಗ್ಧವಾಗಿ ವಿಧೇಯನಾಗಿದ್ದ ಅನಂತನ ಮಗ ಇಷ್ಟು ದೊಡ್ಡ ಪರಾಕ್ರಮ ಮಾಡುವುದು ಸಾಧ್ಯವೇ ಎನ್ನುವ ಪ್ರಶ್ನೆ ಇಂದಿಗೂ ಕಾಡುತ್ತಿತ್ತು.

“ಅಂಥದೇನಿಲ್ಲ, ಚಿಕ್ಕಪ್ಪ. ನಮ್ಮಿಬ್ಬರ ಬೆಳವಣಿಗೆಯ ರೀತಿ ನೀತಿಗಳು ತೀರಾ ಬೇರೆಯಾಗಿವೆ. ಹೊಂದಿಕೊಳ್ಳೋಕೆ ಸಮಯ ಬೇಕಾಗಬಹುದು” ನಿಧಾನವಾಗಿ ಹೇಳಿದ. ಕನ್ನಡಕ ತೆಗೆದು ಒರೆಸಿಕೊಂಡು “ಆ ಹುಡ್ಗೀ ನನ್ಹತ್ರ ಎಲ್ಲಾ ಹೇಳಿಕೊಂಡ್ಳು. ಅವಳು ಸುಖವಾಗಿಲ್ಲ. ನೀನು ಸಂತೋಷವಾಗಿಲ್ಲ. ಅಪಸ್ವರದ ನಡುವೆ ಬಾಳು ಎಷ್ಟು ಚೆಂದವಾಗಿರುತ್ತೆ? ನೀವಿಬ್ರೂ ಒಟ್ಟಾಗಿ ಹೊರ್‍ಗಿನ ಸಮಸ್ಯೆಗಳನ್ನು ಎದುರಿಸಬೇಕು. ಅದಕ್ಕೆ ಸಜ್ಜಾಗಬೇಕು. ಒಬ್ಬರಿಗಾಗಿ ಒಬ್ಬರು ಎನ್ನುತ್ತ ನಿಲುವಿಗೆ ಬದ್ಧರಾದಾಗ ಮಾತ್ರ ಮುಂದಿನ ದಿನಗಳು ಹಸನಾಗುತ್ತೆ” ಬುದ್ಧಿ ಹೇಳಿದರು.

ಅವರ ಮಾತುಗಳಿಗೆ ಪ್ರತಿಕ್ರಿಯಿಸಲಾರದೆ ತೊಳಲಾಡಿದ.

“ಅಂಜಲಿಗಾಗಿ, ಅವಳ ಪ್ರೇಮಕ್ಕಾಗಿ... ತಂದೆ, ಅಕ್ಕನಿಂದ ಮಾತ್ರವಲ್ಲ ಹುಟ್ಟಿ ಬೆಳೆದ ಮನೆಯಿಂದ ಕೂಡ ದೂರಾದೆ. ಒಂದಿಷ್ಟು ಸ್ವಾಭಿಮಾನ ಕಳೆದುಕೊಂಡು ರಾಮಲಿಂಗಂ ಮಾತು ಕೇಳು. ಆಮೇಲೆ ಸಮಸ್ಯೆಗಳೇ ಇರೋಲ್ಲ” ಎಂದರು

ಪ್ರೊಫೆಸರ್ ಡಾ. ಗುರುಸಿದ್ಧಪ್ಪನವರು. ದನಿಯಲ್ಲಿ ನೋವು, ವ್ಯಂಗ್ಯ ಇತ್ತು.

ವಾಸು ಮುಖ ಒಂದು ತರಹ ಆಯಿತು. ಮುಷ್ಟಿ ಬಿಗಿ ಹಿಡಿದ. "ಇಂಪಾಜಿಬಲ್, ಸಾಧ್ಯವೇ ಇಲ್ಲ ಚಿಕ್ಕಪ್ಪ. ನಾನು ಪ್ರೀತಿಸಿದ್ದು ಅಂಜುನ ಮಾತ್ರ. ಅವರ ಆಸ್ತಿ, ಅಂತಸ್ತು ನಂಗೆ ಬೇಡ" ತೀಕ್ಷ್ಣವಾಗಿತ್ತು.

"ನಿಂಗೆ ಬೇಡದೆ ಇರಬಹುದು. ಆದರೆ ಆ ಹುಡ್ಗೀಗೆ ಬೇಕು. ನೀನು ತರೋ ಜುಜುಬಿ ಹಣದಲ್ಲಿ ದಿನಗಳನ್ನು ದೂಡೋ ಕರ್ಮ ಅವಳಿಗೆ ಇಲ್ಲ" ಸ್ವಲ್ಪ ಖಾರವಾಗಿಯೇ ನುಡಿದರು. ಅದು ಅವನಿಗೂ ಅರ್ಥವಾಗಿತ್ತು. ತವರಿಗೆ ಹೋಗಿ ಬಂದ ನಂತರ ಆಗಾಗ ಅವಳ ಮನೆಯವರು ಬರುತ್ತಿದ್ದ ಸಂಗತಿ ಗೊತ್ತಿತ್ತು. ಬೇಡ ಅನ್ನುವಷ್ಟು ಕಟುಕನಲ್ಲ. ಆದರೆ ಅಂಜುವಿನಲ್ಲಿ ಬಂದ ಬದಲಾವಣೆಗೆ ಇರುಸು ಮುರುಸಾಗಿತ್ತು. ದ್ವೇಷ ಭಾವ ಬೆಳೆಯುತ್ತಿತ್ತು.

ಸ್ವಲ್ಪ ಮೌನದ ನಂತರ ತಲೆಯೆತ್ತಿ "ಚಿಕ್ಕಪ್ಪ, ಪ್ರೀತಿ ಹುಟ್ಟು. ಹೇಗೆ, ಯಾಕೆ, ಏನೂಂತ ಕೇಳಿದರೆ ಕಾರಣ ಕೊಡ್ಲಾರೆ. ಆ ಕಾರಣಕ್ಕೆ ನನ್ನ ಅಸ್ತಿತ್ವ ಕಳೆದುಕೊಳ್ಳಲಾರೆ. ಈಗ ನನ್ನ ತಪ್ಪಿನ ಅರಿವಾಗಿದೆ. ನಾನು ಪ್ರಪಾತಕ್ಕೆ ಜಾರಲಾರೆ. ನನ್ನ ಧಮನಿಗಳಲ್ಲಿ ಅನಂತರಂಗಮೂರ್ತಿಗಳ ರಕ್ತ ಇದೆ. ಬೆಳೆದ ಸಂಸ್ಕಾರವಿದೆ. ಸ್ವಾಭಿಮಾನ ಬೆಳೆಸಿದ್ದಾರೆ. ಜೊತೆಗೆ ಹೇಗೆ ಬದುಕಬೇಕೆಂಬ ನಿರ್ಧಾರ, ಛಲದ ಜೊತೆ ಕನಸುಗಳು ಇವೆ. ರಾಮಲಿಂಗಂ ಅನ್ನೋ ವ್ಯಕ್ತಿಯ ತಾಳಕ್ಕೆ ಕುಣಿಯೋ ಗೊಂಬೆಯಲ್ಲ. ಅದನ್ನ ಅಂಜು ಅರ್ಥಮಾಡ್ಕೋಬೇಕು" ಸ್ವಲ್ಪ ಆವೇಗದಿಂದ ಹೇಳಿದ. ಒಡಕು ದೋಣಿಯ ಪಯಣವೆನಿಸಿತು ಅವರಿಗೆ.

ಪ್ರೊಫೆಸರ್ ಡಾ. ಗುರುಸಿದ್ಧಪ್ಪನವರ ಮುಖದಲ್ಲಿ ಜಿಗುಪ್ಸೆ ಮೂಡಿತು. ಕನಿಕರದಿಂದ ನೋಡಿದರು ಅವನತ್ತ.

"ಒಂದಿಷ್ಟು ತ್ಯಾಗ, ಆದರ್ಶ, ಸಾಮರಸ್ಯ ಅಂಥದೆಲ್ಲ ಬೇಕು. ನೀವು... ನೀವು ಗಂಟು ಹಾಕ್ಕೊಂಡ ಸಂಬಂಧ. ಇದಕ್ಕೆ ಬೇರೆಯವರ ಕೃಪಾಶೀರ್ವಾದವಿರೋಲ್ಲ. ಸಂಬಂಧ ತುಂಡಾಗದಂತೆ ನೀವೇ ನೋಡ್ಕೋಬೇಕು" ಎಂದು ಮೇಲೆದ್ದವರು.

ಜೇಬಿನಿಂದ ಚೆಕ್ ತೆಗೆದು ಅವನ ಕೈಯಲ್ಲಿಟ್ಟು "ನಿಂಗೋಸ್ಕರ ನಿನ್ತಂದೆ ಕಾಯ್ದಿಟ್ಟ ಹಣ. ಈಗ ನಿಂಗೆ ಅಗತ್ಯವಿದೆ. ಉಪಯೋಗಿಸ್ಕೋ" ಎಂದರು. ವಾಸು ಎದೆ ಭಾರವಾಯಿತು. ಅವರ ಕೈ ಹಿಡಿದುಕೊಂಡು ಗಳಗಳ ಅತ್ತು "ಚಿಕ್ಕಪ್ಪ, ಈ ಚೆಕ್ ನಿಮ್ಹತ್ರ ಇರಲೀ. ತಪ್ಪಾಗಿದೆ. ಮತ್ತೆ ಮತ್ತೆ ತಪ್ಪಾಗೋದು ಬೇಡ. ನಾನು ನಿಮ್ಮ ತೊಡೆಯ ಮೇಲೆ ಬೆಳೆದವ. ನಂಗೇನು ಹೇಳಿಕೊಳ್ಳೋಕ್ಕಾಗೋಲ್ಲ" ಚೆಕ್‌ನ ಹಿಂದಿರುಗಿಸಿ ಹೊರಟುಬಿಟ್ಟ.

ಮರುದಿನ ರಾಮಲಿಂಗಂನ ಭೇಟಿಯಾಗೋ ಅವಕಾಶ ಸಿಕ್ಕಿತು. ಅಂತೂ ಮೊದಲ ಸಲ ಅಂಜಲಿಯ ಜನ್ಮದಾತನನ್ನು ಕಾಣುವ ಸುಯೋಗ.

"ಯಾರು ನೀವು?" ಬಂದ ರೀತಿಯನ್ನು ಗಮನಿಸಿ ನೇರವಾಗಿ ಕೇಳಿದ

ಕೂಡಲೇ ಅಂಜಲಿ ಗಾಬರಿಯಾದವಳಂತೆ "ನನ್ನ ಡ್ಯಾಡಿ, ನಿಮ್ಮನ್ನು ನೋಡ್ಬೇಕೂಂತ ಬಂದಿರೋದು" ಪರಿಚಯಿಸಿದ ರೀತಿ ಇದು.

"ಸಾರಿ... ಬನ್ನಿ.... ಕೂತ್ಕೊಳ್ಳಿ" ಹೇಳಿದ, ವಿಪರೀತ ವಿನಯವು ಇರಲಿಲ್ಲ, ತಾತ್ಸಾರ ಭಾವವು ಇರಲಿಲ್ಲ. "ನಾನು ರಾಮಲಿಂಗಂ ಅಂತ. ನಂದು ಗ್ರಾನೈಟ್ ಬಿಜಿನೆಸ್. ದೊಡ್ಡ.... ದೊಡ್ಡವರ ಪರಿಚಯವಿದೆ. ನನ್ನ ಹಿರಿ ಮಗಳು ಅಮೃತ ಮದ್ವೆಗೆ ಚೀಫ್ ಸೆಕ್ರೆಟರಿಯಿಂದ ಮಂತ್ರಿಗಳವರೆಗೂ ಬಂದಿದ್ರು" ಹೇಳಿಕೊಂಡರು. ಅದು ವಾಸುಗೆ ಬೇಕಿರಲಿಲ್ಲ.

"ಸಂತೋಷ, ನಂಗೆ ಇದೆಲ್ಲ ಗೊತ್ತಿಲ್ಲ. ಹೊತ್ತಾಯ್ತು" ಬಾಗಿಲಿನಿಂದ ಹೊರಗೆ ಹೊರಟವನನ್ನು ಅಂಜು ಹಿಡಿದು ನಿಲ್ಲಿಸಿ "ನನ್ನ ಡ್ಯಾಡಿ ಈಗ ಬಂದಿದ್ದಾರೆ. ನಿಮ್ಹತ್ರ ಮಾತಾಡ್ಬೇಕಂತೆ" ಹಿಂದಕ್ಕೆ ಕರೆದೊಯ್ದಳು. ಇದ್ದಿದ್ದು ಎರಡು ಮರದ ಛೇರ್. ಒಂದು ಮಂಚ ಅಷ್ಟೇ. ಮಂಚದ ಮೇಲೆ ಹೆಂಡತಿಯ ಸಮೇತ ರಾಮಲಿಂಗಂ ಆಸೀನರಾಗಿದ್ದರು. ಇನ್ನೊಂದು ಮರದ ಛೇರ್ ಮೇಲೆ ಅಂಜಲಿ ಅಜ್ಜಿ ಮಂಡಿಸಿದ್ದರು.

ಗೋಡೆಯ ಅಂಚಿಗೆ ಇದ್ದ ಚೇರ್ ಮೇಲೆ ಕೂತ ವಾಸುಗೆ ಮುಜುಗರವೆನಿಸಿತು. ಇಬ್ಬರ ನಡುವೆ ಅವರುಗಳ ಪ್ರವೇಶ ಬೇಡವೆನಿಸಿತ್ತು.

"ಅಂಜುನ ಭಾವಮೈದ ಚಿನ್ನಯ್ಯನಿಗೆ ಕೊಟ್ಟು ಲಗ್ನ ಮಾಡ್ಬೇಕೂಂತ ಇದ್ದೆ. ಆಮೇಲೆ ಏನೇನೋ ಆಗಿಹೋಯ್ತು. ನಾವು ಹೆಣ್ಣು ಹೆತ್ತೋರು. ಮಗ್ಳು ಕಷ್ಟಪಡ್ತಾ ಇರೋದು ನೋಡೋಕ್ಕಾಗೋಲ್ಲ. ಕೋಪ ಇತ್ತು. ಬೇಸರ ಮಾಡಿಕೊಂಡಿದ್ದುಂಟು. ಈಗ ಕರುಳ ಸಂಕಟ. ಅವಳಮ್ಮ, ಅಜ್ಜಿ ಗೋಳಾಡುತ್ತಾರೆ. ಆಗಿದ್ದು ಆಗಿ ಹೋಯಿತು. ಬಂಗ್ಲೆ ಕೊಡ್ತೀನಿ, ಕಾರು ಕೊಡ್ತೀನಿ. ಸ್ವಲ್ಪ ಧಾರಾಳ ಮನಸ್ಸು ಮಾಡಿ ನಮ್ಮಲ್ಲಿ ಒಬ್ಬ ಅಂತ ತಿಳ್ಕೋತೀವಿ. ಜುಜುಬಿ ಸಂಬಳಕ್ಕೆ ನೀವು ಕೆಲ್ಸಕ್ಕೆ ಹೋಗೋದು ಬೇಡ. ಸದ್ಯಕ್ಕೆ ಎರಡು ಬಂಗ್ಲೆ ರೆಡಿಯಾಗಿದೆ. ಅದರಲ್ಲಿ ಒಂದನ್ನ ಆಯ್ಕೆ ಮಾಡಿ. ಒಳ್ಳೆ ದಿನ ನೋಡಿ ಪೂಜೆ, ಹೋಮ, ಅಂಥದೆಲ್ಲ ಮಾಡ್ಸಿ ಅಲ್ಲಿಗೆ ಷಿಫ್ಟ್ ಆಗಿ ಬಿಡ್ಬಹುದು" ಎಲ್ಲಾ ಅವರೆ ಹೇಳಿದರು ಮುತ್ತಮ್ಮ, ಮುನಿಲಕ್ಷ್ಮಮ್ಮ. ತಮ್ಮ ಒಪ್ಪಿಗೆಯನ್ನು ಸೂಚಿಸಿದರು.

"ಈ ದೇಶದ ಸಂಸ್ಕೃತಿ, ಸಂಪ್ರದಾಯ ನಿಮ್ಗೇ ಗೊತ್ತಿರುತ್ತೆ. ವಿವಾಹವಾಗಿ ಬರುವ ಹೆಣ್ಣು ಗಂಡಿನ ಮನೆಯ ಸೊತ್ತಾಗುತ್ತಾಳೆ. ಅಲ್ಲಿನ ಆಚಾರ, ವಿಚಾರಗಳ ಜೊತೆ ಆ ವಂಶದ ಹಕ್ಕುಗಳ ಜೊತೆ ಬಾಧ್ಯತೆಗಳನ್ನು ಹೊರಬೇಕಾಗುತ್ತೆ. ಇಲ್ಲೂ ಅದೇ ಪಾಲಿಸಿ. ಅಂಜು ಹಿನ್ನೆಲೆ, ಶ್ರೀಮಂತಿಕೆಯ ಬಗ್ಗೆ ಏನೂ ತಿಳಿದೆ ಕೈ ಹಿಡಿದೆ. ಬಹುಶಃ ಹುಟ್ಟಿದ ಪ್ರೀತಿ ಕಾರಣವಿರಬಹುದು. ನಾವಿಬ್ರೂ ಚೆನ್ನಾಗಿಯೇ ಇದ್ದೀವಿ. ನನ್ನ ಕೈಯಲ್ಲಾದ ಮಟ್ಟಿಗೆ ಅವಳನ್ನು ಸುಖವಾಗಿ ನೋಡ್ಕೋತೀನಿ" ಅತ್ಯಂತ ಶಾಂತವಾಗಿ ಹೇಳಿದ.

ಆಮೇಲೆ ತಲೆಗೊಂದು ಮಾತಾಡಿದರು. ಅಂಜಲಿ ಬೇಕಾದರೆ ತಾವು ಹೇಳಿದಂಗೆ ಕೇಳಬೇಕೆನ್ನುವ ಕರಾರು ಹಾಕಿದರು.

"ಇದು ಯಾವುದನ್ನು ನಾನು ಒಪ್ಪೋಲ್ಲ" ಅಂದ ದೃಢವಾಗಿ "ಹಾಗಾದರೆ ಅಂಜಲಿ ಇಲ್ಲಿ ಇರೋಲ್ಲ. ಡೈವೋರ್ಸ್ ಅಂತೆಲ್ಲ ಮಾತಾಡಿದರಂತೆ. ಅದೇ ಆಗುತ್ತೆ. ನೀನೇ ಸಂಪಾದ್ನೆ ಮಾಡಿ ದೊಡ್ಡ ಮನುಷ್ಯನಾಗಿ ಅವಳ್ನ ಸುಖವಾಗಿಟ್ಟುಕೊಳ್ಳೋದು ಯಾವ ಕಾಲಕ್ಕೆ? ಜೀವನ ಪೂರ್ತಿ ನನ್ಮಗ್ಳು ಕಣ್ಣೀರಿನಲ್ಲಿ ಕೈ ತೊಳೀಬೇಕಾ? ಅದಕ್ಕೆ ನಾನು ಅವಕಾಶ ಕೊಡೋಲ್ಲ" ಗರ್ಜಿಸಿದರು ರಾಮಲಿಂಗಂ.

'ನಿಮ್ಮಿಷ್ಟ' ನಡೆದೇಬಿಟ್ಟ

ರಾಮಲಿಂಗಂ ಅವಾಕ್ಕಾದರು. ಖಂಡಿತ ಈ ಹುಡುಗ ಇಷ್ಟೊಂದು ಗಟ್ಟಿಯಾಗಿರುತ್ತಾನೆಂದು ತಿಳಿದಿರಲಿಲ್ಲ. ಸುಸ್ತಾಗಿಬಿಟ್ಟರು.

"ನೋಡಿದ್ರಾ, ಎಷ್ಟೊಂದು ತಿಮಿರು?" ಮುನಿಲಕ್ಷ್ಮಮ್ಮ ಕುಟುಕಿದರು.

ಮೇಲೆದ್ದ ಮುತ್ತಮ್ಮ "ನಾವು ಇನ್ನೇನು ಮಾಡೋಕ್ಕಾಗುತ್ತೆ? ಮಹಾ ಅಂದರೆ ಎಷ್ಟು ತಿಂಗಳಿಂದ ನಿನ್ನ ಜೀವನದಲ್ಲಿ ಇದ್ದಾನೆ? ಹೇಗೂ ಡೈವೋರ್ಸ್ ಅನ್ನೋದು ತಗೊಂಡು ಬಿಡು" ಮಗಳಿಗೆ ಬುದ್ಧಿ ಹೇಳಿದರು.

ರಾಮಲಿಂಗಂ ಮನಸ್ಸಿನಲ್ಲಿ ಆಸೆಯೊಂದು ಹೊಯ್ದಾಡಿತು. 'ಡೈವೋರ್ಸ್' ಅನ್ನೋದು ಅಪರೂಪವಾಗಿಯೇನು ಕಾಣಲಿಲ್ಲ. ಚಿನ್ನಯ್ಯನಿಗೆ ಇನ್ನೂ ವಿವಾಹವಾಗಿಲ್ಲ. ನಾಲ್ಕು ಬುದ್ಧಿಮಾತು ಹೇಳಿದರೆ ಒಪ್ಪಿಕೊಂಡಾನು, ಇದು ಒಳ್ಳೆಯದೆ ಆಯಿತೆಂದುಕೊಂಡರು.

ಬರೀ ಸುಖ, ಸಂಪತ್ತಿನಲ್ಲಿ ಬೆಳೆದ ಹುಡುಗಿ. ಹರೆಯದ ಪ್ರೀತಿಯ ಅಮಲು ಇಳಿದಿರಬೇಕು. ತಾನಾಗಿ ದಾರಿಗೆ ಬರುತ್ತಾಳೆಂದುಕೊಂಡರು.

"ಈಗೇನು ಮಾಡ್ತೀಯಾ? ಇದೆಂಥ ಮನೆ? ಎಮ್ಮೆಗಳನ್ನು ಕಟ್ಟೋಕೆ ಕೂಡ ಲಾಯಕ್ಕಾಗಿಲ್ಲ. ಈಗಾಗಲೇ ಒಣಗಿ ಹೋಗಿದ್ದೀ! ವರ್ಷನೋ, ಆರು ತಿಂಗಳೋ... ಇಲ್ಲಿದ್ದರೇ ಗುರುತು ಸಿಗೋಲ್ಲ. ಸುಮ್ನೆ ನೀನ್ಹೋಗಿ ಬಂಗ್ಲೆಯಲ್ಲಿ ಇರು. ಬಾಲ ಮುದುರಿದ ನಾಯಿಯ ಹಾಗೆ ಅಲ್ಲಿಗೆ ಬರ್ತಾನೆ" ಅಮ್ಮ ಮುತ್ತಮ್ಮನ ಬುದ್ಧಿವಾದ.

ಅಂಜಲಿಗೆ ಏನು ಮಾಡಬೇಕೋ ತಿಳಿಯಲಿಲ್ಲ. ಕಷ್ಟ ಅನ್ನೋದನ್ನ ಕಂಡರಾಗದು. ಅಡುಗೆ ಮಾಡೋದು, ಪಾತ್ರೆ ತೊಳೆಯೋದು, ಜೊತೆಗೆ ಸಾಧಾರಣ ಊಟ-ಹಿಂಸೆಯಿಂದ ಮುಖ ಕಿವುಚಿದಂತಾಯಿತು.

"ಏನು ಮಾಡ್ತಿಯೇ? ಏನು ಸೀಮೆಗಿಲ್ದ ಪ್ರೀತಿ. ನಿನ್ನ ಮಾತು ರವಷ್ಟು ಕೇಳೋಲ್ಲ. ನಿಂದು ಇನ್ನೆಂಥ ಪ್ರೀತಿ? ಈ ಸಂಪತ್ತಿಗೆ ಎಲ್ಲರನ್ನು ಬಿಟ್ಟು ಬಂದೆ! ನಿನ್ನ ಕಷ್ಟ ಅವನಿಗೆ ಅರ್ಥವಾಗೋದಿಲ್ಲ. ನಿಮ್ಮ ಪ್ರೀತಿಯ ತಲೆಬುಡ ಅರ್ಥವಾಗೋಲ್ಲ" ಕುಟುಕಿದರು.

"ಈಗೇನು ಮಾಡ್ತೀಯೆ, ಅಂಜು? ನಮ್ಗೆ ಇಬ್ಬರೇ ಹೆಣ್ಣು ಮಕ್ಳು ಅಂದ್ಕೊಂಡು ಸುಮ್ಮನಿದ್ದುಬಿಡ್ತೀವಿ. ನೀನೇ ಮಾಡಿಕೊಂಡಿದ್ದು ಅನುಭವಿಸ್ಕೋ" ರಾಮಲಿಂಗಂ

ಹೊರಟೇಬಿಟ್ಟರು. ತಾಯಿ, ಹೆಂಡತಿ ಹಿಂಬಾಲಿಸಬೇಕಾದ್ದು ಅನಿವಾರ್ಯ. ಎರಡೆಜ್ಜೆ ಮುಂದಕ್ಕೆ ಹೋಗಿ ಹಿಂದಕ್ಕೆ ಬಂದ ಮುತ್ತಮ್ಮ ಮಗಳ ಕೈ ಹಿಡಿದು "ನಿಮ್ಮಪ್ಪ ರಾಜಿಯಾಗೋಂಥ ಮನುಷ್ಯನಲ್ಲ. ಪಂಡಿತರು ಈ ಸಲ ಗಂಡು ಮಗು ಆಗುತ್ತೇಂತ ಹೇಳಿರೋದ್ರಿಂದ ಸಂತೋಷವಾಗಿದ್ದಾರೆ. ನನ್ಮಾತು ಕೇಳ್ತಾ ಇದ್ದಾರೆ, ಕೂಡ. ಮುಂದೆ ನಿಂಗೆ ಇಂಥ ಅವಕಾಶ ಸಿಗೋಲ್ಲ. ಇನ್ನ ಈ ಜನ್ಮಕ್ಕೆ ತವರು ಇಲ್ದಂಗೆ ಆಗುತ್ತೆ. ಜೊತೆಗೆ ಈ ಕಷ್ಟ ಜೀವನ ಇರೋವರ್ಗೂ ಪಡಬೇಕಾಗುತ್ತೆ" ಎಚ್ಚರಿಸಿ ಪಿಸುದನಿಯಲ್ಲಿ ಹೋಗಿದ್ದು.

ಅಂಜು ಅತ್ತಳು. ಎಲ್ಲಾ ಕಿತ್ತೆಸೆದು ಚೆಲ್ಲಾಡಿದ್ದು ಮಾತ್ರವಲ್ಲ ಇದೆಲ್ಲ ವಾಸು ಬರೋವರೆಗೂ ಹೀಗೆಯೇ ಇರಲಿಯೆಂದು ಶಪಥ ಮಾಡಿದ್ದು ಗೋಡೆಗಳಿಗೆ ಕೇಳಿಸುವಂತೆ. ಮಧ್ಯಾಹ್ನ ತೀರಾ ಹಸಿವಾದಾಗ ಫಾಸ್ಟ್ ಫುಡ್ ಸೆಂಟರ್‌ಗೆ ಹೋಗಿ ಸಿಕ್ಕಿದ್ದು ತಿಂದು ಹಿಂದಿರುಗಿದಳು.

ಕೋಳಿಯಲ್ಲಿ ನಾಲ್ಕಾರು ಐಟಂ ಮಾಡಿ ಬಡಿಸುವ ಅಜ್ಜಿ, ಅಮ್ಮನ ನೆನಪಾಯಿತು. ಎಂದಾದರೂ ಆಹಾರಕ್ಕೆ ಚಡಪಡಿಸಿದ್ದುಂಟಾ? ಹಸಿವೆನಿಸಿದ್ದೆ ಇಲ್ಲ. ದೊಡ್ಡ ಹೋಟೆಲ್‌ಗೆ ಫ್ರೆಂಡ್ಸ್‌ನ ಕರೆದೊಯ್ದು ಡಿನ್ನರ್ ಸಲುವಾಗಿ ಖರ್ಚು ಮಾಡಿದ ರಾಮಲಿಂಗಂ ಮಗಳು ದೈನಿಸಿಯಂತೆ ಬದುಕಬೇಕಾ? ಸಾಧ್ಯವಿಲ್ಲವೆನಿಸಿತು.

ತನ್ನ ಬಟ್ಟೆ ಬರೆಗಳನ್ನು ಸೂಟುಕೇಸಿಗೆ ಹಾಕಿಕೊಂಡಳು. ಮಾತಾಡಬೇಕಾದ್ದನ್ನೆಲ್ಲ ಲೆಕ್ಕ ಹಾಕಿಟ್ಟಳು. 'ಡೈವೋರ್ಸ್ ಕೊಡೋಲ್ಲಾಂದರೆ ಒಂದಿಷ್ಟು ಹಣಾನ ಅವನ ಮುಖಕ್ಕೆ ಮೇಲೆಸೆದರಾಯ್ತು'. ತಂದೆ ಕೋಪದಿಂದ ಆಡಿದ ಮಾತು. ಅಭಿಮಾನದಿಂದ ಅವಳೆದೆ ಉಬ್ಬಿತು. 'ಎಂದಿಗೂ ವಾಸು ಬೇರೆಯವರ ಹಣ ಮುಟ್ಟೋಲ್ಲ.'

ಸಂಜೆ ಆಗಿದ್ದೆ ಗೊತ್ತಾಗಲಿಲ್ಲ. ಇಂದು ಸ್ವಲ್ಪ ಬೇಗ ಮನೆಗೆ ಬಂದ. ಮನೆ ಅಸ್ತವ್ಯಸ್ತವಾಗಿತ್ತು. ಒಮ್ಮೆ ತೀಕ್ಷ್ಣವಾಗಿ ಅವಳತ್ತ ನೋಟ ಹರಿಸಿ ನಿಟ್ಟುಸಿರು ದಬ್ಬಿದ.

"ಏನಿದೆಲ್ಲ? ಸುಮ್ನೆ ಕೂತ್ಕೋಳ್ಳೋ ಬದಲು ಒಂದಿಷ್ಟು ಎದ್ದು ಇದನ್ನೆಲ್ಲ ಅಚ್ಚುಕಟ್ಟು ಮಾಡಬಾರ್ದಾ?" ಸಮಾಧಾನವಾಗಿಯೇ ಕೇಳಿದ.

"ನಂಗೆ ಅದೆಲ್ಲ ಮಾಡಿ ಗೊತ್ತಿಲ್ಲ!" ಬಿರುಸಾದ ಉತ್ತರ.

"ಪರಿಸ್ಥಿತಿ ಬದಲಾಗಿದೆ, ಅಂಜು. ಇದನ್ನೆಲ್ಲ ಕಲೀಬೇಕು. ನಾನು ದುಡೀತೀನಿ. ಛಾಲೆಂಜಾಗಿ ಬದುಕೋಣಾಂತ ನೀನೇ ಹೇಳ್ದೇ. ಈಗ ಇಂಥ ಸೋಮಾರಿತನ ಯಾಕೆ? ಪ್ರೀತಿಗಾಗಿ ಇಷ್ಟೆಲ್ಲ ಮಾಡೋಕೆ ಸಾಧ್ಯವಿಲ್ವಾ? ಇಷ್ಟೊಂದು ರಿಸ್ಕ್ ತಗೊಳ್ಳೋಕೆ ಸಿದ್ಧವಿಲ್ಲದಿದ್ದರೇ ನಮ್ಮ ಪ್ರೀತಿ, ಪ್ರೇಮಕ್ಕೆ ಅರ್ಥವೇನು? ಸಾಕಷ್ಟು ಪ್ರೇಮಭರಿತ ಚಲನಚಿತ್ರಗಳನ್ನೆಲ್ಲ ಹೀರೋ, ಹೀರೋಯಿನ್ ಕಷ್ಟಪಡೋದೇ ಇಲ್ವಾ?" ಕೆನ್ನೆ ಸವರಿದ. ಅವನ ಸ್ಪರ್ಶಕ್ಕಾಗಿ ಕಾತರಿಸುವವಳು ಇಂದು ಕೂಡ ಅವನ ಎದೆಗೆ ಒರಗಿ ಕಂಬನಿ ಸುರಿಸಿದ್ದು... ಸುರಿಸಿದ್ದೆ. "ನಂಗೆ ಕಷ್ಟಪಡೋದು ಗೊತ್ತಿಲ್ಲ. ಇಂಥ ಮನೆಯಲ್ಲಿ ಇರೋಕ್ಕಾಗೋಲ್ಲ. ನಾವು ಜೆ.ಪಿ. ನಗರದಲ್ಲಿರೋ ಮನೆಗೆ ಹೋಗ್ಬಿಡೋಣ. ಒಂದಿಷ್ಟು

ತೊಂದರೆಯಾಗ್ದಂಗೆ ನನ್ನ ಡ್ಯಾಡಿ ನೋಡ್ಕೋತಾರೆ" ಮತ್ತದೇ ರಾಗ. ತುಟಿ ಕಚ್ಚಿದ.

ಅವಳನ್ನು ಮೆಲ್ಲಗೆ ಸರಿಸಿದ. "ಖಂಡಿತ ಸಾಧ್ಯವಿಲ್ಲ. ದಾಂಪತ್ಯಕ್ಕೆ ಅದರದೇ ಆದ ಅರ್ಥವಿದೆ. ನನ್ನ ತಪ್ಪನ್ನು ನನ್ತಂದೆ ಕ್ಷಮಿಸಿದರೆ ನಮ್ಮ ಮನೆಗೆ ಹೋಗ್ಬಿಡೋಣ" ಇಂಥದೊಂದು ಮಾತು ಹೇಳಿ ಅವಳ ಮನ ಒಲಿಸಿಕೊಳ್ಳುವ ಪ್ರಯತ್ನ ಮಾಡಿದ. ಅವಳಲ್ಲಿ ದಟ್ಟೈಯಿಸಿಕೊಂಡ ಸೋಮಾರಿತನ ರಾಜಿಗೆ ಅವಕಾಶ ಮಾಡಿಕೊಡಲಿಲ್ಲ. "ಇಲ್ಲ, ಕಷ್ಟ ನನ್ಕೈಲಿ ಸಾಧ್ಯವಿಲ್ಲ. ನಾನಂತೂ ಬಂಗ್ಲೆಗೆ ಷಿಫ್ಟ್ ಆಗ್ಬಿಡ್ತೀನಿ" ಹಾಸಿಗೆಯ ಮೇಲೆ ಹೋಗಿ ಬಿದ್ದುಕೊಂಡಳು. ಅಲ್ಲಿ ಅನಂತರಂಗಮೂರ್ತಿಗಳ ಮನೆ ಮರೆಯಾಯಿತು.

ವಾಸು ಇಡೀ ರಾತ್ರಿ ಯೋಚಿಸಿದ. ಪ್ರಾರಂಭವೇ ತೀರಾ ಕಠಿಣವಾಗಿದೆ. ಮುಂದಿನ ದಿನಗಳನ್ನು ದೂಡುವುದಾದರೂ ಹೇಗೆ? ಅಂಜು ಇಲ್ಲಿ ಆರಾಮವಾಗಿರಲು ಸಾಧ್ಯವಿಲ್ಲವೆನಿಸಿತು.

ಏಳುವಾಗ ಒಂದು ನಿರ್ಧಾರಕ್ಕೆ ಬಂದಿದ್ದ.

"ನಮ್ಮಿಬ್ಬರಲ್ಲಿ ಪ್ರೀತಿ ಹುಟ್ತು. ನಮ್ಗೇ ಪ್ರೀತಿ ಮುಖ್ಯವಾದುದ್ದರಿಂದ, ಹೆತ್ತವರ ಬಗ್ಗೆ ಪೂರ್ವಾಪರಗಳ ಬಗ್ಗೆ ಯೋಚಿಸ್ಲಿಲ್ಲ. ಹೊಂದಿಕೆ ಕಷ್ಟ. ಆದರೂ ದಾಂಪತ್ಯಕ್ಕೆ ಅದರದೇ ಬೆಲೆ, ಸೊಗಸು ಇದೆ. ಸಾಮರಸ್ಯ, ತ್ಯಾಗ ಅಂಥದೆಲ್ಲ ಬೇಕಾಗುತ್ತೆ. ಬಂಗ್ಲೆ, ಕಾರಿಗಿಂತ ಪ್ರೀತಿ ದೊಡ್ಡದೂಂತ ತಾನೇ ಬಂದಿದ್ದು. ಈಗ ಅದೆಲ್ಲ ಯಾಕೆ?" ಪ್ರಶ್ನಿಸಿದ.

"ನಂಗೆ ಕಷ್ಟಪಡೋಕ್ಕಾಗೋಲ್ಲ" ತಟಕ್ಕನೆ ನುಡಿದಳು.

"ಇಲ್ಲಿಗ್ಬಂದು ನಿಂತ್ಮೇಲೆ, ಇಬ್ರೂ ನಿರಂತರವಾಗಿ ನರ್ಕ ಅನುಭವಿಸ್ತಾ ಬದುಕೋದು ಬೇಡ. ಸುಂದರವಾಗಬೇಕಾದ ದಿನಗಳು ಭರ್ಬರವೆನಿಸೋದು ಬೇಡ. ನೀನು ಆರಾಮಾಗಿ ನಿನ್ನ ತಂದೆ ಜೊತೆ ಹೋಗು. ಮೂರು ತಿಂಗಳು ಒಂಟಿಯಾಗಿ ಇರು. ಆದರೆ ನನ್ನ ನಿರ್ಧಾರ ಮಾತ್ರ ಅಚಲ. ಬರೀ ವಾಸುಗೆ ಮಡದಿಯಾಗಿ, ಅನಂತರಂಗಮೂರ್ತಿಗಳಿಗೆ ಸೊಸೆಯಾಗಿ ಅಲ್ಲಿನ ಆಚಾರ-ವಿಚಾರಗಳಿಗೆ ಹೊಂದಿಕೊಳ್ಳಲು ಸಾಧ್ಯವೆನಿಸಿದರೆ ಬಾ. ನಡೆದು ಹೋದದ್ದಕ್ಕೆ ತಪ್ಪು-ಪಶ್ಚಾತ್ತಾಪವೆನಿಸಿದರೇ, ಬರೀ ಕನಸೆಂದು ಮರ್ತು ಬಿಡೋಣ. ಸುಮ್ನೆ ನಮ್ಮ... ನಮ್ಮ ಹಿರಿಯರಿಗೆ ನೋವು ಕೊಡ್ತಾ ನಾವು ನಾಶವಾಗಿ ಬಿಡೋದು ಬೇಡ" ಅಷ್ಟು ಹೇಳಿ ತನ್ನ ಕೆಲಸ ಮುಗಿಯಿತೆನ್ನುವಂತೆ ಹೊರಟ ವಾಸುವಿನ ಮನಸ್ಸು ನಿಶ್ಚಲ ಸ್ಥಿತಿಗೆ ಮರಳಿತ್ತು.

ಹತ್ತರ ಸುಮಾರಿಗೆ ಸಂಜೀವಿ ಕಾರು ತಗೊಂಡ್ ಬಂದು ನಿಲ್ಲಿಸಿ ಒಂದು ಕ್ಯಾರಿಯರ್ ಹಿಡಿದು ಬಂದ.

"ಹೋಟೆಲ್‌ನಿಂದ ತರಿಸಿರೋದು. ಎಲ್ಲಾ ಫ್ರೆಶ್ಶಾಗಿದೆ. ಮೊದ್ಲು ತಿನ್ನಿ. ಯಜಮಾನ್ರು ರಾತ್ರಿ ಹೈದರಾಬಾದ್‌ಗೇಂತ ಹೋದ್ರು. ಇಡೀ ಫ್ಯಾಮಿಲಿನ

ಯಜಮಾನ್ರು ಹೈದರಾಬಾದ್‌ಗೆ ಷಿಫ್ಟ್ ಮಾಡ್ಬಿಡ್ತೀನೀಂತ ರೇಗಾಡ್ತಾ ಇದ್ರು. ಅಮೃತಮ್ಮ, ಅಳಿಯಂದ್ರು ಕೂಡ ಬಂದಿದ್ದಾರೆ. ಹೇಗಾದ್ರೂ ಜೆ.ಪಿ. ನಗರದ ಬಂಗ್ಲೆನ ತಮ್ಮ ಹೆಸರಿಗೆ ಮಾಡ್ಸಿಕೊಳ್ಳೋ ಪ್ಲಾನ್. ಈಗ ಸ್ವಲ್ಪ ಹಿಂದೇಟು ಹಾಕಿದರೆ, ನೀವು ಕೆಟ್ಟಿರಿ. ಅವಯ್ಯನಿಗೇನು ಗೊತ್ತು? ನೂರು ರೂಪಾಯಿ ಸಂಪಾದ್ನೆ ಮಾಡೋದು ಎಷ್ಟೊಂದು ಕಷ್ಟ. ಯಜಮಾನ್ರು ತುಂಬ ಮುತುವರ್ಜಿಯಿಂದ ನಿಂತು ಕಟ್ಟಿಸಿದ ಬಂಗ್ಲೆ. ಇವತ್ತು ಹತ್ತಿರ ... ಹತ್ತಿರ... ಹತ್ತು ಕೋಟಿಯ ಆಸ್ತಿ" ತಲೆ ಕೆಡಿಸಿದ. ಆಸ್ತಿಯ ಬೆಲೆಯನ್ನು ಐದರಿಂದ ಹತ್ತಕ್ಕೆ ಏರಿಸಿದ್ದ.

ಏನೂ ತೋಚದಂತೆ ಕೂತಳು. ಸಂಜೀವಿ ಚಾಣಾಕ್ಷ. ತಟ್ಟೆ ತೊಳೆದು ಒರೆಸಿ ತಂದು ಹಾಕಿ "ಬಿರಿಯಾನಿ ಘಮ ಘಮ ಅನ್ನುತ್ತೆ. ಅದರ ಜೊತೆಗೆ ಎರಡ್ಮೂರು ಐಟಂ." ಇಂಥ ಮಾತುಗಳಿಂದ ಮೆಚ್ಚಿಗೆ ಪಡೆದ. ಎದ್ದು ಕೆಟ್ಟ ಕೆಟ್ಟದಾಗಿ ರುಚಿ ಇಲ್ಲದೆ ಮಾಡಿಕೊಳ್ಳುವುದಕ್ಕಿಂತ ಹೀಗೆ ತಿನ್ನುವುದು ಮಜವೆನಿಸಿತು.

ಅಂತೂ ಹೊಟ್ಟೆ ತುಂಬ ತಿಂದ ನಂತರ ಜೆ.ಪಿ. ನಗರದ ಬಂಗ್ಲೆಗೆ ಕಾರಿನಲ್ಲಿ ಕರೆದೊಯ್ದ. ಹೊರ ನೋಟಕ್ಕೆ ಅದ್ಭುತವೆನಿಸಿತು. ವಾಸು ಎಂದಾದರೂ ಇಂಥ ಬಂಗ್ಲೆ ಕಟ್ಟೋಕೆ ಸಾಧ್ಯವೇ? ಸರಸ್ವತಿಪುರಂನಲ್ಲಿರುವ ಅವರ ಮನೆ ನೆನಪು ಮಾಡಿಕೊಂಡಳು. ತೀರಾ ಸಾಧಾರಣವಾದ ಹಳೆಯ ಕಾಲದ ಮನೆ ಚೆಂದವೆಂದು ಹೇಳಲು ಏನಿದೆ? ಅವಳ ಮನಸ್ಸು ಡೋಲಾಯಮಾನವಾಯಿತು.

"ನೀನು ಈಗ ಬಿಟ್ಟರೆ ಕೆಟ್ಟೆ. ಮೊದ್ಲು ಬಂದು ಬಂಗ್ಲೆಯೊಳಕ್ಕೆ ಸೇರ್ಕೊಂಡು ಬಿಡು. ಚಿನ್ನಯ್ಯ, ಅವ್ರ ಹಿರಿಯಾಕೆಯೇನಾದರೂ ತಲೆ ಕೆಡ್ಸಿದರೇ, ಮನಸ್ಸು ಬದಲಾಯಿಸಿ ಬಿಟ್ಟಾರು. ಈಗ್ಲೂ ಬಂದಾಗಲೆಲ್ಲ ನಮ್ಗೇ ಅವಮಾನ ಆಯ್ತು ಅಂತ ಆಕೆ ಗೋಳಾಡುತ್ತಾರೆ" ಇಂಥದೆಲ್ಲ ಒಂದರ ಮೇಲೊಂದು ಪೇರಿಸಿದ. ಎಲ್ಲಾ ಹೌದೆನಿಸಿ ಬಿಟ್ಟಿತು ಅವಳಿಗೆ. ತಕ್ಷಣ ಡಿಸಿಷನ್ ತಗೊಂಡಳು. "ಆಯ್ತು ಬಿಡು. ಆಮೇಲೆ ಅವ್ರನ್ನ ಒಪ್ಪಿಸ್ತೀನಿ" ಇಡೀ ಬಂಗ್ಲೆಯ ಅಂಚು... ಅಂಚಿಗೂ ಓಡಾಡಿದಳು. ಟಿ.ವಿ., ಡಿ.ವಿ.ಡಿ.ಯಿಂದ ಹಿಡಿದು ಅಡುಗೆ ಮನೆಗೆ ಬೇಕಾದ ಫ್ರಿಡ್ಜ್, ಗ್ಯಾಸ್, ಪಾತ್ರೆಗಳವರೆಗೂ ಎಲ್ಲವನ್ನು ತಂದು ತುಂಬಿದ್ದರು.

ಅಚ್ಚುಕಟ್ಟಾದ ಡ್ರಾಯಿಂಗ್ ರೂಂ, ಬೆಡ್‌ರೂಂ – ಖುಷಿ... ಖುಷಿಯೆನಿಸಿತು. ಬಂಗ್ಲೆ ತುಂಬ ಹಕ್ಕಿಯಂತೆ ಹಾರಾಡಿದಳು.

"ನಿಮ್ಮನ್ನ, ಅಮ್ಮನ ಹತ್ತಿರ ಬಿಟ್ಟು... ಅದೇ ಆ ಹಳೆ ಗುಬ್ಬಚ್ಚಿ ಗೂಡಿಗೆ ಹೋಗಿ ನಿಮ್ಮ ಬಟ್ಟೆ ಬರೆಯ ಸೂಟ್‌ಕೇಸ್ ತಂದುಬಿಡ್ತೀನಿ. ಆಮೇಲೆ ಆವಯ್ಯನೇ ಹುಡ್ಕಿಕೊಂಡು ಬರ್ತಾನೆ. ಇಲ್ಲ, ಅವರು ಕೆಲಸ ಮಾಡೋ ಕಡೆಯ ಅಡ್ರೆಸ್ ಕೊಡು. ನಾನೇ ಹೋಗಿ ಕಾರಿನಲ್ಲಿ ಕರ್ಕೊಂಡ್ ಬರ್ತೀನಿ" ಅದ್ಭುತವಾದ ಸಲಹೆಗಳನ್ನು ನೀಡಿದ. ಇದು ಬಹಳ ಬೇಗ ಕೆಲಸ ಮಾಡಿತು. ಇಂಥ ಕೆಲವರು ರಾಮಲಿಂಗಂ ಬಳಿ ಇದ್ದರು.

ಮುನಿಲಕ್ಷ್ಮಮ್ಮ ಮೊಮ್ಮಗಳ ಸಹಾಯಕ್ಕೆ ಬಂದರು.

ತಾನೇ ಹೋಗಿ ಸೂಟ್‌ಕೇಸ್ ರೆಡಿ ಮಾಡಿಕೊಂಡು, ಅದಕ್ಕೂ ಅವಳಜ್ಜಿ ಕರೆ ತಂದಿದ್ದ ಕೆಲಸದ ಹುಡುಗಿ ಸಹಾಯ ಮಾಡಬೇಕಾಯಿತು.

"ಇನ್ನೇನಿದೆ! ಒಡ್ವೆ ಅಂಥದೇನಾದ್ರೂ ತೆಗ್ದು ಇಟ್ಟಿದ್ದೀಯಾ?" ಅಜ್ಜಿ ಕೇಳಿದಾಗ "ಅಯ್ಯೋ, ನಾನೇನು ಒಡ್ವೆ ತಗೊಂಡು ಬಂದಿರಲಿಲ್ಲ. ವಾಸು... ಅಲ್ಲ ಅವರು ಚಿನ್ನ ಅಂಥದೆಲ್ಲ ತರಬೇಡಾಂತ ಹೇಳಿದ್ರು. ಇಷ್ಟು ಬಟ್ಟೆ ಬಿಟ್ಟು ಮತ್ತೇನಿಲ್ಲ. ಮದ್ವೆ ದಿನ ಉಡೋಕೇಂತ... ಒಂದು ಜರೀ ಸೀರೆ ಕೊಂಡಿದ್ದಷ್ಟೆ" ಹೇಳಿಕೊಂಡಾಗ ಮುನಿಲಕ್ಷ್ಮಮ್ಮ ತಲೆಯ ಮೇಲೆ ಮೊಟಕಿ "ಅವ್ನು ಪೆದ್ದ, ನೀನು ಪೆದ್ದು ಮುಂಡೇದು. ಏನು ಪ್ರೀತಿ ಮಾಡಿದ ಮಾತ್ರಕ್ಕೆ ಪ್ರೀತಿನೇ ತಿಂದು ಬದುಕೋಕಾಗುತ್ತ? ಅಯ್ಯೋ, ಇಲ್ಲಿ ಇನ್ನೆಂಥ ಪ್ರೀತಿ ಮಾಡ್ತೀರಿ" ಸುತ್ತಲೂ ನೋಟ ಹರಿಸಿ ಮುಖ ಸಿಂಡರಿಸಿದರು. ಸಿರಿತನದ ಧಿಮಾಕ್ ಆಕೆಯಲ್ಲಿತ್ತು.

ಅಂತೂ ಟೋಟಲೀ ಶಿಫ್ಟ್ ಆದಳು ರಾಮಲಿಂಗಂ ಮಗಳು ಅಂಜಲಿ. ಅಲ್ಲಿಂದ ಬರುವ ಮುನ್ನ ಒಂದು ಪುಟದ ಪತ್ರ ಬರೆದಿಟ್ಟಿದ್ದು ವಾಸುಗೆ. ಕೊನೆಯಲ್ಲಿ ಜೆ.ಪಿ. ನಗರದ ಬಂಗಲೆಯ ವೈಭವದ ಜೊತೆ ಭವಿಷ್ಯದ ಕನಸನ್ನು ತುಂಬಿ 'ಡ್ಯಾಡಿ ಬಂದ್ಮೇಲೆ ಒಂದು ದೊಡ್ಡದಾದ ಹೋಮ, ಪೂಜೆ ಇಟ್ಕೊಂಡು... ಬೇಕಾದವರನ್ನೆಲ್ಲ ಕರ್ದು ಊಟ ಹಾಕ್ತಾರಂತೆ. ನಾನು ಸಂಜೀವಿನ ಕಳುಹಿಸ್ತೀನಿ. ನೇರವಾಗಿ ಇಲ್ಲಿಗೆ ಬನ್ನಿ.'

ವಾಸು ಬಂದಾಗ ಬೀಗ ಹಾಕಿತ್ತು. ಇದು ಅವನ ನಿರೀಕ್ಷೆಯೂ ಆಗಿತ್ತು. ಇತ್ತೀಚಿನ ದಿನಗಳಲ್ಲಿ ಅಂಜಲಿ ಒಂದು ಕೆಲಸ ಮಾಡುತ್ತಿರಲಿಲ್ಲ. ಎಲ್ಲಾ ಅಸ್ತವ್ಯಸ್ತ. ಇವನು ಮಾಡಿದ ಅಡುಗೆಯನ್ನು ತಿನ್ನೋಕ್ಕಾಗೋಲ್ಲಾಂತ ಮುಖ ಸಿಂಡರಿಸುತ್ತಿದ್ದಳು. ಹತ್ತಿರದ ಫಾಸ್ಟ್‌ಫುಡ್ ಸೆಂಟರ್‌ನಿಂದ ಏನಾದರೂ ಖರೀದಿಸಿ ತಂದು ಕೊಟ್ಟರು ಅಳುತ್ತ ಕೂಡುತ್ತಿದ್ದ ಪರಿಪಾಠ ಜಾಸ್ತಿಯಾಗಿತ್ತು.

ಒಳಗೆ ಹೋದ. ಎಲ್ಲಾ ಖಾಲಿ.... ಖಾಲಿಯೆನಿಸಿತು. ಅಂಜಲಿ ಸೂಟ್‌ಕೇಸ್ ಇಟ್ಟೆಡೆ ನೋಟ ಹರಿಸಿದ. ಅಲ್ಲಿ ಖಾಲಿಯಾಗಿತ್ತು. ಅವನಿಗೆ ಪೂರ್ತಿ ಅರ್ಥವಾಯಿತು. ಕ್ಷಣ ದಿಗ್ಭ್ರಮೆಗೊಂಡ. ನೊಂದ, ಕೋಪಗೊಂಡ ಪ್ರೇಮಕ್ಕೆ ಸಿಕ್ಕ ಪ್ರತಿಫಲ! ತಂದೆ, ವಸುಧಾ, ಪ್ರೊಫೆಸರ್ ಡಾ. ಗುರುಸಿದ್ಧಪ್ಪನವರು ಎದುರಿಗೆ ನಿಂತು ಪ್ರಶ್ನಿಸಿದಂತಾಯಿತು.

ಒಂದರ್ಧ ಗಂಟೆ ಸುಮ್ಮನೆ ಕೂತು ಬಿಟ್ಟ. ಆಮೇಲೆ ಅಂಜು ಬರೆದಿಟ್ಟ ಪತ್ರವನ್ನು ನಿಧಾನವಾಗಿ ಓದಿ ಮುಗಿಸುವ ವೇಳೆಗೆ ಸ್ವಾಭಿಮಾನದ ರಕ್ತ ಅವನ ಧಮನಿಗಳಲ್ಲಿ ಕುದಿಯತೊಡಗಿತು.

ಆದರೆ ವಾಸುವಿನ ನಿರ್ಧಾರ ಅಚಲವಾಗಿತ್ತು. ಅಸ್ತಿತ್ವ ಬಲಿ ಕೊಡಲು ಸಾಧ್ಯವಿರಲಿಲ್ಲ.

* * *

ಸಂಜೀವಿ ದಿನಕ್ಕೆ ನಾಲ್ಕು ಸಲ ಕಾರಿನಲ್ಲಿ ಬಂದು ಹೋದ. ಐದನೆ ದಿನ ಬಂದಾಗ ಬಾಗಿಲು ತೆಗೆದಿತ್ತು. 'ಉಸ್ಸಪ್ಪ' ಎಂದು ಇಳಿದ. ಎರಡು ಸಲ ಅಂಜಲಿ ಕೂಡ ಬಂದು ಹೋಗಿದ್ದಳು ಆತಂಕದಿಂದ.

ತಕ್ಷಣ ಅವನು ಜೇಬಿನಲ್ಲಿದ್ದ ಮೊಬೈಲ್ ಹೊರತೆಗೆದು ಅಂಜಲಿಗೆ ಫೋನ್ ಮಾಡಿದ. "ಬಾಗ್ಲು ತೆಗೆದಿದೆ, ಕಣಮ್ಮ. ಬರೋಲ್ಲಾಂದ್ರೆ ಎತ್ತಿ ಹಾಕ್ಕೊಂಡು... ಬಂಧ್ಬಿಡ್ತೀನಿ" ಉತ್ಸಾಹದಿಂದ ಹೇಳಿದಾಗ "ಏಯ್, ಹಾಗೆಲ್ಲ ಮಾಡ್ಬೇಡ. ನಾನೇ ಬರ್ತಾ ಇದ್ದೀನಿ. ನೀನೇನು ಮಾತಾಡೋಕೆ ಹೋಗಬೇಡ" ಗದರಿದಳು. ವಾಸುವಿನ ವ್ಯಕ್ತಿತ್ವ ಪೂರ್ತಿಯಾಗಿ ಅರ್ಥವಾಗದಿದ್ದರೂ ಅಷ್ಟಿಷ್ಟು ಅರ್ಥವಾಗಿತ್ತು.

ಸಂಜೀವಿ ಹ್ಲೂಂಗುಟ್ಟಿದ. ಕಾರಿಗೊರಗಿ ನಿಂತು ಸಾಕಾಗಿ ಅನತಿ ದೂರದಲ್ಲಿದ್ದ ಟೀ ಸ್ಟಾಲಿನಲ್ಲಿ ಟೀ ಕುಡಿದು ಬಂದ. ಬಾಗಿಲತ್ತಲೆ ಅವನ ಗಮನ. ಯಾವ ವ್ಯಕ್ತಿಯು ಹೊರಗೆ ಬರಲಿಲ್ಲ. ಯಾರಾದರೂ ಇದ್ದಾರೋ, ಇಲ್ಲವೋ ಎನ್ನುವ ಅನುಮಾನ. ಅರ್ಧಂಬರ್ಧ ತೆರೆದ ಬಾಗಿಲು ಪೂರ್ತಿಯಾಗಿ ಮುಚ್ಚಿಕೊಂಡಿತು.

ಅಷ್ಟರಲ್ಲಿ ಅವನ ಮೊಬೈಲ್ ಸದ್ದು ಮಾಡಿತು. "ಏಯ್, ಸಂಜೀವಿ... ನೀನೇನು ಹೋಗ್ಲಿಲ್ಲ ತಾನೇ? ಹೇಗೇಗೋ ಮಾತಾಡ್ಬೇಡ. ಇನ್ನು ಹತ್ತು ನಿಮಿಷದಲ್ಲಿ ಅಲ್ಲಿರುತ್ತೀನಿ" ಹುಕುಂ "ಆಯ್ತು...." ತಲೆ ಕೆರೆದುಕೊಂಡ. ಈ ಪ್ರೇಮ, ಪ್ರೀತಿಯ ವಿಷಯ ಅವನಿಗೆ ಅರ್ಥವಾಗಲಿಲ್ಲ. ಚಿನ್ನಯ್ಯ ಚೆನ್ನಾಗಿದ್ದ. ದೊಡ್ಡದಾಗಿ ಆಸ್ತಿ ಸಂಪಾದ್ನೆ ಮಾಡಿದ್ದ. ಲಗ್ಜುರಿಯಾಗಿ ಬದುಕಬಹುದಿತ್ತು. ಅಂಥದರಲ್ಲಿ ಈ ಹುಡುಗನ ಹಿಂದೆ ಬಿದ್ದಿದ್ದು ಯಾಕೆ? ತನಗೆ ತೋರಿದಂತೆ ಚಿಂತನೆ ನಡೆಸಿದ.

ಅಷ್ಟರಲ್ಲಿ ಬಾಗಿಲು ತೆರೆಯಿತು. ಒಬ್ಬ ಯುವಕ ಅಂದರೆ ವಾಸುವಿಗಿಂತ ವಯಸ್ಸಿನಲ್ಲಿ ಹಿರಿಯನಾದವನು ಹೊರಬಂದು ಬೀಗ ಹಾಕಿದಾಗ ಹೋಗಿ ತಡೆದ. "ನೀವು ಯಾರು?" ಮೇಲೇರಿ ಹೋದ.

"ನೀನು ಮೊದ್ಲು ಯಾರು ಹೇಳು? ನನ್ನ ಯಾರೂಂತ ಕೇಳ್ತೀಯಲ್ಲ. ಈ ಮನೆಯ ಲೀಜ್‌ದಾರ. ಇನ್ನು ಒಂಬತ್ತು ತಿಂಗ್ಳು ನಾನು ಇಲ್ಲಿರಬಹುದೆಂಬ ಕರಾರು ಇದೆ" ಸ್ವಲ್ಪ ಜೋರಾಗಿಯೇ ಹೇಳಿದ. ಇಂಥದೆಲ್ಲ ಹ್ಯಾಂಡಲ್ ಮಾಡಿ ಗೊತ್ತು. ಆದರೆ ಇದು ಯಜಮಾನರ ಅಳಿಯನ ಸುದ್ದಿ. "ನಾನು ರಾಮಲಿಂಗಂ ಕಡೆಯ ಮನುಷ್ಯ. ನಾನು ಸುಮಾರು ಸಲ ಇಲ್ಲಿಗೆ ಬಂದಿದ್ದೀನಿ" ಇವನು ಹೇಳುತ್ತಲೇ ಇದ್ದ. ಅವನು ತಲೆಕೆಡಿಸಿ ಕೊಂಡಂಗೆ ಕಾಣಲಿಲ್ಲ. ಕೀ ಬಂಚ್ ಜೇಬಿಗೆ ಹಾಕ್ಕೊಂಡು ನಿಲ್ಲಿಸಿದ್ದ ಸ್ಕೂಟಿಯ ಕಡೆ ನಡೆದ.

ಸಂಜೀವಿಗೆ ಅಯೋಮಯವೆನಿಸಿತು. ತಕ್ಷಣ ಮೊಬೈಲ್‌ನ ಬಟನ್‌ಗಳನ್ನೊತ್ತಿ ಅಂಜಲಿಗೆ ಪರಿಸ್ಥಿತಿ ವಿವರಿಸಿದ. "ಅವ್ರನ್ನ ನಿಲ್ಲಿಸ್ಕೋ, ಐದು ನಿಮಿಷದಲ್ಲಿ ನಾನು ಅಲ್ಲಿ ಇರ್ತೀನಿ" ಗಡಬಡಿಸಿಕೊಂಡು ಹೇಳಿದವಳು ತುಸು ಬೆವೆತಿದ್ದು ಮಾತ್ರ ನಿಜ. ಯಾವುದೇ ತೊಂದರೆ ಇಲ್ಲ, ಸುಖದ ಸುಪ್ಪತ್ತಿಗೆಯಲ್ಲಿ ಇದ್ದಿದ್ದು. ಹೊಸ ಬಂಗ್ಲೆಗೆ

ಇಬ್ಬರು ಆಳುಗಳು ನೇಮಕವಾಗಿದ್ದರು.

ತಕ್ಷಣ ಸ್ಕೂಟಿ ಹತ್ತಿದವನನ್ನು ನಿಲ್ಲಿಸಿ "ಸ್ವಲ್ಪ ರಾಮಲಿಂಗಂನವರ ಮಗ್ಳು ಬರೋವರ್ರೂ ಇರ್ಬೇಕಂತೆ" ಹೇಳಿದ. ಅವನು ಕೇರ್ ಮಾಡಿದಂಗೆ ಕಾಣಲಿಲ್ಲ. "ಯಾರ ಮಗಳನ್ನ ಕಟ್ಟಿಕೊಂಡು ನಂಗೇನು ಆಗ್ಬೇಕಿಲ್ಲ. ನಂಗೆ ಹೊತ್ತಾಯ್ತು. ಸುಮ್ನೆ ತಡೆಯೋಕೆ ಬಂದರೆ ಪೊಲೀಸ್‌ಗೆ ಫೋನ್ ಮಾಡ್ತೀನಿ" ಅಳುಕದೆ ನುಡಿದ.

ಅಷ್ಟರಲ್ಲಿ ಕಾರು ಬಂದು ನಿಂತಿತು. ಅಂಜಲಿ ಸ್ವಲ್ಪ ಧಾವಂತದಿಂದ ಇಳಿದು ಬಂದಾಗ, ಅವನು ಸ್ಕೂಟಿಯಿಂದ ಕೆಳಗಿಳಿದ "ವಾಸು.... ಎಲ್ಲಿ?" ಅವಳ ಪ್ರಶ್ನೆ ನೇರವಾಗಿತ್ತು. "ನಂಗೂ ಸರ್ರ್ಯಾಗಿ ಯಾವ್ದು ಗೊತ್ತಿಲ್ಲ. ಮನೆ ಖಾಲಿ ಮಾಡಿದ್ದೀನೀಂತ ತಿಳ್ಸಿ, ಬೀಗದ ಕೈ ಪಕ್ಕದ ಮನೆಯವರ ಹತ್ರ ಕೊಟ್ಟಿದ್ದ. ಅದ್ನ ಕಲೆಕ್ಟ್ ಮಾಡ್ಕೊಂಡೆ. ಎಲ್ಲಿ ವಾಸು?" ಅವಳನ್ನೆ ಪ್ರಶ್ನಿಸಿದ. ನಂತರ ಜೇಬಿನಿಂದ ಒಂದು ಕವರ್ ಕೊಟ್ಟು "ನಂಗೆ ಹೊತ್ತಾಗುತ್ತೆ, ಹೋಗ್ತೀನಿ. ಪ್ರೇಮ, ಪ್ರೀತಿ ಅಂತ ಅವ್ನ ಫ್ಯೂಚರ್ ಹಾಳು ಮಾಡ್ಬಿಟ್ರಿ. ಅವ್ನ ಹಿನ್ನೆಲೆ ನಿಮ್ಗೇನು ಗೊತ್ತು?" ಅಂದು ಹೇಳಿ ಸ್ಕೂಟಿ ಹತ್ತಿ ಹೊರಟುಬಿಟ್ಟ.

ಅಂಜಲಿ ದಿಗ್ಭ್ರಾಂತಳಾದಳು. ವಾಸು ಹೋಗಿದ್ದಾದರೂ ಎಲ್ಲಿಗೆ? ದಿಕ್ಕೇ ತೋಚದಂತಾಯಿತು.

"ಮೊದ್ಲು ಮನೆಗೆ ಹೋಗೋಣ" ಸಂಜೀವಿ ಎಚ್ಚರಿಸಿದ. ಸೋತವಳಂತೆ ಬಂದು ಕಾರಿನಲ್ಲಿ ಕೂತಳು. "ಎಲ್ಲಿಗೆ ಹೋಗ್ತಾರೆ ಬಿಡಿ. ಒಂದೆರಡು ದಿನ ಓಡಾಡಿ ಬರ್ತಾರೆ" ಅವನದು ಇಂಥ ಸಾಂತ್ವಾನ.

ಕಾರು ಬಂಗ್ಲೆಯ ಮುಂದೆ ನಿಂತಿತು. ತಂದೆ ಲಾಲ್‌ಬಾಗ್‌ನಿಂದ ತಂದು ಇಳಿಸಿದ್ದ ಹೂ ಗಿಡಗಳನ್ನು ನೋಡಿ, ಅವಳಿಗೆ ಖುಷಿಯಾಯಿತು. ಒಂದೆರಡು ಗಂಟೆ ಅವುಗಳನ್ನೆಲ್ಲ ಜೋಡಿಸುವ ಕೆಲಸದಲ್ಲಿ ಮಗ್ನಳಾದಳು. ಈ ಬಂಗ್ಲೆ ಅವಳದೇ! ಅದನ್ನು ಅವಳಮ್ಮ, ಅಜ್ಜಿ ಮಾತ್ರವಲ್ಲ ರಾಮಲಿಂಗಂ ಕೂಡ ಹೇಳಿದ್ದರು.

ಅನಾಯಾಸವಾಗಿ ಕೈ ಸೇರಿದ ಅರಮನೆ.

"ನಿಮ್ಮಪ್ಪ ತುಂಬ ಒಳ್ಳೆಯವರು ಕಣೆ, ಇನ್ನೊಬ್ಬನಾದರೆ ಆಸ್ತಿ ಕೊಡೋದು ಇರಲೀ, ಮನೆ ಬಾಗಿಲಿಗೆ ಸೇರಿಸ್ತಾ ಇರ್ಲಿಲ್ಲ" ಅವಳಜ್ಜಿ ಸೊಟೆ ತಿವಿದು ಹೇಳಿದ್ದರು.

ಆಮೇಲೆ ರೂಮಿಗೆ ಬಂದು ಪತ್ರ ಬಿಡಿಸಿದಳು.

"ಅಂಜು, ನಾವಿಬ್ರೂ ಪ್ರೀತಿ, ಪ್ರೇಮ ಅನ್ನೋ ಭ್ರಮೆಗೆ ಬಿದ್ದಿದ್ದೇವಂತ ಕಾಣುತ್ತೆ. ಈಗಾಗಲೇ ನಮ್ಮಿಬ್ಬರ ಮಧ್ಯೆ ಅಸಹನೀಯ ಕ್ಷಣಗಳು ಇಣುಕತೊಡಗಿದೆ. ಆಮೇಲೆ ದ್ವೇಷ ಹುಟ್ಟಬಹುದು. ಅದೆಲ್ಲ ಬೇಡ. ಎಷ್ಟು ಬೇಗ ಒಂದಾದೆವೋ, ಅಷ್ಟೇ ಬೇಗ ಬೇರೆಯಾಗೋಣ. ಇಲ್ಲು ನಮ್ಮಿಬ್ಬರದೇ ಆಗಲೀ, ನಿರ್ಧಾರ. ನಾನು ಬದುಕನ್ನು ಅರಸಿ ಬೇರೆ ಕಡೆಗೆ ಹೋಗುತ್ತ ಇದ್ದೀನಿ. ನನ್ನ ನಿರ್ಧಾರ ಎಂದಿಗೂ ಬದಲಾಗೋಲ್ಲ.

ನಿನ್ನ ತಂದೆಯ ಐಶ್ವರ್ಯ ಒಂದು ಕಡೆ, ನಮ್ಮ ಪ್ರೇಮ ಒಂದು ಕಡೆ, ಆಯ್ಕೆ ನಿನ್ನದೇ ಆಗಲೀ. ಡೈವೋರ್ಸ್‌ಗೆ ಪೇಪರ್ಸ್ ರೆಡಿ ಮಾಡಿಸಿಡು. ನಾನು ಬಂದು ಸಹಿ ಹಾಕಿ ಕೊಡ್ತೀನಿ."

ಇಂಥದೊಂದು ಪತ್ರ ಬರೆದು ಕೊನೆಯಲ್ಲಿ ಸಹಿ ಹಾಕಿದ್ದ. ಕಾಲ ಕೆಳಗಿನ ನೆಲ ಕುಸಿದಂತಾಯಿತು. ಒಂದೆಡೆ ಕೂತುಬಿಟ್ಟಳು. ವಾಸು ಎಲ್ಲಿ ಹೋಗಿರಬಹುದು? ಸಂಜೆಯವರೆಗೂ ತಲೆ ಕೆಡಿಸಿಕೊಂಡಳು. ಅತ್ತಳು, ತಂದೆಗೆ ಫೋನ್ ಮಾಡಿ ತಿಳಿಸಿದಳು.

"ಎಲ್ಲೋ ತಿರ್‍ಗಾಡಿ ಬರ್‍ತಾನೆ, ಬಿಡು. ಇದೆಲ್ಲ ನಾಲ್ಕು ದಿನದ ಪೌರುಷ! ನೀನ್ಯಾಕೆ ಅಷ್ಟೊಂದು ಅಪ್‌ಸೆಟ್ ಆಗ್ತೀಯಾ? ಎಷ್ಟು ವರ್ಷದಿಂದ ಅವನು ನಿನ್ನ ಜೊತೆಯಲ್ಲಿ ಇದ್ದ? ಸ್ವಲ್ಪ ಯೋಚ್ಸು? ಧೈರ್ಯವಾಗಿರು. ನಾವೆಲ್ಲ ನಿನ್ನೊತೆ ಇದ್ದೀವಿ" ಧೈರ್ಯದ ಮಾತುಗಳನ್ನಾಡಿದರು.

ಬಂಗ್ಲೆಯಲ್ಲಿ ಇಬ್ಬರು ಆಳುಕಾಳು. ಬಾಲ್ಕನಿಯಲ್ಲಿ ಕಾರು. ಅದಕ್ಕೊಬ್ಬ ಡ್ರೈವರ್. ಗಿಡಗಳನ್ನು ನೋಡಿಕೊಳ್ಳಲು ಮಾಲಿ. ಕಳೆದು ಹೋಗಿದ್ದು ಕೈ ಸೇರಿದಂತೆ ಆನಂದಿಸಿದಳು. ಆದರೆ ಏನೋ ಕೊರತೆ. ಎಲ್ಲೋ ಎದೆಯಾಳದಲ್ಲಿ ಒಂದು ಕಡೆ ನೋವು, ನಿರಾಶೆ. ತಾನೇನೋ ಅಮೂಲ್ಯವಾದುದ್ದನ್ನು ಕಳೆದುಕೊಂಡಂಥ ಭಾವ.

ಬೆಳಿಗ್ಗೆ.... ಬೆಳಿಗ್ಗನೇ ಚಿನ್ನಯ್ಯ ಅಮ್ಮನೊಂದಿಗೆ ಬಂದ. ಸ್ವಂತ ಅಜ್ಜಿ, ಸೋದರ ಮಾವ. ಅವರುಗಳು ಮಧ್ಯದಲ್ಲಿ ಬೆಳೆದವಳು. ಆದರೆ ಈಗ ಮನ ಸಂಕೋಚಿಸುತ್ತಿತ್ತು.

"ಹೇಗಿದ್ದಿ... ಅಂಜಲಿ?" ಅವಳಜ್ಜಿ ಅವರದೆ ಧಾಟಿಯಲ್ಲಿ ಪ್ರಶ್ನಿಸಿದರು. "ಚೆನ್ನಾಗಿದ್ದೀನಿ, ನೀನು ಹೇಗಿದ್ದೀ? ನಾನೇ ಬರೋಣಾಂತ ಇದ್ದೆ" ಸ್ವಲ್ಪ ಹಿಂಜರಿಯುತ್ತಲೇ ಹೇಳಿದಳು.

"ಯಾಕೆ ಬರ್‍ತೀಯಾ ಬಿಡು. ನಾವು ಈಗ ದೂರದವರಾಗಿ ಬಿಟ್ವಿ. ನೀನು ಬೇರೆಯವ್ರನ್ನ ಮದ್ವೆ ಮಾಡ್ಕೊಂಡ ಮಾತ್ರಕ್ಕೆ ನಮ್ಮಗಳ ಸಂಬಂಧ ಮುರಿದು ಬೀಳುತ್ತ? ನಾಟಿ ಕೋಳಿ ಮಾಡಿದ್ದೆ. ನಿಂಗೆ ತುಂಬ ಪಸಂದ್ ಅಲ್ವಾ? ಅದಕ್ಕೆ... ತಂದೆ" ತಮ್ಮ ಮಮತೆಯನ್ನು ಮೊಮ್ಮಗಳ ಮೇಲೆ ವ್ಯಕ್ತಪಡಿಸಿದರು.

ಅವಳಿಗೆ ತಲೆ ತಗ್ಗಿಸುವಂತಾಯಿತು. ಆಕೆಯ ಆದರಣೆಗೆ ಅವಳು ಕೊಟ್ಟಿದ್ದು ಎಂಥ ಪೆಟ್ಟು. ತಕ್ಷಣ ಆಕೆಯನ್ನು ತಬ್ಬಿಕೊಂಡು ಜೋರಾಗಿ ಅಳತೊಡಗಿದಳು. ನಿರಂತರ ಕಣ್ಣೀರ ಧಾರೆ ಆಕೆಯನ್ನು ಮೆತ್ತಗಾಗಿಸಿತು. "ನನ್ನ ಕಂದಾ... ನೀನು ದೊಡ್ಡ ತಪ್ಪು ಮಾಡ್ಬಿಟ್ಟೆ. ನಿನ್ನಮ್ಮನ ತವರಿನ ಕಸುವನ್ನು ಕಮ್ಮಿ ಮಾಡ್ಬಿಟ್ಟೆ" ಆಕೆಯು ಅತ್ತಳು. ಇವರಿಬ್ಬರನ್ನು ಸುಮ್ಮನಾಗಿಸಲು ಚಿನ್ನಯ್ಯ ಗದರಿಕೊಳ್ಳಬೇಕಾಯಿತು.

"ಸಾಕು ನಿಲ್ಸಿ, ಈಗೇನಾಯ್ತು? ಆಗಿದ್ದು ಆಗಿಹೋಯ್ತು. ಎಂಗೋ ನಿನ್ನ ಮೊಮ್ಮಗ್ಳು ಹಿಂದಕ್ಕೆ ಬಂದಿದ್ದಾಳೆ. ಅವಳ ಗಂಡನನ್ನು ನಮ್ಮಲ್ಲಿ ಒಬ್ಬಾಂತ ಅಂದು ಕೊಳ್ಳೋಣ. ಅಕಸ್ಮಾತ್ ಬರ್‍ಲಿಲ್ಲಾಂತ ಇಟ್ಕೋ, ಡೈವೋರ್ಸ್ ಕೊಡ್ಸಿಬಿಡೋಣ. ಈಗ

ಇವೆಲ್ಲ ಮಾಮೂಲು. ಕಟ್ಟಿಕೊಂಡ ಮೇಲೆ ಅವ್ನ ಜೊತೆ ಸಂಸಾರ ಮಾಡಬೇಕೆನ್ನೋದು ಹಿಂದಕ್ಕೆ ಹೋಯ್ತು. ಈಗ ಅಂಥ ರೂಲ್ಸ್ ಇಲ್ಲ ಬಿಡು" ಈ ಮಾತುಗಳನ್ನು ಇಬ್ಬರಿಗೂ ಸೇರಿಸಿಯೇ ಹೇಳಿದ್ದು.

ಆಮೇಲೆ ಅಜ್ಜಿ, ಮೊಮ್ಮಗಳು ಒಬ್ಬರಿಗೊಬ್ಬರು ಸಮಾಧಾನ ಮಾಡಿಕೊಂಡರು. ನಾಟಿ ಕೋಳಿಯ ಪದಾರ್ಥಗಳು ಬೊಂಬಾಟಾಗಿತ್ತು. ಮೂವರು ಡೈನಿಂಗ್ ಟೇಬಲ್ ಮುಂದೆ ಕೂತು ಬಡಿಸಿಕೊಂಡರು.

"ನಿನ್ನ ಗಂಡನಿಗೆ ಇದೆಲ್ಲ ಹಿಡಿಸೋಲ್ವಂತೆ!" ಇಂಥದೊಂದು ಮಾತಾಡಿದಾಗ ಅವಳ ಕೈಯಲ್ಲಿದ್ದಿದ್ದು ತಟ್ಟೆಗೆ ಬಿತ್ತು. 'ಸಾರಿ ಅಂಜು, ನನ್ನಿಂದಂತೂ ಸಾಧ್ಯವಿಲ್ಲ. ಸತ್ತ ಪ್ರಾಣಿಗಳಿಗೆ ನನ್ನ ಹೊಟ್ಟೆಯಲ್ಲಿ ಜಾಗವಿಲ್ಲ. Human body is not designed to eat meat instintively ಈಗ ಅರ್ಥವಾಗಿರಬೇಕಲ್ಲ. ಮನುಷ್ಯನ ದೇಹಕ್ಕೆ ಇದೆಲ್ಲ ಒಗ್ಗೋಲ್ಲ' ವಾಸು ಹೇಳಿದ ಮಾತು ನೆನಪಾಯಿತು. ಆಮೇಲೆ ಸರಾಗವಾಗಿ ಅವಳಿಂದ ತಿನ್ನಲಾಗಲಿಲ್ಲ. ಬಹುಶಃ ಅವರಿಬ್ಬರು ಇದನ್ನು ಗಮನಿಸಲಿಲ್ಲ.

ಸಂಜೆಯವರೆಗೂ ಇಲ್ಲಿಯೇ ಇದ್ದ ಚಿನ್ನಯ್ಯ "ಈಗ ವಾಸು ಎಲ್ಲಿದ್ದಾನೆ?" ಕೇಳಿದ. ಗೊತ್ತಿಲ್ಲವೆನ್ನುವಂತೆ ತಲೆಯಾಡಿಸಿ "ಮನೆ ಖಾಲಿ ಮಾಡಿದ್ದಾರೆ. ಬೇರೆ ಕಡೆ ಕೆಲ್ಸಕ್ಕೆ ಸೇರಿಕೊಂಡಿದ್ದಾರೆ. ನಂಗೆ ಅದು ಗೊತ್ತಿಲ್ಲ" ಎಂದು ಹೇಳಿ ನಿಲ್ಲಿಸಿದಳು.

"ಇದು ಯಾವ ರೀತಿಯ ಚಾಳಿ? ಮಾವ ಕರ್ದು ಆಸ್ತಿ ಕೊಟ್ಟಿದ್ದಾರೆ. ಇವನಿಗೇನು ದಾಢಿ? ಕೆಲ್ಸಾಂತ ಅಲ್ಲಿ ಇಲ್ಲಿ ಹುಡ್ಕಿಕೊಂಡು ಹೋಗೋದು ಯಾಕೆ? ನಮ್ಮಲ್ಲೇ ಸಾಕಷ್ಟು ಕೆಲ್ಸ ಇದೆ. ಓದು ಮೈಗೆ ಹತ್ತಿದ ಜನ. ನಮ್ಗೇ ಅಂಥವರ ಅಗತ್ಯವಿದೆ. ಅವನೇನಾದ್ರೂ ಬಂದರೆ ನನ್ನ ನೋಡೋಕೆ ಹೇಳು" ಒಂದು ತರಹ ಮಾತಾಡಿದ.

"ನೀನು ಹಾಗೆಲ್ಲ ಮಾತಾಡೋದು ನಂಗಿಷ್ಟವಾಗೋಲ್ಲ" ಅಂತ ಹೇಳಿ ಎದ್ದು ಹೋದಾಗ ಚೆನ್ನಕ್ಕ ಅವನನ್ನು ತಿವಿದು "ಹೇಂಗೋ, ಏನೋ ... ಕಟ್ಟಿಕೊಂಡಿದ್ದಾಳೆ. ಗಂಡ ಅಲ್ವಾ? ನಾಲ್ಕು ದಿನ ಇದೆಲ್ಲ ಇರುತ್ತೆ. ಇವಳು ಸುಪ್ಪತ್ತಿಗೆಯ ಮೇಲೆ ಬೆಳೆದೋಳು. ಅವ್ನ ಮನೆಗೆ ಹೋಗಿ, ಕಸ, ಮುಸುರೆ ಮಾಡ್ಕೊಂಡು ಇರ್ತಾಳಾ? ಕನಸಿನಲ್ಲಿ ಕೂಡ ಅಂದ್ಕೋಬೇಡ. ಅವ್ನು ಪುಳಿಚಾರ್ ಇವ್ಳು ಫುಲ್ ನಾನ್‌ವೆಜ್. ಹೆಂಗೆ ಕತ್ತರಿಸುತ್ತಾಳೆ, ನೋಡು" ಹಾಸ್ಯವಾಗಿ ಹೇಳಿದ್ದು. ಅಂಚನಾ ಇವಳಷ್ಟು ಚುರುಕಲ್ಲ, ಚೆನ್ನಾಗಿಲ್ಲ. ಜೊತೆಗೆ ಅಂಜಲಿನ ಎಲ್ಲರೂ 'ನಿನ್ನ ಹೆಂಡ್ತಿ... ಹೆಂಡ್ತಿ' ಅನ್ನುತ್ತಿದ್ದುದು ಅವನ ಮನಸ್ಸಿನಲ್ಲಿ ನಿಂತು ಹೋಗಿತ್ತು. ಮನಸ್ಸು ಮೂಕವಾಗಿ ಅವಳತ್ತ ಒಲಿದಿತ್ತು. ಈಗಲೂ.... ಅವನಮ್ಮ ಒಪ್ಪಿ ಡೈವೋರ್ಸ್ ತಗೊಂಡರೇ ವಿವಾಹವಾಗಿ ಬಿಡೋನೆ. ಅಂಥದೊಂದು ಆಸೆ ಅವನ ಒಳ ಮನಸ್ಸಿನಲ್ಲಿ ಇತ್ತು.

"ಅವಳ ಹಣೆಬರಹ ಬಿಡು" ಉದಾಸೀನ ಸೂಚಿಸಿದರು ಚೆನ್ನಕ್ಕ. "ಅವಳಪ್ಪ, ಅಮ್ಮ ಬದ್ಕಿದ್ದಾರೆ, ನೋಡ್ಕೊಳ್ಳಿ ಬಿಡು. ಈ ವಯಸ್ಸಿಗೆ ಇವಳಿಗೆ ಮದ್ವೆ ಯಾಕೆ ಬೇಕಿತ್ತು? ರಾಮಲಿಂಗಂನ ಆಸೆ ಪ್ರಕಾರ.... ಒಂದಿಷ್ಟು ಓದೋಕೆ ಏನಾಗಿತ್ತು? ಅವ್ನು

ಇನ್ನು ಎಳೆ ನಿಂಬೆಕಾಯಿ. ವಯಸ್ಸು ತೀರಾ ಚಿಕ್ದು. ಅಂಥ ವಂಶಸ್ಥಕ್ಕೆ ಸೇರಿದ ಹುಡ್ಗ ಅಂತಾರೆ. ಅವನ ತಾತ, ಮುತ್ತಾತ, ಅವನಪ್ಪ... ಎಲ್ಲರೂ ಮೇಷ್ಟ್ರುಗಳಂತೆ. ಅಂತೂ ಒಳ್ಳೆಯ ಹೆಸರು ಮಾಡಿರೋ ಮನೆತನದ ಹುಡ್ಗ. ಇವಳ ಬಲೆಯಲ್ಲಿ ಹೆಂಗೆ ಬಿದ್ದಾ? ಇದನ್ನ ಹಣೆಬರಹ ಅನ್ನೋದು" ಆಕೆ ಮರುಗಿದರು. ಇವಳಿಗಿಂತ ವಾಸುವಿನ ಬಗ್ಗೆಯೇ ಆಕೆಯ ಮರುಕ.

ಇದೆಲ್ಲ ಚಿನ್ನಯ್ಯನಿಗೂ ಗೊತ್ತಿತ್ತು. 'ಬ್ರಿಲಿಯಂಟ್ ಹುಡ್ಗ. ಇನ್ನೊಂದ್ವರ್ಷದಲ್ಲಿ ಕೋರ್ಸ್ ಮುಗಿಸ್ದ್ರೆ... ಕ್ಯಾಂಪಸ್ ಸೆಲೆಕ್ಷನ್‌ನಲ್ಲಿ ಅವ್ನಿಗೆ ಕೆಲ್ಸ ಸಿಕ್ಕಿರೋದು. ಐವತ್ತು.... ಅರವತ್ತು ಸಾವಿರ ಸಂಬಳ ತಗೊಂಡು ಝುಮ್ ಅಂತ ಇರ್ತಾ ಇದ್ದ.' ಯಾರೋ ವಾಸುದೇವಮೂರ್ತಿಯವರನ್ನು ಬಲ್ಲವರು ಹೇಳಿದ್ದು. ಆಗ ಅವನಿಗೆ ನಗು ಬಂದಿತ್ತು.

ಸಂಜೆಯವರೆಗೂ ತಾಯಿ, ಮಗ ಇಲ್ಲೇ ಇದ್ದರು. "ಅಂಜು, ಅಮ್ಮ ಏನೋ ಕೈಗೆ ಕಡಗ ತಗೋಬೇಕೂಂತಿದ್ದಾಳೆ. ನೀನು ಮನೆಯಲ್ಲಿದ್ದು ಏನ್ಮಾಡ್ತೀ?" ಎಂದು ಚಿನ್ನಯ್ಯ ಅವಳನ್ನು ಹೊರಡಿಸಿದ. ಅವಳಿಗೆ ಮೊದಲಿನಿಂದಲೂ ಒಡ್ವೆ, ಬಟ್ಟೆಯೆಂದರೆ ಆಸಕ್ತಿಯೇ. ಕೆಲವು ತಿಂಗಳು ಇದೆಲ್ಲದ್ದರಿಂದ ದೂರವಾಗಿದ್ದಳಷ್ಟೆ. ತಕ್ಷಣ ಸಿದ್ಧವಾಗಿ ಹೊರಟಳು.

ಆದರೆ ಅಲ್ಲಿ ಹಾದು ಹೋಗುತ್ತಿದ್ದ ವಾಸುದೇವಮೂರ್ತಿಯ ಕಣ್ಣಿಗೆ ಬಿದ್ದಿದ್ದು ಮಾತ್ರ ಆಕಸ್ಮಿಕ. ಅವನಲ್ಲಿನ ಆಂದೋಳನ, ಹೊಯ್ದಾಟ ಕಮ್ಮಿಯಾಗಲು ಇದೊಂದು ಕಾರಣ ಸಾಕಿತ್ತು. ಆಗ ನೆನಪಾದದ್ದು ಪ್ರೊಫೆಸರ್ ಹೇಳಿದ ಮಾತುಗಳು.

"ಇಬ್ಬರ ಬದ್ಕನ್ನು ನರ್ಕ ಮಾಡ್ಕೋಬೇಡಿ. ಅವಳು ಈಗಾಗಲೇ ತಾನು ಸುಖವಾಗಿಲ್ಲಾಂತ ಹೇಳಿಕೊಂಡಿದ್ದಾಳೆ. ಸ್ವಲ್ಪ ಯೋಚ್ಸು. ಬಂಗ್ಲೆ, ಕಾರು ಶ್ರೀಮಂತ ಬದ್ಕು ನಿನ್ನ ಜುಜುಬಿ ಸಂಬಳದಲ್ಲಿ ತಂದುಕೊಡೋಕೆ ಸಾಧ್ಯನಾ? ಆರಾಮಾಗಿರಬೇಕೆಂದು ಕೊಂಡರೆ, ಅವ್ರು ಹೇಳ್ದಂಗೆ.... ಕೇಳು. ನಿಮ್ಮಪ್ಪನ ಕೈಯಲ್ಲಿ ನಿಂಗೆ ತರ್ಪಣ ಏರ್ಪಾಟು ಮಾಡ್ತೀನಿ. ಆ ವಂಶಕ್ಕೆ ವಿದಾಯ ಹೇಳು. ಎಲ್ಲೂ ಅನಂತನ ಹೆಸರು ಹೇಳ್ಕೋಬೇಡ" ಪ್ರೊಫೆಸರ್ ಡಾ. ಗುರುಸಿದ್ಧಪ್ಪನವರು ಸ್ವಲ್ಪ ಕೋಪದಿಂದಲೇ ಬುದ್ಧಿ ಹೇಳಿದ್ದರು. ಜೊತೆಗೆ "ನಿಂಗೆ ಮದ್ವೆ ಆಗಿಬಿಡೋ ವಯಸ್ಸಾ? ನಾಚ್ಕೇ... ಆಗ್ಬೇಕು" ಇಂಥದೊಂದು ಛೀಮಾರಿ ಕೂಡ.

ಅಂದಿನ ರಾತ್ರಿಯೇ ರೈಲು ಹತ್ತಿದ.

* * *

ಮುತ್ತಮ್ಮನಿಗೆ ಐದು ತಿಂಗಳು ತುಂಬಿತ್ತು. ಅಂತೂ ರಾಮಲಿಂಗಂ ಮನೆಯಲ್ಲಿ ಹಬ್ಬದ ವಾತಾವರಣ. ಆಕೆಯ ಸಂತೋಷಕ್ಕಾಗಿ ಏನು ಮಾಡಲೂ ಸಿದ್ಧವಾಗಿದ್ದ ರಾಮಲಿಂಗಂ. ಇಂಥದ್ದರಲ್ಲೂ ಆಕೆಗೊಂದು ಕೊರಗು. ಇಂದಿನವರೆಗೂ ವಾಸು ಹಿಂದಿರುಗಲಿಲ್ಲ.

ಅದನ್ನು ಇಂದು ವ್ಯಕ್ತಪಡಿಸಿದಳು.

ಗಂಡನಿಗೆ ಅಡಿಕೆಲೆ ಮಡಚಿಕೊಡುತ್ತ "ಅಂಜು, ಒಂಟಿಯಾಗಿ ಬಿಟ್ಟಳು. ಇಲ್ಲಿ ಬಂದರೆ ನಾಲ್ಕು ದಿನಕ್ಕೆ ಓಡಿ ಹೋಗ್ತಾಳೆ. ಅಕಸ್ಮಾತ್ ಅವನು ಬರದಿದ್ದರೇ, ಏನು ಮಾಡೋದು?" ಗಂಡನ ಮುಂದೆ ಪ್ರಸ್ತಾಪಿಸಿದಳು.

"ಬರದಿದ್ದರೇ ಬೇಡ ಬಿಡು. ನಮ್ಮ ಚಿನ್ನಯ್ಯನಿಗೆ ಅಂಜು ಮೇಲೆ ಮನಸ್ಸಿದೆ. ಲಾಯರ್ ಹತ್ರ ಮಾತಾಡ್ತೀನಿ. ಈಗಿನ ಕಾಲದಲ್ಲಿ ಇವೇನು ದೊಡ್ಡ ವಿಷಯಗಳಲ್ಲ. ಅಂಜುಗೂ, ಚಿನ್ನಯ್ಯನಿಗೂ ಮದ್ವೆ ಮಾಡ್ಬಿಡೋಣ" ತಮ್ಮ ಮನಸ್ಸಿನಲ್ಲಿದ್ದುದನ್ನು ಹೆಂಡತಿಯ ಮುಂದಿಟ್ಟರು. ಆಕೆ ಕಣ್ ಕಣ್ ಬಿಟ್ಟರು. ಇದು ಸಾಧ್ಯನಾ? "ಎಷ್ಟು ಸುಲಭವಾಗಿ ಹೇಳ್ಬಿಟ್ರಿ. ಒಮ್ಮೆ ಮದ್ವೆಯಾದವಳನ್ನ ಮತ್ತೆ ಲಗ್ನ ಆಗೋಕೆ ಚಿನ್ನಯ್ಯನಿಗೇನು ಹಣೆಬರಹ? ಏನೋ ಅಕ್ಕನ ಮೇಲಿನ ಅಕ್ಕರೆಯಿಂದ. ಅವ್ನು ಒಪ್ಕೊಂಡ್ರು, ಅಮ್ಮ ಆಗಗೊಡಿಸೋಲ್ಲ. ಮಗನಿಗೆ ಮಿನಿಷ್ಟ್ರು ಮಗಳನ್ನ ತರ್ತೀನೀಂತ ಹೇಳ್ಕೊಂಡು ಬರ್ತಾ ಇದ್ದಾಳೆ, ನೆಂಟರಿಷ್ಟರಲ್ಲಿ" ಅಸೂಯೆಯನ್ನು ಹೆಂಡತಿಯ ದನಿಯಲ್ಲಿ ಗುರ್ತಿಸಿ ಮನದಲ್ಲೇ ನಕ್ಕರು ರಾಮಲಿಂಗಂ.

ಬೆರಳುಗಳ ಸಂದಿಯಲ್ಲಿದ್ದ ಅಡಿಕೆ ಎಲೆಯ ಪಟ್ಟಿಯನ್ನು ಹೆಂಡತಿಯ ಬಾಯಿಗೆ ತುರುಕುತ್ತ "ನಾನು ಚಿನ್ನಯ್ಯನ ಹತ್ರ ಮಾತಾಡ್ತೀನಿ. ನಿಂಗೆ ಒಪ್ಗೆ ಇದ್ಯೋ, ಇಲ್ವೋ... ಹೇಳು. ಅಲ್ಲಿ ಇನ್ನೊಂದು ಹೆಣ್ಣು ಬಂದ್ ನಿಂತರೆ ತವರು ಉಳಿಯೋಲ್ಲ ಕಣೇ, ಮುತ್ತ. ಇದನ್ನೆಲ್ಲ ಮನಸ್ಸಿನಲ್ಲಿ ಇಟ್ಕೋ. ಅಲ್ಲಿ ಹೋಗಿ ನಮ್ಹುಡ್ಗೀ ನಿಂತರೆ, ಚಿನ್ನಯ್ಯ ನಮ್ಮ ಕೈಯಲ್ಲಿ. ಇದ್ನ ಗಮನದಲ್ಲಿ ಇಟ್ಕೋ" ಹೆಂಡತಿಯನ್ನು ಉಬ್ಬಿಸಿ ಅವಳ ಮನದಲ್ಲೂ ಆಸೆಯ ಕಿಚ್ಚು ಹಚ್ಚಿದರು.

ಮುತ್ತಮ್ಮ ತೀರಾ ಸಾಧಾರಣ ಹೆಣ್ಣು ಮಗಳು. ಅವಳ ಜಗತ್ತು ತೀರಾ ಚಿಕ್ಕದು. ಗಂಡನ ಮಾತುಗಳಿಗೆ ಉಬ್ಬಿಹೋದಳು. ಮಗಳು, ಚಿನ್ನಯ್ಯನ ಕೈ ಹಿಡಿದಂತೆ ದಿಢೀರ್ ಕನಸು ಕಂಡಳು.

"ಹೌದು, ಅಂಗೆ ಮಾಡೋಣ. ಅಮ್ಮ ತುಂಬ ತಕರಾರಿನ ಹೆಣ್ಣು. ಈಗ್ಲೂ ಎಷ್ಟೊಂದು ಆಸೆ. ಹೆಂಗೆ ಚುಚ್ಚು ಮಾತುಗಳನ್ನ ಆಡ್ತಾಳೆ ಗೊತ್ತಾ? ಅದೇನೋ ಎಲ್ಲಾ ನಿಮ್ಗೇ ಬಿಟ್ಟಿದ್ದು. ಅಷ್ಟು ಮಾತ್ರವಾದರೆ ಸಾಕು" ಸಂತೋಷ ವ್ಯಕ್ತಪಡಿಸಿದಳು. ಅಷ್ಟಾದರೆ ಸಾಕಿತ್ತು ಆಕೆಗೆ.

ಆ ವೇಳೆಗೆ ಕಾರ್ಡ್‌ಲೆಸ್ ಫೋನ್ ಹಿಡಿದು ಬಂದ ಅಂಚನಾ "ನಿನ್ನ ಮೊಬೈಲ್ ಸ್ವಿಚ್ ಆಫ್ ಆಗಿತ್ತಂತೆ. ಮಾಮ ಫೋನ್ ಮಾಡಿದ್ದಾನೆ" ಕೊಟ್ಟು ಅವಳ ಪಾಡಿಗೆ ಅವಳು ಹೋದಳು. ಎಸ್.ಎಸ್.ಎಲ್.ಸಿ. ಫೇಲ್ ಆದ ಮೇಲೆ ಮೂರು ಹೊತ್ತು ಟಿ.ವಿ. ಸೀರಿಯಲ್ ನೋಡೋಕೆ ಶುರು ಮಾಡಿದ್ದಳು. ಎಲ್ಲರೂ ಹೇಳಿ ಸಾಕಾಗಿತ್ತು.

"ಏಯ್.... ಅಂಚು.... ಬಾರೆ ಇಲ್ಲಿ" ಜೋರು ದನಿಯಲ್ಲಿ ಕೂಗಿ ರಿಸೀವರ್ ಕಿವಿಗಿಟ್ಟುಕೊಂಡು "ಹೇಳು ಚಿನ್ನಯ್ಯ. ನಂಗೂ ಬೆಂಗಳೂರಿನಲ್ಲಿ ಒಂದಿಷ್ಟು ಕೆಲಸವಿತ್ತು.

ಬರೋಣಾಂತ ಇದ್ದೆ" ಎಂದು ವ್ಯವಹಾರದ ಮಾತು ಮುಗಿದ ನಂತರ "ಅಂಜು ಮನೆ ಕಡೆಗೆ ಹೋಗಿದ್ಯಾ? ಆ ಬೇವಕೂಫ ಎಲ್ಲಿ ಹೋಗಿದ್ದಾನೋ? ನಾನೇ ಕಾಲೇಜಿಗೆ ಕಳ್ಸಿ ಓದ್ಸೋಣಾಂತ ಇದ್ದೆ" ಇಂಥ ಒಂದು ಮಾತು ಉದುರಿಸಿದರು.

"ನಿಂಗೆ ಹೇಳೋದೆ ಮರ್ತೆ. ಅಂಜು ಇಲ್ಲೆ ಇದ್ದಾಳೆ. ಮೊನ್ನೆ ನಾನು, ಅಮ್ಮ ಹೋಗಿದ್ದಾಗ ಕರ್ಕಂಡ್ ಬಂದ್ವಿ. ಅಮ್ಮನ ಚಿನ್ನದ ಪ್ರೀತಿ ಗೊತ್ತಲ್ಲ. ಬಂಗಾರದ ಕಡಗ ಬೇಕಂತೆ. ಅದು ಆಯಮ್ಮ ಯಾರ್ದೊ ಕೈಯಲ್ಲಿ ನೋಡಿದ ಪ್ಯಾಟರ್ನ್‌ದು. ನೆನ್ನೆ ಇಡೀ ದಿನ, ಅಜ್ಜಿ, ಮೊಮ್ಮಗ್ಳು ಸುತ್ತಾಡಿದ್ದಾರೆ. ಇವತ್ತು ಒಂದು ರೌಂಡ್ ಹೋಗೋಕೆ ಸಿದ್ಧವಾಗಿದ್ದಾರೆ" ಅಷ್ಟು ಹೇಳಿದ ಚಿನ್ನಯ್ಯ.

ರಾಮಲಿಂಗಂ ಮುಖ ಅರಳಿತು. ಹುಬ್ಬು ಕುಣಿಸಿ ವಿಜಯದ ನಗೆ ಬೀರಿ, ಮೌತ್‌ಪೀಸ್‌ಗೆ ಕೈ ಅಡ್ಡ ಹಿಡಿದು "ನೋಡಿದ್ದೇನೆ, ನಿನ್ನ ಮಗಳು ಚಿನ್ನಯ್ಯನ ಮನೆಯಲ್ಲಿ ಇದ್ದಾಳೆ" ಹೆಂಡತಿಗೆ ಹೇಳಿ ಮಾತು ಮುಂದುವರೆಸಿದರು. ಇದು ಒಂದು ರೀತಿಯಲ್ಲಿ ಒಳ್ಳೆಯ ಬೆಳವಣಿಗೇಂತ ಅನ್ನಿಸಿತು.

ಅಂಜಲಿ ಲೈನ್‌ಗೆ ಬಂದಳು. "ಡ್ಯಾಡಿ ಯಾವಾಗ್ಬರ್ತೀರಾ? ತುಂಬ ಬೋರಾಗಿ ಬಿಟ್ಟಿದೆ. ಅವ್ರ ಬಗ್ಗೆ ವಿಚಾರಿಸ್ತೀನೀಂತ ಹೇಳಿದ್ರಿ. ಏನಾದ್ರೂ... ಗೊತ್ತಾಯ್ತಾ?" ವಿಚಾರಿಸಿದಳು.

"ನಾಳೆ ನಾನು, ನಿಮ್ಮಮ್ಮ ಬರ್‍ತಾ ಇದ್ದೀವಿ. ಇಲ್ಲಿ ಮನೆಗೂ ಬಂದಿಲ್ಲ. ಅವನಕ್ಕನ ಹತ್ತಿರಕ್ಕೆ ಏನಾದ್ರೂ ಹೋದನೇನೋ? ಇದರದೆಲ್ಲ ಇಷ್ಟೆ ಹಣೆಬರಹ. ತುಂಬ ತಲೆಗೆ ಹಚ್ಕೋಬೇಡ. ಅಂತೂ ನನ್ನ ಪ್ರಯತ್ನ ನಾನು ಮಾಡ್ತೀನಿ" ಇಂಥದೊಂದು ಸಮಾಧಾನದ ಮಾತು. ಕೊನೆಯಲ್ಲಿ ಅಂಜಲಿ ಮಾತಾಡಲಿಲ್ಲ.

ಆಮೇಲೆ ಚಿನ್ನಯ್ಯನೊಂದಿಗೆ ಮಾತಾಡಿ "ಅವ್ಳು ತಪ್ಪು ಮಾಡಿದ್ದಾಳೆ. ಈಗಾಗಲೇ ಅನುಭವಿಸ್ತಾ ಇದ್ದಾಳೆ. ನಿಂಗೆ ಬೇಜಾರು ಮಾಡಿದ್ದಾಳೆ. ಮನಸ್ಸಿನಲ್ಲಿ ಇಟ್ಕೋಬೇಡ. ಏನೋ ಮುದ್ದಾಗಿ ಬೆಳ್ಸಿ ಹಾಳು ಮಾಡಿದೆವೇನೋ" ಇಂಥ ಕೆಲವು ಮಾತುಗಳಿಗೆ ಅವನದು ಒಂದೇ ಉತ್ತರ. "ಅಂಜು ಬೇರೇನೇ, ಅವಳ ಮೇಲೆ ಎಂಥ ಕೋಪ?" ತಳ್ಳಿ ಹಾಕಿದವನು ಅಂಜುವಿನತ್ತ ನೋಟ ಹರಿಸಿದ? ಆದರೆ ಸೂಕ್ಷ್ಮವಾಗಿ ಗಮನಿಸಿದ್ದ. ಕೆಲವೊಮ್ಮೆ ತೀರಾ ಸಪ್ಪಗೆ ಕಾಣುತ್ತಿದ್ದಳು. ಚೇತರಿಕೆ ಬೇಕಾಗಿತ್ತು. ಆದರೆ ಇಂಥ ವಿಷಯಗಳಲ್ಲಿ ಅಂಥ ಸಂವೇದನಾಶೀಲ ವ್ಯಕ್ತಿಯಲ್ಲ ಚಿನ್ನಯ್ಯ.

"ಭಾವ ಫೋನ್ ಮಾಡಿದ್ರು. ಅಮ್ಮ ನಂಗೆ ಸ್ವಲ್ಪ ಹೊರ್ಗೆ ಹೋಗೋದಿದೆ. ನೀವುಗಳು ಬೇಕಾದರೆ ಹೊರ್ಗೆ ಹೋಗ್ಬನ್ನಿ. ಡ್ರೈವರ್ ಮಂಜ ಇಲ್ಲೇ ಇರ್ತಾನೆ" ಇಂಥದೊಂದು ಮಾತು ಹೇಳಿ ಹೊರಟು ನಿಂತ ಚಿನ್ನಯ್ಯನ ಮುಂದೆ ನಿಂತ ಅಂಜಲಿ "ಮಾವ, ನಾನು ಹಾಗಿಂದ ಹಾಗೇ ಮನೆಗೆ ಹೋಗ್ತೀನಿ. ಬಂದು ಆಗಲೇ ಎರಡು ದಿನ ಆಯ್ತು" ಇಂಥದೊಂದು ರಿಕ್ವೆಸ್ಟ್ ಇಟ್ಟಾಗ ಅವನು ಜೋರಾಗಿ ನಕ್ಕ. ಹಾಸ್ಯವಾಗಿ ಕಂಡಿತು. "ಅಲ್ಲಿರೋದು ಆಳುಗಳು ತಾನೇ. ನೀನು ಬರಲಿಲ್ಲಾಂತ

ಚಡಪಡಿಸೋರು ಯಾರಿದ್ದಾರೆ? ಅಲ್ಲಿದ್ರೂ... ಒಂದೇ... ಇಲ್ಲಿದ್ದರೂ..... ಒಂದೇ" ಸಹಜವಾಗಿ ಮಾತಾಡಿದ್ದು. ಎಲ್ಲೋ ಒಂದು ಮೂಲೆಯಲ್ಲಿ ತಟ್ಟಿದಂತಾಯಿತು. ಯಾರಿದ್ದಾರೆ?

"ನೀನ್ಹೋಗೋ ಚಿನ್ನಯ್ಯ. ಇವತ್ತು ಕಳಿಸೋಲ್ಲ. ಮುತ್ತ ಬಾ... ಅಂದಿದ್ದಾಳೆ. ಮೈಸೂರಿಗೆ ಹೋಗೋದಿದೆ" ಚಿನ್ನಕ್ಕ ಮಗನನ್ನು ಕಳಿಸಿ ಮೊಮ್ಮಗಳತ್ತ ತಿರುಗಿ "ಇವ್ನು ಅವಸರಿಸ್ತಾನೆ ಒಂದಲ್ಲ... ನಾಲ್ಕು ಅಂಗಡಿಯಲ್ಲಿ ನೋಡಿ ತರೋಣ ಕಡಗನ. ನಿಂಗೆ ಮದ್ವೇಗೇಂತ ತೆಗ್ದ ಒಡ್ವೆಗಳ್ನ ನೀನು ನೋಡಲೇ ಇಲ್ಲ. ಬಾ..." ಎಂದು ಬಲವಂತ ಮಾಡಿ ರೂಮಿಗೆ ಕರೆದೊಯ್ದು ಬೀರು ಮುಂದೆ ಕೂಡಿಸಿದರು. "ಎಷ್ಟು ತರಹ ಒಡ್ವೆ ತೆಗೆದಿದ್ದೆ, ಗೊತ್ತಾ? ನಮ್ಮನ್ನು ನಿರಾಶೆ ಮಾಡ್ಬಿಟ್ಟೆ" ಇಂಥ ಪ್ರವರದೊಂದಿಗೆ ಒಡ್ವೆ ಬಾಕ್ಸ್‌ನ ತೆಗೆದು ಅವಳ ಮುಂದಿಟ್ಟರು. ಮುತ್ತಿನ ಸೆಟ್, ಕೆಂಪಿನ ಸೆಟ್. ಪಚ್ಚೆಯ ಹಾರ, ವಿವಿಧ ಬಳೆಗಳು, ಉಂಗುರಗಳು, ವಿವಿಧ ಮಾದರಿಯ ಸರಗಳು. ಹಾರ... ದೊಡ್ಡ ಒಡ್ವೆಗಳ ಸಾಲಿನ ಮೆರವಣಿಗೆ. ಮೈ ಮರೆಸುವಂಥದ್ದು, ಝಗಝುಗಿಸುವಂಥದ್ದು. ಹಿಂದೆಯಾದರೆ ಕುಣಿದಾಡಿ ಬಿಡುತ್ತಿದ್ದಳು. ಮೈ ಮರೆಸುವಂತಾಯಿತು ಕ್ಷಣಗಳ ಕಾಲ.

ಚಿನ್ನಾಭರಣಗಳ ಅಡ್ವರ್‌ಟೈಸ್‌ಮೆಂಟ್‌ಗಳನ್ನು ಅವನ ಮುಂದಿಡಿದರೆ, ವಾಸು ನಕ್ಕು ಪಕ್ಕಕ್ಕೆ ಸರಿಸುತ್ತಿದ್ದ. ಆದರೆ ಯಾವುದಾದರೂ ಪುಸ್ತಕ ಹಿಡಿದರೆ, ಅವನನ್ನು ವಿಚಲಿತಗೊಳಿಸಲು ಸಾಧ್ಯವಾಗುತ್ತಿರಲಿಲ್ಲ. ಅದ್ಭುತವಾದದ್ದು, ಅಮೂಲ್ಯವಾದದ್ದೆನ್ನು ವಂತೆ ಕೊಂಡು ತರುತ್ತಿದ್ದ. ಅದೆಲ್ಲ ಅಂಜಲಿಗೆ ವಿಚಿತ್ರವೆನಿಸುತ್ತಿತ್ತು. ಎಂದೂ ಪುಸ್ತಕಗಳ ಬಗ್ಗೆ ಆಸಕ್ತಿ ಮೂಡಿಸಿಕೊಳ್ಳದೆ ಬೆಳೆದವಳಿಗೆ ಪರೀಕ್ಷೆಗೆ ಬೇಕಾದಷ್ಟು ಓದು ಸಾಕಿತ್ತು. ಅಷ್ಟೇ ಅವಳ ಲಕ್ಷ್ಯ.

"ಎಲ್ಲಾ ನೋಡಿದ್ಯಾ? ನಿನ್ನ ಹಣೆಯಲ್ಲಿ ಇವನ್ನೆಲ್ಲ ತೊಟ್ಟು ಮೆರೆಯಬೇಕಾದ ಭಾಗ್ಯ ಇರ್ಲಿಲ್ಲ" ಎಂದು ನಿಟ್ಟುಸಿರು ಚೆಲ್ಲಿದ ಚಿನ್ನಕ್ಕ ಮಗನ ಮದುವೆಯ ವಿಷಯ, ಅವನಿಗೆ ಬರುತಿರೋ ಸಂಬಂಧಗಳ ಬಗ್ಗೆ ಹೇಳಿಕೊಳ್ಳತೊಡಗಿದಾಗ ಬೇಸರದ ಮುಖ ಮಾಡಿ "ಅಜ್ಜಿ, ನೀನು ಎಲ್ಲವನ್ನು ಎತ್ತಿಟ್ಟು ಬಾ" ಎಂದು ಹೊರಗೆ ಬಂದು ನಿಂತಿದ್ದು. ಅವಳ ನಿರಾಸಕ್ತಿ ಕಂಡು ಇವಳು ನಮ್ಮ ಅಂಜುನಾ ಅನ್ನಿಸಿದ್ದುಂಟು.

ಇತ್ತೀಚೆಗೆ ಖರೀದಿಸಿದ್ದ ಲಾಗೋನ್ ಕಾರಿನೊಂದಿಗೆ ಸಂಜೆಯ ವೇಳೆಗೆ ಹಿಂದಿರುಗಿದ ಚಿನ್ನಯ್ಯ "ಈಗ ಹೋಗೋಣ ನಡೀರಿ. ರಾತ್ರಿ ಅಲ್ಲೇ ಹೋಟೆಲಲ್ಲಿ ಎಲ್ಲಾದ್ರೂ ಊಟ ಮಾಡ್ಕೋಬಹ್ದು" ಎಂದು ಹುರಿದುಂಬಿಸಿಯೇ ಅಮ್ಮನನ್ನು, ಅಂಜುವನ್ನು ಕರೆದೊಯ್ದಿದ್ದು. ವಿದ್ಯಾವಂತೆ ಅಲ್ಲದ ಚಿನ್ನಕ್ಕನಿಗೆ ಹಿಂಜರಿಕೆಯೆಂಬುದೇ ಇಲ್ಲ. ಯಾವ ಹೋಟೆಲ್‌ಗಾಗಲೀ ಮಂತ್ರಿಗಳ ಮಕ್ಕಳ ಮದುವೆಗಳಿಗೂ ಹಾಜರಾಗತಕ್ಕವಳೇ ಅಂಥ ಬೋಲ್ಡ್‌ನೆಸ್ ಮುದುಕಿ. ಕನಿಷ್ಠ ಮೈ ಮೇಲೆ ಒಂದು ಕೆ.ಜಿ. ಬಂಗಾರವಾದರೂ ಇರಬೇಕು. ಒಡವೆ, ಸೀರೆ ಕೊಳ್ಳುವಿಕೆಯಲ್ಲಿ ರಾಮಲಿಂಗಂ ತಾಯಿಗೂ, ಈಕೆಗೂ ಪೈಪೋಟಿಯೇ. ಈ ವಿಷಯದಲ್ಲಿ ಪ್ರತಿಸ್ಪರ್ಧಿಗಳು.

ದೊಡ್ಡ ಅಂಚಿನ ಕಾಂಜೀವರಂ ಸೀರೆಯುಟ್ಟು ಸಿದ್ಧವಾಗಿ ಬಂದು ಕೂತಳು. ಬಂಗಾರದ ಬಳೆಗಳ ಜೊತೆಗೆ ಇಂದಿಗೂ ವಾಚ್ ಕಟ್ಟುತ್ತಿದ್ದಳು. ಆಡಿಕೊಳ್ಳುವವರನ್ನು ಆಕೆ ಕೇರ್ ಮಾಡುವುದಿಲ್ಲ.

"ಇದೇನು ಹಿಂಗೆ ಹೊರಟೆ?" ಮೊಮ್ಮಗಳ ಮೇಲೆ ರೇಗಿಕೊಂಡು "ಈ ವೇಷದಲ್ಲಿ ಜ್ಯೂವೆಲರಿ ಷಾಪ್‌ಗಳಿಗೆ ಹೋದ್ರೆ, ಎಲ್ಲೋ ತಗಡು ಜನಾಂತ ನಿರ್ಲಕ್ಷ್ಯವಾಗಿ ನೋಡ್ತಾರೆ." ಎಂದು ಮೊಮ್ಮಗಳನ್ನು ಸಿಂಗರಿಸಿಯೇ ಹೊರಡಿಸಿದ್ದು.

ಮೊದಲಿನ ಉತ್ಸಾಹ ತನಗೆ ಈಗ ಇಲ್ಲವೆನಿಸಿದ್ದು ಅಂಜಲಿಗೆ ಅರ್ಥವಾಯಿತು. ಯಾಕೆ? ಪ್ರಶ್ನೆಗೆ ಅವಳ ಬಳಿ ಉತ್ತರವಿಲ್ಲ. ಆದರೆ ಚಿನ್ನಯ್ಯ ಅಮ್ಮ ಖರೀದಿಸಿದಂಥ ನವರತ್ನ ಒಂಟಿ ಕಡಗವನ್ನು ಅವಳಿಗೆ ಕೊಡಿಸಿದ.

"ಮಾವ, ನಾನು ನಿಂಗೆ ತುಂಬ ನೋವು ಕೊಟ್ಟಿದ್ದೀನಿ. ನಂಗೆ ಬೇಡ" ನಿರಾಕರಿಸಿದಾಗ ಚಿನ್ನಯ್ಯ "ಆ ವಿಷ್ಯನ ಬಿಡು. ಎಷ್ಟೇ ಆದರೂ ನೀನು ನನ್ನ ಅಕ್ಕನ ಮಗ್ಳು. ಆ ಸಂಬಂಧ ಕಡಿದುಕೊಳ್ಳೋಕೆ ಆಗುತ್ತ?" ಸಂತೈಯಿಸಿದ. ಕಡೆಗೆ ಅವಳ ಗಲಾಟೆಗೆ ಜೆ.ಪಿ. ನಗರದ ಬಂಗ್ಲೆಯ ಬಳಿ ಇಳಿಸಿ ಹೋದರು.

ಚಿನ್ನದ ಕಡಗ ಇಷ್ಟವೆನಿಸಿತು ಕೂಡ. ಹತ್ತಾರು ಸಲ ತೆಗೆದು ನೋಡಿ ಹಾಕಿಕೊಂಡು ಅಮ್ಮನಿಗೆ ತಿಳಿಸಿದಳು. "ಮಮ್ಮಿ, ನಂಗೆ ಚಿನ್ನಯ್ಯ ಮಾವ ಕಡಗ ಕೊಡಿಸ್ದ" ಆಕೆಗೆ ಕೊಂಬುಗಳು ಬೆಳೆದಂತಾಯಿತು. "ಈಗ್ಲಾದ್ರೂ ಗೊತ್ತಾಯ್ತ? ಅವನನ್ನು ಕಟ್ಟಿಕೊಂಡು ಸುಖ ಸುರಿದುಕೊಂಡಿದ್ದೇನು? ಹಾಳಾದವಳು ನಿನ್ನ ಜೀವನ ನೀನೇ ಹಾಳು ಮಾಡ್ಕೊಂಡೆ" ಕರುಳಿನ ಸಂಕಟ ಅಂದೇಬಿಟ್ಟರು ಮುತ್ತಮ್ಮ.

ತಕ್ಷಣ ಫೋನ್ ಇಟ್ಟಳು ಅಂಜಲಿ. ಅಮ್ಮನ ಮಾತು ಭರ್ಜಿಯಂತೆ ತಿವಿಯಿತು. ಮೂವರಲ್ಲಿ ಹೆಮ್ಮೆಯ ಕೂಸಾಗಿ ಹೊಗಳಿಸಿಕೊಳ್ಳುತ್ತಿದ್ದ ಅವಳಿಗೆ ಸಹಾನುಭೂತಿ. ಒಂದು ತರಹ ಹಿಂಸೆ ಅನಿಸಿತು.

ಸಂಜೆಯ ಸುಮಾರಿಗೆ ಅಮೃತ ಬಂದಾಗ ಅವಳಿಗೆ ಅಚ್ಚರಿಯೇ. ಒಂಟಿಯಾಗಿದ್ದವಳಿಗೆ ಸಂತೋಷ ಕೂಡ. ಜೆ.ಪಿ. ನಗರದ ಮನೆಗೆ ತಂಗಿ ಬಂದಿದ್ದು ಮುನಿಸು ತಂದಿತ್ತು. ಅದನ್ನು ತಂದೆಯ ಮುಂದೆ ಪ್ರಕಟಪಡಿಸಿದ್ದಕ್ಕೆ ಅಂತಹ ಒಳ್ಳೆಯ ಪ್ರತಿಕ್ರಿಯೆಯೇನು ಸಿಕ್ಕಿರಲಿಲ್ಲ.

"ಅಮೃತಕ್ಕ, ನೀನು ಬಂದಿದ್ದು ಸಂತೋಷ ಕಣೆ"

ಹರ್ಷದಿಂದ ನುಡಿದಾಗ "ನಂಗೇನು ಸಂತೋಷವಾಗ್ಲಿಲ್ಲ. ಈ ಬಂಗ್ಲೆ ನಂಗೆ ಬೇಕೂಂತ ಅಪ್ಪನ ಕಾಡಿದ್ದೆ. ಅಜ್ಜಿ ಹತ್ರ ಅತ್ತಿದ್ದೆ. ನನ್ನ ಗಂಡ ರಾತ್ರಿ ಹಗ್ಲು ಚಿತ್ರಹಿಂಸೆ ಕೊಡ್ತಾ ಇದ್ದಾನೆ. ಇದನ್ನೆಲ್ಲ ಯಾರ್ಗೇ... ಹೇಳಿಕೊಳ್ಳಿ?" ಬಂದಕೂಡಲೇ ಶುರು ಹಚ್ಚಿದಳು. ಬಣ್ಣದಲ್ಲಿ, ರೂಪದಲ್ಲಿ, ಬುದ್ಧಿಯಲ್ಲಿ ಮೂವರಲ್ಲಿ ಇವಳು ಡಲ್. "ಸಾಕು ನಿಲ್ಸು, ಆಗ್ಲೆ ಶುರು ಹಚ್ಚಿದ್ದಿ. ನಂಗೇನು ಗೊತ್ತಿಲ್ವಾ? ಮದ್ವೆಯಾದಾಗ್ನಿಂದ ಗಂಡ– ಹೆಂಡ್ತಿ ಬಳೀತಾನೆ ಇದ್ದೀರಿ. ಡ್ಯಾಡಿ ಕುಬೇರ ಆಗಿರೋ ಹೊತ್ಗೇ ಸರಿಹೋಯ್ತು,

ಇಲ್ಲದಿದ್ದರೆ ಖಾಲಿಯಾಗಿ ಬೀದಿಗೆ ಬರಬೇಕಿತ್ತು" ಸೇರಿಗೆ ಸವ್ವಾ ಸೇರು ಎನ್ನುವಂತೆ ಇವಳು ಕುಟುಕಿದಳು. ಬಹುಶಃ ಆ ವೇಳೆಗೆ ಅಮೃತ ಗಂಡ ಬರದಿದ್ದರೆ ಒಂದು ಸಣ್ಣ ಜಗಳ ಶುರುವಾಗಿ ಬಿಡುತ್ತಿತ್ತೇನೋ?

"ಹೇಗಿದ್ದೀ, ಅಂಜಮ್ಮ?" ಆ ಮನುಷ್ಯನ ವರಸೆ.

"ಭಾವ, ಅಂಜಲಿ ಅನ್ನು ಅಥ್ವಾ ಅಂಜು ಅನ್ನು. ಅಂಜಮ್ಮ ಅಂಥದ್ದೆಲ್ಲ ಬೇಡ. ಅಪ್ಪಿತಪ್ಪಿ 'ಅಪ್ಪ' ಅಂದುಬಿಟ್ಟರೇ ಡ್ಯಾಡಿ ಬೇಜಾರು ಮಾಡ್ಕೊಂಡು ಬಿಡ್ತಾರೆ. ಹಳ್ಳಿಯವರು ಕರೆಯೋ ತರಹ ಅಂಜಮ್ಮ ಅಂತೀರಲ್ಲ" ನಸುಕೋಪ ವ್ಯಕ್ತಪಡಿಸಿದಳು. ಆತ ಜೋರಾಗಿ ನಕ್ಕು ಆರಾಮಾಗಿ ತಗೊಂಡ. ಕೋಪ ಬಂದಿದ್ದು ಅಮೃತಗೆ. "ಹಿಂದೆಲ್ಲ ಕರೀತಾ ಇರ್ಲಿಲ್ವಾ? ಈಗ ನೀನು ದೊಡ್ಡ ಪ್ರೊಫೆಸರ್ ಸೊಸೆ. ತುಂಬ ಓದಿದೋರ ಮನೆಗೆ ಸೇರಿದ್ದಿ. ನಿನ್ಗಂಡ ಕೂಡ ಪಿ.ಯು.ಸಿ.ನಲ್ಲಿ ಡಿಸ್ಟಿಂಕ್ಷನ್ ಅಂತೆ. ಮೆರಿಟ್ ಸೀಟ್ ಸಿಕ್ಕಿತ್ತಂತೆ. ಅದಕ್ಕೆ ನಿಂಗೆ ಜಂಬ ಬಂದಿರೋದು. ನೀನು ಈಗ ಆಕಾಶದಲ್ಲಿ ಇದ್ದೀ" ಮೂದಲಿಸಿದಳು. ಗಾಬರಿಯೆನಿಸಿತು ಅಂಜಲಿಗೆ.

"ಸುಮ್ನೆ ಇರೇ, ಅಮೃತ. ಬಂದ ಕೂಡಲೇ ಅಕ್ಕ-ತಂಗಿ ಜಗಳಕ್ಕೆ ಬಿದ್ದರೆ ಹೇಗೆ?" ಸಂತೈಯಿಸಿದ ಅವಳ ಗಂಡ. ಅವನದು ಬೇರೆ... ಬೇರೆ ತರಹದ ಜಾಣತನ. ವ್ಯವಹಾರಿಕ ವ್ಯಕ್ತಿ.

ಆಮೇಲೆ ಅಕ್ಕ-ತಂಗಿ ರಾಜಿಯಾದರು. ಬಂಗ್ಲೆಯೆಲ್ಲ ಸುತ್ತಾಡಿದರು.

"ಏನೋ ಅದೃಷ್ಟ ಮಾಡಿದ್ದೆ ಎಲ್ಲಿ ನಿನ್ನ ಗಂಡ?" ಕೇಳಿದಳು ಅಮೃತ. ಅವಳಿಗೆ ಕುತೂಹಲ. ವಾಸು ಬೆಳ್ಳಗೆ ಎತ್ತರವಾಗಿ ತುಂಬ ಸ್ಮಾರ್ಟ್ ಆಗಿದ್ದಾನೆಂದು ಸಂಜೀವಿ ಹೇಳಿದ್ದ. ಅಂಜಲಿ ಮುಖ ಮಂಕಾಯಿತು. ಮನದ ದುಗುಡ, ನೋವು, ನಿರಾಸೆ, ಕೋಪನ ಹೇಳಿಕೊಳ್ಳೋಕೆ ಒಂದು ಕ್ಯಾರೆಕ್ಟರ್ ಬೇಕಾಗಿತ್ತು. ಎಲ್ಲಾ ಒದರಿದಳು ಬಡಬಡನೆ. ಅಮೃತ 'ಅಷ್ಟೇನಾ' ಎನ್ನುವಂತೆ ಬಿಟ್ಟ ಕಣ್ಣುಗಳಿಂದ ಕೇಳಿಸಿಕೊಂಡಳು. "ನಾನು ಅಂದ್ಕೊಂಡೆ ಬಿಡು. ಅವ್ರಿಗೂ ನಮ್ಗೂ ಸಂಬಂಧ ಸರಿಬರೋಲ್ಲಾಂತ. ತಿನ್ನೋ ಪೈಕಿ ಅಲ್ಲ, ಬಗ್ಗಿಸೋದು ಕಷ್ಟ. ನಿನ್ನ ದಾರಿ ನಿಂದು, ಅವನ ದಾರಿ ಅವನದು. ಅಪ್ಪನ ಮನೆಗೆ ನೀನು ಪರ್ಮನೆಂಟ್. ಅವರಂತೂ ನಿನ್ನ ಬಾಗಿಲಿಗೆ ಸೇರಿಸೋಲ್ಲ. ಅತ್ತೆ, ಮಾವ, ವಂಶ, ಬಂಧುಗಳು ಯಾರಿಲ್ಲ. ಅಂಥದರಲ್ಲಿ ಈ ಬಂಗ್ಲೆ ಇಟ್ಕೊಂಡು ಏನ್ಮಾಡ್ತೀ? ಡ್ಯಾಡಿ ಬುದ್ಧಿವಂತ ರಾಮಲಿಂಗಂಗೆ ಇದೊಂದು ಗೆಸ್ಟ್ ಹೌಸ್ ಆಯ್ತು ಬಿಡು" ಕುಟುಕಿದ ಏಟಿಗೆ ಅಂಜಲಿ ನಿಸ್ತೇಜಳಾದಳು. 'ಹೌದು ತನಗೇನು ಇಲ್ಲ' ಬಹಳ ನಿಧಾನವಾಗಿ ಅನ್ನಿಸಿತು.

ಆಮೇಲೆ ಮಾತೇ ಇಲ್ಲ. ಅಮೃತ ಉಸ್ತುವಾರಿಯಲ್ಲೇ ಅಡುಗೆ ಆಯಿತು. ನಾನ್‌ವೆಜ್ ಮಾಡೋದ್ರಲ್ಲಿ ಎತ್ತಿದ ಕೈ. ಅವರ ಮನೆಯಲ್ಲಿ ವಾರಕ್ಕೆ ಏಳು ದಿನ ನಾನ್ ವೆಜ್ ಅಡುಗೆ. ಉಳಿದ ದಿನ ಹೋಟೆಲ್ ಹುಡುಕಿಕೊಂಡು ಹೋಗುತ್ತಿದ್ದರು.

ಮನದಲ್ಲಿದ್ದ ಕಹಿಯನ್ನು ಅತ್ಯಂತ ಪ್ರಯೋಜನಕಾರಿಯಾಗಿಯೇ ಕಕ್ಕಿ ತೀರಿಸಿ

ಕೊಂಡಳು ಅಮೃತ ಗಂಡನೊಂದಿಗೆ. ಮರುದಿನ ಇವಳನ್ನು ಸಾಗಾಕುವವರೆಗೂ ನೆಮ್ಮದಿ ಇಲ್ಲದೆ ಒದ್ದಾಡಿದಳು ಅಂಜಲಿ.

ರಾತ್ರಿ ತಾನು ಹಿಂದೆ ಇದ್ದ ಪುಟ್ಟ ಮನೆಗೆ ಸಂಜೀವಿಯೊಂದಿಗೆ ಹೋದಳು. ರಾಮಲಿಂಗಂ 'ಅವನನ್ನು ಸಾಕಷ್ಟು ವಿಚಾರಿಸ್ದೇ. ಏನು ಪ್ರಯೋಜನವಾಗಲಿಲ್ಲ. ಅವನು ಕೂಡ ಬಂದ ಅದೃಷ್ಟನಾ ಕಾಲಲ್ಲಿ ತಳ್ಳಿ ಹೋದ ಮೂರ್ಖ!' ಬೈದು ಹೇಳಿದ್ದರು. ಹೌದು ಇಷ್ಟೆಲ್ಲ ಸಂಪತ್ತನ್ನು ಪಕ್ಕಕ್ಕೆ ಸರಿಸಿದ ಅವನು 'ಮೂರ್ಖನಾ?' ಅವಳ ಮನ ಅವಲೋಕಿಸುತ್ತಿತ್ತು. ಬದುಕಿನ ಸೂಕ್ಷ್ಮತೆಯನ್ನು ಗ್ರಹಿಸುವಂಥ, ಚರ್ಚಿಸುವಂಥ ಸಂವೇದನಾಶೀಲ ಹುಡುಗಿಯಲ್ಲ, ಅಂಜು ಅಂಥ ಸಮಸ್ಯೆಗಳು, ಅನುಭವದ ಭಾವುಕತೆಗೆ ಸಿಕ್ಕಿರಲಿಲ್ಲ. ಮತ್ತೆ ಹೇಗೆ ಅರ್ಥವಾದೀತು? ಈಗೀಗ ಅವಳ ಸ್ಮೃತಿಪಟಲದಲ್ಲಿ ಏನೇನೋ ಹಾದು ಹೋಗುವುದರ ಜೊತೆಗೆ ಬದುಕಿನ ಸೂಕ್ಷ್ಮತೆಗಳು ಆಗಾಗ ಇಣುಕುತ್ತಿತ್ತು.

ಕಾರಿನಿಂದ ಇಳಿದ ಸಂಜೀವಿ "ನೆನ್ನೆ ದಿನ ಈ ಕಡೆ ಹೋದೆ. ಮನೆಗೆ ಬೀಗ ಹಾಕಿತ್ತು. ಈಗೇನೋ ಒಳಗೆ ಮಿಣುಕು ಅನ್ನೋ ದೀಪ ಇದೆ. ಯಾರಿದ್ದಾರೋ, ಯಾರಿಲ್ಲವೋ? ನಿಮ್ಮನ್ನ ಇಲ್ಲಿಗೆ ಕರೆದುಕೊಂಡು ಬಂದ ವಿಷಯ ಯಜಮಾನರಿಗೆ ತಿಳಿದ್ರೆ... ಬೈಯ್ತಾರೆ" ಗೊಣಗಿಕೊಂಡು ಹೋದ. ಅದು ತನಗೆ ಎಲ್ಲಾ ಇದೆ! ಈ ಪಡಿಪಾಟಲು ಬೇಕಾ? ಅನ್ನಿಸಿತು ಒಂದು ಕ್ಷಣ.

ಸಂಜೀವಿ ಅಲ್ಲಿ ನಿಂತ ಹತ್ತು ನಿಮಿಷಗಳ ನಂತರ ಬಾಗಿಲು ತೆರೆಯಿತು. ಅಂದು ತಮಗೆ ಮನೆ ಬಿಟ್ಟುಕೊಟ್ಟ ನಚಿಕೇತ. ಬರೀ ಬನೀನು, ಪಂಚೆಯಲ್ಲಿ ಹೊರಗೆ ಬಂದು ಅವನಿಗೆ ಏನೋ ಹೇಳುತ್ತಿದ್ದವನು ಇವಳನ್ನು ನೋಡಿ ಸಂಭ್ರಮವೇನುಪಡಲಿಲ್ಲ.

ಅಂಜಲಿಯೇ ಬಾಗಿಲ ಬಳಿ ಹೋಗಿ ಏನೋ ಕೇಳಲು ಪ್ರಯತ್ನಿಸಿದಾಗ ನಚಿಕೇತ ಸಂಜೀವಿಯತ್ತ ತಿರುಗಿ "ನೀನ್ಹೋಗಿ ಕಾರಿನಲ್ಲಿ ಕೂತ್ಕೊಳ್ಳಿ" ಅವನಿಗೆ ಹೇಳಿ "ಏನು ಬಂದಿದ್ದು? ಒಳಗೆ ಬನ್ನಿ" ಕರೆದ. ಒಳಗಡಿಯಿಟ್ಟಳು. ಸಂಪೂರ್ಣವಾಗಿ ಅದೇ ವಾತಾವರಣ. ಅಂಥ ದೊಡ್ಡ ಬದಲಾವಣೆಯೇನು ಆಗಿರಲಿಲ್ಲ.

"ಕೂತ್ಕೊಳ್ಳಿ" ಹೇಳಿ ಕೈ ಕಟ್ಟಿ ನಿಂತ. ಅವನ ಮುಖದಲ್ಲಿ ಬೇಸರವೇ. ಬೆರಳುಗಳು ರಟ್ಟೆಯ ಮೇಲೆ ತಾಳ ಹಾಕಿತು. "ಏನು ಬಂದಿದ್ದು?" ಕೇಳಿದ. ಮೊದಲು ಕೂತಳು. "ನಿಮ್ಹತ್ರ ಸ್ವಲ್ಪ ಕೇಳೋದಿತ್ತು."

"ಕೇಳಿ ಪರ್ವಾಗಿಲ್ಲ. ಹೆಚ್ಚು ಸಮಯ ಬೇಕಾಗೋಲ್ಲಾಂತ ಕಾಣುತ್ತೆ" ಹೇಳಿದ. ಅಂಜಲಿ ಮೊದಲು ಶುರು ಮಾಡಿದಳು. ವಿವಾಹದ ನಂತರವು ತಾವು ಪಟ್ಟ ಕಷ್ಟ insecurity, ಮುಂದಿನ ದಿನಗಳ ಬಗ್ಗೆ ಏನು ತೋಚದ್ದು. ತನ್ನ ತಂದೆ ನೆರವಿಗೆ ಬಂದು ವಾಸುನ ಒಪ್ಪಿಕೊಂಡು ಪೂರ್ತಿ ಜವಾಬ್ದಾರಿ ವಹಿಸಿಕೊಂಡಿದ್ದು ತಿಳಿಸಿ "ಈಗ ನಂಗೆ ಕೊಟ್ಟಿರೋ ಬಂಗ್ಲೆ ಐದು ಕೋಟಿ ಆಗ್ಬಹ್ದು. ಲಕ್ಷಾಂತರ ಖರ್ಚು ಮಾಡಿ ಇಂಟೀರಿಯರ್ ಡೆಕೋರೇಷನ್ ಮಾಡ್ಸಿದ್ದಾರೆ. ಹನ್ನೆರಡು ಲಕ್ಷದ ಹೋಂಡಾ ಕಾರು

ಕೊಡ್ಸಿದ್ದಾರೆ. ವಾಸುಗೆ–ಅವ್ರಿಗೆ ಕೆಲ್ಸನು ಕೊಡ್ತಾರೆ. ಇಪ್ಪತ್ತೋ... ಮೂವತ್ತೊ ತಿಂಗಳಿಗೆ ಸಂಬಳ ಕೊಡ್ತಾರೆ. ಮತ್ತೇನು ಬೇಕು? ಆರಾಮಾಗಿ ಇರಬಹುದ್ದು. ಅಂಥದರಲ್ಲಿ..." ಅನ್ನುವ ವೇಳೆಗೆ ಕೈಯೆತ್ತಿ "ನಿಲ್ಸಿ...." ಆರ್ಭಟಿಸಿದ. ಕೋಪದಿಂದ ಅವನ ಮೂಗು, ಮುಖ ಕೆಂಪಗಾಗಿದ್ದು ಅಂಥ ಮಂಕು ಬೆಳಕಿನಲ್ಲೂ ಕಾಣಿಸಿತು. ಎಂದೂ ಯಾರೂ ಈ ರೀತಿ ಆರ್ಭಟಿಸಿಲ್ಲ.

"ಏನಂತ ತಿಳ್ಕುಕೊಂಡಿದ್ದೀರಾ, ವಾಸುನ. ಅವ್ನ ಕನಿಷ್ಟ ತಿಳಿವಳಿಕೇನೂ ನಿಮ್ಗೆ ಇಲ್ವಾ? ಅದು ಯಾವ ಸೀಮೆ ಲವ್ ನಿಮ್ದು? ನಿಜ್ವಾದ ಪ್ರೇಮದ ಅರ್ಥ ನಿಮ್ಗೇ ಗೊತ್ತೇನು? ಹರೆಯದ ಆಕರ್ಷಣೆಗೆ ಬೆನ್ನು ಬಿದ್ದು ಬಂದು ಅವನನ್ನು ಪಾತಾಳಕ್ಕೆ ದಬ್ಬಿದ್ರಿ. ನೀವು ಪುಣ್ಯ ಮಾಡಿದ್ರಿ. ಅವ್ನು ಪಾಪ ಮಾಡಿದ್ದ. ಅವ್ರ ವಂಶದ ಶಾಪ, ಅವ್ನ ತಂದೆಯ ಶಾಪ ನಿಮ್ಮನ್ನ ಬಿಟ್ಟಿತಾ? ಅವರೆಂಥ ಜನ, ಗೊತ್ತಾ? ಸರಸ್ವತಿ ಅವರ ಮನೆಯಲ್ಲಿ ನಲಿದಾಡ್ತಾ ಇದ್ಲು. ಪುಸ್ತಕದ ಮಧ್ಯೆ ಬೆಳೆದೋನು. ಅವನನ್ನ ಹಿಡಿದಿಟ್ಟುಕೊಳ್ಳೋಕೆ ನಿಮ್ಮಪ್ಪ ಕೋಟ್ಯಾಂತರ ರೂಪಾಯಿ ಆಸ್ತಿ ಸುರಿದ್ರು ಸಾಕಾಗೋಲ್ಲ. ಪ್ರೇಮ ಅಂತೆ ಪ್ರೇಮ... ಬದನೆಕಾಯಿ ಅವನನ್ನ ಬೀದಿ ಪಾಲು ಮಾಡಿ ನೀವು ಅಪ್ಪನ ಬಂಗ್ಲೆಗೆ ಸೇರಿಬಿಟ್ರಿ. ಒಂದ್ಸಲ ಲಗ್ನವಾದ್ಮೇಲೆ, ಅವ್ನ ಮನೆ ನಿಮ್ಮದಾಗಬೇಕಿತ್ತು. ನಿಮ್ಮಪ್ಪನ ಬಂಗ್ಲೆ, ಯಾವಾಗ್ಲೂ... ನಿಮ್ಮದಲ್ಲ" ಬಾಯಿಗೆ ಬಂದಂತೆ ತರಾಟೆಗೆ ತಗೊಂಡ. ಅಷ್ಟೊಂದು ಮಾತಾಡುವ ಅಂಜಲಿ ತುಟಿ ತೆರೆಯಲಿಲ್ಲ. 'ಅಮರ ಮಧುರ... ಪ್ರೇಮ' ಒಂದಾ, ಎರಡಾ... ಕಲ್ಲಿನಂತೆ ನಿಂತ ಅವಳನ್ನು "ದಯವಿಟ್ಟು ಹೋಗಿ, ನಿಮ್ಮನ್ನ ಪ್ರೇಮಿಸಿರಬಹುದು ಅಷ್ಟೇ. ನಿಮ್ಮ ಬಂಗ್ಲೆ, ಕಾರಿಗಾಗಿ ಬರೋಂಥವನಲ್ಲ. ಈಗ ಪ್ರೊಫೆಸರ್ ಡಾ. ಅನಂತರಂಗಮೂರ್ತಿಗಳೇ ದಿಕ್ಕು. ಎಂದಾದ್ರೂ... ಅವ್ನ ತಂದೆನ ವಾಸು ಅರಸಿಕೊಂಡು ಬರ್ತಾನೆ. ನಿಂಗಾಗಿ ಬರೋಲ್ಲ" ಪ್ರತಿಯೊಂದು ಮಾತು ಚಾಟಿಯೇಟಿನಂತಿತ್ತು.

"ಪ್ಲೀಸ್ ಹೊರಟ್ಹೋಗಿ. ಮತ್ತೆಂದೂ ಬರೋದಕ್ಕೆ ಹೋಗ್ಬೇಡಿ" ಬಾಗಿಲ ಕಡೆ ಕೈ ತೋರಿಸಿದ.

ಸಂಜೀವಿ ಏನೂ ಅರ್ಥವಾಗದವನಂತೆ ಕಾರಿನ ಬಳಿ ನಿಂತಿದ್ದ. ನಿಧಾನವಾಗಿ ಬಂದ ಅಂಜಲಿ ಹಿಂದಿನ ಸೀಟಿನಲ್ಲಿ ಕುಕ್ಕರಿಸಿದಳು. ಕಾರಿನ ಚಕ್ರಗಳಿಗೆ ಜೀವ ಬಂತು.

* * *

ದೆಹಲಿಗೆ ಹೋಗಿ ಪ್ರೊಫೆಸರ್ ಡಾ. ಗುರುಸಿದ್ಧಪ್ಪ ಇನ್ನೊಬ್ಬ ಗೆಳೆಯನ ಜೊತೆ ಅನಂತರಂಗಮೂರ್ತಿಯವರನ್ನು ರಿಸೀವ್ ಮಾಡಿಕೊಂಡು ಬಂದರು.

ಮನೆಯ ಮುಂದೆ ಟ್ಯಾಕ್ಸಿಯ ಬಳಿ ಇಳಿದವರ ಕಣ್ಣಲ್ಲಿ ನೀರಾಡಿತು. ಅವರ ಜೀವನದ ಬಹುಪಾಲು ವಯಸ್ಸನ್ನು ಕಳೆದಿದ್ದು ಇಲ್ಲಿಯೇ. ಇಲ್ಲಿ ಮನೆ ಮಾತ್ರವಲ್ಲ. ಸುತ್ತಲಿನ ಪರಿಸರ ಮಾನಸಗಂಗೋತ್ರಿ, ಜಯಲಕ್ಷ್ಮೀಪುರಂ, ವಿದ್ಯಾರಣ್ಯಪುರ

ಇವನ್ನು ಆವರಿಸಿಕೊಂಡೆ ದಿನಗಳು ಉರುಳಿದ್ದು. ಬದುಕು ಕಟ್ಟಿಕೊಂಡಿದ್ದು. 'ಜನನಿ ಜನ್ಮ ಭೂಮಿಶ್ಚ ಸ್ವರ್ಗಾದಪಿಗರೀಯಸಿ' ಹುಟ್ಟಿದ ಭೂಮಿ ಸ್ವರ್ಗಕ್ಕಿಂತ ಮಿಗಿಲು, ಶ್ರೀರಾಮನಿಗೆ ಶ್ರೀಮಂತ ಲಂಕೆಗಿಂತ ಅಯೋಧ್ಯೆಯೇ ಪ್ರಿಯವಾಗಿತ್ತು.

"ಯಾಕೆ ಇಲ್ಲೇ ನಿಂತೇ? ನಡ್ಯೋ... ಅನಂತ" ಪ್ರೊಫೆಸರ್ ಡಾ. ಗುರುಸಿದ್ಧಪ್ಪ ಎಚ್ಚರಿಸಿದರು. "ಎಷ್ಟೊಂದು ಸಂತೋಷವಾಗ್ತಾ ಇದೆ, ಗೊತ್ತಾ? ವಿದೇಶಗಳಿಗೆ ಹೋಗಿ ಬರೋದೇನು ನಂಗೆ ಹೊಸ್ದಲ್ಲ. ನೀನೂ.... ನಾನೂ ಕೂಡಿಯೇ ಸರ್ವಿಸ್‌ನಲ್ಲಿದ್ದಾಗಲೇ ಹೋಗಿ ಬಂದದ್ದಿದೆ. ಈ ಸಲ ಯಾಕೋ ಒಂದು ತರಹ. ನಾನೆಲ್ಲಿ, ಅಲ್ಲೇ ಸತ್ತು ಹೋಗ್ಬಿಡ್ತೀನೋ ಅನ್ನೋ ದಿಗಿಲು. ಅದಕ್ಕೆ ಒಂದು ತಿಂಗ್ಳು ಮುನ್ನವೇ ಹೊರಟು ಬಂದೆ" ಹರ್ಷದ ಉದ್ಗಾರವೆತ್ತಿದರು.

"ಹಾಗೆಲ್ಲ ಆಗೋಲ್ಲ ಬಿಡು" ಎಂದರು ಪ್ರೊಫೆಸರ್.

ಕಣ್ಣಂಚು ಒದ್ದೆ ಮಾಡಿಕೊಂಡು ನಿಂತಿದ್ದ ಸಾತಮ್ಮ "ಬಾಪ್ಪ... ಬಾ... ನಾನು ಅಣ್ಣನ ಜೊತೆಯಲ್ಲಿ ಬರ್ತೀನಿಂತ ವಸು ಫೋನ್‌ನಲ್ಲಿ ಹೇಳಿದ್ಲು" ಆಹ್ವಾನಿಸಿದರು.

ಡಾ. ಅನಂತರಂಗಮೂರ್ತಿಗಳು ಮಾತಾಡಲಿಲ್ಲ. ಅವಳು ಬರುವವಳಿದ್ದಳು. ಬೇಡವೆಂದಿದ್ದರು. ಕಿರಣ್ ಇನ್ನು ಒಂದು ವರ್ಷ ಅಂದರೆ ಹನ್ನೆರಡು ತಿಂಗಳ ನಂತರ ಇಲ್ಲಿಗೆ ಬರುವವನಿದ್ದ. ಆಮೇಲೆ ಇಲ್ಲೇ ಉಳಿಯುವ ನಿಶ್ಚಯ ಅವನದು. ಅದರಿಂದಲೇ 'ಒಟ್ಟಿಗೆ ಬನ್ನಿ. ಇಲ್ಲಿ ಕಿರಣ್‌ಗೆ ನಿನ್ನ ಅಗತ್ಯವಿದೆ. ನಂಗೆ ಅಲ್ಲೇನು ತೊಂದರೆ ಇಲ್ಲ ಸದಾ ಗುರು ಇದ್ದೆ... ಇರ್ತಾನೆ. ಸಾಕಷ್ಟು ಸಹೋದ್ಯೋಗಿಗಳು ಅಲ್ಲೇ ಇದ್ದಾರೆ. ನನ್ನ ಕೆಲವು ವಿದ್ಯಾರ್ಥಿಗಳೆ ಕಾಲೇಜಿನಲ್ಲಿ ಉಪನ್ಯಾಸಕರಾಗಿದ್ದಾರೆ. ಬರೋರು... ಹೋಗೋರ ನಡುವೆ ನಾನು ಬಿಜಿ' ಎಂದು ಹೊರಟವಳನ್ನು ತಡೆದಿದ್ದರು. ಒಂಟಿಯಾಗಿ ಹಿಂದಿರುಗಿದ್ದು.

ಸ್ನಾನ ಅಂಥದೆಲ್ಲ ಮುಗಿಸಿಕೊಂಡ ನಂತರ ಗೆಳೆಯನ ಜೊತೆ ಕೂತು ಸಾತಮ್ಮ ಬಡಿಸಿದ್ದನ್ನು ಲಕ್ಷಣವಾಗಿ ಮುಗಿಸಿ ತಮ್ಮ ಓದುವ ಕೋಣೆಗೆ ಬಂದು ಕೂತರು. ಕಪಾಟುಗಳಲ್ಲಿ ತುಂಬಿಕೊಂಡ ಪುಸ್ತಕಗಳು, ಅವು ಜಡವಸ್ತುಗಳಲ್ಲ. ಬದುಕಿನ ಮೂಲ ದ್ರವ್ಯ ಪೂರೈಸಿದ್ದು ಅವೇ.

"ನಮ್ಮ ಕಿರಣ್‌ಗೂ ಒಳ್ಳೆ ಅಭಿರುಚಿ ಇದೆ. ಕೆಲವು ಉತ್ತಮ ಪುಸ್ತಕಗಳನ್ನು ಸಂಗ್ರಹಿಸಿದ್ದಾನೆ ಕೂಡ" ಅಳಿಯನನ್ನು ಹೊಗಳಿಕೊಂಡರು.

ಮಗನ ವಿಷಯ ತಿಳಿಯಬೇಕೆನ್ನುವ ಹಾತೊರಿಕೆ. ಎಲ್ಲಾದರೂ ಸುಖವಾಗಿರಲೀ, ಅವನ ಸುದ್ದಿ ಬೇಡವೆನ್ನುವ ಮನಸ್ಸು – ಒಂದು ರೀತಿಯಲ್ಲಿ ಆಂದೋಳನ. ಯಾರೋ ಒಬ್ಬರು ಸಿಕ್ಕಾಗ "ನಿನ್ಮಗನಿಗೆ ಶ್ರೀಮಂತ ಬಂಗ್ಲೆ, ಲಕ್ಷಾಂತರ ರೂಪಾಯಿನ ಕಾರು, ಇಡೀ ಜೀವ ಸವೆಸಿದರು ದುಡಿಯಲಾರದಷ್ಟು ಹಣ" ಕೆನಡಾದ ಟೊರೆಂಟೋಗೆ ಹೋದಾಗ ಸಿ.ಎಸ್. ಹೆಗಡೆ ಸಿಕ್ಕಾಗ ನುಡಿದಿದ್ದರು. ಅಂದೇ 'ಅವನು ನಿರ್ಮಿಸಿಕೊಂಡ ಜಗತ್ತಿನಲ್ಲಿ ಸುಖಿ' ಎನ್ನುವ ತೀರ್ಮಾನಕ್ಕೆ ಬಂದರೂ ಅವನನ್ನು ಅದೃಷ್ಟವಂತ ಎನ್ನಲಾರರು.

'ನತದೃಷ್ಟ' ಎಂದು ಬೈಯ್ಯುದುಕೊಂಡಿದ್ದರು. ಈ ಬೆಳವಣಿಗೆ ಇಷ್ಟವಾಗಿರಲಿಲ್ಲ.

"ಹೇಗಿದ್ದಾನೆ ವಾಸು? ಈಚೆಗೇನಾದ್ರೂ ಸಿಕ್ಕಿದ್ನಾ? ಚೆಕ್ ತಲುಪಿಸಿದ್ಯಾ? ಆ ಶ್ರೀಮಂತಿಕೆಯ ಮಧ್ಯೆ ಇದರ ಅಗತ್ಯವಿರಲಾರದು. ಮಕ್ಳು ಬಗ್ಗೆ ಯಾವ್ದೇ ಕನಸು ಇಟ್ಕೋಬಾರ್ದು. ಅವ್ನು ಸಂಶೋಧನೆ ಕಡೆಗೆ ಹೋಗ್ಲೀ ಅಂದ್ಕೊಂಡೆ. ಈಗಿರೋ ಸಾಫ್ಟ್‌ವೇರ್ ಅಲೆಯಲ್ಲಿ ಕೊಚ್ಚಿ ಹೋದ. ಅದನ್ನ ಕೂಡ ಪೂರೈಸಿಕೊಳ್ಳಲಿಲ್ಲ. ಅವನದು ಮದ್ವೆಯ ವಯಸ್ಸಾ? ವಾಸು ವಯಸ್ಸಿಗೆ ನಾನೇ ವಿವಾಹವಾಗಿರಲಿಲ್ಲ. ವಿದ್ಯೆ ಮುಖ್ಯವೆಂದುಕೊಂಡ ಕುಟುಂಬ" ಹೇಳಿಕೊಂಡರು. ನಿಶ್ಶಬ್ದವಾಗಿ ಆಲಿಸಿದರು ಪ್ರೊಫೆಸರ್ ಡಾ. ಗುರುಸಿದ್ಧಪ್ಪನವರು.

"ಒಂದು ಮುಖ್ಯವಾದ ವಿಷಯವೇ ಅನಂತ. ನೆಟ್ ಮೂಲಕ ಚಾಟ್ ಮಾಡಿದಾಗ ಹೇಳಬೇಕೂಂತ ಅಂದ್ಕೊಂಡೆ. ಯಾಕೋ ಬೇಡಾಂತ ಅನ್ನಿಸ್ತು" ಎಂದವರು ಪೂರ್ಣ ಚಿತ್ರ ಬಿಡಿಸಿಟ್ಟರು ಗೆಳೆಯನ ಮುಂದೆ. ಅವರು ಆತಂಕಗೊಂಡರು. "ಈಗ ವಾಸು ಎಲ್ಲಿ ಹೋದ?" ಅವರೆದೆಯ ಬಡಿತ ಏರಿತು.

"ಗೊತ್ತಿಲ್ಲ! ಆದ್ರೂ ಗಾಬರಿಪಡೋಂಥದೇನಿಲ್ಲ. ಕಾಲ್‌ಸೆಂಟರ್‌ನಲ್ಲಿ ಕೆಲ್ಸ ಸಿಕ್ಕಿತ್ತು. ಅವನಿಗೆ ಇಷ್ಟವಿಲ್ಲಾಂತ ಕಾಣುತ್ತೆ. ಅವನೇನು ಹೇಳದಿದ್ದರೂ, ಆ ಹುಡ್ಗೀ ರಾಮಲಿಂಗಂ ಮಗಳು ಎಲ್ಲಾ ಹೇಳಿಕೊಂಡಳು. ಇವನು ಫುಲ್ ವೆಜಿಟೇರಿಯನ್. ಅವಳ ಆಹಾರ ಪದ್ಧತಿ ಇವನಿಗೆ ಇಷ್ಟವಿಲ್ಲ. ಇದು ಶುರು ಅಂತ ಕಾಣಿಸುತ್ತೆ. ಆಮೇಲೆ ಬೇಕಾದಷ್ಟು ಡಿಫರೆನ್ಸ್. ಅದನ್ನು ನೇರವಾಗಿ ನಂಗೆ ಹೇಳಿಕೊಂಡ್ಳು, ಆಮೇಲೆ ಏನಾಯ್ತೋ, ಇವ್ಳು ಅಪ್ಪನ ಬಂಗ್ಲೆಗೆ ಶಿಫ್ಟ್ ಆದಳು. ವಾಸು ಎಲ್ಲೋ ಹೋದ. ಮೂರು ತಿಂಗಳ ನಂತರ ಮೀಟ್ ಮಾಡ್ತೀನೀಂತ ಒಂದು ಚೀಟಿ ನಚಿಕೇತನಿಗೆ ಕೊಟ್ಟು ಹೋಗಿದ್ದಾನಂತೆ. ಇದಿಷ್ಟು... ವಿಚಾರ. ಆ ಹುಡ್ಗೀ ಅವಳಪ್ಪನ ಜೆ.ಪಿ.ನಗರದ ಬಂಗ್ಲೆಯಲ್ಲಿ ಇದ್ದಾಳೆ. ಹಣಕಾಸಿನ ತೊಂದರೆಯಂತು ಇಲ್ಲ. ಮುಂದೇನು ಅನ್ನೋದು ಗೊತ್ತಿಲ್ಲ" ಪ್ರೊಫೆಸರ್ ಡಾ. ಗುರುಸಿದ್ಧಪ್ಪನವರು ಹೇಳಿ ಸುಮ್ಮನೆ ಕೂತರು.

ಅಲ್ಲಿಗೆ ವಾಸು ಭವಿಷ್ಯ ರೂಪಿಸುವ ಹಂತ ಮುಗಿಯಿತು ಅಂದುಕೊಂಡಿದ್ದರು. ಆದರೆ ಆದದ್ದೇನು? ಇಂಥದೊಂದು ಅನಿಸಿಕೆ ಅವರ ಮನಸ್ಸಿನಲ್ಲಿ ಇದ್ದರೂ, ಅಂಥ ಹಾರೈಕೆ ಅವರದಾಗಿರಲಿಲ್ಲ.

"ಇವನು ಎಲ್ಲಿ ಹೋದ? ಓದೋ ವಯಸ್ಸಿನಲ್ಲಿ ಎಂತಹ ದುರಂತದ ಅಂಚಿಗೆ ಸರಿದ, ಗುರು" ವ್ಯಸನಗೊಂಡಾಗ ಸ್ನೇಹಿತನ ಕೈ ಹಿಡಿದುಕೊಂಡ ಡಾ. ಗುರುಸಿದ್ಧಪ್ಪ "ಡೋಂಟ್ ವರೀ, ಆದಷ್ಟು ಬೇಗ ಹಿಂದಿರುಗಿ ಬರ್ತಾನೆ. ಇದು ಪ್ರೇಮ, ಪ್ರೀತಿ ಅಂಥದೇನಿಲ್ಲ, ಎಡವಟ್ಟುಗಳು. ಹಿಂದಿನ ಸಿನಿಮಾಗಳಲ್ಲಿ ಪ್ರೇಮ, ಪ್ರೀತಿ ಅಂದರೆ ಆದರ್ಶಗಳು, ತ್ಯಾಗ ಅಂಥದೆಲ್ಲ ಇರ್ತಾ ಇತ್ತು. ಈಗ ಬೇರೆ ಟೈಪ್. ಅದು ಕ್ರೌರ್ಯದ ಹಂತಕ್ಕೆ ಬರ್ತಾ ಇದೆ. ವಾಸು ಕೇಸ್ ಅಂಥದೇನಿಲ್ಲ. ಪ್ರೀತ್ಸೆ... ಪ್ರೀತ್ಸೆ... ಅಂಥ ಹಿಂದೆ ಬೀಳೋಲ್ಲ. ಅವನೇ ಸ್ವತಂತ್ರ ಕೊಟ್ಟು ಆರಾಮಾಗಿ ಬಿಟ್ಹೋಗಿದ್ದಾನೆ. ರಿಸ್ಕ್‌ನ ಬದ್ಕು

ಇವ್ಳಿಗೆ ಬೇಕಿಲ್ಲ. ಆರಾಮಾಗಿ ಅಪ್ಪನ ಮನೆ ಸೇರ್ಕೊಂಡ್ ಸುಖವಾಗಿದ್ದಾಳೆ. ಒಂದು ದಿನ ಡೈವೋರ್ಸ್ ಅನ್ನೋ ಹಂತಕ್ಕೆ ಬರುತ್ತೆ. ನಿಂಗೂ ಅಂಥ ಸೊಸೆ ಬೇಡ. ರಾಮಲಿಂಗಂಗೂ ಅಂಥ ಅಳಿಯ ಬೇಡ! ಇನ್ನ ತಕರಾರು ಎಲ್ಲಿದೆ? ಇದನ್ನೆಲ್ಲ ತಲೆಗೆ ಹಚ್ಕೋಬೇಡ. ಅವರವ್ರೆ ಸಿಕ್ಕಿ ಹಾಕ್ಕೊಂಡ್ರು. ಅವರವರ್ರೆ .... ಬಿಡ್ಸಿಕೊಂಡ್ರು" ನಿಧಾನವಾಗಿ ಹೇಳಿದರು. ಆದರೂ ಒಮ್ಮೊಮ್ಮೆ ಇದು ಸರಿಯಾ ಅನಿಸುತ್ತಿತ್ತು.

ಆದರೆ ಸುಲಭವಾದ ಹಾದಿ, 'ನೋವಾಗುತ್ತೆ ಚಿಕ್ಕಪ್ಪ. ಇದು ನಮ್ಮ ಮನೆಯಲ್ಲಿ ನಡೆಯಬಾರದಿತ್ತು. ಈ ಮನೆಗೆ ಒಂದು ಧಾರಾಳತನವಿತ್ತು. ಮಾನವೀಯತೆ, ಸಂಸ್ಕಾರ ಮನೆಯ ಗೋಡೆ ಗೋಡೆಯಲ್ಲಿ ಬೆರೆತು ಹೋಗಿದೆ' ವಸುಧಾ ಫೋನ್‌ನಲ್ಲಿ ಹೇಳಿದಾಗ ಚಿಂತಿತರಾಗಿದ್ದರು.

ವಾಸು ಹೋಗಿರುವುದಾದರೂ ಎಲ್ಲಿಗೆ? ಅಂಥ ಪ್ರಶ್ನೆ ಅನಂತರಂಗಮೂರ್ತಿಯವರ ಮುಖದ ಮೇಲೆ ಮೂಡಿತು.

"ನಂಗೆ ಅರ್ಥವಾಗುತ್ತೆ. ವಾಸು ಜಗತ್ತನ್ನು ನೋಡ್ಲಿ. ಅನುಭವ ಗಟ್ಟಿ ಮಾಡುತ್ತೆ. ಒಳ್ಳೆ ಶಿಲ್ಪವಾಗಿ ಮೂಡಿಬರ್ತಾನೆ" ಸಾಂತ್ವಾನಿಸಿದರು.

ಅನಂತರಂಗಮೂರ್ತಿಗಳು ಮಾತೇ ಆಡಲಿಲ್ಲ. ಎರಡು ಸಲ ಹಾರ್ಟ್ ಅಟ್ಯಾಕ್ ಆದ ವ್ಯಕ್ತಿ. ಆದರೂ ಅರಗಿಸಿಕೊಳ್ಳಬೇಕಾದ ಅಗತ್ಯವಿದ್ದುದರಿಂದ ಹೇಳಿದ್ದರು.

ಆ ವಿಷ್ಯನ ಅಲ್ಲಿಗೆ ಬಿಟ್ಟು ಬೇರೆಲ್ಲ ಮಾತಾಡಿ ಸಂಜೆಯೇ ಮನೆಗೆ ಹೊರಟಿದ್ದು "ರೆಸ್ಟ್ ತಗೋ. ನಾಳೆಯಿಂದ ವಾಕ್, ಚರ್ಚೆ, ವಿಮರ್ಶೆ, ಸಮಾರಂಭ ಅಂಥದೆಲ್ಲ ಇರುತ್ತೆ. ವಿದ್ಯಾರ್ಥಿಗಳು ನಿನ್ನ ಬಗ್ಗೆ ಪ್ರಶ್ನಿಸಿ ಸಾಕಾಗಿದ್ದಾರೆ. ನಂಗೂ ಉತ್ತರಿಸಿ ಸಾಕಾಗಿದೆ. ಇನ್ಮೇಲೆ ಮುಖಾಮುಖಿ. ಇನ್ನೊಂದು ಪ್ರೊಫೆಸರ್ ಅಭಿಶಂಕರ್ ಮಗ ಒಂದೆರಡು ಸಲ ನಿನ್ನ ನೋಡ್ಬೇಕೆಂದ" ಎಂದು ಮೇಲೆದ್ದರು. ಅವನು ಇವರ ಸ್ಟೂಡೆಂಟ್ ಆಗಿದ್ದವನೇ. ಇಷ್ಟವಾಗುವ ವ್ಯಕ್ತಿತ್ವವಲ್ಲ ಅವನದು.

ಹೊರಗೆ ಬಂದಾಗ ಎದುರಾದದ್ದು ಹೆಂಡತಿ.

ಗೇಟುವರೆಗೆ ಬಂದಿದ್ದ ಪರಮೇಶ್ವರಮ್ಮ "ಅಲ್ಲ ಇಲ್ಲಿಗೆ ಬಂದವರು ಒಂದು ಫೋನ್ ಮಾಡಿಯಾದ್ರೂ ವಿಷಯ ತಿಳಿಸಬಹುದಿತ್ತಲ್ಲ. ತರಕಾರಿ ಗಾಡಿಯವ ತಿಳಿಸಿದ್ದು" ನಿಷ್ಠೂರ ಮಾಡಿದರು. ಇದನ್ನೆಲ್ಲ ಲೆಕ್ಕವಿಡದಂಥ ಮನುಷ್ಯ.

ಆರಾಮವಾಗಿ ಬಂದು ದಿವಾನ ಮೇಲೆ ಮಲಗಿದ ಪ್ರೊಫೆಸರ್ ಡಾ. ಗುರುಸಿದ್ಧಪ್ಪನವರು ಛಾವಣಿಯನ್ನು ದಿಟ್ಟಿಸಿದರು. ಹೆಸರಿಗೆ ಇಬ್ಬರೂ ಗಂಡು ಮಕ್ಕಳು, ಸೊಸೆಯರು, ಮೊಮ್ಮಕ್ಕಳು ಇದ್ದರು. ನೆಟ್‌ನಲ್ಲಿ ಸಂಪರ್ಕಿಸಬೇಕು. ಈಚೆಗೆ ಬೇಡವೆನಿಸಿದರೂ ಹಾತೊರಿಕೆ ಇತ್ತು. ಇವರು ಬಂದು ಹೋಗಿ ಆಗಿತ್ತು. ಅವರಿಗಂತೂ ಇಲ್ಲಿಗೆ ಬರುವ ಮನಸ್ಸಿಲ್ಲ. ಎಲ್ಲಾ ಭಣ ಭಣ. ನಮ್ಮ ನಂತರ ಈ ಮನೆಯ ಗತಿಯೇನು? ಬಹುಶಃ ಬೀಗ ಮುದ್ರೆ. ಯಾರಾದರೂ ಏಜೆಂಟರ ಮೂಲಕ ಮಾರಿ ಹೋಗ್ಬಹುದು. ನೋವೆನಿಸಿದರು ಸಹಜವೆನಿಸಿತು.

"ಯಾಕೆ, ಒಂದು ತರಹ ಇದ್ದೀರಾ?" ಪಕ್ಕದಲ್ಲಿ ಬಂದು ಕೂತರು ಪರಮೇಶ್ವರಮ್ಮ. "ನಾನು ಬರೀ ಅನಂತನ ವಿಷ್ಯ ಯೋಚಿಸಿದ್ದೇ ಆಯ್ತು. ನಮ್ಮ ಸ್ಥಿತಿ! ಅಕಸ್ಮಾತ್ ಹೋದವೀಂತ ಇಟ್ಕೊಳ್ಳಿ. ಈ ಮನೆ ಗತಿಯೇನು?" ತಟ್ಟನೆ ಎದ್ದು ಕೂತರು. ಆಕೆ ಗಳಗಳ ಕಣ್ಣೀರು ಚೆಲ್ಲಿದರು. "ಅದನ್ನೆಲ್ಲ ನೆನಪಿಸಿಕೊಂಡರೆ ದಿಕ್ಕೆಟ್ಟಂತಾಗುತ್ತೆ. ಯಾಕೆ ಸಿಕ್ಕಿದ್ದೆಲ್ಲ ತಂದುಕೊಂಡು ಹಾಕಿಕೋತಾ ಇದ್ದೀವಿ? ಆ ವಿಷ್ಯ ಬಿಡಿ, ಯಾವ್ದೋ ಹುಡ್ಗೀ ನಿಮ್ಮನ್ನು ಹುಡ್ಕಿಕೊಂಡು ಬಂದಿತ್ತು. ರಿಟೈರ್ಡ್ ಆದರೂ ನಿಮ್ಗೆ ಸ್ಟೂಡೆಂಟ್‌ಗಳ ಕಾಟ ತಪ್ಪಲಿಲ್ಲ" ಮಾತನ್ನು ಬೇರೆ ಹೊರಳಿಸಿದರು.

"ಅದು ನಮ್ಮ ಪುಣ್ಯ! ಇಲ್ಲದಿದ್ದರೆ ನಾನು ಬದ್ಕಿನ ಆಸಕ್ತಿ ಕಳೆದುಕೊಂಡು ಮೂಲೆ ಸೇರಿ ಬಿಡ್ತಾ ಇದ್ದೆ. ಅಗತ್ಯವೆನಿಸಿದರೆ ಮತ್ತೆ ಬರ್ತಾಳೆ ಬಿಡು. ನಿನ್ಹತ್ರ ಒಂದ್ವಿಷ್ಯ ಮುಚ್ಚಿಟ್ಟಿದ್ದೆ. ವಾಸು ಆ ಹುಡ್ಗೀ ಅಂಜಲಿ ಈಗ ಜೊತೆಯಲ್ಲಿ ಇಲ್ಲ. ಅವನೆಲ್ಲಿ ಹೋದ್ನೋ ಗೊತ್ತಿಲ್ಲ. ಇವಳಂತೂ ಅವಳಪ್ಪನ ಬಂಗ್ಲೆಯಲ್ಲಿ ಅಚ್ಚುಕಟ್ಟಾಗಿದ್ದಾಳೆ. ಅದನ್ನು ಅನಂತನಿಗೆ ಹೇಳಲೇಬೇಕಾಯ್ತು."

ಗಂಡ, ಹೆಂಡತಿ ಬಹಳ ಹೊತ್ತು ವಾಸುವಿನ ಮುಂದಿನ ಭವಿಷ್ಯದ ಬಗ್ಗೆ ಯೋಚಿಸಿದರು.

"ಬಹುಶಃ ವಾಸು ಎಲ್ಲಿ ಹೋಗಿರಬಹುದು?" ಆಕೆಯ ಪ್ರಶ್ನೆ.

"ಬಹಳ ದೂರವೇನು ಹೋಗಿರಲಿಕ್ಕಿಲ್ಲ. ಮೂರು ತಿಂಗಳು ಅವಕಾಶ ಕೊಟ್ಟಿದ್ದಾನಂತೆ. ಅಪ್ಪನ ಅಷ್ಟೈಶ್ವರ್ಯವೋ, ಇಲ್ಲ ವಾಸುವಿನ ಪ್ರೇಮವೋ ಇದು ಒಂದು ರೀತಿಯಲ್ಲಿ ಒಳ್ಳೆಯದೇ. ಜೀವನ ಪೂರ್ತಿ ನರ್ಕ ಅನುಭವಿಸುವುದಕ್ಕಿಂತ 'ಸಾಧ್ಯವಿಲ್ಲ' ಎನಿಸಿದಾಗ ದೂರವಾಗಿ ಬಿಡಬೇಕು. ಇಲ್ಲಿ ಬೇರೆಯವರ ಮಧ್ಯ ಪ್ರವೇಶವೇ ಇಲ್ಲ" ಎಂದು ನಿಟ್ಟುಸಿರು ಚೆಲ್ಲಿದರು.

ಅಂದು ಅಂಜಲಿ ಹೇಳಿದೆಲ್ಲ ಹೆಂಡತಿಗೆ ಹೇಳಿದರು.

"ನಂಗೆ ಸ್ವಲ್ಪನೂ ಸರಿಯೆನಿಸೋಲ್ಲ. ಪ್ರೇಮ, ಪ್ರೀತಿ ಅಂಥ ಕಟ್ಟಿಕೊಳ್ಳೋದು, ಆಮೇಲೆ ಬಿಡೋದು. ಇದೇನು ಚಂದ" ಬೇಸರ ವ್ಯಕ್ತಪಡಿಸಿದರು. ಅಷ್ಟರಲ್ಲಿ ಫೋನ್ ಸದ್ದು ಮಾಡಿತು "ಹಲೋ..." ಎಂದರು ಪರಮೇಶ್ವರಮ್ಮ. "ಸರ್, ಬಂದಿದ್ದಾರ?" ಕೇಳಿದ ಕೂಡಲೇ "ನಿಮ್ಗೇ ಫೋನ್" ಗಂಡನಿಗೆ ಕೊಟ್ಟು ಎದ್ದು ಹೋದರು.

"ನಿಮ್ಹತ್ರ ಸ್ವಲ್ಪ ಮಾತಾಡಬೇಕಿತ್ತು?" ಕೇಳಿತು ವಿದ್ಯಾರ್ಥಿನಿ.

"ಸದ್ಯಕ್ಕೆ ಒಂದೆರಡು ದಿನ ಮಾತು ಬೇಡಾಂತ ತೀರ್ಮಾನ ಮಾಡಿದ್ದೀನಿ. ಕೆಲವೊಮ್ಮೆ ಇಂಥ ಮೌನ ಪ್ರಕರಣಗಳು ಅಗತ್ಯ. ಏನು ವಿಷ್ಯ?" ವಿಚಾರಿಸಿದರು. "ಫೋನ್‌ಗಿಂತ, ನಿಮ್ಹತ್ರ ಬಂದು ಮಾತಾಡಬೇಕೆನಿಸಿದೆ" ಅಂದಳು. ಸದ್ಯಕ್ಕೆ ಅವರೊಂದು ಪ್ರೋಗ್ರಾಂ ಚಾರ್ಟ್ ಮಾಡಿಟ್ಟುಕೊಂಡಿದ್ದರು. "ಸೋಮವಾರದವ್ಗರ್ೂ ನಾನು ಸಿಗೋಲ್ಲ. ನಂತರ ನೋಡೋಣ. ಪಾಠಕ್ಕೆ ಸಂಬಂಧಪಟ್ಟದಾದರೆ, ಓಕೆ ಆದರೆ ವೈಯುಕ್ತಿಕವಾದುದ್ದಕ್ಕೆ ಮಾತ್ರ ಆಸ್ಪದವಿಲ್ಲ" ಎಂದರು ಸ್ವಲ್ಪ ಗಡುಸಾಗಿ.

ಯಾವುದೇ ವೈಯುಕ್ತಿಕ ವಿವಾದ, ವಿಷಯಗಳು ಇವರು ಕೋರ್ಟ್ ಎನ್ನುವಂತೆ ಇವರ ಮುಂದೆ ಮಂಡಿಸುತ್ತಿದ್ದರು. ಬರೀ, ವಿದ್ಯಾರ್ಥಿ–ವಿದ್ಯಾರ್ಥಿನಿಯರು ಮಾತ್ರವಲ್ಲ. ಕೆಲವು ಹಿರಿಯರು ಕೂಡ ಸಮಸ್ಯೆಗಳನ್ನೆತ್ತಿಕೊಂಡು ಇವರ ಮುಂದೆ ಬರುತ್ತಿದ್ದುದು ಹೊಸದಲ್ಲ. ಒಂದು ನ್ಯಾಯಪೀಠ ರಚಿಸಿಕೊಂಡಿದ್ದರು. ಅದರಲ್ಲಿ ಇದ್ದುದ್ದೆಲ್ಲ ಪ್ರೊಫೆಸರ್‌ಗಳೇ. ಅವರಲ್ಲಿ ಅನಂತರಂಗಮೂರ್ತಿಗಳು ಕೂಡ ಒಬ್ಬರು. ಸ್ವಂತ ಮಕ್ಕಳು ಚಳ್ಳೆಹಣ್ಣು ತಿನ್ನಿಸಿದ ಮೇಲೆ ಒಂದಿಷ್ಟು ನಿರಾಸಕ್ತಿ. ಬೇರೆಯವರು ಬೆಟ್ಟು ಮಾಡುವ ಮುನ್ನ ತಾವೇ ತಮ್ಮ ಮಕ್ಕಳ ಬಗ್ಗೆ ಹೇಳಿಕೊಳ್ಳುತ್ತಿದ್ದರು. ಅದರಲ್ಲಿ ಕೈ ಕೊಟ್ಟಿದ್ದು ವಾಸು. ಆಘಾತಗೊಂಡಿದ್ದರು.

ಸಂಜೆ ಸಂಜೀವಿಯೊಂದಿಗೆ ಬಂದ ಅಂಜಲಿ ಬೀಗ ನೋಡಿ ಹಿಂದಿರುಗಿದಳು. ಮಾರ್ಗ ಮಧ್ಯದಲ್ಲಿ ಸಂಜೀವಿ "ಎಷ್ಟು ಸಲ ಈ ಕಡೆ ಬಂದ್ ಹೋಗಿದ್ದೀರಿ. ನಂಗೆ ಹೇಳಿದ್ರೆ, ಆ ಮೇಷ್ಟ್ರನ್ನ ಎತ್ತಿ ಹಾಕ್ಕೊಂಡು ಬರ್‍ತಾ ಇದ್ದೆ. ಮೇಷ್ಟ್ರು ಅನ್ನಿಸಿಕೊಂಡೋರಿಗೆಲ್ಲ ಧಿಮಾಕ್!" ಉಡಾಫೆ ಮಾತಾಡಿದಾಗ ರೇಗಿದಳು. "ತೆಪ್ಪಗಿರು, ನಿಮ್ಗೇ ಯಾರ... ಯಾರ ಬೆಲೆ ಏನು ಗೊತ್ತು?"

ಆದರೆ ಪಾರ್ಕ್ ಕಡೆಯಿಂದ ಬರುತ್ತಿದ್ದ ಪ್ರೊಫೆಸರ್ ಡಾ. ಗುರುಸಿದ್ಧಪ್ಪನವರನ್ನು ನೋಡಿ "ಸಂಜೀವಿ, ಕಾರು ನಿಲ್ಸು" ಎಂದು ಕೂಗಿದಳು. ಒಂದಿಷ್ಟು ಕಾರ್ನರ್‌ಗೆ ಹೋಗಿ ಕಾರು ನಿಂತಿತು. "ಕರೆದು ಬರ್ಲಾ?" ಸಂಜೀವಿ ಕೇಳಿದ. ಬಹುಶಃ ಮೊದಲಾಗಿದ್ದರೆ ಹ್ಞೂಂ ಗುಟ್ಟುತ್ತಿದ್ದಳು. ಆದರೆ ವಾಸು ಅವಳಲ್ಲಿ ಒಂದು ಬೆಳಕಿನ ಕಿಡಿಯನ್ನು ಹಚ್ಚಿದ್ದ. ಅದನ್ನು ಮುಚ್ಚಿದ್ದ ಧೂಳನ್ನು ಅವಳೆ ಕೊಡವಿಕೊಂಡಳು.

ಲಗುಬಗನೆ ಕಾರಿನಿಂದ ಇಳಿದು ಯಾರೊಂದಿಗೋ ಹರಟುತ್ತಿದ್ದ ಪ್ರೊಫೆಸರ್ ಅತ್ತ ನಡೆದಳು. "ಸರ್..." ನಿಂತರು. ಬಹಳಷ್ಟು ವಿದ್ಯಾರ್ಥಿಗಳಿಗೆ ಮಾತ್ರವಲ್ಲ, ವಿದ್ಯಾರ್ಥಿನಿಯರಿಗೂ ಪಾಠ ಮಾಡಿದವರು. ಕನ್ನಡಕ ಸರಿಪಡಿಸಿಕೊಂಡರು. ಎರಡು ಕೈಗಳನ್ನು ಜೋಡಿಸಿ "ನಮಸ್ಕಾರ..." ಅಂದ ಕೂಡಲೇ ನೆನಪಿಗೆ ತಂದುಕೊಂಡರು. "ಗೌಡರೇ, ನಾಳೆ ಸಿಗೋಣ" ಜೊತೆಯಲ್ಲಿದ್ದವರನ್ನು ಕಳಿಸಿ "ನಮಸ್ಕಾರನಮ್ಮ...." ಅಂದರು. ರಾಮಲಿಂಗಂ ಮಗಳು ಇಲ್ಲಿಯವರೆಗೂ ಬಂದು ಕೈ ಜೋಡಿಸಿ ನಿಲ್ಲಲು ಸಾಧ್ಯವೇ? ಮನದಲ್ಲಿ ಆತಂಕದ ಪಕ್ಷಿ ರೆಕ್ಕೆಯಾಡಿಸಿತು.

"ನಾನು ಅಂಜಲಿ" ಅಷ್ಟೇ ಹೇಳಿದ್ದು.

"ಸಾರಿ, ಎಲ್ಲಾ ಸ್ಟೂಡೆಂಟನ್ನು ನೆನಪಿನಲ್ಲಿ ಇಟ್ಟುಕೊಳ್ಳೋಕೆ ಸಾಧ್ಯವಿಲ್ಲ. ಏನು... ವಿಷಯ?" ಕೇಳಿದರು. ಒಮ್ಮೆ ಸಾತಮ್ಮ ಹೇಳಿದ್ದರು. ಅಂದೇ ಇವಳೆ ಇರಬೇಕೆಂದು ಅನುಮಾನಿಸಿದ್ದರು. "ನಾನು ನಿಮ್ಮ ಸ್ಟೂಡೆಂಟ್ ಅಲ್ಲ, ವಾಸುದೇವಮೂರ್ತಿ ಹೆಂಡ್ತಿ. ನಿಮ್ಮ ಆತ್ಮೀಯ ಸ್ನೇಹಿತರಾದ ಶ್ರೀ ಅನಂತರಂಗಮೂರ್ತಿಯವರ ಸೊಸೆ. ದಯವಿಟ್ಟು ಕ್ಷಮಿಸಿ, ಒಂದ್ಹತ್ತು ನಿಮಿಷ ಮಾತಾಡೋಕೆ ಅವಕಾಶ ಕೊಡಿ" ವಿನಯವಿತ್ತು ದನಿಯಲ್ಲಿ. ಅಚ್ಚರಿಗೊಂಡರು. ಅಂದು ಬೀಡು ಬೀಸಾಗಿ ಮಾತಾಡಿದ ಹೆಣ್ಣು ಇವಳೇನಾಂತ

ಅನಿಸಿತು. ತಕ್ಷಣಕ್ಕೆ ಏನು ಅರ್ಥವಾಗದಂತೆ. "ಎಲ್ಲಿ ಮಾತಾಡೋದು? ಇನ್ನರ್ಧ ಗಂಟೆ ಬಿಟ್ಟು ಮನೆಗೆ ಬನ್ನಿ" ಅಷ್ಟು ಹೇಳಿ ದಿಕ್ಕಿಗೆ ಸರಿದು ಹೋದರು.

ಈ ವಿಷ್ಯದಲ್ಲಿ ತವರಿನಿಂದ ಸಹಾಯ ಸಿಕ್ಕುವಂತಿರಲಿಲ್ಲ. ದಾರಿ ಕಂಡುಕೊಳ್ಳಬೇಕಾದ್ದು ಅವಳ ಕರ್ಮ. ಆಂದೋಳನ, ಮಾನಸಿಕ ಹಿಂಸೆ, ಚಿತ್ತಕ್ಷೋಭೆಯ ನಡುವೆ ಬೆಳಕಾಗಿ ಗೋಚರಿಸಿದವರು ಪ್ರೊಫೆಸರ್ ಡಾ. ಗುರುಸಿದ್ಧಪ್ಪನವರು.

ಹೋಗಿ ಕಾರಿನಲ್ಲಿ ಕೂತು "ಸಂಜೀವಿ, ಕಾರನ್ನು ಒಯ್ದು ತಿರುವಿನಲ್ಲಿ ಮರದ ಬಳಿ ನಿಲ್ಸು" ಹೇಳಿದಳು. ಅವನು ಬೇಸರದ ಮುಖ ಮಾಡಿ ಒಯ್ದು ನಿಲ್ಲಿಸಿದ. ಅವನು ಕೂಡ ಮಹಾ ಕಲಿತವನಲ್ಲ. ಮಾತಿನ ನಡುವೆ ಬೆಳೆದವನೆ ವಿನಃ ಪುಸ್ತಕಗಳ ಕಡೆ ತಿರುಗಿ ಕೂಡ ನೋಡಿದವನಲ್ಲ.

ಪ್ರೊಫೆಸರ್ ಡಾ. ಗುರುಸಿದ್ಧಪ್ಪ ಸುತ್ತು ಬಳಸಿಯಲ್ಲ ನೇರವಾಗಿಯೇ ಮನೆಗೆ ಬಂದರು. ಕಾಂಪೌಂಡ್ ಗೋಡೆಯ ಬಳಿ ನಿಂತು ಪಕ್ಕದ ಮನೆಯವರೊಂದಿಗೆ ಮಾತಾಡುತ್ತಿದ್ದ ಪರಮೇಶ್ವರಮ್ಮ ಒಮ್ಮೆ ಹಿಂದಿರುಗಿ ನೋಡಿದಾಗ ಮುಂದುವರಿಸುವಂತೆ ಸನ್ನೆ ಮಾಡಿ ಒಳಗೆ ನಡೆದರು.

ಅಂಜಲಿ ಬಂದದ್ದೇಕೆ? ವಾಸು ಆ ಬಗ್ಗೆ ಏನಾದರೂ ಹೇಳಿದ್ದಾನಾ? ಇವಳನ್ನು ಅನಂತರಂಗಮೂರ್ತಿಗಳು ದ್ವೇಷಿಸದಿದ್ದರೂ ಪುರಸ್ಕರಿಸುವುದಿಲ್ಲವೆಂದು ಅವರಿಗೆ ಗೊತ್ತು. ಮಧ್ಯಸ್ಥಿಕೆಗಾಗಿಯಾ? ಯಾವ ರೀತಿಯ ಮಧ್ಯಸ್ಥಿಕೆ? ಕೋಟ್ಯಾಧಿಪತಿ ರಾಮಲಿಂಗಂನ ಮೂವರು ಹೆಣ್ಣು ಮಕ್ಕಳಲ್ಲಿ ಇವಳು ಒಬ್ಬಳಾದರೂ, ಕೋಟ್ಯಾಂತರ ರೂಪಾಯಿಗಳ ಆಸ್ತಿಯ ಒಡತಿ. ಇಲ್ಲಿಗ್ಯಾಕೆ ಬಂದಿದ್ದು? ತಲೆ ಕೆಟ್ಟರೂ ಅವರ ಅನುಭವ ಒಂದು ಕಿವಿಮಾತು ಹೇಳಿತು. 'ಇವೆಲ್ಲಕ್ಕಿಂತ ಕಟ್ಟಿಕೊಂಡ ಗಂಡ ಅಮೂಲ್ಯ' ಈ ಮಾತು ಹಿಂದಕ್ಕಾಯಿತು. ಈಗ ಅಂಥ ಸೆಂಟಿಮೆಂಟ್ಸ್ ಇಲ್ಲವೆನಿಸಿತು.

"ಕಾಫಿ... ಕೊಡ್ಲಾ?" ಪರಮೇಶ್ವರಮ್ಮ ಕೇಳಿದರು.

"ಸದ್ಯಕ್ಕೆ ಏನು ಬೇಡ. ಅಂತೂ ಇನ್ನು ಮೂವತ್ತು ನಿಮಿಷಗಳ ಮಾತಿನ ಕಾರ್ಯಕ್ರಮವಿದೆ. ಮೊದ್ಲು ಅದ್ನ ಮುಗ್ಸಿಕೊಂಡ್ಬಾ. ನಾನು ಒಂದಷ್ಟು ಹೋಂವರ್ಕ್ ಮಾಡ್ತೀನಿ" ಹೆಂಡತಿಯನ್ನು ಕಳಿಸಿ ಒಂದೆಡೆ ಕೂತರು. ಹೆಂಡತಿಗೆ ಮಾತೆಂದರೆ ತುಂಬ ಇಷ್ಟವೆಂದು ಅವರಿಗೆ ಗೊತ್ತು. ಬಂದವರೊಂದಿಗೆ ಎಷ್ಟು ಬೇಕಾದರೂ ಮಾತು ಆಡಬಲ್ಲರು. ಒಂದು ಲೋಟ ಕಾಫಿ ಕೊಡೋಕೆ ಮಾತ್ರ ಹಿಂದೇಟು. ಮಾತು ಮಾತ್ರ ಮುತ್ತು. ಯಾರಾದರೂ ಆಯ್ದು ಇಟ್ಟುಕೋಬೇಕು.

ಒಮ್ಮೆ ಗೆಳೆಯನಿಗೆ ಫೋನ್ ಮಾಡಿ "ಅನಂತ, ಕೆಲವೊಮ್ಮೆ ಪ್ರಯತ್ನ ಪಡದೆ ತಪ್ಪುಗಳು ಆಗಿ ಬಿಡುತ್ತೆ ಬಿಡು, ಆಮೇಲೆ ಮಾತಾಡ್ತೀನಿ" ಅಂತ ಫೋನ್ ಕಟ್ ಮಾಡಿ ಇಟ್ಟರು.

ಸರ್ಯಾಗಿ ಅರ್ಧಗಂಟೆ... ಅಂದರೆ... ಅರ್ಧಗಂಟೆಗೆ ಸರಿಯಾಗಿ ಮೂವತ್ತೆರಡು ನಿಮಿಷದ ನಂತರ ಕಾರು ಬಂದು ನಿಂತಿತು. ಸಂಜೀವಿಗೆ ಏನೋ ಹೇಳಿ ಇಳಿದು

ಬಂದ ಅವಳು ಬಾಗಿಲು ತೆಗೆದಿದ್ದರು ಹೊರಗಡೆಯೇ ನಿಂತು ಕಾಲಿಂಗ್ ಬೆಲ್ ಒತ್ತಿದಳು. ಅದೊಂದು ರೀತಿಯ ವಿಚಿತ್ರ ಸದ್ದು ಮಾಡಿತು.

ಬಂದ ಪರಮೇಶ್ವರಮ್ಮ ಏನು ಅನ್ನುವಂತೆ ನಿಂತಳು.

"ಸ್ವಲ್ಪ ಪ್ರೊಫೆಸರ್ ಅಂಕಲ್‌ನ ನೋಡ್ಬೇಕಿತ್ತು" ತಡವರಿಸಿದಂತಾಯಿತು. ಈ ರೀತಿ ಮಾತಾಡಿಯೇ ಅವಳಿಗೆ ಅಭ್ಯಾಸವಿರಲಿಲ್ಲ. ಕಣ್ಣಲ್ಲಿ ನೀರಾಡಿತು. "ಕೇಳ್ತೀನಿ, ಸ್ಟೂಡೆಂಟಾ?" ಅನ್ನುವಷ್ಟರಲ್ಲಿ "ಕೇಳಿದ್ದೀನಿ, ಅರ್ಧಗಂಟೆ ಬಿಟ್ಟು ಬಾ ಅಂದ್ರು. ಅರ್ಧಗಂಟೆ... ಆಯ್ತು..." ವಾಚ್ ಕಡೆ ನೋಡಿ ಹೇಳಿ ಅಲ್ಲೇ ನಿಂತಳು.

ಏನಾದರೊಂದು ಕೇಳಿಕೊಂಡು ಯಾರಾದರೂ ಬರುತ್ತಿದ್ದುದ್ದುಂಟು. ಆ ಬಗ್ಗೆ ತಲೆಕೆಡಿಸಿಕೊಳ್ಳದೆ ಗಂಡನಿಗೆ ವಿಷಯ ಮುಟ್ಟಿಸಿ ಮುಂದಿನ ಡ್ರಾಯಿಂಗ್ ರೂಂನಲ್ಲಿ ಕೂಡುವಂತೆ ಹೇಳಿ ತಮ್ಮ ಪಾಡಿಗೆ ತಾವು ಹೋದರು.

ಅಂಜಲಿ ಹೆಜ್ಜೆಯ ಮೇಲೆ ಹೆಜ್ಜೆ ಇಡುತ್ತ ಡ್ರಾಯಿಂಗ್ ರೂಂ ಹೊಕ್ಕವಳು ನಿಂತಳು. ಸುತ್ತಲು ಹಲವಾರು ಬೀರುಗಳಲ್ಲಿ ಪುಸ್ತಕಗಳ ಸಂಗ್ರಹ. ಮೇಜು, ಟೀಪಾಯಿ ಮೇಲು ಪುಸ್ತಕಗಳು ಹರಡಿಕೊಂಡಿದ್ದವು. 'ಪುಸ್ತಕಗಳು ಜಗತ್ತನ್ನು ಆಳುತ್ತವೆ. ಕೊನೆಪಕ್ಷ ಲಿಖಿತ ಭಾಷೆ ಹೊಂದಿರುವ ರಾಷ್ಟ್ರಗಳಲ್ಲಿ ಪುಸ್ತಕಗಳು ವಿಜೃಂಭಿಸುತ್ತದೆ. ಉಳಿದಿದ್ದು ಲೆಕ್ಕಕ್ಕಿಲ್ಲ' ಇದು ಫ್ರಾನ್ಸ್ ದೇಶದ ಮಹಾನ್ ದಾರ್ಶನಿಕನ ಅಭಿಪ್ರಾಯ. ಎಲ್ಲಾ ಸಂಪತ್ತಿಗಿಂತ ಪುಸ್ತಕ ಸಂಪತ್ತು ಮಿಗಿಲಾದದ್ದು ಎಂದು ಆಗಾಗ ವಾಸು ಹೇಳುತ್ತಿದ್ದ ಮಾತುಗಳು. ಅಂಥ ವಾಸು ತನ್ನ ಪ್ರೇಮಕ್ಕೆ ಹೇಗೆ ಸಿಕ್ಕಿಹಾಕಿಕೊಂಡ? ಈಚೆಗೆ ಈ ಪ್ರಶ್ನೆ ಆಗಾಗ ಅವಳಲ್ಲಿ ಪುಟಿಯುತ್ತಿತ್ತು.

ಅಲ್ಲೇ ಮೂಲೆಯಡಿಯಿದ್ದ ಬೆತ್ತದ ಛೇರ್ ಮೇಲೆ ಬೀಡು ಬೀಸಾಗಿ ಕೂಡಲಿಲ್ಲ. ಒಂದಿಷ್ಟು ಮುದುಡಿಯೇ ಕೂತಿದ್ದು. ಹತ್ತು ನಿಮಿಷಗಳ ಒಳಗೆ ಪ್ರೊಫೆಸರ್ ಡಾ. ಗುರು ಸಿದ್ಧಪ್ಪನವರು ಒಳಗೆ ಬಂದರು. ಸಾವಿರಾರು ವಿದ್ಯಾರ್ಥಿಗಳಿಗೆ ಪಾಠ ಹೇಳಿದವರು. ಸಮಯ ಸಿಕ್ಕಾಗ ಅವರನ್ನು ತಿದ್ದಿದವರು, ಅಡ್ಡ ದಾರಿ ಹಿಡಿದಾಗ ಬುದ್ಧಿ ಹೇಳಿದಂಥ ಸಮಾಜಮುಖಿ.

ತಟ್ಟನೆ ಎದ್ದು ನಿಂತಳು. ಅಂದು ಕೂತು ಮಾತಾಡಿದವಳ ಈ ಸಂಸ್ಕಾರ ಹೇಗೆ ಮೂಡಿಬಂತೆಂದೆನಿಸಿತು ಅವರಿಗೆ.

"ಕೂತ್ಕೋ... ಕೂತ್ಕೋ..." ಕೈಯಿಂದ ಸನ್ನೆ ಮಾಡಿ ತಾವೊಂದು ಬೆತ್ತದ ಛೇರ್ ಮೇಲೆ ಕೂತು "ಏನು ವಿಷಯ?" ಕೇಳಿದರು. ಮೌನವಹಿಸಿದ್ದರ ಜೊತೆಗೆ ಕಣ್ಣೀರನ್ನು ಕರ್ಚೀಫ್‌ನಿಂದ ತೊಡೆದುಕೊಂಡಳು.

"ಹೇಗಿದ್ದೀ? ವಾಸು ಹೇಗಿದ್ದಾನೆ?" ನೇರವಾಗಿಯೇ ಕೇಳಿದರು.

ಮತ್ತೆ ಮೌನ, ಕಣ್ಣೀರು ನಂತರ ಎಲ್ಲಾ ಒದರಿ "ಅವ್ರು ಈಗ ಎಲ್ಲಿದ್ದಾರೋ ಗೊತ್ತಿಲ್ಲ" ಮತ್ತೊಮ್ಮೆ ಕಣ್ಣಿಗೊತ್ತಿದ್ದು. ಎಲ್ಲಾ ಬಿಡಿಸಿಟ್ಟ ಧೈರ್ಯಕ್ಕೆ ಮೆಚ್ಚಿಗೆಯೇ.

"ಈಗ ಬಂದಿದ್ದೇಕೆ" ಪ್ರಶ್ನಿಸಿದರು.

ತಲೆ ತಗ್ಗಿಸಿ ಕೂತಳು.

ಅವರು ಮೌನವಹಿಸಿದರು.

"ಹಾಳಾಗ್ಲಿ ಬಿಡು, ಅಕಸ್ಮಾತ್ ಸನ್ಯಾಸ ತಗೊಂಡು ಹಿಮಾಲಯಕ್ಕೆ ಹೋಗಿರ್ಬಹ್ದು. ಇಲ್ಲ ಮೂರು ತಿಂಗ್ಳ ನಂತರ ಬಂದಾನು. ನಿಂಗ್ಯಾಕೆ ಅವನ ಜಪ? ಏನೋ ನಡ್ದು ಹೋಯ್ತು. ಹೇಗಾದ್ರೂ ಮಾಡೋಣ. ಮುಂದಿನ್ವರ್ಷದಿಂದ ಕಾಲೇಜಿಗೆ ಹೋಗು. ಅದು ನಿಂಗೆ ಕಷ್ಟವೆನಿಸಿದರೆ, ಟಿ.ವಿ.ಯಲ್ಲಿ ಹೇಳಿಕೊಡೋ ಕಲಾತ್ಮಕ ವಸ್ತುಗಳ ಬಗ್ಗೆ ಇಂಟ್ರೆಸ್ಟ್ ಬೆಳೆಸ್ಕೋ. ದಿನಕ್ಕೊಂದು ಹೊಸ ರುಚಿ ಮಾಡು, ಬೇರೆ... ಸಂಗೀತ... ನಟನೆ.... ಅಂಥದ್ದರಲ್ಲಿ ಇಂಟರೆಸ್ಟ್ ಇದ್ದರ್ಧೇಳು" ಮಗಳಲ್ಲಿ ಉತ್ಸಾಹ ತುಂಬಲು ಯತ್ನಿಸಿದ್ದರು ರಾಮಲಿಂಗಂ. ಅವೆಲ್ಲ ತಾತ್ಕಾಲಿಕ ಪ್ರಯತ್ನಗಳೇ ಹೊರತು ಯಾವುದರಲ್ಲೂ ಆಸಕ್ತಿ ಮೂಡಿರಲಿಲ್ಲ.

ಪ್ರೊಫೆಸರ್ ಸುಮ್ಮನೆ ತಲೆ ತಗ್ಗಿಸಿ ಕೂತವಳತ್ತ ನೇರವಾಗಿ ದೃಷ್ಟಿಹರಿಸಿದರು.

"ಈಗ ಇಲ್ಲಿಗೆ ಬಂದ ಕಾರಣವೇನು? ಡೈವೋರ್ಸ್ ಅಂತೆಲ್ಲ ಹೋದರೂ... ನಿಂಗೆ ದೊಡ್ಡದಾಗಿ ಆಸ್ತಿಯೇನು ಸಿಗೋಲ್ಲ. ಅವನ ಬಗ್ಗೆ ನಿಂಗೆ ಗೊತ್ತು! ಅನಂತನಿಗೆ ಇರೋದೊಂದು ಮನೆ. ಅದರ ತಂಟೆಗೆ ಬರೋದ್ಬೇಡ. ಅದರಿಂದ ತುಂಬ ಕೆಟ್ಟದ್ದೇ ಆಗುತ್ತೆ" ಹೇಳಿ ಎದ್ದುಹೋದರು. ಯಾಕೋ ಅವರಿಗೆ ಮಾತನಾಡಲು ಇಷ್ಟವಾಗಲಿಲ್ಲ.

"ದೊಡ್ಡ ಜಾಗ, ರಾಮಲಿಂಗಂ ಕೈಗೆ ಸಿಕ್ಕರೆ ದೊಡ್ಡ ಅಪಾರ್ಟ್‌ಮೆಂಟ್ ಮೇಲೆ ಏಳುತ್ತೆ. ಅದರ ಬದ್ಲು ಅಲ್ಲೊಂದು ವುಮೆನ್ಸ್ ಹಾಸ್ಟೆಲ್ ಕಟ್ಟಿಸೋಣ" ಪ್ರೊಫೆಸರ್ ಅಭಿಶಂಕರ್ ಮಗ ಇತ್ತೀಚೆಗೆ ಹುಡುಕಿಕೊಂಡು ಬಂದು ಹೇಳಿ ಹೋಗಿದ್ದ. ಅಂಥ ಯಾವುದಾದರೂ ಒಂದು ಪ್ಲಾನ್ ಇಟ್ಟುಕೊಂಡು ಮಗಳನ್ನು ಕಳಿಸಿದ್ದನಾ?

ಕೋಪದಿಂದ ಅವರ ಮೈ ಉರಿಯುತ್ತಿತ್ತು. "ಕುಂಕುಮ, ತಾಂಬೂಲ ಕೊಟ್ಟು ಆ ಹುಡ್ಗೀನ ಕಳಿಸಿಬಿಡು. ನನ್ನ ಕೇಳಿದ್ರೆ ಹೊರ್ಗೇ ಹೋದ್ರೂಂತ ಹೇಳು" ತಮ್ಮ ಬೆಡ್‌ರೂಂಗೆ ಹೋಗಿ ಬಾಗಿಲು ಹಾಕಿಕೊಂಡರು.

ಗಂಡನ ವರ್ತನೆ ವಿಚಿತ್ರವಾಗಿ ಕಂಡರೂ ಪ್ರಶ್ನಿಸಲು ಹೋಗಲಿಲ್ಲ. ಕಾಫಿ, ಜ್ಯೂಸ್ ಅಂಥದ್ದು ಮಾಡೋದು ತಪ್ಪಿತಲ್ಲ ಎನ್ನುವ ಸಮಾಧಾನ ಆಕೆಗೆ.

ದೇವರ ಮುಂದಿದ್ದ ಎರಡು ಬಾಳೆಹಣ್ಣುಗಳನ್ನು ಅರಿಶಿನ, ಕುಂಕುಮದ ಜೊತೆ ಇಟ್ಟುಕೊಂಡು ಬಂದು ಅವಳ ಮುಂದಿಡಿದು "ಕೆಲವು ವಿಚಾರಗಳಲ್ಲಿ ಅವರು ಯಾರ್ಗೂ ರೆಕಮಂಡೇಷನ್ ಮಾಡೋಲ್ಲ, ತಗೋ" ಅಂದರು. ಅವಳು ಹಣೆಗಚ್ಚಿಕೊಂಡು, ವೀಳ್ಯದೆಲೆ, ಅಡಿಕೆ ಮೇಲಿದ್ದ ಬಾಳೆಹಣ್ಣುಗಳನ್ನು ತಗೊಂಡಳು. ಬಾಳೆಹಣ್ಣು ಒಂದಿಷ್ಟು ಬಾಡುವ ಬಣ್ಣಕ್ಕೆ ಬಂದಿತ್ತು. ಮನೆಯಲ್ಲಿ ಯಾರಾದರೂ ಇಂಥ ಬಾಳೆಹಣ್ಣು ಕೊಟ್ಟಿದ್ದರೆ ಮುಖದ ಮೇಲೆ ಬಿಸಾಡುತ್ತಿದ್ದಳು. ಬಗ್ಗಿ ಆಕೆ ಕಾಲುಗಳಿಗೆ

ನಮಸ್ಕರಿಸಿದಾಗ ಹಿಂದಕ್ಕೆ ಸರಿದು "ಅಯ್ಯೋ, ಇವೆಲ್ಲ ಯಾಕೆ? ನಾನು ಯಾವ ವಿಷಯದಲ್ಲೂ ಮೂಗು ತೂರಿಸೋಲ್ಲ. ಅವರಿಗೆ ಇದೆಲ್ಲ ಇಷ್ಟವಾಗೋಲ್ಲ. ತುಂಬ ಓದು ಬರಹ ಇಲ್ಲ. ಪ್ರೀತಿ, ಗೌರವದಿಂದ ನೋಡ್ಕೊಂಡಿದ್ದಾರೆ. ಅಷ್ಟು ಸಾಕು" ಎಂದು ತಟ್ಟೆ ಒಳಗೆ ಒಯ್ದರು. ಬಹುಶಃ ವಿಚಾರಿಸಿದ್ದರೆ ಸತ್ಯ ಹೊರಗೆ ಬರುತ್ತಿತ್ತು. ಆಕೆಗೆ ಅದು ಬೇಕಿಲ್ಲ.

ಹೊರಗೆ ಬಂದ ಅಂಜಲಿ ಮನ ಪ್ರಕ್ಷುಬ್ಧವಾಗಿತ್ತು, ಒಂದು ರೀತಿಯ ನಿರಾತಂಕ. ಹೆಜ್ಜೆ ಹಿಂದಿಡಬಾರದೆನ್ನುವ ಛಲದೊಂದಿಗೆ ಬಂದು ಕಾರು ಹತ್ತಿದ್ದು.

ಸಂಜೀವಿ ಕಾರು ತಗೊಂಡ್ ಹೋಗಿ ಮನೆಯ ಮುಂದೆ ನಿಲ್ಲಿಸಿದ ಕೂಡಲೇ ಎದುರಾದ ರಾಮಲಿಂಗಂ ಮಂಕಾಗಿ ಇಳಿದ ಮಗಳನ್ನು ನೋಡಿದರು. "ಏನಾಗಿದೆ ಇವಳಿಗೆ?" ಮನದಲ್ಲೆ ಕಸಿವಿಸಿಗೊಂಡರು. ಹೊಸದ್ರಲ್ಲಿ ಅಂಚನಾನ ಕರೆದುಕೊಂಡು ಹೊರಗೆ ಹೋಗುತ್ತಿದ್ದವಳು ಬಂದ್ ಮಾಡಿದಳು.

"ಅಂಜು...." ಅಂದು ಅವಳನ್ನು ನಿಲ್ಲಿಸಿಕೊಂಡು ಜೊತೆಯಲ್ಲಿದ್ದವರನ್ನು ಹೊರಡಿಸಿ ಅವಳನ್ನು ಮುಂದಿನ ತಮ್ಮ ಆಫೀಸ್ ರೂಂಗೆ ಕರೆದೊಯ್ದರು. "ಯಾಕೆ, ಅಷ್ಟೊಂದು ಮಂಕಾಗಿದ್ದೀ?" ಎನ್ನುತ್ತ ಕೂತರು. ಸುಮ್ಮನೆ ನಿಂತವಳನ್ನು "ಕೂತ್ಕೋ, ಎಲ್ಲೋಗಿದ್ದೆ?" ತೀಕ್ಷ್ಣವಾಗಿ ಪ್ರಶ್ನಿಸಿದರು. ನಿಜವಾಗಿಯೂ ಈ ರೀತಿಯ ಓಡಾಟ ಅವರಿಗೆ ಇಷ್ಟವಾಗದು. ಮಗಳಿಗೆ ಕೊಟ್ಟ ಸ್ವತಂತ್ರ ಮೊದಲ ಸಲ ಎಡವಟ್ಟಾಗಿತ್ತು. ಅದನ್ನು ಸರಿಪಡಿಸಲೇ ಸಾಧ್ಯವಿರಲಿಲ್ಲ. ಆ ಅನಾಹುತದಿಂದಲೇ ಅವರು ಚೇತರಿಸಿಕೊಳ್ಳಬೇಕಿತ್ತು. ಕೆಲವರು 'ರಾಮಲಿಂಗಂ ಮಗ್ಳು ಯಾರ್‍ಜೊತೆಗೋ ಓಡಿ ಹೋದಳಂತೆ' ಇಂದಿಗೂ ವ್ಯವಹಾರದಲ್ಲಿ ಆಡಿಕೊಳ್ಳುತ್ತಿದ್ದುದು ಇದೇ ರೀತಿಯಾಗಿ. ಈಗ ಅದಕ್ಕೊಂದು ಸೇರ್ಪಡೆ 'ಅವನು ಬಿಟ್ಹೋದನಂತೆ' ಅವರ ಬಾಯಿಗಳಿಗೆಲ್ಲ ಬೀಗ ಹಾಕಬೇಕಿತ್ತು. ಹೇಗೆ? ಸಾಧ್ಯವೇ? ಅಂತೂ ಇದು ಇಷ್ಟಕ್ಕೆ ನಿಲ್ಲದೆನಿಸಿತ್ತು. ತಪ್ಪು ಎಲ್ಲಿದೆ? ಮಗಳನ್ನೇ ನೋಡಿದರು.

ಅಂಜಲಿ ಮಾತೇ ಆಡಲಿಲ್ಲ.

"ಮಾತಾಡು ಅಂಜು, ನಂಗೆ ಸಿಟ್ಟು ಬರಿಸ್ಬೇಡ. ನೀನು ಕೊಟ್ಟ ಏಟಿಗೆ ಇನ್ನೂ ಚೇತರ್‍ಸಿಕೊಂಡಿಲ್ಲ. ನಿಮ್ಮಮ್ಮನ ಕಣ್ಣೀರು ನೋಡಲಾರ್ದೇ ಕ್ಷಮಿಸ್ದೆ. ಈಗ ತೆಪ್ಪಗೆ ಮನೆಯಲ್ಲಿ ಬಿದ್ದಿರಬೇಕು. ಬಸವಿಯಂಗೆ ಊರು ಸುತ್ತೋಕೆ ಹೋಗ್ಬೇಡ. ನಿನ್ನಜ್ಜಿ ಬಾಯಿ ಬಡಿದುಕೋತಾ ಇದ್ದಾಳೆ" ಗದರಿಸಿದಂತೆ ಹೇಳಿದರು.

ಅಂಜು ತಲೆಯೆತ್ತಿ ಅವರತ್ತ ನೋಡಿದಳು. ಹಿಂದೆ ತನ್ನನ್ನು ನೋಡಿಕೊಳ್ಳುತ್ತಿದ್ದ ರೀತಿಗೂ, ಈಗಿನದಕ್ಕೂ ವ್ಯತ್ಯಾಸವಿದೆಯೆನಿಸಿತು. ಎಲ್ಲೋ ಬಿಗಿ ಧೋರಣೆ ಇದೆ. ಹರಿಸುವ ಮಮತೆಯಲ್ಲಿ ಅನುಮಾನವಿದೆ. ಇಂಥದ್ದು ಅವಳನ್ನು ಕಾಡತೊಡಗಿತ್ತು.

"ಯಾವಾಗ ಹೋಗ್ತೀ ಬೆಂಗಳೂರಿಗೆ? ಬರೀ ಆಳುಕಾಳುಗಳ ಉಸ್ತುವಾರಿ ಮೇಲೆ ಬಂಗ್ಲೆ ಬಿಟ್ಟರೆ, ಅಧ್ವಾನವಾಗುತ್ತೆ" ಎಚ್ಚರಿಕೆ ಇತ್ತು ಅವರ ಮಾತಿನಲ್ಲಿ. ಅಂಜಲಿ

ಸೀದಾ ಮನೆಯೊಳಕ್ಕೆ ಹೋಗಿಬಿಟ್ಟಳು. ಅವಮಾನವೆನಿಸಿತು ರಾಮಲಿಂಗಂಗೆ. ದೊಡ್ಡವರಾಗೋವರ್ಗೂ ಸಂತೋಷ ಕೊಟ್ಟ ಮಕ್ಕಳು ಸಮಸ್ಯೆಯಾಗಿದ್ದರು. ಹೇಗೆ ನಿಭಾಯಿಸೋದು ಅನ್ನೋದೇ ಅರ್ಥವಾಗಿರಲಿಲ್ಲ. ಇದು ವೈಯಕ್ತಿಕವಾದ ಸೋಲು? 'ಈ ವಿಷ್ಯದಲ್ಲಿ ಎಡವಿದೆ' ಯಾರೋ ತಲೆಯ ಮೇಲೆ ಮೊಟಕಿದಂತಾಯಿತು.

ಸೋಫಾ ಮೇಲೆ ಮಲಗಿದ್ದ ಮುತ್ತಮ್ಮ ಸ್ವಲ್ಪ ಪ್ರಯಾಸದಿಂದಲೇ ಎದ್ದು ಕೂತರು. ಹದಿನಾರು ವರ್ಷಗಳ ನಂತರ ಬಸಿರು. ಈಗ ಆಯಾಸವೆನಿಸುತ್ತಿತ್ತು. ಗಂಡು ಮಗು ಹುಟ್ಟುತ್ತಾನೆನ್ನುವ ಸಂಭ್ರಮವಿದ್ದರೂ, ಯಾಕೋ ಭಯ ಆಕೆಗೆ. ಹಿಂದೆ ಬಸುರಿಯಾಗಿದ್ದಾಗ ಇದ್ದ ಲವಲವಿಕೆ ಈಗ ಇರಲಿಲ್ಲ.

"ಎಲ್ಹೋಗಿದ್ದೆ ನಿಮ್ಮಪ್ಪ ಬೈಯ್ದರು" ಎಂದು ಆಯಾಸದ ಉಸಿರು ದಬ್ಬಿದರು. "ಇದೆಲ್ಲ ಏನು ಚೆನ್ನ ಅಂಜು? ನೀನು ಓಡಿ ಹೋಗಿದ್ದು, ಮದ್ವೆಯಾಗಿದ್ದು, ನಮ್ಮ ಬಳಗದವರಿಗೆಲ್ಲ ಗೊತ್ತಾಗಿದೆ. ಈಗ ಇದೊಂದು ಸುದ್ದಿ. ವಿಷಯ ಹೆಂಗಾದ್ರೂ ಇರಲೀ... ಅವ್ನು ನಿನ್ನ ಬಿಟ್ಹೋಗಿದ್ದಾನೆ. ನೀನು ತವರುಮನೆಯಲ್ಲಿ ಬಂದ್ ಬಿದ್ದಿರೋ ಹೆಣ್ಣು. ಎಲ್ಲರೂ ಹೇಳೋದು ಇದನ್ನೇ ತಾನೇ. ಹೋದ ಕಡೆಯಲ್ಲೆಲ್ಲ ನಿಮ್ಮಪ್ಪ ಈ ಮಾತುಗಳನ್ನ ಕೇಳಬೇಕಾಗಿದೆ. ಈಗಿನ ನಿನ್ನ ಹೊಸ ಓಡಾಟ ನೋಡಿ ಅವ್ರು ಕೆಂಡಾಮಂಡಲವಾದ್ರು. ಬಾಯಿಗೆ ಬಂದಿದ್ದೆ ಮಾತು. ಇದೆಲ್ಲ ನಂಗೆ ಬೇಕಿತ್ತಾ?" ಆಕೆ ಕಣ್ಣಿಗೊತ್ತಿಕೊಂಡರು. ಇದೆಲ್ಲ ಸುತರಾಂ ಇಷ್ಟವಾಗದು.

ಅಂಜಲಿಗೆ ಈ ತರಹದ್ದು ಕೇಳಿ ಸಾಕಾಗಿತ್ತು. ಎಷ್ಟೇ ಪ್ರೀತಿ ತೋರಿದರೂ ಪ್ರತಿಯೊಬ್ಬರೂ ಮಾತಿನ ನಡುವೆ ಅವಳು ಮಾಡಿದ ತಪ್ಪನ್ನು ಮುಖದ ಮುಂದಿಡಿಯುತ್ತಿದ್ದರು.

"ಈಗೇನಾಯ್ತು ಅಂತ? ಅಂದರೆ ನಾನು ಹೊರಗೆಲ್ಲೂ ಓಡಾಡೋದೆ ತಪ್ಪಾ? ನಂಗೆ ವಾಸು ಇಷ್ಟವಾದ್ರು. ನೀವೆಲ್ಲಿ ಚಿನ್ನಯ್ಯ ಮಾವನ ಜೊತೆ ಮದ್ವೆ ಮಾಡ್ತಿರೋಂಥ... ನಾನು ಓಡಿ ಹೋಗಿ ಲಗ್ನ ಮಾಡಿಕೊಂಡಿದ್ದು. ನಿಮ್ದೇ ತಪ್ಪು. ನನ್ನ ಒಪ್ಗೇ ಕೇಳ್ದೇ ಯಾಕೆ ನಿಶ್ಚಿತಾರ್ಥ ಮಾಡೋಕೆ ಹೊರಟಿದ್ದು?" ಜೋರು ಮಾಡಿದಳು ಮೊದಲ ಸಲ.

ಆಫೀಸಿನಲ್ಲಿದ್ದ ರಾಮಲಿಂಗಂ ಹೊರಗೆ ಬಂದವರೇ ತರಾಟೆಗೆ ತಗೊಂಡರು. "ಸಾಕು ಬಾಯಿ ಮುಚ್ಚೆ. ನಿನ್ನ ಕಾಲೇಜಿನಲ್ಲಿ ಓದೋಕೇಂತ ಕಳಿಸಿದ್ರೆ, ಪ್ರೇಮ.... ಪ್ರೀತಿ... ಅಂತ ಯಾವನೋ ಜೊತೆಯಲ್ಲಿ ಓಡಾಡಿಕೊಂಡಿದ್ದರೆ, ರಾಮಲಿಂಗಂ ಸುಮ್ಮನಿರಬೇಕಿತ್ತಾ? ಚಿನ್ನಯ್ಯನಿಗೆ ನಿನ್ನ ಕೊಟ್ಟು ಲಗ್ನ ಮಾಡೋ ಮಾತು ಹೊಸ್ದಾ? ಪ್ರೇಮ, ಪ್ರೀತಿ ಮಾಡೋಕೆ ಗಂಡು ಇರೋವಾಗ ಇನ್ನೊಬ್ಬನ್ನ ಅರಸಿಕೊಂಡು ಹೋದ ನೀನು ಮಾನಸ್ಥೇನಾ? ಏನೋ, ಅಯ್ಯೋ... ಪಾಪಾಂತಂದರೆ ಬಸುರಿ ನಿನ್ನಮ್ಮನ ಮೇಲೆ ಬಾಯಿ ಮಾಡ್ತೀಯಾ?" ಮುಖ ಮೂತಿ ನೋಡದೆ ಜಾಡಿಸಿಬಿಟ್ಟಿದ್ದು.

ಅಂಜಲಿ ಅಳುತ್ತ ಹೋಗಿ ರೂಂನಲ್ಲಿ ಕೂತಳು. ಇಲ್ಲಿ ಮೊದಲಿನ ಹಕ್ಕು,

ಅರ್ಹತೆ ಏನಿಲ್ಲ ಸಾಕಷ್ಟು ಕಳೆದುಕೊಂಡಿದ್ದೇನೆ. ಈಗ ತನಗೆ ಸಿಗೋದು ಅನುಕಂಪದ ಆಶ್ರಯವೆನಿಸಿತು.

ಅಂದಿನ ರಾತ್ರಿ ಬೇಡವೆಂದು ತಡೆದರೂ ಬೆಂಗಳೂರಿಗೆ ತಂಗಿಯೊಂದಿಗೆ ಹೊರಟಾಗ "ಅಮೃತನು ಗಂಡನೊಟ್ಟಿಗೆ ಬಂದು ನಿನ್ನ ಬಂಗ್ಲೆಯಲ್ಲಿ ಇರ್ತೀನಿಂದ್ಲು. ಅದು ಒಳ್ಳೇದೇ ಅಂದ್ರು ನಿನ್ನ ಡ್ಯಾಡಿ. ನೀವಿಬ್ರೂ ಜಗಳಕ್ಕೆ ಬೀಳ್ಬಾರ್ದು" ಅಷ್ಟು ಹೇಳಿದ್ದಕ್ಕೆ ಹಿಂದಕ್ಕೆ ಬಂದು "ಖಂಡಿತ ನಂಗಿಷ್ಟವಾಗೋಲ್ಲ. ಅವಳದೆ ಗಂಡ, ಅತ್ತೆ, ಮಾವ ತುಂಬು ಸಂಸಾರ ಇರೋವಾಗ, ಅಲ್ಲಿಗೆ ಯಾಕೆ ಬಂದ್ ಇರ್ತಾಳಂತೆ? ಸರಿ ಬರೋದಿಲ್ಲ" ಅಂಜಲಿ ನಿಖರವಾಗಿ ಹೇಳಿದಳು. ಮೊದಲಿನಿಂದಲೂ ಅವಳಿಗೂ ಇವಳಿಗೂ ಎಣ್ಣೆ ಸೀಗೆಕಾಯಿ. ಅರ್ಧಗಂಟೆ ಚೆನ್ನಾಗಿದ್ದರು ಅಂದರೆ ಇನ್ನರ್ಧ ಗಂಟೆ ಜಗಳಕ್ಕೆ ಬೀಳುತ್ತಿದ್ದುದು ರಾಮಲಿಂಗಂಗೂ ಗೊತ್ತಿತ್ತು.

ಮುತ್ತಮ್ಮ ಅತ್ತೆಯ ಕಡೆ ನೋಡಿದರು.

"ಇದ್ಯಾಕೆ ರಾತ್ರಿ ಹೊರಟೆ? ಬೆಳಿಗ್ಗೆ ಹೊತ್ಗೇ ಕೊಳ್ಳೆ ಹೋಗೋಲ್ಲ. ನಿನ್ನ ಗಂಡ ಏನು ನಿಂಗೋಸ್ಕರ ಕಾಯ್ತಾ ಇಲ್ಲ. ಸ್ವಲ್ಪ ದೊಡ್ಡವರು ಹೇಳ್ದಂಗೆ ಕೇಳು" ಆಕೆ ಜೋರು ಮಾಡಿದರು. ಒಂಟಿಯಾಗಿ ಇವಳನ್ನು ಬಿಡುವುದು ಇಡೀ ಕುಟುಂಬಕ್ಕೆ ಸಮ್ಮತವಲ್ಲದ ವಿಷಯ.

'ನಿನ್ನ ಗಂಡ ನಿಂಗೋಸ್ಕರ ಕಾಯ್ತ ಇಲ್ಲ' ಚುರುಕೆನಿಸಿತು ಮಾತು. ಕೈಯಲ್ಲಿದ್ದ ಹ್ಯಾಂಡ್ ಬ್ಯಾಗ್‌ನ ಸೋಫಾ ಮೇಲೆಸೆದು ರೂಮಿಗೆ ಹೋದವಳು ಹಿಂದಿನಿಂದಲೆ ಮಾತು ಬಂದು ಅಪ್ಪಳಿಸಿತು. "ಈಗ್ಲೂ ನೆಂಟರ ಮಧ್ಯೆ ತಲೆ ಎತ್ತಿಕೊಂಡು ತಿರುಗಾಡೋಕಾಗ್ತಾ ಇಲ್ಲ. ಆದ್ರೂ ಪೊಗರೇನು ಕಮ್ಮಿ ಇಲ್ಲ. ಜೊತೆಗೆ 'ಗಂಡ ಬಿಟ್ಟೋಳು' ಅನ್ನೋ ಆರೋಪ ಬೇರೆ" ಒರಟು ರಾಮಲಿಂಗಂ ತಾಯಿ ಸ್ವಲ್ಪ ಜೋರಾಗಿ ಅವಳಿಗೆ ಕೇಳಿಸುವಂತೆಯೇ ಹೇಳಿದ್ದು.

ಆದರೆ ಹಿಂದೆ ಬಂದ ಮುತ್ತಮ್ಮ ಸಮಾಧಾನಿಸಿದರು. "ಆಕೀ ಮಾತೇನು ತಗೋಬೇಡ. ಹಿರಿ ಹೆಂಗಸು, ನೆಂಟರು ಮದ್ವೆ ಮನೆಗಳಿಗೆ ಹೋಗಿ ದೊಡ್ಡಸ್ತಿಕೆ ಮಾಡಿ ಬರ್ತಾ ಇದ್ಲು. ಈಗ ಸೇಡು ತೀರಿಸಿಕೊಳ್ಳುವಂತೆ ಏನಾದ್ರೂ... ಅಂತಾರೆ. ಅದಕ್ಕೆ ಆ ಮುದ್ಕಿ ಬೊಮ್ಮಡಿ ಹೊಡೆಯೋದು" ಸ್ವರ ಮೇಲೇಳಲಿಲ್ಲ. ಪಿಸಪಿಸ ಅಷ್ಟೇ.

ಈಗ ವಾಸು ಎದೆ ಮೇಲೆ ತಲೆ ಇಟ್ಟು ಬಿಕ್ಕಿ ಬಿಕ್ಕಿ ಅಳಬೇಕೆನಿಸಿತು.

ಅವನ ಪ್ರೀತಿ, ಪ್ರೇಮ ಬಿಟ್ಟು ಬೇರೇನು ಬೇಕೆನಿಸಲಿಲ್ಲ. ವಾಸು ಆದಷ್ಟು ಬೇಗ ಹಿಂದಕ್ಕೆ ಬರಬೇಕು. ಅವನ ಇಷ್ಟದಂತೆಯೇ ಬದುಕಬೇಕು, ಅವನ ಪೂರ್ಣ ಪ್ರೀತಿ ಸಿಗಬೇಕಾದರೆ ಅನಂತರಂಗಮೂರ್ತಿಗಳ ಆಶೀರ್ವಾದ ಬೇಕು.

ಅಂಜಲಿ ಯೋಚಿಸಿ ನಿರ್ಧಾರಕ್ಕೆ ಬಂದಳು.

* * *

ಅಂದಿನ ಸಂಜೆ ಆಟೋದಿಂದ ಒಂದು ಸಣ್ಣ ಸೂಟ್‌ಕೇಸ್ ಹಿಡಿದು ಇಳಿದ ಅಂಜಲಿ ಆಟೋದವನಿಗೆ ಹಣ ಕೊಟ್ಟು ಗೇಟಿನ ಬಳಿ ಬಂದವಳು ಬಗ್ಗಿ ಕಣ್ಣಿಗೊತ್ತಿ ಕೊಂಡು ಆವರಣ ಪ್ರವೇಶಿಸಿ ಬಾಗಿಲ ಬಳಿ ಬಂದು ನಿಂತು ಕಾಲಿಂಗ್ ಬೆಲ್ ಅಮುಕಿದಳು. ಇಡೀ ತವರು ಮನೆಯವರ ಮುಂದೆ ಸವಾಲ್ ಎಸೆದು ಬಂದಿದ್ದು ಕೆಟ್ಟ ಧೈರ್ಯದಿಂದ. ಪ್ರೊಫೆಸರ್ ಡಾ. ಅನಂತರಂಗಮೂರ್ತಿಯವರ ಬಗ್ಗೆ ಅಷ್ಟಿಷ್ಟು ಗೊತ್ತಿತ್ತು. ಭಯ ಮೊದಲಿತ್ತು. ಜೊತೆಗೆ ಈಗ ಭಕ್ತಿ, ಅಭಿಮಾನ ಕೂಡ. ಸಾಧಿಸುವತ್ತ ಹೆಜ್ಜೆ ಇಟ್ಟಿದ್ದಳು.

ಅವರ ವಾಕಿಂಗ್ ಸಮಯ. ಕೆಲವು ಹೆಚ್ಚಿನ ಓಡಾಟ ಬೇಡವೆಂದುದ್ದರಿಂದ ವಾಕ್ ಸಮಯ ಮುಂದಕ್ಕೆ ಹಾಕಿ ಊಟದ ನಂತರ ರಾತ್ರಿ ಒಂದು ಮಿನಿ ವಾಕ್. ಆಗ ಪ್ರೊಫೆಸರ್ ಡಾ. ಗುರುಸಿದ್ಧಪ್ಪನವರು ಜೊತೆಗೆ ಇದ್ದೇ ಇರುತ್ತಿದ್ದರು. ಮತ್ತೆ ನಾಲ್ಕು ಜನ ಜೊತೆಯಾಗುತ್ತಿದ್ದರು. ಆಗ ತಿಳಿ ಹಾಸ್ಯದ ಮಾತುಗಳ ವಿನಿಮಯ ಅಷ್ಟೇ.

ಈಗ ಅವರೇ ಬಾಗಿಲು ತೆಗೆದಿದ್ದು ಕೂಡ. ಕೈಯಲ್ಲಿದ್ದ ಸೂಟ್‌ಕೇಸನ್ನು ನೆಲಕ್ಕಿಟ್ಟು ಮೊದಲು ಎರಡು ಕೈಗಳನ್ನು ಜೋಡಿಸಿ, ನಂತರ ಎರಡೆಜ್ಜೆ ಮುಂದಕ್ಕೆ ಹೋಗಿ ಬಗ್ಗಿ ಕಾಲು ಮುಟ್ಟಿ ನಮಸ್ಕರಿಸಿದಳು.

"ಅರೇ, ಯಾರು ನೀವು? ಇಷ್ಟೆಲ್ಲ ಬೇಕಿತ್ತಾ?" ಎಂದರು. ಅಂಜಲಿಯನ್ನು ಮೊದಲ ಸಲ ನೋಡಿದ್ದು. ಅವರು ಒಬ್ಬ ವಿದ್ಯಾರ್ಥಿನಿಯೆಂದುಕೊಂಡು "ಡಾಕ್ಟ್ರು ರೆಸ್ಟ್ ಹೇಳಿದ್ದಾರೆ. ಏನು ನಿಮ್ಮ ಸಮಸ್ಯೆ?" ಕೇಳಿದರು. ಮೊದಲು ತಬ್ಬಿಬ್ಬಾದರು. ಆಮೇಲೆ ಸಾವರಿಸಿಕೊಂಡು "ನಾನು ಮನೆಯೊಳಕ್ಕೆ ಬರಬಹುದಾ?" ಕೇಳಿದಳು. ಹೆದರದೆ ಬೆಳೆದಿದ್ದ ಅಂಜಲಿಗೆ ನಿಜವಾದ ಭಯದ ಅನುಭವವಾಗಿತ್ತು. 'ಅವರು ಹಸನ್ಮುಖರಾದರೆ ನೀನು ಗೆದ್ದೆ. ಆ ಮನುಷ್ಯನ ಆಶೀರ್ವಾದ ಸಿಕ್ಕರೆ ವಾಸು ನಿನ್ನವನೇ' ಪರಮೇಶ್ವರಮ್ಮನ ಮಾತು ನಗುವಿನ ಹಿಂದೆ ಝುಳು ಝುಳು ಹರಿದು ಬಂದಿತ್ತು. ಸೂಟ್‌ಕೇಸ್, ಅವಳಮ್ಮ ಬದಲಿಸಿ ಬದಲಿಸಿ ನೋಡಿದರು. ಆಶ್ರಯ ಬೇಡಿ, ಸಹಾಯ ಕೇಳಿಕೊಂಡು ಬಂದ ವಿದ್ಯಾರ್ಥಿಗಳು ಮಾತ್ರವಲ್ಲ ವಿದ್ಯಾರ್ಥಿನಿಯರು ಕೂಡ ಇದ್ದವರು. ಇಂದು ಒಳ್ಳೊಳ್ಳೆ ಪೋಸ್ಟ್‌ನಲ್ಲಿದ್ದರು. ಈಗ ಸ್ವಲ್ಪ ಮಾನಸಿಕವಾಗಿ ಕುಸಿದಿರಬಹುದು, ಆದರೆ ಶಾರದೆಯ ಕೃಪಾಕಟಾಕ್ಷ ಬಯಸಿ ಬಂದ ಯಾವ ವಿದ್ಯಾರ್ಥಿಯ ಬಗ್ಗೆಯೂ ಉತ್ಪ್ರೇಕ್ಷೆ ತೋರಲಾರರು.

"ಆಯ್ತು, ಒಳ್ಗೆ... ಬಾ" ಹಿಂದಕ್ಕೆ ಸರಿದರು.

ಯಾರೇ ಬಂದರು ಮೊದಲು ವರಾಂಡ ನಂತರವೇ ಒಳಗೆ ಪ್ರವೇಶ. ಅಲ್ಲೇ ಇದ್ದ ಬೆತ್ತದ ಛೇರ್ ಮೇಲೆ ಕೂತು ಕೂಡುವಂತೆ ಸನ್ನೆ ಮಾಡಿದರು.

"ಯಾವ ಕಡೆ? ಒಳ್ಳೆ ಮಾರ್ಕ್ಸ್ ಇದ್ದರೆ ಸೀಟು ಸಿಗುತ್ತೆ" ಮಿಕ್ಕ ವಿವರಗಳನ್ನು ಕೇಳಿದಾಗ ಮೌನವಹಿಸಿದವಳು ಆಮೇಲೆ ಬಹಳ ನಿಧಾನವಾಗಿ, ತನ್ನ ಕಲಿಕೆಯ ಬಗ್ಗೆ ತಿಳಿಸಿ "ನಂದು ಮೈಸೂರೇ, ಪ್ರೊಫೆಸರ್ ಡಾ. ಅನಂತರಂಗಮೂರ್ತಿಗಳ

ಸೊಸೆ. ಅಂದರೆ ಅವರ ಒಬ್ಬನೇ ಮಗ ವಾಸುದೇವಮೂರ್ತಿಗಳ ವಿವಾಹವಾದ ಪತ್ನಿ" ನುಡಿದಳು ತುಂಬು ಆತ್ಮವಿಶ್ವಾಸದಿಂದ.

ಛೇರ್ ಸಮೇತ ನೆಲಕ್ಕೆ ಮೊಗಚಿಕೊಂಡಂತಾಯಿತು. ಬಿ.ಪಿ. ಸ್ವಲ್ಪ ಹೆಚ್ಚು ಕಡಿಮೆಯಾಗಿ ಬೆವೆತರು. ಅವರಿಗೆ ಏನು ಮಾಡಬೇಕೆಂದು ತೋಚಲಿಲ್ಲ. ಇಂಥ ಒಂದು ಸಂದರ್ಭವನ್ನು ಎದುರಿಸಬೇಕಾಗುತ್ತದೆಯೆನ್ನುವ ಸಣ್ಣ ಕಲ್ಪನೆಯೂ ಕೂಡ ಇರಲಿಲ್ಲ.

"ಸಾತಮ್ಮ, ಕುಡಿಯಲಿಕ್ಕೆ ನೀರು ತಂದು ಕೊಡು" ಕೂಗಿ ಹೇಳಿದರು. ತಂದ ನೀರನ್ನು ಕುಡಿಯುತ್ತಿದ್ದ ಯಜಮಾನರು ಬೆವೆತದ್ದನ್ನು ನೋಡಿ ಆಕೆ "ಏನಾಯ್ತು... ಇಷ್ಟೊಂದು ಬೆವೆತಿದ್ದೀರಾ? ಡಾಕ್ಟ್ರಿಗೆ ಫೋನ್ ಮಾಡ್ಲಾ?" ವಿಚಾರಿಸಿದಾಗ ಬೇಡವೆಂದು ಕೈಯಾಡಿಸಿ ತಮ್ಮ ರೂಮಿಗೆ ಹೋಗಿಬಿಟ್ಟರು.

ಹಿಂದೆ ಒಂದು ಸಲ ಬಂದ ಹುಡುಗಿಯೇ. ಆ ಕಡೆ ಗಮನವರಿಸದೆ ಪ್ರೊಫೆಸರ್ ಡಾ. ಗುರುಸಿದ್ಧಪ್ಪನವರಿಗೆ ಫೋನ್ ಮಾಡಿದ ಕೂಡಲೇ ಪ್ರತ್ಯಕ್ಷರಾದರು. "ನಿಮ್ಮ ಫೋನ್ ಬರೋ ವೇಳೆಗೆ ಗೇಟಿನೊಳಗೆ ಇದ್ದೆ. ಏನು ವಿಷಯ?" ಸಾತಮ್ಮ ಗಾಬರಿಯಿಂದ ಹೇಳಿದ ಕೂಡಲೇ ರೂಮಿಗೆ ಹೋಗಿ ಎಮರ್ಜನ್ಸಿ ಮಾತ್ರೆ ಕೊಟ್ಟು ಮಲಗಿಸಿ "ರಿಲ್ಯಾಕ್ಸ್ ಮಾಡ್ಕೋ, ಎಕ್ಸೈಟ್ ಆಗೋಂತದೇನಿಲ್ಲ" ಎಂದು ಹೊರಗೆ ಬಂದವರು ವರಾಂಡಗೆ ಹೋದರು.

ವರಾಂಡದಲ್ಲಿ ಕೂತಿದ್ದ ಅಂಜಲಿಯ ಬಳಿಗೆ ಬಂದರು.

"ಎರಡು ಸಲ ಅಪ್ಪಿಗೆ ಹಾರ್ಟ್ ಅಟ್ಯಾಕ್ ಆಗಿದೆ. ತುಂಬು ಹೃದಯವಂತ. ಕವಿ, ಸಾಹಿತಿಗಳ ಕೈಗೆ ಸಿಕ್ಕಿ ಹೃದಯ ನಾನಾ ರೂಪ ಪಡೆದುಕೊಂಡಿದೆ. ಹೃದಯದ ಬಗ್ಗೆ ವೈದ್ಯರ ನಿಲುವೇ ಬೇರೆ. ಈಗ ನೀನು ಬಂದಿದ್ದು ಯಾಕೆ?" ವಿಷಯಕ್ಕೆ ಬಂದರು.

ತಲೆತಗ್ಗಿಸಿ ನಿಂತಿದ್ದ ಅಂಜಲಿ ಸ್ವಲ್ಪ ತಲೆಯೆತ್ತಿ "ಸಾರಿ, ನಂಗೆ ಬೇರೇನು ಮಾಡ್ಬೇಕೂಂತ ತೋಚಲಿಲ್ಲ. ಅವರು ಎಲ್ಲೋ ಹೋಗಿದ್ದಾರೆ, ಇನ್ನೂ ಬಂದಿಲ್ಲ. ಮೂರು ತಿಂಗ್ಳು ವಾಹಿದೆ ಹಾಕಿದ್ದರು. ಆ ವೇಳೆಗೆ ಬರಬಹುದು. ಅಲ್ಲಿನವರೆಗೂ ಒಂಟಿಯಾಗಿರೋಕ್ಕಾಗೋಲ್ಲ, ಅದಕ್ಕೆ... ಬಂದೇ" ಬಹಳ ಸ್ಪಷ್ಟವಾಗಿ ಹೇಳಿದಳು. ಬಹಳ ಚಿಂತಿಸಿ ಇಂಥದೊಂದು ನಿರ್ಧಾರಕ್ಕೆ ಬಂದಿದ್ದು ರಾಮಲಿಂಗಂ ಮಗಳು.

ಯೋಚಿಸುವಂತಾಯಿತು ಗುರುಸಿದ್ಧಪ್ಪನವರಿಗೆ, ಅಂದು ಬಂಗ್ಲೆ, ಕಾರು... ತನ್ನ ಕನಸಿನ ವೈಭವದ ದಿನಗಳನ್ನು ಹೇಳಿಕೊಂಡು ಪೇಚಾಡಿದ ಹುಡುಗಿ ಇವಳೇನಾ?

"ವಾಸು ನಿನ್ನ ಬಂಗ್ಲೆ, ಕಾರು, ಶ್ರೀಮಂತ ಬದ್ಕನ್ನು ತಿರಸ್ಕರಿಸಿ ಹೋಗಿದ್ದಾನೆ. ನಿನ್ನ ತವರುಮನೆ ಸಮೃದ್ಧವಾಗಿದೆ. ಅಲ್ಲಿಗೆ ಹೋಗಿ ಇರು. ನಿಮ್ಮಿಬ್ಬರ ಹೊಂದಿಕೆಯಾಗದ ತಲೆನೋವನ್ನು ಇಲ್ಲಿಯವರೆಗೂ ತರಬೇಡ. ಸಂಬಂಧವಿಲ್ಲದ್ದು. ಓದೋ ವಯಸ್ಸಿನಲ್ಲಿ ವಿವಾಹವಾದದ್ದು ಅಕ್ಷಮ್ಯ ಅಪರಾಧ. ತಂದೆಯಾಗಿ ಅಪ್ಪು

ಕ್ಷಮಿಸದಿದ್ದರೂ, ನಿಮ್ಮಗಳ ಮಧ್ಯೆ ಬರದಷ್ಟು ದಯಾಪರ. ನಿಂಗೆ ವಾಸು ಸಮಯ ಕೊಟ್ಟಿದ್ದಾನೆ. ಯೋಚ್ಸಿ ನಿರ್ಧಾರ ತಗೋ. ಕಾರಿನಲ್ಲಿ ಬಂದಿದ್ದೀಯಲ್ಲ! ಅಲ್ಲೆಲ್ಲೋ ನಿಲ್ಲಿಸಿಕೊಂಡು ಇರ್ತಾನೆ, ಕರೆಸಿಕೊಂಡು ಹೋಗು" ಬುದ್ಧಿ ಮಾತು ಹೇಳಿ ಒಳಗೆ ಹೋದರು.

ನಡುಮನೆಯಲ್ಲಿದ್ದ ಸಾತಮ್ಮ ಅವರತ್ತ ಬಂದು "ಯಾರು ಆಕೆ? ಕುಡಿಯಲಿಕ್ಕೆ ಏನಾದ್ರೂ ಕೊಡ್ಲಾ?" ಮೆಲ್ಲಗೆ ವಿಚಾರಿಸಿ "ಅದೊಂದು ದಿನ ಬಂದಿದ್ದ ಹುಡ್ಗೀ ಇವಳೆ. ಮನೆಯ ಎಲ್ಲಾ ಕಡೆ ನೋಡಿದಳು. ತೀರಾ ಗೊತ್ತಿರೋ ಸ್ಟೂಡೆಂಟ್ ಅಂದುಕೊಂಡೆ. ಯಾರು... ಇವಳು?" ಕೇಳಿಯೇಬಿಟ್ಟರು. ಈಗ ಸತ್ಯ ಬೇಕೆನಿಸಿತು. "ವಾಸು ಮದ್ವೆಯಾದವಳು ಮುಂದಿನದು ನೀವೇ ಅರ್ಥ ಮಾಡ್ಕೊಳ್ಳಿ" ಅಷ್ಟು ಹೇಳಿದ್ದು ಸಾಕೆನಿಸಿತು.

ಬಾಗಿಲಂಚಿನಲ್ಲಿ ನಿಂತು ಎರಡೆರಡು ಬಾರಿ ಇಣುಕಿ ನೋಡಿದರು. ಸಂಪಿಗೆಯ ಮೈ ಬಣ್ಣ, ವಾಸು, ವಸುಧಾದು. ಕಿರಣ್ ಅದೊಂದು ಬಣ್ಣವಿಲ್ಲದಿದ್ದರೂ ತುಂಬ ಚೆನ್ನಾಗಿದ್ದ. 'ಜೋಡಿ ಚೆನ್ನಾಗಿದೆ' ಹಲವರು ಹೇಳಿದ ಮಾತು ನಿಜವೇ. ಆದರೆ ಸಾಮಾನ್ಯ ರೂಪಿನ, ನಸು ಕಪ್ಪು ಬಣ್ಣದ ಅಂಜಲಿಯನ್ನು ಅವನ ಪಕ್ಕ ನಿಲ್ಲಿಸಿ ನೋಡಲು ಆಕೆಗಿಷ್ಟವಾಗಲಿಲ್ಲ. ಹಣೆ ಚಚ್ಚಿಕೊಂಡರು. ಅವನಮ್ಮ ಸತ್ತಾಗಿನಿಂದ ಎತ್ತಿ ಬೆಳೆಸಿದವರು, ಕಣ್ಣಂಚು ಒದ್ದೆಯಾಯಿತು. ಪ್ರೇಮ ಕುರುಡು ಅಂತಾರೆ. ಇವರ ವಿಷಯದಲ್ಲಿ ನಿಜವೇ ಆಗಿದೆ. ಗೊಣಗಿಕೊಂಡು ಒಳ ಹೋದರು.

ಸುಮ್ಮನೆ ಅಡುಗೆಮನೆಯಲ್ಲಿ ಕೂತರು. ಅಂಜಲಿಯೇನು ಕುರೂಪಿಯಲ್ಲ. ಆದರೆ ವಾಸು ಹೆಂಡತಿಯೆಂದರೆ ಅವರಿಗೊಂದು ಕಲ್ಪನೆ ಇತ್ತು. ಆ ಮಟ್ಟಕ್ಕೆ ಇರಲಿಲ್ಲ. ನಿರಂತರ ಹೆಣಗಾಟದಿಂದ ಅವಳ ಮುಖದ ಗೆಲುವು ಮಾಸಿ ಹೋಗಿತ್ತು. ಈಚೆಗೆ ಬ್ಯೂಟಿಪಾರ್ಲರ್ ಕಡೆಗೆ ಹೋಗಿರಲಿಲ್ಲ. ಡ್ರೆಸ್ ಅಂಥದ್ದು ಬಿಟ್ಟು ಸಿಕ್ಕಿದೊಂದು ಸೀರೆಯುಟ್ಟು ಬಂದಿದ್ದರಿಂದ ತೀರಾ ಮಂಕು ಬಡಿದುಕೊಂಡಂತೆ ಕಂಡಿದ್ದರಿಂದ ಅವಳ ಮುಖ ತುಂಬ ಮಬ್ಬಿನ ಗೆರೆಗಳು.

"ಏನಾದ್ರೂ ಕುಡಿಯೋಕೆ... ಕೊಟ್ಟರಾ?" ಅಡುಗೆ ಮನೆ ಬಾಗಿಲಲ್ಲಿ ಇಣುಕಿ ಕೇಳಿದರು ಡಾ. ಗುರುಸಿದ್ಧಪ್ಪ. ಆಕೆ ನೆಲಕ್ಕೆ ಕೈಯೂರಿಕೊಂಡು ಮೇಲೆದ್ದಾಗ "ಒಂದ್ಲೋಟ ಹಾಲು ಕೊಡಿ. ನಾವು ಬೇಡಾಂತ ಅಂದ್ಕೊಂಡ್ರು ಈ ಮನೆ ಸೊಸೆನೇ! ನಾನು ಬುದ್ಧಿ ಹೇಳಿದ್ದೀನಿ, ಹೋಗ್ತಾಳೆ... ಬಿಡಿ. ಅವ್ನು ಗ್ರಾನೈಟ್ ರಾಮಲಿಂಗಂ ಮಗ್ಳು. ಕೋಟಿ... ಕೋಟಿಗೆ ಬದ್ಕಿದ್ದಾಳೆ. ಕೋಟಿಗಟ್ಟಲೆ ಬಾಳೋಂಥ ಬಂಗ್ಲೆ ಕೊಟ್ಟಿದ್ದಾನಂತೆ, 12 ಲಕ್ಷ ಕೊಟ್ಟು ಮಗ್ಳಿಗೆ ಕಾರು ಕೊಡ್ಸಿದ್ದಾನೆ. ವಾಸು ಇವೆಲ್ಲ ತನಗೆ ಬೇಡಾಂತ ಹೋಗಿದ್ದಾನೆ? ವಿಧಿ ಬರಹ ಎಡವಿದ್ದಾನೆ. ಆದ್ರೆ... ಅವ್ನು ಕೆಟ್ಟ ಹುಡ್ಗನಲ್ಲ. ಅನುಭವ ಬುದ್ಧಿ ಕಲಿಸುತ್ತೆ. ಸ್ವಾಭಿಮಾನಿ... ಯಾರ ಐಶ್ವರ್ಯಕ್ಕೂ ತನ್ನನ್ನು ಒಡ್ಡಿಕೊಳ್ಳೋಲ್ಲ" ಅವನ ಬಗ್ಗೆ ನಾಲ್ಕು ಮೆಚ್ಚಿಗೆಯ ಮಾತಾಡಿದರು. ಮುಂದೇನು? ಯಾರಿಗೂ ಗೊತ್ತಿಲ್ಲ.

ಸಾತಮ್ಮ ಮಾತಾಡದೆ ಹಾಲು ಬಿಸಿ ಮಾಡಿ ಸಕ್ಕರೆ ಹಾಕಿಕೊಂಡು ಬಂದು ಅವಳ ಮುಂದಿದ್ದ ಬೆತ್ತದ ಟೀಪಾಯಿ ಮೇಲಿಟ್ಟು "ತಗೋಮ್ಮ...." ಅಂತ ಹೇಳಿದವರು ಇನ್ನೊಂದು ಮಾತಾಡಲಿಲ್ಲ.

ತವರಲ್ಲಿ ಬಿಗುಮಾನ, ಜೋರು, ಬಲವಂತದ ನಂತರವೇ ಅವಳು ಕುಡಿಯುವ ವಾಡಿಕೆ. ಅದಕ್ಕೆ ಇನ್ನೊಂದು ಮುಖ್ಯವಾದ ಕಾರಣವೂ ಇದೆ. ಅಂಜು ಹುಟ್ಟಿದ ನಂತರ ರಾಮಲಿಂಗಂ ಭಾಗ್ಯದ ಬಾಗಿಲು ತೆಗೆದಿದ್ದು. ಮುಟ್ಟಿದ್ದೆಲ್ಲ ಚಿನ್ನ. ಅದಕ್ಕೆ ಈ ಮಗಳ ಮೇಲೆ ಅಕ್ಕರೆ, ಮುದ್ದು ಎಲ್ಲಾ ಜಾಸ್ತಿ. ಅಮೃತ ಸ್ವಂತ ತಂಗಿಯೆನ್ನುವುದನ್ನು ಮರೆತು ಹೊಟ್ಟೆ ಉರಿದುಕೊಳ್ಳುತ್ತಿದ್ದುದು ಇದಕ್ಕಾಗಿಯೇ.

ಹಾಲು ಕುಡಿದು ಇಟ್ಟಳು. 'ನಿನ್ನ ಬಾಗಿಲೊಳಗೆ ಸೇರಿಸೋಲ್ಲ' ಅಜ್ಜಿಯ ಮಾತು "ನಿಂಗೆ ಗೊತ್ತಿದೆ. ಶಾಸ್ತ್ರ, ಸಂಪ್ರದಾಯ, ಮಡಿವಂತರು ನಿನ್ನ ಸೊಸೇಂತ ಈ ಜನ್ಮಕ್ಕೆ ಒಪ್ಪಿಕೊಳ್ಳೋಲ್ಲ. ಯಾಕೆ ಆ ಉಸಾಬರಿ? ಅವನನ್ನು ಒಲಿಸಿಕೊಂಡು ತಂದಿಟ್ಕೊಂಡ್ ಸಂಸಾರ ಮಾಡು" ಅಮ್ಮನ ಬುದ್ಧಿ ಮಾತು. ಇವೆರಡನ್ನು ಧಿಕ್ಕರಿಸಿ ಪರಮೇಶ್ವರಮ್ಮನ ಮಾತನ್ನು ಕೇಳಿದ್ದಳು. ಸ್ಪಷ್ಟವಾಗಿ ಬುದ್ಧಿ ಹೇಳಿದ್ದು ಆಕೆ.

ಒಂದೆ ಗಂಟೆಯ ನಂತರ ಪ್ರೊಫೆಸರ್ ಡಾ. ಗುರುಸಿದ್ಧಪ್ಪನವರು ಬಂದರು. ಕಣ್ಣುಗಳನ್ನು ಕಿರಿದುಗೊಳಿಸಿ "ಯಾಕೆ ಕೂತಿದ್ದೀ? ನಾನು ಹೇಳಿದ್ದಕ್ಕಿಂತ ಅನಂತು ಏನು ಭಿನ್ನವಾಗಿ ಹೇಳೋಲ್ಲ. ಇಬ್ಬರ ಮನಸ್ಸತ್ವಗಳು ಒಂದೇ. ನೀನು, ವಾಸು ಬುದ್ಧಿಗೇಡಿತನದಿಂದ ಕಾಲೇಜು ಬಿಟ್ಟು ಮದ್ವೆಯಾದುದರಲ್ಲಿ ನಮ್ಮ ಪಾಲಿಲ್ಲ. ನಿಮ್ಮಲ್ಲಿನ ಡಿಫರೆನ್ಸಸ್‌ಗೆ ಕೂಡ ನಾವು ಕಾರಣರಲ್ಲ. ವಾಸು ವಿಷಯಕ್ಕೂ ಅಷ್ಟೇ. ತವರುಮನೆ ಸುಭದ್ರವಾಗಿದೆ. ಹಾಯಾಗಿರು. ಗಡುವು ಮುಗಿದ ನಂತರ ಬರ್ತಾನೆ. ಸಾಮರಸ್ಯ ಸಾಧ್ಯವಿಲ್ಲವೆನಿಸಿದರೇ, ಅವನು ಡೈವೋರ್ಸ್‌ಗೆ ಸಿದ್ಧ ಅಂತ ನೀನು ಹೇಳಿದ್ದೀ. ಅಷ್ಟರವರೆಗೆ ತಾಳ್ಮೆಯಿಂದ ಇರು" ಮತ್ತೆ ಬುದ್ಧಿ ಹೇಳಿ ಹೊರ ನಡೆದರು.

ಎಂಟು ದಾಟಿತು. ತಮ್ಮ ಓದುವ ಕೋಣೆಯಲ್ಲಿ ಕೂತಿದ್ದ ಪ್ರೊಫೆಸರ್ ಅನಂತರಂಗಮೂರ್ತಿ ಹೊರಗೆ ಬಂದು ಅವಳನ್ನು ನೋಡಿ ಕನ್ನಡಕ ಸರಿಪಡಿಸಿಕೊಂದು "ಸುಮ್ನೆ ಯಾಕೆ ಕೂತಿದ್ದಿ? ಗುರು ಹೇಳಿದನಲ್ಲ. ಇಷ್ಟೊತ್ತು ಇಲ್ಲಿ ಇದ್ದಿದ್ದೇ ತಪ್ಪು" ಹೇಳಿ ನಡು ಮನೆಗೆ ಹೋದರು. ಅವಳು ಅಲ್ಲಾಡಲಿಲ್ಲ. ಸಾತಮ್ಮ ಒಂದೆರಡು ಸಲ ಬಂದು ಹೋದರು. ಕೆಲವು ವಿದ್ಯಾರ್ಥಿಗಳು ಬಂದು ಡಿಸ್ಕಸ್ ಮಾಡಿ ಊಟ ಮಾಡಿಕೊಂಡು ಹೋದರು. ಅಲ್ಲೇ ಯಥಾ ಸ್ಥಾನದಲ್ಲಿ ಕೂತಿದ್ದ ಅಂಜಲಿಗೆ ಅಚ್ಚರಿಯೆನಿಸಿತು. ತನ್ನಿಂದ ಇದು ಹೇಗೆ ಸಾಧ್ಯ? ವಾಸು ಮೇಲಿನ ಪ್ರೀತಿಯಿಂದಲೇ, ಇಲ್ಲ ಈ ಮನೆಯಲ್ಲಿ ತನ್ನ ಸ್ಥಾನ ಪಡೆದುಕೊಳ್ಳಬೇಕೆಂಬ ಹಟವೇ?

ಅನಂತರಂಗಮೂರ್ತಿಯವರಿಗೆ ಏನು ಮಾಡಬೇಕೋ ಗೊತ್ತಾಗಲಿಲ್ಲ. ಅಂತೂ ಉಪವಾಸ ಅವಳು ಹೋಗುವುದು ಬೇಡವೆನಿಸಿ, "ಸಾತಮ್ಮ, ಆ ಹುಡ್ಗೀನ ಕರೆದು ಬಡ್ಸು" ಅಷ್ಟು ಹೇಳಿ ತಮ್ಮ ರೂಮಿಗೆ ಹೋದವರು ಗೆಳೆಯನಿಗೆ ಫೋನ್ ಮಾಡಿ

"ಗುರು, ಈಗೇನು ಮಾಡ್ತೀಯಾ? ನಾನು ಹೇಳ್ದೇ. ಸಾತಮ್ಮನ ಕೈಯಲ್ಲಿ ಹೇಳಿಸ್ದೆ. ಇದು ಅತ್ಯಂತ ಸೂಕ್ಷ್ಮ ವಿಷಯ. ಕತ್ತು ಹಿಡಿದು ಹೊರಗೆ ದಬ್ಬೋಕೆ ಸಾಧ್ಯನಾ? ಆಗ ನೆರೆಹೊರೆಯವರು ನಮ್ಗೇ ಬುದ್ಧಿ ಹೇಳ್ತಾರೆ. ಅಂಥ ಸಂದರ್ಭಕ್ಕೆ ನಾನು ತುಂಬ ಹೆದರ್ತೀನಿ. ಎಷ್ಟೋ ಪ್ರಕರಣಗಳನ್ನು ಗಮನಿಸಿದ್ದೀನಿ. ಸಹಾನುಭೂತಿ ಹೆಣ್ಣಿನ ಕಡೆಗೆ ಇರುತ್ತೆ. ಈಗೇನು ಮಾಡೋದು? ಬಹುಶಃ ವಾಸುನ ಕೂಡ ಹೀಗೆ ಹಟಮಾಡಿ ಮದ್ವೆ ಮಾಡಿಕೊಂಡಿರಬಹುದೆಂಬ ಅನುಮಾನ. ಈಗೇನು ಮಾಡೋಣ? ಮತ್ತೆಲ್ಲಿ ಹಾರ್ಟ್ ಅಟ್ಯಾಕ್ ಆಗುತ್ತೇಂತ ಅನಿಸಿದೆ. ನೈರುತ್ಯ ನೆನಪಾದರೆ ಇನ್ನಷ್ಟು ದಿನ ಬದುಕಬೇಕೆನಿಸುತ್ತೆ." ದೀರ್ಘವಾದ ವಿವರಣೆ ನೀಡಿದರು. ಪೂರ್ತಿ ಕುಸಿದಿದ್ದರು.

"ಸ್ವಲ್ಪ..." ಎಂದು ನಿಟ್ಟುಸಿರು ದಬ್ಬಿದ ಗುರುಸಿದ್ಧಪ್ಪನವರು "ತೀರಾ ಸೂಕ್ಷ್ಮವಾದ ವಿಚಾರ. ರಾಮಲಿಂಗಂ ಹಣದ ಮನುಷ್ಯ. ದೊಡ್ಡ ದೊಡ್ಡವರ ಸಹವಾಸ, ಸಹಾಯ, ಸಹಕಾರ ಮ್ಯೂಚುಯಲ್ ಅಂಡರ್ ಸ್ಟ್ಯಾಂಡಿಂಗ್ ಇರುತ್ತೆ. ನಾವು ಕಂಫರ್ಟ್‌ಜೋನ್‌ನಲ್ಲಿರೋ ಜನ. ನಮ್ಗೇ ಮಾನ, ಮರ್ಯಾದೆ ಇದೆ. ಅದ್ನ ಉಳಿಸಿಕೊಳ್ಳುವ ಚಿಂತೆ. ಅವರುಗಳಿಗೆ ಅಂಥದೇನೂ ಇರೋಲ್ಲ. ಸದ್ಯಕ್ಕೆ ಅವನಿಗೆ ಫೋನ್ ಮಾಡಿ ವಿಷ್ಯ ತಿಳಿಸೋಣ. ಅವನೇನು ಸುಮ್ನೇ ಕೂಡೋಲ್ಲ. ಬಂದು ಕರ್ಕಂಡ್ ಹೋಗ್ತಾನೆ. ನಾನು ಬರ್ತೀನಿ. ನೀನು ಆರಾಮಾಗಿ ಮಲಕ್ಕೋ" ಎಂದು ಹೇಳಿ ಫೋನಿಟ್ಟವರು ಏಳುತ್ತ ನಿಂತಿದ್ದ ಹೆಂಡತಿಯ ಕಡೆ ತಿರುಗಿದರು.

"ಏನಂತೆ...." ಕೇಳಿದರು.

ಪ್ರಕರಣದ ಸಮೇತ ಇಡೀ ಸಮಸ್ಯೆಯೆತ್ತಿ ಆಕೆಯ ಮುಂದಿಟ್ಟು "ನೋಡು, ಎಷ್ಟೊಂದು ಸಂದಿಗ್ಧ! ಈಗೇನು ಮಾಡೋದು? ವಾಸುವಿದ್ದಿದ್ದರೇ, ಹೇಗೆ ನಿಭಾಯಿಸೋದೂಂತ ಚಿಂತಿಸಬಹುದಿತ್ತು. ಆರಾಮಾಗಿ ಸೂಟುಕೇಸ್ ಹಿಡಿದು ಬಂದು ಕೂತಿದ್ದಾಳೆ. ಒದ್ದು ಹೊರ್ಗೆ ಹಾಕ್ಸಿ ಬಿಡೋಣಾಂತ ಅನಿಸುತ್ತೆ" ಕನಲಿದರು.

"ಅದು ಅಷ್ಟು ಸುಲಭಾನಾ? ಇವ್ರಿಗೆ ಇಷ್ಟವಿರಲೀ... ಬಿಡಲೀ, ಮಗನ ಕೈ ಹಿಡಿದ ಮೇಲೆ ಸೊಸೆ ತಾನೇ? ಸೈರಿಸಿಕೊಳ್ಳುವುದು ಅನಿವಾರ್ಯ" ಸುಲಭವಾಗಿ ಹೇಳಿದರು ಪರಮೇಶ್ವರಮ್ಮ. ಎರಡು ಸಲ ಗುರುಸಿದ್ಧಪ್ಪನವರಲ್ಲಿ ಸಹಾಯ ಕೇಳಿ ಬಂದಾಗ ಪ್ಲಾನ್ ಹೇಳಿಕೊಟ್ಟವರೇ ಆಕೆ. ಹೆಂಡತಿಯನ್ನು ಅಡಿಯಿಂದ ಮುಡಿಯವರೆಗೂ ದಿಟ್ಟಿಸಿ "ಪರ್ವಾಗಿಲ್ಲ" ಎನ್ನುತ್ತ ಮೊಬೈಲ್ ಹಿಡಿದು ಹೊರಗೆ ಬಂದರು.

ಹಿಂದಿನ ಸಲ ಬಂದಾಗ ಅಂಜಲಿ ಅವಳಪ್ಪನ ವಿಸಿಟಿಂಗ್ ಕಾರ್ಡ್ ತಾನಾಗಿ ಬಿಟ್ಟು ಹೋಗಿದ್ದು ಅವರ ವಶದಲ್ಲಿತ್ತು. ಈಗ ಉಪಯೋಗಕ್ಕೆ ಬಂತು. ಅದರಲ್ಲಿ ಮೂರು ಮೊಬೈಲ್‌ಗಳ ನಂಬರ್ ಇತ್ತು. ಒಂದರಲ್ಲಿ ಮುತ್ತಾ... ಮುತ್ತಾ... ಅನ್ನೋ ಮಾತು ತೇಲಿ ಬಂತು. ಇನ್ನೊಂದು ಕನೆಕ್ಟ್ ಆದರೂ ಯಾರು ಮಾತಾಡಲಿಲ್ಲ. ಮೂರನೆಯದರಲ್ಲಿ 'ಹಲೋ' ಎನ್ನುವ ಕೇಳಿಕೆ ಕೇಳಿ ಬಂದಾಗ ಒಂದು ನಿಮಿಷ ಸುಧಾರಿಸಿಕೊಂಡೇ ಷುರು ಮಾಡಿದ್ದು.

"ನೀವು ರಾಮಲಿಂಗಂ ಅವರಾ" ಕೇಳಿದರು.

"ಅಲ್ಲರ್ರೀ, ನನ್ನ ಮೊಬೈಲ್‌ಗೆ ಫೋನ್ ಮಾಡಿ ನೀವು ರಾಮಲಿಂಗಂ ಅಂತ ವಿಚಾರಿಸ್ತೀರಲ್ಲ? ನಿಮ್ಗೇನು ತಲೆ ಕೆಟ್ಟಿದ್ಯಾ? ಅದೇನು ಹೇಳಿ?" ಅದೇ ಅಹಂಕಾರದ ಮಾತುಗಳು. ಆದರೂ ಯಾವುದೋ ಟೆನ್‌ಷನ್‌ನಲ್ಲಿದ್ದಂಗೆ ಕಂಡ. "ರ್‍ರೀ ಮಿಸ್ಟರ್, ಸ್ವಲ್ಪ ಸಹನೆ ಇರಲೀ. ಮೊಬೈಲ್ ನಿಮ್ದೇ ಆಗಿರ್ಬಹ್ದು. ಅನಿವಾರ್ಯ ಸಂದರ್ಭಗಳಲ್ಲಿ ಬೇರೆಯವರು ತೆಗೆದಿರಬಹುದಲ್ಲ. ನೀವೇನಾಂತ ಕನ್‌ಫರ್ಮ್ ಮಾಡಿಕೊಳ್ಳೋಕೆ ಪ್ರಶ್ನೆ ಅಷ್ಟೇ. ನಾನು ಪ್ರೊಫೆಸರ್ ಡಾ. ಗುರುಸಿದ್ಧಪ್ಪ, ಅನಂತರಂಗಮೂರ್ತಿಯವರ ಸ್ನೇಹಿತ. ನಿಮ್ಮ ಸುಪುತ್ರಿ ಅಂಜಲಿ ಬಂದು ಅವ್ರ ಮನೆಯಲ್ಲಿ ಕೂತಿದ್ದಾಳೆ. ನಾವು ತುಂಬ ಕನ್ವಿನ್ಸ್ ಮಾಡಿ ಸಾಕಾದ್ವಿ, ದಯವಿಟ್ಟು ಬಂದು ನಿಮ್ಮ ಮಗ್ಳುನ ಕರ್ಕೊಂಡ್ಹೋಗಿ" ಎಂದು ವಿಳಾಸ ಹೇಳಿ ಫೋನ್ ಕಟ್ ಮಾಡಿದರು.

ರಾಮಲಿಂಗಂ ಬೆವೆತುಬಿಟ್ಟರು. ಇಂಥ ಒಂದ ಕಲ್ಪನೆ ಮಾಡಿಕೊಳ್ಳೋಕೆ ಕೂಡ ಅವರಿಂದ ಸಾಧ್ಯವಿಲ್ಲ. ಅಂಜಲಿ ಹೋಗೋಕೆ ಸಾಧ್ಯವೇ? ಈಗಲೂ ನಿಜವೆಂದು ನಂಬಲು ಸಾಧ್ಯವಿರಲಿಲ್ಲ. ಯಾಕೆ ಹೋದಳು? ಅವಳಿಗೇನು ಅಂಥ ಹಣೆಬರಹ? ಪೂರ್ತಿ ತಲೆಕೆಡಿಸಿಕೊಂಡರು.

"ಏಯ್ ಮುತ್ತ ಬಾ ಇಲ್ಲಿ" ಅಂತ ಕೂಗಿಕೊಂಡರು.

ಆಳುಕಾಳುಗಳ ಸಮೇತ ಎಲ್ಲಾ ಬಂದು ನಿಂತರು. ಈಗಾಗಲೇ ಅಂಜಲಿ ಬೆಂಗಳೂರು ಜೆ.ಪಿ. ನಗರದ ಬಂಗ್ಲೆಯಲ್ಲಿ ಇಲ್ಲವೆನ್ನುವ ವರ್ತಮಾನ ಸಿಕ್ಕಿತ್ತು. ಆದರೆ ಅದಿನ್ನು ರಾಮಲಿಂಗಂ ಕಿವಿ ತಲುಪಿರಲಿಲ್ಲ ಅಷ್ಟೇ.

"ನಿನ್ಮಗ್ಳು ಎಂಥ ಕೆಲ್ಸ ಮಾಡಿದ್ದಾಳೆ, ನೋಡು. ಇವಳಿಗೆ ಯಾರು ಗತಿ ಇಲ್ಲಾನ್ನೋ ಭಿಕಾರಿಯಂತೆ ಹೋಗಿ ಮೇಷ್ಟ್ರು ಮನೆಯಲ್ಲಿ ಕೂತಿದ್ದಾಳೆ. ಇದು ಮರ್ಯಾದೆ ತರೋಂಥ ವಿಷ್ಯನಾ? ನಾಳೆ ಹೆಚ್ಚು ಕಮ್ಮಿಯಾಗಿ ವಿಷ್ಯ ಬೀದಿಗೆ ಬಂದರೆ ಪೇಪರ್‌ನಲ್ಲಿ ಸುದ್ದಿಯಾಗಿ ಬಿಡುತ್ತೆ. ಆಮೇಲೆ ತಲೆಯೆತ್ತಿಕೊಂಡು ಬಂಧುಗಳ ಎದುರು ಓಡಾಡೋಕೆ ಆಗುತ್ತಾ?" ಹಾರಾಡಿಬಿಟ್ಟರು. ಯಾವುದೋ ಹೊರಗಿನ ಟೆನ್ಶನ್, ಅದರ ಜೊತೆಗೆ ಇದೊಂದು ತಲೆ ಕೆಟ್ಟಂತಾಗಿತ್ತು ರಾಮಲಿಂಗಂಗೆ.

"ಹೋಗಿ ಕರ್ಕಂಡ್ ಬರೋಣ" ಅವರಮ್ಮ ಸಮಾಧಾನ ಹೇಳಿದರು.

ಅಮ್ಮ, ಹೆಂಡತಿಯೊಂದಿಗೆ ಫೋರ್ಡ್ ಕಾರಿನಲ್ಲಿ ಮುಂದೆ ಹೊರಟಾಗ, ಟಾಟ ಕ್ವಾಲೀಸ್‌ನಲ್ಲಿ ಬಂದು ಬಂಡಿ ಜನ ಹಿಂಬಾಲಿಸಿದರು ಸಪೋರ್ಟ್‌ಗಾಗಿ. ಇವರು ದೊಡ್ಡದೊಂದು ಸೀನ್‌ನ ಮನದಲ್ಲಿ ಕ್ರಿಯೇಟ್ ಮಾಡಿಕೊಂಡಿದ್ದರು. ಆದರೆ ಎಂದಿನಂತೆ ಶಾಂತ ವಾತಾವರಣ. ಕಡೆಗೆ ಅಕ್ಕಪಕ್ಕದವರು ಕೂಡ ಹೊರಗಡೆ ಇರಲಿಲ್ಲ. ವಿಶಾಲವಾದ ರೋಡು, ಮನೆಯ ಮುಂಭಾಗದಲ್ಲಿ ಬೆಳೆದು ನಿಂತ ಮರಗಳು. ಮನೆಯ ಮುಂಭಾಗದಲ್ಲಿ ದೊಡ್ಡ ಆವರಣಗಳ ಸಂಭ್ರಮದ ಹಳೆಯ ಮಾದರಿಯ ಮನೆಗಳು. ಇವರಿಗೆ ಜಾಗದ ಬೆಲೆ ಗೊತ್ತಿಲ್ಲ ಅಂದುಕೊಂಡರು ಅಂಥ

ಸಮಯದಲ್ಲಿ ಕೂಡ ರಾಮಲಿಂಗಂ.

ಕಾರು ನಿಂತಿತು. ಅದರ ಹಿಂದೆ ಕ್ವಾಲಿಸ್ ನಿಂತಿತು. ರಾಮಲಿಂಗಂ ಇಳಿದು ಎರಡು ಕಡೆ ದೃಷ್ಟಿ ಹಾಯಿಸಿ ಕ್ವಾಲಿಸ್‌ನಿಂದ ಇಳಿದ ಸಂಜೀವಿಗೆ ಕೈ ಸನ್ನೆ ಮಾಡಿ ಕರೆದು ವೆಹಿಕಲ್ ಹಿಂದಕ್ಕೆ ಕೊಂಡೊಯ್ದು ತಿರಿವಿನಲ್ಲಿ ನಿಲ್ಲಿಸಿಕೊಳ್ಳುವಂತೆ ಹೇಳಿ, ಕಾರಿನಿಂದ ಇಳಿದ ಹೆಂಡತಿ, ಅಮ್ಮನನ್ನು ಕರೆದುಕೊಂಡು ಗೇಟನ್ನು ತೆರೆದುಕೊಂಡು ಒಳಗೆ ಪ್ರವೇಶಿಸಿದರು.

ತೆರೆದ ಬಾಗಿಲಿನಿಂದ ಒಳಕ್ಕೆ ಇಣುಕಿದ ರಾಮಲಿಂಗಂ ಕೂತಿದ್ದ ಮಗಳನ್ನು ನೋಡಿ ದಿಗ್ಭ್ರಮೆಗೊಂಡರು. ಕೋಪದಿಂದ ಹಲ್ಮುಡಿ ಕಚ್ಚಿದರು. ರೋಷದಿಂದ ಒಳಗೆ ನುಗ್ಗಿದ ರಭಸವನ್ನು ನೋಡಿ ಅವನಮ್ಮ ಹೋಗಿ ತಡೆದರು.

"ಏಯ್, ಕೋಪದ ಕೈಗೆ ಬುದ್ಧಿ ಕೊಟ್ಟೆಯಾ! ಇದು ತುಂಬ ವಿದ್ಯಾವಂತ ಮರ್ಯಾದಸ್ಥರ ಮನೆ. ಜೈಲು ಸೇರಬೇಕಾದೀತು" ಪಿಸುಗುಟ್ಟಿದರು. ಹಲ್ಮುಡಿ ಕಚ್ಚಿ ಕೋಪದಿಂದ ನುಗ್ಗಿದರು.

ಸದ್ದಿಗೆ ಮೊದಲು ಎದ್ದು ಬಂದವರು ಪ್ರೊಫೆಸರ್ ಗುರುಸಿದ್ಧಪ್ಪನವರೇ "ಕೂತ್ಕೊಳ್ಳಿ ರಾಮಲಿಂಗಂನವರೇ" ಹೇಳಿದರು. ವಿಪರೀತ ಮರ್ಯಾದೆ ತೋರಿಸದಿದ್ದರೂ ಅವಮಾನಿಸುವಂತೇನು ಹೇಳಲಿಲ್ಲ. ರಾಮಲಿಂಗಂ ದಪ್ಪಗಿದ್ದ ಮುಖದ ಸೈಜೇನು ಕಮ್ಮಿಯಾಗಲಿಲ್ಲ. "ಕೂತ್ಕೊಳ್ಳಿ... ಅಮ್ಮ" ಇವರಿಗೂ ಹೇಳಿದರು. ರಾಮಲಿಂಗಂ ತಾಯಿ ಹೋದವಳು ಮೊಮ್ಮಗಳ ಸೋಟೆ ತಿವಿದು "ನಿಂಗೇನಾಯ್ತು, ಇಲ್ಲಿಗೆ ಬರೋದೆ? ಕೋಟ್ಯಾಂತರ ಬಾಳೋ ಬಂಗ್ಲೆ ಇರೋವಾಗ ಬಂದು ಈ ವರಾಂಡದಲ್ಲಿ ಕೂತಿದ್ದೀಯಲ್ಲ. ಅವರೇನು ಕತ್ತಿಡಿದು ದಬ್ಬಲಿಲ್ಲವಲ್ಲ" ಆಕೆ ಪಿಸುಗುಟ್ಟಿದ್ದು ಗುರು ಸಿದ್ಧಪ್ಪನವರ ಕಿವಿಗೆ ಬಿತ್ತು. ಅವರ ತುಟಿಗಳ ಮೇಲೆ ನಗು ತೇಲಿತು. ಮೂತಿಯ ಮೇಲೆ ಕೈಯಾಡಿಸುತ್ತ ಒಳಗೆ ಹೋಗಿ ಅನಂತರಂಗಮೂರ್ತಿಯವರನ್ನು ಕರೆತಂದರು. ಸಿಟ್ಟಿನಿಂದ ಅವರ ಮನ ಕುದಿಯುತ್ತಿತ್ತು. ಇದ್ದ ಒಬ್ಬ ಮಗನನ್ನು ತಮ್ಮಿಂದ ದೂರ ಮಾಡಿದ ಅಂಜಲಿ ರಾಕ್ಷಸಳಾಗಿ ಕಾಣುತ್ತಿದ್ದಳು.

"ಏನು ಕುಡಿತೀರಾ?" ಕೇಳಿದರು ಗುರುಸಿದ್ಧಪ್ಪ.

"ಏನು ಬೇಡ. ಮೊದ್ಲು ಇವಳದೊಂದು ಪಂಚಾಯಿತಿ ಮುಗೀಲಿ. ಇವಳ್ಯಾಕೆ ಬಂದು ಇಲ್ಲಿ ಕೂತಿದ್ದಾಳೆ?" ರಾಮಲಿಂಗಂ ಒರಟುತನ ಪ್ರದರ್ಶಿಸಿದಾಗ ಅನಂತರಂಗ ಮೂರ್ತಿ "ವಿಚಾರ್ಸಿಕೊಳ್ಳಿ. ದಯವಿಟ್ಟು ನಿಮ್ಮ ಮಗಳನ್ನು ಕರ್ಕಂಡ್ ಹೋಗಿ. ನಾನು ಮೊದಲ ಸಲ ನೋಡ್ತಾ ಇರೋದು. ಇಲ್ಲಿ ನನ್ನ ತಪ್ಪೇನು ಇಲ್ಲ. ತಪ್ಪು ಮಾಡಿದ ನನ್ಮಗನಿಗೆ ಈಗಾಗ್ಲೇ ಶಿಕ್ಷೆ ಸಿಕ್ಕಿದೆ. ಅದಕ್ಕಿಂತ ದೊಡ್ಡ ಶಿಕ್ಷೆಯೇನು ಇಲ್ಲ. ಅದರಲ್ಲಿ ನಾನು ಭಾಗಸ್ಥನಲ್ಲದಿದ್ದರೂ ತಂದೆಯಾದ ತಪ್ಪಿಗೆ ಅನುಭವಿಸ್ತಾ ಇದ್ದೀನಿ. ದಯವಿಟ್ಟು ನಿಮ್ಮ ಮಗಳನ್ನು ಕರ್ಕೊಂಡ್ಹೋಗಿ" ಎರಡು ಕೈಗಳನ್ನು ಮುಗಿದು ಮೇಲೆದ್ದು ಹೋದವರು "ಸಾತಮ್ಮ, ಊಟದ ಸಮಯ ಮುಗಿದಿದೇ ಅವರುಗಳಿಗೆ

ಕುಡಿಯಲಿಕ್ಕೆ ಏನಾದ್ರೂ ಕೊಡು" ಅಷ್ಟೇ ಹೇಳಿ ರೂಮಿನಲ್ಲಿ ಹೋಗಿ ಕೂತವರ ಕಣ್ಣುಗಳಲ್ಲಿ ಕಂಬನಿ ಇತ್ತು.

"ನಡೀ ಹೋಗೋಣ" ರಾಮಲಿಂಗಂ ಮೇಲೆದ್ದರು. ಸಾತಮ್ಮ ಪಾನಕ ಹಿಡಿದು ಬಂದು ಎಲ್ಲರಿಗೆ ಮಾತ್ರವಲ್ಲ ಅವಳ ಮುಂದೇನು ಒಂದು ಲೋಟ ಹಿಡಿದು "ತಗೋ, ಸರ್‍ಯಾಗಿ ಊಟ ಕೂಡ ಮಾಡ್ಲಿಲ್ಲ" ಔಪಚಾರಿಕವಾಗಿ ನುಡಿದು ಒಳಗೆ ಹೋದರು.

ದೊಡ್ಡದಾಗಿ ಗಲಾಟೆಯೇನು ಆಗಲಿಲ್ಲ. ಅನಂತರಂಗಮೂರ್ತಿ, ಗುರುಸಿದ್ಧಪ್ಪ ದೊಡ್ಡದಾಗಿ ಆಕ್ಷೇಪಿಸುವುದಕ್ಕೆ ಹೋಗಲಿಲ್ಲ. ಅದು ಮೂವರಿಗೂ ಸಮಾಧಾನ ತಂದಿತು. 'ನಡೀ' ಎನ್ನುವಂತೆ ರಾಮಲಿಂಗಂ ಮಗಳತ್ತ ನೋಡಿದರು.

"ನಾನು ಬರೋಲ್ಲ" ಕಡ್ಡಿ ಮುರಿದಂಗೆ ಅಂಜು ಹೇಳಿದ್ದು.

ಟೋಟಲ್ಲಾಗಿ ಮೂವರು ಬೆಚ್ಚಿಬಿದ್ದರು. ಬಂಗ್ಲೆಯಲ್ಲಿ ಮಹಾರಾಣಿಯಂತಿರ ಬೇಕಾದ ಇವಳಿಗೆ ಏನಾಗಿದೆ? ಮುತ್ತಮ್ಮ ಹೋಗಿ ಮಗಳ ಕೈ ಹಿಡಿದುಕೊಂಡು "ನಡೀ ಹೋಗೋಣ. ಇಲ್ಲೇನು ಮಾಡ್ತಿ? ವರಾಂಡದಲ್ಲಿ ಬಿದ್ದಿರಬೇಕಾದ ಹಣೆಬರಹ ನಿನಗ್ಯಾಕೆ?" ಆಕೆಯ ದನಿಯಲ್ಲಿ ನೋವು, ಅವಮಾನ ಇತ್ತು.

"ಇಲ್ಲ ಮಮ್ಮಿ, ನಾನು ಬರೋಲ್ಲ, ಇಲ್ಲೇ ಇರ್ತೀನಿ" ಒಂದೇಪಟ್ಟು. ಎಲ್ಲಾ ಮುಖ ಮುಖ ನೋಡಿಕೊಂಡರು. "ನಿಂಗೇನು ಹುಚ್ಚು ಹಿಡಿದಿದ್ಯಾ? ಅವರೇನು ನಿನ್ನ ಕೈ ಹಿಡ್ದು ಮನೆ ತುಂಬಿಸಿಕೊಂಡಿದ್ದಾರಾ? ಮನೆ ಒಳ್ಗೇ ಸೇರಿಸೋಲ್ಲ" ಅಜ್ಜಿ ಬುದ್ಧಿ ಹೇಳಿದರು. ಎಂದೂ ಕೈ ಎತ್ತದ ರಾಮಲಿಂಗಂ ಎರಡು ಬಾರಿಸಿದರು ಕೂಡ. ಆದರೆ ಜಪ್ಪಯ್ಯ ಅನ್ನಲಿಲ್ಲ. ನಡುಮನೆಯಲ್ಲಿದ್ದ ಸಾತಮ್ಮ ಗಾಬರಿಯಾದರು ತುಟಿಕ್‌ಪಿಟಿಕ್ ಅನ್ನಲಿಲ್ಲ. ಇದೆಲ್ಲ ವಿಪರೀತವೆನಿಸಿತು. ಇಂಥದೆಲ್ಲ ಈ ಮನೆಯಲ್ಲಿ ನಡೆದದ್ದೇ ಇಲ್ಲ.

ರಾಮಲಿಂಗಂಗೆ ದಿಕ್ಕು ತೋಚದೆ ನಡು ಮನೆಗೆ ಬಂದು ಅತ್ತಿತ್ತ ನೋಡಿ "ಸ್ವಲ್ಪ ಯಜಮಾನರನ್ನು ಕರಿಯಮ್ಮ" ಆವೇಗದಿಂದ ಹೇಳಿದರು.

ರೂಮಿನಲ್ಲಿ ಮಾತಾಡುತ್ತ ಕೂತಿದ್ದ ಪ್ರೊಫೆಸರ್ ಡಾ. ಗುರುಸಿದ್ಧಪ್ಪನವರು, ಅನಂತರಂಗಮೂರ್ತಿಗಳು ಎದ್ದು ಬಂದರು. ಇಕ್ಕಟ್ಟಿಗೆ ಸಿಕ್ಕಿಕೊಂಡಂತಾಗಿತ್ತು.

"ಇವಳು ಬರೋಲ್ಲಾಂತ ಕೂತಿದ್ದಾಳೆ, ನಾವೇನು ಮಾಡಬೇಕು?" ಇವರನ್ನೇ ಕೇಳಿದರು. "ಅದಕ್ಕೆ ನಮ್ಮನ್ನು ಕೇಳಿದರೆ ನಾವೇನು ಮಾಡಬೇಕು? ನಮ್ಮನ್ನು ಇದರಲ್ಲಿ ಎಳಿಯಬೇಡಿ" ಎಂದರು ಡಾ. ಗುರುಸಿದ್ಧಪ್ಪ, ಸಂಬಂಧವಿಲ್ಲದವರಂತೆ.

ಮಧ್ಯರಾತ್ರಿಯವರೆಗೂ ಪಂಚಾಯಿತಿ. ಅಜ್ಜಿ ಬೈಗುಳ, ಅಮ್ಮನ ಅಳು, ಅಪ್ಪನ ಕೋಪಕ್ಕೆ ಕೂಡ ಅಂಜಲಿ ಕರಗಲಿಲ್ಲ. ಕಡೆಗೆ ಅನಂತರಂಗಮೂರ್ತಿಗಳು ಮಧ್ಯೆ ಪ್ರವೇಶಿಸಿದರು.

"ಆಗಿಹೋಗಿರಬಹುದಾದ ವಿಷಯನ : ಪ್ರಸ್ತಾಪ ಮಾಡೋದು ಬೇಡ. ವಾಸು, ನೀನು ಸುಖವಾಗಿಲ್ಲಾಂತ ಗುರು ಹೇಳ್ದ. ಸಾಮರಸ್ಯವಿಲ್ಲಾಂತ ನೀನೇ

ದೂರಿದೆಯಂತೆ. ಈ ತರಹದ ಬದ್ಕು ಬೇಕಾ? ನಿಮ್ದು ಸುಖಿ ದಾಂಪತ್ಯವಾಗಲು ಸಾಧ್ಯವೇ? ವಾಸು ಹಿಂದಿರುಗಿದ ಮೇಲೆ ನಿಂಗೆ ಡೈವೋರ್ಸ್ ಸಿಗುತ್ತೆ. ನಮ್ಗೇ ಅಂಥ ದೊಡ್ಡದಾದ ಆಸ್ತಿ ಇಲ್ಲ. ವಿದ್ಯೆ, ಅನುಭವ, ಪುಸ್ತಕಗಳು ಅದಷ್ಟರಿಂದಲೇ ನೀನು ತೃಪ್ತಿಯಾಗಿರೋಕೆ ಸಾಧ್ಯವಿಲ್ಲ! ವಾಸು ಬೆಳೆದ ರೀತಿ ತೀರಾ ಬೇರೆ. ನಿನ್ನ ಜೀವನದ ಶೈಲಿಗೆ ಒಗ್ಗಿಕೊಳ್ಳೋಲ್ಲ. ವಿರಸದ ಹೊಗೆಯ ನಡುವಿನ ಜೀವನ ಚಂದವಲ್ಲ. 'ಒಂದಿರುಳ ಕನಸಿನಲ್ಲಿ ನನ್ನವಳ ಕೇಳಿದೆನು' ಇದು ಕೆಎಸ್‌ನ ಕವನದಲ್ಲಿನ ಒಂದು ಸಾಲು. ಕನಸಿನಲ್ಲೂ ಕೈ ಹಿಡಿದ ಹೆಂಡತಿಯನ್ನು ಕಾಣೋ ಸಂಸ್ಕೃತಿ ನಮ್ದು. ಈಗ ವಾಸು ಬಿಟ್ಟು ಹೋಗಿದ್ದಾನೆ. ಎಂದಾದ್ರೂ ನಿಮ್ಮ ದಾಂಪತ್ಯ ಸರಿ ಹೋದೀತಾ?" ಬುದ್ಧಿ ಹೇಳಿದರು.

ರಾಮಲಿಂಗಂ ಒಂದೇ ಒಂದು ಪೈಸೆ ಕೊಡೋಲ್ಲಾಂತ ಧಮಕಿ ಹಾಕಿದರು. ಏನು ಪ್ರಯೋಜನವಾಗಲಿಲ್ಲ.

"ಇಲ್ಲಿ ಮೂರು ತಿಂಗ್ಳು ವಾಸು ಬರೋವರ್ಗೂ ಇರ್ತೀನಿ. ಸರಿ ಹೋಗಲಿಲ್ಲ ವೆನಿಸಿದರೆ ಹಿಂದಿರುಗಿ ಹೋಗ್ಬಿಡ್ತೀನಿ. ನೀವು ಮೆಚ್ಚಿ ಸೊಸೆಯಾಗಿ ಸ್ವೀಕರಿಸಿದರೆ ಮಾತ್ರ ವಾಸುಗೆ ಮಡದಿಯಾಗಿ ಈ ಮನೆಯಲ್ಲಿ ಇರ್ತೀನಿ. ಇಲ್ಲದಿದ್ದರೆ ಹೊರಟುಹೋಗ್ತೀನಿ" ಎಂದು ಅನಂತರಂಗಮೂರ್ತಿಗಳ ಕಾಲು ಹಿಡಿದಳು. ರಾಮಲಿಂಗಂ ವಿಸ್ಮಿತರಾದರು. ಇದೆಂಥ ಬದಲಾವಣೆ! ಇವಳಿಗೆ ಏನಾಗಿದೆ?

ಆಮೇಲೆ ಎರಡೂ ಕಡೆಯ ಹಿರಿಯರು ಕೂಡಿ ಚರ್ಚಿಸಿ ಒಂದು ನಿರ್ಧಾರಕ್ಕೆ ಬಂದರು. ಅದು ಇಬ್ಬರಿಗೂ ಅನಿವಾರ್ಯವಾಗಿತ್ತು.

"ಆಯ್ತು, ಅಂಜು ಹೇಳ್ದಂಗೆ ಆಗ್ಲಿ. ಮೂರು ತಿಂಗ್ಳು ನಿಮ್ಮ ಮಗ ಹಿಂದಿರುಗಿ ಬರ್ರೋವರ್ಗೂ ಇಲ್ಲಿರೋಕೆ ಅವಕಾಶ ಕೊಡಿ. ನಿಮ್ಮ ಮನೆತನಕ್ಕೆ, ಸಂಪ್ರದಾಯಗಳಿಗೆ ಒಗ್ಗಿಕೊಳ್ಳದಿದ್ದರೆ, ಕರ್ಕಂಡ್ ಹೋಗಿ ಬಿಡ್ತೀವಿ. ನೀವು ಬಹಳ ದೊಡ್ಡವರಾಗಿ ವರ್ತಿಸಿದ್ದೀರಿ" ರಾಮಲಿಂಗಂ ತೀರಾ ಮೆತ್ತಗಾಗಿ ಕಣ್ಣೀರು ಹಾಕಿಕೊಂಡರು.

ಅನಂತರಂಗಮೂರ್ತಿಗಳಿಗೆ ದಿಕ್ಕೇ ತೋಚಲಿಲ್ಲ. ರೂಮಿಗೆ ಹೋಗಿ ಕೂತು ಬಿಟ್ಟರು.

"ಚಿಂತೆ ಮಾಡ್ಬೇಡ. ಎಷ್ಟೋ ಜನ ವಿದ್ಯಾರ್ಥಿಗಳನ್ನು ಅನ್ನ, ಆಶ್ರಯ ಕೊಟ್ಟು ಸಾಕಿದ್ವಿ. ಅಂಥ ಕೇಸ್ ಅಂತ ತಿಳ್ಕೋ. ಮೂರು ತಿಂಗ್ಳು... ಸರಿದುಹೋಗುತ್ತೆ. ಅಲ್ಲಿಯವರ್ಗೂ ಇಲ್ಲಿ ಇರ್ತಾಳೆ ಅನ್ನೋದು ಅನುಮಾನ. ಅವರ ಜೀವ ಶೈಲಿ, ಆಹಾರದ ಶೈಲಿನೆ ಬೇರೆ. ಇಲ್ಲಿಯ ದಿನಚರಿಯೇ ಬೇರೆ. ಅಕಸ್ಮಾತ್ ಒಗ್ಗಿಕೊಂಡು ಉಳಿದುಕೊಂಡರೆ 'ಗ್ರೇಟ್' ಎಂದು ಸ್ವೀಕರಿಸಿಬಿಡೋದು. ನಿನ್ನ ಎಲ್ಲಾ ಚಿಂತೆಗಳಿಗೆ ಮುಕ್ತಿ. ನೀನೆಂದು ಮನುಷ್ಯನಿಂದ ಮನುಷ್ಯರನ್ನು ದೂರ ಮಾಡುವ ಜಾತಿ ಪದ್ಧತಿಯನ್ನು ಪುರಸ್ಕರಿಸಿಲ್ಲ. ಇಂದು ಕೂಡ ನಿಂಗೆ ಆ ವಿಷ್ಯ ಗೌಣ. ಪಾರಾಗಬೇಕಾದರೆ ಒಪ್ಪಿಕೊಳ್ಳುವುದು ಅನಿವಾರ್ಯ. ಆ ಹುಡ್ಗೀ ಹಟ ನೋಡಿದರೆ ಇಲ್ಲಿಂದ ಹೊರ್ಗೆ

ಹೋಗುವ ಹಾಗೆ ಕಾಣ್ತೋಲ್ಲ. ಒಪ್ಪಲಿ... ಬಿಡಲಿ... ವಾಸು ಮೂಲಕ ಈ ಮನೆಗೆ ಥಳಕು ಹಾಕಿಕೊಂಡಿದೆ ಸಂಬಂಧ. ಹೊರ್ಗೇ ಹಾಕೋದು ಸುಲಭವಲ್ಲ. ರಾಮಲಿಂಗಂ ಪ್ರಭಾವಿ ವ್ಯಕ್ತಿ. ಆ ವಿಷಯ ಬಿಟ್ಟು ಹೆಣ್ಣು ಅನ್ನೋ ಸಿಂಪತಿ ಅವಳ ಪರವಾಗಿ ನಿಲ್ಲುತ್ತೆ" ಹತ್ತು ನಿಮಿಷದ ಮಾತುಕತೆಯ ನಂತರ ಇಬ್ಬರೂ ಹೊರಗೆ ಬಂದರು.

"ಆಯ್ತು ಇರು. ಇಲ್ಲಿನ ಜೀವನದ ವಿಧಾನವೇ ನಿನ್ನದಾಗಬೇಕು. ಅಕಸ್ಮಾತ್ ಒಗ್ಗಿಕೊಳ್ಳಲು ಸಾಧ್ಯವಾಗದಿದ್ದರೆ, ಆರಾಮಾಗಿ ಹೊರಟುಹೋಗ್ಬಹ್ದು. ಆಮೇಲೆ ವಾಸುವಿನ ಜೀವನದಲ್ಲಿ ಬರಬಾರ್ದು" ಅಷ್ಟನ್ನು ಹೇಳಿದರು.

ರಾಮಲಿಂಗಂ ಹಣೆಗಟ್ಟಿಸಿಕೊಂಡರು. 'ಇವಳಿಗ್ಯಾಕೆ ಈ ಹಣೆಬರಹ?' ಎಂದು ಬೇಸರಗೊಂಡರು.

"ಏನ್ಹೇಳ್ತೀ.... ಅಂಜು?" ಮಗಳತ್ತ ತಿರುಗಿ ಕೇಳಿದರು.

"ಆಯ್ತು, ಇರ್ತೀನಿ" ಅದೇ ದೃಢ ನಿರ್ಧಾರ.

ಅಮ್ಮ, ಹೆಂಡತಿಯೊಂದಿಗೆ ರಾಮಲಿಂಗಂ ಮಾತಾಡಿ "ನಿಮ್ಮದೇನು ತಪ್ಪಿಲ್ಲ. ಅಕಸ್ಮಾತ್ ಅವಳೇನಾದ್ರೂ ತಪ್ಪು ಮಾಡಿದರೆ ನಂಗೆ ತಿಳಿಸಿ, ನಾನ್ಬಂದ್... ಕರ್ಕಂಡ್ಹೋಗ್ತೀನಿ" ಭರವಸೆ ಕೊಟ್ಟರು. ಇಷ್ಟು ಮೆತ್ತಗಾಗಲು ಯಜ್ಞನಾರಾಯಣ ಪಂಡಿತರು ಕೂಡ ಸ್ವಲ್ಪ ಮಟ್ಟಿಗೆ ಕಾರಣ. ಕೂಡಿಸಿಕೊಂಡು ಎಚ್ಚರಿಸಿದ್ದರು.

ಅವರುಗಳು ಹೊರಟಾಗ ಬೀಳ್ಕೊಡಲು ಹೊರಗೆ ಹೋದ ಅಂಜಲಿಯ ಕೈ ಹಿಡಿದು ಮುತ್ತಮ್ಮ "ಏಯ್, ಬಂದ್ಬಿಡೆ. ಯಾಕೆ ಈ ಪಡಿಪಾಟಲು? ನಿಂಗೆ ಇದೆಲ್ಲ ಒಗ್ಗೋಲ್ಲ" ಎಷ್ಟೋ ಹೇಳಿದರು.

"ಸುಮ್ನೆ ತಲೆ ಕೆಡಿಸ್ಕೋಬೇಡ. ನನ್ನ ಕೈಯಲ್ಲಿ ಆಗೋಲ್ಲಾಂತ ಅನಿಸಿದರೆ ವಾಪಸ್ಸು ಬಂದ್ಬಿಡ್ತೀನಿ. ನಾನು ಕಾಡಿನಲ್ಲಿ ಸಿಂಹ, ನರಿಗಳ ಮಧ್ಯೆ ಇಲ್ಲ, ಜನ ತುಂಬ ಒಳ್ಳೆಯವರೇ. ನಂಗೇನೂ ಆಗೋಲ್ಲ. ಈ ಬದ್ಕಿನ ಶೈಲಿ ನಂಗೆ ಒಗ್ಗದಿದ್ದರೆ, ವಾಸು ಸಿಗೋಲ್ಲ. ಅವರಿಲ್ಲದಿದ್ದರೆ ನಾನು ಬದುಕೋಲ್ಲ" ಅನ್ನುವ ವೇಳೆಗೆ ಫಳಕ್ಕೆಂದಿತು ಕಣ್ಣೀರು. ಎಲ್ಲಕ್ಕಿಂತ ವಾಸುವಿನ ಪ್ರೀತಿ ಮಹತ್ತರವೆನಿಸಿತ್ತು ಅವಳಿಗೆ ಆ ಕ್ಷಣ.

ರಾಮಲಿಂಗಂ ಪೂರ್ತಿ ವಿಚಲಿತರಾದರು. ಇದು ಹೇಗೆ ಸಾಧ್ಯ? ಪ್ರೇಮಕ್ಕೆ ಇಂಥದೊಂದು ಶಕ್ತಿ ಇದೆ ಎನ್ನುವ ಅರಿವಾಗಿದ್ದು ಇಂದೇ. ಬಾಯಿಂದ ಮಾತು ಹೊರಡಲಿಲ್ಲ. 'ಅಯ್ಯೋ, ಇದೆಲ್ಲ ನಾಲ್ಕು ದಿನದ್ದು. ವಾರಕ್ಕೆ ಮುನ್ನವೇ ಓಡಿ ಬರ್ತಾಳೆ ಬಿಡು' ಗೊಣಗಿದರು ರಾಮಲಿಂಗಂ ತಾಯಿ. ಅದು ನಿಜವಾಗಲಿ ಎಂಬುದು ಮುತ್ತಮ್ಮನ ಬೇಡಿಕೆ. ಆದರೆ ರಾಮಲಿಂಗಂ ಮಗಳ ಸ್ವಭಾವದಿಂದ ಮೂಕರಾಗಿದ್ದರು. ಹಿಂದೆ ಟಯೋಟಾ ಕ್ವಾಲೀಸ್‌ನಲ್ಲಿ ಹೋದ ಜನ ಅವರಿಗೇನು ಕೆಲಸವಿಲ್ಲದೆ ಹಿಂದಿರುಗಿದ್ದರು. ಅವರು ಹೊಡೆದಾಟಕ್ಕೂ ಸೈ ಎನ್ನುವಂತೆ ಹೊರಟಿದ್ದರು.

ಸಂಜೀವಿ ಮಾತ್ರ ಸ್ವಲ್ಪ ಧೈರ್ಯವಹಿಸಿ "ಅಂಜಮ್ಮನ್ನ ಕರ್ಕಂಡ್ ಬರ್ಲಿಲ್ವಾ?

ನಮ್ದು ಬಾಯಿ ಜೋರು, ಅವರ ಬುದ್ಧಿ ಚುರುಕು" ಅನ್ನುತ್ತ ಬಂದು ನಿಂತವನನ್ನು "ನಿನ್ಕೆಲ್ಸ ನೋಡ್ಕೋ ಹೋಗು. ನಾಲಿಗೆ ಉದ್ದವಾಯ್ತು" ಗದರಿಸಿದರು.

ಎಲ್ಲ ನಡುಮನೆಯಲ್ಲಿ ಕೂತರು. ದೊಡ್ಡ ಸೈನ್ಯವನ್ನು ಕಟ್ಟಿಕೊಂಡು ಹೋಗಿ ಸೋತು ಹಿಂದಿರುಗಿದ ಸ್ಥಿತಿ ಅವರದಾಗಿತ್ತು. ಮಗಳು ಕೊಟ್ಟ ಈ ಪೆಟ್ಟಿಗೆ ಕುಸಿದಿದ್ದರು. ಚಿನ್ನಯ್ಯ ಕೂಡ ಬಂದು ಇಲ್ಲೇ ಉಳಿದಿದ್ದರಿಂದ ಈ ಬೈಠಕ್‌ನಲ್ಲಿ ಜಾಯಿನ್ ಆದ.

"ಏನು ಭಾವ, ಅಲ್ಲೇನಾದ್ರೂ ಗಲಾಟೆ ಆಯ್ತಾ?" ಮೆಲ್ಲಗೆ ಕೇಳಿದ.

ತಗ್ಗಿಸಿದ ತಲೆಯನ್ನು ನಿಧಾನವಾಗಿ ಮೇಲೆತ್ತಿದ ರಾಮಲಿಂಗಂ. "ಅವ್ರು ಗಲಾಟೆ ಮಾಡೋಂಥ ಜನವಲ್ಲ. ಇದರಲ್ಲಿ ಅವ್ರ ತಪ್ಪಿಲ್ಲ. ತುಂಬ ಓದಿದ ಜನ. ಸರಳ, ಸಜ್ಜನಿಕೆಯುಳ್ಳ ಜನ. ನಮ್ಮ ಬಗ್ಗೇನು ದ್ವೇಷ ಕಾರಲಿಲ್ಲ. ನಿಮ್ಮ ಮಗಳನ್ನು ಕರ್ಕಂಡ್ ಹೋಗೀಂತ ಹೇಳಿದ್ರು. ಅಂಜಲಿ ಮೊಂಡು ಬಿದ್ಲು. ಇವಳನ್ನು ಮದ್ವೆಯಾಗಿದ್ದು ಅವ್ರಿಗೆ ಇಷ್ಟವಿಲ್ಲದಿದ್ದರೂ ತೊಂದರೆಯೇನು ಮಾಡಿಲ್ಲ. ಅವರು ಕೂಡ ನೊಂದಿದ್ದಾರೆ" ಎಂದು ಹೇಳಿದರು. ಹಿಂದೆ ಒಮ್ಮೆ ಆ ಪ್ರೊಫೆಸರ್‌ಗಳ ಜೊತೆ ಸೈಟಿನ ಸಂಬಂಧವಾಗಿ ಗಲಾಟೆ ಮಾಡಿಕೊಂಡಿದ್ದರು. ಯಾಕೋ ಅಪಾದನೆ ಹೊರೆಸಲು ಇಷ್ಟವಾಗಲಿಲ್ಲ. ವಿದ್ವಾನ್ ಯಜ್ಞನಾರಾಯಣ ಪಂಡಿತರ ಮಾತು ನೆನಪಿನಲ್ಲಿ ಇತ್ತು. 'ಈಗ ಆಗಿರೋ ತಪ್ಪು ಸಾಕು. ಅವರ ಸುದ್ದಿಗೆ ಹೋದರೆ ವಂಶ ಇಲ್ಲದಂಗೆ ಹೋಗುತ್ತೆ' ಆ ಹೆದರಿಕೆ ಅವರನ್ನು ಕಾಡುತ್ತಿತ್ತು.

"ನಾನು ತಿಳ್ಕೊಂಡಿದ್ದೇ ಬೇರೆ. ನಮ್ಮ ಸುದ್ದಿ ಅವರಿಗೆ ಗೊತ್ತೇ ಇರುತ್ತೆ. ಅಪ್ಪ, ಮಗ ಸೇರಿ ಪ್ಲಾನ್ ಮಾಡಿರಬೇಕೆಂದುಕೊಂಡೆ. ಹೇಗೂ ಮಗಳಿಗೆ ಜೆ.ಪಿ. ನಗರದಲ್ಲಿರೋ ಮನೆ ಕೊಡೋಕೆ ಸಿದ್ಧವಾಗಿದ್ದಿ. ಕೋಟಿಗಟ್ಟಲೇ ಬೆಲೆ ಬಾಳುತ್ತೆ. ನೀನೇ ಹಸಿರು ಬಾವುಟ ತೋರಿಸೋದ್ರಿಂದ ಸಾಕಷ್ಟು ಎಳೆಯೋ ತಂತ್ರ ಅನ್ನೋದು ನನ್ನ ಅನುಮಾನವಾಗಿತ್ತು" ಚಿನ್ನಯ್ಯ ತನ್ನ ಮನಸ್ಸಿನಲ್ಲಿ ಇದ್ದುದನ್ನು ವ್ಯಕ್ತಪಡಿಸಿದ. ಅದು ಸರಿಯೆನಿಸಲಿಲ್ಲ. ಆದರೆ ಮುನಿಲಕ್ಷ್ಮಮ್ಮ "ಇದ್ದರು... ಇರ್ಬಹ್ದು. ಮೊದಲೆ ಬುದ್ಧಿ ಹೆಚ್ಚಿರೋ ಜನ. ಇದು ಪೆದ್ದ ಮುಂಡೇದು, ಅಲ್ಲಿ ಹೋಗಿ ಸತಿ ಸಾವಿತ್ರಿಯಂಗೆ ಕೂತಿದ್ದಾಳೆ" ಮೊಮ್ಮಗಳನ್ನು ಬೈಯ್ದರು. ಅವಳ ಮೇಲೆ ತುಂಬ ಕೋಪವೇ.

ರಾಮಲಿಂಗಂ ಸರಿಯಿಲ್ಲವೆನ್ನುವಂತೆ ತಲೆ ಕೊಡವಿದರು.

"ಅವರ ಬಗ್ಗೆ ಚೆನ್ನಾಗಿ ವಿಚಾರಿಸಿದ್ದೀನಿ. ಜ್ಞಾನಕ್ಕೆ ಪರದಾಡೋ ಜನವೇ ಹೊರತು ಹಣಕ್ಕೆ ಪರದಾಡುವಂಥವರಲ್ಲ. ಮಗ ಎಲ್ಲಿಗೆ ಹೋದ್ನೋ ಗೊತ್ತಿಲ್ಲ. ಇವಳು ಹೋಗಿ ಅಲ್ಲಿ ಹೋಗಿ ಕೂತು ಅವರುಗಳನ್ನು ಪೇಚಾಟಕ್ಕೆ ಸಿಕ್ಕಿಸಿದ್ದಾಳೆ. ಮಾನ, ಮರ್ಯಾದೆಗೆ ಅಂಜೋ ಜನ. ಅವರೇ ಇವಳನ್ನು ಕರ್ಕೊಂಡ್ಹೋಗಿಂದ್ರು ಬುದ್ಧಿ ಹೇಳಿದ್ರು. ನಿಂಗೆ ಒಗ್ಗಿಕೊಳ್ಳೋಕೆ ಸಾಧ್ಯವಿಲ್ಲಾಂದ್ರು. ವಾಸುವಿನಿಂದ ನಿಂಗೆ ಯಾವುದೇ ತೊಂದರೆ ಆಗೋಲ್ಲಾಂತ ಭರವಸೆ ಕೊಟ್ರು. ಇವಳು ಬಡಪೆಟ್ಟಿಗೂ ಒಪ್ಪಲಿಲ್ಲ. ಕಡೆಗೆ ಒಂದು ತೀರ್ಮಾನಕ್ಕೆ ಬಂದಿದ್ದಾಯ್ತು" ಎಲ್ಲಾ ವಿವರಿಸಿದರು.

ಚಿನ್ನಯ್ಯ ಮೌನವಾಗಿ ಕೇಳಿಸಿಕೊಂಡ. ಅವನಿಗೆ ಅಂಜಲಿ ಮೇಲೆ ಪ್ರೀತಿ ಇತ್ತು. ಈಗ ಅದನ್ನು ವ್ಯಕ್ತಪಡಿಸುವುದು ಸಮಂಜಸವೆನಿಸಲಿಲ್ಲ.

"ಅಯ್ಯೋ ಬಿಡು ರಾಮಲಿಂಗಂ. ಸಿನಿಮಾಗಳನ್ನು ನೋಡಿ... ನೋಡಿ ತಲೆ ಕೆಡಿಸಿಕೊಂಡಿದ್ದಾಳೆ. ನಾಲ್ಕು ದಿನ ಇರಲಿ, ಓಡಿ ಬರ್‍ತಾಳೆ. ಆಮೇಲೆ ಅವರೇನು ಇವಳ್ನ ಸೇರಿಸೋಲ್ಲ. ಏನು ಬಂದೋಬಸ್ತು ಬೇಕೋ ಮಾಡೋಣ. ಹರೆಯದ ಮಂಪರಿನಲ್ಲಿ ಎಡವಿದ್ದಾಳೆ. ನಾವೇ ಸರಿ ಮಾಡೋಣ" ಇಂಥದೊಂದು ಕನ್‌ಕ್ಲೂಷನ್‌ಗೆ ಬಂದರು ಮನೆಯವರೆಲ್ಲ.

ಆಮೇಲೆ ಎಲ್ಲರೂ ಹೋಗಿ ಮಲಗಿದರು. ರಾಮಲಿಂಗಂಗೆ ನಿದ್ದೆ ಬರಲಿಲ್ಲ. ವರಾಂಡದಲ್ಲಿ ಗಂಟೆಗಟ್ಟಲೆ ಕೂತಿದ್ದ ಮಗಳ ನೆನಪಾದ ಕೂಡಲೇ ಅವರೆದೆಯಲ್ಲಿ ದುಃಖ ಮಡುವುಗಟ್ಟಿತು.

"ಮುತ್ತ, ಏನೇ ಇದು? ಪ್ರೀತಿಸಿದೋನು ಜೊತೆಯಲ್ಲಿ ಇಲ್ಲ. ಅಲ್ಲಿಗೆ, ಆ ಜನರಿಗೆ ಹೇಗೆ ಹೊಂದಿಕೊಂಡಾಳು?" ಹೆಂಡತಿಯನ್ನು ತಬ್ಬಿಕೊಂಡು ಗಳಗಳ ಅತ್ತರು. ಇಂಥ ಸಂದರ್ಭ ಮುತ್ತಮ್ಮನಿಗೆ ಹೊಸದು. ಜೋರು, ರೇಗಾಟ, ದರ್ಪ ಕಂಡವಳು. ಮಗಳಿಗಾಗಿ ಇಂಥ ತಲ್ಲಣ. "ಬೆಳಿಗ್ಗೆ ಸಂಜೀವಿನ ಕಳಿಸೋಣ. ಇಲ್ಲ ನಾನು, ಅತ್ತೆ ಹೋಗಿ ಕರ್ಕಂಡ್ ಬರ್ತೀವಿ. ಒಂದು ರಾತ್ರಿಗೆ ಮೆತ್ತಗಾಗಿರುತ್ತಾಳೆ" ಹೆಂಡತಿ ಸಲಹೆಗೆ ಅವರು ಒಪ್ಪಲಿಲ್ಲ.

"ದೊಡ್ಡವರ ಮುಂದೆ ನಾವು ಮಾತು ತಪ್ಪೋದು ಬೇಡ. ಸಾಕಾಗಿ ಅವಳೇ ಬರಲಿ ಎಂದರು. ಜೊತೆಗೆ ನಿನ್ನ ತಮ್ಮ ಮದ್ವೆಯಾಗೋದಾದರೆ, ಅಂಚನಾನ ಕೊಟ್ಟು ಲಗ್ನ ಮಾಡಿಬಿಡೋಣ. ಇಷ್ಟು ವರ್ಷ ನನ್ನೆದೆ ತೀರಾ ಗಟ್ಟಿ ಅಂದ್ಕೊಂಡೆ. ನಿನ್ನ ಮಗಳು ಕೊಟ್ಟ ಪೆಟ್ಟಿಗೆ ರಾಮಲಿಂಗಂ ಸೋತು ಹೋಗಿದ್ದೇನೆ" ಎಂದರು ಸೋತವರಂತೆ. ಇದು ಉತ್ಪ್ರೇಕ್ಷೆಯ ಮಾತಲ್ಲ. ಆ ಮನುಷ್ಯ ಅಂದುಕೊಂಡಿದ್ದನ್ನೆಲ್ಲ ಬುಡಮೇಲು ಮಾಡಿ ಕ್ರಾಂತಿಯೆಡೆ ಹೆಜ್ಜೆ ಇಟ್ಟಂತಾಗಿತ್ತು ಅಂಜಲಿ.

ಇಡೀ ರಾತ್ರಿ ಗಂಡ-ಹೆಂಡತಿ ನಿದ್ರಿಸಲಿಲ್ಲ. ವರಾಂಡದಲ್ಲಿ ಒಬ್ಬಂಟಿಯಾಗಿ ಕೂತ ಮಗಳ ಚಿತ್ರ ಮುಂದೆ ಬಂದು ನಿಲ್ಲುತ್ತಿತ್ತು.

ಪ್ರೊಫೆಸರ್ ಅನಂತರಂಗಮೂರ್ತಿಗಳು ತಾವೇ ನಿಂತು ಮುಂದಿನ ಒಂದು ಕೋಣೆಯನ್ನು ಅವಳಿಗಾಗಿ ಸಜ್ಜುಗೊಳಿಸಿ ಸಾತಮ್ಮನಿಗೆ ತಾಕೀತು ಮಾಡಿದರು. ಇಲ್ಲಿ ಅವರು ತೊಂದರೆಗೆ ಒಳಗಾಗುವುದು ಅವರಿಗಿಷ್ಟವಿಲ್ಲ.

"ಆ ಹುಡ್ಗೀಗೆ ಈ ಮನೆ ಹೊಸ್ದು. ಒಂದಿಷ್ಟು ತಿಳಿಸಿ ಹೇಳು. ಇಲ್ಲಿರೋವರ್‍ಗೂ ತೊಂದರೆಯಾಗ್ದಂತೆ ನೋಡಿಕೊಳ್ಳೋದು ನಮ್ಮ ಜವಾಬ್ದಾರಿ" ಇಂಥ ಒಂದು ಆದೇಶವನ್ನು ಹೊರಡಿಸಿದ್ದರು.

ಅಲ್ಲಿಗೆ ಅಂಜಲಿ ಪ್ರಯತ್ನದಲ್ಲಿ ಯಶಸ್ವಿ

* * *

ಈಗಾಗಲೇ ಎರಡು ಕವನ ಸಂಕಲನಗಳನ್ನು ಬಿಡುಗಡೆ ಮಾಡಿದ ಮಧುಮತಿ ಡಿ. ಆಚಾರ್ಯ ಅವರ ಒಂದು ಕಥಾ ಸಂಕಲನ ಬಿಡುಗಡೆಯನ್ನು ಭರ್ಜರಿಯಾಗಿ ಒಂದು ಫೈವ್‌ಸ್ಟಾರ್ ಹೋಟೆಲ್ ಸಭಾಂಗಣದಲ್ಲಿ ಏರ್ಪಡಿಸಿದ್ದ ಸಮಾರಂಭಕ್ಕೆ ಅನಂತರಂಗಮೂರ್ತಿಗಳು ಮುಖ್ಯ ಅತಿಥಿಗಳು ಮಾತ್ರವಲ್ಲ, ಪುಸ್ತಕವನ್ನು ಬಿಡುಗಡೆ ಮಾಡಿ, ಅದರ ಬಗ್ಗೆ ಮಾತಾಡಬೇಕಿತ್ತು. ಬಹಳ ಒತ್ತಾಯಪೂರ್ವಕ ಡಿ. ಆಚಾರ್ಯ ಮತ್ತು ಅವರ ಪತ್ನಿ ಮಧುಮತಿ ಡಿ. ಆಚಾರ್ಯ ಅವರು ಕಾರ್ಯಕ್ರಮಕ್ಕೆ ಒಪ್ಪಿಸಿ ಹೋದವರು, ಸಮಾರಂಭದ ದಿನದವರೆಗೂ ಪ್ರಿಂಟಾದ ಪುಸ್ತಕವನ್ನು ತಂದುಕೊಟ್ಟಿರಲಿಲ್ಲ. ಇಂಥ ಮಾಮೂಲುಗಳು ಇತ್ತು. ಆದರೆ ಡಿ. ಆಚಾರ್ಯ ಅವರು ಅತ್ಯಂತ ವಿನಯಪೂರ್ವಕವಾಗಿ ರಿಕ್ವೆಸ್ಟ್ ಮಾಡಿಕೊಂಡಿದ್ದರು. ನಾಲ್ಕು ಒಳ್ಳೆಯ ಮಾತು ಹೇಳಬೇಕೆಂದು. ಜೊತೆಗೆ ಸಂಘ ಪರಿವಾರದ ಶೇಷಗಿರಿ ಕೂಡ ಅಂದಿನ ಒಬ್ಬ ಮುಖ್ಯ ಅತಿಥಿಗಳು. ಪ್ರಕಾರ ಪಂಡಿತ, ವಾಗ್ಮೀ, ನೂರೆಂಟು ವಿಷ್ಯ ತಿಳಿದವರು ಎನ್ನುವ ಗೌರವದ ಜೊತೆ ಉತ್ತಮ ವ್ಯಕ್ತಿ ಮನುಷ್ಯ ಹೇಗೆ ಬದುಕಬೇಕೆನ್ನುವುದಕ್ಕೆ ಅವರು ಮಾದರಿ.

ಭಾನುವಾರ, ಹತ್ತು ಗಂಟೆಗೆ ಕಾರ್ಯಕ್ರಮ ಬೆಳಗಿನಿಂದ ಡಿ. ಆಚಾರ್ಯ ನಾಲ್ಕು ಸಲವಾದರೂ ಫೋನ್ ಮಾಡಿ ಜ್ಞಾಪಿಸಿದ್ದರು. ಎಂಟೂವರೆಗೆ ಸಿದ್ಧವಾಗಿ ತಮ್ಮ ವ್ಯಾಸಂಗದ ಕೋಣೆಯಲ್ಲಿ ಕೂತರು.

ಬೆಳಗಿನಿಂದ ಅಂಜಲಿ ಕಂಡಿಲ್ಲದ್ದು ಅವರಿಗೆ ಆತಂಕ. "ಸಾತಮ್ಮ...." ಕೂಗಿದರು. ಆಕೆ ಆ ವಯಸ್ಸಿನಲ್ಲಿ ಓಡಿ ಬಂದರು. "ಆ ಹುಡ್ಗೀ ಎಲ್ಲಿ ಕಾಣಲಿಲ್ಲ" ವಿಚಾರಿಸಿದರು. "ಹಿತ್ತಲಲ್ಲಿರೋ ಹೂವೆಲ್ಲ ಬಿಡಿಸಿಕೊಂಡು ಮುಂದೆ ಹಾಕಿಕೊಂಡು ಪೋಣಿಸ್ತಾ ಇದ್ದಾಳೆ. ಪರಮೇಶ್ವರಮ್ಮನೆ ಹೂ ಪೋಣಿಸೋದು ತೋರಿಸಿಕೊಟ್ಟಿದ್ದಾರೆ. ಅದಕ್ಕೂ ಸಮಯ ಸರಿಬೇಕಲ್ಲ. ಮುದ್ದಾಗಿ ಸಾಕಿದ್ದಾರೆ. ಏನು ಗೊತ್ತಿಲ್ಲ" ಎಂದರು. ಎರಡು ನಿಮಿಷದಷ್ಟು ಕಾಲ ಮೌನವಾಗಿದ್ದರು.

"ಅದು ಹೇಗಾದ್ರೂ ಇರಲೀ. ಇಲ್ಲಿ ಅವ್ಳಿಗೇನು ತೊಂದರೆ ಆಗೋದು ಬೇಡ. ಆ ಮನುಷ್ಯ ನಮ್ಗೇ ಒಪ್ಸಿ ಹೋಗಿದ್ದಾರೆ. ಇದೊಂದು ದೊಡ್ಡ ಜವಾಬ್ದಾರಿಯೇ" ಗೊಣಗಿದರು.

"ಎರಡು ದಿನ ಮಂಕಾಗಿದ್ಲು. ಈಗ ಅದೂ ಇದೂ ಮಾಡೋದರ ಜೊತೆಗೆ, ಪರಮೇಶ್ವರಮ್ಮನ ಮನೆಗೆ ಹೋಗಿ ಬರ್ತಾಳೆ. ಏನು ತೊಂದರೆ ಇಲ್ಲ. ಈ ಮನೆಯಲ್ಲಿ ಎಷ್ಟೋ ಹೆಣ್ಣು ಮಕ್ಕಳು ಇದ್ದು ಓದಿಕೊಂಡಿದ್ದಾರೆ. ಒಮ್ಮೆ ನಿಮ್ಮ ವಿದ್ಯಾರ್ಥಿ ಅಂತ ಹೇಳ್ಕೊಂಡು.... ಬಂದಿದ್ಲು. ನೀವು ಲಂಡನ್‌ಗೆ ಹೋಗಿದ್ದಾಗ, ಕೂತು ಮಾತಾಡಿ ಕಾಫಿ ಕುಡಿದು... ಹೋಗಿದ್ದು" ಆಕೆ ತಿಳಿಸಿದರು. ಹ್ಲೂಂಗುಟ್ಟಿದರೇ ವಿನಃ ಮಾತೇನು ಹೇಳಲಿಲ್ಲ. "ಆಯ್ತು, ನೀವ್ಹೋಗಿ..." ಅವರನ್ನು ಕಳುಹಿಸಿ ಕೂತರು. ವಾಸು ಎಲ್ಲಿರಬಹುದು. 'ಅವನಿಗೆ ಪಶ್ಚಾತ್ತಾಪವಾಗಿ. ಅಪರಾಧಭಾವ ಅವನನ್ನು

ಕಾಡ್ತಾ ಇರೋದ್ರಿಂದ ಎಲ್ಲೋ ನಾಲ್ಕು ದಿನ ಒಂಟಿಯಾಗಿರೋಕೆ ಹೋಗಿದ್ದಾನೆ. ಅವನು ನಿನ್ನ ಮಗನೋ ಅನಂತ... ವಿಧಿಲಿಖಿತ ಏನೇನೋ ನಡೆದುಹೋಗಿದೆ' ಪ್ರೊಫೆಸರ್ ಡಾ. ಗುರುಸಿದ್ಧಪ್ಪ ಸಮಾಧಾನ ಹೇಳಿದ್ದರು. ಜೊತೆಗೆ ವಸುಧಾ, ಕಿರಣ್ ಕೂಡ 'ಖಂಡಿತ ವಾಸು ಒಳ್ಳೆಯವ. ಏನೋ ನಡೆದುಹೋಗಿದೆ. ಎಷ್ಟು ಬೇಗ ಎಚ್ಚೆತ್ತುಕೊಂಡಿದ್ದಾನೆ. ಹಿಂದಕ್ಕೆ.... ಬರ್ತಾನೆ. ವಾಸುದೇವಮೂರ್ತಿಯಾಗಿಯೇ ನಿಲ್ತಾನೆ' ಧೈರ್ಯ ಹೇಳಿ ಕಳಿಸಿದ್ದರು.

ಎದ್ದು ಭಾರವಾದ ಉಸಿರು ದಬ್ಬಿ ಕಿಟಕಿಯ ಬಳಿ ನಿಂತರು. ನಾಳೆ ಎನ್ನುವ ಪುಟ ತೆರೆದ ಹೊರತು ಏನೂ ಗೊತ್ತಿರೋಲ್ಲ. ತೀರಾ ಸತ್ಯವೆನಿಸಿತು.

"ಅನಂತ ರೆಡಿನೇನೋ..." ಡಾ. ಗುರುಸಿದ್ಧಪ್ಪ ಫುಲ್‌ಸೂಟ್‌ನಲ್ಲಿ ಒಳಗೆ ನುಗ್ಗಿದರು. ಅನಂತರಂಗಮೂರ್ತಿಗಳು ಅಡಿಯಿಂದ ಮುಡಿಯವರೆಗೂ ಗೆಳೆಯನನ್ನು ನೋಡಿ "ಏನೋ, ಇದು ಅವತಾರ? ಮದ್ವೆಗೆ ಹೊರಟಂಗೆ ಅಲಂಕಾರ ಮಾಡ್ಕೊಂಡು ಬಂದಿದ್ದಿ?" ನಗೆಯಾಡಿದರು.

"ಸ್ವಲ್ಪ ಚಳಿ ಇತ್ತು. ಗ್ರ್ಯಾಂಡಾದ ಸಮಾರಂಭ. ಜನನು ಸೇರಿಸಿರುತ್ತಾರೆ. ಹೆಂಡ್ತಿ ಗಲಾಟೆ ಬೇರೆ. ನನ್ನ ಮದ್ವೆ ಗಂಡಿನ ತರಹ ಅವಳಿಗೆ ನೋಡ್ಬೇಕೆಂಬ ಚಪಲ. ಆಯ್ತು ಬಿಡು, ಹೇಗಿದ್ದೀನಿ" ಡಾ. ಗುರುಸಿದ್ಧಪ್ಪನವರು ಗೆಲುವಿನ ನಗೆ ಬೀರಿದರು.

"ತುಂಬ ಚೆನ್ನಾಗಿದೆ" ಭುಜ ತಟ್ಟಿದರು ನಗುತ್ತ.

"ಆಚಾರ್ಯ ತಮ್ಮ ವಿದೇಶಿ ಕಾರಿನೊಂದಿಗೆ ಬಂದಿದ್ದಾರೆ. ಅದರಲ್ಲೆ ನನ್ನನ್ನ ಪಿಕ್‌ಅಪ್ ಮಾಡ್ಕೊಂಡು ಬಂದ್ರು. ನೀನು ರೆಡಿ ತಾನೇ? ನಾವಿಬ್ರೂ ಹೊರ್‍ಗೆ.... ಹೋಗದಿದ್ದರೆ ಆ ಮನುಷ್ಯನೆ ರೂಮಿನೊಳಕ್ಕೆ ನುಗ್ಗಿ ಬಿಡ್ತಾನೆ" ಎಂದು ಹೊರಗೆ ಕರೆದೊಯ್ದರು ನಗುತ್ತ.

ಭರ್ಜರಿ ಸೂಟಿನಲ್ಲಿ ಬಂದಿದ್ದ ಡಾ. ಆಚಾರ್ಯ ಅತ್ಯಂತ ವಿನಯ, ವಿಧೇಯತೆ ಯಿಂದ ಕರೆದೊಯ್ದು ಡೋರ್ ತೆಗೆದು ನಿಂತಾಗ, ಅನಂತರಂಗಮೂರ್ತಿಗಳಿಗೆ ಸಂಕೋಚವೆನಿಸಿತು. "ಇಷ್ಟೆಲ್ಲ ಬೇಕಿರಲಿಲ್ಲ. ನಾವೇ ಬರ್ತಾ ಇದ್ವಿ. ಕಾರು ಕಳಿಸಿದ್ದರೆ ಸಾಕಿತ್ತು" ಅನ್ನುತ್ತಲೇ ಕಾರು ಹತ್ತಿದರು. ಅವರನ್ನು ಒಪ್ಪಿಸಿದ್ದೇ ದೊಡ್ಡ ಸಾಹಸ ಡಿ. ಆಚಾರ್ಯ ದಂಪತಿಗಳಿಗೆ.

ಎಷ್ಟೋ ಸಮಾರಂಭಗಳಿಗೆ ಭಾಗವಹಿಸಿದವರು, ಸಾಹಿತ್ಯಿಕ ಸಮಾರಂಭಗಳು, ಕನ್ನಡ ಭಾಷೆಯ ಬಗೆಗಿನ ಕಾರ್ಯಕ್ರಮ, ಪುಸ್ತಕ ಬಿಡುಗಡೆಯ ಸಮಾರಂಭಗಳು ಇರುತ್ತಿತ್ತು. ಇಂದಿನ ಸಮಾರಂಭದ ಆಹ್ವಾನ ಪತ್ರಿಕೆಯೇ ತುಂಬ ಭರ್ಜರಿಯಾಗಿತ್ತು. ಮಧುಮತಿ ಡಿ. ಆಚಾರ್ಯ ಅವರ ಪ್ರಕಟವಾಗಿರುವ ಕವನ ಸಂಕಲನಗಳನ್ನು ನೋಡಿದ್ದರು. ತೀರಾ ಸಾಧಾರಣ. ಕಾವ್ಯದ ಅಂಶವಾಗಲಿ, ಸಾಹಿತ್ಯಕ ಗುಣವಾಗಲೀ ಇರಲಿಲ್ಲ. ಹೆಕ್ಕಿ ಹೆಕ್ಕಿ ಸೇರಿಸಿದಂಥ ಸಾಲುಗಳು. ಅದಕ್ಕೆ ಮುನ್ನುಡಿ ಮತ್ತು ಬೆನ್ನುಡಿಯನ್ನು ಪ್ರಸಿದ್ಧ ಸಾಹಿತಿಗಳು ಬರೆದಿದ್ದರು. ಇದನ್ನು ಇತ್ತೀಚೆಗೆ ಗಮನಿಸಿದ್ದರು.

ಫೈವ್‌ಸ್ಟಾರ್ ಹೋಟೆಲ್ ಮುಂದೆ ಕಾರು ನಿಂತಾಗ, ಇಳಿದವರು ಷಾಕಾದರು. ಒಂದೇ ರೀತಿಯ ಉಡುಪು ಧರಿಸಿ ಸ್ವಾಗತದ ಹೂಗುಚ್ಛಗಳನ್ನು ಹಿಡಿದು ನಿಂತ ಲಲನೆಯರ ಸಾಲು. ಚಲನಚಿತ್ರದ ದೃಶ್ಯದಂತಿತ್ತು. ಹೂ ಮಳೆ ಸುರಿಸಿ ಒಳಗೆ ಕರೆದೊಯ್ದರು. ಈಗಾಗಲೇ ಬಂದಿದ್ದ ಅತಿಥಿಗಳು ಎದ್ದು ನಿಂತು ಕೈ ಕುಲುಕಿ ವಿಶ್ವಾಸ ತೋರಿದರು. ಕಚ್ಚೆ ಪಂಚೆ, ಮೇಲೊಂದು ಜುಬ್ಬಾ, ಸರಳವಾದ ಉಡುಪು. ಮಧುಮತಿ ಡಿ. ಆಚಾರ್ಯ ದೊಡ್ಡ ದೊಡ್ಡ ಹೂಗುಚ್ಛಗಳನ್ನು ನೀಡಿದರು. ಆಕೆ ಭರ್ಜರಿಯಾಗಿ ಅಲಂಕರಿಸಿಕೊಂಡು ಬಂದಿದ್ದಳು. ವಿದೇಶಿ ಪರಿಮಳದ ಕಂಪು, ಪ್ರಾಸ್ತಾವಿಕ ನುಡಿಗಳು ಒಬ್ಬ ಉಪನ್ಯಾಸಕರು ಲೇಖಕಿಯನ್ನು ಹೊಗಳಿ... ಹೊಗಳಿ ಹೊನ್ನ ಶೂಲಕ್ಕೇರಿಸಿಬಿಟ್ಟರು. ಸ್ವಾಗತದ 'ಪಂಚಾಮೃತ' ಕಥಾ ಸಂಕಲನ ಬಿಡುಗಡೆ. ಮೊದಲು ಮಾತಾಡಲು ಎದ್ದ ಅನಂತರಂಗಮೂರ್ತಿ 'ಈ ಸಮಾರಂಭಕ್ಕೆ ತನ್ನ ಅಗತ್ಯವಿರಲಿಲ್ಲ'ವೆಂದು ಒತ್ತಿ ಹೇಳಿಯೇ ಶುರು ಮಾಡಿದ್ದು. "ಸಾಹಿತ್ಯವೆನ್ನುವುದು ಒಂದು ಕಲಾ ಪ್ರಕಾರ. ಅನುಭವ ಮತ್ತು ಕಲ್ಪನೆಯ ಅನುಸಂಧಾನವೆ ಸಾಹಿತ್ಯ. ಬರೀ ಅನುಭವವೇ ಸಾಹಿತ್ಯವೆನಿಸಿಕೊಳ್ಳೋಲ್ಲ. ಅದು ಬರೀ ದಾಖಲಾತಿಯೆನಿಸಿಕೊಳ್ಳುತ್ತೆ. ವರದಿಯಾಗುತ್ತೆ. ಅನುಭವದ ತಳಹದಿ ಇಲ್ಲದ ಬರವಣಿಗೆಯು ಶ್ರೇಷ್ಠವೆನಿಸದು. 'ಪಂಚಾಮೃತ' ಕಥಾ ಸಂಕಲನ ಈಗಲೇ ನನ್ನ ಕೈ ಸೇರಿದ್ದು" ಎಂದು ಲೇಖಕಿಗೆ ಶುಭ ಹಾರೈಸಿ ಸುಮ್ಮನೆ ಕೂತಾಗ ದಂಪತಿಗಳು ಸಮಾಧಾನದ ಉಸಿರು ಬಿಟ್ಟರು. ಪ್ರೊಫೆಸರ್, ಸಾಹಿತಿ ಡಾ. ಅನಂತರಂಗಮೂರ್ತಿ ಈ ಕಾರ್ಯಕ್ರಮಕ್ಕೆ ಬಂದಿದಷ್ಟೆ ಸಾಕಿತ್ತು. ಭರ್ಜರಿಯಾಗಿ ಸನ್ಮಾನಿಸಿದರು. ಸಂಘ ಪರಿವಾರದ ಶೇಷಗಿರಿ ಬಹಳ ಅರ್ಥಪೂರ್ಣವಾದ ನಾಲ್ಕು ಮಾತುಗಳನ್ನಾಡಿದರು. "ಈ ಸಂದರ್ಭದಲ್ಲಿ ನನಗೆ ಕವಿಯೊಬ್ಬರ ಮಾತು ನೆನಪಾಗುತ್ತಿದೆ 'ಹತ್ತು ಕವಿತೆಗಳು ಉಳಿದರೆ ಆ ಕವಿ ಮಹಾಕವಿ. ಐದು ಕವಿತೆಗಳು ಉಳಿದರೆ ಆ ಕವಿ ಶ್ರೇಷ್ಠ ಕವಿ. ಒಂದು ಕವಿತೆ ಉಳಿದರೆ ಆತ ಕವಿ. ಒಂದೂ ಉಳಿಯದಿದ್ದರೆ ಆತ ವಿಮರ್ಶಕ' ಅಂದಿದ್ದಾರೆ. ಆದರೆ ಕವಿತೆಗಳು ಸಹೃದಯ ಓದುಗರಲ್ಲಿ ಉಳಿಯಬೇಕು" ಎನ್ನುತ್ತ A good book is the lite blood of master spirit ಎಂಬ ಮಿಲ್ಟನ್‌ನ ಮಾತಿನ ಅರ್ಥವನ್ನು ವಿವರಿಸಿದ್ದರು. ಅರ್ಧಗಂಟೆ ಪುಸ್ತಕದ ಪುಟ ಪುಟವನ್ನು ಜಾಲಾಡಿದರೂ ಕಟುವಾಗಿ ವಿಮರ್ಶಿಸಲು ಹೋಗಲಿಲ್ಲ. ಇನ್ನು ಅತಿಥಿಗಳಾಗಿ ಆಗಮಿಸಿದ ಕೆಲವರು ಮಧುಮತಿ ಡಿ. ಆಚಾರ್ಯರ ಕೃತಿಯನ್ನು ಪ್ರಶಂಸಿಸಿದರು.

ಆಮೇಲೆ ಊಟದ ಕಾರ್ಯಕ್ರಮ. ಬಲವಂತದಿಂದ ನಿಲ್ಲಿಸಿಕೊಂಡರು. ಅದಕ್ಕೆ ಮೊದಲು ಮಧುಮತಿ ಡಿ. ಆಚಾರ್ಯ ಅವರಿಗೆ ಸನ್ಮಾನದ ಜೊತೆ ಅಭಿಮಾನಿಗಳಿಂದ ಸತ್ಕಾರ ಕಾರ್ಯಕ್ರಮ. ಸಾಲುಗಟ್ಟಿ ಬಂದು ಹೂ ಮಾಲೆಗಳ ಜೊತೆ ನೆನಪಿನ ಕಾಣಿಕೆಗಳ ಮಹಾಪೂರವೇ ಹರಿದು ಬಂತು. ಹಣವಿದ್ದ ಜನ ಬರವಣಿಗೆಯನ್ನು ಹಣದಿಂದ ಕೊಳ್ಳಲು ಹೊರಟಿದ್ದರು.

ಅದರಲ್ಲಿ ರಾಮಲಿಂಗಂ ಕೂಡ ಇದ್ದರು. ಅದನ್ನು ಪ್ರೊಫೆಸರ್ ಡಾ. ಗುರು

ಸಿದ್ಧಪ್ಪನವರು ಮಾತ್ರ ಗಮನಿಸಿದರು. ಈ ಮನುಷ್ಯ ಇಲ್ಲಿಗೇಕೆ ಬಂದ. ಡಿ. ಆಚಾರ್ಯ ಹಿರಿಯ ಅಧಿಕಾರಿ, ಅಂಥವರ ಸ್ನೇಹ ಅಗತ್ಯವಿರುತ್ತೆ ರಾಮಲಿಂಗಂ ಅಂತಹವರಿಗೆ. ಆದರೆ ವಾಸುವಿನ ತಂದೆಯ ಬಗ್ಗೆ ಅವರ ಗೌರವಾಭಿಮಾನಗಳು ಬೆಳೆದು ನಿಂತವು.

* * *

ಸ್ವಲ್ಪ ನಿಧಾನವಾಗಿಯಾದರೂ ಅಂಜಲಿ ಗೋಡೆಗೆ ಇದ್ದ ಅಲಮಾರಿಗೆ ಸೂಟ್‌ಕೇಸ್‌ನಲ್ಲಿದ್ದ ತನ್ನ ಬಟ್ಟೆ ಬರೆಗಳನ್ನು ತುಂಬಿಕೊಂಡು, ಇದ್ದ ಮರದ ಮಂಚದ ಮೇಲೆ ಕೂತು ನಿಟ್ಟುಸಿರು ದಬ್ಬಿದವಳ ಮುಖದಲ್ಲಿ ಗೆಲುವಿತ್ತು. ತನ್ನಿಂದು ಇದು ಸಾಧ್ಯವೇ ಎನ್ನುವ ಆತಂಕವಿತ್ತು. 'ಅಬ್ಬ... ಎಷ್ಟೊಂದು ದೊಡ್ಡ ಸಾಧನೆ' ಅಂಜಲಿ ಹರ್ಷಿತಳಾಗಿದ್ದು ಮಾತ್ರ ಸುಳ್ಳಲ್ಲ.

ಕೋಣೆಯೊಳಗೆ ಇಣುಕಿದ ಸಾತಮ್ಮ ಫಳಫಳ ಹೊಳೆಯುವ ಬೆಳ್ಳಿಯ ಚೆಂಬಿನಲ್ಲಿ ನೀರು, ಒಂದು ಬೆಳ್ಳಿ ಲೋಟ ತಂದಿಟ್ಟು "ಕುಡಿಯಲಿಕ್ಕೆ ನೀರು. ಬಚ್ಚಲ ಮನೆ ತೋರಿಸಿದ್ದೀನಲ್ಲ. ಇಲ್ಲೆಲ್ಲ ಬೇಗ ಏಳೋ ಅಭ್ಯಾಸವಿದೆ. ಏನಾದ್ರೂ ಬೇಕಾದ್ರೆ ಕೇಳು" ಎಂದು ಹೇಳಿ ಕೋಣೆಯ ಬಾಗಿಲನ್ನು ಮುಂದಕ್ಕೆಳೆದುಕೊಂಡು ಹೋದರು.

ಅವಳಿಗೂ ಕೂತು ಟೆನ್ಷನ್ ಅನುಭವಿಸಿ ಸಾಕಾಗಿತ್ತು. ಕಾಲು ಚಾಚಿ ಆರಾಮಾಗಿ ಮಲಗಿದಳು. ಮಾಡು ಒಂದಿಷ್ಟು ಎತ್ತರವೆನಿಸಿತು. ಮೇಲಿನ ಹೆಂಚಿನ ಹೊದಿಕೆಯನ್ನು ಕೆಲವು ವರ್ಷಗಳ ಹಿಂದೆ ತೆಗೆಸಿ ಆರ್.ಸಿ.ಸಿ. ಮಾಡಿಸಿದ್ದರು ಅನಂತರಂಗಮೂರ್ತಿಗಳು. ಅದು ಒಂದಿಷ್ಟು ಮಳೆಗಾಲದಲ್ಲಿ ಸೋರುತ್ತಿದ್ದರಿಂದ ಬದಲಾಯಿಸಿದ್ದರಷ್ಟೇ.

ಅವಳ ಮೊಬೈಲ್ ಸದ್ದಾಯಿತು. ಕಿವಿಗಿಟ್ಟುಕೊಂಡು "ನಂಗೇನು ತೊಂದರೆ ಇಲ್ಲ, ಆರಾಮಾಗಿದ್ದೀನಿ. ಗುಡ್‌ನೈಟ್" ಎಂದು ಆಫ್ ಮಾಡಿ ಕಣ್ಮುಚ್ಚಿದಳು. ಇದು ವಾಸು ಪೂರ್ವಿಕರ ಮನೆ. ಇಲ್ಲಿ ಅವನು ಹುಟ್ಟಿ ಬೆಳೆದಿದ್ದಾನೆ. ಇಲ್ಲಿಗೆ ವಿದ್ವಾಂಸರು, ಕಲಾವಿದರು, ದೊಡ್ಡ ದೊಡ್ಡ ಸಾಹಿತಿಗಳು ಬಂದಿದ್ದಾರೆ. ಇದೆಲ್ಲ ಮೊದಲು ಸಾಧಾರಣ ವಿಷಯವಾಗಿ ಕಂಡಿತ್ತು. ವಾಸು ಬಡಬಡಿಕೆಯೆಂದು ತಳ್ಳಿಹಾಕಿದ್ದುಂಟು. ಆದರೆ ವಿದ್ವಾನ್ ಯಜ್ಞನಾರಾಯಣ ಪಂಡಿತರು ಅವಳ ಕಣ್ಣುಗಳನ್ನು ತೆರೆಸಿದ್ದರು.

ಆಮೇಲೆ ನಿದ್ದೆ ಜಾರಿದವಳು ಬೆಳಗಿನವರೆಗೂ ಎಚ್ಚರಗೊಳ್ಳಲಿಲ್ಲ. ಕೆಲವೊಮ್ಮೆ ಒಂಬತ್ತು ಗಂಟೆಗೆ ಏಳುತ್ತಿದ್ದುದ್ದುಂಟು. 'ನಾಲ್ಕು ಗಂಟೆಗೆ ಆ ಮನೆಯಲ್ಲಿ ಸೂರ್ಯೋದಯ. ಮೆಡಿಟೇಷನ್ ಅನ್ನೋ ಕಾರ್ಯಕ್ರಮ ಮುಗಿಸಿಯೇ ಅನಂತಣ್ಣ ವಾಕಿಂಗ್‌ಗೆ ಹೊರ ಬರೋದು. ಆ ವೇಳೆಗೆ ನೀನು ಎದ್ದಿರಬೇಕು' ಪರಮೇಶ್ವರಮ್ಮ ಎಚ್ಚರಿಸಿದ್ದರು. ಸ್ವಲ್ಪ ಲಗುಬಗನೆ ಎದ್ದು ಕೈಯಲ್ಲಿ ಇದ್ದ ವಾಚ್‌ನ ನೋಡಿಕೊಂಡವಳು ಬೆಚ್ಚಿದ್ದು, ಆರು ಗಂಟೆ ಇಪ್ಪತ್ತು ನಿಮಿಷ. ಮೆಲ್ಲಗೆ ರೂಮಿನಿಂದ ಹೊರಗೆ ಇಣುಕಿ ಅತ್ತಿತ್ತ ನೋಡಿದಳು. ಹೊರ ಬಾಗಿಲು ತೆಗೆದಿತ್ತು. ಹೊರಗಡೆ ಏನೋ ಸದ್ದು.

ಜೋರು ಮಾಡಿ ಗೊತ್ತಿದ್ದವಳು ಗುಬ್ಬಚ್ಚಿ ಮರಿಯಂತೆ ನಡುಮನೆಗೆ ಬಂದವಳು ಅತ್ತಿತ್ತ ನೋಟ ಹರಿಸಿದ್ದು.

"ಬೇಕಾದರೆ, ಸ್ನಾನ ಮಾಡ್ಕೋ. ಸ್ನಾನದ ನಂತರವೇ ಮಿಕ್ಕೆಲ್ಲ ಕೆಲ್ಸ" ಎಂದರು ದೇವರ ಮನೆಯ ನೆಲಹಾಸನ್ನೊರೆಸುತ್ತಿದ್ದ ಸಾತಮ್ಮ. ಅಷ್ಟು ಅಣತಿ ಅವಳಿಗೆ ಸಾಕಿತ್ತು. "ಆಯ್ತು" ಅಂದವಳು ಸ್ನಾನ ಮುಗಿಸಿ ಕೋಣೆಗೆ ಸೇರಿದಳು.

ಆಮೇಲೆ ಮೂರು, ನಾಲ್ಕು ಜನರ ಮಾತುಗಳು ಕೇಳಿಬರತೊಡಗಿದಾಗ ರೂಮಿನಲ್ಲೆ ಉಳಿದಳು. ಭಯ ಎಂದರೇನು ಗೊತ್ತಿಲ್ಲದೆ ಬೆಳೆದ ಅಂಜಲಿಯ ಭಯಕ್ಕೆ ಕಾರಣವೇನು? ಭಯಕ್ಕೆ ಅತಿಯಾದ ಗೌರವ ಕಾರಣವಾ? ಇಲ್ಲ ವಾಸುವಿನ ಮೇಲಿನ ಪ್ರೀತಿ ಕಾರಣವಾ?

'ಸಾತಮ್ಮ, ನಮ್ಮನೆ ತೀರಾ ಹೊಸ್ದು. ಆ ಹುಡ್ಗೀ ತಿಂಡಿ ತಿಂತಾಳೋ, ಊಟ ಮಾಡ್ತಾಳೋ ವಿಚಾರಿಸ್ಕೋ' ಎಂದು ಹೇಳುತ್ತಿದ್ದುದು ಅವಳ ಕಿವಿಗೆ ಬಿತ್ತು. ಅವಳ ಮನ ಆರ್ದ್ರಗೊಂಡಿತು. ಒಂದೇ ಒಂದು ಕೆಟ್ಟ ಪದ ಅವರ ಬಾಯಿಂದ ನುಸುಳಿ ಹೊರಗೆ ಬಂದಿರಲಿಲ್ಲ. ತಂದೆಯ ಬಗ್ಗೆ ಅದೆಷ್ಟೋ ವಿಷಯಗಳು ಹೇಳಿದ್ದುಂಟು. ಮೊದ ಮೊದಲೇನು ಬೋರೆನಿಸಿದ್ದುಂಟು. ಈಗ ಯೋಚಿಸಿದರೆ ಎಲ್ಲಾ ಅದ್ಭುತವೆನಿಸುತ್ತಿತ್ತು. ತನ್ನ ಕುಟುಂಬದ ಬಗ್ಗೆ ಹೇಳೋಂಥದ್ದು ಏನಾದ್ರೂ... ಇದ್ಯಾ? ಅವಳಿಗೇನು ಗೊತ್ತಿಲ್ಲ. ಸ್ಥಿತಿವಂತರು. ತಂದೆಯ ಬಿಜಿನೆಸ್ ಚೆನ್ನಾಗಿ ನಡೆಯುತ್ತಿತ್ತು. ದೊಡ್ಡ... ದೊಡ್ಡವರ ಪರಿಚಯವಿತ್ತು. ಖರ್ಚು ಮಾಡುವಲ್ಲಿ ಧಾರಾಳಿ. ಇಷ್ಟು ಬಿಟ್ಟು ಮತ್ತೇನು ಗೊತ್ತಿಲ್ಲ. ಮತ್ತೇನಾದ್ರೂ ಇತ್ತಾ? ತಾನು ಗಮನವರಿಸಲಿಲ್ಲವಾ? ಅವಳಲ್ಲಿ ಘರ್ಷಣೆ ಶುರುವಾಯಿತು.

ಬಾಗಿಲು ತಳ್ಳಿಕೊಂಡು ಕೋಣೆಯೊಳಕ್ಕೆ ಬಂದ ಸಾತಮ್ಮ "ಸ್ನಾನ ಆಯ್ತಾ? ಕಾಫಿ ತಗೋ. ಒಂದಿಷ್ಟು ಹೂವು ಬಿಡ್ಸಿ ಇಡ್ತೀನಿ" ಎಂದು ಹೋದರು. ಹಬೆಯಾಡುವ ಕಾಫಿಯ ಘಮಲು. ನಿಧಾನವಾಗಿ ಹೀರತೊಡಗಿದಳು. ಕಾಫಿಗೆ ಇಷ್ಟು ರುಚಿ ಇದೆಯೆಂದು ಇಂದೇ ಗೊತ್ತಾಗಿದ್ದು. ಕೆಲವೊಮ್ಮೆ ಅಡುಗೆ ಮನೆಯಲ್ಲಿ ಕೆಲಸ ಮಾಡುವವ, ಅಜ್ಜಿ, ಅಮ್ಮ ಕಾಫಿ ಒಯ್ದು ಕೊಡುತ್ತಿದ್ದರು. ಅವಳು ಲೋಟ ಬರಿದು ಮಾಡಿದ್ದೆ ಕಮ್ಮಿ. ಇಂದು ಮಾತ್ರ ತುಂಬ ಇಷ್ಟವೆನಿಸಿತು. ತಳದವರೆಗೂ ಕುಡಿದು ಲೋಟ ಬರಿದು ಮಾಡುವ ವೇಳೆಗೆ ಕೆಲಸದವಳು ಒಳಗೆ ಬಂದಳು.

"ಸ್ವಲ್ಪ ಅಚ್ಚುಕಟ್ಟು ಮಾಡ್ತೀನಿ, ಹೊರ್ಗೇ ಬನ್ನಿ"

ಅಂಜಲಿ ನಡು ಮನೆಗೆ ಬಂದು ಏನು ತೋರದೆ ಒಂದೆಡೆ ನಿಂತಳು. ಆ ಕ್ಷಣದಲ್ಲಿ ಗಾಬರಿ. ಬಹುಶಃ ಪರಮೇಶ್ವರಮ್ಮ ಬರದಿದ್ದರೆ ಅಳುತ್ತಿದ್ದಳೇನೋ. ಅವಳ ಪರಿಸ್ಥಿತಿ ಸುಲಭವಾಗಿ ಅರ್ಥಮಾಡಿಕೊಂಡರು.

ಬಗ್ಗಿ ದೇವರ ಮನೆಯ ಬಾಗಿಲಲ್ಲಿದ್ದ ಹೂವಿನ ಬುಟ್ಟಿಯನ್ನು ಅವಳ ಕೈಗೆ ಕೊಟ್ಟು "ಹೂ ಬಿಡ್ಸಿ ಕೊಂಡ್ಬಾ. ಆ ಕೆಲ್ಸ ಮಾಡಬಹುದಲ್ವಾ?" ಅಂದಾಗ ತಲೆದೂಗಿ

ಹಿತ್ತಲ ಬಾಗಿಲ ಕಡೆಗೆ ಹೋದಳು. ಸಾತಮ್ಮ ಸೂಕ್ಷ್ಮವಾಗಿ ಪರಿಚಯಿಸಿದ್ದರು. ಅವಳು ಹೊಂದಿಕೊಳ್ಳುವುದು ಬೇಕಿತ್ತು.

ನಾಲ್ಕು ದಿನ ಕಳೆಯುವುದರೊಳಗೆ ಹತ್ತು ಸಲವಾದ್ರೂ ಅಪ್ಪನ ಮನೆಗೆ ಹೋಗಬೇಕೂಂತ ಅನಿಸಿದ್ದುಂಟು. ಆದರೆ ವಾಸುವಿನ ಮೇಲಿನ ಪ್ರೀತಿ ಅವಳನ್ನು ಕಟ್ಟಿ ಹಾಕಿತ್ತು! ಇಲ್ಲಿಗೆ ಹೊಂದಿಕೊಳ್ಳಲೇಬೇಕೆಂಬ ಛಲ – ಅಂತೂ ವಾರ ಕಳೆಯುವ ವೇಳೆಗೆ ಸಾತಮ್ಮನಿಗೆ ಸಣ್ಣ ಪುಟ್ಟ ಸಹಾಯ ಮಾಡುವುದು, ಹೂ ಬಿಡಿಸಿಡುವುದರ ಜೊತೆಗೆ ಗಿಡಗಳಿಗೆ ನೀರು ಹಾಕುವುದು ಇಂಥದಕ್ಕೆ ತನ್ನನ್ನು ಒಗ್ಗಿಸಿಕೊಂಡದ್ದು ಮೊದಲು ಪ್ರಯಾಸದಿಂದಲೇ.

ಅಂದು ಬೆಳಿಗ್ಗೆ ಬಂದ ಡಾ. ಗುರುಸಿದ್ಧಪ್ಪನವರು ಜೋರು ದನಿಯಲ್ಲಿ ಏನೋ ಹೇಳುತ್ತಿದ್ದರು. "ಪ್ರೊಫೆಸರ್ ಅಭಿಶಂಕರ್ ಮಗ ಬಂದಿದ್ದ. ಪ್ರಳಯ ಆಯ್ತು ಅನ್ನೋ ತರಹ ಮಾತಾಡಿದ. ವಾಸು ಸಹಿ ಹಾಕಿ ಅವನಪ್ಪನಿಗೆ ಕೊಟ್ಟ. ಪೇಪರ್ ಇಡ್ಕೊಂಡು ಬಂದಿದ್ದು. ರಾಮಲಿಂಗಂ ಮಗಳು ಬಂದು ಇಲ್ಲಿ ಠಿಕಾಣಿಯೂಡಿದ್ದಾಳೇಂತ ಗೊತ್ತಾಯ್ತು. ಎಚ್ಚೆತ್ತುಕೊಳ್ಳದಿದ್ದರೆ ಮನೆ ಕೆಡವಿ ಕಾಂಪ್ಲೆಕ್ಸ್ ಕಟ್ಟಿ ಬಿಡ್ತಾರೇಂತ ಹೇಳ್ದ" ನೇರವಾಗಿಯೇ ಅವಳ ಕಿವಿ ಸೇರಿದಾಗ ಗಲಿಬಿಲಿ. ಜೊತೆಗೆ ಗಾಬರಿ. ಇಂಥ ಹುನ್ನಾರವನ್ನೇನಾದರೂ ತಂದೆ ನಡೆಸಿದ್ದಾರ? ಸಾಧ್ಯವಾ? ತಂದೆ ಅಷ್ಟು ಕೆಟ್ಟವರೆ? ನಂಬಲು ಕಷ್ಟವೆನಿಸಿತು. ಕೈ ಕೆಳಗೆ ಕೆಲಸ ಮಾಡುವವರಿಗೆ ಧಾರಾಳವಾಗಿ ಹಣದ ಸಹಾಯ ಮಾಡುತ್ತಾರೆನ್ನುವ ನಂಬಿಕೆ.

ಅಳುಕಿದ್ದರು ಆರಾಮವಾಗಿ ಓಡಾಡುತ್ತಿದ್ದ ಅವಳಿಗೆ ರೂಮಿನಿಂದ ಹೊರಗೆ ಬರಲು ಅಂಜಿದಳು. ಯಾರು ಅಭಿಶಂಕರ್ ಮಗ? ತಲೆ, ಬುಡ ಅರ್ಥವಾಗಲಿಲ್ಲ. ಅವರುಗಳು ಹೊರಗೆ ಹೋಗುವವರೆಗೂ ಟೆನ್ಶನ್.

ಮಧ್ಯಾಹ್ನ ಪರಮೇಶ್ವರಮ್ಮ ಹತ್ತಿಯ ಬುಟ್ಟಿ ಹಿಡಿದು ಬಂದವರು ನಡುಮನೆಯಲ್ಲಿ ನೆಲದ ಮೇಲೆ ಕೂತರು. ಅಲ್ಲಿಂದಲೇ ಒಂದು ಕೂಗು ಹಾಕಿದರು. "ಸಾತಮ್ಮ.... ಏನ್ಮಾಡ್ತಾ ಇದ್ದೀರಾ?" ಆಕೆ ಹೊರಗೆ ಬರೋಕೆ ಮುನ್ನವೇ ಅಂಜಲಿ ಬಂದು ಅವರ ಮುಂದೆ ಕೂತಾಗ ತೀಕ್ಷ್ಣವಾಗಿ ನೋಡಿ ಕೇಳಿದರು.

"ಯಾಕೆ, ಒಂದು ತರಹ ಇದ್ದೀ? ಈ ಮನೆಯ ಸಹವಾಸ ಸಾಕಾಯ್ತಾ? ಇಲ್ಲಿಗೆ ಹೊಂದಿಕೊಳ್ಳೋಕು ತಪಸ್ಸು ಬೇಕು. ಅದೇ ನಮ್ಮ ವಾಸುವಿನ ಅಮ್ಮ, ಅನಂತಣ್ಣ ಧರ್ಮಪತ್ನಿ ಸರಸ್ವತಿಯನ್ನು ನೋಡಬೇಕಿತ್ತು. ಎಷ್ಟೊಂದು ಚಟುವಟಿಕೆ. ಒಂದು ನಿಮಿಷ ಸುಮ್ಮನೆ ಕೂಡ್ತಾ ಇರಲಿಲ್ಲ. ಮುಖದಲ್ಲಿ ಪ್ರಸನ್ನತೆ, ತುಟಿಗಳ ಮೇಲೆ ನಗು" ವರ್ಣಿಸಿದರು. ಆಕೆ ಪರಮೇಶ್ವರಮ್ಮನಿಗೆ ಒಳ್ಳೆ ಸ್ನೇಹಿತೆ ಆಗಿದ್ದಳು. ನೆನಪಾದರೆ ಕಣ್ಣು ತುಂಬಿ ಬರುತ್ತಿತ್ತು.

ಅತ್ತಿತ್ತ ನೋಡಿದ ಆಕೆ ಸ್ವಲ್ಪ ಬಗ್ಗಿ "ಆಕೆ ಸ್ವಭಾವನ ಫಾಲೋ ಮಾಡು. ಅಪ್ಪ, ಮಗನಿಗೆ ಇಷ್ಟವಾಗ್ತೀ. ಈ ಮನೆಯ ದೇವರ ಮುಂದೆ ದೀಪ ಹಚ್ಚೋ ಅದೃಷ್ಟ

ನಿನ್ನದಾಗುತ್ತೆ. ಸ್ವಲ್ಪ ಬತ್ತಿ ಮಾಡೋದು ಕಲೀ" ಎಂದು ಹೇಳಿಕೊಡತೊಡಗಿದರು. ಯಾಕೋ ಇವಳ ಮೇಲೆ ಕರುಣೆ.

ಆಮೇಲೆ ಅಡುಗೆ ಮನೆ ಕೆಲಸ ಮುಗಿಸಿಕೊಂಡು ಸಾತಮ್ಮ ಬಂದು ಉಸ್ಸೆಂದು ಕೂತರು. "ಈ ಮಂಡಿ ನೋವು ಕಡ್ಮೇ ಆಗಲೇ ಇಲ್ಲ. ಮಾತ್ರೆಗಳು ನುಂಗಿದ್ದೇ ಬಂತು, ತೈಲ ಹಚ್ಚಿದ್ದೇ... ಬಂತು" ಕಾಲು ನೀವಿಕೊಂಡರು.

ಪರಮೇಶ್ವರಮ್ಮ ಅದೂ ಇದೂ ಮಾತಾಡಿದರು. ಒಂದಿಷ್ಟು ಸಂಕೋಚದಿಂದ ಹತ್ತಿನ ರೂಮಿಗೆ ಕೊಂಡೊಯ್ದು ಸಂಜೆಯ ವೇಳೆಗೆ ಪ್ರಯಾಸ ಪಟ್ಟು ಬತ್ತಿ ಮಾಡಿದಳು. ಅದೊಂದು ದೊಡ್ಡ ಸಾಧನೆಯೆನಿಸಿತು. ಸಾತಮ್ಮನ ಮುಂದೆ ಒಯ್ದು ಹಿಡಿದಳು. ಆಕೆಗೆ ಇವಳೂಂದರೆ ಅಷ್ಟಕ್ಕೆ... ಅಷ್ಟೇ. ಜೊತೆಗೆ ತೀರಾ ಶ್ರೀಮಂತರ ಮನೆಯ ಹುಡುಗಿಯೆನ್ನುವ ಅಂಜಿಕೆ ಬೇರೆ.

"ಚೆನ್ನಾಗಿ ಮಾಡಿದ್ದೀಯ? ಇದೆಲ್ಲಾ... ನಿಂಗ್ಯಾಕೆ?" ದನಿಯೆತ್ತರಿಸಲಿಲ್ಲ. ಅಂಜಲಿ ಸುಮ್ಮನೆ ರೂಮಿಗೆ ಹೋದಳು. ಸಂಜೆ ಮುಂದು ಸಂಜೀವಿ ಬಂದಾಗ, ಡಾ. ಗುರುಸಿದ್ಧಪ್ಪನವರು ವರಾಂಡದಲ್ಲಿ ಕೂತಿದ್ದವರು, ಅಲ್ಲಿಂದಲೆ ಅವನನ್ನು ವಿಚಾರಿಸಿ "ಅಂಜಲಿ, ನಿನ್ನ ತವರಿನ ಕಡೆಯವರು ಬಂದಿದ್ದಾರೆ, ನೋಡು" ಕೂಗಿ ವಿಷಯನ ಮುಟ್ಟಿಸಿದವರು ಎದ್ದು ನಡುಮನೆಗೆ ಹೋದರು.

ಅಭಿಶಂಕರ್ ಮಗ ಹೇಳಿದ್ದು ನೆನಪಿತ್ತು. ಅವರು ಯಾವುದೇ ನಿರ್ಧಾರಕ್ಕೆ ಬಂದಿರಲಿಲ್ಲ. ಅಂಜಲಿ ಬಂದು ಇಲ್ಲಿ ಬೀಡು ಬಿಟ್ಟು ಹದಿನೈದು ದಿನಗಳಾಗಿತ್ತು. ಇಂದು ಹೋಗಬಹುದು, ನಾಳೆ ಹೋಗ್ಬಹ್ದು ಎಂಬುದನ್ನು ಸುಳ್ಳು ಮಾಡಿ ಮನೆ ಅಚ್ಚುಕಟ್ಟು ಕಡೆ ಗಮನ ಕೊಟ್ಟಿದ್ದಳು. ಎಲ್ಲೂ ಕಿಟಕಿ, ಬಾಗಿಲು, ನೆಲದ ಮೇಲೆ ಒಂದು ಚೂರು ಧೂಳು ಇಲ್ಲದಂಗೆ ಅಚ್ಚುಕಟ್ಟು ಮಾಡುವ ಕಾರ್ಯಕ್ರಮದಲ್ಲಿ ಪೂರ್ತಿ ಶ್ರದ್ಧೆ ವಹಿಸುವುದರ ಜೊತೆಗೆ ಪರಮೇಶ್ವರಮ್ಮನನ್ನು ಕೇಳಿ ತನ್ನ ಬುದ್ಧಿಗೆ ಎಟುಕುವಂಥ ಪುಸ್ತಕಗಳನ್ನು ಆಯ್ದುಕೊಂಡು ಓದಲು ಕೊಡುತ್ತಿದ್ದನ್ನು ಗಮನಿಸಿ ಅವರಿಗೆ ಭಯವಾಗಿತ್ತು. 'ಬಹುಶಃ ಅಂಜಲಿ ಇಲ್ಲೇ ಉಳಿದರೆ?' ಒಂದು ಚಿತ್ರ ಕಲ್ಪಿಸಿಕೊಂಡರು. ಮನಸ್ಸಿಗೆ ನೋವಾಯಿತು. ನಂತರ ಸರಿಯೆನಿಸಿ ಮನ ಒಂದು ಒಪ್ಪಂದಕ್ಕೆ ಬರಲಾಗಲಿಲ್ಲ.

ಹಿತ್ತಲಿನಲ್ಲಿದ್ದ ಅಂಜಲಿ ವಿಷಯ ಮುಟ್ಟಿ ಒಂದೇ ದೌಡುಗೆ ನಡುಮನೆಗೆ ಬಂದು ತಟ್ಟನೆ ನಿಂತಿದ್ದು ಅಚ್ಚರಿಯೆನಿಸಿತು ಡಾ. ಗುರುಸಿದ್ಧಪ್ಪನವರಿಗೆ. ಅದು ಅವಳ ಸ್ವಭಾವವಲ್ಲ. ಮೊದಲ ಸಲ ನೋಡಿದಾಗಲೇ ತುಂಬ ಜೋಯ್ಸ್ ಹುಡುಗಿ ಎಂದುಕೊಂಡಿದ್ದರು. ಅದು ಸುಳ್ಳಲ್ಲ ಅನ್ನೋದನ್ನ ಪ್ರೂವ್ ಮಾಡಿದ್ದಳು.

"ನಿನ್ನ ತವರಿನ ಕಡೆಯವರು ಬಂದಿದ್ದಾರೆ, ನೋಡು" ಅಷ್ಟು ಹೇಳಿ ಪೇಪರ್ ಮುಖದ ಮುಂದಿಡಿದರು. ರಾಮಲಿಂಗಂ ಮಗಳನ್ನು ತಂದು ಬಿಟ್ಟು ಇಂಥದೊಂದು ಪ್ಲಾನ್ ಮಾಡಿರಬಹುದೇ? ಹಿಂದಿನ ದಿನ ಸಿಕ್ಕ ಪ್ರೊಫೆಸರ್ ಅಭಿಶಂಕರ್ ಮಗ

"ಸರಸ್ವತಿ ಪುರಂ, ವಿದ್ಯಾರಣ್ಯಪುರಂನ ಸುತ್ತಮುತ್ತಲೂ ಸಾಕಷ್ಟು ಪ್ರಾಪರ್ಟಿ ಇದೆ. ಹಣಕಾಸಿನ ವಿಷಯದಲ್ಲಿ ಅವನು ಕುಬೇರನೇ, ಶಿಕ್ಷಣ, ಸಮಾಜಸೇವೆ... ಅಂಥದೇನೂ ಇಲ್ಲದ ಪ್ರಾಕ್ಟಿಕಲ್ ಮನುಷ್ಯ. ಅಂತೂ ವಾಸು ದೊಡ್ಡ ಕುಳನೇ, ಹಿಡಿದ" ಅಂದಿದ್ದ. ಆಗಲೇ ಅವನಿಗೆ ನಾಲ್ಕು ಬಾರಿಸಬೇಕೆನಿಸಿತು. ಇಂಥ ಮಾತುಗಳನ್ನು ಆಡಿ ತಲೆ ಬಿಸಿ ಮಾಡುತ್ತಿದ್ದ.

ಸಂಜೀವಿ ಮುಂದೆ ಹೋಗಿ ನಿಂತಳು. ಎಷ್ಟು ಬದಲಾವಣೆ ಆಗಿತ್ತೆಂದರೆ ಸೀರೆಯುಟ್ಟು, ಕೂದಲನ್ನೆಲ್ಲ ಸೇರಿಸಿ ಕ್ಲಿಪ್ ಹಾಕಿದ್ದರ ಜೊತೆಗೆ ಮುಖದ ಚೆಂದಕ್ಕೆ ಆಸ್ಥೆ ವಹಿಸಿದಂಗೆ ಕಾಣಲಿಲ್ಲ.

"ಹೇಗಿದ್ದೀರಿ, ಅಂಜಮ್ಮನೋರೆ?" ಕೇಳಿದ ಕೈ ಕಟ್ಟಿ.

"ಚೆನ್ನಾಗಿದ್ದೀನಿ. ಡ್ಯಾಡಿ ಊರಲ್ಲಿ ಇದ್ದಾರ? ಅಮ್ಮ ಹೇಗಿದ್ದಾಳೆ? ಅಂಚು ಏನ್ಮಾಡ್ತಾ ಇದ್ದಾಳೆ?" ಮೂರು ಪ್ರಶ್ನೆ. ಅವನು ತಲೆ ಕೆರೆದುಕೊಂಡು ಅತ್ತಿತ್ತ ನೋಟ ಹರಿಸಿ "ಪ್ರೊಫೆಸರ್... ಅದೇ ಮೇಷ್ಟ್ರು ಮನೆಯಲ್ಲಿ ಇದ್ದಾರ? ಈವಯ್ಯ ಯಾವಾಗ್ಲೂ ಇಲ್ಲೇ ಠಿಕಾಣೀಂತ ಕಾಣುತ್ತೆ. ಒಳ್ಳೆ ಕಾರುಬಾರಿನ ಮನುಷ್ಯ" ಅನ್ನುತ್ತಿದ್ದಂಗೆ ಗದರಿಸಿ "ಏಯ್ ಏನೇನೋ ಮಾತಾಡಬೇಡ. ನಾನು ಕೇಳಿದ್ದಕ್ಕೆ ಉತ್ತರ ಹೇಳು. ಮೊದ್ಲು ನೀನು ಬಂದಿದ್ದು ಯಾಕೇಂತ ಹೇಳು" ಕೇಳಿದಳು. ಅದೇ ರೋಫ್ ಮೆತ್ತಗಾಗಿರುತ್ತಾಳೆಂತ ಬಂದಿದ್ದು ತಪ್ಪಾಯಿತೆಂದುಕೊಂಡ.

"ಈ ಕಡೆ ಯಾರನ್ನೋ ನೋಡೋಕೆ ಯಜಮಾನ್ರು ಕಳಿಸಿದ್ರು. ಹಾಗೇ ಅಮ್ಮಾವ್ರು ನಿಮ್ಮನ್ನು ನೋಡ್ಕಂಡ್ಬಾ, ಬರೋ ಹಾಗಿದ್ದರೆ ಕರ್ಕಂಡ್ ಬಾ ಅಂತ ಹೇಳಿ ಕಳಿಸಿದ್ರು" ಮೆಲ್ಲಗೆ ಒದರಿದ್ದ.

ಅಷ್ಟರಲ್ಲಿ ಅನಂತರಂಗಮೂರ್ತಿಗಳು ಬಂದಿದ್ದರಿಂದ ರೂಮಿಗೆ ಹೋದಳು ಅಂಜಲಿ. ಅಲ್ಲಿ ಉಳಿದಿದ್ದು ಸಂಜೀವಿ ಮಾತ್ರ. ಅವನು ಕಕ್ಕಾಬಿಕ್ಕಿಯಿಂದ ನೋಡಿದ.

"ಯಾರು ನೀನು?" ವಿಚಾರಿಸಿದರು ಅನಂತರಂಗಮೂರ್ತಿಗಳು.

"ಯಜಮಾನ್ರು ಪರ್ಸನಲ್ ಡ್ರೈವರ್... ಅಲ್ಲ ಅವರ ಮನೆಯ ಕಾರಿನ ಪರ್ಸನಲ್ ಡ್ರೈವರ್" ಅಂದ ಸ್ವಲ್ಪ ಗಲಿಬಿಲಿಯಿಂದ. ಅವರು ಕನ್ನಡಕ ತೆಗೆದು ಹಾಕಿಕೊಂಡು "ಯಾವ ಯಜಮಾನ್ರು?" ಅವನು ಹೇಳಿದ ರೀತಿಯಿಂದ ಅವರಿಗೆ ಏನೂ ಅರ್ಥವಾಗಲಿಲ್ಲ.

"ನಾನು ರಾಮಲಿಂಗಂ ಮನೆ ಡ್ರೈವರ್" ಅಂದ.

ಸರಿಯೆನ್ನುವಂತೆ ನೋಡಿ "ಗುರು, ಆ ಹುಡ್ಗೀನ ಕರೆದು ಹೇಳು. ಅವರ ಮನೆಯಿಂದ ಯಾರೋ ಬಂದಿದ್ದಾರೆ" ಎಂದು ನಡುಮನೆಗೆ ಹೋದರು. ಮುಖದ ಮುಂದಿನಿಂದ ಪೇಪರ್ ತೆಗೆದು ಡಾ. ಗುರುಸಿದ್ಧಪ್ಪ "ಹೇಳಿದ್ದೀನಿ, ನಿನ್ನ ನೋಡಿ ರೂಮಿನೊಳಕ್ಕೆ ಹೋದ್ಲು. ಆ ರಾಮಲಿಂಗಂ ನೂರು ಜನಾನ ಹೆದರಿಸ್ತಾನೆ. ಅವ್ನು ಮಗ್ಳು ನಿಂಗೆ ಹೆದರ್ತಾಳೆ" ನಗೆಯಾಡಿದರು.

"ವಾಸು ವಿಷಯ ಏನೂ ಗೊತ್ತಾಗಲಿಲ್ಲ. ನಚಿಕೇತನ ಹತ್ರ ಕೂಡ ಮಾತಾಡಿದೆ. ಅವ್ನಿಗೂ ಏನು ಗೊತ್ತಿಲ್ವಂತೆ. ಎಲ್ಲಿಗೆ ಹೋದ ಈ ಹುಡ್ಗ? ಪ್ರಾಯಶ್ಚಿತ್ತ ಮಾಡಿ ಕೊಳ್ಳೋಕೇನಾದ್ರೂ... ಹೋಗಿದ್ದಾನಾ?" ಎಂದುಕೊಂಡು ಬೆತ್ತದ ಛೇರ್ ಮೇಲೆ ಕೂತರು. ವಾಸುನ ಹುಡುಕಿಸಲು ತಮ್ಮದೇ ಆದ ರೀತಿಯಲ್ಲಿ ಪ್ರಯತ್ನ ಮಾಡುತ್ತಿದ್ದರು. ಅಂಜಲಿ ಬಂದು ಇಲ್ಲಿ ಕೂತ ಮೇಲೆ ಸಮಸ್ಯೆ ಇನ್ನಷ್ಟು ದೊಡ್ಡದಾಗಿ ಕಾಣುತ್ತಿತ್ತು.

"ಇಲ್ಬಾ...." ಗೆಳೆಯನನ್ನು ಕರೆದುಕೊಂಡು ಡಾ. ಗುರುಸಿದ್ಧಪ್ಪ ರೂಮಿಗೆ ಹೋದರು. ನಂತರವೇ ಅಂಜಲಿ ಹೊರಗೆ ಬಂದು "ಈಗ್ಹೇಳು, ಡ್ಯಾಡಿ ಊರಿಗೆ ಬಂದಿದ್ದಾರಾ? ಅಮ್ಮ... ಮಮ್ಮಿಯ ಆರೋಗ್ಯ ಹೇಗಿದೆ" ಕೇಳಿದಳು ಸ್ವಲ್ಪ ಹಗುರವಾಗಿ. ಸಂಜೀವಿ ನಕ್ಕುಬಿಟ್ಟ. ಈ ನಗೆಯ ಹಿಂದಿನ ಮರ್ಮ ಅರ್ಥವಾಗಲಿಲ್ಲ.

"ನೀವು ಮೇಷ್ಟ್ರಿಗೆ ತುಂಬ ಹೆದರ್ತೀರಾ? ಮನೆಯಲ್ಲಿ ಎಲ್ಲರನ್ನು ಹೆದರಿಸ್ತಾ ಇದ್ರಿ. ನಿಮ್ಮನ್ನು ಹೆದರಿಸಿ ಇಟ್ಟುಕೊಂಡಿದ್ದಾರಾ? ನಾನೊಬ್ಬ ಸಾಕು, ಮೂರು ಕೆರೆ ನೀರು ಕುಡ್ಸಿ ಬಿಡ್ತೀನಿ" ಪೈಲ್ವಾನನಂತೆ ಎದೆಯುಬ್ಬಿಸಿ ಹೇಳಿದಾಗ ಕಿಡಿ ಕಿಡಿಯಾಗಿದ್ದು ಅಂಜು "ಏಯ್, ತೆಪ್ಪಗಿರು. ಇಲ್ಲಿ ನಿನ್ನ ಡೌಲು ಬಜಾಯಿಸಬೇಡ. ಇದು ಯಾರ ಮನೆ ಗೊತ್ತಾ? ಈಗ ನೀನು ಬಂದಿದ್ದೇನು?"

ಸಂಜೀವಿಗೆ ಏನು ಮಾತಾಡಬೇಕೋ ಗೊತ್ತಾಗಲಿಲ್ಲ. ಮೊಬೈಲ್ ಬಟನ್ ಗಳನ್ನೊತ್ತಿ ಅವಳ ಕೈಗೆ ಕೊಟ್ಟು "ನೀವೇ ಮಾತಾಡಿ" ಎಂದು ಬೇರೆಡೆ ತಿರುಗಿಕೊಂಡು ನಿಂತ. ಮೊದಲು ಸಿಕ್ಕಿದ್ದು ಅವಳಮ್ಮ ಮುತ್ತಮ್ಮ "ಹೇಗಿದ್ದೀಯೆ? ಸಾಕಾಯಿತಾ? ಇಲ್ಲೇನು ಅನ್ನೋಲ್ಲ. ಸಂಜೀವಿ ಜೊತೆ ಬಂದ್ಬಿಡು. ನಿನ್ನ ಡ್ಯಾಡಿನು ಊರಿಗೆ ಬಂದಿದ್ದಾರೆ. ಅವರುಗಳ ಜೊತೆ ನಮ್ಗೇ ಹೊಂದಿಕೊಳ್ಳೋಕಾಗೋಲ್ಲ" ಅಮ್ಮನ ಮಾತು. ಒಂದು ತರಹ ಆಯಿತು.

"ನೀನು ಹೇಗಿದ್ದೀ? ನೀನು ಕರ್ದ ಕೂಡಲೇ ಹೇಗೆ ಬರೋಕ್ಕಾಗುತ್ತೆ? ಇಲ್ಲಿ ವಾಸು ಇಲ್ದೇ ಇರಬಹುದು. ಅವ್ರ ತಂದೆ ಇದ್ದಾರೆ. ಫೋನ್ ಮಾಡಿ ಅವರನ್ನು ಒಂದ್ಮಾತು ಕೇಳೋದಿಕ್ಕೆ ಹೇಳು, ಬರ್ತೀನಿ. ನಂಗೂ ನೋಡ್ಬೇಕೂಂತ ಅನಿಸಿದೆ. ನಂಬರ್ ಗೊತ್ತಿದೆಯಲ್ಲ, ಅವ್ರಿಗೆ ಫೋನ್ ಮಾಡಿ" ಎಂದು ಆಫ್ ಮಾಡಿ ಅವನಿಗೆ ಕೊಟ್ಟು "ಕೂತ್ಕೋ, ಕಾಫಿ ತಂದು ಕೊಡ್ತೀನಿ" ಒಳಗೆ ಹೋದಳು.

ಯಾವಾಗಲೂ ಕಾಫಿ ಡಿಕಾಕ್ಷನ್ ರೆಡಿಯಾಗಿ ಇರ್ತಾ ಇತ್ತು. ತಕ್ಷಣ ಹಾಲು, ಸಕ್ಕರೆ ಬೆರೆಸಿ ಬಿಸಿ ಮಾಡಿಕೊಡೋರು ಸಾತಮ್ಮ. ಅಡುಗೆ ಮನೆ ಬಾಗಿಲಲ್ಲಿ ನಿಂತು.

"ಅಜ್ಜಿ, ಒಂದ್ಲೋಟ ಕಾಫಿ ಕೊಡು" ಕೇಳಿದಳು. ಅವಳೆಂದು ಅಡುಗೆ ಮನೆಗೆ ಹೋಗಿರಲಿಲ್ಲ. ಮೊದಲ ಸಲ ಬಂದು ಕೇಳಿದ್ದು ಅವಳತ್ತ ತಿರುಗಿ ಕಣ್ಣರಳಿಸಿದಾಗ "ನಮ್ಮ ಮನೆ ಡ್ರೈವರ್ ಸಂಜೀವಿ ಬಂದಿದ್ದಾನೆ" ಕಾಫಿಗೆ ಕಾರಣ ತಿಳಿಸಿದಳು. ಅಂಥ ಅಗತ್ಯವೇನು ಇರಲಿಲ್ಲ. ಆಕೆ ಕಾಫಿ ತಂದು ಅವಳ ಕೈಗೆ ಕೊಟ್ಟರು.

ಕಾಫಿ ತಂದು ಕೊಟ್ಟ ಅಂಜಲಿ "ನೋಡು, ಹೇಗಿದೆ ಕಾಫಿ. ಇಲ್ಲಿನ ಕಾಫಿ

ಕುಡಿದ್ಮೇಲೆ, ಅಲ್ಲಿನ ಕಾಫಿ ಹೇಗಪ್ಪ ಕುಡ್ಯೋದು ಅನಿಸುತ್ತೆ" ಜಂಬದಿಂದ ಹೇಳಿ ಕೊಂಡಂಗೆ ಕಂಡಾಗ ಅವನೇ ಬೆಪ್ಪಾದ. ಇಂಥ ಬದಲಾವಣೆ! ಅತ್ತಿತ್ತ ನೋಟ ಹರಿಸಿದ.

ಲ್ಯಾಂಡ್ ಲೈನ್‌ಗೆ ರಾಮಲಿಂಗಂನಿಂದ ಫೋನ್ ಬಂತು.

"ಅಂಜಲಿ, ಅಮ್ಮ ಮಗ್ಳುನ ನೋಡ್ಬೇಕೂಂತಾಳೆ. ಅವಳನ್ನು ಕಳ್ಸಿಕೊಟ್ಟರೆ ಅನ್ಕೂಲ" ಅರಿವಾಗದಂತೆ ಸಂಕೋಚ ಇಣುಕಿತು.

"ಮೂರನೆಯವರ ಜೊತೆ ಕಳಿಸೋಕ್ಕಾಗೋಲ್ಲ. ನಮ್ಗೂ ಒಂದು ಸಂಸ್ಕೃತಿ ಸಂಪ್ರದಾಯ ಇದೆ. ಅದರ ಮಾತುಕತೆ, ಒಪ್ಪಂದದ ಪ್ರಕಾರ ಅವಳು ಯಾವ ಕ್ಷಣ ಬೇಕಾದರೂ ಸ್ವತಂತ್ರವಾಗಿ ನಿಮ್ಮ ಮನೆಗೆ ಬರಬಹುದು. ಇಲ್ಲಿ ನಾವಾಗಿಯೇ ಕಳುಹಿಸಬೇಕೂಂದರೆ, ನೀವುಗಳು ಯಾರಾದ್ರೂ ಬಂದು ಕರ್ಕೊಂಡ್ ಹೋಗ್ಬಹ್ದು, ನಮಸ್ಕಾರ" ಫೋನ್ ಇಟ್ಟೇ ಬಿಟ್ಟರು.

ರಾಮಲಿಂಗಂ ಮುಷ್ಟಿ ಬಿಗಿಯಾಯಿತು. ತಲೆಬುಡ ಅರ್ಥವಾಗಲಿಲ್ಲ. "ಓದಿದ ಜನರ ನಡವಳಿಕೆಯೇ ವಿಚಿತ್ರ. ಅವಳು ತಾನಾಗಿ ಹೋಗಬಹುದೂಂತ ಅಂದ್ರು. ನಮ್ಮ ಪ್ರಕಾರ ನೀವೇ ಬಂದು ಕರ್ಕಂಡ್ ಹೋಗೋನ್ನೋ ತರಹ ಮಾತಾಡಿದ್ರು. ಇವ್ಳಿಗೆ ಹೋಗಿ ಅಲ್ಲಿ ಸಾಯೋಕೆ ಏನಾಗಿದೆ?" ಜೋರಾಗಿಯೇ ಗರ್ಜಿಸಿದರು. ವಿಚಿತ್ರವಾಗಿ ಕಾಣುತ್ತಿತ್ತು. ಅರ್ಥಮಾಡಿಕೊಳ್ಳುವಂಥ ಸಹನೆ ಇರಲಿಲ್ಲ.

ಮುತ್ತಮ್ಮ ತೆಪ್ಪಗಾದರು. ಮಗಳ ಸ್ವಭಾವ ಅರ್ಥವಾಗಲಿಲ್ಲ. ಸಾಕಷ್ಟು ಸಿನಿಮಾಗಳನ್ನು ನೋಡುತ್ತಿದ್ದರು ಟಿ.ವಿ.ಯಲ್ಲಿ. ಈಚೆಗೆ ಬರೋ ಚಲನಚಿತ್ರಗಳಲ್ಲಿ ಹರೆಯದ ಹುಡುಗ, ಹುಡುಗಿ ನಡುವಿನ ಪ್ರೀತಿ, ಪ್ರೇಮ ಹಿರಿಯರ ನಡುವಿನ ಮಾರಾಮಾರಿ. ಆಮೇಲಿನ ಕಷ್ಟ, ನಷ್ಟಗಳ, ರಕ್ತಪಾತ, ಆದರ್ಶ ಇವೆಲ್ಲ ಸಿನಿಮಾಗಳಲ್ಲಿ ಮಾತ್ರ ಎನ್ನುವುದು ಅವರ ಅಭಿಪ್ರಾಯ. ಅಲ್ಲಿದ್ದರೆ ನೋಡಲು ಚೆಂದ. ವೈಯಕ್ತಿಕವಾಗಿ ಅನುಭವಕ್ಕೆ ಬರಬಾರದು.

ಆದರೆ ಮುನಿಲಕ್ಷ್ಮಮ್ಮನದು ದುರಾಲೋಚನೆ.

"ಅಂಜು, ಅವರ ಮನೆಯಲ್ಲಿ ಒಂಟಿಯಾಗಿದ್ದಾಳೆ. ಯಾರನ್ನು ನಂಬೋಕ್ಕಾಗುತ್ತೆ, ಈ ಕಾಲದಲ್ಲಿ? ಹೆದರಿಸಿ, ಬೆದರಿಸಿ ಇಟ್ಕೊಂಡು ಇರಬಹುದು. ಮೆಲ್ಲಗೆ ಒಳ್ಳೇ ಮಾತಿನಲ್ಲಿ ಅಪ್ಪನ ಕಡೆಯಿಂದ ಬರೋ ಹಣವನ್ನೆಲ್ಲ ಲಪಟಾಯಿಸಿಬಿಡಬೇಕೆನ್ನುವ ಪ್ಲಾನ್ ಹಾಕಿರಬಹುದು. ಒಂದ್ಸಲ ಅವಳನ್ನು ಅಲ್ಲಿಂದ ಉಪಾಯವಾಗಿ ಹೊರ್‍ಗೆ ಕರ್ಕಂಡ್ ಬನ್ನಿ. ಆಮೇಲೆ ಮತ್ತೆ ಅಲ್ಲಿಗೆ ಹೋದರೆ.... ಹೇಳಿ. ಈ ವೇಳೆಗೆ ತೀರಾ ಮೆತ್ತಗಾಗಿರುತ್ತಾಳೆ. ಒಳ ಗುಟ್ಟು ತಿಳ್ಕೋ. ಬೇಕಾದರೆ ಅವಳ್ನ ಹೋಗಿ ಕರ್ಕಂಡ್ ಬನ್ನಿ" ಇಂಥ ಸಲಹೆಯನ್ನು ಕೊಟ್ಟರು. ಮೊಮ್ಮಗಳ ಮುಗ್ಧತನದಿಂದ ಆಸ್ತಿ ಅವರ ಪಾಲಾಗಬಾರ್‍ದು.

ರಾಮಲಿಂಗಂ ಜೆ.ಪಿ. ನಗರದ ಮನೆಯ ಡಾಕ್ಯುಮೆಂಟ್ಸ್ ಅವಳ ಕೈಗೆ

ಕೊಟ್ಟಿದ್ದರು. "ಪೇಪರ್ ರೆಡಿ ಮಾಡ್ಸಿ ಸಹಿ ಹಾಕಿಕೊಟ್ಟಿದ್ದೀನಿ. ಯಾವತ್ತೂಂದರೆ ಅವತ್ತು ರಿಜಿಸ್ಟರ್ ಮಾಡ್ಸಿ ಕೊಡ್ತೀನಿ" ಅಂದಿದ್ದು ನಿಜ. ಪೇಪರ್ಸ್ ಅವಳಲ್ಲಿಯೇ ಇತ್ತು. ಅಲ್ಲಿಗೆ ಒಯ್ದಿದ್ದಾಳಾ? ಅವರ ಮುಖದಲ್ಲಿ ಬೆವರಾಡಿತು. ಹಿಂದೆಯೇ 'ಅವಳದೂಂತ ನಿರ್ಧಾರ ಮಾಡಿಯಾದ ಮೇಲೆ ಭಯ ಯಾಕೆ? ಅವಳೆ ಇಟ್ಟುಕೊಳ್ಳಿ' ಇಂಥದೊಂದು ಮನೋಭಾವ ಹಿಂದೆಯೇ ಇಣುಕಿತು. ಆದರೆ ತಮಗೆ ಸಿಕ್ಕಿದಾದರೂ ಏನು? ಅನ್ನೋ ಸ್ವಾರ್ಥ. ಅಂದಿನ ಸಮಾರಂಭಗಳನ್ನು ನೋಡಿದ ಮೇಲೆ ಮತ್ತಷ್ಟು ಗೌರವ ಭಾವ.

"ಆಯ್ತು, ಹೋಗಿ ಕರ್ಕಂಡ್ ಬರ್ತೀನಿ. ಹೆಣ್ಣು ಮಕ್ಕಳ ಅಪ್ಪ ಆಗೋ... ಬದ್ಲು ನೇರವಾಗಿ ನರ್ಕಕ್ಕೆ ಹೋಗೋದು ಒಳ್ಳೇದು. ಇವಳಿಂದ ನಾನು ಮೇಷ್ಟ್ರು ಮನೆ ಬಾಗಿಲಿಗೆ ಹೋಗ್ಬೇಕು" ದೊಡ್ಡದಾಗಿಯೇ ರೇಗಿಕೊಂಡಿದ್ದು. ಇವೆಲ್ಲ ಅನಿರೀಕ್ಷಿತಗಳೆ.

ಕಾರಿನಲ್ಲಿ ಹೋಗೋವಾಗ ಸಂಜೀವಿ "ಯಜಮಾನ್ರೆ, ಆ ಮೇಷ್ಟ್ರು ಅಂಜಮ್ಮನನ್ನ ತುಂಬ ಹೆದರ್ಸಿ ಇಟ್ಕೊಂಡಿರಬೇಕು. ಗುಬ್ಬಚ್ಚಿಯಂಗೆ ಆಗಿದ್ದಾಳೆ. ಈ ಸಲ ಕರ್ಕಂಡ್ ಬಂದ್ಮೇಲೆ ಆ ದಿಕ್ಕಿಗೆ ಕಳುಹಿಸಬೇಡಿ" ಅವನಿಂದಲೂ ಇಂಥದೊಂದು ಸಜೆಷನ್.

ರಾಮಲಿಂಗಂಗೆ ತಟ್ಟಿಬಿಡಬೇಕೆನಿಸಿತು. ಆದರೆ ಪರಿಸ್ಥಿತಿ ಬಿಗಡಾಯಿಸಿತು. ಅಮೃತ, ಅವಳ ಗಂಡನಂತು ಒಂದರ ಮೇಲೊಂದು ಆಫರ್. ಹಿಂದಿನ ದಿನ ಅಳಿಯ ಫೋನ್ ಮಾಡಿ "ಮಾವ, ಅಮೃತ ಜ್ವರದಿಂದ ಮಲ್ಗೀ ಬಿಟ್ಟಿದ್ದಾಳೆ. ಜೆ.ಪಿ. ನಗರದ ಮನೆ ಅವಳಿಗೆ ಬೇಕೇ ಬೇಕಂತೆ, ಬುದ್ಧಿ ಹೇಳಿ ಸಾಕಾಯ್ತು. ಈಗ ಅಂಜುಗೆ ಕೊಟ್ಟಿದ್ನ ಹಿಂದಕ್ಕೆ ಪಡೆಯೋಕಾಗುತ್ತ? 94 ಲಕ್ಷಕ್ಕೆ ಜೆ.ಪಿ. ನಗರದಲ್ಲಿ ಕೊಟ್ಟಿರೋ ಮನೆ ನೋಡಿದ್ದೀನಿ. ಅವರು ಅರ್ಜೆಂಟ್‌ನಲ್ಲಿದ್ದಾರೆ. ದಿನಗಳು ಚೆನ್ನಾಗಿದೆ. ರಿಜಿಸ್ಟರ್ ಮಾಡ್ಸಿ ಕೊಟ್ಟು ಬಿಡಿ" ಎಂದು ತಗಾದೆ ಶುರು ಮಾಡಿದ್ದ. ಆ ಕ್ಷಣ ಜಾಡಿಸಿ... ಜಾಡಿಸಿ ಒದ್ದು ಬಿಡಬೇಕೆನಿಸಿತು. ಆದರೆ ಸಾಧ್ಯವೇ? ಇದು ರಕ್ತಕ್ಕೆ ಸಂಬಂಧಪಟ್ಟಿದ್ದು, ಕರುಳ ಸಂಕಟ. ಅಮೃತ, ಅವಳ ಗಂಡ ಬಳೆಯುತ್ತಿರುವುದನ್ನು ನೋಡಿದರೆ, ತಾವೇ ಕೊಟ್ಟು ಕೊಟ್ಟು... ಇಕ್ಕಟ್ಟಿಗೆ ಸಿಕ್ಕುವುದು ಮಾತ್ರವಲ್ಲ ಒಂದು ದಿನ ಭಿಕಾರಿಯಾಗಿ ಬಿಡಬಹುದೆನಿಸಿತ್ತು.

"ಏನು ಬೇಡಾಂತಾರೆ" ಅಂಜಲಿ ವಾಸುವಿನ ಬಗ್ಗೆ ಹೇಳಿದಾಗ ವಿಸ್ಮಿತರಾಗಿದ್ದರು. 'ಇದು ಹೇಗೆ ಸಾಧ್ಯ?' ಅಂತ ಯೋಚಿಸಿದ್ದರು ಕೂಡ.

'ಪ್ರೊಫೆಸರ್ ವಾಸುದೇವಮೂರ್ತಿ' ಕಾಂಪೌಂಡ್‌ನ ನಾಮಫಲಕ ಓದಿಕೊಂಡೇ ಇಳಿದರು. ಅವರು ತಿಳಿದ ಪ್ರಕಾರ ವಾಸುವಿನ ದೊಡ್ಡ ತಾತನ ಹೆಸರು. ಅವರ ಹೆಸರೇ ಮಗನಿಗೆ ಇಟ್ಟಿದ್ದರು ಅನಂತರಂಗಮೂರ್ತಿ.

ರಾಮಲಿಂಗಂ ಕಾರಿನಿಂದ ಇಳಿದಾಗ, ಡೋರ್ ಬಳಿ ನಿಂತ ಸಂಜೀವಿ "ನೀವು ಬಂದ ವಿಷ್ಯ ಹೋಗಿ ಮುಟ್ಟಿಸ್ಲಾ?" ಕೇಳಿದ. ದುರುದುರು ನೋಡಿ "ಅವ್ರೇನು ಬಾಗಿಲಿಗೆ ಬಂದು ವಿಶೇಷ ಗೌರವ ಕೊಡೋಲ್ಲ. ನೀನು ತೆಪ್ಪಗಿರೋದು ಅಭ್ಯಾಸ

ಮಾಡ್ಕೋ" ಕಣ್ಣು ಕೆಂಪಗೆ ಮಾಡಿದರು.

ಕಾಂಪೌಂಡ್‌ನ ಆವರಣ ಹೊಕ್ಕವರು ಅತ್ತಿತ್ತ ನೋಟ ಹರಿಸಿದರು. 30 × 40 ರಷ್ಟು ಮನೆ ಬಿಟ್ಟು ಮುಂದಿನ ಜಾಗ ಇತ್ತು. ಅಲ್ಲಲ್ಲಿ ಗಿಡ, ಮರಗಳಿದ್ದು ತಣ್ಣನೆಯ ವಾತಾವರಣ ನಿರ್ಮಾಣವಾಗಿದ್ದರು ಅಷ್ಟು ಜಾಗ ನಿರುಪಯುಕ್ತವಾಗಿದೆಯೆನಿಸಿತು. 'ವ್ಯವಹಾರದಲ್ಲಿ ಬುದ್ಧಿವಂತರಲ್ಲ' ಎಂದುಕೊಂಡರು.

ತೆರೆದಿದ್ದ ಬಾಗಿಲಿನಿಂದ ಒಳಹೊಕ್ಕು ಅಂದು ಒಂಟಿಯಾಗಿ ಸೂಟ್‌ಕೇಸ್ ಪಕ್ಕದಲ್ಲಿಟ್ಟುಕೊಂಡು ಕೂತ ಮಗಳ ಚಿತ್ರ ನೆನಪು ಮಾಡಿಕೊಂಡರು. ಗಂಟೆಗಟ್ಟಲೆ ಒಂದೇ ಜಾಗದಲ್ಲಿ ಕೂತು ಹಟವನ್ನು ಸಾಧಿಸಿಕೊಂಡಿದ್ದಳು.

ಹಲ್ಮುಡಿ ಕಚ್ಚಿಡಿದು "ಅಂಜು..." ಅನ್ನುತ್ತ ನಾಲು ಹೆಜ್ಜೆ ಮುಂದಕ್ಕೆ ಹೋದವರು ನಿಂತರು. ಆ ಕಡೆಯಿಂದ ಬಂದ ಮಗಳು ಸಾಕ್ಷಾತ್ಕರಿಸಿದಳು.

"ಹೇಗಿದ್ದೀರಿ ಡ್ಯಾಡ್?" ಮೆಲುವಾಗಿ ಕೇಳಿದಳು.

ಅವಳ ಮೃದುವಾದ ದನಿ, ನಿಂತ ನಿಲುವಿಗೆ ಷಾಕಾದರು. ಲಕ್ಷಣವಾಗಿ ಸೀರೆಯುಟ್ಟು, ಕೂದಲೆಲ್ಲ ಸೇರಿಸಿ ಕ್ಲಿಪ್ ಹಾಕಿ ಒಂದು ಚೂರು ಹೂ ಮುಡಿದುದನ್ನು ನೋಡಿ ಬೆಸ್ತು ಬಿದ್ದರು.

"ನಾನು ಮದ್ವೆಯಾದ್ಮೇಲು ಡ್ರೆಸ್‌ಗಳನ್ನು ಹಾಕೋಳೇ" ಅಮ್ಮನ ಜೊತೆ ವಾದಿಸಿ ತನ್ನ ನಿಲುವನ್ನು ಘೋಷಿಸಿದ ಮಗಳು ಇವಳೇನಾ? ಅನ್ನುವಷ್ಟರ ಮಟ್ಟಿಗೆ ಬದಲಾಗಿದ್ದಳು. "ನಾನು ಚೆನ್ನಾಗಿದ್ದೀನಿ. ನೀನು ಹೇಗಿದ್ದಿ?" ವಿಚಾರಿಸುವಷ್ಟರ ಮಟ್ಟಿಗೆ ಚೇತರಿಸಿಕೊಂಡರು.

ಹೊರಬಂದಿದ್ದು ಡಾ. ಗುರುಸಿದ್ಧಪ್ಪನವರೇ "ಬನ್ನಿ, ರಾಮಲಿಂಗಂ" ಅಂದರು. ಉತ್ಪ್ರೇಕ್ಷೆಯು ಅಲ್ಲ, ಅತಿಯಾದ ಮರ್ಯಾದೆಯು ಅಲ್ಲ. "ಇವಳಮ್ಮ ನೋಡ್ಬೇಕೂಂದ್ರು, ಮೇಷ್ಟ್ರನ ಫೋನ್‌ನಲ್ಲಿ ಕೇಳ್ದೇ. ಬಂದು ಕರ್ಕಂಡ್ ಹೋಗಿಂದ್ರು" ಬಂದದ್ದಕ್ಕೆ ಕಾರಣ ತಿಳಿಸಿದರು.

"ಸಂತೋಷವಾಗಿ ಕರ್ಕಂಡ್ ಹೋಗಿ" ಚುಟುಕಾದ ಒಪ್ಪಿಗೆ.

ಅಂಜಲಿ ಅನಂತರಂಗಮೂರ್ತಿಯವರ ರೂಮಿಗೆ ಹೋಗಿ ಬಗ್ಗಿ ಅವರ ಪಾದಗಳಿಗೆ ನಮಸ್ಕರಿಸಿ ಅಪ್ಪಣೆ ಕೇಳಿದ್ದಕ್ಕೆ ಚಕಿತರಾಗಿದ್ದರು.

"ನಾನು ಅವರು ಕರ್ದಂಗೆ ಅಣ್ಣಾಂತ ಕರೀತಿನಿ. ನೀವು ನನ್ನ ಸೊಸೆಯಾಗಿ ಸ್ವೀಕರಿಸಿದ ದಿನ ನಾನು ಆ ಪಟ್ಟ ಒಪ್ಕೊಂಡು ಮಾವನವರೇ ಅಂತ ಕರೀತಿನಿ. ಮಾಡದ ತಪ್ಪಿಗೆ, ನಿಮ್ಗೇ ಶಿಕ್ಷೆ, ಮುಜುಗರ. ನಂಗೆ ಮೊದಲು ಇದೆಲ್ಲ ಗೊತ್ತಾಗ್ತ ಇರಲಿಲ್ಲ ಈಗ...." ಅತ್ತೆ ಬಿಟ್ಟಳು. ಅವರಿಗೆ ಗಾಬರಿ.

"ಈಗ ಆಗಿರೋ ಅನಾಹುತದಲ್ಲಿ ನನ್ನ ಪಾಲೇನು ಇಲ್ಲ. ನಿಂಗೆ ಅಂದೇ ನಮ್ಮಗ್ಳು ವಸುಧಾ ಬುದ್ಧಿ ಹೇಳಿದ್ಲು. ನೀನು ಒಪ್ಪಲಿಲ್ಲ. ಅವನ ಓದು ಹಾಳಾಯ್ತು.

ನಿಂಗೂ ಸುಖ ಸಿಕ್ಲಿಲ್ಲ. ನೀನು ಶ್ರೀಮಂತರ ಮನೆ ಹುಡ್ಗೀ. ಇಲ್ಲಿರೋ ಶ್ರೀಮಂತಿಕೆನೆ ಬೇರೆ. ಹೆತ್ತವರನ್ನು ನೋಯಿಸಬೇಡ. ಆರಾಮಾಗಿ ಹೋಗು. ವಾಸುವಿನಿಂದಾಗಲೀ, ನಮ್ಮಿಂದಾಗಲೀ... ಏನು ತೊಂದರೆ ಆಗೋಲ್ಲ. ಮನೆ ಸುದ್ದಿಗೆ ಬರೋದು ಬೇಡ. ವಾಸು ಭವಿಷ್ಯಕ್ಕೇಂತ... ಒಂದಿಷ್ಟು ಹಣ ಇದೆ. ಅವನು ಮಾಡಿದ ತಪ್ಪಿಗೆ ಆ ಹಣನ ನಿಂಗೆ ಕೊಡ್ತೀನಿ" ಮುಕ್ತ ಮನಸ್ಸಿನಿಂದ ಹೇಳಿದರು. ಬಹುಶಃ ಡಾ. ಗುರುಸಿದ್ಧಪ್ಪನವರು ಬರದಿದ್ದರೆ, ಇನ್ನೊಂದು ಸೀನ್ ಮುಂದುವರಿಯುತ್ತಿತ್ತೇನೋ!

"ನಿನ್ತಂದೆ ಕಾಯ್ತಾ ಇದ್ದಾರೆ, ನೋಡು" ಎಂದರು.

ಅಂಜಲಿ ಕಣ್ಣೊರೆಸಿಕೊಂಡು ರೂಮಿನಿಂದ ಹೊರಗೆ ಹೋದಳು.

"ಹೊರಡುತ್ತೀಯ, ನಿನ್ನ ಮನೆಯಲ್ಲಿ ಬಿಟ್ಟು ನಾನು ಹೊರ್ಗೇ ಹೋಗೋದಿದೆ" ಗಡುಸಾಗಿಯೇ ಹೇಳಿ ನಡೆದರು ರಾಮಲಿಂಗಂ. ನಿಧಾನವಾಗಿ ಹಿಂಬಾಲಿಸಿದಳು. ಅಡುಗೆಯ ಮನೆಯ ಬಾಗಿಲಲ್ಲಿ ನಿಂತ ಸಾತಮ್ಮ ಒಂದು ಮಾತಾಡಲಿಲ್ಲ. ಕೆಲವು ಕ್ಷಣ ಗಂಡಾಂತರದಿಂದ ಪಾರಾದೆವೆನಿಸಿತು ಆಕೆಗೆ.

ಕಾಂಪೌಂಡ್ ದಾಟಿ ಹೊರಗೆ ಕಾರು ಹತ್ತಿದ ನಂತರವೇ ಬಿಡುಗಡೆಯ ಉಸಿರು ಬಿಟ್ಟಿದ್ದು.

"ನಿನ್ನ ಸೂಟ್‌ಕೇಸ್ ತಗೊಳ್ಳಿಲ್ಲ" ಎಂದರು ತಲೆ ತಿರುಗಿಸಿ ರಾಮಲಿಂಗಂ. ಹಿಂದೆಯೇ ಅವರೇ ಗೊಣಗಿದ್ದು. "ಕಳುಹಿಸಿಕೊಡೋಂಥ ಜನ ಅನ್ನೋದು ನನ್ನ ಅಭಿಪ್ರಾಯ. ಆದರೆ ನನ್ಮಾತು ಒಪ್ಪೋಲ್ಲ" ಅವಳಿಗೆ ಕೇಳಿಸಿದ್ದು ಅರ್ಧಬರ್ಧ.

ದಾರಿಯುದ್ದಕ್ಕೂ ಮಾತೇ ಇಲ್ಲ. ಸಂಜೀವಿಗೆ ವ್ಯವಹಾರಕ್ಕೆ ಸಂಬಂಧಪಟ್ಟ ವಿಷಯಗಳನ್ನು ಹೇಳುತ್ತ ಇದ್ದರು.

"ಏಯ್ ಸಂಜೀವಿ, ಸರಸ್ವತಿಪುರಂ ಕಾರ್ನರ್‌ನಲ್ಲಿರೋ ಪ್ರಾಪರ್ಟಿ ಗುಂಡೇ ಗೌಡನದಂತೆ. ಸಿಕ್ಕಾಪಟ್ಟೆ ಸಾಲ ಇದೆ. ಆತುರದಲ್ಲಿ ಇದ್ದಾರೆ. ಪೇಪರ್ಸ್ ಬೇರೆ ಕಡೆ ಹೋಗ್ದಂಗೆ ನೋಡ್ಕೋ. ಬಾಡ್ಗೇ ಫ್ಲಾಟ್‌ಗಳಿಗೆ ತೀರಾ ಡಿಮ್ಯಾಂಡ್ ಇದೆ" ಹೇಳಿದ್ದು, ಆ ಬಗೆಗಿನ ಮಾತುಗಳು ಇಂದು ಮೊದಲ ಸಲ ಕೇಳುವಂತೆ ಆಲಿಸಿದಳು. ಅಂದರೆ ತಂದೆಯ ವ್ಯವಹಾರದಲ್ಲಿ ಇದು ಒಂದು ಭಾಗ ಅನಿಸಿತು.

ಗ್ರಾನೈಟ್ ಬಿಜಿನೆಸ್ ಅನ್ನೋದು ಬಿಟ್ಟು ಅವಳಿಗೇನು ಗೊತ್ತಿಲ್ಲ. ಮುಂದಿನ ಆಫೀಸ್ ರೂಂನಲ್ಲಿ ವ್ಯವಹಾರ, ಮಾತುಕತೆಗಳೆಲ್ಲ ನಡೆಯುತ್ತಿತ್ತು. ಆ ಬಗ್ಗೆ ಮನೆಯೊಳಗಿದ್ದ ಹೆಂಗಸರು, ಮಕ್ಕಳಿಗೆ ಏನು ಗೊತ್ತಿಲ್ಲ. ಅಂತೂ ಚೆನ್ನಾಗಿ ಸಂಪಾದನೆ ಇದೆ. ಧಾರಾಳವಾಗಿ ಖರ್ಚು, ವೆಚ್ಚಗಳು ನಡೆಯುತ್ತಿತ್ತು. ಅಷ್ಟು ಒಳಗಿದ್ದ ಹೆಂಗಸರಿಗೆ ಸಾಕಿತ್ತು.

ಕಾದಿದ್ದವರಂತೆ ಅತ್ತೆ, ಸೊಸೆ ಅವಳನ್ನು ಬರಮಾಡಿಕೊಂಡರು. "ನಾವಾಗಿ ಕರೀಬೇಕಿತ್ತಾ? ನೀನು ಬೇಕೂಂದರೆ ಒಂದು ಕಾರು, ಒಬ್ಬ ಡ್ರೈವರ್‌ನ ಅಲ್ಲೇ

ಇಡೋರು ನಿಮ್ಮಪ್ಪ. ಆದರೆ ಪ್ರೊಫೆಸರ್ ಬೇಡಾಂತ ಅಂದರಂತಲ್ಲ ನಾನು ಗುಗ್ಗು ಅಂದ್ಕೊಂಡೆ" ಮುನಿಲಕ್ಷ್ಮಮ್ಮ ಎಗತಾಳಿಯ ಮಾತುಗಳನ್ನಾಡಿದರು. ಅವಳಿಗೆ ಇಷ್ಟವಾಗಲಿಲ್ಲ. "ಪ್ಲೀಸ್, ಅಜ್ಜಿ ಏನೇನೋ ಮಾತಾಡ್ಬೇಡ" ಸಿಡುಕಿದ್ದು ನೋಡಿ ಸೈ ಅಂದುಕೊಂಡರು ಎಲ್ಲಾ.

"ಬಂದ ತಕ್ಷಣ ಏನಮ್ಮ? ಹದಿನೈದು ದಿನದಿಂದ ಅವಳಿಗೆ ಸಪ್ಪೆ ತಿಂದು ನಾಲಿಗೆ ಜಡ್ಡುಗಟ್ಟಿ ಹೋಗಿರುತ್ತೆ. ಏನಾದ್ರೂ ಸ್ಪೆಷಲ್ ಮಾಡ್ಸು" ಅಂದು ರಾಮಲಿಂಗಂ ತಮ್ಮ ಆಫೀಸಿಗೆ ಹೋದರು.

ಅಂಜಲಿಯನ್ನು ಅತ್ತೆ, ಸೊಸೆ ತಿರಗಾ ಮುರುಗ ನೋಡಿದರು.

"ಇದೇನು ಮೈಯಲ್ಲಿ ರಕ್ತ ಇಲ್ದಂಗೆ ಬಿಳುಚಿಕೊಂಡಿದ್ದೀ. ಸರ್‍ಯಾಗಿ ಊಟ ಹಾಕ್ತಾ ಇದ್ದರೋ, ಇಲ್ವೋ? ನಿನ್ನ ಜಾತಕ ಇಟ್ಕೊಂಡು ಹೋಗಿದ್ದೆ ಶಾಸ್ತ್ರಿಗಳ ಹತ್ರ. ನಿಂಗೆ ಅಂಗಾರಕ ದೋಷ ಇದೆಯಂತೆ. ಅದಕ್ಕೆ ಈ ರೀತಿ ಆಡ್ತಾ ಇದ್ದೀಯ. ಸುಬ್ರಮಣ್ಯಂಗೆ ಹೋಗಿ ಹವನ, ಹೋಮ, ಅಂಥದೆಲ್ಲ ಮಾಡಿಸಬೇಕು" ಮುನಿಲಕ್ಷ್ಮಮ್ಮ ಮೊಮ್ಮಗಳ ಮೇಲೆ ಅಕ್ಕರೆಯ ಮಳೆಯನ್ನೆ ಸುರಿಸಿದರು.

ಅಂಜಲಿ ಒಂದು ಕಡೆ ಕುಳಿತಳು. ಬರುವಾಗ ಅವಳಲ್ಲಿದ್ದ ಉಲ್ಲಾಸ, ಉತ್ಸಾಹ ಮಾಯವಾಗಿತ್ತು. ಪ್ರೊಫೆಸರ್ ಅಭಿಶಂಕರ್ ಮಗ ಹೇಳಿದಂಥ ಪ್ಲಾನ್ ತಂದೆಯ ಮಿದುಳಿನಲ್ಲಿ ಏನಾದರೂ ಇದ್ಯಾ? ಇಂಥದೊಂದು ಅನುಮಾನ ಅವಳಲ್ಲಿ ಮೂಡಿತು.

ಮುತ್ತಮ್ಮ ಬಂದು ಮಗಳ ಪಕ್ಕ ಕೂತರು. ಖಾಲಿ ಹಣೆಯಲ್ಲಿರುತ್ತಿದ್ದವಳ ಹಣೆಯಲ್ಲಿ ಸ್ಟಿಕ್ಕರ್ ಇತ್ತು. ಮುಡಿಯಲ್ಲಿ ಹೂ, ಉಟ್ಟಿದ್ದು ಸೀರೆ. ತೆಳ್ಳಗಾಗಿ ಬಂದಂತೆ ಕಂಡಳು.

"ಹೇಗಿದ್ದೀ?" ಕೇಳಿದರು ಮಗಳ ಕೈ ಹಿಡಿದು.

"ಚೆನ್ನಾಗಿದ್ದೀನಿ. ಅಂಚು ಎಲ್ಲಿ?" ವಿಚಾರಿಸಿದಳು.

"ನಿನ್ನ ನೋಡಿದರೆ ಚೆನ್ನಾಗಿದ್ದೀಯಾಂತ ಅನ್ನಿಸೋಲ್ಲ. ಸೀರೆನ ಉಟ್ಕೋ ಬೇಕೂಂತ ಏನಾದ್ರೂ ತಾಕೀತು ಮಾಡಿದ್ದಾರ? ಈಗೆಲ್ಲ ಡ್ರೆಸ್‌ಗಳು ಹಾಕಿದ್ರೇನೆ ಶ್ರೀಮಂತಿಕೆ. ತೀರಾ ಬಡವರ ಮನೆ ಹುಡ್ಗೀ ತರಹ ಕಾಣ್ತೀಯ. ಸ್ವಲ್ಪ ಕೂಡ ಒಡ್ವೆ ಇಲ್ಲ ಮೈ ಮೇಲೆ" ಸಹಾನುಭೂತಿ ವ್ಯಕ್ತಪಡಿಸಿದರು.

"ಅಮ್ಮ, ನಿಂಗೆ ಬುದ್ಧಿ ತೀರಾ ಕಮ್ಮಿ. ಇಲ್ಲಿ ಅಡ್ಗೇ ಕೆಲ್ಸಕ್ಕೇಂತ ಬರೋ ನಲವತ್ತು ವಯಸ್ಸಿನ ಕಾಮಾಕ್ಷಿ ಕೂಡ ಮ್ಯಾಕ್ಸಿ ಹಾಕ್ಕೊಂಡು ಕೆಲ್ಸಕ್ಕೆ ಬರ್ತಾಳೆ. ಹೂ ಮಾರೋ ಬಡ ಹುಡ್ಗೀರು ಕೂಡ ಚಿತ್ರ, ವಿಚಿತ್ರ ಡ್ರೆಸ್‌ಗಳನ್ನು ಹಾಕ್ಕೊಂಡು ಓಡಾಡ್ತಾರೆ. ಅವರೆಲ್ಲ ಶ್ರೀಮಂತರ? ಒಪ್ಪತ್ತಿಗೆ ಊಟ ಇದ್ದರೇ, ಇನ್ನೊಂದು ಹೊತ್ಗೇ ಊಟ ಇರೋಲ್ಲ. ಸುಮ್ಮನೆ ಮೈ ಬೆಳ್ಸಿಕೊಂಡೇ ತಲೆ ಬೆಳ್ಸಿಕೊಳ್ಳೋ ಕಡೆ ಗಮನ ಕೊಡ್ಲಿಲ್ಲ." ಮೊದಲ ಸಲ ಮಗಳು ಈ ರೀತಿ ದಬಾಯಿಸಿದಾಗ, ಆಕೆಗೆ ಗಾಬರಿಯೋ... ಗಾಬರಿ. ಮಗಳು ಹಟ ಮಾಡೋದು, ದಬಾಯಿಸೋದು ಹೊಸದಲ್ಲದಿದ್ದರೂ, ಈ ತರಹ

ದಬಾಯಿಸಿದ್ದು ಮಾತ್ರ ಹೊಸ್ದೇ. "ಏನೇ ಈ ತರಹ ಮಾತಾಡೋಕೆ ಶುರು ಮಾಡಿದ್ದು. ಎಷ್ಟು ಬೆಲೆ ಬಾಳೋ ಸೀರೆಗಳ್ನ ಕೊಡ್ಸಿದ್ದೀನಿ. ಹಬ್ಬ ಪೂಜೆ ಅಂಥ ದಿನಗಳಲ್ಲಿ ಉಟ್ಕೋ ಅಂದಾಗ ಓಲ್ಡ್... ಅಂತ ಇದ್ದೆ. ಈಗ ಜ್ಞಾನೋದಯವಾದಂಗಿದೆ" ಎಂದರು ತುಸು ಕನಲಿ.

"ಹೌದು, ಆಗ ಬರೀ ರಾಮಲಿಂಗಂ ಮತ್ತು ಮುತ್ತಮ್ಮನ ಮಗ್ಳು. ಈಗ ವಿದ್ವಾಂಸರ ವಂಶಸ್ಥರಾದ ಅನಂತರಂಗಮೂರ್ತಿಯವರ ಸೊಸೆ. ಆ ಮನೆ ಆಚಾರ, ವಿಚಾರ, ಸಂಸ್ಕೃತಿಗಳೇ ನನ್ನ ಬೆಳೆಸುತ್ತೆ" ಅಂದು ಎದ್ದು ಹೋದ ಮಗಳನ್ನು ನೋಡಿದರು ಬಿಟ್ಟ ಕಣ್ಣುಗಳಿಂದ. ಇವಳು ನಮ್ಮ ಅಂಜುನಾ ಅನಿಸಿತ್ತು ನಿಮಿಷಗಳು ಮಾತ್ರ.

ಮುನಿಲಕ್ಷ್ಮಮ್ಮ ಮೊಮ್ಮಗಳನ್ನು ಹತ್ತಿರ ಕೂಡಿಸಿಕೊಂಡು ಮೈ ಕೈ ಮುಟ್ಟಿ ನೋಡಿ "ಏನಾದ್ರೂ... ಅಂದು ಆಡಿ ಮಾಡ್ತಾರ? ಆ ಹೆಂಗ್ಸು... ಯಾರು? ಕೆಲ್ಸಕ್ಕೆ ಇಟ್ಟುಕೊಂಡಿದ್ದೀರಾ? ದರ್ಬಾರು ಮಾಡೋ ತರಹ ಕಾಣಿಸಲಿಲ್ಲ. ಅಲ್ಲಿನ ಸಮಾಚಾರಗಳು ಹೇಳು" ಅಕ್ಕರೆಯ ಹೊಳೆ ಹರಿಸಿದರು.

ಅಲ್ಲಿನ ಆಚಾರ–ವಿಚಾರ ಬಂದು ಹೋಗೋ ಜನ, ವಿದ್ಯಾರ್ಥಿಗಳು ಇಂಥದೆಲ್ಲ ಹೇಳಿ ಮುಗಿಸಿ "ಅನಂತರಂಗಮೂರ್ತಿಯವರು ತುಂಬ ಜನಾನ ಮನೆಯಲ್ಲಿ ಇಟ್ಕೊಂಡು ಓದಿಸಿದ್ದಾರೆ. ಎಷ್ಟೋ ಹುಡ್ಗೀರು ಅವರಲ್ಲಿ ಇದ್ಕೊಂಡೇ ಡಾಕ್ಟರೇಟ್ ಮಾಡಿಕೊಂಡಿದ್ದಾರಂತೆ. ತುಂಬ ಬುದ್ಧಿವಂತರು. ದೊಡ್ಡ ದೊಡ್ಡ ಪುಸ್ತಕಗಳನ್ನು ಓದಿಕೊಂಡಿದ್ದಾರೆ. ಅವರು ಬರೆದ 'ಪ್ರಾಚೀನ ಸಾಹಿತ್ಯ ಚರಿತ್ರೆ' ಅನ್ನೋ ಪುಸ್ತಕಕ್ಕೆ ಅಕಾಡೆಮಿ ಪ್ರಶಸ್ತಿ ಕೂಡ ಬಂದಿದೆಯಂತೆ. ಆದರೆ ಆ ಮನೆಗೆ ನಾನು ಸರಿಯಾದ ಸೊಸೆಯಲ್ಲವೇನೋಂತ ಅನಿಸುತ್ತೆ. ಈ ವಿಷಯದಲ್ಲಿ ವಾಸು ದುಡುಕಿದರು" ಮನಕ್ಕೆ ಹೊಳೆದಿದ್ದನ್ನು ಹೇಳಿಯೇಬಿಟ್ಟಳು. ಹೆಚ್ಚಿಗೆ ಇಷ್ಟವೆನಿಸಿದ್ದು ಅವರ ಮಾನವತಾವಾದ.

"ಅವ್ರ ವಿಷಯ ಎಲ್ಲಾದ್ರೂ ಹೋಗ್ಲಿ. ನಮ್ಗೇನು ಕಡಿಮೆ ಮರ್ಯಾದೆ ಹೋಯ್ತಾ? ಈಗ್ಲೂ ನೆಂಟರು ಮಧ್ಯೆ ತಲೆ ಎತ್ಕೊಂಡು ತಿರುಗೋಕ್ಕಾಗೋಲ್ಲ. ಅದರಿಂದ ನಿಂಗೆ ಸಿಕ್ಕ ಸುಖವೇನು? ರಾಣಿಯಂಗೆ ಇರಬೇಕಾದವಳು. ನಿನ್ನ ಸ್ಥಿತಿ ನೋಡಿದರೆ ಹೊಟ್ಟೆ ಉರಿದು ಹೋಗುತ್ತೆ. ಇದೆಲ್ಲ ಗ್ರಹಗಳ ಕಾಟ. ನೀನು ತೆಪ್ಪಗೆ ಇಲ್ಲೆ ಇದ್ದು ಬಿಡು" ಎಂದರು ಮುನಿಲಕ್ಷ್ಮಮ್ಮ. ಆ ಕ್ಷಣ ಅದು ಸರಿಯೆನಿಸಿಬಿಟ್ಟಿತು. ಕೆಲವೊಮ್ಮೆ ಹೊಂದಿಕೊಳ್ಳುವುದು ಕಷ್ಟವೆನಿಸಿತ್ತು. ಸರಿ, ತಪ್ಪುಗಳ ಹೊಯ್ದಾಟ. ವಾಸು ಹಿಂದಿರುಗಿ ಬಂದರೂ ತನ್ನನ್ನು ಒಪ್ಪಿಕೊಳ್ಳದಿದ್ದರೇ, ಹೌದು ತನ್ನದು ಸಾಧಾರಣ ರೂಪು, ಬುದ್ಧಿ– ಆ ಕ್ಷಣ ಅಳಬೇಕೆನಿಸಿತು. ಎದ್ದು ಹೋಗಿ ತನ್ನ ರೂಮಿನಲ್ಲಿ ಕೂತಳು.

ಇಡೀ ರೂಮೆಲ್ಲ ಅಸ್ತವ್ಯಸ್ತವಾಗಿತ್ತು. ಕಾಸ್ಟ್ಲೀ ಕಂಪ್ಯೂಟರ್, ಟಿ.ವಿ., ಡಿ.ವಿ.ಡಿ ಬೇಕೂ ಬೇಕೆನಿಸಿದೆಲ್ಲ ಖರೀದಿಸಿ ತಂದು ತುಂಬಿಕೊಂಡಿದ್ದಕ್ಕೆ ರಾಮಲಿಂಗಂ ಧಾರಾಳತನವೇ ಕಾರಣ. ರೂಮಿಗೆ ಎ.ಸಿ. ಮಾಡಿಸಿಕೊಟ್ಟಿದ್ದರು. ಇಲ್ಲಿರುವುದರಲ್ಲಿ

ಅರ್ಧ ಸವಲತ್ತು ಅಲ್ಲಿರಲಿಲ್ಲ. ಅದೇ ಹಳೆಯ ಕುರ್ಚಿ, ಟೇಬಲ್, ಗೋಡೆಯ ಅಲಮಾರುಗಳ ಜೊತೆ ಪುಸ್ತಕಗಳೊಂದೇ ಸಂಪತ್ತು.

ಅಡುಗೆ ಮನೆಯ ಕೆಲಸದವ ಇಣುಕಿದ "ಕೆಳಗಡೆ ಬರ್ತೀರಾ, ಇಲ್ಲಿಗೆ ತಂದು ಕೊಡ್ಲಾ? ನಿಮ್ಗೇ ತುಂಬ ಇಷ್ಟಾಂತ ನಾಟಿ ಕೋಳಿಯ ಸಾರು, ಮೊಟ್ಟೆ ಮಸಾಲೆ ಪಲ್ಯದ ಜೊತೆಗೆ ಅಕ್ಕಿಯ ದೋಸೆ" ಉಸುರಿದ. ಅವಳ ನಾಲಿಗೆಯಲ್ಲಿ ನೀರೂರಿತು. ಇದೆಲ್ಲ ಅವಳಿಗೆ ಇಷ್ಟವಾದ ಖಾದ್ಯಗಳೇ.

"ಬರ್ತೀನಿ ನಡೀ" ಅವನನ್ನು ಕಳುಹಿಸಿದಳು.

ಡೈನಿಂಗ್ ಹಾಲ್‌ನಲ್ಲಿ ಎಲ್ಲರೂ ಸೇರಿಕೊಂಡರು. ಮಸಾಲೆಯ ಘಮಲು ಕಳೆದುಕೊಂಡಿದ್ದು ಒಮ್ಮೆಲೆ ಸಿಕ್ಕಂತಾಯಿತು.

"ವಿಶೇಷವಾಗಿ ಮಸಾಲೆ ಅರೆಸಿ ನಿಂತು ಮಾಡ್ಸಿದ್ದೀನಿ. ಆ ಊಟ ನಿಂಗೆಲ್ಲಿ ಸೇರುತ್ತೆ? ಹೊಟ್ಟೆ ತುಂಬ ತಿನ್ನು" ಮುನಿಲಕ್ಷ್ಮಮ್ಮ ತಾವೇ ಮೊಮ್ಮಗಳ ತಟ್ಟೆಗೆ ಬಡಿಸಿದರು. ದೋಸೆಯನ್ನು ಮುರಿದು ಸಾರಿನಲ್ಲಿ ಅದ್ದಿ ಬಾಯಿಯವರೆಗೂ ಕೊಂಡೊಯ್ದವಳು ಕೈ ಅಲ್ಲೇ ನಿಂತಿತು. 'ನಂಗೆ ಸೇರೋಲ್ಲ. ಆದರೆ ನೀನು ತಿನ್ನೋಕೆ ಅಡ್ಡಿಪಡಿಸಲಾರೆ' ವಾಸು ಎದ್ದು ಹೋಗುತ್ತಿದ್ದ ಒಮ್ಮೆ ವಾಸನೆ ತಾಳಲಾರದೆ ವಾಂತಿ ಮಾಡಿಕೊಂಡಿದ್ದ. ಇವಳು ತಿಂದು ಬಂದ ದಿನ ಬೇರೆ ಮಲಗುತ್ತಿದ್ದ. ಇವಳ ಸ್ಪರ್ಶವನ್ನು ಅವನ ಮೈ, ಮನಗಳು ವಿರೋಧಿಸುತ್ತಿತ್ತು.

ಕೈಯಲ್ಲಿ ದೋಸೆಯನ್ನು ತಟ್ಟೆಗೆ ಹಾಕಿ ಎದ್ದು ಹೋದಳು.

"ಏನಾಯ್ತೆ?" ಮುನಿಲಕ್ಷ್ಮಮ್ಮ. ಕೂಗಿಕೊಂಡರು.

ಆದರೆ ಯಾರು ತಟ್ಟೆ ಬಿಟ್ಟು ಎದ್ದು ಹೋಗಲಿಲ್ಲ. ಅರ್ಧ ಅರ್ಧ ಡಜನ್ ದೋಸೆಗಳು ಮುಗಿಸಿದ ನಂತರವೇ ಎದ್ದಿದ್ದು. ತಿನ್ನೋಕೆ ಎರಡು ಎರಡು ಬಾಯಿ.

"ಅದೇನೋ... ನೋಡು" ರಾಮಲಿಂಗಂ ಹೆಂಡತಿಗೆ ಹೇಳಿ ಹೊರಗೆ ಹೋದರು. ಅವರಿಗೆ ಕಾಯುತ್ತಿದ್ದ ಜನ ಇದ್ದರು. ಆ ವೇಳೆಗೆ ಹಿರಿ ಅಳಿಯ, ಮಗಳ ಆಗಮನವಾಯಿತು. "ಏನು ಬಂದಿದ್ದು?" ರಾಮಲಿಂಗಂ ಒರಟಾಗಿಯೇ ಕೇಳಿದ್ದು.

"ಅಮ್ಮನ್ನ ನೋಡ್ಬೇಕೂಂದ್ಲು, ಕರ್ಕಂಡ್ ಬಂದೆ" ಅವನ ಉವಾಚ.

"ಎಷ್ಟು ಸಲ ನೋಡ್ತಾಳಂತೆ? ಫೋಟೋನ ದೊಡ್ಡದು ಮಾಡ್ಸಿಕೊಡ್ತೀನಿ. ರೂಮಿನಲ್ಲಿ ತಗುಲಿ ಹಾಕಿಕೊಳ್ಳಿ. ಹತ್ತಾರು ಸಿ.ಡಿ.ಗಳು ಇವೆ. ಹಾಕ್ಕೊಂಡು... ನೋಡ್ಕೊಳ್ಳಿ. ಇಲ್ಲಾ ಒಂದು ಇಂಟರ್‌ನೆಟ್ ಹಾಕ್ಸಿಕೊಡ್ತೀನಿ. ಅಮ್ಮ, ಮಗಳು ಎಡಬಿಡದೆ ನೋಡ್ಕೊಂಡು ಮಾತಾಡಿಕೊಂಡು... ಇರ್ಲೀ. ಅವಳಿಗೂ ಕೆಲ್ಸವಿಲ್ಲ, ಇವ್ಳಿಗೂ ಕೆಲ್ಸವಿಲ್ಲ" ಮೊದಲ ಸಲ ಅಳಿಯ ಮಗಳ ಮೇಲೆ ಉರಿದುಬಿದ್ದರು. ಮುಖದಲ್ಲಿ ತೀವ್ರವಾದ ಇರುಸು ಮುರುಸು.

ಗೋವಿಂದರಾಜು ಹೆಂಡತಿಯ ಕಡೆ ನೋಡಿದ. ಮಾವ ಹಿಂದೆಂದು ಈ

ರೀತಿ ಮಾತನಾಡಿಲ್ಲ. ಆದರೆ ಅವನೊಬ್ಬ ಭಂಡ. ನಿರಾಯಾಸವಾಗಿ ಬರೋ ಹಣನ ಬೇಡವೆನ್ನುವ ಮೂರ್ಖನಲ್ಲ.

"ತಾಯಿ, ಮಗಳ ಮಧ್ಯದ ವಿಷಯ. ನಮಗ್ಯಾಕೆ ಬಿಡಿ ಮಾವ" ಎಂದು ಸಾರಿಸಿ ನಗೆ ಬೀರಿದ. ಆ ಕ್ಷಣ ಆ ನಗೆ ಅಸಹ್ಯವೆನಿಸಿತು. "ಟೆನ್‌ಷನ್‌ನಲ್ಲಿ ಇದ್ದಂಗೆ ಕಾಣ್ತೀರಾ! ಆರಾಮಾಗಿ ಜೆ.ಪಿ. ನಗರದ ಮನೆ ಹೊಡಕೊಂಡು ಬಿಟ್ರು" ನಂಜು ಕಾರಿದ್ದು ಅಂಜು ಮತ್ತು ವಾಸು ಮೇಲೆ.

ರಾಮಲಿಂಗಂ ಕೆಕ್ಕರಿಸಿಕೊಂಡು ನೋಡಿ ಮುಖ ತಿರುಗಿಸಿಕೊಂಡು ಹೋದರು. ಅಂಜಲಿಯ ಕಷ್ಟ ನೋಡಲಾರದೆ ಮುನಿಲಕ್ಷ್ಮಮ್ಮ ಕೊಟ್ಟು ಬಂದ ಹಣವನ್ನು ಕೂಡ ಹಿಂದಿರುಗಿಸು ಎಂದು ಗದರಿದ್ದು ಮಗಳೇ ಹೇಳಿಕೊಂಡಿದ್ದಳು. ವಾಸುವಿನ ಸ್ವಾಭಿಮಾನ ಮೆಚ್ಚಿಕೊಂಡಿದ್ದರು. ಬಹಳ ಒಳ್ಳೆಯವನಾಗಿ ಕಂಡ.

ಹೆಂಡತಿಯನ್ನು ಹೊರಗೆ ಕರೆಸಿಕೊಂಡು ಎಚ್ಚರಿಸಿದರು. "ಇದ್ವರ್ಗೂ ಮಗಳು, ಅಳಿಯನಿಗೆ ಮಾಡಿದ್ದು ಸಾಕು. ಇಲ್ಲದಿದ್ದರೆ ನಿನ್ಮಗ ಹುಟ್ಟೋ ವೇಳೆಗೆ ನಮ್ಮನ್ನ ಪಾಪರ್ ಮಾಡಿಬಿಡ್ತಾರೆ. ಯಾರು ಮುಖ ಕೊಟ್ಟು ಮಾತಾಡಬೇಡಿ. ಇದು ಅಮ್ಮನಿಗೆ ಮುಟ್ಸು."

ಮುತ್ತಮ್ಮ ತಲೆಯಾಡಿಸಿ ಒಳಗೆ ಹೋದರು. ಆಕೆಯಲ್ಲೂ ಇಂಥದೊಂದು ಭಯ ಹುಟ್ಟಿಕೊಂಡಿತು.

* * *

ಮಧ್ಯಾಹ್ನ ಗೊಜ್ಜು, ಹುಳಿ ಹಿಡಿದುಕೊಂಡು ಡಾ. ಗುರುಸಿದ್ಧಪ್ಪನವರು ಬಂದವರೆ "ಸಾತಮ್ಮ, ಇದ್ನ ಊಟಕ್ಕೆ ಬಡ್ಸು. ಅವಳು ಅಡುಗೆ ಮಾಡಿಟ್ಟು ಯಾರದೋ ಮನೆಯ ಸತ್ಯನಾರಾಯಣ ಪೂಜೆಗೆ ಹೋದ್ಲು. ಒಬ್ನೆ ಊಟ ಮಾಡೋಕೆ ಬೇಜಾರು" ಎಂದು ಪಾತ್ರೆಗಳನ್ನು ಆಕೆಗೆ ಕೊಟ್ಟು ಕೂತರು. ಅವರ ನೋಟ ಒಂದು ಕಡೆಯಿಂದ ಅವಲೋಕಿಸಿ ಒಂದೆಡೆ ನಿಂತಿತು, ರೂಮಿನ ಬಾಗಿಲಲ್ಲಿ.

"ಆ ಹುಡ್ಗೀ ಬರ್ಲಿಲ್ವಾ?" ಕೇಳಿದರು.

ಪಾತ್ರೆಗಳನ್ನು ಒಳಗಿಟ್ಟು ಬಂದ ಸಾತಮ್ಮ "ಇಲ್ಲ, ಪಾಪ ಅವಳಿಗೆ ಇಲ್ಲಿ ಒಗ್ಗಿಕೊಳ್ಳೋದು ಕಷ್ಟ. ಕೆಲ್ಸ ಮಾಡಿ ಅಭ್ಯಾಸವಿಲ್ಲ. ಕೆಲ್ಸದವಳು ಬರದ ದಿನ ಬಂದಿದ್ದ ಪರಮೇಶ್ವರಮ್ಮ ತಾನೇ ಕಸ ಗುಡಿಸಲು ಹೊರಟಾಗ ತಾನೇ ಪರಕೆ ಇಸ್ಕೊಂಡು ಕಸ ಗುಡಿಸಿದ್ಲು. ಅವ್ಳು ಮೊದಲ ಸಲ ಕಸಬರಿಕೆ ಮುಟ್ಟಿದಂತೆ. ಪಾಪ, ಮುದ್ದಾಗಿ ಸಾಕಿದ್ದಾರೆ ಮಗಳನ್ನು. ಒಂದ್ಸಲ ಅವಳಜ್ಜಿ ಫೋನ್ ಮಾಡಿ ತಮ್ಮ ಮನೆ ಊಟ, ತಿಂಡಿ, ಪದ್ಧತಿಗಳನ್ನು ಜೊತೆ ವೈಭವವನ್ನು ವರ್ಣಿಸಿ 'ಸ್ವಲ್ಪ ಚೆನ್ನಾಗಿ ನೋಡಿಕೊಳ್ಳಿ. ಏನಾದ್ರೂ ಕೊಡ್ತೀವಿ'ಯೆಂದ್ರು ನಾನು 'ಬೇಡಮ್ಮ. ಏನು ಕೊಡೋದು ಬೇಡ. ಈ ಮನೆಯಲ್ಲಿ ಎಷ್ಟೋ ಜನ ವಿದ್ಯಾರ್ಥಿ, ವಿದ್ಯಾರ್ಥಿನಿಯರು ಇದ್ಕೊಂಡು ಓದಿದ್ದಾರೆ.

ಎಲ್ಲರನ್ನು ಒಂದೇ ತರಹ ನೋಡಬೇಕೆನ್ನೋ ಸಂಸ್ಕೃತಿ. ನಿಮ್ಮ ಮೊಮ್ಮಗ್ಳು ಅಷ್ಟೇ ಅಂದೆ. ಬಹಳ ಜೋರಿನ ಹೆಂಗಸಾಗಿ ಕಂಡ್ಲು" ಮೊದಲ ಸಲ ಬಾಯಿಬಿಟ್ಟರು. ನಮ್ಮ ವಾಸುಗೆ ಸರ್‍ಯಾದ ಜೋಡಿ ಅಲ್ಲ ಅನ್ನುವ ನಿರ್ಧಾರವೇ ಇಂದಿಗೂ ಕೂಡ.

ಯಾರದೋ ಸೀಟಿನ ಸಲುವಾಗಿ ಕಾಲೇಜಿನ ಕಡೆ ಹೋಗಿದ್ದ ಅನಂತರಂಗ ಮೂರ್ತಿಗಳು ಇಂದು ತಡವಾಗಿ "ಯಾಕೋ, ಈ ತರಹ ಕೂತಿದ್ದೀ?" ಗೆಳೆಯನನ್ನು ಕೇಳಿದರು. "ಹಸಿದು ಹೊಟ್ಟೆ ಗೆಲುವಾಗಿರೋಕೆ ಬಿಡುತ್ತಾ. ನಿಂಗೋಸ್ಕರ ಕಾಯ್ಕೊಂಡು ಕೂತಿದ್ದೀನಿ. ಯಜಮಾನನಿಲ್ಲದೆ ಸಾತಮ್ಮ ಬಡಿಸಿಯಾಳ?" ನಗೆಯಾಡುತ್ತಲೇ ಮೇಲೆದ್ದರು. ಗೆಳೆಯನದು ಮುಗುಳ್ನಗೆ ಉತ್ತರ.

ಊಟಕ್ಕೆ ನೆನಪಿಸಿಕೊಂಡಂಗೆ "ಆ ಹುಡ್ಗೀ ಊಟ ಆಯ್ತಾ?" ವಿಚಾರಿಸಿದಾಗ ಡಾ. ಗುರುಸಿದ್ಧಪ್ಪನವರು ನಕ್ಕು "ಅಂತೂ ನಿನ್ನ ನೆನಪಿನಲ್ಲಿ ಇದ್ದಾಳೆ. ಮೊದಲು ಒರಟಾಗಿ ಪೆದ್ದು ಪೆದ್ದಾಗಿ ಕಂಡರೂ ಇಲ್ಲಿಗೆ ಬಂದ್ಮೇಲೆ ಚುರುಕಾಗಿದ್ಲು. ಮೊಸ್ಟ್ಲಿ, ಇನ್ನು ಅವಳು ಬರೋಲ್ಲ. ವಾಸು ಒಂದು ಸಂದಿಗ್ಧದಿಂದ ಪಾರಾದ" ಸ್ವಲ್ಪ ಗೆಲುವಿನಿಂದಲೇ ಹೇಳಿದರು.

ಅನಂತರಂಗಮೂರ್ತಿ ಮಾತಾಡಲಿಲ್ಲ. ಇತ್ತೀಚೆಗೆ ಡೈವೋರ್ಸ್ ಹೆಚ್ಚುತ್ತಿತ್ತು. ವಿವಾಹಕ್ಕೆ ಇದ್ದ ಮಾನ್ಯತೆ ಕಡಿಮೆಯಾಗಿದೆ ಅನ್ನೋದರ ಬಗ್ಗೆ ವ್ಯಾಪಕವಾಗಿ ಚರ್ಚೆ ಆಗುತ್ತಿತ್ತು. ಪರ, ವಿರೋಧ ಅನ್ನೋದಕ್ಕಿಂತ ಸಾಮರಸ್ಯ ಕಡಿಮೆಯಾಗುತ್ತಿದೆ ಎನ್ನುವ ಅಭಿಪ್ರಾಯ.

"ನಮ್ಮ ವಾಸು ಇಷ್ಟೊಂದು ಮೆಂಟಲೀ ವೀಕ್ ಅಂದ್ಕೊಂಡ್ ಇರ್ಲಿಲ್ಲ. ಅವ್ನ ವಯಸ್ಸಿನಲ್ಲಿ ವಸುಧಾಗೆ ಮಾತ್ರವಲ್ಲ, ನಂಗೂ ಕೂಡ ವಿವಾಹವಾಗಿರಲಿಲ್ಲ. ಆದರೆ ಸಾಧಾರಣ ಹುಡ್ಗೀ ಅಂಜಲಿ ಪ್ರೇಮದಲ್ಲಿ ಹೇಗೆ ಬಿದ್ದ ಅನ್ನೋದು ಕಗ್ಗಂಟು. ಇದನ್ನೇ ವಿಧಿ ಅನ್ನೋದು" ಎಂದು ಸುಮ್ಮನಾದರು. ವಿಷಯದ ಮುಂದುವರಿಕೆ ಇಬ್ಬರಿಗೂ ಬೇಡ.

ಇವರು ಊಟ ಮುಗಿಸಿ ಹೊರಗೆ ಬರುವ ವೇಳೆಗೆ ಸಂಜೀವಿ ಬಾಗಿಲಲ್ಲಿ ನಿಂತಿದ್ದ. "ಅಂಜಮ್ಮನವರು ಸೂಟ್‌ಕೇಸ್ ತಗೊಂಡು ಬಾ ಅಂದ್ರು" ಸ್ವರದಲ್ಲಿ ವಿನಯವೇ ಇತ್ತು. ಆದರೂ ಮುಖದಲ್ಲಿ ಗೆಲುವು.

ಡಾ. ಗುರುಸಿದ್ಧಪ್ಪನವರ ಮೂಗು ಕೋಪದಿಂದ ಕೆಂಪಾಯಿತು. ಆದರೆ ಅನಂತರಂಗಮೂರ್ತಿ ಕಣ್ಣಲ್ಲಿ ಸಾಂತ್ವಾನಿಸಿ "ಸಾತಮ್ಮ, ಆ ಹುಡ್ಗೀ ಸೂಟುಕೇಸಂತೆ ಕೊಡು" ಕೂಗಿ ಹೇಳಿ ತಮ್ಮ ಪಾಡಿಗೆ ತಾವು ಹೋದರು.

ರೂಮಿನೊಳಕ್ಕೆ ಹೋದ ಸಾತಮ್ಮ ಅಲಮಾರು ತೆಗೆದು ಬಟ್ಟೆ ಬರೆಯನ್ನೆಲ್ಲ ತೆಗೆದು ಸೂಟ್‌ಕೇಸ್‌ಗೆ ತುಂಬಿ, ಪರ್ಸ್ ಕ್ರೀಮ್ ಅಂಥದೆಲ್ಲ ತೆಗೆದು ಹಾಕಿದವರು, ಎರಡು ಪುಸ್ತಕಗಳನ್ನು ಮಾತ್ರ ಇಲ್ಲಿನದೆಂದು ತೆಗೆದಿಟ್ಟುಕೊಂಡು ಹೊರಗೆ ಇಣುಕಿ ಸಂಜೀವಿಗೆ ಹೇಳಿದರು.

"ತಗೊಂಡ್ ಹೋಗಪ್ಪ"

ಬಂದ ಸಂಜೀವಿ ಸೂಟ್‌ಕೇಸ್ ಎತ್ತಿಕೊಂಡು ನಡೆದ. ರೂಮು ಪೂರ್ತಿ ಖಾಲಿ... ಖಾಲಿ. ಹದಿನೇಳು ದಿನದಿಂದ ಬಿಡಾರ ಹೂಡಿದ ರಾಮಲಿಂಗಂ ಮಗಳು ಖಾಲಿ ಮಾಡಿದ್ದಳು! ಈ ಕೋಣೆಗೆ ಅದು ಹೊಸದಲ್ಲ. ಎಷ್ಟೋ ವಿದ್ಯಾರ್ಥಿ, ವಿದ್ಯಾರ್ಥಿನಿಯರು ತಿಂಗಳಾನುಗಟ್ಟಲೆ ಈ ಕೋಣೆಯಲ್ಲಿ ಉಳಿದುಕೊಂಡಿದ್ದರು. ಅಲ್ಲೊಂದು ಪುಟ್ಟ ಲೈಬ್ರರಿಯು ಇತ್ತು. ಅವರುಗಳ ಉಪಯೋಗಕ್ಕಾಗಿ.

"ಈ ಎರಡು ಪುಸ್ತಕಗಳು ಇಲ್ಲಿನದೇನೋ!" ಸಾತಮ್ಮ ಅನಂತರಂಗಮೂರ್ತಿಯವರ ಕೈಗೆ ಕೊಟ್ಟಳು. "ಬರ್ತೀನಿ, ಅನಂತ. ಅವಳ್ಯಾಕೋ ಫೋನ್ ಮಾಡಿದ್ದಾಳೆ" ಎಂದು ಮನೆಗೆ ಹೊರಟಿದ್ದರಿಂದ ಮುಂದಿನ ಓದುವ ಕೋಣೆಗೆ ಹೋಗಿ ಕೂತರು. ಯಾಕೋ ಎದೆ ಭಾರವೆನಿಸಿತು. ಕಾರಣ ತಿಳಿಯಲಿಲ್ಲ. ಹೌದು, ವಾಸುವಿನ ಬದುಕಿನಿಂದ ಅಂಜಲಿ ಹೊರಗೆ ಹೋದಂಗೆ ಅವಳ ಮಾತಿನ ಪ್ರಕಾರ.

ಆ ಪುಸ್ತಕದಲ್ಲಿ, ಒಂದು ಪುಸ್ತಕ ಇವರು 'ಭಾರತೀಯ ಸಂಸ್ಕೃತಿ ಮತ್ತು ಸಾಹಿತ್ಯ ಚರಿತ್ರೆ' ಪುಟಗಳನ್ನು ಮೊಗಚಿದರು. ಒಂದು ಕವರ್ ಕೆಳಗೆ ಬಿತ್ತು. ಕೈಗೆತ್ತಿಕೊಂಡರು. ಹಲವಾರು ವಾಸುವಿನ ಫೋಟೋಗಳ ಜೊತೆಗೆ, ವಾಸು ನೈರುತ್ಯ, ವಸುಧಾ ಫೋಟೋ ಜೊತೆಯಲ್ಲಿ ಅಪ್ಪ, ಮಗನ ಒಂದು ಫೋಟೋ ಇತ್ತು. ಅದರ ಜೊತೆ ಒಂದು ಸಣ್ಣ ಸ್ಲಿಪ್. ನಾಲ್ಕಾರು ಕಡೆ ಗೀಚಿದ್ದಳು. 'ನನ್ನಿಂದ ತಪ್ಪಾಗಿದೆ. ದಯವಿಟ್ಟು ಕ್ಷಮಿಸಿ'

ಭಾರವಾದ ಉಸಿರು ದಬ್ಬಿ ಫೋಟೋಗಳನ್ನು ಕವರ್‌ಗೆ ಹಾಕಿ ಪುಸ್ತಕದಲ್ಲಿಯೇ ಇಟ್ಟಿತ್ತು. ಅವಳನ್ನೆಂದು ಕೆಟ್ಟವಳು ಎಂದುಕೊಂಡಿರಲಿಲ್ಲ, ಮೆಚ್ಯೂರಿಟಿ ಸಾಲ್ದು ಎನ್ನುವ ತೀರ್ಮಾನ ಅವರದು. ಕೆಲವೊಮ್ಮೆ ತೀರಾ ಮುಗ್ಧೆಯಾಗಿ ವರ್ತಿಸುತ್ತಿದ್ದಳು. 'ಅಯ್ಯೋ...' ಎಂದುಕೊಂಡದ್ದುಂಟು. ಆ ಮನೆಗೆ ಸೊಸೆಯಾಗಿ ಬರಬಹುದಾದ ಸೊಸೆಯ ಬಗ್ಗೆ ಒಂದು ಕಲ್ಪನೆ ಇತ್ತು, ಕನಸಿತ್ತು. ಆಗಿದ್ದು ಬೇರೆ.

"ಇದ್ನ ಬಚ್ಚಲ ಮನೆಯಲ್ಲಿ ಬಿಚ್ಚಿಟ್ಟವಳು ಮರ್ತುಬಿಟ್ಟಿದ್ದಾಳೆ." ಸಾತಮ್ಮ ಒಂದು ಕಲ್ಲಿನ ಉಂಗುರದ ಜೊತೆ, ಪುಟ್ಟ ಪೆಂಡೆಂಟ್ ಇದ್ದ ತೆಳ್ಳನೆಯ ಒಂದು ಎಳೆಯ ಸರ ತಂದಿಟ್ಟರು. ಆ ಪೆಂಡೆಂಟ್ ಮಧ್ಯೆ ಹುದುಗಿಸಿಟ್ಟ ಕಲ್ಲು ವಜ್ರದ್ದು ಎನಿಸಿತು. ಆ ಬಗ್ಗೆ ಅವರೇನು ತಲೆಕೆಡಿಸಿಕೊಳ್ಳಲಿಲ್ಲ.

ರಾಮಲಿಂಗಂ ಮೊಬೈಲ್‌ಗೆ ಫೋನ್ ಮಾಡಿ "ನಿಮ್ಮ ಡ್ರೈವರ್ ಸೂಟ್‌ಕೇಸ್ ತಗೊಂಡು ಹೋದ. ಆ ಹುಡ್ಗೀ ಒಂದು ಚೈನ್, ಉಂಗುರ ಬಚ್ಚಲು ಮನೆಯಲ್ಲಿ ಬಿಚ್ಚಿಟ್ಟಿದ್ಲು. ಯಾರನ್ನಾದ್ರೂ ಕಳಿಸಿ ತರ್ಸಿಕೊಳ್ಳಿ" ಅಷ್ಟನ್ನು ಹೇಳಿ ಫೋನ್ ಕಟ್ ಮಾಡಿದ ಸಾತಮ್ಮನ್ನ ಕರೆದು "ನಿನ್ಹತ್ರ ಇರಲೀ. ಅವ್ರ ಮನೆಯವರು ಯಾರಾದ್ರೂ ಬಂದರೆ ಕೊಟ್ಟು ಬಿಡು. ಮತ್ತೇನಾದ್ರೂ ಬಿಟ್ಟು ಹೋಗಿದ್ದಾಳೇನೋ ನೋಡು". ಅಷ್ಟು ಹೇಳಿ ಕಳಿಸಿದರು. ಕೆಲವು ವಿಷಯಗಳಲ್ಲಿ ನಿರ್ಲಿಪ್ತತೆ.

ಹಿಂದಿನ ದಿನನು ಪ್ರೊಫೆಸರ್ ಅಭಿಶಂಕರ್ ಮಗ ಹುಡುಕಿಕೊಂಡ ಬಂದು,

"ಏನೋ ಯೋಚ್ನೆ ಮಾಡಿದ್ರಿ? ರಾಮಲಿಂಗಂ ಮಹಾನ್ ಘಂಟ. ಅವನನ್ನು ನಂಬೋಕ್ಕಾಗೋಲ್ಲ. ನಮ್ಮಪ್ಪ ವಾಸು ಹತ್ರ ಸಹಿ ಹಾಕ್ಸಿಕೊಂಡು ಬಂದುಬಿಟ್ಟಿದ್ದಾರೆ. ನೀವುಗಳು ಮನಸ್ಸು ಮಾಡಬೇಕಷ್ಟೆ. ಗ್ಯಾರಂಟಿ ಪೀರಿಯಡ್ ಕಳೆದುಕೊಂಡ ದೇಹ. ಯಾವ ಕ್ಷಣದಲ್ಲಿ ಹೊರಡುತ್ತೆ, ಹೇಳೋಕ್ಕಾಗೋಲ್ಲ. ನಿಮ್ಮ ಒಪ್ಗೆ ಸಾಕು" ಎಂದು ಹೇಳಿದಾಗ ಅವರಿಗೆ ಕೂಡ ಅವನನ್ನು ಕತ್ತರಿಸಿ ಬಿಸಾಕಿ ಬಿಡಬೇಕೆನಿಸಿದ್ದುಂಟು. "ಆಯ್ತು, ಅವ್ನು ಸಹಿ ಹಾಕಿ ಕೊಟ್ಟಿರೋದು ನಂಗೆ ಗೊತ್ತಿಲ್ಲ. ನಾನಂತೂ ಕೊಡೋಲ್ಲ. ಮುಂದೆ ಏನಾದರಾಗ್ಲೀ" ರೇಗಿ ಕಳಿಸಿದ್ದರು. ಮೊದಲು ತಲೆ ಕೆಟ್ಟರೂ ಆಮೇಲೆ ವೈರಾಗ್ಯ ವ್ಯಾಪಿಸಿಕೊಂಡರು. 'ಏನಾದರಾಗ್ಲೀ, ಯಾವುದಕ್ಕೂ ಒಂದ ವಿಲ್ ಮಾಡಿಸಿ ಇಡಬೇಕು' ಎನ್ನುವ ನಿರ್ಧಾರಕ್ಕೆ ಬಂದರು. ಆ ವಿಷ್ಯದಲ್ಲಿ ಕೂಡ ಒಂದು ರೀತಿಯ ಆಂದೋಲನ. ಭವಿಷ್ಯದಲ್ಲಿ ಅಷ್ಟೊಂದು ಕನಸುಗಳಿಗೆ ಜಾಗ ಇದೆಯೇ? ವಸುಧಾದು ಈ ಬಗ್ಗೆ ಬೇರೆಯ ನಿಲುವು.

ಸಂಜೆಯವರ್ಗೂ ಪುಸ್ತಕಗಳ ಮಧ್ಯೆ ಅದೂ ಇದೂ ತಡಕಾಡಿದರ. ಸಂಜೆಯ ವಾಕ್ ಸಮಯಕ್ಕೆ ಗೆಳೆಯ ಬಂದ. ಇಬ್ಬರೂ ಹೊರಗೆ ಹೊರಟರು.

"ನಾನು ಹೋಗೋ ಮುಂದು ಪೀಟರ್ ಬಂದು ಕೂತಿದ್ದ. ಚೆನ್ನೈ ರೈಲ್ವೆ ನಿಲ್ದಾಣದಲ್ಲಿ ವಾಸು ಸಿಕ್ಕನಂತೆ. ತುಂಬ ಡಿಪ್ರೆಸ್ ಹಂಗೇನು ಕಾಣ್ಲಿಲ್ವಂತೆ. ಸ್ವಲ್ಪ ದಿನ ಬಿಟ್ಟು ಮೈಸೂರಿಗೆ ಬರ್ತೀನಿಂತ ತಿಳಿಸಿದನಂತೆ. ಅಷ್ಟರಲ್ಲಿ ಟ್ರೈನ್ ಹೊರಟಿತಂತೆ."

ಸಹಜ ವಿಷಯ ಎನ್ನುವಂತೆ ತಿಳಿಸಿದರು. ಆದರೆ ಮೊದಲು ಉದ್ವೇಗಗೊಂಡರು. ಆಮೇಲೆ ಸಮಾಧಾನಕ್ಕೆ ಬಂದರು. "ಏಯ್ ಗುರು, ಚಿತ್ರ ವಿಚಿತ್ರವಾದ ಯೋಚ್ನೆಗಳು ಬರೋಕೆ ಶುರುವಾಗಿದೆ. ದಶರಥ ಮಹಾರಾಜನಿಗೆ ನಾಲ್ಕು ಜನ ಗಂಡು ಮಕ್ಕಳು. ಸಾವಿನ ಸಮಯದಲ್ಲಿ ಯಾರೂ ಹತ್ತಿರವಿರಲಿಲ್ಲ. ನನ್ನ, ನಿನ್ನ ಸ್ಥಿತಿಯೇನು ಭಿನ್ನವಾಗಿಲ್ಲ" ಅವರ ದನಿಯಲ್ಲಿ ನೋವಿತ್ತು. ಪ್ರೊಫೆಸರ್ ಡಾ. ಗುರುಸಿದ್ಧಪ್ಪವರು ಸಂತೈಯಿಸುವ ಸ್ಥಿತಿಯಲ್ಲಿ ಇರಲಿಲ್ಲ.

ಮಾರ್ಗ ಮಧ್ಯದಲ್ಲಿ ಒಂದೆಡೆ ಕೂತು ಬಹಳ ಹೊತ್ತು ಮಾತಾಡಿದರು.

ನಡುವೆ ಅನಂತರಂಗಮೂರ್ತಿ "ಅಭಿಶಂಕರ್ ಮಗ ಹೇಳ್ದ ವಿಷಯ ಕೇಳಿ ಗಾಬರಿಯಾಯ್ತು. ವಾಸು ಮನೆ ಮಾರಾಟಕ್ಕೆ ಸಹಿ ಹಾಕಿ ಕೊಟ್ಟಿದ್ದನಂತೆ. ಅವರ ಮಧ್ಯೆ ಏನು ಒಳ ಒಪ್ಪಂದಗಳು ಆಗಿತ್ತೋ?" ಎಂದಾಗ ಸಾರಾಸಗಟಾಗಿ ತಳ್ಳಿ ಹಾಕಿದ ಪ್ರೊಫೆಸರ್ "ನಂಬೋಲ್ಲ ಬಿಡು, ಅವನಿಂದ ವಯೋಸಹಜವಾಗಿ ಒಂದು ತಪ್ಪಾಗಿರಬಹುದ್ದು ಮತ್ತೆ ಇನ್ನೊಂದು ತಪ್ಪು. ವಾಸು ಅಂಥ ಹುಡುಗ ಮತ್ತೆ ತಪ್ಪು ಮಾಡೋಲ್ಲ. ಅನಂತನ ಮಗ. ಸರಸ್ವತಿಯ ಒಡಲಲ್ಲಿ ಆಡಿ ಬೆಳೆದವ. ಒಂದ್ಚೂರು ದುರಾಸೆ, ಸುಖಾಪೇಕ್ಷಿಯಾಗಿದ್ದರೆ ಆರಾಮಾಗಿ ರಾಮಲಿಂಗಂ ಮನೆಯಲ್ಲಿ ಹೋಗಿ ಟೆಂಟ್ ಹಾಕಬಹುದಿತ್ತು. ಬಂಗ್ಲೆ, ಕಾರಿನ ಜೊತೆ ಲಕ್ಷಾಂತರ ಕೊಟ್ಟು ಸ್ವಾಗತಿಸೋಕೆ ಸಿದ್ಧವಿದ್ದರು. ಈ ರೀತಿ ದೇಶಾಂತರ ಹೋಗಬೇಕಿರಲಿಲ್ಲ. ಅಭಿಶಂಕರ್ ಮಗ

ಅಪ್ಪನಂತೆ ದುರಾಸೆಯವ, ಶುದ್ಧ ಈಡಿಯಟ್. ಮನೆಗೆ ಸೇರಿಸಬೇಡ" ಸ್ವಲ್ಪ ಖಾರವಾಗಿಯೇ ನುಡಿದರು.

ಮಾರ್ಗಮಧ್ಯದಲ್ಲಿ ಅಳಿಯನನ್ನು ನೆನಪು ಮಾಡಿಕೊಂಡರು.

"ಕಿರಣ್ ಅಂತ ಅಳಿಯ. ನಾನು ತುಂಬ ಲಕ್ಕಿ. ಅವನು ಮುಂದಿನ ವರ್ಷ ಇಲ್ಲಿಗೆ ವಾಪಸ್ಸು ಬಂದುಬಿಡೋದ್ರಿಂದ, ನಂಗೆ ಇಡೀ ಯೂರೋಪ್ ತೋರಿಸಿದ ಅಂದ್ಕೋಬೇಕು. ನಮ್ಮ ನೈರುತ್ಯ ಜೊತೆಯಲ್ಲಿ ಇದ್ದುದರಿಂದ ಮೆಮೊರಬಲ್ ಅನಿಸಿತು. ವಾಸುನ ಇವರು ಹಿಂದಿರುಗೋದ್ರಲ್ಲಿ ಒಮ್ಮೆ ಕರೆಸಿಕೊಳ್ಳುವ ಆಸೆ ವಸುಧಾ, ಕಿರಣ್‌ಗೆ ಇತ್ತು. ಆ ಬಗ್ಗೆ ಅವ್ರಿಗೆ ಬೇಸರ. ವಾಸುನ ಚೆನ್ನಾಗಿ ಬಲ್ಲ ಕಿರಣ್‌ಗಂತು ತುಂಬ ಆಶ್ಚರ್ಯ. ಆದರೆ ಒಂದ್ಮಾತು ಆಡೋಕೆ ಇಷ್ಟಪಡಲಿಲ್ಲ. ನಾಲ್ಕಾರು ಸಲ ಹೋಗಿದ್ದರು ಅಂಥದೇನೂ ನೋಡಿರಲಿಲ್ಲ. ಈ ಸಲ ಪ್ಯಾರಿಸ್‌ಗೆ ಹೋಗಿದ್ದು ನೈರುತ್ಯ ಸಲುವಾಗಿ. ಎರಡು ಸಲ ಮಗಳೊಂದಿಗೆ ಹೋಗಿದ್ದ ವಸುಧಾ, ಕಿರಣ್ ನನ್ನ ಜೊತೆಯಲ್ಲಿ ಬಂದರು 'ಡಿಸ್ನಿ ವರ್ಲ್ಡ್' ಏನು ಅದ್ಭುತ ಅಂತೀಯಾ! ತುಂಬ ಚುರುಕಾದ ನೈರುತ್ಯ ತೀರಾ ಪರಿಚಿತ ಎನ್ನುವಂತೆ ನನಗೆ ಗೈಡ್ ಆದಳು. ವಿದ್ಯುತ್ ಮೆಟ್ಟಿಲುಗಳಂತೆ (ಎಸ್ಕಿಲೇಟರ್) ವಿದ್ಯುತ್ ರಸ್ತೆಗಳನ್ನು ರಚಿಸಿದ್ದಾರೆ. ಆ ಪ್ರವೇಶ ದ್ವಾರಕ್ಕೆ ನನ್ನನ್ನು ಕರೆದೊಯ್ದ ಪುಟ್ಟ ಹುಡುಗಿಯ ಉತ್ಸಾಹ ಎಷ್ಟಿತ್ತೆಂದರೆ, ನನ್ನ ವಯಸ್ಸು ಕೂಡ ಮರೆತು ಉಲ್ಲಾಸಗೊಂಡೆ. ನಾಲ್ಕಾರು ಸಣ್ಣ ರೈಲು ನಿಲ್ದಾಣಗಳು ಮಿನಿ ರೈಲಿಗೆ ಟಿಕೆಟ್ ಪಡೆದು ಯಾವುದಾದರೂ ಒಂದು ರೈಲಿನಲ್ಲಿ ಹತ್ತಿ ಕುಳಿತು ಒಂದು ಸುತ್ತು ನೋಡಿ ಬಂದು ಅದೇ ನಿಲ್ದಾಣದಲ್ಲಿ ಇಳಿದುಕೊಳ್ಳಬಹುದು. ವಿವಿಧ ದೃಶ್ಯಗಳ ವಿವರಣೆ (ರನ್ನಿಂಗ್ ಕಾಮೆಂಟರಿ) ಹೇಳಲ್ಪಡುವಾಗ ನೈರುತ್ಯ ಕೂಡ ವಿವರಣೆಗೆ ತೊಡಗುತ್ತಿದ್ದಾಗ ಎಷ್ಟೊಂದು ಖುಷಿ ಗೊತ್ತಾ? ಅದನ್ನು ನೋಡಿ ಕಿರಣ್, ವಸುಧಾ ಎಷ್ಟು ಸಂತೋಷಪಡುತ್ತಿದ್ದರು ಗೊತ್ತಾ? ಆಮೇಲೆ ಒಂದು ಮಿನಿ ಬಸ್‌ನಲ್ಲಿ ಮತ್ತೊಮ್ಮೆ ಸುತ್ತಾಡಲು ಹೊರಟ್ವಿ. ಕಿರಣ್‌ಗೆ ಹೆತ್ತವರು ಇಲ್ಲ. ಇಂಥ ಮಗನ ಜೊತೆ ಹಲವಾರು ವರ್ಷ ಕಳೆಯಲಾದರೂ ಅವರು ಉಳಿದುಕೊಳ್ಳಬೇಕಿತ್ತು. ಹಿರಿಯರ ಬಗ್ಗೆ ಅದೆಷ್ಟು ಗೌರವ. ನಾನು ಆಸಕ್ತಿ ತೋರದಿದ್ದರೂ ಲಂಡನ್ 'ಹೆರಾಡ್ಸ್' ಅನ್ನೋ ಷಾಪಿಂಗ್ ಮಾಲ್‌ಗೆ ಕರೆದೊಯ್ದ. ಸಂದರ್ಶನ ಪ್ರಾಧ್ಯಾಪಕನಾಗಿ ಎರಡು ಸಲ ಹಿಂದೆ ಲಂಡನ್‌ಗೆ ಹೋಗಿದ್ದರು ಅಲ್ಲಿಗೆ ಹೋಗಿರಲಿಲ್ಲ. ಅಂದು ನಂಗೆ ಹೆಚ್ಚು ಇಷ್ಟವೆನಿಸಿದ್ದು 'ವುಡ್ ಲ್ಯಾಂಡ್ಸ್ ಹೋಟೆಲ್'ನಲ್ಲಿಯ ದಕ್ಷಿಣ ಭಾರತದ ಊಟ. ಅಲ್ಲಿ ಒಂದೇ ರೈಲು ಟಿಕೆಟ್ ತೊಗೊಂಡು ಇಡೀ ಲಂಡನ್ ನೋಡಬಹುದು. ಎಲ್ಲಾಕ್ಕಿಂತ ಹೆಚ್ಚು ಇಂಟರೆಸ್ಟಿಂಗ್ ಅನಿಸಿದ್ದು. ಮೆಟ್ರೋ ರೈಲಿನಲ್ಲಿ ಒಂದು ಸ್ಟೇಷನ್‌ನಿಂದ ಮತ್ತೊಂದು ಸ್ಟೇಷನ್‌ಗೆ ಹೋಗುವುದು. ಲಂಡನ್ ರೈಲುಗಳ ವೇಗ ಹೆಚ್ಚು. ಹಿಂದೆ ಹೋಗಿದ್ದಾಗ ಒಂದೆರಡು ಬಾರಿ ಸಂಚರಿಸಿದ್ದುಂಟು. ಈ ಬಾರಿ ಮಾತ್ರ ಜೊತೆಯಲ್ಲಿ ಮಗಳು, ಅಳಿಯ, ಮೊಮ್ಮಗಳು ಇದ್ದುದರಿಂದ ವಿಶೇಷವೆನಿಸಿತು. ರೈಲಿನ 'ಆಟೋಮ್ಯಾಟಿಕ್ ಬಾಗಿಲುಗಳು ಸ್ವಲ್ಪ ಅಜಾಗರೂಕತೆಯಿಂದಿದ್ದರೂ ಹತ್ತುವಾಗಲೋ ಇಳಿಯುವಾಗಲೋ

ಅಪ್ಪಚ್ಚಿ ಮಾಡಿ ಬಿಡಬಹುದಿತ್ತು. ಅದನ್ನು ವಸುಧಾ ಸಣ್ಣ ಮಗುವಿಗೆ ಎಚ್ಚರಿಸುವಂತೆ ಎಚ್ಚರಿಸುತ್ತಿದ್ದಳು. ಅಲ್ಲಿ ನಾನು ಚಿನ್ನದ ಚೈನು, ಒಂದು ಗಡಿಯಾರ ಕೊಂಡೆ, ಅದನ್ನ ಕಿರಣ್‌ಗೆ ಕೊಟ್ಟೆ. ಆಗ ವಾಸು ಬಂದು ನನ್ಮುಂದೆ ನಿಂತು ಪ್ರಶ್ನಿಸಿದಂತಾಯಿತು" ಆಡುವ ಮಾತನ್ನು ನಿಲ್ಲಿಸಿ ಒಂದು ಕಡೆ ಕೂತು ಬಿಟ್ಟರು.

ವಿಶಾಲವಾದ ರಸ್ತೆಗಳು. ಮರಗಳ ಸಾಲು ಸುತ್ತಲೂ ಕಟ್ಟೆ ಕಟ್ಟಿ ಆಸನಗಳಾಗಿ ಮಾರ್ಪಡಿಸಿದ್ದರು. ಸಂಜೆಯ ಹೊತ್ತಿನಲ್ಲಿ ಅವೆಲ್ಲ ಭರ್ತಿಯಾಗಿ ಬಿಡುತ್ತಿತ್ತು. ಹೆಚ್ಚಿಗೆ ವಿಶ್ರಾಂತ ಜೀವನ ಅನುಭವಿಸುತ್ತಿರುವವರೇ ಇರುತ್ತಿದ್ದರು. ಆದರೆ ಸ್ನೇಹಿತನ ಮುಖ ನೋಡಿ ಆತಂಕಗೊಂಡರು.

"ಅನಂತ, ಯಾಕೋ" ಗಾಬರಿಯಾದರು. ಮುಖದ ಬೆವರನ್ನೊರೆಸಿಕೊಳ್ಳುತ್ತ ಮೇಲೆದ್ದು "ಸ್ವಲ್ಪ ಮನೆಗೆ ಹೋಗಿ, ಅಲ್ಲಿಂದ ನಿಮ್ಮ ಮನೆಗೆ ಹೋಗೋಣ. ವಸುಧಾ ನಿನ್ನ ಹೆಂಡ್ತಿಗೇಂತ ಒಂದಿಷ್ಟು ಪ್ಯಾಕ್ ಮಾಡಿ ಕಳಿಸಿದ್ದಾಳೆ, ನಾನು ಲಗೇಜ್ ಕೂಡ ಬಿಚ್ಚಿಲ್ಲ" ನೆನಪುಮಾಡಿಕೊಂಡರು. ಮನೆಗೆ ಬರುವ ವೇಳೆಗೆ ವಿದ್ವಾನ್ ಯಜ್ಞನಾರಾಯಣ ಪಂಡಿತರು ಕೂತಿದ್ದವರು ಮೇಲಕ್ಕೆದ್ದಾಗ ನಗೆ ಬೀರಿತ್ತು.

"ಕೂತ್ಕೊಳ್ಳಿ, ವಿದ್ವಾಂಸರು, ಪಂಡಿತರು, ಜ್ಞಾನಿಗಳು, ದೈವಾಂಶ ಸಂಭೂತರು ಅಂತಾರೆ. ನೀವೆದ್ದು ಮರ್ಯಾದೆ ತೋರಿಸೋದು ಬೇಡ" ಅಂದರು ಅನಂತರಂಗ ಮೂರ್ತಿಗಳು. "ಎಲ್ಲಾದ್ರೂ... ಉಂಟೆ? ನಿಮ್ಮ ಮುಂದೆ ನಾನು ಎಷ್ಟರವ? ಈ ಮನೆಯ ಅನ್ನ, ಆಶ್ರಯದಲ್ಲಿ ಬೆಳೆದಿದ್ದಾರೆ ಎಷ್ಟೋ ಜನ. ಅವರೆಷ್ಟು ಎತ್ತರ ಸ್ಥಾನದಲ್ಲಿ ನಿಂತರೂ ನಿಮ್ಮ ಮುಂದೆ ತಲೆ ಬಾಗಬೇಕು" ಅಂದರು ಸೌಜನ್ಯದಿಂದ.

ಅನಂತರಂಗಮೂರ್ತಿಗಳು, ಪ್ರೊಫೆಸರ್ ಡಾ. ಗುರುಸಿದ್ಧಪ್ಪನವರು ಕೂತ ನಂತರವೇ ಅವರು ಕೂತಿದ್ದು. ದೊಡ್ಡ ದೊಡ್ಡ ಅಧಿಕಾರಿಗಳು, ರಾಜಕಾರಣಿಗಳು ಅವರ ಮುಂದೆ ತಲೆ ತಗ್ಗಿಸಿಕೊಂಡು ನಿಲ್ಲುತ್ತಾರೆ. ತಮ್ಮ ಭವಿಷ್ಯದ ಬಗ್ಗೆ ತಿಳಿಯಲು, ಅದಕ್ಕಾಗಿ ತಾವೇನು ಮಾಡಬೇಕೆಂದು ವಿನಂತಿಸಿಕೊಳ್ಳುತ್ತಾರೆ. ಅಂಥ ಮನುಷ್ಯ ಕೂಡ ಈ ಮನೆಯವರ ಆಶ್ರಯದಲ್ಲಿ ಬೆಳೆದು ವಿದ್ಯಾಬುದ್ಧಿ ಕಲಿತಿದ್ದು.

ಉಭಯಕುಶಲತೆಯ ನಡುವೆ ಹಾಲು ಸರಬರಾಜು ಆಯಿತು.

"ಒಂದ್ಮಾತು ಕೇಳ್ಲಾ? ನಿಮ್ಮ ಮಗ ವಾಸುದು ವಿವಾಹವಾಯ್ತುಂತ ಕೇಳಿದೆ" ಮಾತೆತ್ತಿದರು ಯಜ್ಞನಾರಾಯಣ ಪಂಡಿತರು. ಅನಂತರಂಗಮೂರ್ತಿಗಳು ವಿಚಲಿತ ರಾಗಲಿಲ್ಲ. ಸ್ವಲ್ಪ ಗಂಭೀರವಾದರು. "ವಿವಾಹದ ನಂತರವೇ ವಿಷ್ಯ ತಿಳಿದಿದ್ದು. ಮಕ್ಕಳ ಬಗ್ಗೆ ಕಾಣೋ ಬಹಳಷ್ಟು ಕನಸುಗಳು ನನಸಾಗೋಲ್ಲ. ಇಲ್ಲೂ ಹಾಗೇ ಆಗಿದ್ದು. ಬದಲಾವಣೆಯ ಗಾಳಿಯಲ್ಲಿ ಇದು ಒಂದು ಅಷ್ಟೇ" ಅಂದರು ಒಂದಿಷ್ಟು ಉದಾಸೀನ ಭಾವದಿಂದ.

ಮಧ್ಯದಲ್ಲಿ ಪ್ರೊಫೆಸರ್ ಡಾ. ಗುರುಸಿದ್ಧಪ್ಪನವರು "ನಿಮ್ಮ ವಿದೇಶಿ ಯಾತ್ರೆಯ ಬಗ್ಗೆ ಪೇಪರ್‌ನಲ್ಲಿ ಪ್ರಕಟಣೆ ನೋಡಿದೆ. ನಿಮ್ಮ ಐವತ್ತನೇ ಪ್ರಯಾಣಾಂತ

ಮುದ್ರಿಸಲಾಗಿತ್ತು. ಇದು ಯಾವ ಲೆಕ್ಕವೋ ನಂಗೆ ಗೊತ್ತಿಲ್ಲ. ಅಲ್ಲಿ ಸತ್ಯನಾರಾಯಣ ಪೂಜೆ, ನವಗ್ರಹ ಹೋಮ, ಗಣಪತಿ ಹೋಮ ಮುಂತಾದುವನ್ನು ತಾವೇ ಖುದ್ದಾಗಿ ಹಾಜರಾಗಿ ನಡ್ಸಿಕೊಡುತ್ತೀರಂತ ನಮ್ಮ ವಸುಧಾ ಹೇಳಿದ್ಲು. ವಿದೇಶಿ ಪತ್ರಿಕೆಗಳಲ್ಲಿ ಕೂಡ ನಿಮ್ಮ ಬಗ್ಗೆ ಆರ್ಟಿಕಲ್ ಬಂದಿದೇಂತ ನಮ್ಮ ಕಿರಣ ಹೇಳ್ದ" ಎಂದರು. ಮಾನವ ಸಹಜ ಗುಣ ಅಲ್ಲವೇ, ಅಭಿಮಾನದ ಗರ್ವದಿಂದ ಅವರ ಮುಖ ಮತ್ತಷ್ಟು ತೇಜೋಃಪುಂಜವಾಯಿತು.

ತಮ್ಮ ಲಂಡನ್ ಭೇಟಿಯಲ್ಲಿನ ವಿಶೇಷಗಳನ್ನು ಪ್ರಸ್ತುತಪಡಿಸಿದರು. 'ಬಂಕಿಂಗ್ ಹ್ಯಾಮ್ ಪ್ಯಾಲೇಸ್‌ನ ವೈಶಿಷ್ಟ್ಯಗಳ ಜೊತೆ ಥೇಮ್ಸ್ ನದಿ ದೋಣಿ ಹತ್ತಿ ನೋಡಿದ 'ಟವರ್ ಬ್ರಿಡ್ಜ್' ಮತ್ತೆ ಮತ್ತೆ ತೆರೆದು ಹಾಕಿಕೊಳ್ಳುವ ಮೋಜಿನ ಪರಿಯ ಜೊತೆ ಅದರ ಹಿಂಭಾಗದ ಪ್ರಸಿದ್ಧವಾದ ಸೇಂಟ್ ಮೇರಿ ಆಸ್ಪತ್ರೆಯ ಅನೇಕ ಮಹಡಿಗಳ ಬೃಹತ್ ಕಟ್ಟಡ. ಇನ್ನೊಂದು ಕಡೆ ಹೌಸ್ ಆಫ್ ಕಾಮನ್ಸ್ ಮತ್ತು ಹೌಸ್ ಆಫ್ ಲಾರ್ಡ್ಸ್ ಪಾರ್ಲಿಮೆಂಟಿನ ವಿಭಾಗಗಳು. ಅದರ ಹಿಂದಕ್ಕೆ ವೆಸ್ಟ್ ಮಿನಿಸ್ಟರ್ ಅಬ್ಬೆ. ಪಕ್ಕಕ್ಕೆ 'ಬಿಗ್‌ಬೆನ್' ಗಡಿಯಾರ ಬಗ್ಗೆಯೆಲ್ಲ ಹೇಳಿದರು. ಲಂಡನ್ ತಮ್ಮ ವಾಸದ ನೆಲ ಎನ್ನುವಂತೆ ವಿವರಿಸಿದರು.

ಕಡೆಯಲ್ಲಿ ಬಂದ ವಿಷಯದ ಪ್ರಸ್ತಾಪಕ್ಕೆ ಬಂದರು.

"ಆ ಹುಡ್ಗೀ ತುಂಬ ಹಟ ಮಾಡಿ ಇಲ್ಲೇ ಬಂದು ಇದ್ದಾಳೇಂತ ಕೇಳ್ದೆ. ತೀರಾ ಅಮಾಯಕತ್ವ, ರಾಮಲಿಂಗಂ ವಿದ್ಯಾವಂತನಲ್ಲ, ವ್ಯವಹಾರಿ. ಸಾಕಷ್ಟು ಹಣ ಸಂಪಾದಿಸಿ ಗುಡ್ಡೆ ಹಾಕಿಕೊಂಡಿದ್ದಾನೆ. ಇನ್ನು ಸಂಪಾದನೆ ಇದೆ. ಆ ಹುಡ್ಗೀ ಎರಡನೆಯದು. ಮೊದಲ ಅಳಿಯನು ಹೆಸರಿಗೆ ಇಂಜಿನಿಯರ್. ಮಾವನ ಸಂಪಾದನೆ ವಸೂಲಾತಿ ಗೊತ್ತಿದೆ" ಪೀಠಿಕೆಯ ನಂತರ ರಾಮಲಿಂಗಂ ಮನೆಯ ಪ್ರತಿಯೊಬ್ಬರ ಬಗ್ಗೆ ತಿಳಿಸಿದರು.

"ಆ ಮನೆಯ ಹೆಣ್ಣು ಮಕ್ಕಳಿಗೆ ವಿದ್ಯೆ ಇಲ್ಲ. ಇರೋ ಮೂರು ಮಕ್ಕಳಲ್ಲಿ ಇವಳೊಬ್ಬಲೇ ಕಾಲೇಜು ಮೆಟ್ಟಿಲು ಹತ್ತಿದೋಳು. ರಾಮಲಿಂಗಂಗೆ ಮಗಳ ಹೆಸರಿನ ಪಕ್ಕ ಒಂದು ಡಿಗ್ರಿ ಇರಲೀ ಅನ್ನೋ ಆಸೆ ಇತ್ತು" ಎಂದರು. ವಿವರಗಳೊಂದಿಗೆ.

ಅನಂತರಂಗಮೂರ್ತಿಗಳು ಮಾತೇ ಆಡಲಿಲ್ಲ. ಯಜ್ಞನಾರಾಯಣ ಪಂಡಿತರು ಮೇಲೆದ್ದರು. ಎಲ್ಲೆಡೆ ನೋಟ ಹರಿಸಿ ಭಾರವಾದ ಉಸಿರು ದಬ್ಬಿದರು.

"ಒಂದು ರೀತಿಯಲ್ಲಿ ಆ ಹುಡ್ಗೀಗೆ ಶಾಪ ವಿಮೋಚನೆ" ಅಷ್ಟು ನುಡಿದು ಮೇಲೆ ಎದ್ದಿದ್ದು. "ವಾಸು ಜಾತ್ಕ ನನ್ನ ಬಳಿಯಲ್ಲಿದೆ. ಗ್ರಹಗತಿಗಳ ಏರುಪೇರಿನಿಂದ ಅನಾಹುತಗಳು ನಡೆದಿದೆ. ಉಳಿದಿದ್ದು ದೈವೇಚ್ಛೆ" ಎಂದು ಹೇಳಿ ಹೊರಟರು.

ಇವರಿಬ್ಬರು ಹೋಗಿ ಕಾರಿನವರೆಗೂ ಬೀಳ್ಕೊಟ್ಟು ಬರುವ ವೇಳೆಗೆ ವಸುಧಾ ಫೋನ್ ಬಂತು. "ವಾಸು ಫೋನ್ ಮಾಡಿದ್ದ. ಪ್ರಾಯಶ್ಚಿತ್ತದ ಸಲುವಾಗಿ ಯಾವುದೋ ಆಶ್ರಮದಲ್ಲಿ ಇದ್ದಾನಂತೆ. ಬೇಗ ನಿಮ್ಮಲ್ಲಿಗೆ ಹಿಂದಿರುಗುತ್ತಾನೆ. ಕ್ಷಮಿಸಬಹುದಲ್ಲ ಅಣ್ಣ"

ಎಂದಳು. ಅವರೇನು ಮಾತಾಡಲಿಲ್ಲ.

ಯಾವ ಮಗ್ಗುಲನ್ನು ವಿಶ್ಲೇಷಿಸಲಾರದೆ ಹೋಗಿದ್ದರು.

ಪದೇ ಪದೇ ಅಂಜಲಿ ನೆನಪಿಗೆ ಬಂದಳು. ಮೊದ ಮೊದಲು ತೀರಾ ಹಿಂಜರಿಕೆ ಕಂಡರೂ ಈಚೆಗೆ ಸಣ್ಣಪುಟ್ಟ ಕೆಲಸಗಳ ಜೊತೆಗೆ ಅದೂ ಇದೂ ಮಾಡಿಕೊಂಡು ಇರುವುದರ ಜೊತೆಗೆ ಅವರು ಮಲಗುವ ಕೋಣೆಯನ್ನು ಅಚ್ಚುಕಟ್ಟಾಗಿ ಇಡುವುದರ ಜೊತೆಗೆ ಎಲ್ಲಾದರೊಂದು ಕಡೆ ಪುಸ್ತಕ, ಪೇಪರ್ ಹಿಡಿದು ಕೂಡುವುದರ ಜೊತೆಗೆ ಇವರ ಹೆಂಡತಿ ಸರಸ್ವತಿಯ ಫೋಟೋಗೆ ಒಂದು ಹಾರ ಹಾಕುತ್ತಿದ್ದಳು. ಮೊದಲು ಮನ ಸಿಡಿಮಿಡಿಗೊಂಡರು ರಾಜಿಯಾಗಿದ್ದರು. ದ್ವೇಷ ಅಂಥದ್ದು ಇರಲಿಲ್ಲ. ಕೋಪ ಕೂಡ ಕರಗಿತ್ತು. ಸ್ವಲ್ಪ ಬೇಸರವೆನಿಸಿತು ಕೂಡ.

"ಸಾತಮ್ಮ, ರಾಮಲಿಂಗಂ ಮನೆಯಿಂದ ಉಂಗುರ, ಚೈನ್ ಇಸ್ಕೊಂಡು ಹೋಗೋಕೆ ಯಾರಾದ್ರೂ... ಬಂದಿದ್ರಾ?" ಊಟದ ನಂತರ ವಿಚಾರಿಸಿದರು. "ಅದೇ ಅಂಜಲಿನ ಕರ್ಕಂಡ್ ಹೋಗೋಕೆ ಬಂದಿದ್ದನಲ್ಲ, ಅವ್ನೇ ಬಂದಿದ್ದ. ಕೊಟ್ಟು ಕಳುಹಿಸಿದೆ" ಎಂದು ತಮ್ಮ ಕೆಲಸದತ್ತ ಗಮನ ಕೊಟ್ಟರು.

'ಮಾತ್ರೆ ತಪ್ಪಿಸಬಾರ್ದು' ಡಾಕ್ಟರ್ ಎಚ್ಚರಿಕೆ. ಎಷ್ಟೋ ವೇಳೆ ಮರೆತು ಬಿಡುತ್ತಿದ್ದರು. ಅದನ್ನು ಡಾ. ಗುರುಸಿದ್ಧಪ್ಪ ಎಚ್ಚರಿಸುತ್ತಿದ್ದುದನ್ನು ಕೇಳಿಸಿಕೊಂಡಿದ್ದರಿಂದ "ಅಣ್ಣ... ಮಾತ್ರೆ" ಎಂದು ನೆನಪಿಸುತ್ತಿದ್ದ ಅಂಜಲಿ ಇಲ್ಲವಾದದ್ದು ಏನೋ ಕಳೆದುಕೊಂಡಂತಾಗಿತ್ತು. ಅಂಜಲಿ ಹೋಗೋವಾಗ ಹೇಳಿದ್ದನ್ನು ನೆನಪಿಸಿಕೊಂಡರು. "ನೀವು ಸೊಸೆಯಾಗಿ ಸ್ವೀಕರಿಸಿದರೆ... ಮಾತ್ರ" ಅಂದಿದ್ದರ ಜೊತೆಗೆ ಅಂದಿನ ತೀರ್ಮಾನ ನೆನಪಿಸಿಕೊಂಡರು. ಒಗ್ಗದಿದ್ದರೆ ಎಂದೂ ಬೇಕಾದರೂ ಹಿಂದಿರುಗಬಹುದಾದ ಸ್ವಾತಂತ್ರ ಇತ್ತು. ಅದನ್ನು ಬಳಸಿಕೊಂಡು ಅಲ್ಲೆ ಉಳಿದಿರಬಹುದು. 'ಆ ಹುಡುಗಿ ಸುಖವಾಗಿ ಇರ್ತಾಳ?'

ಒಂದು ತರಹ ರಿಲ್ಯಾಕ್ಸ್ ಎನಿಸಿತು. ವಾಸು ಹಿಂದಿರುಗಬಹುದು. ತನ್ನ ಓದು ಮತ್ತೆ ಮುಂದುವರಿಸಬಹುದು. ನಂತರ ಅವನ ಮದುವೆ ಅಂಥದೆಲ್ಲ ಯೋಚಿಸಬಹುದು. ವಿಷಯ ಮೊದಲಿಗೆ ಹಿಂದಿರುಗಿದೆಯೆನಿಸಿತು. ಮಧ್ಯೆ ಮಗುಚಿದ ಪುಟಗಳನ್ನು ವಿಶ್ಲೇಷಿಸುವುದು ಬೇಡವೆನಿಸಿತು.

ಟಿ.ವಿ.ಯಲ್ಲಿ ಸಂಗೀತ ಕಛೇರಿ ನೋಡುತ್ತಿದ್ದವರು ಆಫ್ ಮಾಡಿ ಹೋಗಿ ಮಲಗಿದರು. ಹೆಂಡತಿ ಸತ್ತಾಗಿನಿಂದ ಅವರು ಒಂಟಿ. ಆದರೆ ನಿರಂತರವಾಗಿ ಪುಸ್ತಕಗಳು ಅವರ ಜೊತೆಯಲ್ಲಿ ಇರುತ್ತಿದ್ದವು. ಅಭ್ಯಾಸವಾಗಿ ಹೋಗಿತ್ತು. ಒಗ್ಗಿಕೊಂಡು ಬಿಟ್ಟಿದ್ದರು. ಆದರೆ ವಾಸು ಇದ್ದಾಗ ಜೊತೆಯಲ್ಲಿ ಕೂತು ಟಿ.ವಿ.ಯ ನ್ಯೂಸ್ ಮುಖ್ಯವಾದ ಕಾರ್ಯಕ್ರಮಗಳನ್ನು ನೋಡುತ್ತಿದ್ದರು. ಕೆಲವೊಮ್ಮೆ ಮಾಹಿತಿ ತಂತ್ರಜ್ಞಾನದ ಬಗ್ಗೆ ಚರ್ಚಿಸುತ್ತಿದ್ದರು. ಇದೆಲ್ಲ ಒಮ್ಮೆಲೆ ಇಲ್ಲವಾಗಿತ್ತು.

ಎದೆ ಭಾರವೆನಿಸಿತು. ಕಿಟಕಿಯ ಬಳಿ ಹೋಗಿ ನಿಂತರು. ಪದೇ ಪದೇ ಸಾವು ಎದುರು ನಿಂತು ಮುಖಾಮುಖಿಯಾಗುತ್ತಿದ್ದರು. ಬದುಕಿ ಉಳಿದಿದ್ದು ವಿಸ್ಮಯವೇ.

ಒಂದು ಸಲ ಮೈಲ್ಡ್ ಅಟ್ಯಾಕ್. ಎರಡು ಸಲ ಸಿವಿಯರ್ ಹಾರ್ಟ್ ಅಟ್ಯಾಕ್. ವಸುಧಾ ಒಮ್ಮೆ ಮಗುವಿನಂತೆ ಜೋಪಾನ ಮಾಡಿದರೆ, ಇನ್ನೊಮ್ಮೆ ಡಾ. ಗುರುಸಿದ್ಧಪ್ಪ ಹೆಂಡತಿಯೊಂದಿಗೆ ನೋಡಿಕೊಂಡಿದ್ದ ಋಣವನ್ನು ತೀರಿಸಲು ಸಾಧ್ಯವಿಲ್ಲವೆನಿಸಿತು. ರಕ್ತ ಸಂಬಂಧಕ್ಕಿಂತ ಸ್ನೇಹ ಹೆಚ್ಚಿನದೆನ್ನುವಂತೆ ಒಗ್ಗಿಕೊಂಡಿದ್ದರು.

ಅಷ್ಟರಲ್ಲಿ ತಂಗಾಳಿ, ಹಿಂದೆ ಮಳೆ ಸುರಿಯುವ ಶಬ್ದ. ಹಿಂದೆಯೇ ಕಾಲಿಂಗ್ ಬೆಲ್ ಸದ್ದು. ಇದು ಕೂಡ ವಿಶೇಷವಲ್ಲ. ಬೇರೆಡೆ ಎಲ್ಲೋ ಇರೋ ಸಹೋದ್ಯೋಗಿಗಳು ಕೆಲಸದ ಸಲುವಾಗಿ ಮೈಸೂರಿಗೆ ಬಂದರೆ ನೇರವಾಗಿ ಇವರ ಮನೆಗೆ ಬಂದು ವಾಸ್ತವ್ಯ ಹೂಡುತ್ತಿದ್ದರು. ಅಂಥ ವ್ಯಕ್ತಿಗಳು ಸಾಕಷ್ಟು ಜನ ಇದ್ದುದರಿಂದ ಹೋಗಿ ಬಾಗಿಲು ತೆಗೆದರು. ಸೂಟ್‌ಕೇಸ್ ಹಿಡಿದು ನಿಂತವಳು ಅಂಜಲಿ. ಸೀರೆಯ ನೆರಿಗೆಗಳು ಅಲ್ಲಲ್ಲಿ ನೆಂದಿತ್ತು. ನೆನೆದ ಕೂದಲಿನಿಂದ ಮುಖದ ಮೇಲೆ ನೀರು ಹರಿಯುತ್ತಿತ್ತು.

"ಹೇಗೆ... ಬಂದೆ?" ಕೇಳಿದರು ಸ್ವಲ್ಪ ಕೋಪದಿಂದಲೇ.

"ಆಟೋದಲ್ಲಿ ಬಂದೆ. ಅರ್ಧಕ್ಕೆ ಬರೋ ವೇಳೆಗೆ ಮಳೆ ಶುರುವಾಯ್ತು. ಒಂದಿಷ್ಟು ಇರಚಲು ಬಡೀತು" ಎಂದಳು. ಅವರಿಗೆ ತೀರಾ ರೇಗಿತು. ಈ ಅವತಾರದಲ್ಲಿ ಬಂದವಳನ್ನು ಬಯ್ಯಲು ಸಾಧ್ಯವೇ? ರೂಮಿಗೆ ಹೋಗುವಂತೆ ಸನ್ನೆ ಮಾಡಿದರು. ಇವಳಿಗೆ ಹುಚ್ಚಾ? ಬರೋಲ್ಲ ಎಂದು ತಿಳಿದವಳು ರಾತ್ರಿ ನಿಶ್ಚಿಂತೆಯಿಂದ ಬಂದಿದ್ದನ್ನು ನೋಡಿ ಅವರಿಗೆ ಗಾಬರಿ ಕೂಡ.

ಎಲ್ಲೆಡೆ ಲೈಟುಗಳನ್ನು ಹಾಕಿ ನಡುಮನೆಯಲ್ಲಿನ ಛೇರ್ ಮೇಲೆ ಕೂತರು. ಅಯೋಮಯವೆನಿಸಿತು. ಅಲ್ಲಿ ಏನಾದರೂ ರಾದ್ಧಾಂತ ಮಾಡಿಕೊಂಡು ಬಂದಿದ್ದಾಳ? ನಾಲ್ಕಾರು ಕಾರುಗಳಿದ್ದ ರಾಮಲಿಂಗಂ ಮಗಳನ್ನು ಇಷ್ಟು ರಾತ್ರಿಯಲ್ಲಿ ಆಟೋದಲ್ಲಿ ಹೇಗೆ ಕಳಿಸುತ್ತಾರೆ?

ಅನಂತರಂಗಮೂರ್ತಿಗಳ ತಲೆ ಬಿಸಿಯಾಯಿತು. ಫೋನ್ ಮಾಡಿ ವಿಚಾರಿಸ ಬೇಕೆನಿಸಿತು. ಮೊದಲು ವಿಷ್ಯ ತಿಳಿದ ನಂತರ ಆ ಬಗ್ಗೆ ಯೋಚಿಸಬಹುದೆಂದುಕೊಂಡರು.

ಅರ್ಧಗಂಟೆಯ ವೇಳೆಗೆ ಬಟ್ಟೆ ಬದಲಾಯಿಸಿಕೊಂಡು ತಲೆಯೊರಸಿಕೊಂಡು ಬಂದು ಗೋಡೆಗೊರಗಿ ತಲೆ ಬಗ್ಗಿಸಿಕೊಂಡು ನಿಂತಳು.

"ಇಷ್ಟು ಹೊತ್ತಿನಲ್ಲಿ ಯಾಕೆ ಬಂದೆ?" ಕೇಳಿದರು.

"ಬರೀ ಅಮ್ಮನ್ನ ನೋಡೋಕೆ ಹೋಗಿದ್ದು. ಆಯ್ತು, ಅದಕ್ಕೆ ಬಂದೆ" ಎಂದಳು ನಿಧಾನವಾಗಿ ಮಣಿಗಳನ್ನು ಪೋಣಿಸಿದಂತೆ. "ನೀನು ತಪ್ಪು ಮಾಡ್ದೇ? ಯಾಕೆ ಹೆತ್ತವರ ವಿರುದ್ಧ ಇಷ್ಟೊಂದು ಹಟ ಮಾಡ್ತೀಯಾ? ನಿನ್ನ ಭವಿಷ್ಯದ ದೃಷ್ಟಿಯಲ್ಲಿ ಹೇಳಿದ್ದನ್ನ ಕೇಳಬೇಕು. ಅವ್ರು ನಿನ್ನ ಶತ್ರುಗಳಲ್ಲ. ಅನುಭವವಿಲ್ಲದ, ಅಜ್ಞಾನದ ದಿನಗಳಲ್ಲಿ ಎಡವೋದು ಸಹಜ. ಅದನ್ನು ತಿದ್ದಿಕೊಳ್ಳೋ ಅವಕಾಶ ಇರುತ್ತೆ. ಮನೆಯಲ್ಲಿ ಹೇಳಿ ಬಂದ್ಯಾ?" ವಿಚಾರಿಸಿದರು.

"ಅವ್ರಿಗೆ ನಾನು ಇಲ್ಲಿಗೆ ಬರೋದು ಇಷ್ಟವಾಗ್ಲಿಲ್ಲ. ಅದಕ್ಕೆ ಹೇಳದೇ ಬಂದೆ.

ನಾನು ಮದ್ವೆಯಾದ ಹೆಣ್ಣು. ಅಲ್ಲಿರೋಲ್ಲ, ನಾನು ವಾಸು ಬರೋವರ್ಗೂ ಇಲ್ಲೇ ಇರ್ತೀನಿ. ಅವ್ರನ್ನ ಬಿಟ್ಟು ಬದುಕೋಕೆ ಆಗೋಲ್ಲ. ನಾನು ಬುದ್ಧಿವಂತೆ ಅಲ್ಲ. ಇದು ದೇವಸ್ಥಾನವಾದರೇ, ನಮ್ಮನೆ ಸಂತೆ ಅಂಥ ಕಡೆ ಬೆಳೆದೋಳು. ತಪ್ಪು ನಂದೇ. ವಾಸುವಿನ ಸ್ನೇಹಕ್ಕೆ ಹಾತೊರೆದವಳು ನಾನು. ಆಮೇಲೆ ಪ್ರೀತಿ ಬೆಳೀತು. ಅವ್ರು ನಿಮ್ಮ ಮಗ, ತಪ್ಪಿನ ಅರಿವಾಗಿತ್ತು. ಮತ್ತೊಂದು ತಪ್ಪು ಮಾಡೋಕೆ ಇಷ್ಟಪಡಲಿಲ್ಲ" ಕುಸಿದಂತೆ ಕೂತು ಬಿಕ್ಕಿ ಬಿಕ್ಕಿ ಅಳಲು ಶುರು ಮಾಡಿದಳು. ಅವರಿಗೆ ಏನು ಮಾಡಬೇಕೋ ಗೊತ್ತಾಗಲಿಲ್ಲ. ಮೇಲೆದ್ದು "ಮೊದ್ಲು ಫೋನ್ ಮಾಡಿ ವಿಷ್ಯ ತಿಳ್ಸು. ಪಾಪ, ಅವರು ಆತಂಕದಿಂದ ಹುಡುಕಾಡೋದು ಬೇಡ" ಎಂದರು ಸಾವಧಾನವಾಗಿ.

ಇಡೀ ಮನೆಯವರೆಲ್ಲ ಅವಳ ಮೇಲೆ 'ಹೋಗೋದೆ ಬೇಡ' ಎಂದು ಮುಗಿ ಬಿದ್ದರು. ತಪ್ಪಿಸಿಕೊಂಡು ಬರಲು ದೊಡ್ಡ ಹೋರಾಟವೇ ನಡೆಸಿದ್ದಳು.

"ಮೊದ್ಲು ಫೋನ್ ಮಾಡು" ಎಂದರು ಮತ್ತೆ.

ಆಮೇಲೆ ತಾವೇ ಅವಳ ಮನೆಯ ನಂಬರ್‌ಗೆ ಡಯಲ್ ಒತ್ತಿ "ಮಾತಾಡು" ಎಂದರು ಸ್ವಲ್ಪ ಗಟ್ಟಿಯಾಗಿ. ಅಲ್ಲಿ ಎತ್ತಿದ್ದು ಅವಳಪ್ಪ. "ಯಾರು?" ಅವರದೇ ಗಟ್ಟಿ ವಾಯ್ಸ್. "ನಾನು ಅಂಜಲಿ. ಮನೆಯಲ್ಲಿ ಇದ್ದೀನಿ. ಹುಡುಕೋದು... ಬೇಡ" ಫೋನಿಟ್ಟು ನಿಂತಳು. ಅವರಿಗೆ 'ಅಯ್ಯೋ' ಅನಿಸಿತು. ಒಂದು ರೀತಿಯಲ್ಲಿ ತಪ್ಪು ಮಾಡದೆ ಶಿಕ್ಷೆ.

"ಊಟ ಮಾಡಿದ್ಯಾ?" ಕೇಳಿದರು.

ಅವಳು ಮಧ್ಯಾಹ್ನ ಕೂಡ ಊಟ ಮಾಡಿರಲಿಲ್ಲ. ಆಸೆ, ಬಯಕೆ, ಬಾಯಿ ರುಚಿ ಒಮ್ಮೆಲೆ ಕುಣಿದಿದ್ದುಂಟು. ಸಮರ್ಥವಾಗಿ ಅವಳು ಕಡಿವಾಣ ಹಾಕಿದ್ದಳು ಅನ್ನೋದಕ್ಕಿಂತ ಯಾವುದೋ ಅಂತರಂಗದ ಪ್ರೇರಣೆ ವಿರೋಧಿಸಿತ್ತು. ಅದನ್ನು ಮೀರಲಾರದೆ ಹೋಗಿದ್ದಳು.

ಅನಂತರಂಗಮೂರ್ತಿಗಳು ಅಡುಗೆ ಮನೆಗೆ ಹೋದರು. ಸಾತಮ್ಮ ಮಾಡಿ ಮಾಡಿ ದಣಿದಿದ್ದರು. ಈಚೆಗೆ ಕಾಲು ನೋವೊಂದು ಸೇರಿಕೊಂಡು ಹಿಗ್ಗಾಮುಗ್ಗಾ ಹಿಂಸಿಸುತ್ತಿದ್ದರಿಂದ, ರಾತ್ರಿ ಮಲಗಿದರೆ ಏಳೋದು ಕಷ್ಟ.

ಒಂದು ತಟ್ಟೆಯ ತುಂಬ ಕಾಯಿ ಒಬ್ಬಟ್ಟು ಇಟ್ಟುಕೊಂಡು, ಅದರ ಜೊತೆ ಒಂದು ಲೋಟ ಹಾಲು ತಂದಿಟ್ಟು "ತಿಂದು ಮಲಕ್ಕೋ. ಬರೀ ಹೊಟ್ಟೆಯಲ್ಲಿ ನಿದ್ದೆ ಬರೋಲ್ಲ" ಎಂದು ರೂಮಿಗೆ ಹೋಗಿ ಮಲಗಿಬಿಟ್ಟರು. 'ವಾಸು ಎಲ್ಲಿದ್ದಾನೋ?' ವಸುಧಾಗೆ ಏನು ತಿಳಿಸಿರಲಿಲ್ಲ. ಹೇಳಬೇಕೆನಿಸಿತು. ಫೋನ್ ಮಾಡಿ ಎಲ್ಲಾ ತಿಳಿಸಿದರು.

"ಆ ಹುಡ್ಗೀ ಅಂಜಲಿ ಇಲ್ಲೇ ಇದ್ದಾಳೆ."

ವಸುಧಾ ಒಂದೆರಡು ನಿಮಿಷ ಮಾತಾಡಲಿಲ್ಲ.

"ಅನಿವಾರ್ಯ ಅಲ್ಲಣ್ಣ. ವಾಸು ಮಗನಾಗಿದ್ದುದರಿಂದ ಅವಳನ್ನು ಸೊಸೆ

ಅಂತಲೇ ಒಪ್ಕೋಬೇಕು. ಬಹುಶಃ ವಾಸು ಬರೋವರ್ಗೂ ಇದಕ್ಕೆ ಪರಿಹಾರ ಸಿಗೋಲ್ಲ. ಎಷ್ಟೋ ಜನಾನ ವಿದ್ಯಾರ್ಥಿಗಳಾಗಿ ಸಹಿಸಿಕೊಂಡಿದ್ದೀರಿ. ಸ್ವಲ್ಪ ಕಷ್ಟವೆನಿಸಿದರು ಕೆಲವು ಮೌಲ್ಯಗಳನ್ನು ನೀವು ಮಿರೋಲ್ಲಾಂತ ನಂಗೆ ಗೊತ್ತು. ಕೆಲವು ವಿಷ್ಯದಲ್ಲಿ ಮನುಷ್ಯ ಎಷ್ಟು ನಿಸ್ಸಹಾಯಕ ಅನಿಸುತ್ತೆ. ತುಂಬ ಮನಸ್ಸಿಗೆ ತಗೋಬೇಡಿ. ಸಮಸ್ಯೆಯ ಜೊತೆಯಲ್ಲಿ ಪರಿಹಾರ ಕೂಡ ಇರುತ್ತೆ. ಅಣ್ಣ ನಾನು ಬರೀ ವಯಸ್ಸಿನಲ್ಲಿ ಮಾತ್ರವಲ್ಲ, ಎಲ್ಲಾ ವಿಷ್ಯದಲ್ಲೂ ಚಿಕ್ಕವಳು. ವಾಸುನ ಅವ್ವ ತುಂಬಾನೆ ಪ್ರೀತಿಸಿರಬೇಕು. ಇಲ್ಲಿ ಬಂದ್... ಯಾಕೆ ಉಳೀತಾ ಇದ್ಲು?" ಇಂಥದೊಂದು ವಿಚಾರ ಅವರ ಕಿವಿಯ ಮೇಲೆ ಹಾಕಿದ್ದರಿಂದ, ಮಿಕ್ಕಿದ್ದೆಲ್ಲ ಬಿಟ್ಟು ವಾಸು, ಅಂಜಲಿ ಮಧ್ಯದ ಪ್ರೀತಿಯ ಬಗ್ಗೆ ಯೋಚಿಸಲು ಅನುಕೂಲವಾಯಿತು.

"ಇಲ್ಲಿ ನಾನು ನಿಸ್ಸಹಾಯಕ. ತುಂಬ ಬದಲಾಗಿದೇಂತ ನಿನ್ನ ಗುರು ಚಿಕ್ಕಪ್ಪ ಹೇಳ್ತಾ ಇದ್ದಾನೆ. ನಂಗಂತೂ ಏನೂ ತೋಚ್ತಾ ಇಲ್ಲ. ವಾಸು ನಿರ್ಣಯಕ್ಕೆ ಬಿಟ್ಟುಬಿಡ್ತೀನಿ. ವೈರಾಗ್ಯದತ್ತ ಮನಸ್ಸು ಸುಳಿಯೋಕೆ ಶುರು ಮಾಡಿದೆ. ಈಗ ವರ್ತಮಾನವೇ ಮುಖ್ಯ. ಭವಿಷ್ಯದ ಬಗ್ಗೆ ಯಾರ್ಗೂ ಏನೂ ಗೊತ್ತಿಲ್ಲ" ನಿರುತ್ಸಾಹದಿಂದ ಹೇಳಿದಾಗ ವಸುಧಾ ಬೆಚ್ಚಿದರು ತೋರ್ಪಡಿಸಿಕೊಳ್ಳಲಿಲ್ಲ. "ಇರಲಿ ಬಿಡಿ, ಸದ್ಯಕ್ಕೆ ಅಂಜಲಿನ ಒಬ್ಬ ಸ್ಟೂಡೆಂಟ್ ಅಂತ ತಿಳ್ದುಕೊಳ್ಳಿ" ಇಂಥದೊಂದು ಸಮಾಧಾನ ಜೊತೆ "ಭೂಲೋಕದಲ್ಲಿ ಪ್ರೇಮ, ಪ್ರೀತಿ ಏನಾದರೂ ಕಡಿಮೆಯಾದರೆ ಸ್ಮಶಾನವೆನಿಸುತ್ತೆ ಎಂದು ಆಗಾಗ ನೀವೇ ಹೇಳ್ತಾ ಇದ್ದೀರಿ. ತಮ್ಮದಾದುದನ್ನು ಮೆಚ್ಚುವುದು, ಪ್ರೀತಿಸುವುದು ಮನುಷ್ಯ ಸಹಜ ಸ್ವಭಾವ. ಕಾಗೆ ಕೂಡ ತನ್ನ ಮರಿ ಕೋಗಿಲೆಯೆಂದು ಹೇಳಿಕೊಂಡು ಹೆಮ್ಮೆಪಟ್ಟುಕೊಳ್ಳುತ್ತೆ. ಆದರೆ ಈ ಸಹಜ ಸ್ವಭಾವವನ್ನು ಮೀರಿದ ಡಿಫರೆಂಟ್ ಗುಣವೊಂದಿದೆ. ಎಲ್ಲಾ ವಿದ್ಯಾರ್ಥಿಗಳನ್ನು ಮಕ್ಕಳಂತೆ ಪ್ರೀತಿಸುವ ಗುಣವೊಂದಿದೆ. ಅಂಜಲಿ ಅದೃಷ್ಟವಂತೆ" ಎಂದಳು. ಎಷ್ಟೋ ಮಾತಾಡಿದರು.

ಮಗಳು ಫೋನಿಟ್ಟ ನಂತರವೂ ಆ ಮಾತುಗಳು ಅವರ ಕಿವಿಯಲ್ಲಿ ಗುಣು ಗುಣಿಸುತ್ತಿತ್ತು.

ತಕ್ಷಣ ಅಟಲ್ ಬಿಹಾರಿ ವಾಜಪೇಯಿಯವರ ಒಂದು ಕವನ ನೆನಪಿಗೆ ಬಂತು.

ನಿನ್ನೆ ಇದ್ದಿದ್ದು ಇಂದಿಲ್ಲ
ಇಂದಿದ್ದುದ್ದು ನಾಳೆ ಇರಲ್ಲ
ಇರುವ, ಇರದಿರುವ ಕ್ರಮ
ಹೀಗೆ ನಡೆಯುತ್ತಿರುತ್ತದೆ
ನಾವಿದ್ದೇವೆ, ಇರುತ್ತೇವೆಂಬ
ಭ್ರಮೆಯು ಸದಾ ಆವರಿಸಿರುತ್ತದೆ.

* * *

ರಾಮಲಿಂಗಂ ಆಮೇಲೆ ಮಗಳಿಗೆ ಫೋನ್ ಮಾಡೋ ಸಾಹಸ ಕೂಡ ಮಾಡಲಿಲ್ಲ. "ಅವಳ ಹಣೆ ಬರಹ, ಅವ್ಳ ಪಾಡಿಗೆ ಅವಳನ್ನು ಬಿಟ್ಟು ಬಿಡೋಣ. ನಂಗೆ ಅಮೃತ ಕೈಯಲ್ಲಿ ಸಿಕ್ಕಿ ನರಳ್ತಾ ಇರೋದೆ ಸಾಕಾಗಿದೆ. ಅಮೃತ, ಅವ್ಳ ಗಂಡ ಹೋಗಿ ಜೆ.ಪಿ. ನಗರದ ಮನೆಯಲ್ಲಿ ಇದ್ದಾರಂತೆ. ಒದ್ದು ಹೊರ್ಗೆ ಹಾಕ್ಸಿ ಬಿಡೋಣಾಂತ ಅನಿಸುತ್ತೆ" ಇಂದು ಮನೆಗೆ ಬಂದ ಕೂಡಲೇ ಒದರಾಡಿದರು. ಹೊರಗೆ ನೂರೆಂಟು ಟೆನ್‌ಷನ್‌ಗಳು. ಅಂಜಲಿನ ಮರೆತಂಗೆ ಇರಬಹುದಿತ್ತು. ಅಮೃತ ಅಂಥ ಅವಕಾಶ ಕೊಡುತ್ತಿರಲಿಲ್ಲ.

ಮುನಿಲಕ್ಷ್ಮಮ್ಮ ಮಗನ ಬಳಿ ಬಂದು ಕೂತರು. "ಮನಸ್ಸು ತಡೀಲಿಲ್ಲ. ಮೊನ್ನೆ ಅಂಜಲಿನ ಹೋಗಿ ನೋಡ್ಕೊಂಡು ಬರೋಣಾಂತ ಹೋದೆ. ದೊಡ್ಡವರು ಮನೆಯಲ್ಲೇ ಇದ್ರು. ಹೆಚ್ಚಿಗೆ ಮಾತಾಡಿಸದಿದ್ರೂ... ಕೂತ್ಕೊಳ್ಳಿಂತ ಹೇಳಿದ್ರು. ಅಂಜು ಹೇಗೆ ಕಾಣ್ತಾಳೆ ಗೊತ್ತ? ಮೊದಲಿನಂಗೆ ಕೂದಲು ಕತ್ತರಿಸಿಕೊಂಡಿಲ್ಲ. ಒಂದ್ನೂರು ಬೆಳೆದ ಕೂದಲನ್ನು ಸೇರಿಸಿ ಮೂರು ಕಾಲು ಜಡೆ ಹೆಣೆದುಕೊಂಡು, ಹೂ ಮುಡಿದುಕೊಂಡಿದ್ಲು. ಬೋಡು ಕೈಗಳಿಗೆ ಬಳೆಗಳ ಶೃಂಗಾರ. ಎಷ್ಟು ಪೆಡುಸು ಪೆಡುಸಾಗಿ ಒರಟು.. ಒರಟಾಗಿ ಇದ್ಲು. ಈ ಮಟ್ಟಸಾಗಿ ಕಂಡ್ಲೂಂತೀಯ! ಸ್ವಲ್ಪ ಬೆಳ್ಳಗೂ ಆಗಿದ್ದಾಳೆ. ಮಾತು ಎಷ್ಟು ಚೆನ್ನಾಗಿ ಆಡ್ತಾಳೇಂದರೆ..." ಕಣ್ಣು ಬಾಯಿ ಅಗಲಿಸಿ ಹೇಳಿದರು. ವಿರೋಧವಿದ್ದರು ನೋಡಿದ್ದನ್ನು ಆಕೆ ಒಪ್ಪಿಕೊಂಡರು. ಒಪ್ಪಿಸಿತ್ತು ಮನ.

"ಹೇಗಿದ್ದಾಳೆ? ನೀನು ಯಾಕೆ ಹೋಗೋಕೆ ಹೋದೆ? ಅಮೃತ ಬಿರುಸು ಕಂಡ್ಮೇಲೆ ನನ್ನಲ್ಲಿ ಭಯ ಶುರುವಾಗಿದೆ. ಯಾರನ್ನು ಹಚ್ಚಿಕೊಳ್ಳೋದು ಬೇಡ. ಜೆ.ಪಿ. ನಗರದಲ್ಲಿರೋ ಮನೆನ ಮಾರಿಬಿಡೋಣಾಂತ ಮಾಡಿದ್ದೀನಿ. ಇಲ್ಲದಿದ್ದರೇ ಅಮೃತ, ಅವಳ ಗಂಡನ್ನ ಹೊರ್ಗೇ ಹಾಕೋಕೆ ಆಗೋಲ್ಲ" ಸ್ವಲ್ಪ ಕಟುವಾಗಿಯೇ ನುಡಿದರು. ಬಿಜಿನೆಸ್ ಅಂದರೆ ಟೆನ್‌ಷನ್. ಹಣಕ್ಕಾಗಿ ಏನೆಲ್ಲ ಮಾಡಬೇಕಾಗಿದೆ. ಅದು ಕೊಡೋ ಸುಖ, ಸಂತೋಷ, ಗೌರವಗಳು ಅಧಿಕವಾಗಿ ಇರಬಹುದು. ಆದರೆ ಅದಕ್ಕಾಗಿ ಮಾಡುವ ತ್ಯಾಗವೆಷ್ಟು? ನೆಮ್ಮದಿ, ಶಾಂತಿ ಅನ್ನೋದು ನೂರು ಕಿಲೋಮೀಟರ್ ಆಚೆ.

ಆಮೇಲೆ ಸ್ವಲ್ಪ ಸಮಾಧಾನಗೊಂಡು ಕೂತರು. "ಈಗ್ಹೇಳು, ಹೇಗಿದ್ದಾಳೆ ಅಂಜು? ಅವಳಾಗಿ ಫೋನ್ ಮಾಡೋಲ್ಲ. ಒಮ್ಮೆ ಮಾಡಿದಾಗ ಕಟ್ ಮಾಡಿದೆ. ನಮ್ಮ ಮಾತೆಲ್ಲ ಧಿಕ್ಕರಿಸಿ ರಾತ್ರಿ ಓಡಿ ಹೋದವಳ ವಿಚಾರ ನಮಗ್ಯಾಕೆ? ಅದನ್ನ ತುಂಬ ಹಚ್ಚಿಕೊಂಡಿದ್ದೆ ತಪ್ಪಾಯ್ತು. ಮಕ್ಕಳಿಂದ ನಮ್ಗೇ ಸುಖವಿಲ್ಲ. ಅಂಜು... ಇಬ್ರಿಗಿಂತ ದಡ್ಡಿ. ನನ್ನ ಶ್ರೀಮಂತಿಕೆ, ನಾನು ಕೊಡೋ ದುಡ್ಡನ್ನ ನೋಡಿ ಯಾವೋನಾದ್ರೂ ಕಟ್ಟಿಕೋಬೇಕು. ಎಲ್ಲಾ ಹಣೆಬರಹ. ಮೂರರಲ್ಲಿ ಒಂದಾದ್ರೂ ಕಲೀಬಾರ್ದಾ? ಅಂಜು ಪರ್ವಾಗಿಲ್ಲಾಂತ ಅಂದ್ಕೊಂಡೆ. ಇವ್ಳು ಹಾಳಾಗೋದರ ಜೊತೆಗೆ ಪ್ರೊಫೆಸರ್ ಮಗನ ಓದನ್ನು ಕೆಡಿಸಿದ್ಲು. ಅವ್ನು ಬಿಟ್ಟು ಓಡಿ ಹೋದ ಇವಳ ರಭಸಕ್ಕೆ. ಹಿರಿಯ ಆ ಮನುಷ್ಯ. ಒಳ್ಳೆಯವ, ಮಾನ, ಮರ್ಯಾದೆಯುಳ್ಳ ಜನ. ಇಲ್ಲದಿದ್ದರೆ, ಒದ್ದು

ಹೊರಗೆ ಹಾಕೋರು" ಮಕ್ಕಳ ಬಗ್ಗೆ ಬೇಸರಗೊಂಡರು. ಪ್ರೊಫೆಸರ್ ದೊಡ್ಡತನವನ್ನು ಗುರುತಿಸಿದ್ದರು. ಹೌದು, ಎಲ್ಲರ ಮುಂದೆ ಅನಂತರಂಗಮೂರ್ತಿಗಳನ್ನು ಬಾಯಿ ತುಂಬ ಹೊಗಳಿ ಅಂಜಲಿ ಅಟ್ಟಕ್ಕೇರಿಸಿದ್ದಳು. ಮೊದಲು ಈರ್ಷ್ಯೆಗೊಂಡರೂ ಆಮೇಲೆ ಅರೆ ಮನಸ್ಸಿನಿಂದಲಾದರೂ ಒಪ್ಪಿಕೊಂಡಿದ್ದು ಮನುಷ್ಯನ ಒಂದು ಒಳ್ಳೆಯ ಮುಖ.

ಆಮೇಲೆ ಸಂಜೆ ಮುಂದು ಅಂಜಲಿಗೆ ಫೋನ್ ಮಾಡಿದರು. ಅವಳ ಮೊಬೈಲ್ ಡೆಡ್ ಆಗಿತ್ತು. ಆಮೇಲೆ ಲ್ಯಾಂಡ್‌ಲೈನ್‌ಗೆ ಫೋನ್ ಮಾಡಿದಾಗ ಅನಂತರಂಗ ಮೂರ್ತಿಗಳೆ ಎತ್ತಿಕೊಂಡರು.

"ಹಲೋ..." ಎಂದರು. ಎತ್ತರದ ದನಿಯಲ್ಲಿ ಬೌದ್ಧಿಕತೆ ಇತ್ತು. "ನಾನು ರಾಮಲಿಂಗಂ... ಹೇಗಿದ್ದೀರಿ, ಸರ್?" ವಿಚಾರಿಸಿದರು. ಅಲ್ಲಿ ಕೋಪ, ದ್ವೇಷ ಕೆಲಸಕ್ಕೆ ಬರದೆಂದು ಗೊತ್ತಾಗಿತ್ತು.

"ಚೆನ್ನಾಗಿದ್ದೀನಿ, ನೀವೆಲ್ಲ ಹೇಗಿದ್ದೀರಿ?" ಒಂದು ಮಾತನ್ನು ವಿಚಾರಿಸಿಕೊಂಡರು. "ಏನೋ ನಿಮ್ಮಂಥವರ ಆಶೀರ್ವಾದ" ಎಂದರು. ಇದನ್ನು ಮಾತನಾಡಿದ್ದು ಅಂಜು ತಂದೆನಾ? ಅನಿಸಿತು. "ಒಂದ್ನಿಮಿಷ..." ಅಂದು ಫೋನ್ ಇಟ್ಟವರು "ಸಾತಮ್ಮ, ಆ ಹುಡ್ಗೀನ ಕರೀರಿ. ಅವಳಪ್ಪ ಫೋನ್ ಮಾಡಿದ್ದಾರೆ" ಅಂದರು ತಮ್ಮ ಪಾಡಿಗೆ ತಾವು ಹೋದರು. ದ್ವೇಷ ಬೇಕಿರಲಿಲ್ಲ. ಕೋಪ ಮಗನ ಮೇಲೆ. ಈಗ ಅದು ಇರಲಿಲ್ಲ.

"ಹೇಗಿದ್ದೀರಿ, ಅಪ್ಪ" ಅಂಜಲಿ ಸ್ವರ. ಅವರು ಈಗ ಫೋನ್ ಮಾಡಿದ ಉದ್ದೇಶವೇ ಬೇರೆ ಇತ್ತು. "ಚೆನ್ನಾಗಿದ್ದೀವಿ. ನೀನು ಹೇಗಿದ್ದೀ? ಆ ಜೆ.ಪಿ. ನಗರದ ಮನೆಯ ಕಾಗದ ಪತ್ರಗಳು ಏನಾಯ್ತು? ಎಲ್ಲಿ ಇಟ್ಟಿದ್ದೀ? ಒಳ್ಳೇ ರೇಟು ಬಂದಿದೆ. ಕೊಟ್ಟು ಬಿಡೋಣಾಂತ ಇದ್ದೀನಿ. ನೀನೇನು ಹೇಳ್ತೀಯಾ?" ಕೇಳಿದರು.

"ಕೊಟ್ಟು ಬಿಡಿ, ಅದಕ್ಕೆ ನನ್ನ ಕೇಳೋ ಅಗತ್ಯವೇನಿದೆ? ಇಲ್ಲಿನವರು ಹಣ, ಆಸ್ತಿ ಅಂಥದೆಲ್ಲ ತಗೊಳೋಕೆ ಒಪ್ಪಿಕೊಳ್ಳಿಲ್ಲ. ಅವ್ರು ವಾಸು, ಅಜ್ಜಿ ಕೊಟ್ಟು ಹೋಗಿದ್ದ ಹಣನೆ ಹಿಂದಿರುಗಿಸು ಅಂದ್ರು. ಇನ್ನು ಅಷ್ಟು ದೊಡ್ಡ ಆಸ್ತಿ... ಬೇಡವೇ ಬೇಡ. ನಿಮ್ಗೆ ಹೇಗೆ ಅನಿಸುತ್ತೋ ಹಾಗೆ ಮಾಡ್ಕೊಳ್ಳಿ. ಅಪ್ಪ, ಇನ್ನೊಂದು ಮಾತು ಪ್ರೊಫೆಸರ್ ನನ್ನ ಒಪ್ಪಿಕೊಂಡರೆ ಮಾತ್ರ ಇಲ್ಲಿ ಉಳೀತೀನಿ. ಅವ್ರು ಸೊಸೆಯಾಗಿ ಸ್ವೀಕರಿಸಿದರೆ ಮಾತ್ರ ನಾನು ವಾಸು ಹೆಂಡ್ತಿ. ಇಲ್ಲದಿದ್ದರೇ, ಅಲ್ಲಿಗೆ ಹಿಂದಿರುಗುತ್ತೀನಿ. ನಿಮ್ಮ ಆಸೆಯಂತೆ ಕಾಲೇಜಿಗೆ ಹೋಗ್ತೀನಿ, ಡಿಗ್ರಿ ಮುಗಿಸ್ತೀನಿ. ಆಗ ನಿಮ್ಮ ಮಗಳು ಕೂಡ ಓದಿದ್ದಾಳೇಂತನ್ನೋ ತೃಪ್ತಿ ನಿಮ್ಗೆ ಇರುತ್ತೆ. ಫೋನ್ ಇಡ್ತೀನಿ" ಹೇಳಿದಳು. ಅರ್ಥಂಬರ್ಥವೇನು ಎಲ್ಲಾ ಚೆನ್ನಾಗಿಯೇ ಅನಂತರಂಗಮೂರ್ತಿಗಳ ಕಿವಿಗೆ ಬಿತ್ತು.

ಅದು ಏನಾಯಿತೋ, ಏನೋ.... ರಾಮಲಿಂಗಂ ಇಡೀ ಸಂಸಾರವನ್ನು ಹೈದರಾಬಾದ್‌ಗೆ ಶಿಫ್ಟ್ ಮಾಡಿಬಿಟ್ಟರು ಒಂದು ವಾರದಲ್ಲಿ. ಯಾರಿಗೂ ಸುಳಿವು, ಸೂಕ್ಷ್ಮ ಸಿಕ್ಕಿರಲಾರದು. ದಿಢೀರಾಗಿ ತಗೊಂಡ ನಿರ್ಧಾರ.

"ಸದ್ಯಕ್ಕೆ ಅವಳ ಆರೋಗ್ಯ ದೃಷ್ಟಿಯಿಂದ ಮುತ್ತ ಹೆರಿಗೆ ಆಗೋವರ್ಗೂ

ಹೈದರಾಬಾದ್‌ನಲ್ಲೇ ಇರ್ತಾಳೆ. ನಿಂಗೆ ಬರಬೇಕೂಂತ ಅನ್ನಿಸಿದರೆ ಬಾ" ಇಷ್ಟನ್ನು ಮಗಳಿಗೆ ಹೇಳಿದ್ದರು. ಅದಾದ ಎರಡು ದಿನದಲ್ಲಿ ಅಮೃತ, ಗಂಡನೊಂದಿಗೆ ಮೊದಲ ಸಲ ಇಲ್ಲಿಗೆ ಬಂದಾಗ ಗಾಬರಿ "ಏನಕ್ಕ, ವಿಶೇಷ?" ಅಂತ ಕೇಳಿದಳು. ಅವಳ ಬರುವೇನು ಇಷ್ಟವಾಗಲಿಲ್ಲ.

"ನೋಡ್ಕೊಂಡು ಹೋಗೋಣಾಂತ ಬಂದೆ" ಕಣ್ಣರಳಿಸಿದಳು. "ಯಾರು ಮನೆಯಲ್ಲಿ ಇಲ್ವಾ? ಒಂದಿಷ್ಟು ಮಾತಾಡೋದು ಇದೆ" ಪಿಸುಗುಟ್ಟಿದಳು. ಖಂಡಿತ ಯಾರು ಮನೆಯಲ್ಲಿ ಇರಲಿಲ್ಲ. ಯಾವುದೋ ಸಮಾರಂಭವೆಂದು ಅನಂತರಂಗ ಮೂರ್ತಿಗಳು ಮಾನಸಗಂಗೋತ್ರಿಗೆ ಹೋಗಿದ್ದರು. ಸಾತಮ್ಮ ಪಂಡಿತರ ಬಳಿ ಔಷಧಿಗೇಂತ ಹೋಗಿದ್ದರು. ಮನೆಯಲ್ಲಿ ಉಳಿದಿದ್ದು ಒಬ್ಬಳೇ "ಇಲ್ಲ..." ಅಂದಳು.

ಇವಳ ಕೈ ಹಿಡಿದುಕೊಂಡೆ ಒಳಗೆ ಬಂದವಳು "ಒಳ್ಳೆದಾಯ್ತು. ನಂಗೆ ಹೈದರಾಬಾದ್‌ಗೆ ಹೋಗೋ ವಿಷ್ಯ ತಿಳಿಸೇ ಇರ್ಲಿಲ್ಲ. ಅಮ್ಮನ ಹೆರಿಗೆಗೆ ಅನ್ನೋ ಮಾತು ಕಿವಿಗೆ ಬಿತ್ತು. ಡ್ಯಾಡಿ ಏನು ಮಾಡೋಕೆ ಹೊರಟಿದ್ದಾರೆ? ನಿಂಗೆ ಕೊಟ್ಟಿದ್ದ ಜೆ.ಪಿ. ನಗರದ ಮನೆನ ಮಾರಾಟಕ್ಕೆ ಇಟ್ಟು ಅಡ್ವಾನ್ಸ್ ತಗೊಂಡಿದ್ದಾರೆ. ಇದು ನ್ಯಾಯನಾ? ನಂಗೆ ಸರಿ ಬರ್ಲಿಲ್ಲ. ಈ ಸಲ ಡ್ಯಾಡಿ ಗಂಡು ಮಗುವಾಗುತ್ತೇಂತ ತಿಳಿದು ಮೆರೀತಾ ಇದ್ದಾರೆ. ಅದಕ್ಕೆ ನಮ್ಗೇ ಅನ್ಯಾಯ ಮಾಡೋಕೆ ಹೊರಟಿದ್ದಾರೆ. ನೀನು ಒಪ್ಕೋಬೇಡ. ನಾಶವಾಗಿ ಹೋಗ್ಲೀ" ನೆಟಿಕೆ ಮುರಿದಳು.

"ಹೌದಮ್ಮ ಅಂಜು, ನಿನ್ನ ಕೈಯಲ್ಲಿ ಜೆ.ಪಿ. ನಗರದ ಡಾಕ್ಯುಮೆಂಟ್ಸ್ ಕೊಟ್ಟಿದ್ದಾರಂತಲ್ಲ. ಅದ್ನ ನನ್ನ ಕೈಗೆ ಕೊಡು. ಹೇಗೆ, ಆಡಿಸ್ತೀನಿ ಗೊತ್ತಾ? ಮೂರು ಕೆರೆ ನೀರು ಕುಡಿಸ್ತೀನಿ. ಆ ಮನೆನ ನಿಂಗೆ ದಕ್ಕಿಸಿಕೊಡ್ತೀನಿ" ಗೋವಿಂದರಾಜು ಮಧ್ಯದಲ್ಲಿ ಬಾಯಿ ಹಾಕಿದರು.

ಅಂಜಲಿಗೆ ಭಯವೆನಿಸಿತು. ಹಿಂದಿನ ದಿನಗಳಲ್ಲಿ ಆಗಿದ್ದರೆ ಯುದ್ಧಕ್ಕೂ ನಿಂತು ಬಿಡೋಳು. ಈಗ ಅದೆಲ್ಲ ಬೇಕಿರಲಿಲ್ಲ.

"ನಂಗೇನು ಮನೆ ಬೇಕಿಲ್ಲ, ಭಾವ. ಆ ಡಾಕ್ಯೂಮೆಂಟ್ಸ್ ಅಪ್ಪನಿಗೆ ಕೊಟ್ಟು ಬಿಟ್ಟಿದ್ದೀನಿ. ಅಮ್ಮ ತಾನೇ ಬಸುರಿಯಾಗಿರೋದು. ಒಬ್ಬ ತಮ್ಮನ್ನ ಹೆತ್ತು ಕೊಡ್ತಾ ಇದ್ದಾಳೆ. ಇದು ಸಂತೋಷದ ವಿಷಯ ಅಲ್ಲವೇನೇ, ಅಮೃತಕ್ಕ? ಹಾಳಾಗ್ಲೀಂತ ಬೈತೀಯಾ?" ಸಮಾಧಾನ ಹೇಳಲು ಹೊರಟಿದ್ದು. ಆದರೆ ಇಬ್ಬರ ಕೋಪಕ್ಕೆ ತುತ್ತಾಗಬೇಕಾಯಿತು. "ಇದು ದಿಟಾನಾ? ಇಲ್ಲದಿದ್ದರೆ ಹರಾಜು ಹಾಕಿಬಿಡ್ತೀನಿ" ಹ್ಞೂಂಕರಿಸಿದಳು ಅಮೃತ. ಜೆ.ಪಿ. ನಗರದ ಮನೆ ಕೈ ತಪ್ಪಿ ಹೋಗೋದು ಬೇಕಿರಲಿಲ್ಲ.

"ಸತ್ಯವಾಗ್ಲೂ, ನಿನ್ನ ಮೇಲಾಣೆ. ಬೇಕಾದರೆ, ಅಪ್ಪನಿಗೆ ಫೋನ್ ಮಾಡಿ ವಿಚಾರಿಸ್ಕೋ" ಅಂದ ಕೂಡಲೇ ಇಬ್ಬರೂ ಗೊಣಗಿಕೊಂಡು, ಶಾಪ ಹಾಕಿಕೊಂಡು ಹೊರಟವರನ್ನು ಕಾರು ಹತ್ತುವವರೆಗೂ ನೋಡಿದ ನಂತರ ಸಮಾಧಾನದಿಂದ ಉಸಿರು ದಬ್ಬಿದ್ದು.

ಮೊದಲ ಸಲ ಬಂದ ಅಮೃತ ಅವಳ ಗಂಡ ಪೂರ್ತಿ ಒಳಗೆ ಬಂದು ಒಂದು ಲೋಟ ನೀರು ಕೂಡ ಕುಡಿಯದ್ದು ಅವಳಿಗೇನು ಖೇದವೆನಿಸಲಿಲ್ಲ. ಬೇಗ ಹೋಗಿದ್ದು ಒಳ್ಳೆಯದೆನಿಸಿತು. ಬಹಳ ಸೂಕ್ಷ್ಮವಾಗಿ ಗಮನಿಸಿದ್ದಳು. ಇಲ್ಲಿಗೆ ಬರೋ ಜನ ಅತ್ಯಂತ ಗೌರವವಿಟ್ಟುಕೊಂಡೇ ಹೊಸಲು ದಾಟಿ ಒಳಗೆ ಬರುತ್ತಿದ್ದರು. 'ಹೃದಯ ಶ್ರೀಮಂತಿಕೆ'ಯಲ್ಲಿ ಈ ಮನೆತನ ಅವರಿಗೆ ಅವರೇ ಸಾಟಿ. ಈಚೆಗೆ ಒಮ್ಮೆ ಬಂದು ಹೋದ ಜ್ಯೋತಿಷ್ಯ ವಿದ್ವಾನ್ ಯಜ್ಞನಾರಾಯಣ ಪಂಡಿತರು ಅಭಿಮಾನ ತುಂಬಿಕೊಂಡು ಹೇಳಿದ್ದರು. ಇದು ಸತ್ಯವೆನಿಸಿತ್ತು ಕೂಡ. ರಾಮಲಿಂಗಂ ನಾಲ್ಕು ಹೆಚ್ಚು ಮಾತಾಡಲು ಹಿಂಜರಿಯುತ್ತಿದ್ದರು. ಅದಕ್ಕೆ ಅನಂತರಂಗಮೂರ್ತಿಯವರ ನಡತೆ ಕಾರಣವಿರಬಹುದು.

ಮನೆ ನಿಶ್ಶಬ್ಧವಾಗಿತ್ತು. ಮೇಲಿನ ನಡುಮನೆಯಲ್ಲಿ ಹೋಗಿ ಕೂತಳು. ಎಷ್ಟು ಧಾರಾಳವಾಗಿ ಹೆತ್ತವರು ನೋಡಿಕೊಂಡರು, ಒಂದಲ್ಲ ಒಂದು ಕಾರಣಕ್ಕೆ ಮೂವರು ಜಗಳಕ್ಕೆ ಬೀಳುತ್ತಿದ್ದರು. 'ಅವರಿಬ್ಬರಿಗಿಂತ ಇವಳೇ! ಜೋರು' ಎನ್ನುವ ಸರ್ಟಿಫಿಕೇಟ್ ಎಂದೋ ಸಿಕ್ಕಿತ್ತು.

ಅಲ್ಲಿ ಜೋಡಿಸುತ್ತಿದ್ದ ಒಂದು ಪುಸ್ತಕ ಎತ್ತಿಕೊಂಡಳು. ವಾಸು ಕೆಲವೊಮ್ಮೆ ಅಚ್ಚರಿಪಡುವಂತೆ ಅವಳ ಮುಂದೆ ಮಾತಾಡುತ್ತಿದ್ದ. ಸನಾತನ ಧರ್ಮ, ಸಾಹಿತ್ಯದ ಬಗ್ಗೆ ಅಪಾರವಾಗಿ ತಿಳಿದುಕೊಂಡಿದ್ದ. ಸ್ವಾಮಿ ವಿವೇಕಾನಂದರೆಂದರೆ ಅಪರಿಮಿತವಾದ ಗೌರವ. ಆಗ ಬೋರೆನಿಸುತ್ತಿತ್ತು. ಆ ಮಾತುಗಳು ವೇದಾಂತ ಸುಖ ತರುತ್ತದೆ ಎನಿಸಿರಲಿಲ್ಲ.

ಅವಳ ಕೈಗೆ ಸಿಕ್ಕಿದ್ದು ಸ್ವಾಮಿ ವಿವೇಕಾನಂದರ ಸಮಗ್ರ ಕೃತಿ ಶ್ರೇಣಿ. ಒಬ್ಬ ವಿದ್ಯಾರ್ಥಿ ಗೌರವಪೂರ್ವಕವಾಗಿ ಗುರುಗಳಾದ ಅನಂತರಂಗಮೂರ್ತಿಗಳಿಗೆ ಕೊಟ್ಟ ಪುಸ್ತಕ. ಪುಟಗಳ ತಿರುವಿದಳು ಸೋದರಿ ನಿವೇದಿತಾ ಮುನ್ನುಡಿ.

'ಸ್ವಾಮಿ ವಿವೇಕಾನಂದರು ಸರ್ವಧರ್ಮ ಸಮ್ಮೇಳನದಲ್ಲಿ ನೀಡಿದ ಉಪನ್ಯಾಸಗಳ ಸ್ವರೂಪವನ್ನು ಹೀಗೆ ಸಂಕ್ಷೇಪಿಸಬಹುದು. ಪ್ರಾರಂಭದಲ್ಲಿ ಹಿಂದೂಗಳ ಧಾರ್ಮಿಕ ಭಾವನೆಗಳನ್ನು ಕುರಿತು ಹೇಳ ಹೊರಟರು. ಆದರೆ ಅವರು ತಮ್ಮ ಉಪನ್ಯಾಸವನ್ನು ಮುಗಿಸಿದಾಗ ಹಿಂದೂ ಧರ್ಮ ಪುನರ್ ಸೃಷ್ಟಿಗೊಂಡಿತ್ತು' ಓದುತ್ತ ಹೊರಟಳು. ಒಂದೊಂದು ಪದವು ಅವಳನ್ನು ಆವರಿಸಿಬಿಟ್ಟಿತ್ತು. ಎಷ್ಟು ಎತ್ತರದ ವ್ಯಕ್ತಿ, ಅಂಥ ಉದಾತ್ತ ಭಾವನೆಗಳು. ಆ ಲಹರಿಯಲ್ಲಿ ಕಳೆದಳು.

ಸ್ವಾಮಿ ವಿವೇಕಾನಂದರು 1893ರ ಸೆಪ್ಟೆಂಬರ್ 11 ರಂದು ಚಿಕಾಗೋ ಸರ್ವಧರ್ಮ ಸಮ್ಮೇಳನದಲ್ಲಿ ಮಾಡಿದ ಭಾಷಣ ಅಂಜಲಿಯನ್ನು ಹಿಡಿದಿಟ್ಟ ಸಾಲುಗಳು. 'ಜಗತ್ತಿನ ಎಲ್ಲಾ ರಾಷ್ಟ್ರಗಳಲ್ಲಿ, ಎಲ್ಲ ಧರ್ಮಗಳಲ್ಲಿ ಯಾರು ಯಾರು ಹಿಂಸೆಗೆ ಒಳಗಾದರೋ ಅವರಿಗೆಲ್ಲ ಆಶ್ರಯ ನೀಡಿದ ದೇಶಕ್ಕೆ ಸೇರಿದವನು ನಾನು ಎನ್ನುವ ಹೆಮ್ಮೆ ನನ್ನದು. ಯಾವ ವರ್ಷ ರೋಮನ್ನರ ದೌರ್ಜನ್ಯದಿಂದ ಯಹೂದಿಯರ ದೇವಾಲಯ

ಒಡೆದು ಪುಡಿ ಪುಡಿಯಾಯಿತೋ ಅದೇ ವರ್ಷ ಅಳಿದುಳಿದು ಶುದ್ಧ ಯಹೂದಿಗಳು ಆಶ್ರಯವನ್ನು ಬಯಸಿ ದಕ್ಷಿಣ ಭಾರತಕ್ಕೆ ಬಂದರು. ಅವರಿಗೆ ಆಶ್ರಯ ನೀಡಿದ ದೇಶದವನು ನಾನು ಎನ್ನುವ ಹೆಮ್ಮೆ. ಝೋರಾಷ್ಟ್ರದ ನಿರಾಶ್ರಿತರಿಗೆ ಆಶ್ರಯ ನೀಡಿ ಇಂದಿಗೂ ಪೋಷಿಸುತ್ತಿರುವ ಧರ್ಮಕ್ಕೆ ಸೇರಿದವನು ನಾನು. ಸೋದರರೆ ಚಿಕ್ಕಂದಿನಿಂದ ನಾನು ಪಠಿಸುತ್ತಿದ್ದ, ಇಂದಿಗೂ ಕೋಟ್ಯಂತರ ಜನರು ಪಠಿಸುತ್ತಿರುವ ಶ್ಲೋಕವೊಂದರ ಕೆಲವು ಪಂಕ್ತಿಗಳನ್ನು ನಿಮ್ಮ ಮುಂದೆ ಹೇಳುತ್ತೇನೆ. 'ಬೇರೆ ಬೇರೆ ಕಡೆ ಹುಟ್ಟಿದ ನದಿಗಳು ಸಾಗರದಲ್ಲಿ ಸಂಗಮಗೊಳ್ಳುವಂತೆ ಹೇ ಭಗವಾನ್, ಮಾನವರು ತಮ್ಮ ತಮ್ಮ ಸಂಸ್ಕಾರಗಳಿಗೆ ತಕ್ಕಂತೆ, ನೇರವಾಗಿಯೋ ವಕ್ರವಾಗಿಯೋ ಇರುವ ಪಂಥಗಳನ್ನು ಅನುಸರಿಸುತ್ತಾರೆ. ಅವೆಲ್ಲವೂ ನಿನ್ನೆಡೆಗೆ ಕರೆದೊಯ್ಯುತ್ತದೆ'

ಅತ್ಯಂತ ಮಹತ್ವಪೂರ್ಣವಾದ ಸಭೆಗಳಲ್ಲಿ ಒಂದು ಇಂದು ನೆರೆದಿರುವ ಈ ಸಭೆ "ಯಾರೇ ಆಗಲೀ, ಯಾವುದೇ ರೂಪದಲ್ಲಿ ಆಗಲಿ ನನ್ನ ಬಳಿಗೆ ಬಂದರೆ ನಾನು ಸ್ವೀಕರಿಸುತ್ತೇನೆ. ಅಂತಿಮವಾಗಿ ನನ್ನ ಬಳಿಗೆ ಬರುವ ವಿವಿಧ ಪಥಗಳಲ್ಲಿ ಸಾಗಿ ಬಂದು ನನ್ನನ್ನೇ ಸೇರಲು ಎಲ್ಲ ಜನರು ಪ್ರಯತ್ನಿಸುತ್ತಾರೆ. ಎಂಬ ಗೀತೆಯ ಅದ್ಭುತ ತತ್ವದ ಸತ್ಯವನ್ನು ಜಗತ್ತಿಗೆ ಸಾರಲು ಈ ಸಭೆಯೊಂದೆ ಸಾಕು. ಸಂಕುಚಿತ ಪಂಥಾಭಾವನೆ, ಸಮತಾಭಿಮಾನ ಅದರ ಭೀಕರ ಸಂತಾನದಿಂದ ಮತಾಂಧತೆ. ಇವು ಸುಂದರವಾದ ಪೃಥ್ವಿಯನ್ನು ಬಹುಕಾಲದಿಂದ ಬಾಧಿಸುತ್ತದೆ. ಅದನ್ನು ಮತ್ತೆ ಮತ್ತೆ ನರ ರಕ್ತದಿಂದ ತೋಯಿಸಿದೆ. ನಾಗರಿಕತೆ ನಾಶಪಡಿಸಿದೆ..." ಪ್ರತಿಪದ, ವಾಕ್ಯ ಅವಳ ಮನಸ್ಸನ್ನು ಆವರಿಸಿತು.

ಹೊಸ ಹೊಸ ವಿಷಯಗಳು ಅವಳ ತಲೆಯಲ್ಲಿ ಹಾದು ಹೋಯಿತು. ಇಷ್ಟು ದಿನ ಕಾಣದ ಅದ್ಭುತವಾದ ಜಗತ್ತೊಂದು ಅವಳ ಮುಂದೆ ಸೃಷ್ಟಿಯಾಯಿತು.

* * *

ಮಧ್ಯಾಹ್ನದ ಸುಮಾರು. ಮೂರು ದಿನದಿಂದ ಊರಿನಲ್ಲಿ ಇರದಿದ್ದ ಪ್ರೊಫೆಸರ್ ಡಾ. ಗುರುಸಿದ್ಧಪ್ಪನವರು ಬಾಗಿಲ ಬಳಿ ನಿಂತು ಬಿಟ್ಟ ವಾಸುವನ್ನು ಕೈ ಹಿಡಿದೇ ಕರೆ ತಂದಿದ್ದು ನೋಡಿ ಸಾತಮ್ಮನಿಗೆ ಕಕ್ಕಾಬಿಕ್ಕಿ. ಆ ಸಂತೋಷವನ್ನು ಹೇಗೆ ವ್ಯಕ್ತಪಡಿಸಬೇಕೋ ತಿಳಿಯದೆ ಒದ್ದಾಡಿದಳು. ಆದರೆ ಗುರಸಿದ್ಧಪ್ಪನವರು ಶಾಂತ ವದನರಾಗಿ "ಅಡ್ಗೇ ಆಗಿದೆ ತಾನೇ? ಊಟಕ್ಕೆ ರೆಡಿ ಮಾಡು. ವಾಸು ಸ್ನಾನ ಮಾಡ್ಕೊಂಡು ಬರ್ತಾನೆ" ಎಂದು ಹೇಳಿದವರು ಮುಂದಿನ ಕೋಣೆಗೆ ಹೋದರು. ಈ ಸಮಯದಲ್ಲಿ ಹೊರಗೆ ಹೋಗದಿದ್ದರೆ ಅನಂತರಂಗಮೂರ್ತಿಗಳು ಇಲ್ಲೇ ಇರುತ್ತಿದ್ದದ್ದು. ಅಲೆಕ್ಸ್ ಹಾಲಿ ಎಂ ನೀಗ್ರೋ ಲೇಖಕಿ ಬರೆದ ಕಾದಂಬರಿ 'ರೂಟ್ಸ್' ಓದುತ್ತಿದ್ದವರು ತಲೆಯೆತ್ತಿ "ಬಂದೇ ಬಿಟ್ಟ" ಎಂದು ಕಾದಂಬರಿಯನ್ನು ಒಂದೆಡೆ ಇಟ್ಟು ಮೇಲೆದ್ದರು. "ಈಗ ಹಸಿವು ಕಾಣಿಸುತ್ತಾ ಇದೆ. ನಾಲ್ಕು ಸಲ ಸಾತಮ್ಮನ ಜೊತೆ ಅಂಜು ಬಂದು ಕರೆದು ಹೋದ್ಲು. ಅವ್ಳು ಉಪವಾಸ ಕೂಡೋ ಒಂದು

ಕೆಟ್ಟ ಚಾಳಿ ಬೆಳೆಸಿಕೊಂಡಿದ್ದಾಳೆ" ಅಂಜು ಮೇಲೆ ರೇಗಿಕೊಂಡರು.

ಪ್ರೊಫೆಸರ್ ಡಾ. ಗುರುಸಿದ್ಧಪ್ಪನವರು ಆ ಕಾದಂಬರಿ ಕೈಯಲ್ಲಿ ಹಿಡಿದು "ಎಡಬಿಡದೆ ಎಂಟು ವರ್ಷದಿಂದ ಕಾದ ನಂತರ 'ರೂಟ್ಸ್' ಅಲೆಕ್ಸ್ ಹಾಲಿಯನ್ನು 1970ರಲ್ಲಿ ವಿಶ್ವದ ದೊಡ್ಡ ಕಾದಂಬರಿಗಳಲ್ಲಿ ಒಬ್ಬರೆನ್ನುವ ಮಟ್ಟಕ್ಕೆ ಕೊಂಡೊಯ್ದ ಕೃತಿ ಎಂದು ಪುಸ್ತಕವನ್ನು ಇಟ್ಟು ಭುಜದ ಮೇಲೆ ಕೈಹಾಕಿ "ಎಕ್ಸೈಟ್ ಆಗೋದೇನು ಬೇಡ. ವಾಸು ಚೆನ್ನೈನ ಒಂದು ಆಶ್ರಮದಲ್ಲಿದ್ದ. ವಿಷಯ ತಿಳಿದು ನಾನೇ ಹೋಗಿ ಕರ್ಕಂಡ್ ಬಂದೆ. ಅವನಿಗೆ ಎಲ್ಲಾ ವಿಷಯವನ್ನು ತಿಳಿಸಿದ್ದೀನಿ. ಸರಿ ಬರದಿದ್ದರೆ ಅನ್ನುವುದರ ಜೊತೆಗೆ ತನ್ನ ತಪ್ಪಿನ ಅಗಾಧತೆ ಅರಿವಾಗಿದೆ. ಡೈವೋರ್ಸ್ ಕೊಡೋಕು ಸಿದ್ಧವಾಗಿದ್ದಾನೆ. ನಿಮ್ಮಿಬ್ಬರ ಒಪ್ಗೇ ಇಲ್ದೇ ರಾಮಲಿಂಗಂ ಮಗಳು ಇಲ್ಲಿರೋಲ್ಲ. ಅದನ್ನು ಅವಳೇ ಹೇಳಿದ್ದಾಳೆ. ಸಮಸ್ಯೆಯ ಮಧ್ಯೆ ಇದ್ದವರಿಗೆ ಪರಿಹಾರದ ಕ್ಷಣವು ಹತ್ತಿರವಾಗಿದೆ. ನಮ್ಮ ಕೆಎಸ್‌ನ ಕವನ ಎಲ್ಲಾ ಕಾಲಕ್ಕೂ ಹೊಚ್ಚ ಹೊಸತು" ಅವರ ಮುಖದ ಮೇಲೆ ನಗು ಹರಿದಾಡಿತು.

ಒಂದು ಹೆಣ್ಣಿಗೊಂದು ಗಂಡು
ಹೇಗೋ ಸೇರಿ ಹೊಂದಿಕೊಂಡು
ಕಾಣದೊಂದು ಕನಸ ಕಂಡು
ಮಾತಿಗೊಲಿಯದ ಮೃತವೊಂದು
ದುಃಖ ಹಗುರವೆನಿತಿರೆ
ಪ್ರೇಮವೆನಲು ಹಾಸ್ಯವೇ

ಆಮೇಲೆ ಅರ್ಧಗಂಟೆ ಮಾತಾಡಿಕೊಂಡು ಬರುವ ವೇಳೆಗೆ ಸ್ನಾನ ಮುಗಿಸಿ ಪಂಚೆಯುಟ್ಟು, ಬಂದು ವಸ್ತ್ರ ಹೊದ್ದು ಬಂದು ನಿಂತ ವಾಸು ಗಟ್ಟಿಯಾಗಿ ಅವರ ಕಾಲುಗಳನ್ನು ಹಿಡಿದು ಬಿಕ್ಕಳಿಸತೊಡಗಿದ. ಮಗನನ್ನು ಎಬ್ಬಿಸಿ ಅಪ್ಪಿಕೊಂಡರು. ಕೋಪ, ಸೆಡವು ಎಲ್ಲಾ ಹಾರಿಹೋಯಿತು. ಎಷ್ಟೋ ಇಂಥ ಪ್ರಕರಣಗಳನ್ನು ನೋಡಿದವರು.

ಈ ದೃಶ್ಯವನ್ನು ನೋಡಿದ ಅಂಜಲಿ ನಿಂತಲ್ಲೇ ಗೊಂಬೆಯಾದಳು. ಪ್ರತಿಕ್ಷಣ ವಾಸುಗಾಗಿ ಹಂಬಲಿಸಿದ್ದಳು. ಕಣ್ಣೀರಿಟ್ಟಿದ್ದಳು. ಅವನನ್ನು ಪಡೆಯುವುದೇ ತನ್ನ ಗುರಿಯೆಂದು ತಿಳಿದು ಸೂಟ್‌ಕೇಸ್ ಹಿಡಿದು ಬಂದಿದ್ದಳು. ಆದರೆ ಈ ಮನೆಯಿಂದ ಅವನನ್ನು ದೂರ ಮಾಡಲು ಸಮ್ಮತಿಸಳು.

ಆದರೆ ಅವಳಲ್ಲಿ ಬದಲಾವಣೆ ಗಾಳಿ ಬೀಸಿತ್ತು. ಈ ಮನೆಯ ಪವಿತ್ರ ಸೊಬಗಿನ ಜೊತೆ ವಾಸು ಉಳಿಯಬೇಕೆನಿಸಿತು. ರೂಮಿಗೆ ಹೋಗಿ ಕೂತವಳು ತನ್ನ ಬಟ್ಟೆ ಬರೆಯನ್ನು ಸೂಟುಕೇಸಿಗೆ ತುಂಬಿ, ತನ್ನ ಮೊಬೈಲ್‌ನ ತೆಗೆದು ಛಾರ್ಜ್ ಮಾಡಿ ಎಲ್ಲವನ್ನು ತುಂಬಿಟ್ಟುಕೊಂಡು ಸಂಕೋಚದಿಂದ ಕೂತಳು.

"ಊಟಕ್ಕೆ ಬಾ" ಸಾತಮ್ಮ ಕರೆದು ಹೋದರು.

ರೂಮಿನಿಂದ ತಲೆ ತಗ್ಗಿಸಿಕೊಂಡು ಬಂದ ಅಂಜಲಿಯ ಕಂಡು ವಾಸು ವಿಸ್ಮಿತನಾದ. ಇಷ್ಟು ದೊಡ್ಡ ಬದಲಾವಣೆ ಸಾಧ್ಯವೇ ಎನಿಸಿತು. ಎರಡು ರೀತಿಯ ಪಶ್ಚಾತ್ತಾಪ ಅವನಲ್ಲಿ.

"ರಾಮಲಿಂಗಂ ಅನ್ನೋ ಗ್ರಾನೈಟ್ ವ್ಯಾಪಾರಿಯ ಮಗ್ಳು. ಕೆಲವು ದಿನಗಳ ಅವಕಾಶ ಬೇಡಿ ಬಂದಿದ್ಲು. ಇನ್ನೇನು ಅವಧಿ ಮುಗಿಯುತ್ತೆ" ಎಂದರು ಡಾ. ಗುರುಸಿದ್ಧಪ್ಪನವರು. ಅವನು ತುಟಿ ತೆರೆಯಲಿಲ್ಲ. ಮತ್ತೆ ಅವಳತ್ತ ನೋಟ ಹರಿಸಲಿಲ್ಲ. 'ತಾನು ದೊಡ್ಡ ಅಪರಾಧಿ' ಎನ್ನುವ ಭಾವ ಅವನದು. ಜೊತೆಗೆ ನಾಚಿಕೆ ಕೂಡ. ವಸುಧಾ ಕಣ್ಣು ಮುಂದೆ ತೇಲಿದಳು. 'ಅಣ್ಣ ಕೂಡ ನಿನ್ನ ವಯಸ್ಸಿಗೆ ಮದುವೆಯಾಗಿರಲಿಲ್ಲ. ನಂಗೆ ವಿವಾಹವಾದಾಗ ವಯಸ್ಸು ಎಷ್ಟು ಗೊತ್ತಾ? ಸದ್ಯಕ್ಕೆ ಮದ್ವೆ ಅನ್ನೋ ವಿಷ್ಯ ಮುಂದೂಡು' ಬುದ್ಧಿ ಹೇಳಿದಾಗ ಮುಖ ತಿರುಗಿಸಿದ್ದ. "ನಿಂಗೆ ವಿವಾಹವಾಗೋಷ್ಟು ಮೆಚ್ಯೂರಿಟಿ ಬಂದಿರಲಿಲ್ಲ. ತಿಂಗಳು ಕಳ್ಯೋ ಮುನ್ನವೇ ಡಿಫರೆನ್ಸಸ್ ಶುರುವಾದರೆ, ಮುಂದೆ ಹೇಗೆ ಬಾಳ್ವೆ ನಡೆಸ್ತೀರಿ? ಅವಳು ನೀನು ಹೊಂದಿಕೊಂಡು ಬಾಳೋಕೆ ಸಾಧ್ಯವೇ?" ಪ್ರೊಫೆಸರ್ ಡಾ. ಗುರುಸಿದ್ಧಪ್ಪನವರು ಪ್ರಶ್ನಿಸಿದರು. ಅಂದು ಛಾಲೆಂಜಾಗಿ ಸ್ವೀಕರಿಸಿದ್ದ, ಇಂದು...

ಅವನಿಂದ ತಲೆ ಎತ್ತಲಾಗಲಿಲ್ಲ. ಇಬ್ಬರೂ ಎದುರುಬದುರು ಕೂತರು. ಅಪರಾಧಿಗಳಂತೆ ತಲೆ ತಗ್ಗಿಸಿ ಊಟ ಮಾಡಿದರು. ಊಟ ಮುಗಿಸಿ ರೂಮಿಗೆ ಹೋದ ಹತ್ತೇ ನಿಮಿಷದಲ್ಲಿ ಸೂಟುಕೇಸ್ ಹಿಡಿದು ಹೊರ ಬಂದವಳು ಹೋಗಲು ಅಪ್ಪಣೆ ಕೇಳಿದಳು.

"ನಂಗೆ ಒಗ್ಗಿಕೊಳ್ಳೋಕೆ ಆಗದಿದ್ದರೆ, ಹೊರಟು ಹೋಗ್ತೀನಿ ಅಂದೆ. ಅಷ್ಟು ಮಾತ್ರವಲ್ಲ, ನೀವು ಸೊಸೆಯಾಗಿ ಸ್ವೀಕರಿಸಿದರೆ ಮಾತ್ರ ಇರ್ತೀನಿ ಅಂದಿದ್ದೆ. ಮನೆ ನನ್ನ ಪಾಲಿಗೆ ದೇವಾಲಯ. ನೀವು ಒಪ್ಪಿಕೊಂಡರೆ ಅದೃಷ್ಟ. ಆದರೆ ಸಾಧ್ಯವಿಲ್ಲವೆನಿಸಿತು. ಆ ಅರ್ಹತೆ ನನಗಿಲ್ಲ, ಬುದ್ಧಿವಂತಳಲ್ಲ, ನನ್ನ ತಿಳಿವಳಿಕೆ ತೀರಾ ಲಿಮಿಟ್‌ನದು. ನನ್ನ ಕ್ಷಮ್ಸಿ, ನಾನು ನಿಮ್ಮ ಒಬ್ಬ ವಿದ್ಯಾರ್ಥಿನಿ. ಬೇರೆಯ ಒಂದು ಜಗತ್ತನ್ನು ನನ್ಮುಂದೆ ತೆರೆದಿಟ್ಟಿದ್ದೀರಿ, ಅಷ್ಟು ಸಾಕು" ಅನಂತರಂಗಮೂರ್ತಿಗಳ ಕಾಲುಗಳ ಬಳಿ ಕುಸಿದು ಬಿಕ್ಕಳಿಸಿದಳು. "ನಾನು ದೊಡ್ಡ ತಪ್ಪು ಮಾಡಿದ್ದೀನಿ. ನಾನು ನಿಮ್ಮ ಮಗನಿಗೆ ಸರಿ ಜೋಡಿಯಲ್ಲ. ನನ್ನಿಂದ ದೊಡ್ಡ ತಪ್ಪಾಗಿದೆ. ವಾಸುವಿನ ಜೀವನದಿಂದ ಪೂರ್ತಿಯಾಗಿ ಹೊರಗೆ ಹೋಗ್ತೀನಿ" ಅವರ ಕಾಲುಗಳ ಮುಂದೆ ಕುಸಿದು ಬಿಕ್ಕಳಿಸಿದಳು. "ಮೇಲಕ್ಕೇಳು" ಎಬ್ಬಿಸಿದರು. ಒಳಗೆ ಹೋಗಿ ತಟ್ಟೆಯಲ್ಲಿ ಸರ್ಪವರ್ಣದ ರೇಶಿಮೆಯ ಸೀರೆ ಅದರ ಮೇಲೆ ಮಾಂಗಲ್ಯದ ಸರ, ಬಳೆಗಳು ಇದ್ದವು. "ಇದರೊಂದಿಗೆ ನಿನ್ನ ಧಾರೆಯೆರೆದು ಕೊಡೋಕೆ ನಿನ್ನಪ್ಪ, ಅಮ್ಮನಿಗೆ ಹೇಳು" ಎಂದರು ಹಸನ್ಮುಖರಾಗಿ.

ಇದು ಪ್ರೊಫೆಸರ್ ಡಾ. ಗುರುಸಿದ್ಧಪ್ಪನವರಿಗೆ ನಿರೀಕ್ಷಿತವೇ "ಇಬ್ರೂ ಮಕ್ಕಳು ಇದ್ದರು ಡೈರೆಕ್ಟಾಗಿ ಯಾರ ಮದ್ವೇನು ಅಟೆಂಡ್ ಮಾಡೋಕೆ ಆಗ್ಲಿಲ್ಲ. ನಿಮ್ಮಪ್ಪನಿಗೆ ಇನ್ನೊಬ್ಬ ಮಗ್ಳು ಇದ್ದಾಳೆ. ಸದ್ಯಕ್ಕೆ ಧಾರೆಯೆರೆದು ಕೊಡೋ ಭಾಗ್ಯ ನಂದು" ಎಂದರು ಉತ್ಸಾಹದಿಂದ. ಅದಕ್ಕೆ ಎಲ್ಲರ ಸಮ್ಮತಿ ಸಂಸ್ಕೃತಿ ಇತ್ತು.

ಮರುದಿನ ಡಾ. ಗುರುಸಿದ್ಧಪ್ಪನವರು ಮನೆಯಲ್ಲಿ ದೇವರ ಮುಂದೆ ಇಬ್ಬರನ್ನು ನಿಲ್ಲಿಸಿ ತಾವೇ ಧಾರೆಯೆರೆದು ಕೊಟ್ಟರು. ಅಲ್ಲಿದ್ದವರು ಕೆಲವರು ಮಾತ್ರ.

ಈ ಧರ್ಮ ಆ ಧರ್ಮ ಹಲವಾರು ಧರ್ಮ
ನಿಜವಾಗಿ ನೋಡಿದರೆ ಒಂದಲ್ವೆ ಚರ್ಮ
ಮುಖ್ಯವಾದದ್ದು, ಮಗನೇ, ಮಾನವನ ಕರ್ಮ
ಕರ್ಮದೊಳಗಿರಬೇಕು ಜೀವನದ ಮರ್ಮ.

– ದಿನಕರ ದೇಸಾಯಿ

●